ஒரு மகாத்மா
ஒரு கொள்கை ஒரு கொலை

(நாவல்)

கன்யூட்ராஜ்

நியூ செஞ்சுரி புக் ஹவுஸ் (பி) லிட்.,
41-பி, சிட்கோ இண்டஸ்டிரியல் எஸ்டேட்,
அம்பத்தூர், சென்னை - 600 050.
☎: 044 - 26251968, 26258410, 48601884

Language: Tamil
Oru Magathma Oru Kolkai Oru Kolai
Author : **Canuteraj**
First Edition: February, 2022
Second Edition: September, 2022
Copyright: Publisher
No.of Pages: 528
Publisher:
New Century Book House Pvt. Ltd.,
41-B, SIDCO Industrial Estate,
Ambattur, Chennai - 600 050.
Tamilnadu State, India.
Email: info@ncbh.in
Online: www.ncbhpublisher.in

ISBN. 978-81-2344-199-3

Code No. A4552

₹ 650/-

Branches
Ambattur (H.O.) 044 - 26359906 **Spenzer Plaza (Chennai)** 044-28490027
Trichy 0431-2700885 **Pudukkottai** 04322- 227773 **Thanjavur** 04362-231371
Tirunelveli 0462-4210990, 2323990 **Madurai** 0452-2344106, 4374106
Dindigul 0451-2432172 **Coimbatore** 0422-2380554 **Erode** 0424-2256667
Salem 0427-2450817 **Hosur** 04344-245726 **Krishnagiri** 04343-234387
Ooty 0423-2441743 **Vellore** 0416-2234495 **Villupuram** 04146-227800
Pondicherry 0413-2280101 **Nagercoil** 04652-234990

ஒரு மகாத்மா ஒரு கொள்கை ஒரு கொலை
ஆசிரியர் : கன்யூட்ராஜ்
முதல் பதிப்பு: பிப்ரவரி, 2022
இரண்டாம் பதிப்பு: செப்டம்பர், 2022

அச்சிட்டோர்: **பாவை பிரிண்டர்ஸ் (பி) லிட்.,**
16 (142), ஜானி ஜான் கான் சாலை, இராயப்பேட்டை, சென்னை - 14
☎: 044-28482441

All rights reserved. No part of this book may be reprinted or reproduced or utilised in any form or by any electronic, mechanical, or other means, now known or hereafter invented, including photocopying and recording, or in any information storage or retrieval system, without permission in writing from the publishers.

சமர்ப்பணம்

காந்தி கல்வி நிலையம்,
தக்கர்பாபா பள்ளி வளாகம்
தி.நகர், சென்னை- 17
&
அதன் காந்திய அன்பர்கள்:
திரு. கி.மோகன்
திரு. அண்ணாமலை
திருமதி. பிரேமா அண்ணாமலை
திரு. சரவணன்

ஒரு மகாத்மா...

இந்தியத் துணைக் கண்டம் பிரிட்டிஷ் ஆட்சியால் ஒரே ஆளுகையின் கீழ் ஒரே நாடாக ஒருங்கிணைக்கப்பட்டு இருநூறு ஆண்டுகளுக்குப் பின் அது மத அடிப்படையில் இரு நாடுகளாகப் பிரிக்கப்பட்டபோது வெடித்த பெரும் மதக் கலவரத்தையும், கொடூரமான படுகொலைகளையும் எப்படி எதிர்கொள்வது என யாருமே அன்று தெரிந்திருக்கவில்லை. இந்துக்கள், முஸ்லிம்கள், சீக்கியர்கள் மட்டுமல்ல; பிரிக்கப்பட்ட இந்திய அரசு நிர்வாகம், பாகிஸ்தான் அரசு, அதிகாரத்தைக் கையளித்துவிட்டுத் திரும்பிச் செல்ல இருந்த பிரிட்டிஷ் ஆட்சி என இந்த எல்லாத் தரப்பாருமே விழி பிதுங்கிக் கிடந்தனர்.

இது வரலாறு காணாத பெரிய வன்முறைகள் மட்டுமின்றி, இலட்சக் கணக்கான படுகொலைகளுக்கும், அவற்றினும் கொடிதான நிரந்தர இடப் பெயர்தல்களுக்கும் வழிவகுத்தது. இது பாதிக்கப்பட்ட பஞ்சாப் மற்றும் வங்க மக்களுக்கும், டெல்லி மற்றும் கல்கத்தா போன்ற பெரு நகரங்களில் வாழ்ந்தோருக்கும் எத்தனை ஆழமான துயரங் களுக்கும், மறக்க இயலாத வன்மங்களுக்கும், ஈடு செய்ய முடியாத பேரிழப்புகளுக்கும் இட்டுச் சென்றது என்பதைத் தென்னிந்தியர் களாகிய நாம் இன்றுவரை முழுமையாகப் புரிந்து கொண்டதில்லை.

இந்து முஸ்லிம் இரு தரப்பிலும் இலட்சக் கணக்கானோர் வன்முறைகளுக்குப் பலியாகியது ஒரு பக்கம் எனில், மத அடிப்படையில் மேற்கொள்ளப்பட்ட இந்தப் பிரிவினையால் இரு பகுதிகளில் இருந்தும் விரட்டி வெளியேற்றப்பட்டு அகதிகளாக வந்து நின்றவர்களின் பிரச்சினை இன்னும் பெரிதாக இருந்தது. அகதிகளாக டெல்லியில் குவிந்த பஞ்சாபி இந்துக்களுக்கும், பாகிஸ்தானாக உருவெடுத்திருந்த லாகூர் முதலான பகுதிகளில் குடியேறிய முஸ்லிம் களுக்கும் உடனடித் தேவையாக இருந்தது வீடுகள். டெல்லி முதலான குளிர்மிகு பகுதிகளில் வீடுகளின் உடனடித் தேவை குறித்துச் சொல்ல வேண்டியதில்லை. கலவரத்தின் ஊடாக வெளியேறிய முஸ்லிம்களின் வீடுகளை ஆக்கிரமிப்பது மட்டுமின்றி, இன்னும் வெளியேறிச் செல்லாமல் இருந்த முஸ்லிம்களை விரட்டிவிட்டு அங்குக் குடியேறும் செயல்களும் நடந்தன. இதே நிலை பாகிஸ்தான் பகுதியில் ஏற்கெனவே அங்கு

வாழ்ந்திருந்த இந்துக்களுக்கும் ஏற்பட்டது என்பதை விளக்க வேண்டியதில்லை.

இப்படி டெல்லி முதலான வட இந்தியப் பகுதிகளில் இருந்து வெளியேறிய முஸ்லிம்களின் வீடுகளை, பாகிஸ்தானிலிருந்து இங்கு வந்த இந்துக்கள் ஆக்கிரமிப்பது என்பது ஒரு பக்கம். இன்னொரு பக்கம் இத்தனை வன்முறைகளுக்குப் பின்னும் வெளியேறாமல் இருந்த முஸ்லிம்களை வெளியேற்றிவிட்டு அவற்றைக் கைப்பற்றும் முயற்சிகளும் நடந்தன. சில நேரங்களில் உயிரைப் பாதுகாப்பதற்காகத் தங்களின் வீடுகளை முஸ்லிம்களே விட்டுவிட்டு அகதி முகாம்களில் தஞ்சமடையும் நிலையும் இருந்தது. ஒருவேளை நிலைமை சீரடையலாம் என்கிற நம்பிக்கையின் விளைவாக அடையாளத்திற்கு யாரேனும் ஒரு வயதானவரை விட்டுவிட்டு அவர்கள் அகன்றனர். இந்நிலையில் அப்படியான சூழலில் இதை ஒழுங்குபடுத்தி வீடுகளைப் பாதுகாப்பது, நிரந்தரமாக வெளியேறியதனால் காலியாகிக் கிடக்கும் வீடுகளை இடம்பெயர்ந்து வந்தவர்கள் தங்க அனுமதிப்பது என்பது போன்ற முடிவை நேரு அரசு எடுத்தபோது அதற்காக நியமிக்கப்பட்டவர் பஞ்சாபின் தலைமை நீதிபதியாக இருந்த கோபால் கோஸ்லா (ஜி.டி.கோஸ்லா). அவரே அதன்பின் காந்தி கொலை வழக்கில் கோட்சேக்கும் ஆப்தேக்கும் மரண தண்டனை வழங்கப்பட்ட போது மேல் முறையீட்டை விசாரித்து அதை உறுதி செய்தவரும் கூட. அவருடைய The Murder of Mahatma எனும் சுமார் 60 பக்கங்களே உள்ள குறு நூல் மிகமிக முக்கியமான ஒன்று. அன்றைய சிக்கல்களை மிக ஆழமாகவும் நுணுக்கமாகவும் சொல்கிறது அக் குறு நூல்.

முன்னதாக இதற்கென நியமிக்கப்பட்ட உயர் அதிகாரி இந்த நிலையைத் திறமையாக எதிர்கொள்ள இயலாத நிலையில்; ஒரு பஞ்சாபியை இந்தப் பொறுப்பில் அமர்த்தினால் சூழலைச் சரியாகப் புரிந்துகொண்டு செயல்படுவார் எனக் கோஸ்லாவை நேரு அரசு பணி அமர்த்தியது. பொதுவாக இப்படிப் பணி அமர்த்தப்படுபவருக்குப் பணியமர்த்தும் அரசு சில நெறிமுறைகளை (Terms and Conditions) வகுத்தளிப்பது விதி. அதை நியமிக்கப்பட்டவர் சரியாகக் கடைபிடிக்க வேண்டும். அப்படி எந்த விதிமுறைகளும் கோஸ்லாவுக்குக் கொடுக்கப் படவில்லை. அவர் சென்று அதற்குரிய உயர் அதிகாரிகளிடம் கேட்கும் போது, எங்களுக்கும் தெரியாது. நீங்கள்தான் முடிவெடுத்துச் செய்ய வேண்டும் - எனப் பதில் வருகிறது. இதை எதற்காக இங்கு சொல்கிறேன் என்றால் அதுதான் அன்றைய நிலைமை. வரலாறு

காணாத அந்தத் துயர்மிகு சூழலைக் கையாளப் புதிய அரசிடம் எந்தத் திட்டமும் இல்லை.

ஆனால் அவருக்கும் இதில் என்ன முடிவெடுப்பது என்பது அத்தனை எளிதாக இல்லை. பின் என்ன செய்வது? நீதியான ஒரு வழிமுறையைக் கண்டறிய அவருக்குத் தெரிந்த ஒரே வழி மகாத்மா காந்தியைச் சந்திப்பதுதான்.

அங்கு யார் யாரோ வந்து அவரைச் சந்தித்து, அவரது ஆலோசனைகளையும், அறிவுரைகளையும் கேட்டுப் போகின்றனர். தன் முறை வந்தபோது கோஸ்லா உள்ளே நுழைகிறார். அவர் முதல் முறையாகவும், கடைசி முறையாகவும் அவரைச் சந்திக்கும் நிகழ்வு அது. இடுப்பில் ஒரு கதர்த் துணியுடன் அமர்ந்து ஏதோ எழுதிக் கொண்டிருந்த அவர் அதை வைத்துவிட்டு கரம் கூப்பி கோஸ்லாவை அமரச் சொல்கிறார். அவர் சுருக்கமாகத் தன் பிரச்சினையை முன் வைக்கிறார். பஞ்சாபிலிருந்து இடம் பெயர்ந்து வந்து, இப்படி வரும் அகதிகளுக்காக அமைக்கப்பட்ட கூடாரங்களில் இருக்கும் நம் மக்களுக்கு இப்போது உடனடியாக வேண்டியது ஒரு வீடு, இல்லாவிட்டால் ஒரு 'சின்ன போர்ஷன்' அல்லது ஒரே ஒரு அறை... என்ன செய்யலாம்?

காந்தியின் உடனடி பதில் இப்படி இருந்தது:

"நான் அங்கே (முஸ்லிம் அகதிகளுக்கான முகாம்) சென்றபோது அவர்கள் (முஸ்லிம்கள்) பாகிஸ்தானுக்குப் போக வேண்டும் எனச் சொல்லவில்லை. அவர்கள் சொன்னது இதுதான்: 'உங்களால் எங்களின் சொந்த வீடுகளில் எங்களை இருக்க வைக்க இயலாவிட்டால் ஆப்கானிஸ்தான், ஈரான், அரேபியா எங்காவது அனுப்புங்கள் பாகிஸ்தானைத் தவிர' என்றுதான் சொன்னார்கள். அவர்களும் நம் மக்கள்தான். அவர்களை நீங்கள் (அகதிகள் முகாம்களிலிருந்து) அழைத்து வந்து அவரவர் வீடுகளில் தங்கச் செய்து உரிய பாதுகாப்பை அளியுங்கள்..." இந்த சொற்களோடு காந்தி முடித்துக் கொள்கிறார்.

கோஸ்லா இந்த அனுபவம் குறித்து நம்மிடம் சொல்கிறார்: "என் காதுகளில் விழுந்த இந்தச் சொற்கள் எனக்கு இடப்பட்ட ஆணையல்ல. ஒரு எளிய உண்மை. அதில் அடக்கம்தான் வெளிப்பட்டதே ஒழிய அதிகாரம் இல்லை. எனக்கு என்ன வியப்பு என்றால் என்னால் பதில் ஏதும் சொல்ல முடியவில்லை. அவர் ஏதோ இறுதி ஆணை என்பதாகவும் இதைச் சொல்லவில்லை. "நீ அவர்களை அழைத்துவந்து

உரிய பாதுகாப்பைக் கொடு" என்றுதான் சொன்னார். விவாதத்திற்குரிய ஒரு கருத்தாகத்தான் அதை அவர் முன்வைத்தார். நான் அப்படிச் செய்வதில் உள்ள பிரச்சினைகளை அவரது கவனத்திற்குக் கொண்டு வந்தேன். என் விவாதத்தில் உள்ள பிழைகளை அவர் சுட்டிக் காட்டினார். ரொம்பப் பெரிய அறக் கோட்பாடுகளை எல்லாம் அவர் முன்வைக்கவில்லை.

"நான் முன்வைத்த தீர்வில் உள்ள நடைமுறைச் சிக்கல்களைச் சுட்டிக்காட்டினார். அவர் பேசிக்கொண்டே போனபோது நான் ஒன்றைப் புரிந்து கொண்டேன். இந்த மனிதனிடம் ஒரே ஒரு உணர்வுதான் உள்ளது. ஒரே ஒரு தீவிர நிலைப்பாடுதான் உள்ளது. அதுவே இந்த மனிதனின் வலிமை. அது ஆக ஆழமான பரந்து விரிந்த அன்பு. அவர் இந்துக்கள், முஸ்லிம்கள், சீக்கியர்கள், கிறிஸ்தவர்கள் எல்லோரையும் ஒரே மாதிரி நேசித்தார். 150 ஆண்டுகாலம் நம்மை ஆண்ட வெள்ளையரையும் அவர் நேசித்தார். பல இலட்சம் இந்துக்களைப் பாகிஸ்தானிலிருந்து விரட்டி அடித்த முஸ்லிம்களையும் அவர் நேசித்தார். அவர் 'அன்பு' எனும் சொல்லை அந்த உரையாடல் முழுவதிலும் சொல்லவில்லை. ஆனால் அவர் என்னைப் பார்க்கையில் அந்தக் கண்களில் ஒரு மென்மை வெளிப்பட்டது. அவரது இதழ்களில் மிக மெலிதான ஒரு புன்னகை மின்னியது. நான் (முன்வைத்த தீர்வுக்காக) வெட்கினேன். அவரருகில் முப்பது நிமிடங்கள் இருந்து புறப்பட்டபோது நான் என்ன செய்யவேண்டும் என்பது எனக்கு விளங்கியது. இம்மிப் பிழையும் இன்றி நான் செய்ய வேண்டியதை முழுமையாக பாபு புரிய வைத்தார். வாக்களித்தபடி 55 கோடி ரூபாய்களை நாம் பாகிஸ்தானுக்கு அளித்தால், அவர்கள் அதை நமக்கு எதிராக ஆயுதம் வாங்கப் பயன்படுத்தலாம் என்ற போதிலும் அதைத் தரவேண்டும் என அவர் சொன்னாரே, அது போலவே இதுவும் முற்றிலும் சரியானது."

இதுதான் காந்தியிடம் காணப்பட்ட கவர்ச்சியின் இரகசியம். அவர் உண்மைகளைத் தவிர வேறெதையும் முன்வைக்கவில்லை. அந்த உண்மைகள் முற்றிலும் நீதியானவை. அந்த நீதியையும், சத்தியத்தையும் எதிர்கொள்ள வக்கற்றவர்கள் கண்ட ஒரே வழி அவரைத் தீர்த்துக் கட்டுவதுதான்.

இதுதான் அன்றைய நிலை. இந்த நிலையை மிகச் சிறப்பான புனைவாக முன்வைக்கிறது நண்பர் கன்யூட்ராஜ் எழுதியுள்ள 'ஒரு மகாத்மா ஒரு கொள்கை ஒரு கொலை' - எனும் இந்நூல். வரலாற்றுப்

பிழைகள் ஏதும் இல்லாத வகையில் மிகக் கவனமாக எழுதப்பட்டுள்ள வரலாற்றுப் புனைவு இது.

வரலாறு, புனைவு எனும் இரண்டும் வேறு வேறு துறைகள். வரலாறு என்பது நடந்த உண்மைகளைப் பதிவு செய்வது; புனைவு என்பது கற்பனை வடிவில் வரலாற்றை வாசிப்பவர்களின் நெஞ்சில் இறக்குவது. புனைவு எழுத்துக்களில் எழுத்தாளனுக்குப் பூரண சுதந்திரம் உண்டு. வரலாற்றை எழுதுபவருக்கு அப்படியான சுதந்திரம் இல்லை என்றாலும் அங்கும் கற்பனைக்கும் படைப்புத் திறனுக்கும் ஓரளவு இடமுண்டு. ஆனால் அதுவே 'வரலாற்றுப் புனைவு' என்கிறபோது அதில் கற்பனையின் பங்கும் எல்லையும் விரிகிறது.

இந்நூலில் ஸ்ரீனிவாச ராகவன், செந்துர் பாண்டியன், அவர்களின் பெற்றோர்கள், பணிப்பெண் எல்லம்மா முதலான சில கற்பனைப் பாத்திரங்களின் ஊடாகச் சமகால இந்திய வரலாற்றின் ஒரு முக்கியமான காலகட்டத்தை ஒரு புனைவாக நம்முன் விரிக்கிறார் கன்யூட்ராஜ். மற்றபடி இந்த வரலாற்றுப் புனைவின் முக்கிய பாத்திரங்களான காந்தி, நேரு, படேல் மற்றும் நாதுராம் கோட்சே. நாராயண் ஆப்தே, திகம்பர் பாட்கே, தாத்ரேயா பார்ச்சூர், விஷ்ணு கர்க்காரே. மதன்லால் பாவா, கோபால் கோட்சே முதலான எல்லோரும் வரலாற்றுப் பாத்திரங்கள்.

உலகில் வாழ்க்கை வரலாறுகள் மிக அதிக அளவில் எழுதப் பட்டவர்களாக நபிகள் நாயகத்தையும், மகாத்மா காந்தியையும் சொல்வார்கள். காந்தியை எழுதியவர்களில் வெளிநாட்டு அறிஞர்களின் எண்ணிக்கை அதிகம். உளவியல் நோக்கிலிருந்து எழுதப்பட்டவை தொடங்கி காந்தியின் தனிப்பட்ட ஆளுமை, அவரது அரசியல் சாதுர்யம், "அரசியலில் எல்லாம் சகஜமப்பா" என இல்லாமல் அற நெறியுடன் அமைந்த அவரது அரசியல், அவர் மீதான அவதூறுகளுக்குப் பதில் சொல்லும் முகமாக உலக அறிஞர்களால் எழுதப்பட்டவை எனப் பல்வேறு கோணங்களில் இந்த நூல்கள் அமைகின்றன.

காந்தியை எழுதுவது அத்தனை எளிதல்ல. வாழும் மிக முக்கியமான தத்துவச் சிந்தனையாளரான அகில் பில்கிராமி ஒருமுறை ஒரு வெளிநாட்டுப் பத்திரிகைக்கு நேரு பற்றி ஒரு கட்டுரை எழுதித் தந்தார். அது பெரிய அளவு வரவேற்கப்பட்ட பின்னணியில் அந்தப் பத்திரிகை காந்தி குறித்த ஒரு கட்டுரையை அவரிடம் கேட்டது. அந்தக் கட்டுரையை அவர் இப்படித் தொடங்குவார்: "மேற்குத் தொடர்ச்சி மலையில் ஏறிய ஒருவனை எவரெஸ்ட் சிகரத்தைத்

தொட்டு வா எனச் சொன்னதைப் போல அது எனக்கு இருந்தது". எழுத்தில் காந்தியைக் கையகப்படுத்துவது என்பது அத்துணை எளிதல்ல என்பது இதன் பொருள்.

காந்தியிடம் மரணதண்டனை குறித்து அவரது கருத்து என்ன என ஒருமுறை கேட்கப்பட்டது "மரண தண்டனையா. தண்டனையே கூடாது என்பவன் நான்" - எனச் சொல்லி அகன்றவர் அவர். அவருடைய கருத்துகளுக்கு மிகப் பெரிய மக்கள் செல்வாக்கு ஒருபக்கம் இருந்த போதும் எல்லாவற்றையும் அவர் செயல்படுத்த முடிந்ததில்லை. அதை உணர்ந்து அவர்தன் கருத்துக்கள் எல்லாவற்றையும் வற்புறுத்திச் செயல் படுத்த முனைந்ததுமில்லை. காந்தியப் பொருளியல் அறிஞர் ஜே.சி.குமரப்பா இருமுறை இந்தியப் பொருளாதாரத் திட்டமிடல் பணியில் நியமிக்கப்பட்டபோதும் இரு முறைகளும் அப் பணியில் அவர் நிலைக்க முடியாமல் வெளியேற நேர்ந்தது வரலாறு. இந்தியா - பாக் பிரிவினையையும் காந்தி ஏற்கவில்லை. ஆனால் அவர் விருப்பை மீறி அது செயலாக்கப்பட்டபோது வேறு வழியின்றி அவர் அதற்கு சாட்சியானார். அப்போதும் அவர் மூலையில் முடங்கவில்லை. அதுதான் முடிவெனில் அது அறத்தோடு செயல்படுத்தப்பட வேண்டும் என நின்றார்.

மகாத்மா காந்தியின் இறுதிச் சில மாத வாழ்வைச் சொல்லும் இந்நூல் இரு முக்கியமான நிகழ்வுகளைப் பேசுகிறது. ஒன்று அவர் விரும்பாத இந்திய - பாக் பிரிவினையை ஒட்டி இங்கு நடந்த கொடும் கொலை வெறியாட்டம். பாக் பகுதியில் வாழ்ந்த இந்துக்கள் மீதும், இந்தியப் பகுதியில் வாழ்ந்த முஸ்லிம்களின் மீதும் நடந்த கொடு வன்முறைகள். நூல் விரிக்கும் இரண்டாம் நிகழ்வு இந்த வன்முறை களுக்கு இடையே கோட்சே கும்பல் காந்தியைக் கொல்ல மேற் கொண்ட சதிகள். முதல் முறை அவர்கள் தோல்வியுற்று, இரண்டாம் முறை அதை வெற்றிகரமாக நிறைவேற்றியதுடன் நாவல் முடிகிறது.

அதற்குப்பின் நடந்த விசாரணைகள், அளிக்கப்பட்ட தண்டனைகள் முதலியவற்றுள் இந்த நாவல் செல்லவில்லை. அப்படிச் சென்றிருந்தால் அது இன்னும் பெரிதாக விரிந்திருக்கும். இதர கதாபாத்திரங்கள் என்ன ஆனார்கள் எனச் சொல்வதற்கும் நூலாசிரியர் முயலவில்லை. ஆனால் காந்தி கொலைக்குப் பின் நடந்தவை குறித்தெல்லாம் பல ஆய்வுகளும் நூல்களும் உண்டு. நாதுராம் கோட்சேயும், நாராயண் ஆப்தேயும் தூக்கிலிடப்பட்டார்கள். விஷ்ணு கர்க்காரே, மதன்லால் பாவா, கோபால் கோட்சே ஆகியோர் ஆயுள் தண்டனையை அனுபவித்து

வெளியே வந்தார்கள். விசாரணையின்போது அப்ரூவராக மாறிய திகம்பர் பாட்கே விசாரணை நீதிமன்றத்தாலேயே மன்னித்து விடுதலை செய்யப்பட்டார். சங்கர் கிஸ்டையா, டாக்டர் பார்ச்சூர் இருவரும் மேல் முறையீட்டில் விடுதலை ஆயினர். ஆனால் இவர்களுக்கெல்லாம் ஆசானாக இருந்து வழிநடத்திய வினாயக் சாவர்க்கர் குற்றமற்றவர் என விசாரணை நீதிமன்றத்தாலேயே விடுவிக்கப்பட்டார். இன்று அவருக்கு நாடாளுமன்றத்தில் படமும் திறந்தாயிற்று.

அது மட்டுமல்ல, குற்றப் பத்திரிகையில் இருந்த கங்காதர் டவ்ஹாத்தே, சூர்யதேவ் சர்மா, கங்காதர் யாதவ் என்கிற மூவர் தலைமறைவாகிவிட்டதாக விசாரணை நீதிமன்றத்தில் முன்வைக்கப்பட்டது. ஆனால் அவர்கள் பிறகு என்ன ஆனார்கள் என்பது இன்றுவரை ஒரு மர்மம். 2017 இல் ஹேமந்த பண்டா எனும் ஆய்வாளர் மத்திய தகவல் ஆணையத்தில் காந்தி கொலை தொடர்பான ஒரு தகவலைக் கோரினார். காந்தி கொல்லப்பட்ட உடன் டெல்லி துக்ளக் சாலை காவல் நிலையத்தில் பதிவு செய்யப்பட்ட முதல் தகவல் அறிக்கையில் குற்றம் சாட்டப்பட்ட மற்றவர்களோடு இந்த மூவரின் பெயர்களும் பதிவாகி உள்ளன. விசாரணையின்போது இன்னும் கண்டுபிடிக்காதவர்களாக இவர்கள் பற்றி அறிவிக்கப்பட்டு மற்றவர்கள் மீதான குற்றங்கள் மீது விசாரணை நடத்தித் தீர்ப்பும் அளிக்கப்பட்டது. ஆனால் இப்படிக் கண்டுபிடிக்கப்படாதவர்களை அப்படியே விட்டுவிடுவதற்கு இடமில்லை. தொடர்ந்து அவர்கள் தேடப்பட்டு அது குறித்துப் பதிவு செய்யப்பட வேண்டும். அப்படியான தகவல்களைக் கேட்டபோது தகவல் ஆணையம் ஏதும் இல்லை எனக் கைவிரித்தது. அது மட்டுமல்ல, காந்தி கொலை தொடர்பான ஆவணங்கள் இன்று முழுமையாக இல்லை என்பதும் வெளிப்பட்டுள்ளது. என்ன ஆயிற்று என்பதற்கு யாரிடமும் பதிலில்லை.

கோட்சே, ஆப்தே இருவரையும் தூக்கிலிட அளிக்கப்பட்ட ஆணையும் கூட இன்று இல்லை. உலகைக் குலுக்கிய வழக்குகளில் ஒன்று இது. சுதந்திரத்திற்குப் பிந்திய இந்தியாவில் முதலில் தூக்கிலிடப்பட்டவர்கள் இந்த இருவரும். அதேபோல இன்னும் கூட காந்தி கொலைச் சதி குறித்து பல ஐயங்கள் உண்டு. ஒருவேளை இப்படிக் காணாமல் போனவர்களாக அறிவிக்கப்பட்டுள்ள இந்த மூவரையும் தேடிக் கண்டுபிடித்திருந்தால் இன்னும் அதிர்ச்சியான பல உண்மைகள் நமக்குக் கிடைத்திருக்கலாம்.

1964 அக்டோபர் 12 அன்று ஆயுள் தண்டனை பெற்ற விஷ்ணு கர்க்காரேவும் மதன்லால் பாவாவும் விடுதலை செய்யப்பட்டனர்.

அவர்களுக்கு 1964 நவம்பர் 12 அன்று நடத்தப்பட்ட விழா ஒன்றில் அவர்களும், தூக்கிலிடப்பட்ட கோட்சே ஆப்டே ஆகியோரும் தேச பக்தர்கள் எனக் கொண்டாடப்பட்டனர். அங்கு பேசிய பால கங்காதர திலகரின் பேரன் ஜி.வி கேட்கர் ஒரு அதிர்ச்சியை முன்வைத்தார். தான் காந்தியைக் கொல்லப் போவதைக் கொல்வதற்கு முன்பே கோட்சே தன்னிடம் தெரிவித்ததாகக் கூறினார். இரண்டு நாட்களுக்குப் பின் இந்தியன் எக்ஸ்பிரஸ் பத்திரிகையிலும் அதை அவர் பதிவு செய்திருந்தார். இது பெரிய அளவு சர்ச்சைக்கு உள்ளானபின் காந்தி கொலைச் சதி தொடர்பாக மேலும் ஆய்வு செய்ய ஓய்வுபெற்ற நீதிபதி ஜீவன்லால் கபூர் ஆணையம் அமைக்கப்பட்டது.. 1966 நவம்பர் 21 அன்று பணியைத் தொடங்கி 1969 செப் 06 அன்று அது பணியை முடித்தது. அது முன்வைத்த பல்வேறு தகவல்களில் காந்தி கொலையில் சாவர்க்கரின் பங்கை உறுதி செய்யும் வகையில் இரு முக்கிய சாட்சியங்களை அது வெளிக்கொணர்ந்தது. சாவர்க்கரின் உதவியாளரான அப்பா ராமச்சந்திர கசார் மற்றும் அவரது மெய்க் காப்பாளர் கஜானன் விஷ்னுதாம்லே ஆகிய இருவரும் முன்வைத்த சாட்சியங்கள் காந்தி கொலையில் சாவர்க்கரின் பங்கு குறித்து சிலவற்றை முன்வைத்தன.

இன்னொரு பக்கம் ஜெயப்பிரகாஷ் நாராயணன் காந்தி கொலையில் அன்றைய உள்துறை அமைச்சர் வல்லபாய் படேலுக்கும் பங்குண்டு எனக் கூறி வந்தார். ஆனால் அது குறித்து வேறு ஆதாரங்கள் ஏதுமில்லை. அப்படி அவர் கூறிய ஒரு தருணத்தில் அனைவராலும் மதிக்கப்படும் அபுல்கலாம் ஆசாத் அவர்கள் அருகில் அமைதியாக அமர்ந்திருந்தார்.

ஆக மொத்தத்தில் காந்தி கொலை குறித்த முழுமையான தகவல்கள் இன்றுவரை வெளிப்படவில்லை. அப்படி இருப்பதுதான் பலருக்கும் வாய்ப்பாக அமைந்தது. இல்லாவிட்டால் சாவர்க்கரின் உருவப் படத்தை நாடாளுமன்றத்தில் நரேந்திர மோடி அரசு திறந்து வைத்திருக்க முடியுமா?

காந்தி கொலையுடன் நாவல் வடிவில் முயற்சிக்கப்பட்ட இந்த வரலாறு முடிகிறது. இந்த வழக்கு, விசாரணை, தீர்ப்பு என்பது குறித்தெல்லாம் இது போகவில்லை. நாவலில் பங்குபெற்ற கற்பனைப் பாத்திரங்கள் என்ன ஆனார்கள் என்பதற்கும் இதில் இடமில்லை. அவர்கள் வெறுமனே கதை சொல்ல வந்தவர்கள்.

எனினும் இறுதி அத்தியாயம் (epilogue) ஒன்றும் இதில் உள்ளது. அதில் கன்யூட்ராஜ் காந்தி பற்றியும் அவரை மக்கள் நேசித்தது குறித்தும் இன்னும் சிலவற்றைச் கனத்த இதயத்துடன் சொல்லிச் செல்கிறார். காந்தியைச் சொல்ல நினைத்தால் யாரும் அதை அத்தனை எளிதாக முடித்துவிட முடியாது என்பதுதான் நாம் இதனூடாகப் புரிந்து கொள்வது. அதில் ஒரு காட்சியுடன் நானும் முடித்துக் கொள்கிறேன்.

“சென்னையில் காந்திஜியின் அஸ்தியைக் கொணர்ந்து மக்களின் வணக்கத்துக்கு வைக்கப்பட்டிருந்தது. அங்கு அழுதுகொண்டு வந்த ஒரு பெண் பாத்திரத்தில் பால் கொணர்ந்து அதை அஸ்தியின் முன்னே வைத்தாள். அது ஆட்டுப்பால். அதைவைத்து, ‘நீங்கள் உயிரோடிருக்கும் போது, இந்தப் பாலை இந்தப் பாவியால் உங்களுக்குத் தர முடிய வில்லை. இப்போது கொணர்ந்திருக்கிறேன், இதை ஏற்றுக் கொள்ள வேண்டும்’ என்று அவள் கதறியபோது, அங்கிருந்த அனவைரும் கண்ணீர் விட்டார்கள்.”

கன்யூட்ராஜ் அவர்களுக்கு வாழ்த்துக்களுடன்,

கும்பகோணம் **அ.மார்க்ஸ்**
ஜூலை 31, 2021

அணிந்துரை

இது மேலும் ஒரு முறை, காந்தியின் கதை. இந்தியாவில் காந்தியின் கதைதான் ஆகப் பெரிதான கதையாக இருக்கும் எனக் கருதுகிறேன். முடியாத கதையாகவும் இருக்கலாம். மீண்டும் மீண்டும் பேசிப்பார்க்க வேண்டிய ஒரு வரலாறாக அது நீளுமாக இருக்கலாம்.

'ஒரு மகாத்மா, ஒரு கொள்கை, ஒரு கொலை' என்ற இந்த நாவலை எழுதியுள்ள நண்பர் கன்யூட்ராஜ் காந்தியின் கடைசி நாட்களை மூன்று தமிழ் இளைஞர்கள் நேரடியாக அருகிலிருந்து பார்த்ததைப் போன்று ஒரு சித்திரத்தை வரைந்து காட்டியுள்ளார். வங்கிப் பணியில் கிடைத்த வட இந்திய வாழ்க்கை அனுபவங்கள், எண்ணற்ற நூல் வாசிப்பு, இந்திய அரசியல் குறித்த தீவிர ஓர்மை ஆகியவற்றை ஆசிரியர் அந்த மூன்று இளைஞர்களுக்குப் பிரித்து வழ்ங்கியுள்ளார். ஒருவர் கிறித்தவ சகோதரர், இரண்டாமவர் லாகூரில் வணிகம் செய்த திருநெல்வேலிக்காரரின் மகன், மூன்றாமவர் சிரீனிவாச ராகவன் என்ற டைம்ஸ் ஆஃப் இந்தியா பத்திரிகையின் இளம் நிருபர். லாகூர், டில்லி, பூனா ஆகிய மூன்று நகரங்களில் காந்தியின் இறுதி நாட்கள் திட்டமிடப்பட்டதைப் போன்ற சூழல்கள் மீள்கட்டமைப்பு செய்யப்படுகின்றன. சாவர்க்கர், நாதுராம் கோட்சே, கோட்சேயின் சகோதரன் கோபால் கோட்சே, இவர்களுக்கு ஒத்துழைப்பு வழங்கிய இன்னும் சில இந்து மகாசபை, ஆர்.எஸ்.எஸ் பிரமுகர்களான ஆப்தே, மதன்லால், கர்க்காரே போன்றோரின் பங்கேற்பு விவரிக்கப்பட்டுள்ளது. 1946-47 ஆம் ஆண்டுகளில் இந்திய விடுதலைக்கான போராட்டம் அதன் முடிவான நாட்களை எட்டிய போது, நாட்டு விடுதலை என்பது அதன் முற்றிய வடிவில் எப்படித் தான் காட்சியிலும் கருத்திலும் வெவ்வேறு விதமாகப் பொருள் கொள்ளப்பட்டது என்பது அக்கறையுடன் சித்தரிக்கப்பட்டுள்ளது.

1946-47 ஆம் ஆண்டுகளை மீட்டுருவாக்குவது மட்டுமல்ல நூலாசிரியரின் நோக்கம். இன்று, புதிய நூற்றாண்டின் முகப்பில் இந்துத்துவப் பேரரசு எழுச்சி பெற்றிருப்பதாகச் சொல்லப்படும் சூழல்களில், அதே காந்தியையும் அவரது கொள்கைகளையும் அவர் கொலை செய்யப்பட்ட வரலாற்றுக் கொடூரத்தையும் ஆழமான கோட்பாட்டுச் சந்திப்புகளில் நிறுத்தி ஆசிரியர் விவாதிக்க

வைத்திருக்கிறார். இந்து இஸ்லாமியப் போர்கள் நிகழ்ந்த 11-12 ஆம் நூற்றாண்டுகளின் இடைக்கால இந்தியா, பிரிட்டிஷ் ஆட்சியாளர்களிட மிருந்து நாட்டு விடுதலை ஈட்டப்பட்ட 1947 க்கு முந்தைய காலம், இன்றைய இந்துத்துவ ஆட்சிக் காலம் எனக் குறைந்தபட்சம் மூன்று வரலாற்றுக் காலங்கள் உருண்டு புரளும் எண்ணச் சுருள்களாக மாற்றப்பட்டு வந்து போகின்றன. இந்து இஸ்லாமிய வரலாற்றில் வேர்கொண்டிருந்த முரண்களுக்கு காந்தியை முன்னிலைப்படுத்தி ஒரு நியாயம் கண்டுபிடித்தே ஆக வேண்டும் எனக் கதைச்சம்பவங்கள் பிடிவாதமாகக் கோரி நிற்கின்ற காட்சிகளை 'ஒரு மகாத்மா, ஒரு கொள்கை, ஒரு கொலை' நாவல் கொண்டிருக்கிறது.

காந்தியை முற்ற முழுதாக முன்னிலைப்படுத்தி இங்கு ஒரு விவாதம் கையிலெடுக்கப்பட்டுள்ளமைக்கு நியாயம் உண்டு. காந்தி மகாத்மாவும் அவரது கொள்கைகளும் இந்தியாவாக, அதன் சமீப காலத்திய, நீண்ட காலத்திய வரலாறாக உருவகப்படுத்தப்பட்டுள்ளன என்பதைக் காண்கிறோம். 11-12 ஆம் நூற்றாண்டுகளில் படையெடுத்து வந்த இஸ்லாமிய மன்னர்களிடம் இந்திய அரசர்கள் ஏன் தோற்றனர்? என்பதற்கு எவ்வகையிலும் காந்தியைக் குற்றவாளியாக்க முடியாது. ஆனால் இந்திய நாட்டு விடுதலைப் போராட்டக் காலங்களில் 'இஸ்லாமியருக்குச் சலுகை' காட்டி, இந்துக்களிடையே அகிம்சைப் பிரச்சாரங்களைப் போதித்தமைக்காகக் காந்தி மகாத்மா திரும்பத் திரும்பக் குற்றம் சாட்டப்பட்டுள்ளார். ஒரு கேள்வி இங்கு முந்தியடித்து முன்னுக்கு வருகிறது: காந்தி இந்துக்களுக்கு மட்டுமா அகிம்சையைப் போதித்தார்? அது இஸ்லாமியரோடு சேராதா?

இருப்பினும், காந்தி இந்தியாவாக உருவகப்படுத்தப்பட்டு உள்ளதில் சில நியாயங்கள் உள்ளன. காந்தியும் அவரது அகிம்சையும் ஒன்றிணையும் போது அவை பண்டைய இந்தியாவின் மிகப்பழைய உண்மைகளாக, நியாயங்களாக, கொள்கைகளாக எடுத்துக் கொள்ளப் படுகின்றன. காந்தி ஒரு ரிஷியாகக் கூட அல்ல, இருபத்தி நான்கு தீர்த்தங்கரர்களின் ஒட்டுமொத்த சமண வடிவமாக இந்திய வரலாற்றில் காட்சியளிக்கிறார். காந்தி அர்ச்சுனனாகவோ காண்டீபமாகவோ மகாபாரத யுத்தமாக அல்ல, அவர் அகிம்சைமயமாகக் காட்சி தருகிறார். இந்துத்துவவாதிகள் காந்தியை வில்லேந்திய இராமராகக் கூட தமது கற்பனையில் உருவகிக்க முனையவில்லை. மாறாக ஏதோ ஒரு சாடையில் வில்லேந்தாத புத்தரின் வடிவில்தான் காட்சிப்படுத்தப் படுகிறார். அப்படி தீர்த்தங்கரராகவும் புத்தராகவும் தனது கொள்கைகளை இந்தியருக்குப் போதித்த குற்றத்திற்காகத்தான் காந்தி குற்றம்

சாட்டப்படுகிறார். பின் அதே குற்றத்திற்காக அவர் கொலைத் தண்டனை விதிக்கப்படுகிறார். இந்திய மக்களைப் பொறுத்தமட்டில் அவர் எந்த மதத்தையும் சார்ந்தவரல்ல, எந்த அடையாளமும் அவருடையதல்ல. அவர் சுதந்திரமானவர். எப்படியோ, காந்தி இந்து மதத்திலிருந்து உயிருடனோ பிணமாகவோ வெளியேற்றப்பட்டிருக் கிறார். இந்துத்துவம் தான் இந்து மதம் என்றால் காந்தி இந்து மதத்திலிருந்து கட்டாயம் நீக்கப்பட்டு விடுவார்.

அகிம்சைக்கு ஏராளமான பரிமாணங்கள் உண்டு. கடந்த 2000 ஆண்டுகளில் கூட அவை மறக்கப்பட்டு விடவில்லை. வன்முறை நீக்கம், அனேகாந்த வாதம், தனிஉடைமை மறுப்பு, இறை மறுப்பு, வைதீக சடங்கியல் மறுப்பு, சாதி மறுப்பு இன்னும் பல. இவை ஒவ்வொன்றும் ஒரு மதமாக, ஓர் அரசியல் கட்சியாக, ஒரு சமூக இயக்கமாக பல வேளைகளில் சுயமான கருத்தியலாக இந்திய வரலாற்றில் எழுச்சி பெற்று உலா வந்துள்ளன. நவீன காலத்தின் சனநாயகம், மனித உரிமை, சமத்துவம் போன்ற பல இலக்குகளை அன்றைய அகிம்சை குறிக்கிறது. அகிம்சை என்பது இந்தியா உற்பத்தி செய்த மிகப்பழைய சமத்துவமாக இருக்கும். பழைய சமணர்களின் கனவு தேசமாக இருக்கலாம். உடோபியன் சோசலிசமாக இருக்கலாம். காந்தி அவற்றை நவீனச் சூழல்களில் மறுபதிப்பு செய்தார். ஆயின் காந்தி மறுப்பாளர்கள் ஈராயிரம் ஆண்டுகளுக்கு முன்னால் எவ்வாறு காத்திரமாக அகிம்சையை மறுத்தார்களோ அதுபோலவே இன்றும் மறுக்கிறார்கள். காந்தியின் அகிம்சை இந்துக்களை இயலாதவர்களாக ஆக்கி விட்டது, இந்துக்களை ராணுவமயப்படுத்த வேண்டும் என்ற ஒற்றை இலக்கில் அவர்கள் இந்து மதத்தை இன்று உருவாக்கிப் பார்க்கிறார்கள். ஜெர்மனியில் உருவான 'இரும்பும் ரத்தமும்' (Iron and Blood) என்ற ஒரு கோஷத்தை மறு உயிர்ப்பு செய்கிறார்கள். சனநாயகத்தை எந்த வடிவத்திலும் அவர்கள் ஏற்பதில்லை.

காந்தி கொலை செய்யப்படுவதற்கான திட்டம் நீண்ட காலமாகவே தயாராகிக் கொண்டிருந்தது என்பதை நாவல் எடுத்துக்காட்டுகிறது. சம்பந்தப்பட்ட பெரும்பான்மை கதாபாத்திரங்கள் துல்லியமாகச் சுட்டிக்காட்டப்படுகிறார்கள். மேல்மட்டத்திலுள்ள சிலர் மறைக்கப் பட்டுள்ளனர். டில்லி, பூனா விசாரணை அதிகாரிகளுக்குள்ளேயே சரியான ஒருங்கிணைவு இருந்ததா என்ற கேள்வி நூலாசிரியரால் எழுப்பப்பட்டுள்ளது. காங்கிரஸ் அரசியல் தளத்தில், காந்தி இனி தேவையில்லை என்ற அபிப்பிராயம் கருதப்பட்டுள்ளது.

தொடர்ந்து விவாதங்களுக்கு இட்டுச் செல்லக் கூடிய பல பிரச்சினைகள் நூலில் ஆங்காங்கே சுட்டிக்காட்டப்பட்டுள்ளன.

"பிராமணனின் மேன்மை, இந்து மதம் தன் பீடத்தில் இருந்தால் தான் செல்லுபடியாகும். பிராமணன் தன்னைக் காத்துக் கொள்ள இந்துமதத்தைக் காத்துக் கொள்ளத்தான் வேண்டும்"

"எனக்கு என் பிராமண வருணம் எல்லாவற்றையும் விட முக்கியம். நான் எதையும் இழப்பேன், ஆனால் நான் பிராமணன் என்ற அடையாளத்தை இழந்து விட முடியாது. இது என் உயர்வின் சின்னம்."

"காந்தி சாதியில்லா சமூகத்தை அகிம்சை வழிமுறையில் கட்டமைக்க வழி வகுக்கிறார். எல்லா சாதி மக்களையும் பிராமணருக்குப் போட்டியாக சமூக, அரசியல், பொருளாதார, கலைத்துறையில் வளர்க்க அவர் தூண்டுகிறார். ஆகவே என் பிராமணத்துவம் நிலை நிறுத்தப்பட காந்தியை நான் கொன்றாக வேண்டும்."

"காந்திஜி இந்தக் கலாச்சாரத்திலிருந்து உருவாகியவர். அதனால் தன்னை ஆக்கிக்கொண்டவர். இன்றுவரை அதன் மூலவேரைப் பற்றிக் கொண்டவர். அவர் ஒரு உண்மையான இந்து. காந்தி கண்ட இந்து மதம் மிகவும் திறந்த புத்தகம். இந்து மதத்திற்கென்று ஒரு புனிதப் புத்தகம் கிடையாது. அதன் எத்தனை ஞானிகள் தங்கள் கருத்துக்களை சுதந்திரமாய் வெளிப்படுத்தினார்கள். சுதந்திரம், எல்லையற்ற தன்மை, திறந்த வாழ்க்கை அதன் உன்னதமான கூறுகள். அந்த வழியில் இந்து மதம் தன்னைப் புதிதாக நெய்து கொள்ள வேண்டும் என்று நம்பியவர் காந்திஜி. அதனால்தான் அவர், கொள்கையை விட, கடவுளை விட, உண்மைதான் கடவுள் என்றார். கொள்கை கட்டுதட்டிப் போகலாம், உண்மை நெகிழ்வுத்தன்மை கொண்டது. எப்போதும் மாறிவரும் சூழலுக்கு ஏற்ப தகவமைத்துக் கொள்வது"

காந்தியின் கதையைப் படித்து முடிக்கும்போது, அவர் கொலை செய்யப்பட்ட நிகழ்வு ஓர் அகற்றப்படாத கறையாக இந்திய வரலாற்றில் பதிந்து போய்விட்டதே என்ற உணர்வுதான் தோன்றுகிறது. காந்தி 1947 ஐத் தாண்டி, சுதந்திர இந்தியாவில் தொடர்ந்து வாழ்ந்திருந்தால், அவரது அடுத்த அரசியல் வியூகமாக (வேலைத் திட்டமாக) என்ன இருந்திருக்கும்? என்ற கேள்வி மனதில் எழுகிறது. அந்தக் கேள்வி மிகத்தீவிரமாக ஒரு பதிலைத் தேடுகிறது. அது ஒரு பதிலைக் கண்டு கொள்ளாமல் அமைதி அடைய மறுக்கிறது. 'சுதந்திர' இந்தியா என்ற சொல்லை உற்று உரசி நோக்கும்போது, தலித் விடுதலை, சாதி ஒழிப்பு

என்ற வேலைத் திட்டம் தான் காந்தியின் அடுத்த வியூகமாக அமைந்திருக்கும் என்று உறுதியாகத் தோன்றுகிறது. சாதி ஒழிப்புதான் சுதந்திர இந்தியாவில் காந்தியின் வேலைத் திட்டம் என்பதற்கான மெய்யான சாட்சியம் அவரது படுகொலை என்று எனக்கு உறுதியாகத் தென்படுகிறது.

நியூ செஞ்சுரி புத்தக நிறுவனத்தின் மேலாண் இயக்குநர் இனிய நண்பர் சண்முகம் சரவணன் மிக நுட்பமான அரசியல் உணர்வுடன் இந்நூலை அதன் இடம், காலம், அவசியம் அறிந்து தமிழ் கூறும் நல்லுலகத்திற்கு அறிமுகப்படுத்துகிறார். ஏராளமான அரசியல் விவாதங்களைக் கொண்ட நூலாக இது நம்முன் விரிகிறது. எளிமையான மொழிநடை, தெளிவான நிகழ்வுச் சூழல்கள். அரசியல் துல்லியம் கொண்ட வாதங்கள். எந்த வாதமும் கடந்த காலத்திற்குச் சொந்தமானது அல்ல. அது இன்றைக்கு அவசியமானது. ஆசிரியருக்கும் பதிப்பகத்திற்கும் வாசகர்களின் நன்றிகள்.

மதுரை | அன்புடன்
18, சூன் 2021 | **ந.முத்துமோகன்**

முன்னுரை

நான் ஒரு ஆரம்ப எழுத்தாளன். வங்கியிலிருந்து வயது முதிர்ந்து பணி ஓய்வு பெற்ற பின்புதான் நான் தீவிரமாக எழுத ஆரம்பித்தேன். என் இலக்கிய வாசிப்பும் அந்த அளவிற்கு குறுகியதுதான்.

பணியிலிருந்து ஓய்வு பெற்றவுடன் நான் எழுத ஆரம்பித்த முதல் புத்தகம் காந்தியடிகளைப் பற்றியதுதான். எழுதும்போது மிகச் சிறந்த புத்தகத்தை எழுதுகிறேன் என்ற ஆரம்ப எழுத்தாளனின் கற்பனைச் சிறகு விரிய எழுதினேன். அதை முடித்த பின்பு, நண்பரொருவரிடம் படித்துக் கருத்துச் சொல்லக் கொடுத்தேன். அவர் படித்து, நிறைய அடித்து திருத்தச் சொன்னார். அப்போதே மனதில் பெருத்திருந்த காற்று சற்று இறங்க ஆரம்பித்தது. எழுத்துலகம் இப்படித்தான் என்ற நிதர்சனத்தை, தொட்டிலிலிருந்து தலையைத் தூக்கிப் பார்க்கும் குழந்தையாய் தூக்கிக் காட்டியது.

வேண்டிய திருத்தங்கள் செய்து, எழுதிய பிரதியை யாரிடம் அனுப்புவது என தெரியாமல் இருந்தது. பெயர் அறிந்த பதிப்பகங்கள் இரண்டு மூன்றுக்கு அனுப்பிவைத்தேன். தினமும் அவர்களிடமிருந்து சாதகமான பதில் வரும் என்று நினைத்துக் காத்திருந்தேன். பதிப்பக உலகம் அலையெழுப்பாத கடல், அதில் நான் வீசியெறிந்த கல் எங்கே இருக்கிறது என்று கண்டுபிடிக்க முடியாது என்ற நிதர்சனம் தெரிய ஆரம்பித்தது. அப்படியே பணி ஓய்வுக்குப் பின் நான் ஆர்வமுடன் எழுதிய என் முதல் புத்தகம், கடைவிரித்தேன், பதிப்பகத்தார் கொள்வாரில்லை என்ற நிலையில் காத்து இருந்தது. நாளாவட்டத்தில் தொடர்ந்து எழுத, அந்தப் புத்தகம் பற்றிய நினைவு மறந்துபோனது. அதன் எழுத்துப் பிரதியும் எப்படியோ காணாமல் போனது.

எனக்கு தி.நகர் வெங்கட் நாராயணா சாலையில் இருக்கும் காந்தி கல்வி நிலையத்தில் ஒவ்வொரு புதன்கிழமையும் நடைபெறும் புத்தக அறிமுக உரையில் பங்குபெறும் வாய்ப்பு தற்செயலாகக் கிடைத்தது. அதில் ஏராளமான காந்திய புத்தகங்களின் அறிமுகத்தோடு புதிய காந்திய நண்பர்களின் தொடர்பு கிடைத்தது. காந்தியடிகளைப் பற்றி இன்னும் அதிகமாக அறிந்தேன்.

ஒரு காந்திய ஈடுபாடுள்ள குடும்பத்திலிருந்து நான் வந்தவன். கள்ளுக் கடை நடத்தியவரின் பேரன் என்பதையும் தெரியப்படுத்துங்கள்

என்று என் மனைவி கேலியாகச் சொல்லுவாள். அதுவும் உண்மை தான். கள்ளுக்கடை நடத்திய என் நல்லையாவிற்கு (அம்மா வழி தாத்தா) காந்தி மீது கோபம் உண்டு. கள்ளுக்கடை மறியல் என்று தன் பிழைப்பில் காந்தி மண்ணையள்ளிப் போடுகிறாரே என்ற கோபம் தான். ஆக, சிறு வயதிலிருந்து காந்திய அறிவு, தேன்கூடு போல வளர ஆரம்பித்தது.

நான் இளைஞனாக இருக்கும்போது இருவரின் புத்தகங்கள் என்னை வெகுவாகப் பாதித்தன. ஒன்று காந்தியடிகளின் 'சத்திய சோதனை', இன்னொன்று, நா.பார்த்தசாரதியின் நாவல்கள். இரண்டுமே என்னில் ஒருவித இலட்சிய வேட்கையை ஏற்படுத்தின. என்னை வகைப்படுத்தியதில் இந்த இரண்டு எழுத்துக்களுக்கும் முக்கிய பங்குண்டு. என் காதல் வளருவதற்கும் இந்த இருவரின் புத்தகங்கள் உதவின. இலக்கியம் வாழ்க்கையைத் தருகிறது என்பது உண்மைதான்.

2018-19 ஆண்டுகளில் காந்தியடிகளின் 150-ஆவது பிறந்த நாள் கொண்டாட்டங்கள் இந்தியாவெங்கும், குறிப்பாக காந்தி கல்வி நிலையத்திலும் சிறப்பாக நடைபெற்றன. அப்போது காந்தி நிலையத்தில் தன் மனைவி திருமதி. முனைவர் பிரேமாவோடு வசித்து, காந்தியத்துக்காக தன் வாழ்வை அர்ப்பணித்துக் கொண்டு, இப்போது டில்லியில் இருக்கும் காந்தி மியூசியத்தின் இயக்குநரான திரு. அண்ணாமலை அவர்கள், மத்திய அரசின் பப்ளிகேசன் டிவிசன் வெளியிட்டிருந்த "காந்தியின் மேன்மை: ஒரு மனிதன் & சிந்தனையாளர்" (Significance of Gandhi as a Man and Thinker"- K.G. Saiyidain) கே. ஜி. சையிதையன் ஆற்றிய இரண்டு நாள் சொற்பொழிவு அடங்கிய புத்தகத்தை மொழிபெயர்க்க என்னிடம் சொன்னார். அதை மொழி பெயர்த்துக் கொடுத்தேன். சிலரின் மொழிபெயர்ப்பு புத்தகங்கள் வெளிவந்தன. என் போன்ற சிலரின் மொழிபெயர்ப்பு இன்னும் புத்தகமாக வெளிவரவில்லை.

காந்தியடிகளின் 150-ஆவது பிறந்த ஆண்டிற்காக என் பங்களிப்பாக ஒன்றும் செய்யவில்லையே என்ற குறையிருந்து கொண்டிருந்தது. ஒரு புத்தகத்தை எழுத வேண்டும் என்று நினைத்தேன். முதல் புத்தகம் எழுதிய அனுபவத்திலிருந்து கட்டுரைகளாக எழுதாமல், எனக்கு ஓரளவு பிடித்தமான நாவல் வடிவில் எழுதலாம் என்று மனதுக்குள் தீர்மானித்துக்கொண்டேன். காந்திய நாவல்கள் தமிழ்க் கவிதை வானில் அதிகம் முகிழ்க்கவில்லையென்று சொல்லலாம். நான் ஒரு காந்திய தியாகியை வைத்துக் கதை எழுதுவதைவிட, வித்தியாசமாக நிஜ

காந்தியை வைத்தே நாவல் எழுத வேண்டும் என்று யோசித்துக் கொண்டிருந்தேன். அப்போது ‘காந்தி படுகொலை, பத்திரிகைப் பதிவுகள்’ என்ற திரு. கடற்கரய் மத்தவிலாச அங்கதம் தொகுத்த புத்தகத்தைப் படித்தேன். அப்போது, காந்தியடிகளின் கொலையை மையமாக வைத்தே கதை எழுதலாம் என்று எனக்குத் தோன்றியது. அப்போது காந்தி கொலையைப் பற்றி நான் அதிகமாகத் தெரிந்து வைத்திருக்கவில்லை.

இதைப் பற்றி ஒரு நாள் காந்தி கல்வி நிலையத்தில் பேசிக் கொண்டிருக்கும்போது, அண்மையில் மறைந்த நண்பர் ஜெயராஜ் அவர்கள், “என்னிடம் ‘காந்தியைக் கொன்றவர்கள்’ என்ற புத்தகம் இருக்கிறது, அதை நான் இன்னும் படிக்கவில்லை, அதைத் தருகிறேன், உங்களுக்கு பயனுள்ளதாக இருக்குமா என்று பாருங்கள்” என்றார். சொன்னபடியே அந்தப் புத்தகத்தை அடுத்த முறை கொணர்ந்தும் கொடுத்துவிட்டார். கொடையிலும் பெரிய கொடை புத்தகக் கொடை, அதிலும் தான் படிக்காமல் தருவது மிகப்பெரும் கொடை என்பதை நினைத்து அந்த நல்ல மனிதரை, காந்திய நேசரை நினைத்து இப்போது உண்மையிலே சிலிர்த்துப் போகிறேன். அது காந்தியடிகளின் கொலை பற்றிய விவரத்தை ஒரு பத்திரிகையாளனின் தன்மையோடு எனக்குச் சொல்லியது.

காந்தி கல்வி நிலையத்தின் நூலகத்திலிருந்து புத்தகத்தைப் படிக்கலாம் என்று எப்போதும் புன்னகையுடன், காந்திய எளிமையுடன் சொல்லும் நண்பர், காந்திய கல்வி நிலையத்தின் தலைவரான திரு. கி. மோகன். காந்தி கல்வி நிலையத்தை சிறப்புடன் கவனித்து வரும் திருமதி. பிரேமா அண்ணாமலை அவர்கள், சில புத்தகத்தை வீட்டுக்கு எடுத்துச் செல்லக்கூடாது என்ற விதியை மீறி எனக்கு அவற்றைக் கொடுத்து உதவினார். எனக்கு அந்தப் புத்தகம் வேண்டும் என்றவுடன் அதை எப்படியாவது தேடிக் கண்டுபிடித்து அல்லது தன்னுடைய புத்தகக் குவியலிலிருந்து எடுத்து மகிழ்வுடன் தருவார் அருமைத் தம்பி சரவணன். காந்தி கல்வி நிலையத்தின் புதன் கிழமை புத்தக அறிமுகக் கூட்டத்தின் பொறுப்பாளர் அவர். மிகவும் கறாராகவும் நேர்த்தியாகவும் தொடர்ந்து நடத்தும் சரவணன் ஆழ்ந்த வாசிப்பாளர்.

நாவலை எழுதும்போது, எனக்கு இருந்த ஒரே பயம் இதுதான். இது காந்தியடிகளைப் பற்றிய நாவல். அதில் உண்மைக்கு புறம்பானதாகவோ அல்லது சிறுமையான விஷயங்களோ இடம் பெற்றுவிடக் கூடாது என்பதுதான். ஆகவே கவனத்துடன் படித்து எழுதும் அவசியம் இருந்தது. இதனால் என் காந்திய அறிவு அதில்

மேம்பட்டது என்றுதான் நான் சொல்லவேண்டும். எழுதும்போது, எழுத்தாளன் இன்னும் அதிகமாகக் கற்கிறான். தன் குறைகளை தானே கண்டு, தன்னை புத்துலகிற்கு இட்டுச் செல்ல புதிய தரிசனம் அவனுக்குக் கிடைக்கிறது. அதை நான் அனுபவித்தேன்.

காந்தியடிகளின் படுகொலை என்பது வரலாற்று உண்மை. அது ஏறக்குறைய மிகத் தத்ரூபமாக எழுத்து வடிவில் அமைந்திருக்கிறது. ஆகவே அந்த ஆணிவேரை பிடித்துக்கொண்டு, சில்லு வேர்களான கதை மாந்தர்களை உருவாக்கிக்கொண்டு கதை நகர்த்துவதில் வசதியும் இருக்கிறது, அபாயமும் இருக்கிறது. இதுதான் முன்நோக்கிச் செல்லும் கதை என்ற சட்டகம் இருக்கிறது. இதற்குள் என் கதையை அடக்கியாக வேண்டும் என்ற நெருக்கமும் இருக்கிறது.

ஒரு தேர்ந்த இசைக் கலைஞனின் கச்சேரி நடக்கும்போது, முக்கியத்துவம் என்பது அவருக்குத்தான். மற்ற பக்க வாத்தியங்களெல்லாம் அவரின் இசையோடு இயைந்து செல்லுவதற்கும், அவரின் இடைவெளியை நெகிழ்வுடன் நிரப்புவதற்கும்தான். இந்த நாவலிலும் காந்தியடிகள் என்ற உன்னத அரசியல் கலைஞனின் கச்சேரியோடு இணைந்து, இடைவெளியில் கற்பனையோடு இட்டு நிரப்பும் எளிய கைங்கரியத்தைச் செய்திருக்கிறேன் என்று நான் நினைக்கிறேன்.

காந்தியடிகளின் கொலை, சநாதன மதவாதிகளுக்கும் அவருக்குமான தவிர்க்கமுடியாத கருத்து மோதலின் விளைவுதான். காந்தியடிகளுக்கு எதிரிகள் என்று எவருமில்லை. ஆனால் எதிர்க்கருத்துக்கள் உண்டு. அவற்றை சமரசம் செய்யாமல் எதிர்த்து, தன் கருத்தின் வன்மையை நிறுவ முனைவார். இதில் அகங்காரம் கிடையாது. நன்மையின் உந்துதல் உண்டு. பாரம்பரியமான தங்களின் உயர்வுப் பீடம் நிலைநிறுத்தப்பட வேண்டும், அதை அங்கீகரிக்கும் இந்த மதத்தை அதன் பண்டைய மெருகு கலையாமல் காப்பாற்ற அடிப்படை வாதச் சக்திகள் முயன்றன. அவைகளுக்கு தம் ஆதிக்கம் காக்கப்பட வேண்டும் என்ற ஒன்றைத் தவிர வேறு முன்னுரிமை ஏதுமில்லை. அதற்காக அவைகள் எந்த வழிகளையும் மேற்கொள்ளும். சாஸ்திரங்களை சரித்திரங்களைத் தங்களுக்குச் சார்பாக திரித்து வளைத்துச் சொல்லும். பிரபஞ்ச உண்மைகளுக்கு எதிரானது எதுவும் நிலைத்து நிற்காது எனும் கருத்துப் பொருண்மையைக் கொண்ட காந்தியடிகள், மக்கள் அரங்கிற்கு எடுத்துச் சென்று அவர்களைத் திரட்டி, இதை எதிர்த்து நின்றார். தங்களின் நிலைத்த உயர்வுக்கு பெரும் சவாலாக இருக்கும் காந்தியை, அறத்தின் வழியைச் சொல்லும் காந்தியை, பகைவனுக்கும் அருளும் நன்னெஞ்சு

கொள்ளும் பாங்கை வளர்த்துக்கொண்ட காந்தியை, இன்னும் விட்டால், தங்களின் எதிர்காலம் இருண்டுவிடும் என்ற சுயநல ஆர்வத்தால், தாய்ச் செடியின் மூலக் கிளையை தயையில்லாமல் கிள்ளியெறிவதாய் அவரைக் கொன்றார்கள்.

காந்தியின் மரணம் அவரின் வாழ்க்கையினும் அதிகமான புது சக்தி பெற்று அந்த சக்திகளின் முன் நகர்வைத் தடுத்து நிறுத்தி வைத்திருந்தது. காந்தியடிகள், வாழ்வினும் சாவில் பெரும் சக்தியாக வளர்ந்து நின்றார். அவர் சாவை வென்றவர்.

மதம் என்பது தனிப்பட்ட நம்பிக்கைகளைக் கொண்டு, சில கருத்துக்கள், சடங்குகள் என்பவற்றைத் தன்னைச் சுற்றி பட்டுக் கூடாக சுற்றிக்கொண்டு, தன் உள்ளார்ந்த வாழ்வை முன் நகர்த்தும் சமூக அமைப்பு. மதம் ஆன்மீக தலத்தைத் தாண்டி, அரசியல் அதிகாரம் என்ற எல்லைகளுக்குள் நுழையும்போது அதன் குரூரத் தன்மை கூர்மையடைகிறது. தன் வழிபாட்டு அறைகளில் மட்டும் முதன்மை பெறவேண்டிய அடையாளங்கள், சடங்குகள், கருத்துக்கள் பொது வெளிக்கு கொணரப்பட்டு, அது சமூகச் சக்தியாக திரட்டப்பட்டு, அரசியல் அதிகாரத்தை தன் சொடுக்கில் வைத்து சமூக இயக்கத்தைக் தனக்குள் கட்டுப்படுத்தி நெறிப்படுத்தும் சக்தியாக மாறிவருகிறது. இப்படி, போர் அபாயமென, மதவெறியும் இன்று நடைமுறை எதார்த்தம்.

மதம் ஓரளவுக்கு மேல் முற்போக்குச் சக்தியெனும் தன்மையை நீர்த்து, சமூக இயக்கத்தின் முன் நகர்வைத் தடுக்க முனையும் பெரும் முரணாக இருக்கிறது. புது வெளிகளை அடைய, சமூகச் சக்திகள் சிறகு விரித்துப் பறக்க முனையும் இறக்கைகளை கத்தரித்துவிடுகிறது. ஒரு சமூகம், தன் சம்பிரதாய மத எல்லைகளைத் தாண்டி வெளிவருகின்றபோதுதான் அது அறிவுத் தேடலை கொள்ளுகிறது, புதுமை பூக்கிறது. சமத்துவம் மலருகிறது. அப்போதுதான் எளியவரின் சுதந்திரம், ஜனநாயக ஏணியால் சாத்தியமாகிறது.

ஒரு சமூகத்தின் வளர்ச்சிக்கு மாபெரும் சக்தி எது? வளர்ந்த நாடுகளின் வெற்றிக்கொடிக்கு காரணியாக இருப்பது எது?

அறிவு தான்.

பெரும்பான்மை மக்களின் அறிவு வளர்ச்சியின் எல்லை விரிவாக விரிவாக, அது முன்னேற்றத்தை அடைந்து, பெரும் பொருளாதார சக்தியாகவும் பரிணாமம் அடைகிறது. இங்கே அறிவு என்பது மத அறிவல்ல என்பதைப் புரிந்துகொள்ள முடியும். மத அறிவே அறிவு

எனப் பண்டை சாஸ்திரங்களுக்குள் தம்மைக் குறுக்கிக் கொள்ளும் எந்த சமூகமும் தேங்கிய குட்டையாக தன் வளர்ச்சியை நாசப்படுத்திவிடும்.

இன்று நம் நாட்டில், மதம் காட்டும் பாதையில் சென்றுகொண்டு, கூடவே, பிற மத எதிர்ப்பு எனும் குண்டைக் காலில் வலிந்து கட்டிக் கொண்டு, நாம் முன்னேற்ற பாதையில் செல்லுகிறோம் என்ற மாயமான் வேட்டையில் நம்மை விரயமாக்கிக்கொண்டிருக்கிறோம். குறிப்பிடத்தகுந்த அளவிலான, மேட்டுக்குடியில் படித்தவர்கள் இந்த நச்சுக்காற்றைச் சுவாசித்துக்கொண்டு, சநாதனம் காட்டும் வழியே உன்னதமான வழியென்று, எதையும் எளிதில் நம்பும் தன்மைகொண்ட சாமான்ய மக்களை குருட்டுப் பாதையில் நடத்த ஆர்வமுடன் உழைக் கிறார்கள். உண்மை அறிவுக்கும், இயைந்த சமூக நல்லிணக்கத்துக்கும், சநாதினிகளின் மதப் பிடிப்பு வழியை மறிக்கிறது. ஆக, பெரும் கருத்து யுத்தத்தை ஜனநாயக வெளியில் நடத்த வேண்டிய கட்டாயம் வந்திருக்கிறது. இதற்கு காந்தியடிகளின் மரணம் தரும் செய்தி பெருந் துணையாக இருக்கிறது.

“பார்த்திருக்கின்ற மிகவும் ஏழ்மையான, நலிவடைந்திருக்கும் மனிதனின் முகத்தை மனதில் கொண்டு, நீ கொண்ட நடவடிக்கை அவனுக்குப் பயனளிக்குமா? இந்தக் கேள்வியின் விடை, உன் சந்தேகத்தையும், சுயநலத்தையும் கரைத்து ஓடிவிடச் செய்யும். இதுதான் தாயத்து” என்று சொல்லிய காந்தியடிகளின் தாயத்தை வைத்து, இன்றைய இந்துத்வ சக்திகளை உரசிப் பார்ப்போமா?

இந்துத்வா கொள்கை, உலகம் எங்கிருக்கும் மதவாத கொள்கைகளைப் போல சமூகத்தை, பின்னுக்குத் தள்ளி தேக்கி வைக்கும் முரண் சக்தி. சமுதாய அடுக்கில் மனிதர்கள் மேலும் கீழுமாய் நிரந்தரமாய் வைக்கப் பட்டிருக்கும் அமைப்பு. அது ஜனநாயகப் பண்புகளுக்கு எதிரானது. அதாவது பெரும்பான்மை மக்களுக்கு எதிரானது. பிரபஞ்ச சகோதரத்துவமும், அளப்பறிய கருணையும், உண்மை அறிவுத் தேடலும் கொண்ட சமூகத்தின் பயணத்திற்கு தூண்டுகோலாய், முன் நடத்தும் சக்தியாக அது இருக்க முடியாது.

இந்து தேசியவாதிகள் வழியில் சென்றால் அவர்கள் தளத்தில் தான் நாம் நிற்போம். அது அனைவரையும் உள்ளடக்காமல், பலரை வெளியில் தள்ளும் கருத்து அமைவு. ஆனால், இந்திய தேசியம் அனைவரையும் உள்ளடக்கி, சமத்துவத்தின் வழி நிற்பது. நியாயத்தின் குரலை, ஜனநாயகத்தின் உணர்ச்சி ஓட்டத்தைக் கொண்ட நம் களத்தில் அவர்களை இழுத்துச் சந்திக்கின்ற போது நம் பணி இலகுவாகின்றது. அப்படித்தான் அவர்களை நாம் எதிர்கொள்ள வேண்டும்.

இந்துத்வத்தைக் காந்தியடிகள் எதிர்த்தது போல நாமும் எதிர்க்க வேண்டிய கட்டாயம் நமக்கிருக்கிறது. அது பெரும் அரக்கன் போல சக்திகொண்டு இன்று வளர்ந்து நிற்கிறது. நம்மால் முடியுமா என்ற அவநம்பிக்கையை நம்மிடம் எழுப்பவும் செய்கிறது. ஆயினும் அதை எதிர்த்து, புறம் தள்ளும் வரலாற்றுக் கடமையை நாம் செய்தே ஆக வேண்டும். அதை எதிர்த்து நிற்க, போராட வெற்றிபெற நம்மால் முடிந்ததை நாம் செய்தே ஆகவேண்டும். அதற்கு, காந்தியடிகள் பெரும் துணையாக நிற்கிறார். அவரே பெரும் ஆதர்ஷம்.

நம்மில் மண்டிக் கிடக்கும் அவநம்பிக்கை இருளை அகற்றி, நம்மைத் தூண்டும் ஒளியை ஏற்றும் சிறு பொறியாக இந்த நாவல் இருக்க வேண்டும். அதுதான் இதன் நோக்கம்.

இந்தப் பணி, மிகப் பெரிது. மிகச் சிறிய மனிதர்களான நம்மைப் போன்றவர்களை ஊதித்தள்ளிவிடுவது போன்ற விஸ்வரூபம் கொண்டு மத அடிப்படைவாதிகள், பல வேடமெடுத்து நிற்கிறார்கள். ஆனாலும் நம் கடமையை நாம் செய்வோம். நாம் ஏற்றுக்கொண்டுள்ள கருத்து வலுவானது. மானுடர்களை அணைத்துக்கொள்ளும் சக்தி மிக்கது. இந்தச் சிறு துளிகள் பெரும் சமுத்திரத்தை உருவாக்கும்.

நாம் ஓய்வெனும் மாயையில் சிக்கிவிடாமல் இருப்போம். காந்தி நம்மை எப்போதும் விடாது செயல்படச் சொல்லி தூண்டுகிறார். நம் மூதாதையர்களின் மூச்சு, நாம் பிறந்த மண்ணில் பரவி நின்று நம்மைக் காப்பதாய், காந்தியடிகளின் மூச்சு இந்த நாட்டில் பரவி நிற்கிறது. அது நமக்கு ஆற்றலைத் தரும்.

இந்த நாவலை எழுத இந்த கொரோனா நோயின் காலம் மிகவும் உதவிகரமாக இருந்தது. வெளியில் வேலை கூடாது என்ற கட்டுப்பாடு, எழுதுவது ஒன்றையே மாற்றாக வைத்தது. பல தலைவர்கள் சிறைக் குள்ளிருந்து நூல்கள் எழுதியதை கேள்விப்பட்டிருக்கிறோம். கொரோனா வைரஸ் நம் எல்லோரையும் வீட்டுச் சிறைக்குள் வைத்தது. அதுவே மிக விரைவாக குறுகிய காலத்தில் இதை எழுதிமுடிக்க வாய்ப்பைத் தந்தது.

என்றும் எழுதுவதற்குத் துணையாக இருந்த என் மனைவி ராதாவுக்கும், என் மகன் கிருஷ்ணா ஜோசப்பிற்கும், என் மருமகள் பவ்வியாவிற்கும், எப்போதும் தன் குறும்பால் மகிழ்வைத் தரும் என் பேரன் தருணுக்கும் நான் மிகவும் கடமைப்பட்டுள்ளேன்.

எப்போதும் போல, எனக்கு உதவி புரிந்த என் நண்பர் வேணுகோபாலுக்கும், தம்பி கோபிக்கும் இந்த நாவலுக்கு மனமுவந்து

அணிந்துரை நல்கிய பேராசிரியர் அ.மார்க்ஸ், பேராசிரியர் ந. முத்துமோகன் ஆகியோருக்கும் என் மனமார்ந்த நன்றி!

எப்போதும் போல இன்முகத்துடன் நாவலை வெளியிடும் என்சிபிஎச் நிறுவனத்தாருக்கும் அதன் நிர்வாக இயக்குநர் அன்பு நண்பர் திரு.சண்முகம் சரவணன் அவர்களுக்கும் ஆதரவுடன் செயல்படும், அதன் பணியாளர்களுக்கும் அன்பான என் நன்றிகள்!

கன்யூட்ராஜ்
தரைத்தளம், எட்டாவது அடுக்கு,
கென்சஸ் என்கிளேவ்,
1, ராமகிருஷ்ணா தெரு,
தி. நகர், சென்னை -17
போன்: 9444990072

பொருளடக்கம்

1. பசுமை நினைவுகளின் தாயகம் — 31
2. ரவி ஆற்றின் கரையினிலே லாகூர் — 44
3. சிவாஜியின் மண்ணில் — 59
4. பனியில் உருகி தெளிந்த நீர், மானுட பேராசையால் கலங்கியது! — 75
5. நட்பென்ற கொடி படர்ந்து வீசியது — 92
6. இந்துத்வா: அனுமதி இந்துக்களுக்கு மட்டும், மற்றவர்க்கில்லை — 110
7. 'நேரடி நடவடிக்கை ஒன்றே உங்களைப் பணிய வைக்கும்' — 122
8. காந்தியின் உயிருக்கு குறி வைக்கிறதா, பூனா? — 137
9. மனங்கள் இணையலாம், மதங்கள் இணையுமா? — 157
10. மதவெறியால் வெந்து, கரும்புகை கக்கும் தேசம் — 168
11. விருப்பமில்லாமல் இங்கிருந்து பிடுங்கி தூர எறியப்பட்டோம் — 187
12. வாழ்க்கை சில வேளைகளில் இவ்வளவு கொடூரமானதாக இருக்குமா? — 201
13. 'யாருக்கு வேணும் இந்தச் சுதந்திரம்?' — 230
14. அகதிகளின் கண்ணீர் வைத்து அரசியல் — 241
15. ஆட்சியாளர்களின் சவக்காடாம் டில்லி, அகதிகளால் அப்படி ஆக்கப்படுமா? — 267
16. நல்ல செயல் நல்லதைப் பெருக்கும் — 288
17. இவர் ஆன மட்டும் முயன்றார், ஆனால் படுதோல்வியடைந்தார் — 314
18. 'நன்கு பயிற்சி பெற்ற உங்கள் மனசாட்சி எதைச் சரியென்று சொல்லுகிறதோ அதைச் செய்யுங்கள்' — 333
19. 'நான் சாகத்தான் வேண்டும் என்றால் செத்துப் போகிறேன்' — 351

20. நான் எடுக்கும் நிலை சரியாக இருந்தால்,
 யார் என்னை எதிர்த்தால் என்ன? 365

21. 'எதிரியை அழிப்பதன் மூலம் அல்ல,
 நம்மைத் தகுதிப்படுத்துவதன் மூலமே
 உண்மையான விடுதலை அடைய முடியும்' 388

22. 'எனது நடத்தைகளிலிருந்து பெற முடியாத
 ஒன்றை எனது வார்த்தைகளிலிருந்து பெற முடியாது' 392

23. 'கொள்கையை முன்னால் வை,
 உன்னை பின்னால் வைத்துக்கொள்' 406

24. 'அமைதியிலிருந்து புயல் வீசும் பகுதிக்குள் நுழைந்துவிட்டேன்-
 ராஜாஜிக்கு, காந்திஜி எழுதியது' 431

25. 'நாம் நன்னெறி அடிப்படையிலான
 மூலதனத்தைக் கொண்டவர்களாக இருக்கிறோம்' 451

26. ஜனவரி 30, 1948 483

 முடிவுரை 507

1. பசுமை நினைவுகளின் தாயகம்

'Veritate Lumen et Vita' 'ஒளியும், வாழ்வும் உண்மையால்' என்ற லத்தீன் குறிக்கோள் வாசகத்தை முகப்பில் தாங்கி நிற்கும் தங்கள் செயிண்ட் சேவியர்ஸ் கல்லூரியின் நுழைவாயிலில் அவர்கள் மூவரும், உணர்ச்சி இறுக்கத்துடனும், நெகிழ்ந்த மனநிலையுடனும் நின்று கொண்டிருந்தார்கள்.

கல்லூரி வாழ்க்கையை முடித்துக்கொண்டு உலகத்துக்குள் காலடி எடுத்து வைக்கும் உணர்ச்சிகரமான தருணம் அது.

தன் தந்தை வீட்டிலிருந்து பிடுங்கி தன் கணவன் வீட்டில், நடப்படும் மரம்போல, பெண் புது உலகத்தில் தன் கல்யாணத்தின் மூலம் நுழைகிறாள். இவர்களும் ஏறக்குறைய அப்படித்தான், இன்பமான தங்கள் கல்லூரி வாழ்க்கையை முடித்துக்கொண்டு, மாணவர் என்ற பருவத்தை முடித்து, நெருக்கடியும், போட்டியும், கீழ்மையும், வாய்ப்புக்களும் நிறைந்த கொடு உலகத்தில் நுழைகிற தருணம். கல்லூரி பருவத்தின் கடைசி நாள்.

'இங்கு அறிவை அறுவடை செய்திருக்கிறோமோ இல்லையோ தெரியாது. ஆனால் ஒன்று மட்டும் தெரியும். மிகவும் பசுமையான நினைவுகளைச் சேகரம் செய்து, இதயத்தின் நெகிழ்வான பகுதிகளில் பதுக்கி வைத்திருக்கிறோம்' என்பது அவர்களுக்குத் தெரியும். கல்லூரியின் ஒவ்வொரு பெஞ்சும், வாசலும், அறையும், கட்டிடமும் நூறு கதை சொல்லும் பதுமைகள். அங்குள்ள ஒவ்வொரு மரமும் அதன் நிழலும் தங்கள் மகிழ்வுக்கு சாட்சிகள். அந்த மரங்களில் மறைவாக இருந்து குரல் கொடுக்கும் குருவிகளும், குயிலும் அவர்களின் கவிதையாக இருந்தன. படிக்கும்போது கொடூரமாகத் தெரிந்த கல்லூரி அருட்தந்தையர்களும், ஆசிரியர்களும், இப்போது புது அவதாரம் எடுத்ததாய், அவர்களுக்கு மிகவும் வேண்டப்பட்டவர்களாய், மறக்கமுடியாத மனிதர்களாய், சத்தான விதைகளை தங்கள் நெஞ்சப் படுகையில் விதைத்தவர்களாக ஆகிப்போனார்கள்.

படிக்கும்போது இந்த வாயிலைத்தாண்டி உள்ளே வரும்போது அவர்கள் எந்தவித உணர்வுகளையும் அனுபவித்ததில்லை. ஆனால் இன்று படித்து முடித்துவிட்டு, முன்னாள் மாணவர் என்ற பட்டத்தைத் தாங்கிக்கொண்டு வெளியே வரும்போது குறும்பு மனம் மறைந்து,

இனி என்றைக்கு இந்த அனுபவங்கள்? என்ற இழப்பின் வலியும், இந்த நண்பர்களை என்று சந்திப்போம்? என்ற மனதின் கனமும் அவர்களை பேச்சற்று நிற்கச் செய்தன.

அவர்கள் மூவரும் வெளியே, கல்லூரியின் நுழைவாயிலில் நின்றுகொண்டு, 'ஒளியும் வாழ்வும் உண்மையால்' என்ற வாசகத்தைப் பார்த்துக்கொண்டு நிற்கும்போது தங்கள் மயிர் சிலிர்த்து நிற்பதைக் கண்டனர்.

அப்போது, "பாய்ஸ், இங்கே நின்று என்ன செய்கிறீர்கள்?" என்று கேட்டுக்கொண்டு, தன் சைக்கிளிலிருந்து இறங்கி, அதன் ஸ்டேண்ட் போட்டு, தன் பெரிய காக்கித் தொப்பியை எடுத்து, தன் வழுக்கைத் தலையை துடைத்துக்கொண்டு அவர்களைப் பார்த்தார் கல்லூரி முதல்வர் ஃபாதர் ஞானபிரகாசம்.

அவர்களுக்கு கல்லூரி முதல்வரைப் பார்த்தால் எப்போதும் ஒரு பயம் உண்டு. மற்ற கல்லூரி மாணவர்கள் தங்களை, ஸ்லேவ்ஸ் ஆஃப் சேவியர்ஸ் என்று சொல்லுவது உண்மைதான். ஆசிரியர்கள் மீதும், கல்லூரியினுள்ளும் அப்படி ஒரு மரியாதை. மரியாதை இயல்பான பயத்தைத் தருகிறது. அது தப்பு செய்துவிடக்கூடாது என்ற பயம். ஃபாதர் முதல்வர் வருகிறார் என்று தூரத்தில் தெரிந்தாலே, கிடைத்த வழியில் ஓடி ஒளிந்து கொள்வது அவர்களின் பழக்கம். இவ்வளவுக்கும் அவர் தங்களின் ஆங்கில இலக்கிய வகுப்புக்கு பாடம் எடுக்கிறவர் தான். அவரின் ஆங்கில நடையிலும், உணர்ச்சிகரமான கருத்துக்களின் வெளிப்பாடுகளிலும் தங்களை மறந்து வகுப்பில் உட்கார்ந்திருப் பார்கள். கேள்விகள் கேளுங்கள் என்று அவர் சொன்னாலும், குருகுல மாணவர்கள் போல பேச்சற்று இருப்பார்கள். இன்று அவர் மிகவும் நெருக்கமாக வந்து பேசுகிறார் என்றதும் அவர்களுக்கு மீண்டும் வகுப்பறையில் இருந்தது போன்ற ஒரு நினைவு.

எல்லோரும் தளர்ந்திருந்த வேட்டியை மீண்டும் நன்றாக இழுத்துவிட்டுக்கொண்டு , "குட் மார்னிங், ஃபாதர்" என்று வணக்கம் சொன்னார்கள். அவரிடம் பேசுவதற்கு நாவெல்லாம் வறண்டு போவதாய் உணர்ந்தார்கள்.

"சோ, எல்லோரும் முன்னாள் மாணவர்கள் ஆகிவிட்டீர்கள், எல்லோரும் நல்லாயிருக்கணும். என்ன செய்யப் போகிறீர்கள்? உங்களில் யாருக்காவது இந்தக் கல்லூரியில் ஆசிரியராக வேலை பார்க்கும் எண்ணம் இருக்கிறதா? ஒன்றிரண்டு ஆங்கில டியூட்டர்கள்

தேவைப்படுகிறார்கள். நீங்கள் வந்தால் சந்தோசம்தான்'' என்று அவர்களைப் பார்த்தார்.

அவர்கள் ஃபாதரிடம் என்ன பதில் சொல்லுவது என்று தெரியாமல் நின்றார்கள், குயில் ஒன்று கல்லூரி மரத்திலிருந்து குரல்கொடுத்து ஓய்ந்தது.

''பிரான்சிஸ், உன் நிலை எனக்குத் தெரியும். நீ ஃபாதருக்குப் படிக்க கண்டிக்குப் போக எல்லா ஏற்பாடுகளும் நடக்கிறதா?'' என்று ஒருவனைப் பார்த்துக் கேட்டுக்கொண்டு, மற்ற இருவரைப் பார்த்தார்.

''ஸ்ரீநிவாச ராகவன், நீ என்ன செய்யப்போகிறாய்? உன் அப்பாவைப் போல அதே குடும்பத் தொழிலான வக்கீலுக்குப் படிக்கப் போகிறாயா? உனக்கு நல்ல மொழித்திறன் இருக்கிறது. ஆழமான புரிந்துகொள்ளும் திறன் இருக்கிறது. நல்ல வக்கீலாக ஆவாய்'' என்றார் முதல்வர்.

''தேங்க் யூ ஃபாதர், அப்பா வக்கீலுக்குப் படி என்கிறார். எனக்கு அதில் இஷ்டமில்லை. மனிதர்களை ஏமாற்றும் தொழிலாக எனக்குப் படுகிறது'' என்றான் ராகவன்.

''மகன், அப்பாவின் மரபைச் சுமக்கும் அதே வேளையில் அவரை நிராகரிக்கும் தன்மைகொண்டவனாகவும் இருக்கிறான். வாழ்க்கை இப்படி முரண்கொண்டதாகத்தான் இருக்கிறது'' என்று சொல்லிச் சிரித்துவிட்டு, ''சரி வேறு என்ன செய்யப்போகிறாய்?'' என்று விடாமல் கேட்டார்.

''எனக்கு பத்திரிகைத் துறையில் நுழைய வேண்டும், அதன் மூலம் புத்தகம் எழுத வேண்டும், சமூகப் பிரச்சினைகளில் வலுவான கருத்தைச் சொல்ல வேண்டும் என்று ஆசையிருக்கிறது.''

''வெரி குட் ஸ்ரீநிவாச ராகவன், உன் திறமைக்கு ஏற்றதுதான் உன் தேர்வு. உன்னிடம் ஒன்றைச் சொல்ல வேண்டும். இந்த வகுப்பில் மிகச் சிறந்த மாணவனான நீ இந்தக் கல்லூரியில் ஆசிரியராகப் பணிபுரிய வேண்டுமென்று நினைத்தால், இதன் வாசல் உனக்காக எப்போதும் திறந்தே இருக்கிறது'' என்று சொல்லிக்கொண்டு அடுத்து நின்றவனைப் பார்த்தார்.

''செந்தூர் பாண்டியன். நீ என்ன செய்யப் போகிறாய்?'' என்று கேட்டார்.

''ஃபாதர், என் அப்பா லாகூரில் தொழில் செய்துகொண்டிருக்கிறார். அங்கு வரச்சொல்லுகிறார். அந்த தொழிலை இன்னும் பெரிதாக்கணும் என்று சொல்லுகிறார்'' என்றான் செந்தூர் பாண்டியன்.

"இந்த திருநெல்வேலிக்காரர்களைப் பார்த்தால் ஆச்சரியமாக இருக்கும். இந்தியாவில் மெட்ராஸ், பம்பாய், டெல்லி என்று எங்கோ சென்று ஒரு தொழில் தொடங்கும் முனைப்பைக் கொண்டிருக்கிறார்கள். பனையேறிகளான அல்லது விவசாயிகளின் பிள்ளைகளான அவர்களுக்கு எப்படி இந்த தன் முனைப்பு வந்து புது ரூபம் எடுக்கிறார்கள் என்பது எனக்கு வியப்பாக இருக்கும்."

"என் அப்பாவும் சேவியர்ஸ் பள்ளியின் முன்னாள் மாணவர்" என்றான் செந்தூர் பாண்டியன்.

"வெரிகுட்" என்றார் முதல்வர்.

"அவர் இங்கு படித்ததால், லாகூரில் கிறித்தவ பள்ளியில் படித்த என்னை கல்லூரிப் படிப்பு செயிண்ட் சேவியர்ஸ் கல்லூரியில் படிக்க வேண்டும் என்று இங்கு அனுப்பி வைத்தார், ஒரு வீடு வாங்கி தன் அம்மாவையும் என்னோடு தங்க வைத்திருக்கிறார்."

"அப்பா, எப்போதும் ஒரு மகத்தான தியாகிதான். அவரைப்போல தன் பிள்ளையின் மீது அன்பு செலுத்துவது வேறு யாராக இருக்க முடியும்? செந்தூர் பாண்டியன்! உனக்கு ஆழமான நினைவு ஆற்றல் இருக்கிறது. எதையும் எளிதாகப் பார்த்து, அதைத் திறம்பட செய்யும் தன்மை உன்னிடம் இருப்பதை நான் பார்த்திருக்கிறேன். நினைத்ததை விடாமல் செய்வாய். இனி உன் திட்டம் என்ன?"

"ஃபாதர், எனக்கு இன்னும் தெளிவாக எதுவும் தெரியவில்லை. அப்பாவிடம் சென்று தொழிலில் உதவி செய்யலாம் என்றிருக்கிறேன். எனக்கு பிடித்திருந்தால் அதைத் தொடருவேன்" என்றான் செந்தூர் பாண்டியன்.

"வாழ்த்துகள். மீண்டும் சந்திப்போம். இந்தக் கல்லூரி பெருமைப் படும்படி வாழுங்கள். மே லார்ட் ஜீசஸ் பிளெஸ் யூ" என்று ஆசிர்வதித்துவிட்டு அவர் புறப்படும்போது,

"ஃபாதர், எங்களுக்கு வாழ்க்கையிலே மறக்க முடியாத ஒரு நல்ல செய்தி, மெஸ்ஸேஜ் கொடுங்கள்" என்றான் செந்தூர் பாண்டியன்.

"அப்படியா," என்று சொல்லிவிட்டு, ஒருசில விநாடிகள் யோசித்துவிட்டு,

"நம் கல்லூரியின் குறிக்கோள், ஒளியும் வாழ்வும் உண்மையால் என்பது உங்களுக்குத் தெரியும். காந்திஜி, உண்மையே கடவுள் என்கிறார். யேசு, கடவுளாகிய நானே வழியும், ஒளியும், உண்மையுமாக இருக்கிறேன்

என்றார். ஆமாம் நீங்கள் எப்போதும் உண்மையானவர்களாக, உங்களுக்கும் சமூகத்துக்கும் உண்மையானவர்களாக இருங்கள். உண்மையாக இருப்பது என்றால், நேர்மையானவனாக, யோக்கியனாக இருப்பதுதான். நீங்கள் பக்திமானாக இல்லாவிட்டாலும் பரவாயில்லை, யோக்கியனாக இருங்கள், உண்மை உங்களுக்கு ஒளியாக வழி காட்டட்டும்" என்று சொல்லிவிட்டு தன் சைக்கிளை எடுத்துக்கொண்டு அவர் கல்லூரிக்குள் சென்றார்.

அவர் செல்வதை அவர்கள் பார்த்துக்கொண்டு நின்றார்கள்.

அவர் தன் வழியே சென்றார், இனி நாம் நம் வழி நடக்கும் காலம் என்று நினைத்துக்கொண்டு, திரும்பி, அவர்கள் புறப்பட்டார்கள்.

பாளையங்கோட்டையின் உச்ச கோடைக்காலம் அது. தமிழ் நாட்டின் கோடை நகரம் என்றால் அது பாளையங்கோட்டைதான். கல்லூரி பேராசிரியர் ஒருமுறை சொல்லியதை அவர்கள் நினைவு படுத்திக்கொண்டு நடந்தார்கள்.

"பாளையங்கோட்டைக்கு மூன்று பருவகாலம் உண்டு. கோடை, அதிகோடை, கடும்கோடை என்றுதான் பருவகாலம் இருக்கும். ஆனால் இவ்வளவு கோடை இருந்தாலும் வாழ்வதற்கு சுகமான சூழலும், நல்ல மனிதர்களும் நிறைந்த நகர். இந்த ஊரில் வந்து வாழ ஆரம்பித்துவிட்டால், இதைவிட்டு வேறு இடத்திற்குச் செல்லத் தோணாது. வேறு வேறு நம்பிக்கை கொண்ட மனிதர்கள் எல்லோரும் இணைந்து வாழும் ஊர். இதன் கலாச்சார வேற்றுமைகள் இயைந்து இருப்பதால், வாழுவதற்கு மகிழ்வான இடம்" என்று ராகவன் சொல்லிக்கொண்டு நடந்தான்.

அவர்கள் மேற்கே பார்த்தார்கள். அந்த சாலையின் மேற்கு எல்லையில் பெண்கள் படிக்கும் காண்வெண்ட் இருந்தது.

"கல்லூரி மாணவனாக பெண் பிள்ளைகளைப் பார்த்துக்கொண்டு நடப்பது ஒருவித சுதந்திரம். இனி அந்த சுதந்திரத்தை நாம் இழந்து விட்டோம். நாட்டுக்கு சுதந்திரம் வரப்போகிறது. நமக்கோ, இது இழப்பாகிவிட்டது" என்றான் செந்தூர்பாண்டியன் சிரித்துக்கொண்டே.

"டேய், பிரான்சிஸ் நம்மோடு இருக்கிறான். அவன் வேறு பாதிரியாராகப் போகிறான். அவனை வைத்துக்கொண்டு இப்படி பேசாதே" என்றான் ராகவன்.

"இதில் என்னடா இருக்கிறது? நானும் உங்களைப் போன்ற மனிதன்தானே" என்று சொன்னான் பிரான்சிஸ்.

"நம் கல்லூரி வாழ்க்கையில் பரீட்சை ஒன்றுதான் நம் முன்னால் நிற்கும் பிரச்சினை. ஆனால், இனி வாழ்க்கையும் அதன் தொடர் பிரச்சினைகளும் முன்னே வந்து அவ்வப்போது நம்மை விடாது மிரட்டிக்கொண்டிருக்கும்" என்றான் ராகவன்.

அவர்கள் பேசிக்கொண்டு தபால் ஆபிஸ் தாண்டி தெற்கு பசாருக்கு சென்று வடக்கே, மார்க்கட் பக்கத்தில் சென்று திரும்பினார்கள். அங்கிருக்கும் செந்தூர் பாண்டியன் வீட்டுக்கு எல்லோரும் போனார்கள்.

வீட்டிற்குள் நுழைந்ததும், செந்தூர் பாண்டியனின் பாட்டி, "ஏல, பாண்டி இந்த வெட்டார வெயிலில் பட்டண பிரவேசம் நடத்தி வருகிறாயாக்கும்" என்று கேட்டுக்கொண்டே வந்தார்கள்.

அவனோடு, அவன் நண்பர்களும் வந்ததைப் பார்த்து, "ஐயா வாருங்க, வாருங்க" என்று வரவேற்றார்கள்.

அவர்களை முன்னே உட்கார வைத்துவிட்டு தண்ணீர் கொண்டு வர செந்தூர்பாண்டியன் உள்ளே போனான். "ஏல பாண்டி, இவுக வந்திருக்காவள, நம்ம வீட்டிலே சாப்பிடுவாவளா?" என்று பாட்டி அவனிடம் கேட்டார்கள்.

"எல்லாருக்கும் சைவ சாப்பாடு சமைக்க முடியுமா?"

"அவதான் வேலைக்காரி ரஞ்சிதம் இருக்காளே, சமைச்சரலாம்."

"நான் அவர்களிடம் பேசிவிட்டுச் சொல்லுகிறேன், எங்களுக்கு பானைத் தண்ணீரில் நன்னாரி சர்பத் போட்டுக்கொடுங்க பாட்டி" என்று சொல்லிவிட்டு முன்னே வந்தான்.

"எல்லோரும் இருங்க. சாப்பிட்டு, சாயங்காலம் ஒரு நடை போய் விட்டு வீட்டுக்குக் கிளம்பலாமே" என்றான் செந்தூர் பாண்டியன்.

"அடிக்கிற வெயிலைப் பார்த்தால் எங்கே வெளியே போக முடியும் ? இருந்துவிட்டுப் போகலாம்" என்றான் பிரான்சிஸ்.

"டேய், ராகவா நீ என்ன சொல்லுகிறாய்?"

"பசிக்குதடா, என்ன செய்யலாம்?"

"வீட்டில் சமைக்கிறதாய் பாட்டி சொல்லுகிறார்கள்"

"சாப்பிடலாம்"

"உனக்கு ஒன்றும் பிரச்சினை இல்லையே?"

“எனக்கு பிரச்சினை இல்லை, ஆனால் ஆத்திலே பிரச்சினை வரும், இப்போதும் ஆத்திலே பிரச்சினை இருந்துகிட்டே இருக்கு. அப்பாவுக்கு வரவர என் நடவடிக்கை பிடிக்கவில்லை. அவர் என்னை அவரைப்போல, பஞ்சகச்சம் ஐயங்காராய் இருக்க வேண்டும் என்று எதிர்பார்க்கிறார், சனாதனம் விதித்த கோடுகளைத் தாண்டாத சீதையாக நான் இருக்க வேண்டும் என்று சொல்லுகிறார். அது எனக்குப் பிடிக்கவில்லை. பதிலாக எதையாவது நான் சொன்னால் அப்பாவுக்கு கோபம் வந்துவிடுகிறது. கோட்டில் தருக்கமாய் பேசுகிறார், ஆனால் தருக்கமாய் நான் விவாதித்தால் பிடிக்கமாட்டேன் என்கிறது. அந்த இழவு சூனாமானாக்காரன் போல பேசாதே என்று கத்த ஆரம்பித்து விடுகிறார்” என்றான் ராகவன் சிரித்துக்கொண்டே.

“ராகவா, நீ வக்கீலுக்குப் படிக்க மாட்டேன் என்று சொன்னதால் அவருக்கு உன் மீது எரிச்சல் வந்திருக்கும் என்று நினைக்கிறேன். பேசாமல் அப்பா சொன்னதைக் கேட்டு அவருக்கு ஜூனியராக இருந்துவிடு, வாழ்க்கை ஓடம் ஆடாது ஓடும்” என்றான் பிரான்சிஸ்.

அப்போது நன்னாரி சர்பத்தை வேலைக்கார ரஞ்சிதம் எடுத்து வந்தாள்.

“என்ன அக்கா, நேரமாகிவிட்டது?” என்று கேட்டான் செந்தூர் பாண்டியன்.

“வேண்டுமென்றுதான் மெதுவாக சர்பத் எடுத்து வந்தேன். வெயிலில் போயிவிட்டு வேர்க்க விறுவிறுக்க, குளிர்ந்த சர்பத் குடித்தால் உடம்புக்கு ஒத்துக்காது” என்று சொல்லி எல்லோருக்கும் பெரிய கண்ணாடி கிளாசில் ஊற்றிக் கொடுத்தாள்.

பெல்ஜியத்திலிருந்து வந்திருந்த வேலைப்பாடு அமைந்த கண்ணாடி கிளாசைப் பார்த்துக் கொண்டிருந்தான் ராகவன்.

“குடிடா, முதலில்” என்றான் செந்தூர் பாண்டியன்.

ராகவன், அண்ணாந்து வாயில் ஊற்ற ஆரம்பிக்கும்போது, சர்பத் அவன் உடையில் வழிந்தது. “டேய், கண்ணாடி டம்ளரில் குடித்தால் வாய் வைத்துக் குடிக்கணும்” என்றான் செந்தூர் பாண்டியன்.

“எச்சில் படுமே”

“யார் எச்சில் படும்? உன் எச்சில்தான் கிளாசில் படும். அதை சுத்தம் செய்துவிட்டால் போகிறது” என்று சொன்னவுடன் ரஞ்சிதம் துணி கொண்டு அவன் உடையில் வழிந்திருந்த சர்பத்தைத் துடைத்தாள்.

அதை ராகவன் பார்த்துக்கொண்டிருந்தான். "குடிங்க சாமி" என்று அவள் சொல்ல ராகவன் சர்பத்தை வாய் வைத்துக் குடித்தான். பிறகு,

"இதுபோன்ற காரியங்களுக்குத்தான் ஆத்திலே சண்டை வந்து விடும். ஆசையாய் வாய் வைத்து டம்ளரில் குடிக்க முடியாது." என்று சொன்னான் ராகவன்.

"சடங்குகளில் எந்தவித மாற்றம் செய்துவிடக்கூடாது என்று எல்லா மதத்திலும் கண்டிப்பு உண்டு. உங்களைப் போன்றவர்க்கு வாழ்க்கையே சடங்கு போலத்தான். பழக்கவழக்கங்களை மாற்றிவிட முடியாது" என்றான் பிரான்சிஸ்.

"கூடவே இன்னொன்றும் உண்டு, பிரான்சிஸ். இவையெல்லாம் உயர்ந்தோர் கடைப்பிடிக்கும் பழக்கம், ஆகவே இதை மாற்றிவிட்டால், நீ நீசனாகப் போயிவிடுகிறாய். ஆகவே உன்னை உயர்ந்தவனாக நிலை நிறுத்த இந்த பழக்க வழக்கங்களை மாறாமல் கடைப்பிடிக்க வேண்டும் என்ற கருத்தும் இதனோடு புதைந்து கிடக்கிறது."

"இதை நான் எப்படி பார்க்கிறேன் என்றால், இப்படி செய்தால் உனக்கு திருப்தி வருகிறது என்றால் அப்படியே செய்துவிட்டுப் போ, என்று விட்டுவிட வேண்டியதுதான்."

"நீ பெருந்தன்மையாகச் சொல்லிவிடுகிறாய், பிரான்சிஸ். என் ஆத்திலே பார்த்திருக்கிறேன். பிராமின் அல்லாதவர் யாருக்காவது காபி கொடுத்தால், அவர் குடித்த டம்ளரை தனியாக தள்ளி வைத்து, அதை மாட்டுச் சாணம் வைத்து தேய்த்து பின் கழுவி உள்ளே வைப்பார்கள். எனக்கு அதைப் பார்க்க கொடூரமாக இருக்கும்."

அப்போது சர்பத் விட்டுக்கொடுத்துக்கொண்டிருந்த ரஞ்சிதம், "ஏன் சாமி, மனுசர் வாயால் குடித்த கிளாசை மாடு கழிக்கும் சாணத்தை வைத்து கழுவினால் எப்படி சுத்தமாகும்? மாட்டுச் சாணமே மாட்டின் அழுக்குத்தானே" என்று விவரம் புரியாமல் கேட்டாள்.

"ரஞ்சிதம், இதை எடுத்துக் கொண்டுபோய் வைத்துவிட்டு, எல்லோருக்கும் நல்ல சாப்பாடு தயார் செய்யணும். எங்களுக்குப் பசிக்கிறது. சைவச் சாப்பாடு, என்ன புரிகிறதா?" என்றான் செந்தூர் பாண்டியன்.

"பிள்ளைமார் சாப்பாடுதானே" என்று கேட்டாள்.

"ஆமாம்" என்றதும் அவள் எல்லாவற்றையும் எடுத்துக்கொண்டு போகும்போது, "தம்பி, சர்பத் எப்படி இருந்தது? ஒருத்தரும் ஒண்ணும் சொல்லவில்லையே?" என்று கேட்டாள்.

“அக்கா, நீங்கள் முதலில் கேட்ட கேள்விக்குத்தான் என்னால் பதில் சொல்ல முடியவில்லை. ஆனால் அடுத்த கேள்விக்கு சந்தோசமாக பதில் சொல்லுவேன். சர்பத் ரொம்ப நன்னாயிருந்தது” என்று ராகவன் சொன்னதும் எல்லோரும் சிரித்தார்கள்.

“செந்தூர் பாண்டியா, நீ எப்போதடா இங்கிருந்து கிளம்ப போகிறாய்?” என்று ராகவன் கேட்டான்.

“அப்பா, உடனே வந்து சேரு, வேலையிருக்கு என்று நெருக்கிக் கிட்டிருக்கிறார். பாட்டிதான் இருந்துபோடா என்று சொல்லுகிறார்கள். இப்போது சர்டிபிக்கேட் எல்லாம் வந்தாகிவிட்டது. இனி உடனே கிளம்ப வேண்டியதுதான்.”

“வெயில் கடுமையாக இருக்குமே. எப்படி போவாய்?”

“முதல் வகுப்பில் பிரயாணம் செய்தால் கொஞ்சம் பரவாயில்லாமல் இருக்கும். எனக்கு காந்தி, எப்போதும் எப்படி மூன்றாம் வகுப்பில் கூட்டத்துடன் பயணம் செய்கிறார் என்பது ஆச்சரியமாக இருக்கும். அந்தக் கிழவருக்கு களைப்பும் சலிப்பும் ஏற்படாதா?” என்று கேட்டான் செந்தூர் பாண்டியன்.

“காந்தி போலியான மனிதரில்லை. அவர் ஒரு அடையாளம், ஒரு குறியீடு. தான் யாருக்காக இருக்கிறேன் என்பதை எப்பவும் அடையாளப்படுத்திக்கொண்டிருக்கும் மகாத்மா. அவர் ஏழைகளுக்காக இருக்கிறார். அவர்களின் இதயத் துடிப்பாக இருக்கிறார், அவர்களைப் போல இருக்கிறார் என்றே நான் பார்க்கிறேன்.”

“ராகவா, நீ பெரிய எழுத்தாளனாக வருவாய். அதற்கான எல்லா திறமைகளும் உன்னிடம் இருக்கின்றன” என்றான் பிரான்சிஸ்.

“பிரான்சிஸ், இதுதான் என் அப்பாவுக்குப் பிடிக்கவில்லை. ஏழைகளும் நாமும் ஒன்றா என்று அவர் கேட்கிறார். இதை அவர் வேறு மாதிரி கேட்பார், பிராமணனும், சூத்திரனும் ஒன்றா என்று கேட்பார். ஆனால் அதை வெளிப்படையாக கேட்க மாட்டார். தனியாகச் சொல்லுவார். இதுதான் எனக்கு ஒத்துக்க முடியவில்லை. எல்லோரும் சமத்துவமான மனிதர்களே என்று காந்தி சொல்லுவது எனக்குப் பிடித்திருக்கிறது. அது உண்மைதானே.”

“அந்தக் காலத்து மனிதர்கள் அப்படித்தான் இருப்பார்கள். அவர்களை மாற்றுவது முடியாது. ஆனால் இளந்தலைமுறையான நாமாவது மாறியிருக்கிறோமே, அதுதான் மகிழ்வான சேதி. விடு வேறு விஷயம் பேசலாம்” என்றான் பிரான்சிஸ்.

அதன் பிறகு தங்கள் நண்பர்களைப் பற்றி, ஆசிரியர்களைப் பற்றி பேசி சிரித்துக் கொண்டிருந்தனர்.

பாட்டி வந்து, "எல, பாண்டி, சாப்பிட அவியளை கூட்டிக்கிட்டு வா" என்று அழைத்தார்கள்.

நல்ல இலை போட்டு, மணக்க மணக்கச் சாப்பிட்டார்கள்.

மாலையில் தாமிரபரணி வரை நடந்துபோய்விட்டு வரலாம் என்று புறப்பட்டார்கள்.

வரும்போது பஸ்ஸில் வந்து ராகவன் மார்கெட்டில் இறங்கி தன் வீட்டுக்கு நடந்து வந்துகொண்டிருந்தான். கோபாலசாமி பெருமாள் கோயிலின் முன்னே அவன் வீடு இருந்தது. கோயிலில் பெரிய கூட்டமில்லை. வெயில் காலம் என்பதால் கோபுரத்தைச் சுற்றியிருந்த அக்ரகார வீடுகளில், மாலையில் நீர் தெளித்து, கோலமிட்டு, பெண்களும் வயதானவர்களும் திண்ணைகளிலும் வாசற்படியிலும் உட்கார்ந்து வரும் தென்றலை அனுபவித்துக் கொண்டிருந்தார்கள்.

தூரத்திலிருந்து தன் வீட்டைப் பார்த்தான். அம்மா வீட்டின் முன்னே உட்கார்ந்து தான் கல்லூரியிலிருந்து வருவேன் என்று தெற்குப் புறம் பார்த்துக்கொண்டு உட்கார்ந்திருப்பதைப் பார்த்தான்.

அம்மா, வாசலை எட்டிப் பார்த்து ஏதோ சொல்லிக்கொண்டு இருப்பதுபோல அவனுக்குத் தோன்றியது. "வந்துவிட்டானா அவன்?" என்று அப்பா கேட்டிருக்கலாம் அதற்கு அவள் பதில் சொல்லியிருக்கலாம் என்று நினைத்தான். எப்படியிருந்தாலும் இன்றைக்கு வீட்டில் ஒரு தகராறு இருக்கத்தான் போகிறது, அதிலும் நான் என் நண்பன் செந்தூர் பாண்டியனின் வீட்டில் மதியம் சாப்பிட்டேன் என்று தெரிந்தால் அப்பா, கொதித்துப் போய்விடுவார். "கேண்டீனில் ரொட்டி சாப்பிட்டேன் என்று சொல்லிவிடுவோமா, தகராறே இருக்காது" என்று நினைத்துக்கொண்டு, தயங்கி தயங்கி வந்தான்.

அவனைக் கண்டதும், தன்னை மறந்து, "குழந்தை ஸ்ரீனிவாசா, சாப்பிட்டாயோ? ஒருநடை ஆத்துக்கு வந்து சாப்பிட்டுப் போயிருக்கலாம் இல்லையா? நீ வரவில்லையென்று அவரும் ஏதும் சாப்பிடாமல் இருக்கிறார்" என்று தன் மனதில் இருப்பதை தெருவென்று பாராமல் பொறித்துக் கொட்டினாள் அம்மா.

உள்ளே நுழைந்ததும், "ஸ்ரீனிவாசா, கல்லூரிக்குப் போய்விட்டுவர இத்தனை நாழியாயிட்டா? பசியாயிருக்குமே, கால்கை கழுவி துணி

மாற்றிக்கொண்டு வா. நேக்கும் பசியாயிருக்கு. சேர்ந்து சாப்பிடலாம்" என்றார் அப்பா.

துளசியும் தீர்த்தமும் அவர் அருகில் இருப்பதைப் பார்த்து, எனக்கு என்று அப்பா வாங்கி வைத்திருக்கிறார் என்று புரிந்துகொண்டான். ஆக வீட்டில் சுமூகமான சூழ்நிலையிருக்கிறது என்று ஆசுவாசமடைந்து, நிதானமாக உடம்பை கழுவிக்கொண்டு, மடி வேட்டி கட்டிக்கொண்டு, பெருமாளை சேவித்துக்கொண்டு அவர் முன்னாலே உட்கார்ந்தான்.

"அலமேலு குழந்தை வந்திருக்கானில்லையா, சீக்கிரம் தோசை வார்த்துக்கொண்டு வா" என்றார்.

"தோசை சொன்னவுடன் வந்துவிடுமா? எல்லாம் உங்க கோர்ட்டு சமாச்சாரம் போல அதுவாக்கிலேதான் வரும்" என்று பதில் கொடுத்தாள் அலமேலு. அதைக் கேட்டு அப்பா சிரித்தார்.

இருவரும் பேசிக்கொண்டே ஆகாரம் உண்டார்கள். கல்லூரியில் முதல்வரைப் பார்த்ததையும், அவர் சொன்ன நல்ல வார்த்தைகளையும் சொன்னான். செந்தூர் பாண்டி வீட்டுக்குப் போனதையோ அங்கு சாப்பிட்டதையோ அவன் சொல்லவில்லை.

"ஸ்ரீனிவாசா, உனக்கு ஒரு நல்ல சேதி வந்திருக்கிறது. சென்னையி லிருக்கிற என் வக்கீல் நண்பர் இராமானுஜனுக்கு உன் விஷயமாக கடிதம் எழுதியிருந்தேன். நீ பத்திரிகைத் துறையில்தான் வேலை பார்ப்பேன் என்று ஒற்றைக் காலில் நிற்பதால், இந்து பத்திரிகையில் வாய்ப்பு இருந்தால் அவரைக் கேட்கச் சொல்லியிருந்தேன். அவர் பதில் போட்டிருக்கிறார். அவருக்கு பம்பாயில் பெரிய வக்கீல் வழியாக டைம்ஸ் ஆஃப் இந்தியாவின் ஆசிரியரைத் தெரியுமாம், உன் விஷயமாக அவரிடம் பேசியவுடன், பையனை பம்பாய்க்கு வரச் சொல்லுங்கள், நான் பார்த்துக்கொள்ளுகிறேன் என்று சொல்லியிருக்கிறார். நீ என்ன சொல்லுகிறாய்?" என்று அப்பா அவனைப் பார்த்தார்.

"எனக்கு சந்தோசம் அப்பா, நீங்கள் என்ன சொல்லுகிறீர்கள்?" என்று கேட்டான்.

"எங்களைவிட்டு, தூரத்திலிருக்கிற பம்பாய்க்குப் போவது நோக்கு சந்தோசமா? மெட்ராசிலேன்னா, சாயங்காலம் ரயில் ஏறினால் மதியத்துக்குள்ள மெட்ராஸ் வந்து உன்னைப் பார்த்துக்கலாம். வேண்டாம்னு சொல்லுடா" என்றாள் அம்மா.

அவன் பதில் சொல்லவில்லை.

“அண்ணனும் அக்காளும் எங்கோ இருக்கா. அவா இங்கே வர வாய்ப்பேயில்லை. நீயாவது சென்னையில் சட்டம் படித்துவிட்டு என்னோடு பிராக்டிஸ் பண்ணுவாய் என்று நினைத்தேன். பெருமாள் வேறு மாதிரி நினைக்கிறார் போலிருக்கு. எனக்கு இந்தத் தொழிலை விட்டுட்டு, பெருமாள் கைங்கரியத்திலே ஈடுபடலாம்னு தோணுது. இன்றைக்கு, வந்த கட்சிக்காரர்களையெல்லாம், பார்க்க முடியாது என்று அனுப்பிவிட்டு உன்னோடு பேசி முடிவெடுக்கணும் என்று இருக்கிறேன்” என்றார்.

“ஏன்னா, ஆத்திலே சும்மா உட்கார்ந்து நாள் முழுதுக்கும் மோட்டைப் பார்த்துண்டிருப்பேளாக்கும். நன்னாயிருக்கு கதை. முடிகிறவரைக்கும் கோர்ட்டுக்குப் போயிட்டு வாங்கோ. இருக்கிற பேரைக் காப்பாத்துங்கோ. எனக்கும் அட்வோகேட் மாமின்னு பேரும் இருக்கும்” என்றாள்.

அப்பா சிரித்தார்.

“நீ என்னடா சொல்றே” என்று தன் வாழ்வில் முதல் முறையாக கேட்டார் அப்பா. அதிலும் அவர் என்ன செய்ய வேண்டும் என்று தன்னிடம் கேட்பதை அவனால் நம்ப முடியவில்லை.

“அப்பா, பத்திரிகைத் தொழில் எனக்குப் பிடித்திருக்கிறதா என்று போய் பார்க்கிறேன். பிடித்திருந்தால் அங்கு இருந்துகொள்கிறேன். இல்லாவிட்டால் இங்கே வந்துவிடுகிறேன். அதுவரை நீங்கள் வக்கீல் தொழிலை நடத்துங்கள். எனக்கும் உங்களையும் அம்மாவையும் பிரிந்திருக்க கஷ்டம்தான்” என்றான்.

“ஏன்னா, பிள்ளையாண்டன் சொல்றதைக் கேளுங்கோ” என்று அம்மா குரல் கொடுத்தாள்.

பிறகு தன் நண்பன் பிரான்சிஸ், ஃபாதராக படிக்கப் போகிறான் என்று சொல்லியதும், “இந்த வயதிலே, வாழ்க்கையைத் துறந்து போகிறது என்றால் அதற்கு எவ்வளவு பெரிய மனசு வேண்டும். நம்ம சம்பிரதாயத்திலே இளம் வயது துறவை நாம் ஏற்கிறதில்லை. நம்ம ஆஸ்ரமத்திலே, சந்நியாசம் கிரகஸ்தன் நிலைக்குப் பின்னாலேதான் இருக்கு. நம் ஆஸ்ரம அமைப்பில் சந்நியாச நிலையிலிருந்து பின்னால் வர முடியாது. அவர்களுக்கும் அப்படித்தான். இரண்டிலும் நல்லதும் கெட்டதும் இருக்கு” என்று அப்பா சொன்னார். பிறகு, “நீ எப்போ பம்பாய்க்கு புறப்படுகிறாய்?” என்று அப்பா கேட்டார்.

அப்போது வீட்டுக்குள் இருந்து எலியொன்று வெளியே ஓடிவந்தது. அதைப் பார்த்த ராகவன், சாப்பிட்ட கையோடு கட்டை ஒன்றைத் தூக்கிக் கொண்டு அடிக்கப் போனான்.

“டேய், அதை அடிக்காதே, அதை வெளியே துரத்திவிடு” என்று குரல் கொடுத்தார் அப்பா. அவனும் அதை அடிக்காமல் வெளியே துரத்திவிட்டான். படுத்துக்கிடந்த தெரு நாய் அதை விரட்டிப் பிடித்தது.

“சரிடா, எப்போ பம்பாய்க்கு புறப்படுகிறாய்?” என்று திரும்பவும் கேட்டார்.

“அந்த எலியை விரட்டி அடிப்பது மாதிரி அவனை நீங்களே அனுப்பிவிடுவேளோ” என்று அம்மா அடுக்களையிலிருந்து குரல் கொடுத்தாள்.

“அவன் எப்போது விரும்புகிறானோ அப்போதே போகட்டும்” என்றார் அப்பா.

“நான் சீக்கிரம் போய் வேலையில் சேர்ந்துவிடுகிறேன் அப்பா. மழைக்காலத்துக்கு முன்னே பம்பாய்க்குப் போய்விட வேண்டும்” என்றான்.

“சரிடா, டிக்கட் எடுக்கிறேன்” என்று அப்பா சொன்னார்.

“ஏன்னா அந்த ஊரிலே, நம் ஊர் கோபாலசாமி கோயில் போல பெருமாள் கோயில் இருக்குமில்லையா?” என்று அம்மா கேட்டாள்.

அப்பா அருகிலிருந்து அவனைப் பார்த்துச் சிரித்தார்.

“நமக்கு கோயில்தாண்டா எல்லாம். பெருமாளுக்கு பசிச்சாதான் நமக்குப் பசிக்கும். அவனுக்கு நிவேதனம் பண்ணிண்டுதான் நாம புசிக்கணும். உண்ணும் உணவு அவனின் பிரசாதம். இதை எங்கே போனாலும் நீ மறந்துவிடக்கூடாது” என்றார்.

“பெருமாள் நமக்கு மட்டும்தான் தெய்வமா? எல்லா் மனுசாளுக்கும் தெய்வமா?” என்று அவரிடம் கேட்க வேண்டும் போல அவனுக்குத் தோன்றியது. அது அவரின் சந்தோசமான மன நிலையை மாற்றிவிடும் என்று அந்தக் கேள்வியை தனக்குள் அடக்கிக்கொண்டான்.

2. ரவி ஆற்றின் கரையினிலே லாகூர்

இன்றைய லாகூருக்கு, லவபுரி என்ற ஒரு புராணப் பெயருண்டு என்று சொல்லுகிறார்கள். அயோத்திய மன்னர் ராமன், சீதை இவர்களின் மகன் லவன், இங்கே வந்து அரசாட்சியை நிறுவினான், அவன் பேராலே இது லவபுரி என்று அழைக்கப்பட்டதாகவும், லாகூர் கோட்டையினுள் இருக்கும் மூலச் சிலை இல்லாத இந்துக் கோயில் லவனுக்கென்று எழுப்பப்பட்டதென்றும் சொல்லுகிறார்கள்.

சமண அரசர்கள், இந்து அரசர்கள், முகம்மதிய அரசர்கள், முகலாயர்கள், மராத்திய பேரரசர்கள், சீக்கிய அரசர்கள் கையிலிருந்து லாகூர், இப்போது ஆங்கிலேயர் கரத்துக்கு கை மாறியிருந்தது. ஆங்கிலேயருக்கு முன்னால், மகாராஜா ரஞ்சித் சிங், லாகூரை தன்னுடைய தலைநகராக்கி, அதோடு கைபர் கணவாய், காஷ்மீர் போன்றவற்றை இணைத்து தன் அரசை விரிவாக்கினார். 1839-ஆம் ஆண்டு அவர் இறந்தவுடன், அவருடைய வாரிசுகளுக்குள் போர் நடக்க, ஆங்கிலேயர் அதைக் கைப்பற்றி 1846-ஆம் ஆண்டு முதல் தங்களின் ஆட்சியின் கீழ் கொணர்ந்தனர்.

ரவி நதிக் கரையில் அமைந்திருந்த இந்த அழகிய நகரம், இஸ்லாமியர், இந்துக்கள், சீக்கியர்கள் ஆகியோர் இணைந்து வாழும் பல கலாச்சாரங்கள் கூடி வாழும் நகராக இருந்தது. பதினொன்றாம் நூற்றாண்டிலிருந்து அது முகம்மதியர் பெரும்பான்மையாக வாழும் நகராக இருந்தது. ஆனாலும் இந்துக்கள் சீக்கியர்கள் கையில் நகரின் செல்வமும், தொழிலும் அதிகாரப் பதவிகளும் இருந்தன. உழைப்பாளர்களாக, விவசாயம் செய்பவர்களாக முகம்மதியர்கள் இருந்தார்கள். ஆனாலும் அவர்கள் எல்லோரிடமும் நல்லுறவும், ஒற்றுமையும் இருந்தன. மதத்தின் காரணமாக பிளவும், வேற்றுமையும் அதிகம் ஏற்படவில்லை.

1929-ஆம் வருடம் அகில இந்திய காங்கிரஸின் வரலாற்று முக்கியம் வாய்ந்த மாநாடு லாகூரில் நடைபெற்றது. இந்தியாவிற்கு பூரண சுதந்திரம் வழங்கப்பட வேண்டும் என்ற தீர்மானத்தை 1929-ஆம் வருடம் டிசம்பர் 31-ஆம் தேதியன்று நள்ளிரவில் பண்டிட் நேரு முன்மொழிய அது முழுமனதுடன் ஏற்றுக்கொள்ளப்பட்டது. ராட்டை நடுவிலிருக்கும் மூவர்ண தேசியக் கொடி ஏற்றப்பட்டு அது மக்களால் வணங்கப்பட்டது.

1940-ஆம் ஆண்டு, நாட்டின் வரலாற்றுப் போக்கை மாற்றும் அகில இந்திய முஸ்லிம் லீக்கின் மாநாடும் ஜின்னாவின் தலைமையில் அங்குதான் நடைபெற்றது. அது, லாகூர் தீர்மானம் என அழைக்கப் பட்டது. அதிலே முஸ்லிம்களுக்கு தனி நாடாக பாக்கிஸ்தான் வழங்கப்பட வேண்டும் என்ற தீர்மானம் நிறைவேற்றப்ப்ட்டது. ஒன்றான இந்தியாவின் நெஞ்சில் கத்தியைச் சொருகி, நாட்டை மத அடிப்படையில் பிளந்து, இரத்த ஆறை ஓடவைக்கும் தன்மை படைத்த அரசியல் நடவடிக்கை திட வடிவம் அடைந்தது இந்த லாகூரில்தான்.

பாக்கிஸ்தான் என்றால் என்ன? பஞ்சாப் (P), ஆஃப்கானிஸ்தான் பகுதி (A), காஷ்மீர் (K) ஆகிய எழுத்துக்களை வாங்கி, பலுசிஸ்தானிலுள்ள (STHAN) எடுத்து இணைத்து பாக்கிஸ்தான் என்ற பெயர் உருவாக்கப் பட்டது. இடையில் மட்டும் I எழுத்து சேர்க்கப்பட்டது. பாக் என்ற பெர்ஷிய, உருது பதத்துக்கு அருள் பொருந்திய, தூய்மையான நிலம் என்றும் பொருள்படும். இதில் கவனிக்கப்பட வேண்டிய அம்சம் என்னவென்றால் கிழக்கிலிருக்கும் வங்காளப் பகுதி இந்தப் பெயரில் இணைக்கப்படவில்லை.

இப்போது லாகூரில் வசதியாக வாழ்ந்த இந்துக்களும், சீக்கியர்களும் கவலைகொள்ள ஆரம்பித்தனர். ஒரு மெல்லிய கோடு முஸ்லிம் களுக்கும் மற்றவர்களுக்கும் இடையில் விழுந்ததுதான் காரணம்.

1945-ஆம் ஆண்டு இறுதியில் பஞ்சாப் மாகாண சட்டமன்ற தேர்தல் சூடுபிடிக்கத் தொடங்கியிருந்தது. முன் எப்போது இல்லாத வகையில், முஸ்லிம்கள் முஸ்லிம் லீக்கை ஆதரித்தே ஆக வேண்டும், முஸ்லிம்கள் இந்துக்களின், சீக்கியர்களின் அதிகாரத்தின் கீழ் வாழமுடியாது, முஸ்லிம்கள் விழித்துச் செயல்பட வேண்டும் என்று பட்டவர்த்தனமான பிரச்சாரம் முஸ்லிம்கள் இடையில் நடைபெற அது முஸ்லிம்கள், மற்றவர்கள் என்ற பிளவை அதிகமாக உண்டாக்கியது. பதற்றம் ஏற்படும் படி நிலைமை சென்றது. காங்கிரசுக்கோ அல்லது அகாலிதளத்துக்கோ ஆதரவு தெரிவித்தால், நீங்கள் சொந்த நாட்டிலே இரண்டாம்தர குடிமக்கள் ஆகிவிடுவீர்கள் என்ற விஷமப் பிரசாரம் வேறு தொடங்கியது. முஸ்லிம்களின் வாக்கு முஸ்லிம் லீக்குக்குதான் என்ற வகுப்புவாத உணர்வு விசிறிவீச அது மெல்ல இருவருக்கும் இடையில் அவநம்பிக்கையையும், பதற்றத்தையும் உண்டாக்கியது. பஞ்சாப் மாநிலத்தின் தலைநகரான லாகூரில் அந்த வீச்சு அழுத்தமாக இருந்தது.

அங்கு ஒன்றுபட்ட இந்தியாவை நேசித்த முஸ்லிம்களும் இருந்தார்கள். அவர்கள் இஸ்லாத்துக்கு எதிரானவர்கள், அவர்கள்

முஸ்லிம்கள் அல்ல என்ற ஃபத்வாக்கள் விடப்பட்டன. அத்தகைய முஸ்லிம்கள் இறந்துபோனால், அவர்கள் அடக்கத்துக்கு யாரும் போகக் கூடாது என்ற கட்டளை பிறப்பிக்கப்பட்டு, அதை மீறிப் போனவர்கள்மீது தாக்குதல் நடைபெற்றது. வன்முறையாக எதிரிகளிடம் கூட நடந்துகொள்ளக் கூடாது என்று காந்திஜி பிரச்சாரம் செய்துகொண்டிருக்கும்போது சொந்த மக்களையே வன்முறையால் அடக்கி ஒடுக்கி முஸ்லிம் லீக் மட்டுமே முஸ்லிம்களின் கட்சி என்ற நிலையைக் கொணர முயன்றார்கள்.

175 இடங்களுக்கான பஞ்சாப் மாநில சட்டமன்ற தேர்தலில், முஸ்லிம்லீக் 75 இடங்களைப் பிடித்தது. பெரும்பான்மை அதற்கு கிடைக்கவில்லை. காங்கிரஸ் கட்சிக்கு ஐம்பது இடங்களும், அகாலிகளுக்கு 22 இடங்களும், ஆண்டுகொண்டிருந்த யூனியனிஸ்ட் கட்சிக்கு 18 இடங்களும் கிடைத்தன. இந்த மூவரும் இணைந்து ஆட்சியமைக்க, முஸ்லிம் லீக் ஆட்சியமைக்கும் வாய்ப்பு மறுக்கப் பட்டது. இதை முஸ்லிம் லீக்கால் ஏற்றுக்கொள்ள முடியவில்லை.

தன் இருப்புக்கு அர்த்தம் உண்டென்று காண்பிக்க வேண்டு மென்றால், முஸ்லிகளுக்கும் மற்றவர்களுக்கும் இடையில் இருக்கும் சமூக உறவைச் சிதைக்க வேண்டும் என்பதை தன் நடைமுறை யுக்தியாகக் கொண்டு முஸ்லிம்லீக் செயல்பட ஆரம்பித்தது. இதற்கு விலையாக உயிர்கள் வீழும் என்றால் அதைப் பற்றி தனக்குக் கவலையில்லை என்று நடந்துகொண்டது.

உறவுகள் மலர்போல மென்மையானவை, உன்னதமானவை. அதைக் கட்டிக் காத்து மலரச் செய்வது காலம் பொறுமையுடன் , திறனுடன் செய்துமுடித்த சாதனை. அதை கசக்கி எறிவதை நொடியில் செய்துவிடலாம். ஒரு மரம் ஒரு பருவம் முழுவதும் செய்த பூவை ஒரு குரங்கு நொடியில் கசக்கி எறிந்துவிடும். அப்படித்தான் நடந்தது லாகூரிலும் பஞ்சாபிலும். தனக்கு தனி நாடு வேண்டும் என்ற கோரிக்கை நிறைவேற என்ன வேண்டுமானாலும் செய்யலாம் என்று முஸ்லிம் லீக் மக்களைத் தூண்டியது. அடிப்படை உணர்வுகள் எனும் பூதத்தை எழுப்பிவிட்டால், அது காவு கேட்காமல் அடங்காது. அது நீறு பூக்காமல் தொடர்ந்து கனன்று எரியும் . அது லாகூரிலும், முஸ்லிம் மக்கள் நிரம்பிய பகுதிகளிலும் நிகழ்ந்தது.

இரண்டாம் உலகப் போர் முடிவுக்கு வந்திருந்தது. யுத்தம் ஒரு புரட்டிப்போடும் கொடூரம். அது வெற்றி பெற்றவரையும் தோற்றவரையும் உழுத நிலம் போல ஆக்கும். இங்கிலாந்து, உலகின்

பெரும் வல்லரசாய் தன் சிறகுகளை விரித்து பரப்பிக்கொண்டிருந்த காலம் கடந்துபோய், யுத்தத்திற்குப் பின் அது இன்னொரு நாடாக குறுகியது. இங்கிலாந்து மக்கள், போரின்போது வழி நடத்திய பிரதமர் சர்ச்சிலை, "நன்றி, போதும்" என்று சொல்லி அவருக்குப் பதிலாக தொழிலாளர் கட்சியை ஆட்சியில் அமர்த்தினர். அதன் தலைவரான அட்லி, 1946-ஆம் வருடம், "இந்தியா தன் அரசியல் அமைப்புச் சட்டத்தை இயற்றிக்கொள்ளலாம், அது பிரிட்டிஷ் காமன்வெல்த்தில் இருக்க வேண்டும், வேண்டாம் என்பதை தானே தீர்மானிக்கலாம்" என்று அறிவித்தார். ஏறக்குறைய இந்தியாவிற்கு சுதந்திரம் வரப்போகிறது என்ற சாளரத்தை திறந்து வைத்தார். அதற்காக, தன் அமைச்சரவை சகாக்களான, பெதிக் லாரென்ஸ், ஸ்டாஃபோர்ட் கிரிப்ஸ், ஆல்பர்ட் அலெக்ஸாண்டெர் மூவரையும் இந்திய தலைவர்களோடு பேச்சு வார்த்தை நடத்தி, சுதந்திரத்துக்கான வழிமுறைகளைக் கண்டடைய அனுப்புவதாக சொல்லியபடி, கேபினெட் மிஷன் 1946-ஆம் ஆண்டு மார்ச்சில் இந்தியாவுக்கு வந்தது.

ஆங்கிலேயர்களுக்கு, ஒன்றுபட்ட இந்தியாவை, இந்தியர்களிடம் விட்டுச் செல்ல வேண்டும் என்ற முனைப்பு இருந்ததில்லை. பிரித்தாளும் சூட்சியில் வல்லவர்களான அவர்கள், இந்தியாவை விட்டுச் செல்லும்போதும் அந்த குணத்திலிருந்து விடுபட்டுச் செல்ல முடியவில்லை. தங்களுக்கு "விசுவாசமாக" இருந்த முஸ்லிம்களுக்கு ஏதாவது செய்ய வேண்டும் என்ற இரகசிய ஆசை அவர்களிடம் இருந்தது. ஜின்னா தங்களுக்கு என்ன வேண்டும் என்று லாகூர் தீர்மானத்தின் வழியாக சொல்லிவிட்டார். இந்துக்களுக்கும் முஸ்லிம் களுக்கும் இணைந்த ஒரு நாடு என்பது சாத்தியமில்லை என்ற கருத்துக்கு இரகசிய ஆதரவு கொடுப்பவர்களாக இருந்தார்கள். ஆகவே இந்திய அரசியல் அமைப்பை மூன்று பிரிவாக பிரித்து, இந்து இந்தியா, முஸ்லிம் இந்தியா, மன்னர்கள் ஆளுகையில் இருக்கும் இந்தியா என்று பகுத்துப் பேச ஆரம்பித்தார்கள் . விளையாடும் இரண்டு குழுக்களில் ஒன்றோடு, நடுவரும் சேர்ந்துகொண்டு விளையாடினால் எப்படியிருக்குமோ அப்படியிருந்தது அவர்களின் நடவடிக்கை.

எப்படியும் முஸ்லிம்களுக்கு தனி நாடு என்ற ஜின்னா தன் கோரிக்கையை சிறிதும் விட்டுகொடுக்கத் தயாராயில்லை. வன்முறை யில்லாது நடத்தப் பெற்ற இந்திய சுதந்திரப் போராட்ட பாரம்பரியலிருந்து விலகி, எப்படியாவது கொடும் வன்முறையைப் பிரயோகித்தாவது பாக்கிஸ்தானை அடைந்தாக வேண்டும் என்ற வெறி ஜின்னாவிடம் ஏறியிருந்தது. இந்துக்களால், காங்கிரஸால், காந்தியால் இனியும்

ஏமாற்றப்படுவதை ஏற்றுக்கொள்ள முடியாது என்று அவர் அறிவித்திருந்தார்.

வன்முறையாலும் பாக்கிஸ்தான் அடைந்தே தீருவோம் என்றால், யாருக்கு எதிராக வன்முறை என்ற கேள்வி எழுகிறது. அது இந்துக் களுக்கு எதிராகத்தான் என்பது வெள்ளிடை மலை. முஸ்லிம்கள் பெரு வாரியாக இருக்கும் இடங்களில் வன்முறைக்கு வாய்ப்புள்ளது. இந்திய துணை கண்டத்தில் வடமேற்கில் 'பாக்கிஸ்தான்' பகுதியிலும் கிழக்கு வங்காளத்திலும் மட்டுமல்ல, பல பகுதிகளில் முஸ்லிம்கள் சிதறிக் கிடந்தார்கள். அவர்களின் நிலை என்ன? அவர்களை யார் காப்பது? காந்தி காப்பாற்றிக் கொள்வார் என்று ஜின்னா நினைத்திருக்க வேண்டும்.

பம்பாயில் பிறந்து, இந்தியாவில் வக்கீல் தொழில் செய்து, காங்கிரஸ் மாநாட்டில் கலந்துகொண்டவர் ஜின்னா. கடவுள் நம்பிக்கை யில்லாதவர், மது அருந்துபவர், பன்றி இறைச்சியை விரும்பிச் சாப்பிடுபவர், அவர் மதத்தின் அடிப்படையில் நாடு அடைந்தே தீருவேன் என்று நிற்பது முரண்களால் ஆன வரலாற்று எதார்த்தம். இப்படிப்பட்ட முஸ்லிம் ஒருவரை முஸ்லிம்லீக் ஏற்றுக்கொண்டது. ஏனென்றால் அவர் ஒருவர்தான், காந்தியின் காந்த சக்தியின் முன்னால் தடுமாறாமல், தான் பிடித்த பிடியை விடாமல் நிற்பவர் என்று முஸ்லிம் தலைமை நினைத்ததே காரணம். அப்படியே காந்தியை மூர்க்கத் தனமாக மறுத்தார் ஜின்னா.

ஜின்னாவை பரிசோதித்த மருத்துவர், ஜின்னாவின் எக்ஸ்ரேயைக் கையில் பிடித்துக்கொண்டு, "உங்களுக்கு காச நோய் இருக்கிறது" என்று ஜின்னாவிடம் தயக்கத்துடன் சொன்னார். அது காச நோய்க்கு மருந்து கண்டுபிடிக்கப்படாத காலம். காச நோய் விரைவான மரணத்துக்கான பெரும் வாசல் என்பது எல்லோருக்கும் தெரியும். ஆனால், தன் நோயைப் பற்றி ஜின்னா அலட்டிக்கொண்டதாய்க் காட்டிக்கொள்ளவில்லை. ஆனால், விரைவான மரணத்துக்குள் எப்படியாவது சுதந்திர பாக்கிஸ்தானை அடைந்துவிட வேண்டும் என்ற வெறி ஏற்பட்டது. வெறுப்பு அரசியல் விசிறியைக் கொண்டு, அவர் வகுப்புவாத நெருப்பை வீசிவிடத் தயாரானார்.

வரப்போகும் பாக்கிஸ்தானின் இதயம் போன்றிருக்கும் பஞ்சாபின் தலைநகரான லாகூர், கராச்சிக்கு அடுத்த இரண்டாவது பெரிய நகரம். ஐந்து நதிகள் ஒன்றாயிணைந்து சிந்துநதி, வெறும் பாலைவனம் போன்ற அந்தப் பகுதியை விளை நிலமாக மாற்றி

செழிப்பையும் வளத்தையும் தந்தது போல அனைத்து மத நம்பிக்கை கொண்ட மனிதர்கள் முரண் இல்லாமல் லாகூரில் நூற்றாண்டுகளாய் இணைந்து வாழ்ந்து வந்தார்கள். அனைத்து சமய மக்களும் இணைந்து வாழும் அந்தப் பகுதியின் கலாச்சார மையமாக லாகூர் இருந்தது. கலாச்சாரம் எப்போதும் அமைதியிலும் நல்லுறவிலும் செழிக்கும் பயிர். காலம் காலமாக மக்கள் போற்றிவந்த அந்த உறவை, பண்பாட்டு பரிமாற்றத்தை அழித்தாலும் பரவாயில்லை, தனி பாக்கிஸ்தான் வந்தாக வேண்டும், அதற்கு சாமான்ய முஸ்லிம் மக்களை திரட்டி, நேரடி நடவடிக்கை எனும் முறையற்ற செயலால், உடன் சகோதரர்களாக காலம் காலமாய் வாழும் இந்துக்களையும் சீக்கியர்களையும் வன்முறையால் விரட்டி அடிக்க வேண்டும் என்றால் அதையும், இரத்த வேட்கையோடு செய்வோம் என்பதற்கு திட்டம் தீட்டி மெல்ல செயல்படுத்த வெள்ளோட்டம் விட்ட காலம்.

இந்தச் சூழல் மிகுந்த, 1946-ஆம் ஆண்டு, மே மாத இறுதியில், கடுமையான கோடையோடு, அரசியல் வெப்பமும், வகுப்புவாத வெறுப்பும் உயர்ந்துகொண்டிருக்கும் சூழலில், செந்தூர்பாண்டியன், லாகூருக்கு, டில்லி வழியாக ரயிலில் வந்துகொண்டிருந்தான்.

தனது இரசனை என்ன என்பதை இன்னும் தெளிவாக அறியாத இளைஞனாக செந்தூர் பாண்டியன் இருந்தான். அவன் கல்லூரியில், ஆங்கில இலக்கியம் படித்திருந்தாலும், இலக்கியம் தனக்குப் பிடிக்குமா என்ற கேள்விக்கு சரியான பதிலை அவன் கண்டுகொள்ள முயலவில்லை.

ஒவ்வொரு மனிதனின் மிகச் சிறந்த கண்டுபிடிப்பு என்பது, தன் தனித்திறமை என்ன என்று தானே கண்டுகொள்வதுதான். ஒவ்வொரு மனிதரும் ஒரு தனித் தன்மை வாய்ந்த திறமையோடுதான் பிறக்கிறார்கள். அதில் அவர்கள் வல்லவர்களாக இருக்கிறார்கள். அதை தெரிந்து அதை கூர்மைப்படுத்தி, அந்த வழியிலே தங்கள் வாழ்க்கையை அமைத்துக் கொண்டவர்கள் வெற்றி மனிதர்களாக, வாழ்வின் நோக்கமான மகிழ்வை அனுபவிக்கிற மனிதர்களாக இருக்கிறார்கள். வாழ்தல் என்பதே அது தான். ஆனால் தன்னை, தன் திறமையைப் பொதி அவிழ்த்துப் பார்க்கும் பாக்கியம் மிகப் பலருக்கு கிடைப்பதில்லை. இது தானே தன்னை பார்க்கும் மூன்றாம் பார்வை. அதை அந்த மனிதரே மட்டும் தனக்குள் நிகழ்த்தும் பரிசோதனை. அதைச் செய்யாமல், தன் மையப் புள்ளியை விட்டுவிட்டு, ஏதோ ஒரு புள்ளியில் வாழ்க்கையை அமைத்து, சாரமில்லா வாழ்க்கையை மனிதர்கள் நடத்துகிற வழக்கம் கொண்டதாகவே பெரும்பாலோருக்கு வாழ்க்கை அமைந்துவிடுகிறது. இல்லை அவர்கள்

அப்படி வாழ்வை அமைத்துக் கொள்ளுகிறார்கள். இன்றுவரை, அப்படி தன்னைத் தொடும் அந்த வித்தையை கைக்கொள்ளாமல்தான் செந்தூர் பாண்டியன் இருந்தான்.

செந்தூர் பாண்டியனுக்கு ஒரு நிகழ்ச்சி நினைவுக்கு வந்தது. மில்டனைப் பற்றி வகுப்பெடுக்கும் ஆசிரியர், ஒருமுறை ஒரு கேள்வியைக் கேட்டார்.

"கண் பார்வை போன பின் மில்டன் தன் சிறந்த காவியத்தைப் படைத்தார். கண்ணுள்ள நீங்கள் எதை எப்போது படைக்கப் போகிறீர்கள்?" என்று கேட்டுவிட்டு, சற்று நிறுத்தி, "நான் எடுக்கும் பாடம் எதையும் நீங்கள் நினைவு வைத்துக்கொள்ள வேண்டாம், இந்த ஒரு கேள்வியை மட்டும் மறக்காமல் நினைவில் வைத்துக் கொள்ளுங்கள்" என்று சொன்னார்.

"நான் எதை படைக்கப்போகிறேன்?" என்ற கேள்வியை அவனால் சந்திக்க முடியவில்லை. அப்படி தன்னால் என்ன படைத்துச் சாதித்துவிட முடியும்? என்று தன்னைத் தானே கேட்டான். தொடுவானம் கூட தொட்டுவிடும்படி இருக்கிறது, இந்தக் கேள்வி தொடும்படியான விடையைத் தனக்குள் தரவில்லை என்றே அவனுக்குப் பட்டது.

'ரயில் லாகூரை நோக்கி தன் வழியில் ஓடுகிறது. நான் எதை நோக்கி ஓடுகிறேன்' என்று தன்னைத்தானே கேட்டான். அப்பாவின் தொழிலை நடத்த ஓடுகிறேன் என்று அவன் தனக்குள் சொன்னது அவனுக்குச் சிரிப்பை வரவழைத்தது. உடன் பயணிக்கும் பயணிகள் தான் சிரிப்பதைப் பார்த்துவிடுவார்களோ என்று ஜன்னல் பக்கம் முகத்தைத் திருப்பிக்கொண்டான்.

பொருள் செய்ய வேண்டும் என்ற கட்டாயம் அப்பாவுக்கு ஆரம்பத்தில் இருந்தது. வெறும் பத்தாம் வகுப்பை படித்துவிட்டு, பம்பாய்க்கு கள்ள டிரெயினில் ஓடிவந்த அப்பாவுக்கு, தன் காலில் தன்னை நிறுத்த ஒரு தொழில் தேவைப்பட்டது. தன் தேவையோடு, அதை நடத்த ஒரு திறமையும் அவரிடம் இருந்திருக்கிறது. தேவையும் திறமையும் சந்திக்கும்போது, சாதனை முகிழ்க்கிறது. இன்று லாகூரிலே குறிப்பிட்டுச் சொல்லும்படியான ஒரு வியாபாரியாக இருக்கிறார் என்றால் அது அவரின் தொழில் திறமைதான். எனக்கு தொழில் நடத்தும் திறமையிருக்கிறதா என்று தன்னைக் கேட்டான். தெரியாது என்று தானே பதில் சொல்லிகொண்டான். அதில் ஆர்வம் இருக்கிறதா,

என்று தன்னைக் கேட்டதற்கு, அதுவும் தெரியவில்லை என்று தனக்குள் சொல்லிக்கொண்டான்.

அப்போது, பாளையங்கோட்டையில், அவனும் பிரான்சிசும் வகுப்பு விட்ட மாலை வேளையில், விடுதி மாணவர்கள் ஹாக்கி, ஃபுட்பால் விளையாடிக்கொண்டிருப்பதை விளையாட்டு மைதானத்தின் ஓரத்தில் உட்கார்ந்து பார்த்துக்கொண்டிருந்தார்கள்.

"டேய் பிரான்சிஸ், கண்டிப்பாக ஃபாதராகப் போகிறியா?" என்று கேட்டான் செந்தூர் பாண்டியன்.

"என்னடா செந்தூர் பாண்டியன், நான் சாமியாராகப் போவது உனக்குப் பிடிக்கவில்லையா?" என்று கேட்டான் பிரான்சிஸ்.

"சந்நியாசி வாழ்க்கை கஷ்டமானதுடா. விளக்குத் திரி தூரத்திலிருந்து பார்க்க அழகாக இருக்கும் . ஆனால், கிட்டே போய்த் தொட்டால் சுட்டுவிடும் . அப்படித்தான் சந்நியாசி வாழ்க்கையும்."

"நீ சொல்லுவது சரிதான். கஷ்டமில்லாமல் உயர்ந்த வாழ்க்கை அமையுமாடா? என்னால் முடிந்த அளவு நாலுபேருக்கு நல்லது பண்ணனும்னு ஒரு ஆசை. அதற்கு ஃபாதராய்ப் போனால் வாய்பிருக்கிறது."

"ஏண்டா, குடும்பஸ்தனா இருந்து நல்லது பண்ண முடியாதா?"

"முடியும். ஆனால் ஒரு அநாதையாக இருந்து என்ன பண்ண முடியும்? சொல்லு?"

"நீ என்னுடைய நண்பண்டா, நீ எப்படி அநாதையென்று சொல்லுவாய். படிப்பை முடி, என் அப்பா, லாகூரில் பெரிய தொழில் செய்கிறார், என்னை உடனே வா என்று அழைத்துக்கொண்டிருக்கிறார். நீயும் வா என்னோடு. நாம் தொழில் செய்வோம்."

"என்னைப் பற்றி நான் இதுவரை உன்னிடம் சொன்னதில்லை. ஆமாம் என் கதையை யாரிடமும் சொல்வதில்லை. அது மற்றவர் களிடம் என் மீது இரக்கத்தை உடனே ஏற்படுத்தும், மற்றவர்களின் இரக்கத்தின் பொருளாக நான் இருக்க விரும்பவில்லை. திருச்செந்தூர் பக்கம் இருக்கும் அடைக்கலாபுரம் என்ற ஊரில் ஒரு அநாதையில்லம் இருக்கிறது. அது கிறிஸ்தவ சாமியார்களால் நடத்தப்படுகிறது. அதன் முன்னே ஒரு குழந்தை துணியில் சுற்றப்பட்டுக் கிடந்தது. அது அழுதது. ஒரு நாய் அதை ஓடிப்போய் பார்த்து முகர்ந்தது. அதை விரட்டிக்கொண்டு ஓடி வந்தார் ஒரு ஃபாதர். "சிஸ்டர் ஓடி வாங்க,

இங்கே ஒரு குழந்தை கிடக்கிறது" என்று நாயை விரட்டி விட்டு என்னைக் கையில் தூக்கினார். அவர் தூக்கியதால் நான் வளர்ந்தேன்.

நான் யார், என் பெற்றோர் யார் என்று தெரியவில்லை. "இவ்வளவு அழகான சிவத்த பிள்ளையை இப்படி விட்டெறிஞ்சி போக அவளுக்கு எப்படி மனசு வந்ததோ" என்று அந்தக் கன்னியர் ஃபாதரிடம் சொன்ன போது, "இந்தக் குழந்தையை இப்படி விட்டுப் போக பெத்தவளுக்கு மனம் எப்படி வலித்திருக்கும்" என்று அவர் சொன்னாராம்.

"ஊர் பேர் தெரியாத என்னை பிரான்சிஸ் என்று பெயரிட்டு வளர்த்தார். நான் மூன்றாம் வகுப்பு படித்துக்கொண்டிருக்கும்போது அவர் வேறு ஊருக்கு மாற்றப்பட்டார். நான் அநாதை இல்லத்திலே வளர்ந்தேன். புதிதாக வந்த ஃபாதர் என்னை அவரைப்போல அக்கறையாக கவனிக்கவில்லை. ஒரு நாள் அந்தப் பக்கம் வந்த அவர் என்னைப் பார்ப்பதற்காக அங்கு வந்தார். நான் அழுக்கடைந்த கிழிந்த கால் சட்டையோடு கைகால்களில் சிரங்கோடு அவர் முன்னே போய் நின்றேன். அவர் என்னைப் பார்த்து மிகவும் மனம் நொந்து போய் விட்டார். உடனே பொறுப்பிலிருக்கும் ஃபாதரிடம் உத்தரவு பெற்று என்னை தன்னோடு கூட்டிச் சென்று படிக்க வைத்து, இப்போது கல்லூரிக்கும் படிக்க அனுப்பியிருக்கிறார்.

"நம் கல்லூரியை நடத்துவது சேசுசபை குருக்கள் என்பது உனக்குத் தெரியும். அவர்கள் என்னை சேசு சபையில் சேர்ந்து குருவாக ஆகின்றாயா என்று கேட்டார்கள். இங்கே சேர்ந்தால், இன்னும் படித்து, இதுபோன்ற கல்லூரிகளுக்கு நான் முதல்வராக ஆக முடியும் என்று எனக்குத் தெரியும். என்னை வளர்க்கும் ஃபாதரிடம் கேட்டேன். அவர் சொன்னார், "உன்னிஷ்டம் போல முடிவெடுத்துக்கொள். ஆனால் ஒன்றை மட்டும் மனதில் வைத்துக்கொள். நீ குறைவாகவோ அல்லது நிறைவாகவோ இந்த உலகிடமிருந்து பெற்றிருக்கிறாய். அதற்கு உன்னால் முடிந்தமட்டில் திருப்பிக் கொடுக்க வேண்டும். வளர்த்த மரம் கனிகொடுப்பதுபோல, நீயும் பயனளிக்க வேண்டும். அது எப்படி என்பதை நீதான் முடிவு செய்ய வேண்டும்" என்றார். எனக்கு என்ன செய்வது என்று தெரியவில்லை. ஒரு நாய்க்கு இரையாக, வேண்டிய என்னை எடுத்து ஆளாக்கி அவர் என்னை படிக்க வைத்து மனிதனாக்கியிருக்கிறார். நானும் என்னால் முடிந்த அளவில் இந்த சமூகத்திற்குச் சேவை செய்ய வேண்டும்" என்றான் பிரான்சிஸ்.

"அதற்காகத்தான் சாமியாராகப் போகிறாயா?" என்று கேட்டான் செந்தூர்பாண்டியன்.

சிரித்துக்கொண்டே அவனைப் பார்த்த, பிரான்சிஸ், "சாமியாரானால், எந்தவித பிடுங்கல் இல்லாமல், முழுமையாக பணி செய்ய முடியும். சந்நியாசியாக இருப்பது அவ்வளவு எளிதானது இல்லை என்று எனக்குத் தெரியும். ஆனால் உயர்ந்த காரியங்களை, தியாகம் இல்லாமல் செய்ய முடியாது என்பதும் எனக்குத் தெரியும். ஆகவேதான் இந்த முடிவெடுத்திருக்கிறேன். நான் சாமியாருக்குப் படித்து, ஒரு கல்லூரியோ பள்ளிக்கூடமோ ஆரம்பிக்க வேண்டும். ஏழை மாணவர்களுக்கு இலவசமாக கல்வி தரவேண்டும். அப்போது நான் கண்டிப்பாக உன் உதவியை எதிர்பார்ப்பேன். நீ பெரியாளாக ஆகி எனக்கு உதவ வேண்டும்."

"கண்டிப்பாக உதவுவேன். பிரான்சிஸ், வாழ்க்கையில் என்ன செய்யப்போகிறேன் என்று என்னையே நான் கேட்டுக்கொண்டிருப்பேன். எனக்கு எதுவும் தோணாது. ஆனால் இப்போது உனக்கு உதவுவதற்காக நான் பணம் சேர்க்க வேண்டும் என்று தோணுகிறது. என் இலக்கு என்ன என்பதை லேசாக எனக்கு திறந்துகாட்ட நீ உதவியிருக்கிறாயடா" என்று அவனிடம் பேசியது தனக்கு நினைவுக்கு வந்தது.

அப்போது பக்கத்திலிருந்து செய்தித்தாளைப் படித்துகொண்ட ஒரு பெரிய மனிதர் அவனைப் பார்த்து, இந்தியில், "லாகூர்தானே போகிறீர்கள்" என்று கேட்டு அவன் கவனத்தை சற்று திருப்பினார்.

ரயில் புகை விட்டுக்கொண்டு முன்னே சென்றது. தூரத்தே, செல்லலாம் என்ற கைகாட்டி உயரத் தூக்கி நின்றது. ரயில் வேகமாக செல்லுவதால், அருகில் வளர்ந்திருந்த புற்செடிகள் அதிர்வில் ஆடின.

"ஆமாம்" என்றான்.

"நீங்கள் மதராசிதானே" என்று கேட்டார்.

"ஆமாம்"

"நீங்கள் இந்துதானே" என்று கேட்டதும் அவரைப் பார்த்தான் செந்தூர்பாண்டியன்.

"ஆமாம்" என்றான்.

"இங்கு நிலைமை அப்படியிருக்கிறது. யார் என்று தெரியாமல் எதுவும் பேசினால் ஆபத்தில் கொண்டுவிடும் நிலைமை."

"லாகூரிலா அப்படிச் சொல்லுகிறீர்கள்?"

"ஆமாம். நீங்கள் இங்கு வந்து நாளாகிவிட்டதா?"

"போன கோடையில் நான் வந்திருந்தேன். "லாகூர் எனக்குப் பிடித்த ஊர். நான் இங்குதான் பள்ளிப் படிப்புவரை படித்தேன். என்னுடைய நண்பர்கள் எல்லோரும் இங்குதான் இருக்கிறார்கள். இது ஒரு பன்மைக் கலாசாரம் புழங்கும் நகராயிற்றே."

"முன்பு அப்படித்தான் இருந்தது. இப்போது எல்லாம் மாறி விட்டது. உங்கள் மதம் எல்லாவற்றையும் தீர்மானிக்கிறது. இரத்தம் தீர்மானிக்கிறது என்பார்கள் ஆங்கிலத்தில், இங்கே மதம் தீர்மானிக்கிறது. இந்த மதம் என்றால் நீங்கள் என் எதிரி என்று சொல்லிக் கொடுத்திருக்கிறார்கள். வெறுப்பதற்கு மதம் ஒரு காரணம் என்பதை என்னால் நினைத்துப் பார்க்க முடியவில்லை."

"எனக்கு இதுபோன்ற அனுபவம் இல்லை."

"நீங்கள் மதராசியில்லையா, தெற்கே இந்த உரசல் அதிகம் கிடையாது என்று கேள்விப்பட்டிருக்கிறேன். இங்கே மறைமுகமாக இது இருந்துகொண்டிருக்கும். காந்தி வந்ததற்குப் பின்னால், அவர் போராடுவதற்கு மதம் தேவையில்லை, அதற்கு அரசியல் களம் இருக்கிறது என்ற புதிய பாதையைக் காட்டினார். நாடே அவர் பின்னால் நின்றது. இப்போது சுதந்திரம் வரும் வேளையில், இதுவரை ஆங்கிலேயர்கள் காலைப் பிடித்துக்கொண்டிருந்தவர்கள் எல்லோரும் அரசியலில் தங்களுக்கு இடமும் பதவியும் வேண்டும் என்று வரிந்து கட்டிக்கொண்டு மதத்தைப் பிடித்துக்கொண்டு நிற்கிறார்கள். மேல் மட்ட முஸ்லிம்கள், சாமான்ய முஸ்லிம் மக்கள் மத்தியில் வெறுப்பு அரசியலை விதைக்கிறார்கள். "பஞ்சாப் முஸ்லீம் நாடு, மற்றவர்கள் இங்கிருந்து வெளியேறு" என்கிறார்கள். லாகூர் ரயில் நிலையத்தைத் தாண்டியதும், தப்பும் தவறுமாக இந்தியில் அதை எழுதி, சுவர்களில், போர்டுகளில் ஒட்டி வைத்திருப்பதைப் பார்க்க முடியும். நாம் எல்லோரும் ஒன்று, உன் பண்டிகை என் பண்டிகை என்ற காலம் போய்விட்டது"

"நான் பழகியவரை லாகூர் மனிதர்கள் அவ்வளவு குறுகிய மனம் படைத்தவர்களாயிருப்பார்கள் என்பதை என்னால் நம்ப முடியவில்லை."

"மதம் கடவுள் பக்கம் இருக்கும்போது அமிழ்தைப் பொழிகிறது. அது அரசியல் பக்கம் இருக்கும்போது, விஷ மழையைப் பொழியும். அது இப்போது நடக்கிறது."

"நீங்கள் என்ன செய்கிறீர்கள்?" என்று கேட்டான் செந்தூர் பாண்டியன்.

"நான் பஞ்சாப் அரசில் உயர் அதிகாரியாக இருக்கிறேன்."

"அதிகம் அறிமுக இல்லாத என்னிடம் நீங்கள் இவ்வளவு வருத்தப்பட்டு பேசுகிறீர்கள் என்றால் நிலைமை மோசமாகத்தானிருக்க வேண்டும்."

"நீங்கள் என்ன செய்கிறீர்கள்?" என்று அவர் கேட்டார்.

"என் அப்பா இங்கு வர்த்தகம் செய்கிறார். நான் கல்லூரி படிப்புக்காக எங்கள் பகுதிக்கு போயிவிட்டு, இங்கு அவருக்கு தொழிலில் உதவி செய்ய வருகிறேன்."

"உங்கள் அப்பா நிறுவனத்தின் பெயர் என்ன?"

"ஆதித்தன் எண்டர்பிரைசஸ்."

"ஓ! எனக்கு நன்றாகத் தெரியுமே. நாணயமாக தொழில் செய்கிறீர்கள் என்று நான் கேள்விப்பட்டிருக்கிறேன்."

"நன்றி சார்."

"ஒரு வார்த்தை. நான் இப்படிச் சொல்லக்கூடாதுதான், ஆனால் என்னமோ உங்களிடம் சொல்லத் தோணுகிறது. இப்போது, இனி இங்கு முதலீடு செய்யாதீர்கள். எவ்வளவு விரைவாக இங்கிருந்து பணத்தை உங்கள் சொந்த ஊருக்கு அனுப்பி வைக்கிறீர்களோ அவ்வளவுக்கு நல்லது. இங்கு தொழிலை முடித்துவிட்டு, கிடைக்கிற பணத்தை எடுத்துக்கொண்டு சொந்த ஊருக்குச் செல்ல தயாராயிருப்பது நல்லது. நிலைமை சரியாயில்லை."

"நான் அப்பாவிடம் சொல்லுகிறேன்" என்று சொல்லிய செந்தூர் பாண்டியன்,

"சார், சுதந்திரம் வந்தால் நாட்டு நிலைமை எப்படியிருக்கும்? எல்லாம் சரியாகிவிடுமா?" என்று அவரைப் பார்த்துக் கேட்டான்.

அவர் ரயிலின் ஜன்னல் வழியே வெளியே பார்த்தார். வயல்கள் செழித்து அறுவடைக்குத் தயாராய் நின்றன. விவசாயத்தை இன்னும் சிறப்பாகச் செய்யலாம் என்று அவருக்குப் பட்டது.

"சுதந்திரம், பலர் நினைப்பதுவாய், ஒரு மந்திரவாதியின் கோல் போல எல்லாவற்றையும் மாற்றிவிடும் என்பது நிகழாது. நம் எதிர்பார்ப்புக்கும், நிஜத்துக்கும் இடையில் பெரும் இடைவெளி ஏற்படும். சுதந்திரம் நம் பலத்தை பொது அரங்குக்கு கொணர வேண்டும். ஆனால், இங்கு நம் பலவீனங்கள் பொது அரங்குக்கு

வந்து நர்த்தனம் ஆடப்போகின்றன. இதை மாற்றும் ஒரே சக்தி காந்திதான். அவர்தான் மக்கள் மத்தியில் உழைத்து அவர்களை மாற்றும் வல்லமை படைத்தவர். சிறந்த கொள்கையும் அதை செயல்படுத்த பிரசார தொண்டர் படையும் அவர்தான் ஏற்படுத்தியிருந்தார். ஆனால் அவருக்கு வயது ஆகிக்கொண்டிருக்கிறது. அவருடைய அரசியல் சீடர்கள் அவரை, காய்த்து ஓய்ந்த மரமாகப் பார்க்கிறார்கள். அவர் ஒதுங்கியிருந்தால் நல்லது என்று கருத ஆரம்பித்துவிட்டார்கள். மாற்றம் காந்தியால் மட்டும்தான் நிகழ முடியும். அவரைப் புறக்கணித்தால், இந்த நாடு அதற்கான விலையைக் கொடுக்க வேண்டிவரும். அதை நினைத்தால் எனக்கு வருத்தம் மட்டுமில்லை, பயமாகவும் இருக்கிறது."

"எங்கள் பகுதியில் காந்தியை மகான் என்றே பார்க்கிறார்கள். அரசியல் ஞானி என்று பார்ப்பதில்லை. நீங்கள் சொல்லுவதைப் பார்த்தால், அவரின் அரசியல் பங்களிப்பு இன்னும் வேண்டும் என்கிறீர்கள், அப்படித்தானே."

"மனிதர்கள் மாறினால்தான் இந்தியாவில் நாம் எதிர்பார்க்கும் மாற்றம் உண்டாகும். மனிதர்களை சரியான திக்கில் மாற்ற அந்தக் கிழவர் ஒருவரால்தான் முடியும். அவரை முடமாக்க இந்து முஸ்லிம் சக்திகளும், அவரின் சீடர்கள் என்று சொல்லிக்கொள்பவர்களும் தங்கள் வழியில் முயன்றுகொண்டிருக்கிறார்கள், அதுதான், இந்தியா சந்திக்கும் மிகப்பெரிய அரசியல் விபத்து. நாம் மாறாமல், நம் பார்வை மெருகு பெறாமல், நம் அணுகுமுறை சரியாகாமல், இந்த நாடு ஒன்றும் உருப்பெறாது. இன்று ஆங்கிலேயர் வெளியே சென்றதும் அவர்கள் விட்டுச் சென்ற இடத்தை அதாவது பதவியை, இந்து சக்திகளும், முஸ்லிம் சக்திகளும், பிராமண சக்திகளும், பனியா சக்திகளும் துண்டுபோட்டுப் பிடிக்க காத்திருக்கின்றன. சாமான்ய மக்களுக்கு சுதந்திரம் என்பது இவர்களின் ஆட்டத்தைப் பார்க்க கிடைக்கும் இலவச அனுமதி. அவ்வளவுதான்."

"நீங்கள் காந்தியைப் பற்றி இவ்வளவு சொல்லுகிறீர்கள். நான் அவரைப் பற்றி அதிகம் அறிந்துகொள்ளவில்லை."

"வேண்டுமென்றா அறிந்துகொள்ளவில்லை? அல்லது அவர் மேலே வெறுப்பா?"

"அப்படிச் சொல்ல முடியாது. இப்படி என்னால் சொல்ல முடியும். எங்கள் பக்கத்தில் காந்தியை பிராமணர்கள் உயர்த்திப் பிடித்துக் கொண்டு அவர் தங்களின் ஏகபோக உரிமை என்பதுபோல நடந்து

கொள்ளுகிறார்கள். மிகக் குறைந்த எண்ணிக்கையிலான பிராமணர்கள், எங்கள் பகுதியில், மதம், கோயில் அறிவுத்துறை, பண்பாடு, அரசியல் அதிகாரம், அரசு பதவி, நீதித் துறை, இலக்கியம் எல்லாவற்றிலும் அவர்கள்தான் முதன்மை இடத்தைப் பிடித்துக்கொண்டிருக்கிறார்கள். மற்றவர்களுக்கு அவர்கள் சிறிதும் இடம் கொடுப்பதில்லை என்ற குறை எங்களுக்கு உண்டு. ஆகவே பிராமணர்கள் ஆதரிக்கும் காந்தியை, சாமான்ய மக்கள் ஏற்கத் தயங்குகிறார்கள். அதனால், அவரின் போராட்டங்களில் சாமான்ய மக்களின் பங்களிப்பு என்பது, இந்தியா முழுமைக்கும் இருந்த அளவு, மதராஸ் பகுதிகளில் இருப்பதில்லை."

"நானும் இதைப் பற்றிக் கேள்விப்பட்டிருக்கிறேன். என் நண்பர்களான தமிழ் அதிகாரிகளிடம் பேசியிருக்கிறேன். அவர்கள், ஒரு கருத்தை சொல்லுகிறார்கள். பிராமணர்கள் உயர்ந்த இடத்தில் இருக்கிறார்கள் என்பது உண்மை. ஆனால் மற்றவர்களை அந்த உயர்ந்த இடத்திற்கு கொண்டுவர அவர்களை உயர்த்த முயலாமல் இதுபோல வெறுப்பு அரசியலில் ஈடுபடுகிறார்கள், இங்கே முஸ்லிம் லீக் வெறுப்பை உமிழ்ந்து அரசியல் பிளவை உண்டாக்குவதுபோல, உங்கள் பகுதியில் அது சமூகப் பிளவை உண்டாக்குகிறது என்று சொன்னார்கள்."

"அது முழு உண்மையில்லை. அவர்கள் எல்லா இடங்களிலும் உட்கார்ந்து வழியை அடைத்துக்கொண்டிருக்க, அவர்கள் அளவுக்கு தகுதியும் திறமையும் வாய்ப்பும் இல்லாத மற்றவர்கள் எப்படி உயர முடியும்? திறமைகள் வெற்றிடத்திலிருந்து உருவாகிவிடமுடியாது. அதற்கு வாய்ப்பு மிக அவசியம். அது மறுக்கப்படுகிறது என்ற குறை மற்றவர்களுக்கு இருக்கிறது."

"உங்களின் கருத்தை நான் புரிந்துகொள்ளுகிறேன். இந்த சமனற்ற நிலை அரசியல் சுதந்திரம் நமக்கு கிடைத்தால் ஓரளவுக்கு சரிப்பட்டு விடும் என்று நான் நம்புகிறேன். காந்தி, வட்ட மேஜை மாநாட்டுக்காக 1932-இல் இங்கிலாந்து சென்றார். அப்போது அந்த கப்பலில் இருந்த ராய்ட்டர் செய்தி நிறுவனத்தின் நிருபர் அவரைப் பேட்டி கண்டார். அப்போது காந்தி அவரிடம் சொன்னார், "அடிமைத்தனத்திலிருந்து முழுவதுமாய் விடுதலை அளிக்கும் அரசியல் சாசனத்தை உருவாக்கு வோம். அதில் இந்தியர்கள் தப்பு செய்ய வேண்டுமென்றாலும் உரிமை யிருக்கும். கடைசி ஏழை கூட இது என் நாடு, அதன் வளர்ச்சியில் தனக்கும் பங்குண்டு என்று உணருவான். அந்த இந்தியாவில் உயர்ந்த வகுப்பு, தாழ்ந்த வகுப்பு என்ற பகுப்பு இருக்காது. அனைத்து

வகுப்பினரும் இயைந்து வாழ்வார்கள்" என்று சொன்னார். "நீங்கள் காந்தி பற்றி புத்தகம் ஏதாவது படித்திருக்கிறீர்களா?" என்று கேட்டார்.

"இல்லை"

"என் இளம் நண்பனே, ஒன்றை நான் உங்களிடம் சொல்ல வேண்டும். காந்தி, இந்திய வரலாற்றின் மையம். அவரை நீங்கள் நிராகரிக்கலாம், திட்டலாம், புறக்கணிக்கலாம். ஆனால் அவரின் இருப்பைத் தாண்டிச் செல்ல முடியாது. அவரை நீங்கள் படிக்க வேண்டும். படித்து அதன் பின்னர் உங்கள் அறிவைப் பயன்படுத்தி அவரை நிராகரிக்கலாம், ஆதரிக்கலாம். நான் படிப்பதற்கு மகாத்மா என்று ஒரு புத்தகம் வாங்கியிருந்தேன். அதை நான் படித்துவிட்டேன். அதை எழுதியவர் ரொமைன் ரோலந்த் எனும் பிரஞ்ச் நாட்டு எழுத்தாளர். இலக்கியத்துக்காக நோபல் பரிசு பெற்றவர். அந்த புத்தகத்தை நான் தருகிறேன். படித்துப் பாருங்கள். இன்னொரு புத்தகம், காந்தி, தானே எழுதிய சத்திய சோதனை என்ற தன் வாழ்க்கை வரலாறு. இந்த இரண்டையும் படித்துவிட்டு காந்தியை உங்களிடமிருந்து தள்ளிவைக்க முடியுமா என்று தீர்மானியுங்கள், அறிந்து அந்த மனிதரை நேசிக்கவோ வெறுக்கவோ செய்யுங்கள்" என்று சொல்லிவிட்டு தன் கைப்பையை எடுத்து, அதைத் திறந்து அதிலிருந்து "மகாத்மா" என்ற புத்தகத்தை எடுத்து அவனிடம் கொடுத்தார்.

அதை மிகுந்த பக்தியுடன் பெற்றுக்கொண்ட செந்தூர் பாண்டி அதைத் திறந்து பார்த்துவிட்டு, "சார், இதில் உங்கள் கையெழுத்தைப் போட்டுக்கொடுங்கள், உங்களின் ஞாபகமாக இருக்கும்" என்று அவரிடம் புத்தகத்தை நீட்டினான்.

"காந்திஜி, உன்னை மாற்றட்டும், மேன்மையின் பாதையில். அன்புடன் R.S. ரஸ்தோகி I. C, S, *25.5.1946*" என்று எழுதி கையெழுத்திட்டு அவர் கொடுத்தார்.

"காந்தியைப் படித்த பின், நீயும் நானும் இப்படி உயர் வகுப்பில் ரயிலில் பயணம் செய்யத் தயங்குவோம்" என்று சிரித்துக்கொண்டே சொன்னார்.

"எனக்கு ஒரு வேலை இருக்கிறது" என்று சொல்லிக்கொண்டு அவர் தன் பையைத் திறந்து காகிதங்களை எடுத்து வெளியில் வைத்தார்.

அவர் கொடுத்த புத்தகத்தை விரித்து வாசிக்க ஆரம்பித்தான் செந்தூர் பாண்டியன்.

3. சிவாஜியின் மண்ணில்

பம்பாயில் இருந்து ராகவன் பூனா ரயில் நிலையத்துக்கு வந்து சேர்ந்தான். கூட்டம் போகட்டும் என்று ஒரு பெஞ்சில் உட்கார்ந்தான்.

பூனா, மலைக்கு மேலே இருப்பதால், கோடைக்கு இதமாக இருக்கும் என்று நினைத்து வந்த ராகவனுக்கு ஏமாற்றமாக இருந்தது. வெயில் கடுமையாக இருந்தது. பாளையங்கோட்டையைவிட வெயில் கடுமையாக இருப்பதாக அவனுக்குப் பட்டது.

அவனுக்கு தன் வீட்டு நினைவு வந்தது. இப்படி வெயில் காலத்தில் அம்மா, காலையில் பழைய சாதம் பிசைந்து தருவாள். தயிர் விட்டு , ஊறுகாயுடன் அவள் உருட்டி கையில் தரும் சாதத்துக்கு மனம் இப்போது ஏங்கியது.

பம்பாய்க்கு வந்து அப்பாவின் உறவினர் வீட்டில் தங்கியிருந்தாலும், வெளியே சாப்பிட்டால் சப்பாத்தி சாப்பிட வேண்டிய கட்டாயம் இருந்தது. முதலில் அது நன்றாக இருந்தது. இரண்டு மூன்று நாளாக, சப்பாத்தி மோகம் மறைந்து ஒரு சாம்பாரும் ஒரு பொறியலும் கிடைக்குமா என்று மனம் தவிக்க ஆரம்பித்துவிட்டது. இந்த சப்பாத்தியைச் சாப்பிடுவதைவிட பட்டினி கிடக்கலாம் என்றால் , பசி இருக்க விடமாட்டேன் என்கிறது என்று தனக்குள் நினைத்துக் கொண்டான்.

பூனாவுக்கு வந்தாகிவிட்டது. இங்கும் சப்பாத்திதான் கிடைக்கும் போலிருக்கிறது. இப்போது அவன் முன்னிருக்கும் பிரச்சினை சப்பாத்தி, பூரி சாப்பிட்டு வாழ்க்கையை ஓட்டுவதா அல்லது சமையல் செய்யக் கற்றுக்கொண்டு வாழுவதா என்பதுதான். சமையல் செய்ய ஆரம்பித்தால், வேறு வேலை நடக்காது. ஆகவே வேண்டாம். நல்ல வேளை, ஆத்துக்குத் தெரியாமல் ஓரளவு யார் சமைத்தாலும் கிடைத்த சைவச் சாப்பாட்டை சாப்பிட பழகிக்கொண்டேன் என்று தன்னை பெருமையாக நினைத்தான்.

அப்போது மணலை வாரிக்கொண்டு பெரும் காற்று வீசி ரயில் நிலையத்தை நிறைத்தது. தன் கையிலிருந்த கைக்குட்டையை எடுத்து தன் முகத்தை மூடிக்கொண்டான். பத்து நிமிடம் எதுவும் தெரியவில்லை. காற்று தானே தணிந்தது.

பூனாவிலிருக்கும் பத்திரிகையின் நிருபர், பம்பாய்க்கு பதவி உயர்வு பெற்று வருவதற்கு துடித்துக்கொண்டிருந்தார். அவருக்கு பதிலாக ராகவன் வருகிறான் என்றதும் அவர் மகிழ்ந்துபோனார். ராகவன் மதராஸி என்றதும் இரண்டு கேள்வி கேட்டார், முதல் கேள்வி நீ பிராமணனா என்றதும் ராகவன் ஆமாம் என்று சொன்னான். அவர் மிகவும் மகிழ்ந்து போனார். இன்னொன்று இந்தி தெரியுமா என்று கேட்டார், தெரியும் என்றான். போதும், இங்கே சமாளித்துக் கொள்ளலாம் என்றார்.

தான் இருந்த வீட்டில் கூட தங்கலாம், அவன் பிராமணன் என்பதால், வீட்டின் சொந்தக்காரர் அவனுக்கு வீட்டைத் தருவார் என்று சொன்னார். ஆக வீட்டுப் பிரச்சினை தீர்ந்தது என்று ராகவன் நினைத்துக்கொண்டான்.

அவனின் விலாசத்தை தன் பர்ஸில் வைத்திருந்தான். அதை எடுத்துப் பார்த்தான். சன்வார்பேத் என்றிருந்தது. நம் ஊரில் சைதாபேட் இருப்பதுபோல இங்கு சன்வார்பேத் இருக்கிறது என்று எண்ணிக் கொண்டான். வெளியே வந்து ஒரு குதிரைவண்டிக்காரரிடம் சன்வார்பேத் போக வேண்டும் என்று இந்தியில் சொன்னான். அவர் சந்தோசமாக பெட்டியை வாங்கி பின்னே வைத்து அவனை முன்னே ஏறச் சொன்னார்.

வீட்டு விவகாரத்தைப் பற்றித் தெரிய வேண்டுமானால் வேலைக்காரியிடம் கேட்க வேண்டும், ஊர் விவகாரம் தெரிய வேண்டுமானால் வண்டிக்காரனிடம் கேட்க வேண்டும் என்று அம்மா ஒருமுறை சிரித்துக்கொண்டு சொன்னது அவன் நினைவில் வந்தது.

முதன்முதலாக, பத்திரிகை நிருபராக தன் வேலை ஆரம்பமாகிறது, என்று பெருமாளைக் கண் மூடி பிரார்த்தித்துக்கொண்டு அவன் அந்த குதிரை வண்டிக்காரரிடம் பேச ஆரம்பித்தான்.

“நான் இந்த ஊருக்குப் புதிசு” என்றான் ராகவன்.

“பார்த்தாலே தெரியுது. நீங்க மதராஸிதானே”

“எப்படி கண்டுபிடித்தீர்கள்?”

“இது ஒரு பெரிய காரியமே இல்லை. நாம எல்லாரும் பரத கண்டத்தில் பிறந்தவர்கள் என்றாலும் ஒவ்வொருவர் முகத்திலும் அந்த மண்ணுக்க சாடை இருக்கத்தான் செய்யுது. கவனிச்சா அதை தெரிஞ்சிக்கலாம்.”

"மதராஸிகள் எப்படி மனிதர்கள்?"

"அவர்கள் இங்கே வரும்போது, ஒண்ணும் தெரியாத அப்பாவிகளாக வந்து சேருவார்கள். கொஞ்ச நாளில் எங்ககிட்டேயிருக்கும் நல்லதையும் கெட்டதையும் கற்றுக்கொண்டு எங்களுக்கே பாடம் எடுப்பார்கள்" என்று சிரித்துக்கொண்டே சொல்லியவர், "கொஞ்சம் முன்னாலே வாங்க சாமி, பின்பாரம் அதிகமாக இருக்குது" என்றார்..

"என்னை முன்னால வான்னு சொல்லியதற்கு நன்றி" என்று சொல்லிச் சிரித்தான் ராகவன்.

"சாமி, ஏழைகள் யாரையும் பின்னால போன்னு சொல்றதேயில்லை."

"அது இருக்கட்டும் . மதராஸிகளைப் பற்றிச் சொன்னீர்கள். இந்த ஊர் மனிதர்கள் எப்படி?"

"நீங்கள் எப்படி இருக்கிறீர்களோ அப்படி நாங்களும் இருப்போம்."

"சரியாகச் சொன்னீர்கள். நான் நல்லவனாகப் பார்த்தால் நல்ல மனிதர் கண்ணில் படுவார்கள், கெட்ட மனிதராகப் பார்த்தால் கெட்டவராகத்தான் இருப்பார்கள்."

"சாமி சரியாச் சொன்னீங்க. துரியோதன மகாராஜவுக்கு ஒரு நல்லவன் கூட கண்ணில் படலையாம், யுதிஷ்டிரருக்கு ஒரு கெட்டவன்கூட கண்ணில் கிடைக்கலையாம்."

"மகாபாரதக் கதையெல்லாம் சொல்லுகிறீர்களே, என்ன படிச்சிருக்கீங்க?"

"மகாபாரதக் கதை சொல்ல, படிக்கணுமா சாமி? நிலவைப் பார்த்து சின்ன வயசிலே வளருவதாக, மகாபாரதக் கதையைக் கேட்டுத்தானே எல்லோரும் வளருகிறோம்."

"இந்த ஊரிலே வெயில் இப்படித்தான் இருக்குமோ? இப்படித் தான் தூசியை வாரி அள்ளி வீசிக்கொண்டு காற்று கஷ்டப்படுத்துமோ?"

"சாமி, இதை மாதிரி நல்ல ஊரைப் பார்க்க முடியாது. வெள்ளைக் காரன் ஒரு ஊரில் குடியேறுகிறான் என்றால், அந்த ஊர் சுகமானதா யிருக்கும், அவனின் வியாபாரத்துக்கு அந்த ஊர் வசதியாக இருக்கும். இது வெள்ளைக்காரர்கள் வரும் ஊர் சாமி. அப்புறம் இன்னொண்ணும் இருக்கு. எங்கெல்லாம் பிராமணர்கள் இருக்கிறார்களோ அந்த இடமெல்லாம் செழிப்பானது, சுகமானதுன்னு கண்ணை மூடிக்கிட்டுச் சொல்லிவிடலாம். இது பிராமணர்கள் ஆட்சி நடத்தும் இடம்" என்று சொல்லி சிரித்தார். பிறகு அவரே பேச ஆரம்பித்தார்.

"இந்த மாதத்திலே இப்படித்தான் இருக்கும். ஆனால் ராத்திரி திரும்பவும் குளிர்ந்துவிடும். இந்தக் காற்று சொன்னீர்களே, அது மேகத்தை இழுத்து வருகின்ற காற்று. அடுத்த மாதத்திலிருந்து மழை ஆரம்பித்துவிடும். பக்கத்திலே ஓடுதே ஆறு, அதிலே தண்ணீர் அப்படி ஓடும்" என்றான்.

"நாட்டிற்கு சுதந்திரம் வருகுதில்லையா. இங்கே நிலைமை எப்படியிருக்கு?" என்று கேட்டான் ராகவன்.

"காந்தி விடுவாரா, சுதந்திரம் வாங்கித் தராமல் விடுவாரா? சுதந்திரம் வந்தால் சந்தோசம்தான். ஆனாலும் வடக்கே முஸ்லிம்கள் தகராறு செய்கிறார்களாம், காந்தியை மதிக்கிறதில்லையாம். இதெல்லாம் அநியாயம் இல்லையா."

"சுதந்திரம் வந்தால் உங்களுக்கு என்ன கிடைக்கும் என்று நினைக்கிறீர்கள்?"

"எனக்கு பெரிசா என்ன வேணும்? இந்தக் குதிரை என்னது. இப்போ அதையும் அடகு வைத்து கடன் வாங்கியிருக்கிறேன், வண்டி பிராமணர் ஒருவரிடமிருந்து வாடகைக்கு எடுத்திருக்கிறேன். சுதந்திரம் வந்தா எனக்கு சொந்தமா ஒரு குதிரையும் வண்டியும் கிடைத்தால் போதும். சொந்த வண்டியிலே தொழில் செய்தால், சொர்க்கத்துக்கு போற சந்தோசம் எனக்கு இருக்கும் சாமி" என்று சொல்லியவர்,

"சாமி என்ன, வேலைக்கு வந்திருக்கிறீர்களா?" என்று கேட்டார்

"வேலைக்கு வந்திருக்கிறேன் என்று எப்படி கண்டுபிடித்தீர்கள்?"

"உங்களை மாதிரி ஆட்களைத்தானே தினம் தினம் பார்த்துக் கொண்டிருக்கிறேன். ஒன்று நீங்கள் சட்டிப்பானை எதையும் கொண்டு வரவில்லை. ஆகவே கல்யாணம் ஆகாதவராகத்தான் இருக்கும். இன்னொன்று பெட்டியோடு வந்து இறங்கியிருக்கிறீர்கள். அதனால் தான் அப்படிக் கேட்டேன்."

"பத்திரிகை நிருபராக வந்திருக்கிறேன்."

"நீங்கள் போக வேண்டிய இடம் எனக்குத் தெரியும்."

"சன்வர்பேத் என்றால் என்ன அர்த்தம்?"

"இங்கே வாரத்தின் நாட்களை வைத்து இடத்துக்குப் பெயர் உண்டு. பேத் என்றால் இடம் என்று அர்த்தம். சனிக்கிழமை இடம்" என்று சொல்லிக்கொண்டு குதிரையை ஓட்டினான்.

அவன் வண்டியை சன்வர்பேத்தில் உள்ள ஒரு கட்டிடத்தின் முன்னே நிறுத்தினான்.

"சாமி, இது உங்கள் இடமா என்று பாருங்கள்" என்றான்.

இறங்கிய ராகவன், அந்தக் கட்டிடத்தைப் பார்த்தான். அதில் ஹிந்து ராஷ்டிர பிரஸ் என்று எழுதி அடைப்புக்குள் "அக்ரானி" என்று போட்டிருந்தது.

"ஐயா, இது இல்லை. இந்த பேரைப் பாருங்கள்" என்று தான் கையில் குறித்துவைத்திருந்த காகிதத்தை நீட்டி ஆங்கிலத்தில் எழுதி யிருந்த முகவரியைப் படித்துக் காட்டினான். ராம்நாத் ஷிண்டே என்ற பெயரைப் படித்ததும், "ஓ! ஷிண்டே ஐயா வீடா, அது பக்கத்தில்தான் இருக்கிறது" என்று வண்டியில் ஏறி உட்கார்ந்து குதிரையை ஓட்ட ஆரம்பித்தார்.

"ஷிண்டே சாரை உங்களுக்குத் தெரியுமா?"

"நல்லாத் தெரியும். அவர் அடிக்கடி பம்பாய்க்குப் போய் வருவார். வந்தால் என் வண்டியில்தான் ஏறுவார்."

"நல்லதாய்ப் போச்சு, இனி நானும் உங்கள் வண்டியில் வந்து ஏறிக்கொள்ளுகிறேன்" என்று வண்டியில் ஏறாமல் உடன் நடந்து வந்தான்.

ஷிண்டே வீட்டின் முன்னே வந்து வண்டி நிற்க, ராகவன் உள்ளே போனான்.

தன் பெயரைச் சொன்னதும், "வாங்க ராகவன் உங்களுக்காகத்தான் நான் காத்திருக்கிறேன். வண்டி லேட்டா?" என்று கேட்டான் ஷிண்டே.

"இல்லை, கொஞ்ச நேரம் ஸ்டேசனில் உட்கார்ந்து அதைப் பார்த்துக்கொண்டிருந்துவிட்டுப் புறப்பட்டேன்."

"இது உங்களுக்கு முதல் வேலை, அப்படித்தானே!"

"ஆமாம்,"

"நானும் உங்களோடு இருந்து, சில விஷயங்களைக் கற்றுத் தந்து விட்டு, சில ஆட்களை அறிமுகப்படுத்திவிட்டு சென்றிருக்க வேண்டும். பம்பாயில் என் மனைவி தனியே இருக்கிறாள். குழந்தைக்கு ஒரு வாரமாய் காய்ச்சல் குறைய மாட்டேன் என்கிறது. ஆகவேதான் உடனே புறப்பட வேண்டியிருக்கிறது, சாரி."

"அதனால் என்ன? குழந்தைக்கு உடல் நன்றாக ஆன பின்னால் ஒருநடை வந்துவிட்டுப் போங்கள்."

"எங்கே உங்கள் லக்கேஜ்?"

"வெளியே வண்டி நிற்கிறது"

"அப்படியா" என்று சொல்லிவிட்டு இருவரும் வெளியே வந்தார்கள்.

குதிரைக்காரரைப் பார்த்துவிட்டு, "நீதானா, ஒரு மணி நேரம் காத்திரு, நான் ரயில் நிலையத்துக்குப் போகணும்."

"சரி சாகேப், நான் வெளியே காத்திருக்கிறேன்" என்று வண்டிக்காரர் சொன்னார்.

"சரியான ஆளைத்தான் முதலில் பிடித்திருக்கிறீர்கள்" என்று ஷிண்டே சொல்ல,

"அவர் என்னை பக்கத்திலிருக்கும் ஹிந்து ராஷ்டிரா பிரஸ் கட்டிடத்தில் கொண்டு முதலில் இறக்கிவிட்டார்" என்று ராகவன் சொன்னதும்,

பெரிதாக சிரித்த ஷிண்டே, "போகக் கூடாத இடத்திற்கு முதலில் உங்களைக் கொண்டு விட்டிருக்கிறான்" என்று சொன்னான்.

"என்ன விஷயம்?"

"வாருங்கள் உள்ளே, பேசலாம்" என்றான்.

ஆளுக்கொரு பெட்டியாக உள்ளே தூக்கிக்கொண்டு சென்றார்கள். உள்ளே வைத்துவிட்டு வீட்டைப் பார்த்தான் ராகவன். ஒரு குடும்பம் இருந்த அந்த வீடு தன் ஒருவனுக்கு தாராளமாய்ப் போதும் என்றிருந்தது.

தன் பொருட்களையெல்லாம் ஷிண்டே கட்டி எடுத்துச் செல்ல தயாராக இருந்தான். தண்ணீர் குடித்துவிட்டு, இருவரும் உட்கார்ந்தார்கள்.

"ராகவன், நிறைய படிப்பீர்களா?" என்று கேட்டான் ஷிண்டே.

"பாடப் புத்தகங்களை படித்த நான் இனிதான், புத்தகங்களை வாசிக்க வேண்டும்."

"அதற்காகத்தான் இவ்வளவு புத்தகங்களைச் சுமந்து கொண்டு வந்திருக்கிறீர்களா?"

சிரித்த ராகவன், "இவைகள் புத்தகங்கள் இல்லை. அம்மா கொடுத்து அனுப்பிய பொடிகள், ஊறுகாய்கள். முதன்முதலாக வெளியே போகும் சமைக்கத் தெரியாத பையனுக்கு தாய் கொடுத்தனுப்பிய எவரெடி சமையலறை" என்றான்.

இருவரும் சேர்ந்து சிரித்தனர். "ராகவன், கல்யாணம் ஆன பின் காலம் முழுவதும் அம்மாவின் பிள்ளையாக அவளுடன் இருந்துவிட மாட்டோமா என்றிருக்கிறது" என்றான் ஷிண்டே.

ராகவன் ஒன்றும் சொல்லவில்லை.

"அந்த இந்து ராஷ்டிரா பிரஸை போகக் கூடாத இடம் என்றீர்களே, என்ன விஷயம்?" என்று கேட்டான் ராகவன்.

"காந்தி இந்தியாவில் எவ்வளவு நேசிக்கப்படுகிறாரோ அந்த அளவிற்கு வெறுத்துப் பேசும் ஒரு குழு இந்தப் பகுதியில் இருக்கிறது. சாவர்க்கர் என்பவரைப் பற்றிக் கேள்விப்பட்டிருக்கிறீர்களா?"

"ஆமாம், இந்து மகாசபையின் தலைவர்."

"அவர் ஆங்கிலேய அரசுக்கு எழுதிக்கொடுத்த மன்னிப்புக் கடிதத்தின்படி எந்த அரசியல் நடவடிக்கைகளிலும் கலந்துகொள்ள முடிவதில்லை. அந்தமான் சிறையிலிருந்து வந்த அவரால் இங்கு வந்து சும்மாவும் இருக்க முடியவில்லை. மன்னிப்பு கடிதம் எழுதிக் கொடுத்து வெளியே வந்த அவமானத்தை மறைக்க பெரும் வீரனாக தன்னை வெளிக்காட்ட வேண்டிய கட்டாயம் அவருக்கு இருக்கிறது. அவர் பூபோன்று தன் மென்மையான பொய் முகத்தை வெளிக்காட்டிக் கொண்டு, இந்த ஹிந்து ராஷ்டிரா பத்திரிகை நடத்தும் நாதுராம் கோட்சே, நாராயன ஆப்தே இருவரின் வழியாக, காந்திக்கு எதிராக அரசியல் நடத்திக்கொண்டிருக்கிறார். முதலில் இவர்கள் அக்ராணி என்ற மராத்தி செய்தித்தாளை வெளியிட்டார்கள். அக்ராணி என்றால் முன்னோடி என்று அர்த்தம். இந்து மதத்தை, ஆதாவது வைதீக பிராமணிய மதத்தை தூக்கிப் பிடிப்பது, இந்துக்களை இராணுவ மயமாக்குவது அதாவது வன்முறையில் தூண்டிவிடுவது, முஸ்லிம்களுக்கு எதிரான கருத்துக்களை ஊதிப் பெரிதாக்குவது என்பது இதன் முக்கிய நோக்கம். சுருக்கமாகச் சொன்னால் காந்தியின் கொள்கைகளை, நடவடிக்கைகளைச் சிறுமைப்படுத்துவது இவர்கள் நோக்கம். பத்திரிகை தர்மம், நேர்மையான செய்தி என்ற கட்டுப்பாடு எதுவும் இவர்களுக்கு கிடையாது. இதில் வேறு இந்தப் பத்திரிகையின் குறிக்கோள் என்ன தெரியுமா? "வெறும் பிரபல்யம் அல்ல, பொது நன்மையே"

என்பதுதான். அந்த அக்ராணி இதழ் பல பிரச்சினைகளில் சிக்கியதால், பெயர் மாற்றி இந்து ராஷ்டிரம் என்று நடத்தி வருகிறார்கள். இந்துக்களின் முகம் எப்படியிருக்க வேண்டுமோ அப்படியில்லாமல் அதன் கோர முகத்தை இந்தப் பத்திரிகைக் காட்டி வருகிறது. இவர்கள் அருகில் நெருங்கியும் போய்விடக்கூடாது. விலகியும் இருக்கக் கூடாது. பலவேளைகளில் வேறு யாருக்கும் தெரியாத அடிமட்டத்து செய்திகள் இவர்களுக்குத்தான் தெரியும்.''

“உங்களோடு நல்லுறவு வைத்திருந்தார்கள் அப்படித்தானே''

“ஒரு பத்திரிகைக்காரன் எல்லோரிடமும் நல்லுறவு வைத்திருக்க வேண்டும் என்ற அளவில் இவர்களோடும் தொடர்பு வைத்திருந்தேன் நான். *1943*-ஆம் ஆண்டிலிருந்து நான் இங்கேயிருக்கிறேன். *1944*-ஆம் ஆண்டு, கோடைக் காலத்தில் பூனாவில் இருக்கும் ஆகா கான் அரண்மனைச் சிறையில் காந்தி இருந்தார். அவருக்கு மலேரியா வந்து அவர் மிகவும் கஷ்டப்பட்டுப் போனார். அவரின் மருத்துவர் அவர் ஓய்வு எடுக்க வேண்டும் என்று அறிவுறுத்தினார். பூனாவின் அருகில் இருக்கும் பஞ்சகனி மலை வாச இடத்தில் காந்தி ஓய்வெடுத்துக்கொண்டிருந்தார். அதை பத்திரிகைக்கு செய்தி தர நானும் அங்கு சென்றிருந்தேன். இந்த நாதுராம் கோட்சே, ஒரு வாகனத்தை அமர்த்திக்கொண்டு இருபது பேர்களை அழைத்துக்கொண்டு அங்கு வந்தான். அவர் தங்கியிருந்த தில்குஷ் மாளிகைக்கு எதிரே அவர்கள் உட்கார்ந்து நாள் முழுமைக்கும் போராட்டம் நடத்தினார்கள். இதைத் தெரிந்த காந்தி அவர்கள் தன்னோடு விவாதிக்க வர அழைத்தார். அதற்கு கோட்சே தயாராயில்லை.

“அன்று மாலையில் வழக்கம்போல மாலைத் தொழுகை காந்தி நடத்தினார். நேருவைப்போல சட்டை, பைஜாமா, மேல்சட்டை அணிந்து வந்திருந்த கோட்சே, திடீரென்று உருவிய கத்தியுடன், காந்திக்கு எதிரான வார்த்தைகளை கத்திக்கொண்டு, அவரைத் தாக்க ஓடினான். எனக்கு அதிர்ச்சியாக இருந்தது. அங்கு அருகில் நின்ற பூனாவின் லாட்ஜ் உரிமையாளரான மணிசங்கர் புரோஹித்தும், காங்கிரஸ்காரரான பிலாரே குருஜியும் அவனை மடக்கிப் பிடித்தனர். காந்திக்கு காயம் ஏதும் ஏற்படவில்லை. கோட்சேயுடன் வந்தவர்கள் அத்தனை பேரும் பயந்து ஓடிப்போனார்கள். தன் முன்னால் கொணர்ந்த கோட்சேயைப் பார்த்து காந்திஜி அதிர்ச்சி அடையவில்லை. “எட்டு நாட்கள் என்னோடு இருந்து என்னைப் புரிந்துகொள்ள முயற்சி செய்'' என்று காந்தி அவனிடம் சொன்னார். வேண்டாம் என்று சொன்ன கோட்சேயின் மீது புகார் எதுவும் கொடுக்காமல் அனுப்பி

வைத்தார் காந்தி. சாதாரண மனிதனாக இருக்கும் எவனும் காந்தி பெருந்தன்மையாக மன்னித்து அனுப்பியதைப் பார்த்து அவரிடம் சரணாகதி அடைந்திருப்பான். கோட்சே வெறியன். அவன் அப்படித் தான் செயல்படுவான். நம் இந்து மதத்தின் அநாகரிகச் சின்னம் அவன். இவன் பூனாவிலிருந்து கிளம்பும்போது, காந்தியைப் பற்றி மிக முக்கியமான செய்தி பஞ்சகனியிலிருந்து வரும் என்று சொல்லிச் சென்றிருக்கிறான். என்னுடைய விரிவான செய்தியை, நம் டைம்ஸ் ஆஃப் இந்தியா சிறு செய்தியாக வெளியிட்டது."

"நான் இங்கு மிகவும் கவனமாக இருக்க வேண்டும். அப்படித் தானே."

"இதை அப்படிப் பார்க்காதீர்கள். உணர்ச்சிகரமான செய்திகள் உருவாகும் இடம்தான் ஒரு நிருபரின் சொர்க்கம். அப்படிப் பார்க்கும் போது இது நம் தொழிலுக்கு சந்தோசமும் சவாலும் நிறைந்த இடம். இந்த ஊரின் அரசியலைப் புரிந்துகொள்ள, சிவாஜி, மராத்தா அரசியல், லோகமான்ய திலகர், கோகலே, மகரிஷி வித்தல் ராம்ஜி ஷிண்டே, ஜோதிராவ் பூலே, அம்பேத்கர், காந்தி ஆகியோரின் வரலாற்றைப் படிக்க வேண்டும். அப்போது இங்கு நிலவும் பிராமண அரசியலின் முகத்தைக் காண முடியும். அதற்கு முரணாக மற்றவர்களின் போராட்டமும் உடன் இயங்கிக்கொண்டிருக்கும். எனக்கு உங்களிடம் நிறைய பேச வேண்டும் என்று ஆசைதான். ஆனாலும் என் நிலை அப்படி. இந்த ரயிலை நான் பிடித்து இன்று இரவுக்குள் பம்பாயை அடைய வேண்டும்" என்று ஷிண்டே கிளம்பினான்.

"என் புத்தகங்கள் கொஞ்சம் வைத்திருக்கிறேன். நீங்கள் படித்துப் பாருங்கள், மறுமுறை வரும்போது அதை நான் எடுத்துப் போகிறேன்" என்று பெட்டியை எடுத்துக்கொண்டு வெளியே வந்தான் ஷிண்டே. அவனோடு உதவிக்கு பெட்டி படுக்கைகளை தூக்கிக் கொண்டு ராகவனும் வெளியே வந்தான்.

வாசலுக்கு வந்த ஷிண்டே, "ஒன்றைச் சொல்ல மறந்துவிட்டேன் ராகவன், இங்கே எல்லம்மா என்ற தெலுங்கு பெண் எனக்கு சமையல் செய்து தருகிறாள். நாற்பது வயதிருக்கும். நல்ல பெண். விஷயம் தெரிந்தவள் அவளுக்கு கொஞ்சம் தமிழும் வரும் என்று நினைக்கிறேன். நாளைக்கு உங்களை வந்து பார்க்கச் சொல்லியிருக்கிறேன். பிடித்திருந்தால் அவளை சமைத்து வைத்துவிட்டுப் போக சொல்லுங்கள், சாப்பாட்டு பிரச்சினை தீர்ந்தால் வேலையில் நீங்கள் முழு கவனத்தோடு ஈடுபடலாம். அதில் ஒரு சிக்கல் இருக்கிறது. அவள் ஒரு ஹரிஜன்.

உங்களுக்கு அது பிடிக்குமா என்று பார்த்துக்கொள்ளுங்கள்" என்று சொல்லிவிட்டு அவன் வண்டியில் ஏறினான்.

"பம்பாயில் தலைமை அலுவலகத்தில் யாரிடமாவது சொல்ல வேண்டுமா?" என்று கேட்டான் ஷிண்டே.

"இப்போதைக்கு ஒன்றுமில்லை" என்றான் ராகவன்.

வண்டிக்காரர் ராகவனைப் பார்த்து, "வருகிறேன்" என்றார்.

"உங்கள் பேரென்ன" என்று கேட்டான் ராகவன். அவர் "சிவாஜி" என்றார்.

வீட்டிற்குள் வந்த ராகவன் குளியலறைக்குச் சென்ற போது அங்கிருந்து எலி ஒன்று வெளியே ஓடியது. அது ஓடியதைப் பார்த்து, இது பழகிய எலி என்று நினைத்துக்கொண்டான்.

சட்டையைக் கழற்றிப் போட்டு, உடம்பைக் கழுவிக்கொண்டு வந்து உட்கார்ந்தபோது, ஒரு காப்பி குடித்தால் நன்றாக இருக்கும் என்பதுபோல தோன்றியது. வீட்டில் இருந்தால், அம்மா ஒரு பட்சணம் செய்து, சுடச்சுட மணக்கும் காப்பி கொண்டு வந்து தருவாள். நல்ல காப்பி குடித்து ஒருவாரம் ஆகிவிட்டது. அம்மா காபிபொடியும் டிக்காசன் பாத்திரமும் கொடுத்து அனுப்பியிருக்கிறாள், டிக்காசன் உடனே எங்கே இறங்கிவிடப்போகிறது, ஆகவே இரவில் போட்டு வைத்து விட்டு காலையில் குடிக்கலாம் என்று நினைத்துக்கொண்டு, இரவு சாப்பாட்டுக்கு ஹோட்டல் ஏதாவது இருக்கிறதா என்று பார்த்து வரலாம் என்று வெளியே வந்தான்.

கொஞ்சம் தள்ளி ஒரு ஹோட்டல் இருந்தது. அதை நோக்கி நடந்தான் ராகவன்.

வெயில் தணிந்திருந்தது என்றாலும் இன்னும் வெட்கை குறையவில்லை. வேட்டியை எடுத்து பாளையக்கோட்டைக்காரன் போல கட்டிக்கொண்டு நடந்தான். அந்த ஹோட்டல் பக்கத்தில் போய் நின்றுகொண்டு உள்ளே எட்டிப் பார்த்தான்.

அப்போது அவன் முன்னே 35வயது மதிக்கத்தக்க ஒருவர், கசங்கிய சட்டையுடன் அவன் முன்னே ஹோட்டலுக்குள் சென்றார்.

"சார்" என்று அவரை அழைத்தான் ராகவன்.

திரும்பிப் பார்த்த அந்த மனிதன், "மதராஸி?" என்று சிரித்து கேட்டுக்கொண்டு "என்ன வேண்டும்" என்று கேட்டான்.

"நல்ல காபி இங்கே கிடைக்குமா?" என்று ராகவன் தயங்கிக் கொண்டே கேட்டான்.

"ஓ, காபி ரசிகரா? வாருங்கள். நல்ல காபி கிடைக்கும்" என்று உள்ளே அழைத்துச் சென்று, வந்த பணியாளரிடம், "நல்ல காபி இரண்டு" என்று சொன்னான். பிறகு ராகவனைப் பார்த்து,

"நான் சாப்பாடு இல்லாமல் காந்திபோல நாள் கணக்காக இருந்துவிடுவேன். ஆனால் ஒருநாளைக்கு நாலைந்து காபியாவது குடிக்காமல் என்னால் இருக்கவே முடியாது" என்றான்.

இரண்டு காபி, ஆவி பறக்க வந்தது. ஆற்றி மெல்ல அண்ணாந்து வாயில் விட்டான் ராகவன். காப்பி நன்றாகவே இருந்தது.

"சூடான காப்பியை வாய் வைத்து உறிஞ்சிக் குடிக்க வேண்டும். எப்படியிருக்கிறது காப்பி?" என்று கேட்டான் வந்தவன்.

"நன்றாயிருக்கு சார், நன்றி" என்றான் ராகவன்.

காபி குடித்துவிட்டு வெளியே வரும்போது, இருவருக்கும் சேர்த்து ராகவன் பணம் கொடுத்தான். அவன் மறுக்கவில்லை.

வெளியே வந்து இருவரும் பிரிந்து சென்றார்கள்.

காப்பி தந்த உற்சாகத்தோடு தன் வீட்டிற்கு வந்தான் ராகவன். இன்றைக்கு அம்மாவுக்கு கடிதம் எழுதிப்போட்டுவிட வேண்டும் என்று தீர்மானித்துக்கொண்டான்.

நாளையிலிருந்து நிருபர் வேலையை ஆரம்பித்துவிட வேண்டும் என்று நினைக்கும்போது, நாளைக்கு சமையல் செய்ய அந்தப் பெண் வருவாள் என்று ஷிண்டே சொல்லிவிட்டுச் சென்றதும் நினைவுக்கு வந்தது.

ஹரிஜனப் பெண் சமைத்த சாப்பாட்டை நான் சாப்பிடுகிறேன் என்றால் அம்மா என்ன சொல்லுவாள் என்று நினைத்துப் பார்த்தான். அப்பா கண்டிப்பாக இதை ஏற்றுக்கொள்ள மாட்டார்.

அப்போது ராகவனுக்கு அவர்கள் பக்கத்து வீட்டில் இருந்த ஒரு பாட்டி நினைவுக்கு வந்தாள். அவள் ரொம்ப மடியாயிருப்பாள். வீட்டில் பெருக்க வரும் பெண்ணின் சேலை நுனிகூட அவள் மேலே பட்டு விடக்கூடாது, பட்டுவிட்டால், உடனே தீட்டு என்று குளியலறைக்குச் சென்று குளித்து வேறு புடவை கட்டி, பெருமாள் துளசி தீர்த்தம் அருந்திவிட்டுத்தான் வேறு காரியம் பார்ப்பாள். ஒருநாள் பாட்டிக்கு

வாதம் வந்து ஒருபக்கம் செயலிழந்து போனது. பாட்டி படுத்த படுக்கையாகி விட்டாள். மருமகளும் வேலைக்குச் செல்லுவதால் அவளைப் பார்க்க அந்த வேலைக்காரப் பெண்ணை முழு நேரமும் போட வேண்டியதாயிற்று. இப்போது பாட்டிக்கு அவள்தான் வாயில் உணவை ஊட்டுகிறாள். சுத்தம் எல்லாம் அவசியம், வசதியைப் பொறுத்துத்தான் என்று அம்மா சொன்னது அவனுக்கு நினைவுக்கு வந்தது. ஆகவே இப்போது அந்தப் பெண்ணை சமைக்கச் சொல்லிவிட வேண்டியதுதான் என்று தீர்மானித்துக்கொண்டான்.

பேனாவைக் கையில் எடுத்து கடிதம் எழுத உட்கார்ந்தான்.

“அன்புள்ள அம்மா, அப்பாவுக்கு,

ஷேமம். நீங்கள் நலமாயிருப்பீர்கள் என்று நினைக்கிறேன்.

உங்களுக்கு நான் எழுதும் முதல் கடிதம்.

கொஞ்சம் அதிகப்பிரசங்கித்தனமாக இருந்தால் பொறுத்துக் கொள்ளவும். உங்கள் மீது நான் கொண்டுள்ள அன்பை வெளிக்காட்ட எனக்கு இதைவிட சிறந்த வழி தெரியவில்லை. ஆகவே என் மனதில் தோன்றியதை தடையில்லாமல் எழுதுகிறேன். அன்பினால் செய்யப் படுவது எதுவும் தப்பில்லை என்று இதையும், நான் அளைந்து சாப்பிடும் உணவுபோல, ஏற்றுக்கொள்வீர்கள் என்று நினைக்கிறேன்.

நான் பூனாவில் நலமாக வந்து சேர்ந்தேன்.

நம், அழகிய மன்னார் ராஜகோபாலசாமியை தினமும் மனதில் தியானித்துக்கொண்டிருக்கிறேன். அவரின் துளசியும் தீர்த்தமும் அவரை நாடிக்கொண்டிருக்கச் செய்கிறது.

இங்கு, பூனாவின் வாழ்க்கை இனிமேல்தான் ஆரம்பிக்கப் போகிறது. இதுவரை எல்லாம் சௌகரியமாகத்தான் இருக்கிறது. அம்மா ஒருமுறை சொன்னதுபோல, எல்லாம் சௌகரியமாக இருக்கிறது என்று நினைத்தால் எல்லாம் சௌகரியமாக அமைந்து விடுகிறது. மனம் நம் வாழ்க்கையின் எல்லைகளை அமைக்கிறது. அந்த மனத்தை மகிழ்வாக வைத்துக்கொள்ளும் சுக்கான் நம் கையில்தான் இருக்கிறது. அதை விட்டுவிடாமல் பிடித்து நான் செல்ல விரும்பும் திக்கில் செல்லுவேன் என்ற நம்பிக்கை இருக்கிறது.

அம்மாதான், தன் முந்தானைத் தலைப்புக்குள் என்னைப் பொத்தி பொத்தி வளர்த்திருக்கிறாள் என்று எனக்குத் தெரிகிறது. நான் அவளின் சிறுகுழந்தைதான் எப்போதும். அதனால் நடைமுறை

அன்றாட வாழ்க்கையில் ஒன்றும் தெரியாதவனாக இருக்கிறேன். இந்த அறியாமையும் எனக்கு அம்மாவை நேசத்துடன் நினைக்க வைக்கிறது. அவளை நினைக்கும்போது, இந்த உணர்வுதான் என்னுள் எழுகிறது.

நான் சிறு வயதில், மயில் இறகை என் புத்தகத்தினுள் வைத்திருந்து அது முளைக்கும் என்று பார்ப்பேன். ஒரு நாள் நான் அதைப் பார்த்துக்கொண்டிருக்கும்போது, என் பின்புறம் வந்த அம்மா அதை எடுத்து என் கன்னத்தில் தடவினாள். நான் கூச்சத்தில் நெளிந்தேன். தன் கையால் என் முடியை நீவி விட்டாள். நம் பாளையங்கோட்டையில் தென்றல் பொதிகை மலையில் இருந்து வருகிறது என்று அப்பா அடிக்கடி சொல்லுவாரே, அந்த தென்றல் இரகசியமாக திடீரென்று என்னைத் தடவிச் சென்றதுபோல நான் அப்போது உணர்ந்தேன். அம்மாவின் கை தென்றலினும் சுகமானது என்று இங்கிருக்க உணருகிறேன்.

அங்கிருக்கும் வரை நான் அம்மா அப்பா பார்வையில்தான் இந்த உலகத்தை பார்க்கப் பழகியிருக்கிறேன். நம் வீடும், அப்பா அம்மாவும், கோபாலசாமி கோயிலும், சேவியர்ஸ் பள்ளியும் கல்லூரியும் மட்டும் உலகம் என்று நினைத்திருக்கிறேன். தனியே வெளியே வரும்போது தான், உலகம் எத்தனை பெரிது, எத்தனை விதமான மனிதர்கள் அதில் இருக்கிறார்கள், அதில் என் பார்வைதான் என் உலகை விரிக்கிறது என்ற எதார்த்தத்தை நான் தெரிந்துகொள்ள ஆரம்பித்திருக்கிறேன். தனியே எவரின் உதவியும் இல்லாமல் உலகைச் சந்திப்பது புதுமையாக இருக்கிறது. உள்ளிருக்கும் என்னை நான் உறையிலிருக்கும் கத்தியை வெளியிலெடுத்து கூர் தீட்டுவதுபோல இருக்கிறது. என்னையே நான் வித்தியாசமாக பார்க்க ஆரம்பித்திருக்கிறேன்.

உலகை இப்படித்தான் பார்க்க வேண்டும் என்று நான் பழக்கப் படுத்துப்பட்டிருக்கிறேன். ஒவ்வொரு குழந்தையும் இப்படித்தான் வீட்டில் உருவாக்கப்படுகிறது. இளமையில் அப்படித்தான் உருவாக முடியும். ஆனால் உலகம் ஒவ்வொரு மனிதராலும் வித்தியாசமாகப் பார்க்கப்படுகிறது. ஒவ்வொருவரும் தம் பார்வை சரியென்றும் உறுதியாக நம்புகிறார். குருடர்கள் யானையைத் தடவி ஒவ்வொருவரும் ஒரு அங்கத்தை யானையென்று கொண்ட கதைதான். ஆனால் ஒரு பத்திரிகையாளன் அப்படிப் பார்க்க முடியாது. அவன் சமூகத்தின் பல பார்வைகளை எடுத்துச் சொல்லுபவனாக இருக்கிறான். கண்ணாடி முன்னே நின்று ஒவ்வொருவரும் தங்கள் பிம்பத்தைப் பார்த்து மகிழ்ந்துவிடுவதுபோல ஒவ்வொருவரும் தங்கள் கருத்தைப் பிரதிபலிக்கும் கண்ணாடியாக உலகைப் பார்க்கிறார்கள், ஒரு

பத்திரிகையாளன் அவற்றை உள்வாங்கி, அதில் சிறந்ததை எடுத்துத் தந்து உலகை கொள்கை வழியாக முறைப்படுத்தும் பணியை இரகசியமாக செய்கிறான். அவனுக்கு சுதந்திரம் இருக்கிறது, அதைவிட மேலாக பொறுப்பும் சமூக கடமையும் இருக்கிறது. அவன் எழுத்து நம் தாமிரபரணி வெள்ளம் கரைக்குள் அடங்கிச் செல்லுவது போல வாசிப்பவரை சரியான திசை நோக்கி வழிப்படுத்துகிறது. ஆகவே ஒரு ஞானிபோல நடக்கும் நிகழ்ச்சிகளை கவனித்து, ஒரு கண்ணாடியை மக்கள் முன்னே பிடித்து, இதுதான் நிகழ்வது என்று காண்பித்து, ஆனாலும் இன்னும் இப்படிச் செல்ல வேண்டும் என்பதை போதனை செய்யாமல் அவர் யூகத்திற்கு விட்டு வழிப்படுத்த வேண்டும் என்பதே பத்திரிகையாளன் பணி என்று நான் நினைக்கிறேன். தமிழ் இலக்கியத்தில், எதிர்ப்படுபவரை நல்ல அரசனை நோக்கி நடக்கச் செய்ய ஆற்றுப்படுத்துவார்கள் என்று நான் படித்திருக்கிறேன். அப்படி சரியானவைகளை நோக்கி மக்களை ஆற்றுப்படுத்தும் பணி, இந்த பத்திரிகையாளன் பணி என்றே எனக்குப் படுகிறது.

இது கடுமையானது. ஏனென்றால் முதலில் தன்னை புடம் போட்டு, அழுக்கை அகற்றி பின் மற்றவர்க்கு நல்லதை காட்டுவது என்பது எளிதானது இல்லை. தன்னைச் சுத்திகரித்து, மற்றவர் பார்வையையும் சுத்திகரிக்க முயலும் எழுத்தாக என் எழுத்து இருக்க வேண்டும் என்று படுகிறது. அந்த திக்கில் இப்போதுதான் நான் முதல் அடி எடுத்துவைத்திருக்கிறேன். அந்த முயற்சிக்கு உங்கள் இருவரின் பாதங்களை நமஸ்கரித்து அதைப் பற்றிக்கொண்டு தொடங்குகிறேன்.

மும்பையிலிருந்து வரும் வழியில் தற்செயலாக காந்திஜியின் My Experiments with Truth *(சத்திய சோதனை,)* புத்தகம் கிடைத்தது. படிப்பதற்கு வேறு புத்தகம் இல்லாமல் அதைப் படிக்க ஆரம்பித்தேன். என்னைப் போல ஒன்றும் தெரியாத இளைஞன், தன் முயற்சியால், தன் சொந்த பார்வையால், தனக்கு சரியென்று படுவதில் தீவிரத்தன்மை கொண்டு செயல்படும் தீரத்தால், மனிதர்களை நேசிக்கும் வசீகரத்தால் தன் உடனிருப்பவர்களை மாற்ற முடியும் என்பதை எனக்கு எடுத்துச் சொல்லிய புத்தகம். அதைவிட மேலாக அதன் நடை என்னை பிடித்துக் கொண்டது. சொல்ல வந்ததை தன் சுய வெளிச்சத்தில் இருந்து தேர்ந்து, மிகவும் சரியான, நேர்மையான வார்த்தைகளால் தொடுத்து ஆர்ப்பாட்டமில்லாமல் தருவதே ஒரு எழுத்தாளனின், பத்திரிகை யாளனின் பாணியாக இருக்க வேண்டும் என்பதை தெரிந்துகொண்டேன்.

ஒருவேளை காந்தியை தெரிந்துகொள்ளாமல் போயிருந்தால், நான் சிதறடிக்கப்பட்டிருக்கலாம். அவரின் எழுத்தில் தேங்கி ததும்பி,

வடியும் உண்மையும் எளிமையும் எனக்கு உங்கள் இருவரையும் நினைவுபடுத்துகின்றன. அம்மாவின் எளிமையே அழகு, அப்பாவின் உண்மை பேசும் குணம் வீரம். இந்த இரு வகைப் பண்புடன் நான் என் வாழ்க்கையின் பணியைத் தொடங்கலாம் என்றிருக்கிறேன்.

உங்களுக்கு கடிதம் எழுதி என் அன்பைக் கொட்டலாம் என்று ஆரம்பித்து, என் வாழ்வின் எதிர்காலத் திட்டத்தை எனக்கு நானே வெளிப்படுத்திக் கொள்ளும் goal setting ஆக இந்தக் கடிதத்தை ஆக்கிவிட்டேன் என்று நினைக்கிறேன். தன் பெற்றோரிடம் தன் உள்ளக் கிடைக்கையை வெளிப்படுத்துவது ஒருவனுக்கு கிடைத்த பாக்கியம் அல்லவா. அப்படி இதை எடுத்துக்கொள்ளுங்கள்.

அம்மா, நீதான் எவ்வளவு சமையலறை பொருட்களை எனக்கு அக்கறையோடு செய்துகொடுத்து அனுப்பியிருக்கிறாய். இன்று இங்கு வந்தவுடன், எனக்கு முன் பணிபுரிந்த ஷிண்டே என்பவர், இந்தப் பெட்டியைத் தூக்கிக்கொண்டு வந்து, "படிப்பதற்கு இவ்வளவு புத்தகங்களைச் சுமந்துகொண்டு வந்திருக்கிறீர்களா? பெரிய படிப்பாளி தான்" என்று சொன்னவுடன் எனக்கு சிரிப்புத்தான் வந்தது. பெரிய சாப்பாட்டு ராமன்தான் என்று சொல்லும்படியாகிவிட்டது.

இங்கு வீடு எனக்குப் பிடித்திருக்கிறது. வந்து இறங்கியபோது நம் பாளையங்கோட்டை போல வெயில் கொளுத்தியது. இரவாக இரவாக சுகமாக இருக்கிறது.

சமையலுக்கு ஷிண்டே வீட்டில் சமைத்துக்கொடுத்த பெண் எனக்கும் சமைத்துத் தருவாள் என்று அவர் சொல்லியிருக்கிறார். அவள் எப்படிச் சமைக்கிறாள் என்று பார்த்து முடிவுசெய்ய வேண்டும். இன்றைக்கு வெளியே ஹோட்டலில் சாப்பிட்டேன். நல்ல காபி கிடைக்கிறது. அங்கே ஒரு காபி பிரியரைச் சந்தித்தேன். அவர் பெயர் தெரியவில்லை. நல்ல காபி மனிதர்களை இணைக்கிறது. அப்பா சந்தோசப்படுவார் என்று நினைக்கிறேன்.

நேரம் ஆகிவிட்டது. படுக்க வேண்டும். நாளையிலிருந்து வேலை ஆரம்பிக்க வேண்டும். பெருமாள் அருளால், உங்களின் ஆசிர்வாதத்தால் எல்லாம் நல்லபடியாக நடக்கும் என்று நம்புகிறேன்.

அன்புடன்,
ஸ்ரீநிவாச ராகவன்

என்று எழுதி தன் விலாசத்தை உடன் வைத்து கடிதத்தை உறையிலிட்டு ஒட்டி வைத்தான்.

படுக்கையைத் தூசி தட்டிவிட்டு, கொணர்ந்திருக்கும் துணியை விரித்துப் படுத்தான்.

நாளைக்கு அந்தப் பெண் எல்லம்மா வந்துவிடுவாள், இந்த சப்பாத்திக் கூத்திலிருந்து விடுதலை கிடைக்கும், அப்பாடா, ஒரு வாரத்தில் வீட்டில் கிடைக்கும் ரச சாதத்துக்கு ஏங்க வைத்துவிட்டது. மனிதர், வயிறு காட்டும் திக்கில் பயணிக்கத்தான் முதலில் அக்கறை கொள்ளுகின்றனர் என்று தனக்குள் சொல்லிக்கொண்டான்.

சமையல்கார பெண் எல்லம்மா என்றதும், அவளை சௌகரியம் கருதி அவள் ஹரிஜனாக இருந்தால் என்ன என்று சமைக்கச் சொல்லலாம் என்று முடிவெடுத்தேன். ஆனால் அவளும் ஒரு சக மனுஷி என்ற பார்வை என்னிடம் இன்னும் வரவில்லையே. காந்தியைப் போல மனிதர்களை சமமாக நடத்த நான் இன்னும் பார்க்கப் பழக வில்லையோ என்று தன்னைக் கேட்டுக்கொண்டான். நான் செல்லு வதற்கு நீண்ட வழியிருக்கிறது, அதற்குள் எனக்குத் தூக்கம் வருகிறது என்று சொல்லிக்கொண்டு படுத்தான். தூங்கிப் போனான்.

4. பனியில் உருகி தெளிந்த நீர், மானுட பேராசையால் கலங்கியது!

ஐராவதி என்றும் பருஷ்னி என்றும் வேத காலத்தில் அழைக்கப் பட்ட ரவி நதி சிந்து நதியின் ஆறு நதிகளில் ஒன்று. ஹிமாச்சல பிரதேசத்தின், காங்ரா மாவட்டத்திலுள்ள பாராபங்கலில் 14000 அடி உயரமுள்ள பனிப்பொழில்களில் இருந்து உற்பத்தியாகி 725 கி.மீ லாகூர் வழியாக ஓடி செனாப் நதியில் இணைந்து சிந்து நதியோடு சங்கமமாகிறது. இந்த நதியின் கிழக்குப் பகுதியில் லாகூர் நகரம் இருக்கிறது. எனவே இது லாகூர் நதியென்றும் இங்கு அழைக்கப் படுகிறது.

நதியென்றால் குளிக்க வேண்டும் என்பது தெற்குப் பகுதியில் மிகுதியாக உள்ள பழக்கம். நம் பருவகாலங்கள் நம்மை நீரோடு உயிருள்ள தொடர்பு உடையவர்களாக ஆக்கிவைத்திருக்கிறது. எப்போதும் வெயிலின் தாக்கத்தை வருடம் முழுவதும் அனுபவித்துக் கொண்டிருக்கும் நமக்கு, ஆறு நமக்கு தண்மை தருகிறது. தன் ஊரில் செல்லும் தாமிரபரணிக்கு தண் பொருநை என்ற பெயர் உண்டு. தண் பொருநைதான் வழக்கத்தில் தாமிரபரணி என்று மற்றவர்களால் அழைக்கப்பட்டு, அதையே நாமும் சொல்லியதாக ஒரு கருத்தும் உண்டு.

நீர் நமக்குப் புனிதமானது. நம் சடங்குகளைப் பார்த்தால் நீரால் தொட்டுத்தான் நம் தெய்வங்களுக்கான படையலைப் புனிதப்படுத்து கிறோம். நீரில் குளித்தபின்தான் நாம் புனிதமைடைகிறோம். நீரால் அமைந்தது உலகு என்பதோடு நம் அன்றாட வாழ்வின் ஒவ்வொரு சடங்கும் நீரால் அமைந்தது. நமக்கு ஆற்றில் குளிப்பது என்பது பண்டிகை நாட்களின் சம்பிரதாயமாக இல்லாமல், அத்தியாவசிய அன்றாட கடமையாக இருக்கிறது.

தாமிரபரணியிலோ அல்லது பாளையங்கோட்டையில் ஊசிக் கோபுரம் அருகில் வரும் தாமிரபரணி வாய்க்காலில் தண்ணீர் வரும் போது குளித்துப் பழகிய செந்தூர்பாண்டியன், கல்லூரி விடுமுறையில் லாகூருக்குப் போகும்போது ரவி நதியில் குளிக்கலாமா என்று ஆசைப் படுவான். அங்கு மனிதர்கள் அதிகம் ஆற்றில் குளிப்பதில்லை. அதிலும் கோடை காலத்தில் தண்ணீர் வற்றி மிக குறைவாக போகும். குளிப்பதற்கு ஆசை கூட வராது.

ஆனாலும் அந்த ஆற்றைப் பார்க்க அவனுக்கு ஆசை வரும். பலமுறை அவனுடைய தந்தை குடும்பத்தோடு ஆறு தரைக்கு வரும் டல்ஹெளசிக்கு அழைத்துச் சென்று அங்கே நதியில் விளையாடிய நிகழ்ச்சிகள் எல்லாம் அவன் நினைவுக்கு வரும்.

வந்த இரண்டாம் நாள் , கடைக்கு வா என்று அப்பா அழைத்தார். "இன்று ஒரு நாள் மட்டும் என்னை விட்டுவிடுங்கள், என் நண்பர்களைப் பார்த்து அவர்கள் வீட்டுக்குப் போய் அவர்களோடு பேசிவிட்டு வந்து விடுகிறேன். அவர்களோடு ஆற்றங்கரைக்கும் போய் வந்துவிடுகிறேன்" என்றான் செந்தூர் பாண்டியன்.

"பார்த்துப் போ. சைக்கிளில் போக வேண்டாம், காரை அனுப்புகிறேன். காரில் போய்விட்டு, காரில் வா. காலம் கெட்டுக் கிடக்கிறது."

"என்னப்பா அப்படி ஒரு வருசத்துக்குள் காலம் கெட்டுவிட்டது."

"நம் முன்னேயிருக்கும் மனிதனை நம்ப முடியவில்லையென்றால் அதைவிட கெட்ட காலம் என்ன இருக்க முடியும்? நண்பன் நம்மை எதிரியாக பார்க்கிறான் என்றால் என்ன நிம்மதியும் சந்தோசமும் இருக்க முடியும்?"

"தெய்வங்கள் பெயரில் நம்மை பிரிக்கிறார்களா?"

"தெய்வத்தின் பெயரை நாம் எதற்கு கெடுக்க வேண்டும்? எல்லாம் சுயநல வெறி கொண்ட மனிதரின் செயல்தான்."

"இது சரியாகுமா?"

"சரியானால், தெய்வ கருணை என்பேன். அப்போதுதான் தெய்வம் உண்மையாக இருக்கிறது என்று நான் நம்புவேன். மனுசரை வெறுக்கச் சொல்லும் தெய்வம் நமக்கு வேண்டுமா என்று எனக்குத் தோன்றுகிறது. நானே நாத்திகன் ஆகிவிடுவேன் போலிருக்கிறது."

"சரியப்பா, நான் பத்திரமாக போய்விட்டு வருகிறேன்" என்று வெளியே வந்தான். வரும்போது தன் நண்பர்களுக்கு என்று வழக்கம் போல அவன் சுக்கு கருப்புக்கட்டி, பனங்கற்கண்டு, மஸ்கோத்து அல்வா, திருநெல்வேலி அல்வா. காரச் சேவு எல்லாம் எடுத்துக் கொண்டு வீட்டை விட்டு வெளியே வரும்போது அப்பா ஓட்டுநர் பக்தூர்கானிடம் ஏதோ பேசிக்கொண்டிருந்தார்.

செந்தூர் பாண்டியன் காரில் ஏறி புறப்பட்டான். பக்தூர்கான் பட்டானியர் வகுப்பை சார்ந்தவன். பார்க்க பெரும் போர்வீரன் போலிருப்பான். அவர்கள் வீட்டில் சிறுவயதிலிருந்து வேலை பார்த்து

வருகிறான். அப்பா அவனை தன் வீட்டில் ஒருவனாக கவனித்து கொள்வார். அவன் குடும்பத்தோடு தங்க, வீட்டின் பின்னால் தனி வீடு கட்டிக்கொடுத்திருந்தார்.

"கான், அப்பா மிரண்டுபோனதாய் என்னிடம் பேசுகிறார். நிலைமை என்ன அவ்வளவு மோசமாக இருக்கிறதா?" என்று கேட்டான் செந்தூர் பாண்டியன்.

"ஆமாம், சாகேப்" என்று வண்டியை ஓட்டிக்கொண்டு சொன்னான்.

"இந்த ஒரு வருடத்தில் அப்படி என்ன நடந்துவிட்டது?" என்று இடது பக்கம் திரும்பிப் பார்த்த செந்தூர் பாண்டியன், அங்கிருந்த பள்ளிவாசல் முன்னே எழுதி வைத்திருந்ததை படித்தான். அவனுக்கு அதிர்ச்சியாக இருந்தது.

"உலகம் அல்லாவுக்குச் சொந்தம்.
லாகூர் முஸ்லீமுக்கு சொந்தம்.
சொந்த மண்ணில் முஸ்லீம் அடிமையா?
வாள்கொண்ட முஸ்லீம் அல்லாவின் படைவீரன்.
அல்லாவுக்கு அன்றி, எவருக்கும் அவன் தலை வணங்காது.
வேற்றவர்கள் நம்மால் பிழைப்பவர்கள்.
அல்லா கருணையால் இங்கு வாழுபவர்கள்.
முஸ்லீம்களை சீண்டினால் அவர் வாள் எழும்.
முஸ்லீம் ஏழையாயிருக்கலாம், கோழையாயிருக்க மாட்டான்
வாழ்வும் வளமும் மற்றவர் சுரண்ட நாம் ஏமாளிகளா?
சேவகம் செய்து நாம் ஏமாந்தது போதும்.
நாம், அடிமைகளாக இருக்க அந்நியரே காரணம்.
பாக்கிஸ்தான் முஸ்லீம்களின் மண், அந்நியருக்கல்ல.
இது முஸ்லீம் தேசம், பாக்கிஸ்தான் எங்கள் தேசம்
முஸ்லீம் ஒருபோதும் இந்து தேசத்தின் பிரஜையல்ல
இங்கு நாங்கள்தான் குடிமக்கள், மற்றவர் அந்நியர்.
ஒரு உறைக்குள் இரு வாள் இருக்க முடியாது.
ஒரு அரியணையில் இருவர் ஆட்சி நடத்த முடியாது.
அந்நியரே போய்விடு, போய்விடு உன் தேசத்துக்கு!
மறுத்தால், இனி வாய் பேசாது, வாள் பேசும்.
அல்லாவின் பாதையில் எம் வாள் மட்டும் உயரும்."

இந்த வாசகங்களைப் படித்தவுடன் செந்தூர் பாண்டியன் மனம், கோடைகாலத்து ரவி நதி நீரென தளர்ந்துபோனது.

"சாகேப், கேட்டீர்களே கேள்வி, அதற்கு ஒரே பதில் இதுதான்: மனுசர்களை மனுசர் வெறியுடன் வெறுக்க இங்கே சொல்லித் தருகிறார்கள்" என்றான் பக்தூர் கான்.

"நான் இவர்களுக்கு எதிராக என்ன குற்றம் செய்தேன்?"

"சொன்னால் வருத்தப்பட மாட்டீர்களே."

"சொல்."

"நீங்கள் முசல்மான் இல்லை."

"உங்கள் மதம் ஒற்றுமைக்கான மதம் என்று எனக்குத் தெரியும். என்ன ஆயிற்று அதன் உயர் பண்புகளுக்கு?"

"நாய் மிக நல்லதுதான், நன்றியுடையதுதான், ஆனால் அதற்கு வெறி பிடித்துவிட்டது என்றால், உணவுபோட்டு வளர்த்தவரையே கடிக்கும், குதறும். இங்கு மனிதர்களுக்கு வெறி பிடிக்க கற்றுத் தரப்படுகிறது."

"இதற்கெல்லாம் யார் காரணம்?"

"நிச்சயமாக அல்லா காரணம் இல்லை. அவர் கருணை மிக்கவர்."

"யார்தான் காரணம்."

"சிலருக்கு ராஜாவாக இருக்கவேணும் என்ற ஆசை நெருப்பு பற்றி எரிய ஆரம்பித்துவிட்டது. அந்த நெருப்பில் எதைப் போட்டாலும் எல்லாம் பஸ்பமாகிவிடும். அவர்கள் ஆசை நெருப்புக்காக மனிதர்களை தாக்கச் சொல்லித் தருகிறார்கள்."

"இது தப்பில்லையா?"

"அதைப் பற்றி எவர் கவலைப்படுகிறார்கள்"

"உன்னைப்போல நல்ல முஸ்லிம்கள் இதை எடுத்துச் சொல்லலாம் இல்லையா?"

"நல்ல முஸ்லிம்கள் நிறைய பேர் இருக்கிறார்கள். உண்மையில் அவர்கள்தான் நிறைய பேர் இருக்கிறார்கள். ஆனால் அவர்கள் நிழல் போல பதுங்கியிருக்கிறார்கள். நிழலை அழித்துவிடுவதுபோல அவர்களையும் அழிப்பேன் எனும்போது அவர்கள் பம்மிவிடுகிறார்கள். எதற்கு இந்த வம்பு என்று கண்டுகொள்ளத் தயங்குகிறார்கள்."

"இவர்களைத் தட்டிக் கேட்க எவரும் இல்லையா?"

"இருக்கிறார்கள்"

"யார்?"

"முஸ்லிம் பெண்கள்"

"என்ன சொல்லுகிறாய்?"

"ஆமாம், இஸ்லாத்தின் நியாயத்தின் குரல் அவர்கள்தான். அவர்கள் குரல் மேலோங்கினால்தான் நல்லது நடக்கும். இல்லா விட்டால் நிலைமை இன்னும் மோசமாக ஆகும்."

"பக்தூர், ஒருவர் வாள் எடுத்தால் இன்னொருவர் கத்தியாவது எடுப்பாரே"

"கண்டிப்பாக"

"ரவி நதி சிவப்பாகுமே"

"அடுத்து வரும் வெள்ளம் அதை அடித்துச் சென்று ஒன்று மில்லாமல் ஆக்கிவிடும் என்று நினைக்கிறார்கள்."

"மானுட இரத்தம் அத்தனை மலிவானதா?'

"பலிகொடுக்க வேண்டும் என்று நினைத்தவன் இரத்தம் சிந்துமே என்று கவலைப்படுவானா?"

"பக்தூர், நான் இப்போது காந்தியைப் பற்றி ஒரு புத்தகம் படிக்கிறேன். காந்தி என்ன சொல்லுகிறார் என்றால் 'எதிரியை அழிப்பதன் மூலம் அல்ல, நம்மை உயர் நிலைக்குத் தகுதிப்படுத்துவதன் மூலம் விடுதலை அடைய முடியும்' என்று சொல்லுகிறார்."

"அந்த காந்தி முஸ்லிம்களுக்கு பிடிக்காதவராக ஆக்கப்பட்டு விட்டார்"

"எப்படி?"

"அவர் ஜாதி இந்துக்களின் தலைவர் என்று இங்கு தீவிர பிரசாரம் நடக்கிறது."

"அவர் ராமன் நாமம் சொல்லிக்கொண்டிருக்கும் முஸ்லிம் என்று எங்கள் பகுதியில் அவர் மீது பெரிய குறை உண்டு."

"நான் பட்டானியன். நான் கான் அப்துல் கஃபார்கானின் தொண்டன். அவர் காந்தியின் உண்மைச் சீடர். அவர் காந்தியை மகானாக ஏற்றுக்கொள்ளுகிறார் என்றால், அவர் மகாத்மாவாகத்தான்

இருக்க வேண்டும். காந்தி எல்லா மனிதர்களையும் நேசிப்பவர், அதிலும் முஸ்லிம்களை அதிகம் நேசிப்பவர் என்று எனக்குத் தெரியும்."

"அதனால் அவர் படும்பாடு தெரியுமா? ரகுபதி ராகவ ராஜா ராம், பதீத பாவன சீதாராம் என்ற இந்தப் பாடலை நீ கேள்விப் பட்டிருப்பாய். காந்தியின் எல்லா பிரார்த்தனை கூட்டங்களில் இந்தப் பாடல் பாடப்படும். 'ஈஷ்வர் அல்லா தேரே நாம், சப் சோ சன்மதி தே பகவான்' என்று காந்தி அதனோடு ஒரு வரியைச் சேர்த்துப் பாடச் சொன்னார். தீவிரவாத இந்துக்கள், எங்கள் கடவுளோடு எப்படி அல்லாவை ஒன்றாக்கலாம் என்று குறைபாடினார்கள். குறை கண்டு பிடிக்கலாம் என்றால் பெற்ற அன்னைமீதும் குறைசொல்லிக் கொண்டிருக்கலாம். தாயைக் குறை சொல்லும் மனிதர்கள் இரு பக்கமும் அதிகமாகிவிட்டார்கள்."

"சாகேப், காந்தி மீது உங்களுக்கு எப்படி மரியாதை வந்தது? முன்பு உங்களுக்குக் காந்தியைப் பிடிக்காதே."

"ஒரு புத்தகம் என்னை மாற்றியது, பக்தூர்."

"நான் தான் புத்தகம் வாசிக்கும் வழக்கம் இல்லாதவனாக ஆகிவிட்டேன். வாசிப்பில்லாமையால் ஏற்படும் இழப்புத்தான் ஒரு மனிதனுக்கு ஏற்படும் பெரும் இழப்பு" என்று சொல்லிக்கொண்டு,

"சாகேப், உங்கள் நண்பன் யாகூப் வீடு வந்துவிட்டது. எதற்கும் அவனிடம் பேசும்போது கொஞ்சம் ஜாக்கிரதையாக பேசுங்கள். எல்லாம் முன்புபோல இல்லை. நான் காரின் முன்னே இருந்து கவனித்துக்கொண்டிருக்கிறேன். ஏதாவது பிரச்சினை என்றால் என்னைக் கூப்பிடுங்கள், அல்லது வெளியில் வந்துவிடுங்கள்."

"என்ன பக்தூர் இப்படி சொல்லுகிறாய். யாகூப் என் நண்பன்"

"எதற்கும் கவனமாக இருந்துகொள்ளுங்கள். அது எல்லாருக்கும் நல்லதுதானே" என்று சொல்லி கதவைத் திறந்து கீழே இறங்கி நின்று சுற்றுமுற்றம் பார்த்தான் பக்தூர்.

கையில் இரண்டு பைகளில் பொருட்களைத் தூக்கிக்கொண்டு யாகூப் வீட்டினுள் நுழைந்தான் செந்தூர் பாண்டியன்.

அடுத்து அடுத்து நெருங்கிய வீடுகளில் ஒன்றாக யாகூப்பின் வீடு இருந்தது. சுற்றுச் சுவரில் இருக்கும் கேட்டைத் திறந்து யாகூப் என்று குரல் கொடுத்துக்கொண்டு உள்ளே நுழைந்தான் செந்தூர்பாண்டியன்.

வழக்கமாக அவன் கார் வந்தவுடனோ அல்லது குரல் கொடுத்தவுடனோ துள்ளிக் குதித்து யாகூப் ஓடிவருவான்.

கதவைத் திறந்துகொண்டு செந்தூர் பாண்டியன் உள்ளே நுழைகின்ற போது, முன் அறையில் யாகூப்போடு சிலர் உட்கார்ந்திருந்தார்கள். அவர்கள் அத்தனைபேரும் அப்போதுதான் தங்கள் தாடியை வளர்ப்பதுபோன்று இருந்தார்கள். பலமுறை செந்தூர் பாண்டியன் சொல்லுவதுண்டு, "டேய், யாகூப் உன் கண்களில் எப்போதும் ஒருவித சாந்தமும் கருணையும் அசைந்துகொண்டிருக்கிறதடா" என்று. இப்போது அதைக் காணவில்லை. அவர்கள் அத்தனை பேரும் ஒருவித எரிச்சலுடன், உள்ளே வந்த செந்தூர்பாண்டியனை நோக்கினார்கள். யாகூப் கூட எழுந்துவந்து அவனைக் கட்டித் தழுவி வரவேற்கவில்லை. ஏதோ முக்கியமான விஷயத்தை பேசிக்கொண்டிருந்தவர்கள், இவனைக் கண்டதும் சடாரென பேச்சை நிறுத்தி, தங்கள் பேச்சுக்கு இடையூறாக இவன் வந்துவிட்டானே என்பதுபோல அவனைப் பார்த்தார்கள்.

கையில்கொண்டு போன பொருட்களைக் கூட யாகூப் வாங்கவில்லை. ஏதோ சரியில்லை என்று செந்தூர்பாண்டியனின் உள் மனது சொல்லியது.

"எப்படியடா இருக்கிறாய் யாகூப்? ஆளே மாறிவிட்டாய்?" என்று அன்புடன் கேட்டான் செந்தூர்பாண்டியன்.

எப்போது வந்தாயடா என்று மரியாதைக்கு கூட கேட்காமல், "மழை பெய்தால் தண்ணீர் கூட நிறம் மாறுகிறது இல்லையா, அதுபோல எல்லாம் மாறுகிற போது நாமும் மாறித்தானே ஆக வேண்டியிருக்கிறது" என்றான் யாகூப்.

பள்ளியில் படிக்கும்போது மிகவும் விளையாட்டுப் பையனாக இருப்பான் யாகூப். எல்லோரையும் கிண்டலடிப்பான். எப்போதும் கேலியும் சிரிப்போடும் அவன் இருப்பான். அதனாலே செந்தூர் பாண்டியனுக்கு அவனைப் பிடிக்கும். அவன் கூடவே அலைவான். இன்று அந்த கும்மாளம் மிகுந்த யாகூப்பை காணவில்லையென்று செந்தூர்பாண்டியன் நினைத்தான்.

வந்தவனை வாவென்று சொல்லவோ அல்லது உட்காரு என்று மரியாதைக்குச் சொல்லவோ இவனுக்கு எப்படி முடியாமல் போய் விட்டதே, பேசாமல் வந்த வழியே திரும்பிப் போய்விடுவோமா என்று நினைத்துக்கொண்டிருக்கும் போது யாகூப்பின் அம்மா உள்ளிருந்து வந்து, "பச்சா, செந்து பாண்டியா எப்போதடா வந்தாய், நல்லாயிருக்கியா" என்று அவன் கையை முத்தமிட்டாள்.

அங்கிருக்கும் நிலமையை யூகித்துக்கொண்டு, "யாகூப் பேசிக் கொண்டிருக்கட்டும், நீ உள்ளே வாடா" என்று அவன் கையைப் பிடித்து இழுத்துக்கொண்டு உள்ளே கூட்டிக்கொண்டு சென்றாள்.

போகும்போதே, "அம்மா, இவனுக்கு என்ன ஆகிவிட்டது? முன்பு போல பேசமாட்டேன் என்கிறான்?" என்று அவளிடம் கேட்டான்.

"அவனுக்கு கிறுக்குப் பிடித்துவிட்டது. மனிதர்களை, மனிதர்களாகப் பார்க்கத் தெரியாதவன் கோட்டிக்காரன்தானே. கொஞ்ச நாளில் அது சரியாகிவிடும். சரி அதைவிடு, நீ எப்படியிருக்கிறாய்? ஊரில் பாட்டி எல்லோரும் நல்லாயிருக்கிறார்களா?" என்று வாஞ்சையுடன் கேட்டாள்.

"இதை அவனுக்காக ஊரிலிருந்து கொணர்ந்தேன். அதைக் கூட வாங்காமல் தடியன்போல உட்கார்ந்திருக்கிறான்" என்று அவளிடம் அதைக் கொடுத்தான், அதை அன்புடன் வாங்கிக்கொண்ட அவள், "இந்தமுறை நிறைய கொண்டுவந்திருக்கிறாய் போலிருக்கு" என்றாள்.

"ஊரிலிருந்து அவ்வளவையும் அள்ளிக்கொண்டு வரவேண்டும் என்று ஆசையாயிருக்கு, ஆனால் கொண்டுவரத்தான் சிரமம்."

"போதுமடா, இதுவே ஏராளம்."

"எங்கே சலேலா, அவளைக் காணோமே."

"அவள் பெரியவளாகிவிட்டாள். உள்ளிருக்கிறாள். வரச் சொல்லுகிறேன்" என்று சொல்லிக்கொண்டு அவன்கொண்டு வந்ததை எடுத்துக்கொண்டு உள்ளே சென்றாள்.

அப்போது அந்த அறைக்கு முன்னிருந்து வந்த யாகூப், "செந்தூர் பாண்டியன், நான் ஒரு முக்கியமான வேலையாக இவர்களோடு வெளியே போகிறேன். உன்னோடு சரியாகப் பேசவில்லை. இன்னொரு சமயம் பேசுகிறேன்" என்று சொல்லிவிட்டு, இவன் பதிலை எதிர்பாராமல் தன் சகாக்களோடு வெளியே சென்றான்.

சரிடா என்றான் செந்தூர்பாண்டியன்.

அவள் உள்ளே போயிவிட்டு, அவன் விரும்பிக் குடிக்கும் உலர் திராட்சைப் பழச்சாறு கொணர்ந்தாள்.

"அம்மா அவனுக்கு என்ன ஆகிவிட்டது? என்னிடம் விரோதி போல நடந்துகொள்ளுகிறான்" என்று கேட்டான் செந்தூர்பாண்டியன்.

"மனிதர்களை ஏதோ ஒரு காரணத்துக்கு வெறுக்க ஆரம்பித்தால், மனம் முட்காடாய் ஆகிவிடும். மிகுந்த கருணையோடு மனிதர்களிடம் நடந்துகொள் என்று அல்லா கட்டளையிடுவதை ஏற்காமல், சதா கத்தி கம்பு கொலையென்று அலைந்தால் மனம் என்னத்துக்கு ஆகும்? என் பிள்ளை தப்பான வழியில் போகிறான் செந்தூர்பாண்டியன். எனக்கு எப்போதும் அதை நினைத்து அழுகையாக இருக்கிறது. வீட்டில் சந்தோசம் போய்விட்டது" என்றாள் அழுதுகொண்டே.

பேசாமலிருந்த செந்தூர்பாண்டியன், அவள் அழுவதைப் பார்த்து மனம் வருந்தினான். அவளைத் தேற்ற வழி தெரியாமல், பேசினால் கவனம் மாறும் என்று, "தொழுகைக்கு போகிறானா?" என்று கேட்டான்.

"அதிகமாகப் போகிறான். அங்கிருந்துதான் வேண்டாதவரிடம் பழகி மனதை கொலைக் காடாக மாற்றிக்கொண்டு வருகிறான்."

"யாரும் ஒன்றும் சொல்லுவதில்லையா?"

"என்னத்தை நான் சொல்லுவேன்? பெண்களாகிய எங்களுக்கு வீட்டில், உடம்பை மூடிக்கொண்டிருப்பதைப்போல, வாயையும் மூடிக்கொண்டிருக்கும் நிலைதான். வாளெடுத்தவன் வாளாலே சாவான் என்பதை நான் அனுபவத்தில் பார்த்திருக்கிறேன். மனுச இரத்தத்துக்கு மதிப்பில்லாமல் போய்விட்டது. அது சாக்கடை நீரா? அந்த சாக்கடை நீர் கொண்டா என் பிள்ளையை என் வயிற்றில் வைத்து வளர்த்தேன்?" என்று தன் தலையில் அடித்துகொண்டாள்.

"அம்மா வருத்தப்படாதீர்கள், இன்னொருமுறை நான் அவனிடம் பேசுகிறேன். அவன் நல்லவன் என்று எனக்குத் தெரியும். ரொம்ப இளகிய மனம் அவனுக்கு. சரியாகிவிடுவான்" என்றான் செந்தூர் பாண்டியன்.

"அவன் சரியாகிவிட்டால் எனக்கு வேறு என்ன வேண்டும்? நான் ஒவ்வொரு தடவை மூச்சு விடும்போதும் அல்லாவிடம் அதைத்தானே வேண்டுகிறேன். ஆனால் யாகூப், எங்கோ சாத்தான் பக்கம் போய்க் கொண்டிருக்கிறான்."

"என்ன காரணமாம்?"

"சொன்னால் வருத்தப்படாதே. இந்துக்களையும் சீக்கியர் களையும் கொல்லுவேன் என்று நிற்கிறான். நீ இந்து என்பதால் உன்னை நான் எப்படி வெறுக்க முடியும், சொல்லு?"

"இது எப்படி நடந்தது?"

“வெள்ளைக்காரர்கள் ஆட்சி நடத்தும் வரை இங்குள்ளவர்கள் அவர்களுக்கு சேவகம் செய்தார்கள். இப்போது அவர்கள் போகிறேன் என்று சொல்லும்போது, அவர்கள் உட்கார்ந்திருந்த நாற்காலியில் நான் உட்காருவேன் என்ற பாதுஷா, நவாப் ஆசை இவர்களுக்கு வந்து விட்டது. அதற்காக யாகூப் போன்றவர்களைத் தூண்டிவிடுகிறார்கள். முஸ்லிம்தான் ஆட்சி செய்யவேண்டும் என்று சொல்லுகிறார்கள். ஆனால் இந்துக்களையும், சீக்கியர்களையும் எதற்கு கொல்லச் சொல்லுகிறார்கள் என்றுதான் தெரியவில்லை. இந்த முட்டாள்கள் இரத்தத்தை வடிக்கத் துடிக்கிறார்கள். இரத்தத்தின் வலி பெண்ணுக்குத் தான் தெரியும். ஒவ்வொரு மாதமும் இரத்தம் சிந்தும்போது அதன் வலியை அவள் உணருகிறாள். இவர்களுக்கு என்ன தெரியும்?”

அவன் ஏதும் பேசாமல் இருந்தான்.

“செந்தூர்பாண்டியன், பூங்காவிற்குப் போனால் பூக்கள் அழகாக இருக்கிறது இல்லையா? அங்கே எல்லாம் ஒரே பூவாக இருந்தால் அலுத்துவிடும். ஆனால் விதம்விதமான பூக்கள் இருந்தால்தான் அது பூங்காவிற்கு அழகு. உலகமும் அப்படித்தான் இருக்க வேண்டும். ஒவ்வொரு மனிதனும் வித்தியாசமானவன்தான். அதனால்தான் உலகம் இப்படி வளர்ந்திருக்கிறது. இங்கே ஒரு பூ மட்டும் பூக்க வேண்டும், அது போல முஸ்லிம் மட்டும் இருக்க வேண்டும் என்று சொல்லுவது நல்லாயிருக்குமா சொல்லு.”

அதிகம் படிக்காத அந்த அன்னை எவ்வளவு தெளிவுடன் பேசுகிறாள், படித்தவனான யாகூப் ஏன் குழம்பிப் போய் நிற்கிறான் என்று அவனுக்கு கேட்கத் தோன்றியது.

“வந்த பிள்ளை உன்னிடம் என் சுமையைக் கொட்டிக் கொண்டிருக்கிறேன் பாரு. உனக்குப் பிடித்த காஷ்மீர் பிரியாணி செய்கிறேன். இருந்து சாப்பிட்டு, அப்பாவுக்கும் எடுத்துப் போகணும். கொஞ்சம், இரு நான் சமையலை ஆரபித்துவிட்டு வந்துவிடுகிறேன்” என்று உள்ளே போகத் திரும்பினாள்.

“அம்மா, நீங்கள் சமையல் செய்யும்போது இங்கே தனியே உட்கார்ந்திருக்க வேண்டும். யாகூப் இருந்தால் பரவாயில்லை. இன்னொரு நாள் நான் வருகிறேன்” என்றான்.

“அப்படி சொல்லக் கூடாது. எனக்கு மனசு வருத்தப்படும். சலேலாவை வரச் சொல்லுகிறேன். அவள் கதவுக்கு இந்தப் பக்கம் உட்கார்ந்து உன்னிடம் பேசிக்கொண்டிருப்பாள். சரிதானே.”

"சரியம்மா, நான் வெளியில் நிற்கும் என் டிரைவர் பக்தூரிடம் சொல்லிவிட்டு வந்துவிடுகிறேன்" என்று வெளியே வந்து அவனிடம் சொல்லிவிட்டு வந்தான்.

அங்கே சலேலா அடுத்த அறையின் வாசலில் நாற்காலி போட்டு உட்கார்ந்திருந்தாள்.

சலேலாதான் எவ்வளவு அழகாக இருக்கிறாள் என்று அவனுக்குத் தோன்றியது.

முன்பு, அவனைக் கண்டதும் "அண்ணா வா" என்று ஓடி வருவாள்.

இப்போது அவள் இருந்த இடத்தில் இருந்துகொண்டு தலை தாழ்த்தி, சிரிப்பால் அவனை வரவேற்றாள். இந்தப் பெண்கள்தான் எப்படி மாறிப்போகிறார்கள் என்று செந்தூர்பாண்டியன் தனக்குள் நினைத்துக்கொண்டான்.

அன்று மாலையில் தங்கள் வீட்டில் ஒரே இரைச்சலாக இருந்தது. மாடியில் தூங்கிக்கொண்டிருந்த செந்தூர்பாண்டியன் சத்தம் கேட்டு கீழே வந்தான். அப்பாவின் நண்பரான பல்தேவ் சிங்கும், பல சீக்கியர்களும், அப்பாவின் இந்து நண்பர்களும் அங்கு வந்து குழுமியிருந்தார்கள். பெரிய வரவேற்பு அறையில் அவர்கள் உட்காருவதற்கு இடமில்லாமல் சிலர் நின்று கொண்டிருந்தார்கள். எல்லோரும் உணர்ச்சிவசப்பட்டு பேசிக்கொண்டிருந்தார்கள். வந்த செந்தூர் பாண்டியனுக்கு என்ன பிரச்சினை என்று தெரியவில்லை.

உள்ளே சமையலறைக்குச் சென்றான். அங்கே, இரண்டு சமையல்காரர்கள் எல்லோருக்கும் தேநீர் தயாரித்துக்கொண்டிருந்தார்கள். இவன் வந்ததும், "ஐயா, என்ன சாப்பிடுகிறீர்கள்?" என்று கேட்டார்கள்.

"எனக்கு ஒன்றும் வேண்டாம், இங்கே இவ்வளவு பேர்கள் வந்திருக்கிறார்களே, என்ன பிரச்சினை" என்று கேட்டான்.

"தம்பி, விஷயம் ஒன்றுமில்லை. ஆனால் அது பெரிதாக்கப்பட்டு, மொத்த கடைத்தெருவே கடையடைக்கும்படி ஆகிவிட்டது. அதுதான் எல்லோரும் இங்கு வந்திருக்கிறார்கள்."

"என்ன விஷயம் நடந்தது?"

"உங்க அப்பாவின் நண்பர் பல்தேவ் சிங் இருக்கிறாரே. அவர் நல்ல மனிதர், ஆனால் கொஞ்சம் முன்கோபியான மனிதர். அவர் வீட்டுத் தோட்டத்தில் கதவு திறந்துகிடக்க, பக்கத்தில் இருந்த

முஸ்லிம் வீட்டு எருமை மாடு உள்ளே நுழைந்து, பூச்செடிகளை காலால் மிதித்து நாசமாக்கிவிட்டது. இதைப் பார்த்த பல்தேவ்சிங் கம்பை எடுத்து மாட்டை அடித்து விரட்டியிருக்கிறார். அது மாட்டின் புட்டியில் சிறு காயம் ஏற்படுத்திவிட்டது. அதைப் பார்த்த முஸ்லிம் மாட்டுக்காரன், அவரிடம் வந்து நியாயம் கேட்காமல் முஸ்லிம் லீக் அலுவலகத்துக்குச் சென்று புகார் செய்திருக்கிறான். அவர்கள் ஆட்களைத் திரட்டி, வந்தவர்கள் கையில் வாளையும் கம்பையும் கொடுத்து பல்தேவ் சிங் வீட்டை முற்றுகையிட்டு தகர்க்கச் சொல்லி அனுப்பியிருக்கிறார்கள்.

வீட்டின் முன்னே கலாட்டா செய்கிறார்கள் என்று, கடையிலிருந்து கேள்விப்பட்டு வந்த பல்தேவ் சிங், அவர்களிடம் "என்ன வேண்டும்" என்று சாதாரணமாக கேட்டிருக்கிறார்.

அங்கு கம்பைக் கையில் வைத்திருந்தவன், "உன்தலை வேண்டும்" என்று அவர் தலை மீது அடித்திருக்கிறான். அது அவர் தலையில் காயம் ஏற்படுத்திவிட்டது. அதைப் பார்த்த அவரோடு வந்த சீக்கியர்கள், அவனைப் பிடித்துக் கையிலிருந்த கத்தியால் தாக்கியிருக்கிறார்கள். அது பெரிய இரகளையாயிருக்கிறது. முஸ்லிமைத் தாக்கிவிட்டான் என்று ஓடிப்போய் தகவல் சொல்லி ஏராளமான சீக்கியர்கள் கடையைத் தாக்க ஆரம்பித்திருக்கிறார்கள். அதைப் பார்த்த இந்துக்களும், முஸ்லிம் கடைக்காரர்களும் அவர்களை விரட்ட வந்திருக்கிறார்கள். இப்படி சண்டை பெரிதாக ஆகிவிட்டது, அல்லது பெரிதாக்கப்பட்டது" என்று அவர்கள் சொன்னார்கள்.

செந்தூர்பாண்டியன், முன் அறைக்குச் சென்றான். அப்போது இரண்டு முஸ்லிம்கள் வந்தார்கள். சாதாரண மனிதர்களாகவே இருந்தார்கள்.

அப்போது அப்பா அவர்களைப் பார்த்து, "நண்பரே இஸ்மாயில், உங்களுக்கு இது நல்லாயிருக்கா? என்ன வேண்டும் உங்களுக்கு?" என்று கேட்டார்.

"சற்குணம் சாகேப், எங்களுக்கு ஒன்றும் வேண்டாம். பல்தேவ் சிங்ஜிக்கு தலையில் காயம் ஏற்படுத்திவிட்டார்களாமே, அதைக் கேள்விப்பட்டதும், நாங்கள் முஸ்லிம் லீக் அலுவலகத்துக்குப் போனது தப்பு என்று உணர்ந்துகொண்டோம். அதற்கு மன்னிப்புக் கேட்க வந்தோம்" என்றார்கள்.

உடனே தலையில் கட்டுடன் அங்கிருந்த பல்தேவ் சிங், "இஸ்மாயில், உன் எருமை மாட்டிற்கு காயம் ஏற்படுத்தியது தப்புத்

தான். செடி நசுங்கிப்போனது என்ற கோபத்தில் அப்படிச் செய்து விட்டேன், அதற்கு ஈடாக ஒரு புதுமாடு வாங்கித் தந்துவிடுகிறேன்.''

"வேண்டாம் சிங்ஜி, மாட்டுக்கு சின்ன காயம்தான். பட்டை போட்டால் சரியாகிவிடும். மாட்டின் புட்டியிலிருந்து இரத்தம் வடிந்தவுடன் நான் கொஞ்சம் ஆத்திரப்பட்டுவிட்டேன். நான் உங்களிடம் வந்திருக்கலாம். ஆனால் யாரோ சொன்னார்கள் என்று முஸ்லிம் லீக் அலுவலகத்துக்குப் போய்விட்டேன். அதனால் எல்லாருக்கும் பிரச்சினை. உங்களுக்கு தலையில் பெரிய காயம் என்று கேள்விப்பட்டு மனது கஷ்டமாகிப்போய்விட்டது'' என்று தலை குனிந்து நின்றார் இஸ்மாயில்.

"இஸ்மாயில் சாகேப், உங்களுக்கு ஒரு மாடு வாங்கித் தந்தால் தான் எனக்கு மனசு ஆறுதல் அடையும். அதைக் கண்டிப்பாக வாங்கிக் கொள்ளணும். அப்போதுதான் எனக்கு சமாதானமாக இருக்கும். என்னைப் பாருங்க, ஆண்டவன் கொஞ்சம் முன் கோபத்தை என்னிடம் அதிகமாக வைத்து படைத்துவிட்டான்.''

"இப்படித்தான் இந்தப் பிரச்சினை முடியணும். இப்படி நல்லதனமாக நாம் நடந்தால் சந்தோசமாக இருக்கலாம். சண்டை போட்டால் வியாபாரம் நடக்குமா? இப்படி அண்ணன் தம்பிகளாக கலந்து பேசி இருப்போம். இனி எல்லோரும் தேநீர் குடிப்போம்,'' என்று அப்பா சொன்னார்.

அப்போது நாலைந்து இளைஞர்கள் அங்கே கோபமாய் உள்ளே நுழைந்தார்கள். அவர்கள் இஸ்மாயிலிடம் சென்று, "காலையில் முஸ்லிம் லீக் அலுவலகத்தில் வந்து வழக்கு சொல்லிவிட்டு, இங்கே வந்து நல்ல பிள்ளை வேசம்போட்டு, சமரசமாக போகிறீராக்கும். இனி கட்சி சொல்லியபடிதான் கேட்க வேண்டும். இது நம் தேசம். நாம் சொன்னதுதான் சட்டம். இவர்களைப் பார்த்து ஒன்றும் பயப்பட வேண்டாம். வாருங்கள். இவர்களை எப்படி அடித்துத் திருத்துவது அல்லது துரத்துவது என்று எங்களுக்குத் தெரியும்'' என்றான்.

"தம்பி, எங்களை விட்டுவிடு. தெரியாமல் உங்களிடம் வந்து விட்டோம். நாங்கள் இதுவரை எல்லோரும் அண்ணன் தம்பியாக, ஒருத்தருக்கொருவர் ஆதரவாக வாழுகிறோம். அப்படியே இருந்து விட்டுப்போகிறோம்'' என்றார் இஸ்மாயில்.

"இவர்கள் வீட்டுக்கு நீர் ஏன் வந்தீர்? உம் வீட்டுக்கு வந்து இவர்கள் உம்மிடம் மன்னிப்புக் கேட்க வேண்டும். முஸ்லிமிடம்

உலகே கையேந்தி நிற்க வேண்டும். முஸ்லிம் எவரிடமும் கை நீட்டி நிற்கக் கூடாது. நாம் வாளோடு பிறந்தவர்கள், நாம் ஆளப்பிறந்தவர்கள். இவர்களெல்லாம், நமக்கு அடங்கி நடக்க வேண்டும் அல்லது இவர்களைத் துரத்தியடிக்க வேண்டும்" என்றான்.

"தம்பி, ஒன்றுமில்லாத விஷயத்தைப் பெரிதாக்காதே. சிங்ஜியின் தலையில் காயம் என்று எனக்கு வருத்தமாக இருக்கிறது. நான் இவரிடம் வந்து மன்னிப் கேட்காவிட்டால், அல்லா என்னை மன்னிக்க மாட்டார். நீ போய்விடு, நான் உங்கள் தலைவரிடம் பேசிக் கொள்ளுகிறேன்" என்று இஸ்மாயில் சொன்னதும் அந்த இளைஞர்கள் போனார்கள். வெளியே அவர்கள் போகும்போது, வாசலில் மறைந்து நின்ற அவன் நண்பன் யாகூப் அவர்களோடு சேர்ந்து போவதைக் கவனித்தான் செந்தூர்பாண்டியன். என் வீடு என்பதால் அவன் உள்ளே வரத் தயங்கி வெளியே நின்றிருக்கிறான் என்று நினைத்துக் கொண்டான்.

"கடவுளின் அரண்மனையில் ஏராளமான மாளிகைகள் இருக்கின்றன. அவைகள் ஒவ்வொன்றும் சமமானதாகவும், புனிதமான தாகவும் இருக்கின்றன என்றார் காந்தியடிகள். அந்த மாளிகைகள் ஒவ்வொன்றும் ஒரு மதம். மதங்கள் மனிதர்களை இணைக்கும் இல்லம். அது ஒருபோதும் மனிதர்களைப் பிரிக்க நாம் அனுமதிக்க கூடாது. என்னைப் பொறுத்தவரை மனிதாபிமானத்தைவிட பெரிய மதக் கோட்பாடு ஏதுமில்லை. கருணையையும், நேர்மைப் பண்பையும் நாம் இழந்துவிடக் கூடாது. அவற்றை இழந்துவிட்டால் மதம் சக்கையாகிவிடும். நாம் ஒன்றாக இருப்போம்" என்றார் அப்பா.

பிறகு பல்தேவ் சிங், இஸ்மாயில் கையைப் பிடித்துக்கொண்டு பேசிக்கொண்டிருந்தார்.

அதன் பின் ஒருவர் ஒருவராக எல்லோரும் கிளம்பிச் சென்றார்கள்.

செந்தூர்பாண்டியனும், அப்பாவும், பல்தேவ்சிங்கும் சாப்பிட உட்கார்ந்தார்கள்.

"பிரச்சினை முடிந்துவிட்டது என்று நினைக்கிறாயா, சற்குணம்?" என்று சாப்பிட்டுக்கொண்டு கேட்டார் பல்தேவ் சிங்.

"மாட்டுப் பிரச்சினை முடிந்துவிட்டது. மதப் பிரச்சினை இனி தான் கொழுந்துவிட்டு எரியும் என்று எனக்குப் படுகிறது." என்றார் சற்குணம்.

“சரியாகச் சொன்னாய். முஸ்லிம் லீக் அரசியல்வாதிகள், முஸ்லிம்களை சும்மா இருக்க விடமாட்டார்கள்.”

“இந்து அரசியல்வாதிகள் இந்துக்களை, சீக்கியர்களை அமைதியாக இருக்க விடமாட்டார்கள். முன்பு, போர் எங்கோ போர்க்களத்தில் நடந்து முடிந்துவிடும். ஆனால் இங்கேயோ, ஒவ்வொரு தெருவிலும், ஒவ்வொரு வீட்டிலும் போர் நடக்கும் போலிருக்கிறது. போர் வீரர்கள் சாவதற்குப் பதில் இப்போது சாதாரண மனிதர்கள் சாவார்கள். முன்பு, போர்க்களத்தில் அதன் தலைவர்கள் உடன் நின்று போராடுவார்கள். ஆனால் இப்போது அரசியல் தலைவர்கள், சாதாரண மனிதர்களைத் போரிடத் தூண்டி விட்டு, அவர்கள் பத்திரமாக சுகமாக வாழ்ந்து கொண்டிருப்பார்கள். முடிவில் முடி சூட வந்து நிற்பார்கள்.”

“என்ன செய்யலாம் என்று நினைக்கிறாய் சற்குணா?”

“நம் நாட்கள் இங்கு எண்ணப்படுகின்றன என்று நான் நினைக்கிறேன்.”

“ஏன் அப்படிச் சொல்லுகிறாய்?”

“முஸ்லிம்லீக், எந்த வன்முறைக்கும் தயங்காத அரசியல் கட்சி. வழிமுறைகளைப் பற்றிக் கவலைப்படாத கட்சி. நம்மை இங்கிருந்து துரத்தியடிக்க வேண்டும் என்று அவர்கள் திட்டமிட்டுச் செயல்படு கிறார்கள்.”

“அரசு என்று இங்கு ஒன்றும் இல்லையா?”

“அரசு அவர்களின் ஏவல் நாயாகத்தான் இருக்கும்.”

“சற்குணம், நாங்கள் தலைமுறை தலைமுறையாக இங்கு இருக்கிறோம். நாங்கள் எங்கே போவோம்?”

“போய்த்தான் ஆக வேண்டும் என்றால், எங்காவது போய்த்தானே ஆக வேண்டும்.”

“இது அவ்வளவு எளிதானது இல்லை. சொந்த மண் என்பது என் அடையாளம். என் உடைமை. அது என்னை உருவாக்கியது, அதை மறந்துவிட்டு போகணுமா?”

“உயிரா உடைமையா என்று கேள்வி வந்தால், மனிதர் உயிரைத்தான் தேர்ந்தெடுப்பார்கள்.”

“தலையில் வலிக்கிறது என்று நினைத்து வந்தேன். நீ அதைவிட பெரிய தலைச்சுமையை வைத்துவிட்டாய்.”

"பகடையில் எந்தப் பக்கம் எது விழுகிறது என்பதில்தான் எல்லாம் இருக்கிறது. அதுபோல, லாகூர் இந்தியா பக்கமா அல்லது பாக்கிஸ்தான் பக்கமா என்பதில் நம் தலைவிதி எழுதப்படும். முஸ்லிம் லீக் அவ்வளவு எளிதாக லாகூரை இந்தியாவுக்கு விட்டுவிடாது."

"சற்குணம், நீ எங்கேயோயிருந்து இங்கே பிழைக்க வந்தவன். ஆனால் இங்கே பிறந்து வாழ்ந்துவரும் எங்களைவிட புத்திசாலித் தனமாக யோசிக்கிறாய்."

"புத்திசாலித்தனம் என்பதைத்தவிர நான் வேறு எதையும் இங்கு வரும்போது கொண்டுவரவில்லை என்பது உண்மைதான். ஆனால் இங்கிருந்து போகும் சூழல் வந்தால், வெறும் கையாக போகக் கூடாது என்பதிலும் தெளிவாக இருக்கிறேன். உன்னிடம் ஒன்றைச் சொல்லத் தான் வேண்டும். கொஞ்சம் கொஞ்சமாக பணத்தை என் ஊருக்கு அனுப்பி அங்கு செல்வத்தைச் சேர்க்க வேண்டும் என்று தீர்மானித்து விட்டேன்."

"நான் எங்கேடா போவேன்."

"அமிர்தசரஸ் அல்லது டில்லியிலோ எங்காவது முதலீடு செய்ய ஆரம்பி. ஆபத்துக் காலத்தில் உதவிகரமாக இருக்கும்."

"சரி, செந்தூர்பாண்டியன் வந்திருக்கிறானே, அவன் என்ன செய்யப்போகிறான்?"

"என்னடா செய்யப்போவதாய் உத்தேசம்? மாமா கேட்கிறார் இல்லையா?" என்று செந்தூர்பாண்டியனைப் பார்த்து சற்குணம் கேட்டார்.

"அவர் உங்களிடம்தானே கேட்டார்."

"சரி, நான் உன்னிடம் கேட்பதாய் நினைத்துக்கொள்"

"உங்களிடம் தொழில் கற்றுக்கொள்ளலாம் என்று இருக்கிறேன்."

"வக்கீலுக்குப் படிக்கிறேன் என்று சொன்னாயே"

"இந்த தொழில் எனக்கு ஒத்து வந்தால் இதையே செய்கிறேன். நிறைய படிக்க வேண்டும். அதை மற்றவர்க்கு எடுத்துச் சொல்ல வேண்டும் என்று ஆசையாக இருக்கிறது."

"அப்படியானால் ஆசிரியர் வேலைக்குப் போ. திருச்சி செயிண்ட் ஜோஸப் கல்லூரியில் எம். ஏக்கு சேர்த்துவிடுகிறேன். உன் நண்பன் ராகவன் என்ன செய்கிறான்?"

“அவன் பத்திரிகை நிருபராக பூனாவிற்குப் போயிருக்கிறான்.”

“அந்த பிரான்சிஸ்?”

“அவன் கிறிஸ்தவ பாதிரியாராக படிக்க இலங்கைக்கு போகிறான்.”

“சரி, எம்.ஏ. படிக்கிறாயா?”

“இந்த ஒரு வருசம் நான் உங்களோடு இருக்கிறேன். அதற்குப் பின் நான் என் முடிவைச் சொல்லுகிறேன்.”

“சரி” என்று செந்தூர்பாண்டியன் சாப்பிட்டு விட்டு தன் அறைக்குப் போனான்.

பல்தேவ் சிங் ரொம்ப நேரம் அப்பாவிடம் பேசிவிட்டுச் சென்றார்.

5. நட்பென்ற கொடி படர்ந்து வீசியது

மாலையில் கடும் வெப்பமும், தூசியோடு வீசிய காற்றும் தம் கோர முகத்தை இரவில் சற்று தணிக்க, ராகவன் நன்றாகத் தூங்கிவிட்டான்.

பாளையங்கோட்டையில் இருப்பதுபோல, மேலே சட்டை, பனியன் எதுவும் போடாமல் ஒரு துண்டு கொண்டு மார்பை மூடிக்கொண்டு படுத்திருந்தான். சுகமாக இருந்தது. வேர்வையில்லை, முகத்தில் விசிறியைக்கொண்டு வீச வேண்டிய அவசியம் இல்லாமல் இருந்தது. காலையில் சற்றுக் குளிரக்கூடச் செய்தது.

நன்றாக தூங்கினான். முகத்தில் வெயில் அடித்த பின்னே அவன் எழுந்தான்.

எழுந்து பார்த்தால் கதவு திறந்திருந்தது. என்ன ஏதுவென்று பார்த்தான். சமையலறையில் சத்தம் கேட்டது. அவனுக்குப் புரியவில்லை. எழுந்து சமையலறையில் எட்டிப்பார்த்தான். அங்கே ஒரு பெண் நின்றுகொண்டிருப்பது தெரிந்தது.

உடனே குளியலறைக்குச் சென்று பல்விளக்கி, முகம் கழுவி விட்டு, மேலே சட்டை போட்டுக்கொண்டு வந்தான்.

சமையலறை வாசலில் நின்றான்.

சமையலறையில் இருந்த பெண் வழியே வந்து நின்றாள்.

"சார், என் பெயர் எல்லம்மா" என்றாள். அவளைப் பார்த்தான் ராகவன். அவளுக்கு நாற்பது வயதிருக்கும். ஆனால் திடகாத்திரமான உடலுடன் இருந்தாள்.

அவன் பதில் சொல்லாமல் இருந்தான்.

அவள் தமிழில், "நான் உங்களை சார் என்று கூப்பிடவா, தம்பி என்று கூப்பிடவா?" என்று கேட்டாள்.

"தம்பி என்றே கூப்பிடலாம். எப்படி உள்ளே வந்தீர்கள்?" என்று கேட்டான்.

"கதவு திறந்திருந்தது, எனக்காக திறந்து வைத்துவிட்டு தூங்கிவிட்டீர்கள் என்று நினைத்தேன். உங்களை எழுப்பவில்லை."

"நான் கதைவைப் பூட்டாமல் தூங்கிவிட்டேன் என்று நினைக்கிறேன்."

"தம்பிக்கு இன்னும் கல்யாணம் ஆகவில்லையென்று தெரிகிறது" என்று சொல்லிச் சிரித்தாள்.

"ஆமாம்," என்று வெட்கத்துடன் சொன்னான்.

"தம்பிக்கு, காலை டிபன் என்ன வேண்டும்?"

"நீங்கள் எதை நன்றாகச் செய்வீர்களோ அதைச் செய்து போடுங்கள்" என்று சொல்லிவிட்டு அன்றைக்கு வந்திருந்த செய்தித் தாள்களைப் பார்க்க ஆரம்பித்தான்.

ஒரு கடிதம் ஷிண்டேக்கு வந்திருந்தது. அவர் சென்ற பிறகு வந்திருக்க வேண்டும் அல்லது அவசரத்தில் அவர் கவனிக்காமல் சென்றிருக்க வேண்டும். அந்தக் கடிதம் எங்கிருந்து வந்திருக்கிறது என்று பார்த்தான் ராகவன். தங்கள் பத்திரிகையின் தலைமை அலுவலகத்திலிருந்து வந்திருக்கிறது என்று பார்த்தான். அதை உடைத்துப் பார்க்கலாமா என்று நினைத்தான். அநேகமாக அலுவல் சம்பந்தமான கடிதமாக இருக்கும் என்று நினைத்து அதை மென்மையாக திறந்து பார்த்தான்.

அதில், காந்தியின் மகனும், ஹிந்துஸ்தான் டைம்ஸ் பத்திரிகையின் ஆசிரியருமான தேவதாஸ் காந்தி பூனாவுக்கு வருகிறார், தன் பத்திரிகையை பூனா பகுதியில் விரிவுபடுத்த வருகிறாரா என்று கவனமாக தெரிந்து, செய்தி அனுப்புமாறு சொல்லியிருந்தார்கள்.

இன்றைக்கு பத்திரிகை நிருபராக என்ன செய்ய வேண்டும் என்று நினைத்துக்கொண்டிருந்த ராகவனுக்கு, இவரை சந்தித்துப் பேட்டி கண்டால் எப்படியிருக்கும் என்று தோன்றியது. தங்கள் இதழின் போட்டிப் பத்திரிகையாளரை சந்திப்பது இருக்கட்டும், அவர் தனக்கு பேட்டி தர வேண்டும், அதை தங்கள் பத்திரிகை உரிய முறையில் வெளியிட வேண்டும் என்ற கஷ்டங்கள் இருக்கின்றன. ஆனாலும் இதை முயற்சி செய்து பார்க்கவேண்டும் என்று அவன் மனம் குறுகுறுத்தது.

அவர் ஆகா கான் அரண்மனையில் உள்ள தன் அம்மாவின் நினைவிடத்திற்கு வருகிறார் என்று தெரிந்து அவரைச் சந்திக்கலாம் என்று முடிவெடுத்தான்.

எல்லம்மா சமைத்துக்கொண்டிருந்தாள். நல்ல சமையல் மணம் வீசியது.

"எல்லம்மா, ஆகாகான் அரண்மனை எங்கிருக்கிறது?"

"பூனா எரவாடா சாலையில் இருக்கிறது. பூனா நகரத்திலிருந்து அருகில்தான் உள்ளது."

"சைக்கிளில் போய்விடலாமா?"

"போய்விடலாம்"

"நீங்கள் அங்கு போயிருக்கிறீர்களா?"

அவள் சிரித்துக்கொண்டே, "நான் சிறைக்குப் போனதில்லை, ஆனால், மூன்று வருடத்திற்கு முன்னால் அங்கு காந்திஜி உண்ணா விரதம் இருந்தார். அதைக் கேள்விப்பட்டு பெரும் கூட்டம் சிறைக்குச் சென்றது. நானும் கூடச் சென்றேன்."

"அங்கே சிறை உள்ளே உங்களை விடுவார்களா?"

"உள்ளே விடமாட்டார்கள் என்று தெரியும். அவர் உண்ணா விரதம் இருக்கிறார் என்றதும் எனக்கு மனது கேட்கவில்லை. என்னால் ஒன்றும் செய்ய முடியாது என்று தெரியும். என்னமோ அவரைப் பார்த்துவிட்டு வரவேண்டும் என்று நினைத்துப் போனேன்."

"அவரைப் பார்த்தீர்களா?"

"போலிஸ் எங்களைத் துரத்தியடிக்க முயற்சித்தது. கோயிலுக்குப் போனால் திருவிழாக் கூட்டத்தில், சாமியைப் பார்க்க முடியவில்லை யென்றாலும், கோயிலுக்குப் போன திருப்தி இருக்குமில்லையா, அப்படி ஒரு நிம்மதி. எங்களுக்காக ஒரு கிழவர் சாப்பாடு தண்ணீர் வேண்டாமென்று தன் உடலை வருத்திக் கிடக்கிறார், நான் போய் பார்த்து மரியாதை செய்ய வேண்டாமா?

"உங்களுக்கு அவர் மேல் ஏன் இவ்வளவு மரியாதை வந்தது?"

"தம்பி, ஷிண்டே சார் உங்களிடம் ஒன்றைக் சொல்லியிருப்பார் என்று நினைக்கிறேன். நான் ஹரிஜன். சொன்னாரா?"

"சொன்னார்."

"நான் சமைத்தால் சாப்பிடுவீர்களா?"

"அதுதான் சமைக்க ஆரம்பித்துவிட்டீர்களே"

"இப்போது காந்திஜி மீது ஏன் எனக்கு மரியாதை வந்தது என்று சொல்லுகிறேன்" என்று சொல்லிவிட்டு, உள்ளே போய் அடுப்பில் விறகைத் தள்ளி அது நிதானமாக எரிய விட்டு வந்தாள்.

"அப்போது எனக்கு வயது 28. 1934-ஆம் வருசம் என்று நினைக்கிறேன். கல்யாணம் முடிந்து மதுரையில் ஒரு சோலாப்பூர் துணி வியாபாரி வீட்டில் வேலை செய்துகொண்டிருந்தேன். அப்போது காந்திஜி மீனாட்சி அம்மன் கோயிலுக்கு தரிசனத்துக்கு வந்தார். அவர் மதுரை மீனாட்சியம்மன் கோயிலுக்கு வருகிறார் என்றதும் பெரும் கூட்டம். நாங்களெல்லாம் சித்திரை தெருவில் அவரைப் பார்க்க கூட்டமாய் வந்து நின்றோம். காந்திஜி அப்போது பல பிரமுகர்களுடன் நடந்து வந்தார். எங்களைப் பார்த்து கும்பிட்டுக்கொண்டு சென்றார். கோயில் கோபுர முகப்பு வந்தவுடன், அவரோடு கூட வந்த கக்கன், "காந்திஜி, நீங்கள் உள்ளே போய் மீனாட்சியைத் தரிசனம் பண்ணிவிட்டு வாருங்கள்" என்று வெளியில் நின்றார். நீங்கள் உள்ளே வரவில்லையா என்று காந்திஜி கேட்டார். "ஹரிஜனாகிய நாங்கள், சாணார்கள் என்ற நாடார் போன்ற மக்கள் இந்தக் கோயில் உள்ளே வரக்கூடாது என்ற தடையிருக்கிறது" என்றார் கக்கன். உடனே காந்திஜி, "உங்களை போன்றவர்களை வரக்கூடாது என்று தடை செய்யும் கோயிலுக்குள் நானும் வர மாட்டேன்" என்று மீனாட்சியைப் பார்க்காமல் அப்படியே திரும்பிவிட்டார்.

அப்போது நாங்கள் பட்ட சந்தோசமும் பெருமையும் எவ்வளவு தெரியுமா? எங்களையும் ஒரு மகாத்மா மதிக்கிறார் என்ற திருப்தி. எங்களுக்கு அனுமதியில்லை என்றால் நானும் வரமாட்டேன் என்று மீனாட்சியைப் பார்க்காமல் திரும்ப எவ்வளவு மன உறுதியும் கருணையும் வேண்டும்? இந்த மனிதரை நான் எப்படி நேசிக்காமல் இருக்க முடியும்? நீங்கள் கோயிலுக்குள் போகலாம் அல்லது போகாமலிருக்கலாம். ஆனால், நீ இழிந்தவன், போனால் தீட்டுப்பட்டு விடும், அதனால் கோயில் உள்ளே வரக்கூடாது என்று தடை விதித்திருக்கும்போது அந்த வலியை ஒரு ஹரிஜனாக இருந்து உணர்ந்தால்தான் தெரியும். அந்த வலியை உணர்ந்த ஒரே மனிதர் காந்திமகான். அதனால்தான் அவர் உண்ணாவிரதம் இருந்தபோது எனக்கு வலித்தது."

நோட்டையும் பேனாவையும் கையில் எடுத்து, "அக்கா! நான் ஆகாகான் அரண்மனைக்குப் போக வேண்டும், அங்கே ஒருவரைப் பார்க்க வேண்டும். அது விஷயமாக கொஞ்சம் படிக்க வேண்டும்" என்று மேஜையில் உட்கார்ந்தான்.

"தம்பி, ஷிண்டே சார் அவர் சைக்கிளை இங்கே வைத்துவிட்டுத் தான் போயிருக்கிறார், அந்த சைக்கிளில் கூட நீங்கள் போகலாம்.

அல்லது ஒரு பைக் வாங்கிவிடலாம். பிறகு எங்கும் வேண்டுமானாலும் போய்வரலாம்'' என்றாள்.

"சைக்கிளை நான் எடுத்தால், ஷிண்டே சார் ஒன்றும் சொல்ல மாட்டாரே.''

"அதை எடுத்து ஓட்டினால்தான் கெட்டுப்போகாது. அதை எடுத்து ஓட்டுங்கள்'' என்றாள்.

அதன் பின் ராகவன் அவளிடம் பேசவில்லை. "இது என்னுடைய நிருபர் தொழிலில் முதல் முயற்சி. மிக நன்றாக வர வேண்டும். ஆகவே கேள்விகளை சிரப்பாக அவரிடம் கேட்க வேண்டும்'' என்று நினைத்துக்கொண்டு அதற்காக தயாரானான்.

பிறகு குளித்து, சாப்பிட்டுவிட்டு, சைக்கிளில் ஆகாகான் அரண்மனை நோக்கிச் சென்றான்.

அங்கே சுல்தானின் அரண்மனை ஊழியர் வரவேற்பறையில் உட்கார்ந்திருந்தார். அவரிடம் காந்திஜியின் மகன் தேவதாஸ் காந்தி வந்தாரா என்று ராகவன் விசாரித்தான். அவருக்கு ஒன்றும் தெரிய வில்லை, உள்ளே போய் இன்னொருவரிடம் விசாரித்துவிட்டு வந்து, "நீங்கள் யார்?'' என்று கேட்டார்.

'பத்திரிகை நிருபர்' என்று சொல்லியும் அவர் நம்பவில்லை. அதற்கான அத்தாட்சியைக் காட்டச் சொன்னார். அவன் காட்டினான். "உள்ளே அதோ அந்த மூலையில் நாலைந்து பேர் இருக்கிறார்கள். அங்கே போங்கள்'' என்று சுட்டிக்காட்டி அனுப்பினார்.

தேவதாஸ் காந்தி அங்கே உட்கார்ந்து கண்மூடி அமைதியாக உட்கார்ந்திருந்தார். அவரை தொந்தரவு செய்ய வேண்டாம் என்று அமைதியாக அங்கு நடப்பதைப் பார்த்துக்கொண்டு நின்றான் ராகவன்.

அந்த இடத்தை வணங்கிவிட்டு, தேவதாஸ் காந்தி நடந்து வந்தார்.

ராகவன் எழுந்து நின்றான். "என்னைப் பார்க்க வந்தீர்களா?'' என்று கேட்டார் தேவதாஸ் காந்தி.

"ஆமாம்'' என்றான் ராகவன்.

"ஏதாவது அவசரமான செய்தியா?''

"இல்லை. நான் ஒரு இளம் பத்திரிகை நிருபர். நீங்கள் இங்கே வந்திருக்கிறீர்கள் என்று கேள்விப்பட்டு ஒரு பேட்டி எடுக்க வந்திருக்கிறேன்.''

"எந்த பத்திரிகை."

"டைம்ஸ் ஆஃப் இந்தியா?"

"நீங்கள் என்னிடம் எந்த மாதிரி பேட்டி எதிர்பார்க்கிறீர்கள்? பொதுவாக மற்ற பத்திரிகை ஆசிரியரின் பேட்டியை பிரசுரிக்கும் பழக்கம் இல்லையே."

"உண்மை. நான் இன்றைக்குத்தான் வேலைக்குச் சேர்ந்துள்ளேன். என்னமோ முதல் பேட்டியாக உங்களை எடுக்க வேண்டும் என்று நினைத்தேன். என் பத்திரிகை இதை எடுக்கச் சொல்லவில்லை. அவர்கள் இதை பிரசுரிப்பார்கள் என்றும் எனக்குத் தெரியவில்லை."

"உன் வாள் கூர்மையாக இருக்கிறதா என்று என் தலையைச் சீவிப்பார்க்க ஆசைப்படுகிறாய்?" என்று சொல்லிச் சிரித்தார். கண்ணாடிக்குள்ளிருந்த கண்கள் அவனைக் கூர்மையாகப் பார்த்தன.

"அப்படி எடுக்காமல், ஒரு இளம் பத்திரிகையாளனின் முதல் முயற்சிக்கு உங்களின் பங்களிப்பு என்று எடுத்துக்கொள்ளலாம்."

"சரி, அப்படி எடுத்துக் கொள்ளுகிறேன்."

"இளைஞனே! நீ மதராசியா?"

"ஆமாம், தமிழ்நாடு."

"என் மனைவியின் மண்ணிலிருந்து வருகிறாய். உன்னிடம் மரியாதையாக நடக்க வேண்டும். இல்லாவிட்டால் அவள் கோபித்துக் கொள்ளலாம்" என்று சொல்லிச் சிரித்து, "தமிநாட்டில் எங்கிருந்து?" என்று கேட்டார்.

"பாளையங்கோட்டை, திருநெல்வேலி, தெற்கில் இருக்கிறது."

"எனக்கு திருநெல்வேலி தெரியும். வா, ஒரு நிழலில் உட்காருவோம்" என்று அவனைக் கூட்டிக்கொண்டு ஒரு மரத்தடிக்குச் சென்றார்.

"எனக்கு நேரம் இல்லை. ஆனால் உன் முதல் பேட்டி என்றாய். ஆகவே உன்னைத் தவிர்க்க முடியவில்லை. உனக்கு அரை மணி தருகிறேன். அதற்குள் பேட்டியை முடித்துவிட வேண்டும்" என்றவர், "உனக்கு ஷார்ட் ஹேண்ட் எழுதத் தெரியும் இல்லையா?" என்று கேட்டார்.

"ஆமாம்" என்றான்.

"நல்லது, பேட்டியை ஆரம்பிக்கலாம். வழக்கமான முகவுரை இல்லாமல் விஷயத்துக்கு வா" என்று சொல்லி நிறுத்தியவர், ஒரு விநாடி யோசித்துவிட்டு, "அதற்கு முன்னால், இதழியல் தொழிலில் இறங்கியிருக்கும் உனக்கு என் சிறிய அனுபவமொழி. உனக்கு வாழ்க்கை முழுவதற்கும் அது பயனுடையதாக இருக்கும். எழுதும் கருத்தின் மீது ஆழமான அறிவு, அதன் முழுப்பரிமாணமும் தெரிதல், எளிமையான சரியான வார்த்தை பிரயோகம், ஆற்றொழுக்கு நடையழகு, எவரையும் காயப்படுத்தாத மேன்மை, இந்த நாலு கால்களைக் கொண்டதுதான் ஒரு இதழியலாளனின் நாற்காலி. இதை மனதில் பதித்துக்கொள். இனி உன் கேள்விகளைத் தொடுக்கலாம்" என்றார் தேவதாஸ் காந்தி.

"காந்தியின் மகன் என்பது உங்களுக்கு ஒரு சுமையா அல்லது சலுகையா?" என்று கேட்டான் ராகவன். அவர் சிரித்தார், தலையை அசைத்துக்கொண்டு, தன் கண்ணாடியைச் சரிசெய்துகொண்டு,

"சலுகையை வெறுப்பவர் என் தந்தை. உண்மையைச் சொன்னால், அவர் நற்பெயர் எங்களுக்கு ஒரு சுமைதான். அதற்கு களங்கம் வந்துவிடக் கூடாது என்று கவனமாக நான் நடக்க வேண்டியிருக்கிறது."

"உங்கள் தந்தையின் வழியில் அரசியலில் தடம் பதிப்பீர்களா?"

"ஒவ்வொருவருக்கென்று ஒரு வாழ்க்கையிருக்கிறது. அதை தொடர்வதுதான் அவரின் தர்மம். வாரிசு அரசியலில் என் தந்தைக்கு உடன்பாடில்லை."

"இந்தியாவுக்கு சுதந்திரம் எப்போது வரும்"

"வந்து விட்டதே. தொடுவானம் சிவப்பாகிவிட்டதே."

"ஒரு நாடாகவருமா, இரு நாடாக வருமா?"

"இலக்கு ஒரு நாடுதான். ஆனால் அரசியல் எதார்த்தம் எதையும் முடிவுசெய்யலாம்."

"உங்கள் தந்தை காந்திஜி ஒரு நாடு என்கிறார். உங்கள் மாமனார் ராஜாஜி இரு நாடாகப் பிரித்துவிடலாம் என்கிறார். நீங்கள் யார் பக்கம்" என்றதும் தேவதாஸ் காந்தி சிரித்துவிட்டார்.

"நான் எப்போதும் காந்திஜி பக்கம்தான்."

"மதத்தின் அடிப்படையில் நாட்டைத் துண்டாடுவது சரியா?"

“மதத்தின் அடிப்படையில் தேசம் பிளவுபடுவது, என்னைப் பொறுத்தவரை தவறு என்பேன். அரசியல் அதிகார பீடத்திலிருந்து மதங்களை நீக்குவதுதான் மகத்தான சமூக, விஞ்ஞான வளர்ச்சிக்கான முகாந்திரம் என்பதை வளர்ந்த ஐரோப்பிய நாடுகள் நிரூபித்திருக்கின்றன. நாமும் அந்த வழியை விட்டு, மதங்களின் அடிப்படையில் நாட்டை, அரசியலை அமைப்பது தவறான வழி.”

“காந்திஜி, மதம் சார்ந்த அரசியலைத்தானே அறிமுகப்படுத்தினார். அது தவறு என்று கூறிட முடியும்?”

“காந்திஜி ஒரு ஆழமான இந்து என்பதில் எந்த மாற்றுக் கருத்தும் இல்லை. மத நம்பிக்கை என்பது அவரைப் பொறுத்தவரை தனி நபரின் நம்பிக்கை சார்ந்த விஷயம். ஆனால் அவர் சொல்லும் மதம் என்பது நாம் காணுகின்ற இந்து, கிறிஸ்தவ, முஸ்லிம் மதம் என்பதில்லை. அவரின் மதம் என்பது இவற்றையெல்லாம் கடந்தது. அது மனிதரை மாற்றுகிறது, அது ஒருவரை உண்மையோடு இணைக்கிறது, ஒருவரை புனிதப்படுத்துகிறது. ஒருவர் தன் உள் குரலை தெரிந்துகொள்ளும் வசதி. எல்லா மதங்களும் உண்மையானவை. அவை பல சாலைகளின் வழியாக ஒரு மையப் புள்ளியில் சந்திக்கின்றன என்பது அவரின் அசைக்க முடியத பார்வை. உலகுக்கென்று ஒரே மதம் இருக்க வேண்டும் என்பதை அவர் ஏற்கவில்லை. அப்படியிருக்கும் போது ஒரு நாட்டுக்கு ஒரு மதம்தான் இருக்க வேண்டும் என்று அவர் எப்படிச் சொல்வார்? மதங்களின் அடிப்படையில் நாட்டை அமைப்பது வன்முறைக்கு, பிற்போக்குத்தனத்திற்கு வழிவகுக்கும், அது ஜனநாயகத்துக்கு முன்னேற்றத்துக்கு, விஞ்ஞான மனோபாவத்துக்கு எதிரானது என்பது என் தீவிரமான கருத்து. காந்திஜியின் மதம் மனிதர்களைப் பிளப்பதில்லை, நாடுகளைக் கூறுபோடுவதில்லை.”

“அவர் இந்துக்களுக்கு விரோதமாகவும், முஸ்லிம்களுக்கு ஆதரவாகவும் நடந்துகொள்வதாக இந்து தீவிர வாத இயக்கங்கள் குற்றம் சாட்டுகின்றனவே.”

“முஸ்லிம் பெரும்பான்மை இடங்களில் அவரை ஜாதி உயர் இந்துக்களின் தலைவர் என்றும் குற்றம் சாட்டுகிறார்கள். அரசியலில் தலைமை பொறுப்பில் இருப்பவரை எப்படி வேண்டுமானாலும் விமர்சிக்கலாம். பெரும்பான்மையாக இருக்கும் இந்துக்கள், சொந்த நாட்டிலிருக்கும் முஸ்லிம்களுடன் பெருந்தன்மையாகவும் நடந்து கொள்ள வேண்டும் என்று அவர் சொல்லுகிறார் என்று நான் நினைக்கிறேன். காந்திஜி யாருக்கும் விரோதமாக நடந்துகொள்வதில்லை.

அவர் ஆங்கிலேயரிடம் கூட விரோதமாக நடந்துகொள்ளவில்லையே. சாத்வீகம், அகிம்சை, தியாகம் ஆகிய இந்து மதத்தின் உயர் பண்பாடுகளைச் சொல்லி அதை இந்துக்கள் நடைமுறைப்படுத்த வேண்டும் என்று சொல்கிறார். எப்போதும் வாளெடுத்துப் போர் புரிவதற்கு மக்களைத் தூண்டுவது எளிது. ஆனால் நேர்மையைச் சொல்லி, சரியான வழியில் அகிம்சை மனோபாவத்துடன் போரிடச் சொல்லுவது என்பது கடினம். அதை தீவிரவாத இந்துக் குழுக்களால் ஏற்க முடியவில்லை. நான் எப்படி இதை பார்க்கிறேன் என்றால், காந்தியின் பின்னால், இந்த நாட்டின் மொத்த மக்களும் திரளும் போது, இந்த தீவிரவாத இந்துத்துவக் குழுக்களுக்கு வேண்டிய அரசியல் களம் கிடைக்காமல் போய்விடுகிறது. அதற்காக, தங்களை வீரர்களாக, உண்மையான மதவாதிகளாக காட்ட வேண்டிய அவசியம் ஏற்படுகிறது. காந்தி ஒருவர் மட்டுமே மடாதிபதிகள் சாமியார்களின் செல்வாக்கை செல்லுபடியாக்காமல் செய்தவர். அதனால் பாதிக்கப்பட்ட சிலர் இவ்வாறு குற்றம் சாட்டலாம். அவ்வளவுதான்."

"காந்தியின் அரசியல் செல்வாக்கு சரிந்துவருகிறது என்று சொல்லுகிறார்களே."

"சுதந்திரம் கையில் வந்துவிடும் என்றவுடன், காந்திஜியின் வேலை முடிந்தது என்று காந்திஜியின் நெருங்கிய சகாக்கள் கூட நினைக்கிறார்கள் என்று செய்தி வருகிறது. மற்றபடி காந்தி மக்களிடம் நெருங்கியவராகவே இருக்கிறார்."

"சுதந்திரத்தால் என்ன பயன் கிடைக்கும் என்று நம்புகிறீர்கள்?"

"யாருக்கு என்ற கேள்விதான் அதைத் தீர்மானிக்கிறது. அரசியலில் முன் கையெழுத்துப் போடுகின்றவர்கள், ஆங்கிலேயர் விட்டுச் சென்ற பதவிகளில் ஆனந்தமாக உட்காருவார்கள். ஆனால், சாதாரண மக்களுக்கு, அவர்கள் எதிர்பார்ப்பெல்லாம் நிகழாது, அதனால் ஏமாற்றம் வரலாம். சுதந்திரத்தை, நாம் முன்னே செல்ல திறந்துவைக்கப்பட்ட வாயில் என்று பார்த்தால் அது சரியான அணுகுமுறையாக இருக்கும். சுதந்திரம் என்ற ஒற்றைச் சொல் மந்திரத்தால் மாங்காய் காய்த்துவிடும் என்று நினைத்தால் அது ஏமாற்றமாய்த்தான் அமையும்" என்ற தேவதாஸ் காந்தி,

"ராகவன், நேரம் ஆகிக்கொண்டிருக்கிறது. நன்றாகவே கேள்விகள் கேட்டீர்கள். ஒன்றிரண்டு கேள்விகளோடு முடிங்கள்" என்றார்.

"இந்தியாவில் பிரிவினை வந்தால் அதற்கு யார் பொறுப்பு?"

“இப்போதைக்கு முஸ்லிம் லீக்தான் பொறுப்பு என்று தோன்றுகிறது.”

“காந்தியால்தான் பிரிவினை வரும் என்று தீவிரவாத இந்துக் குழுக்கள் சொல்லுகின்றனவே.”

“இந்த தீவிரவாத இந்துக்குழுக்கள் 1945-ஆம் ஆண்டுவரை என்ன செய்தன? ஆங்கிலேயருக்கு வால்பிடித்துக்கொண்டிருந்தார்கள். சுதந்திர போராட்டத்துக்கு அவர்களின் பங்கெளிப்பென்ன? எதுவுமில்லை என்று தெரியும்போது, தங்களின் இருப்பைக் காட்ட இதுபோன்ற பொய்க் குற்றச்சாட்டுக்களை அள்ளி வீசுவது இயற்கைதானே. நாட்டுப் பிரிவினை என்பது வந்தால், என்னைப் பொருத்தவரை அது காந்தியை மீறி வந்ததாகவே இருக்கும்” என்று சொல்லிவிட்டு,

“ராகவன், நான் இன்றைக்கு இரவு ரயிலில் புறப்படுகிறேன், என் பதிலை எழுத்தில் என்னிடம் காட்டிவிட்டீர்கள் என்றால் நான் அதைப் பார்த்த பின்பு உங்கள் பத்திரிகைக்கு அனுப்புங்கள். எனக்குத் தெரிந்தவரை அவர்கள் இதை வெளியிடுவது நடைமுறை சாத்திய மானது இல்லை.”

“சார், உங்கள் பதில் மிகவும் நன்றாக வந்திருப்பதாய் எனக்குப் படுகிறது, ஆகவே பத்திரிகையில் வரும் என்றே நினைக்கிறேன்” என்று சொன்னான். அவர் சிரித்துக்கொண்டே “சரியாக வந்திருக்கிறதா?” என்று கேட்டுவிட்டு, அவனிடம் விடைபெற்றுக்கொண்டு, “வாழ்த்துக்கள், நீ நன்றாக வரவேண்டும்” என்று சொல்லிவிட்டு புறப்பட்டார்.

வீட்டுக்கு வந்த ராகவனுக்கு பசியாக இருந்தது. சைக்கிளை வைத்துவிட்டு நேரே அடுக்களைக்குச் சென்றான். அங்கே சமைத்து வைத்திருந்த உணவுகளைத் திறந்துபார்த்தான். நல்ல மணம் வந்தது. உடனே போய் சட்டையெல்லாம் கழற்றிப்போட்டுவிட்டு, கைகால் கழுவி விட்டு சாப்பிட உட்கார்ந்தான். மானசீகமாக எல்லையம்மாவுக்கு நன்றி சொன்னான். எத்தனை நாட்கள் தன் அம்மா பாசத்துடன் சமைத்துப் போட்டிருக்கிறாள், அவளுக்கு என்றைக்காவது நன்றி சொல்லுவது இருக்கட்டும், நின்று அவளைப் பார்த்தால் போதும், அவள் புரிந்துகொள்வாள், அதைக் கூட நான் செய்தில்லை. காசுக்காக செய்பவர்களை ஆகாஒகோவென்று பாராட்டுகிறோம், பாசத்துடன் செய்பவர்களை கேலிசெய்கிறோம் என்று எண்ணிக்கொண்டான்.

உடனே உட்கார்ந்து, குறுக்கெழுத்தில் எழுதியதை, தான் கொணர்ந்திருந்த டைப்ரைட்டரில் அடிக்க உட்கார்ந்தான்.

மாலை ஐந்து மணி ஆகியிருந்தது. ஒரு காபி குடிக்கலாம் போலிருந்தது. சோம்பலை முறித்துக்கொண்டு வெளியே வந்தான். நேற்று மாலையில், காபி குடித்த அதே ஹோட்டலுக்குச் சென்றான்.

உள்ளே நுழையும்போது, நேற்று தன்னோடு காபி குடித்தவன் இப்போதும் ஒரு மேஜையின் முன்னே தனியே உட்கார்ந்து காபி குடித்துக் கொண்டிருந்தான். இவனைப் பார்த்ததும், உள்ளிருந்து "வாங்க சகோதரரே" என்று அழைத்தான். வெளியிலிருந்து அவன் யார் என்று ராகவனுக்கு தெரியவில்லை. கண்கள் இருட்டுக்குப் பழகிய பின், உள்ளிருப்பவன் நேற்று சந்தித்தவர் என்று தெரிந்துகொண்டான்.

ராகவன் அவனை நோக்கிச் சென்றுகொண்டிருக்கும்போது, "பையா, எனக்கு இன்னொரு காபியைச் சேர்த்து இரண்டு காபியாக போடு" என்றான்.

"நமஸ்காரம்" என்று சொல்லிவிட்டு, ராகவன் அருகில் அமர்ந்தான். ஏற்கனவே குடித்த காபி டம்ளர் அவன் முன்னால் இருந்தது.

"என்ன, இரண்டாவது காப்பியா?" என்று ராகவன் சிரித்துக் கொண்டே கேட்டான்.

"காப்பி எனக்கு அலுப்பதில்லை. அலுத்தால்தானே இரண்டு மூன்று என்று கணக்குப் பார்க்க வேண்டும்" என்றவன் தொடர்ந்து, "என் பெயர் நாதுராம் கோட்சே. நான் இங்கேதான் இருக்கிறேன். நீ ஒரு மதராஸிபோல இருக்கிறாய். என்ன நான் சொல்லுவது சரிதானே" என்றான்.

"இங்கு எல்லோரும் ஒரு மதராஸியை மிக எளிதாக கண்டுபிடித்து விடுகிறீர்கள். அது எப்படி என்றுதான் எனக்குப் புரியவில்லை." என்றான் ராகவன்.

"அதுவா, நமக்கு வேண்டியவர்களையோ அல்லது வேண்டப் படாதவர்களையோ கண்டுபிடிப்பது எளிதுதானே."

"நாங்கள் மதராஸிகள், உங்களுக்கு வேண்டியவர்களா, வேண்டப் படாதவர்களா?"

"இப்படி எதையும் பொறிபோல பற்றிக்கொள்பவர்கள் மதராஸிகள். அதனால் எங்களுக்கு பயம் கலந்து உங்களைப் பிடிக்கும்."

"நாகரிகமாக எங்களுக்கு வேண்டப்படாதவர்கள் என்று சொல்லுகிறீர்களா?"

“ஐயோ, நான் அப்படிச் சொல்வேனா? இந்துக்கள் எங்கிருந்தாலும் எனக்கு வேண்டப்பட்டவர்கள்தான். உன் பெயரைச் சொல்லவில்லையே.”

“என் பெயர் ராகவன்” என்றதும் அதற்கு நாதுராமிடமிருந்து பதிலில்லை.

அதற்குள் இரு காப்பி வந்தது. ஒரு காப்பியை ராகவனிடம் எடுத்துக் கொடுத்துவிட்டு இன்னொரு காப்பி தம்ளரை கையில் பிடித்து தன் நெற்றியின் ஒரு பக்கத்தில், இமைகளுக்கு மேலே வைத்து சூட்டோடு உருட்டினான் கோட்சே. அப்படி கண்ணை மூடினான்.

“என் பதில் தலைவலியைத் தந்துவிட்டதா?”

“இல்லை. எனக்கு ஒற்றைத் தலைவலி வரும். வந்து பாடாய்ப் படுத்தும்.”

“ஒரு உண்மையைச் சொல்லுகிறேன், தலைவலி போகிறதா என்று பாருங்கள். என் பெயர் ஸ்ரீநிவாச ராகவன்.”

“நினைத்தேன் அப்படித்தான் இருக்க வேண்டும் என்று நினைத்தேன்.”

“என்ன இருக்க வேண்டும் என்று நினைத்தீர்கள்?”

“ராகவன், நீ பிராமணனாக இருக்க வேண்டும் என்று நினைத்தேன். என்ன ஸ்மார்த்த பிராமணனா?”

“இல்லை, எங்களை ஐயங்கார் என்று சொல்லுவார்கள். எங்களைத் தீவிர வைஷ்ணவர்கள் என்று சொல்லிக்கொள்ளலாம்.”

“நான் சித்பவன் பிராமணன்.”

“சித்பவன் என்றால் என்ன அர்த்தம்?”

“புனித நெருப்பால் தூய்மையாக்கப்பட்டவன் என்று அர்த்தம். கோகலே, திலகர், சாவர்க்கர், ஆர். எஸ். எஸ் சர்சாலக் ஹெக்டேவார், கோல்வாக்கர் எல்லோரும் சித்பவன் பிராமனர்கள்தான். காந்தியின் சீடர் வினோபாவும் சித்பவன் பிராமணர்தான்.”

“நீங்கள் இங்கு என்ன செய்கிறீர்கள்?”

“சிதறிக்கிடக்கும் இந்துக்களை ஒன்றிணைத்து ராணுவமயமாக்கி அவர்களைக் கொண்டு இந்து ராஷ்ட்ரம், இந்து அரசு ஏற்படுத்த வேண்டும் என்பதற்காய் உழைக்கிறேன்.”

“தனியாக உழைக்கிறீர்களா அல்லது ஏதாவது இயக்கத்துடன் இணைந்து செயல்படுகிறீர்களா?”

"இந்து மகா சபையுடன் இணைந்து செயல்படுகிறேன். நிறைய கேள்விகள் கேட்கிறாய்? என்ன வக்கீலுக்குப் படித்திருக்கிறாயா?"

"வக்கீலுக்குப் படிக்கவில்லை. அப்பா ஒரு வக்கீல்."

"இங்கு என்ன விஷயமாக வந்திருக்கிறாய்?"

"பத்திரிகை நிருபராக வந்திருக்கிறேன்."

"ஓ! ஷிண்டே சாரின் இடத்தில் வந்திருக்கிறாயா?"

"ஆமாம்" என்று சொல்ல, இருவரும் ஹோட்டலை விட்டு வெளியே வந்தார்கள். இந்த முறை நான் காசு கொடுக்கிறேன் என்று கோட்சே பணம் கொடுத்தான்.

வெளியே வந்த ராகவனுக்கு, கோட்சேயோடு தொடர்பு வைத்துக் கொள்வது எவ்வளவு தூரத்துக்கு சரியாயிருக்கும் என்ற கேள்வி மனதில் எழுந்தது.

தீவிரவாதம் எப்போதும் தன் குறுகிய எல்லைகளுக்குள் கரை அமைத்துக்கொண்டு அதுதான் எல்லாம், அதுதான் உன்னதமானது என்று வேற்று எதையும் பார்க்க மறுப்பது மட்டுமல்ல அவற்றை வெறுக்கவும் செய்யும். தனக்கு எதிரானது என்பதனோடு உரையாடாமல், அதை களையெடுக்க வன்முறையை சிறிதும் தயங்காமல் பிரயோகப் படுத்தும். அதன் எல்லைக்குள் மாற்றுச் சிந்தனைக்கு இடமில்லை. இப்படிப்பட்ட தீவிரக் கொள்கை கொண்ட கோட்சேயுடன் எப்படி தொடர்பு வைத்துக்கொள்வது என்று நினைத்தான்.

ஒரு பத்திரிகை நிருபர் என்ற அளவில், தன் காது விரிந்து இருக்க வேண்டும் என்று நினைத்துக்கொண்டான். எனவே, செய்தியை உருவாக்குவது இது போன்ற குழுக்கள்தான், எனவே இவரோடு கவனத்துடன் உறவு வைத்துக்கொள்வோம் என்று மனதில் தீர்மானித்துக்கொண்டான்.

"ராகவன், உனக்கு வேறு வேலையிருக்கிறதா?" என்று கேட்டான் கோட்சே.

"என்ன விஷயம்? சொல்லுங்கள்."

"கொஞ்ச நேரம் உன்னிடம் பேசலாம் என்று நினைத்தேன்."

"பேசுவோமே"

"பக்கத்தில் என்னுடைய இந்து ராஷ்ட்ர பிரஸ் இருக்கிறது. அங்கு போய் உட்கார்ந்து பேசுவோமா?"

"எதற்கு அறைக்குள் உட்கார்ந்து பேசவேண்டும்? உங்கள் பூனாவில் மாலை நேரம் அழகாக இருக்கிறது. இங்கே எங்காவது வெளியில் உட்கார்ந்து பேசலாம்" என்றான்.

அவர்கள் நடந்துபோய், ஒரு கோயில் முன்னே இருந்த மரத்தின் அடியில் உட்கார்ந்தார்கள்.

"ராகவன், நாட்டில் நடக்கும் அரசியல் நிகழ்ச்சிகளை கவனித்து வருகிறாயா? நடப்பதை நினைத்து உன் கருத்து என்ன?" என்று கேட்டான் கோட்சே.

"நான் சின்னப் பையன், என் கருத்து என்னவாக இருந்து என்ன ஆகப்போகிறது? காந்தி நேரு போன்ற பெரியவர்கள் அதைக் கவனித்துக் கொள்ளுகிறார்கள்."

"இந்த நாட்டின் பிரச்சினையே இதுதான். அந்தக் கிழவர் காந்திக்கு எல்லாம் தெரியும் என்று அவரைத் தெய்வமாக ஆக்கி விடுகிறார்கள். இந்த தேசத்தின் சீரழிவுக்கே அந்தக் கேடுகெட்ட பனியா கிழம்தான் காரணம்."

"ஜாதியை வைத்து மனிதர்களை இழிவாகப் பேசுவது எனக்குப் பிடிக்காது" என்றான் ராகவன். கோட்சே அவனை உற்றுப் பார்த்தான். அவனின் கண்களில் மின்னிய வெறுப்பை ராகவன் உணர்ந்தான்.

"இருக்கட்டும். நல்லதுதான். நீயும் ஒரு இந்து, நானும் ஒரு இந்து. நீயும் ஒரு பிராமணன், நானும் ஒரு பிராமணன். நம் இருவரின் கனவும் காலமும் ஒன்றாகத்தான் இருக்கின்றன. பூனா ஒரு பிராமண பேஷ்வா ஆண்ட மண். வருணாசிரமும் சனாதனமும் செழித்த மண். இந்த தேசம், இதுபோல ஒரு இந்து தேசமாக இருந்தது, இப்படி குறுகி விட்டது பார்த்தாயா? இடையில் படையெடுத்து வந்தவர்கள் இந்து தேசத்தை இப்படி ஆக்கிவிட்டார்கள். வரலாறு நம்மிடம் கொடுமையாக நடந்துகொண்டது உனக்கு வருத்தமாயில்லையா?"

"நீங்கள் விரும்புவது இந்தத் தேசம் ஒரு இந்து தேசமாக இருக்க வேண்டும் என்பதுதானே. அதாவது, முஸ்லிம்லீக் பாக்கிஸ்தான் ஒரு முஸ்லிம் நாடாக இருக்க வேண்டும் என்று லாகூர் தீர்மானம் இயற்றி அதற்காக களமிறங்கி போராடுவதுபோல நாமும் போராட வேண்டும் என்று சொல்ல வருகிறீர்களா?"

"அதில் ஒரு திருத்தம். இது அகண்ட பாரதமாக இருக்க வேண்டும்."

"அதன் எல்லைகள் எவை?"

தன் சட்டைப் பையில் வைத்திருந்த பல காகிதங்களுக்கு நடுவில் ஒன்றைத் தேடி எடுத்து, "இதோ பார், இதுதான் நாம் காண விரும்பும் அகண்ட பாரதம்."

அதைக் கையில் வாங்கிப் பார்த்த ராகவன், "ஆங்கிலேயர் ஆளும் இந்தியா, மன்னர் ஆளும் ராஜ்ஜியங்கள், இலங்கை, பர்மா, மேற்கே ஆப்கானிஸ்தான் எல்லாம் சேர்ந்து அகண்ட இந்து இந்தியாவாக பரிமாணம் பெறவேண்டும் என்று ஆசைப்படுகிறீர்கள். அப்படித்தானே."

"ஆமாம்."

"இது இந்துக்களின் அகண்ட பாரதம் என்றால், மற்ற மதத்தினர், தீண்டத் தகாதவர்கள் எப்படி இந்த அகண்ட பாரதத்தில் உண்மையான குடிமக்களாக இருக்க முடியும் என்ற கேள்வி வருகிறதல்லவா. அவர்களுக்கு இந்த சுயராஜ்யம் வருவதால் என்ன பயன் என்று யோசிக்க மாட்டார்களா?"

"அவர்கள் அடங்கி இருக்க வேண்டும். இந்த தேசத்தை அவர்கள் இத்தனை காலம் அடக்கி ஆண்டபோது நாமிருந்தோம் இல்லையா. அதன் வலி அவர்களுக்கும் தெரிய வேண்டுமில்லையா?"

"அவர்களை இந்த நாட்டிற்குள் அடக்கி வைக்க வேண்டும் என்று நீங்கள் பேசினால், முஸ்லில் லீக் கேட்கும் தனி நாடு கோரிக்கை நியாயமாக ஆகிவிடும் இல்லையா?"

"அது எப்படி அவர்களுக்கு தனி நாடு கொடுக்க முடியும்? நம் அகண்ட பாரத கனவு என்னாவது?"

"நீங்கள் கண்ட கனவுக்காக, அவர்கள் எப்படி இரண்டாம்தர குடிமக்களாக இருக்க ஆசைப்படுவார்கள்? உங்களைப் போன்றவர்களின் இந்தப் பேச்சால்தான், முஸ்லிம்கள் தனி நாடு வேண்டும் என்று கேட்க ஆரம்பித்திருக்கிறார்கள். இதற்கு யார் காரணம் என்று கொஞ்சம் உணர்ச்சிவசப்படாமல் யோசிப்பீர்களா?"

"கண்டிப்பாக காந்திதான் காரணம். அவர்தான் இந்த முஸ்லிம்களை, கிழவனுக்கு வாய்த்த இளம் இரண்டாம் தாரம்போல, வலியப்போய் விழுந்து விழுந்து உபசாரம் செய்கிறார். அது அபச்சாரமாக அவருக்குத் தெரியவில்லை. இவர் நாம் என்ன கேட்டாலும் நம் பக்கமாக நிற்பார் என்று நினைத்து முஸ்லிம்கள் இப்படிப் பேசுகிறார்கள்."

"ஏன் இப்படி குழப்பமாக பேசுகிறீர்கள்? அகண்ட பாரதம் வேண்டும் என்றால் அதற்கு காந்தி ஒருவரால்தான் முடியும். பலதரப்பு

மக்களையும் ஒன்றாக, சமமாக அவரால்தான் பார்க்க முடிகிறது. இந்தியா ஒரு குறிப்பிட்ட மக்களுக்கான தேசமாக அவர் பார்ப்பதில்லை. தெளிவாகச் சொல்லுவதாயிருந்தால், இதை இந்துக்களின் தேசமாக அவர் பார்ப்பதில்லை. இந்தியா என்பது பல்வேறு மக்கள் சார்ந்த தொகுதிதான் என்ற சரியான கருத்து அவரிடம் இருக்கிறது. அப்படித்தானே இருக்க முடியும்? ஒரு இந்துக்கு இந்தத் தேசம் எப்படி தன் சொந்தம் என்று நினைக்க முடிகிறதோ அப்படி ஒரு முஸ்லிமும் நினைக்க வேண்டும் இல்லையா? அதுதானே சுயராஜ்யத்தின் மையப் புள்ளியாக இருக்க முடியும்"

"உன் தருக்கத்தை நான் ஏற்கவில்லை. என் பதில் மிக எளிமை யானது. இது இந்துக்களின் தேசம், இங்கு இந்து ராஷ்ட்ரம் உருவாக வேண்டும்."

"காந்தி இதற்கு மிக தெளிவாக பதில் சொல்லியிருக்கிறார். 'இந்திய சுயராஜ்யம் என்பது பெரும்பான்மை சமூகத்தின், அதாவது இந்துக்களின் ஆட்சியாக இருக்க வேண்டும் என்று சொல்லப்படுகிறது. இதைவிட பெரிய பிழை இருக்க முடியாது. ஒருவேளை அது உண்மையானால் அதை நான் சுயராஜ்யம் என்று அழைக்க மாட்டேன்' என்பது காந்தியின் தெளிவான பதில்."

"காந்திக்கு இந்துக்கள் என்றால் பிடிக்காது. அதனால்தால் இப்படி புலம்புகிறார். அவருக்கு வயதாகிவிட்டது இல்லையா. மரமண்டைத் தனம் வந்துவிட்டது. அதனால் இப்படி பேசத் தோணும்."

"காந்தி உண்மையான இந்து. அவரளவு இந்து எவருமில்லை என்பது என் கருத்து. இந்து மதத்தின் உன்னத கருத்துக்களை வாழ்வாகக் கொண்ட இந்து அவர். அவர் மடாதிபதியில்லை. ஆனால் நாட்டில் இருக்கும் எல்லா மதத்தினரும் ஏற்கும் மடாதிபதி அவர் ஒருவர்தான். உங்கள் தேசியம் இந்து மட்டும் என்று அளவில் சுருங்கிப் போனது. அதாவது பலரை வெளியே தள்ளும் Exclusive ஆன தேசியம், காந்தியின் தேசியம், Inclusive ஆன, எல்லாரையும் உள்ளடக்கும் பரந்துபட்ட தேசியம். அகண்ட பாரதம் என்று கனவு காணும் உங்களுக்கு அகண்ட மனது இல்லாமல் போனது துரதிர்ஷ்டம். ஆனால் அது காந்தியிடம் இருக்கிறது."

"ராகவன் நன்றாகப் பேசுகிறாய். நிறைய படித்திருக்கிறாய். ஆனால் இந்துவின் மொழியும் சிந்தனையும் உனக்குத் தெரியவில்லை."

“முஸ்லிம் தலைவர்கள் என்ன பேசுகிறார்கள் தெரியுமா? காந்தி பேசும் இந்து மொழியும், அதன் தத்துவமும் எங்களுக்கு ஏற்புடையது இல்லை என்று சொல்லுகிறார்கள். குறை சொல்லுவதற்கு இவை யெல்லாம் எளிமையான பதம். காந்தியோடு என்றைக்காவது உட்கார்ந்து பேசியிருக்கிறீர்களா? அவர் எல்லோரிடமும் உரையாடுகிறவர். மாற்றுக் கருத்துகொண்டவர்களும் அவரை நம்பி அவரிடம் பேசுவார்கள். ஆனால் உங்களைப் போன்றவர்கள் அவருக்கு எதிராய் கோசம் போடுகிறீர்கள். என்னோடு வந்து உரையாடு என்று அழைக்கும்போது அவரிடம் போய் பேசியிருக்கலாமில்லையா. அப்போது அவர் உங்கள் கருத்தால் வயப்படுவதற்கும் வாய்ப்பு இருக்கிறது இல்லையா?”

“எங்களைப் பொறுத்தவரை அவர் மோசமான எதிரி.”

“காந்திக்கு ஏதிரி எவருமில்லை. அவர் ஒருபோதும் எதிரிகளை உருவாக்குவதில்லை. எதிரிகள் என்று தாங்களே சொல்லுகின்றவர் களை அவர் வெறுப்பதுமில்லை. ஆனால் கொள்கைகளை எதிர்க்க வேண்டும் என்றால் தீவிரமாக எதிர்த்துப் போராடுவார். அதில் வெறுப்பிருக்காது. ஒன்றைச் சொல்லட்டுமா, இவ்வளவு நேரம் நான் பேசிக்கொண்டிருந்ததில், நான் புரிந்துகொண்டது, உங்களிடம் காந்தி மீது அளவற்ற வெறுப்பு மலையாய்க் குவிந்துகிடக்கிறது. அதனால் தான் அவதூறாய் அவர் பற்றிப் பேசுகிறீர்கள். காந்தி எப்போதும் எவரோடும் சமரசத்துக்கு தயாராயிருக்கிறார். அந்த சமரசம் எதிராளியின் இதயத்தைத் தொட்டு தடவி அவனைச் சாந்தப்படுத்தும்.”

“காந்தியின் மீது அதீதமான பக்தி உனக்கிருக்கிறது. ஆகவேதான், பூனை கண்ணை மூடிக்கொண்டால் உலகமே இருண்டுவிடும் என்பது போல பேசுகிறாய். அது தவறு என்பதை உணருவாய்.”

“நான் காந்தியின் பக்தன் இல்லை. காந்தி சொன்னது எல்லாம் சரியென்று நான் சொல்ல மாட்டேன். அவரோடு மாறுபட, மறுக்க, விவாதிக்க அவரின் சில கொள்கைகள் இருக்கின்றன. அவரோடு நான் மாறுபடுகிறேன். அதற்காக அவரை நான் வெறுப்பதில்லை. வெறுப்பு நம் நேர்மையை குருடாக்கிவிடுகிறது. அவரின் பார்வை, செயல் எனக்கு சரியென்று படுகிறபோது அதையும் நான் உறுதியுடன் வெளியே சொல்லுவேன். அப்படித்தான் உங்களிடம் பேசினேன். எனக்குத் தெரியும், என்ன காரணத்தால் நீங்கள் காந்தி மீது ஏன் இத்தனை வெறுப்புக் கொண்டிருக்கிறீர்கள் என்று. அதைப் பற்றி இன்னொரு முறை பேசுவோம். இப்போது நான் ரயில் நிலையத்துக்குப் போய், நீங்கள் வெறுக்கும் ஒருவரின் வாரிசை சந்திக்க வேண்டி யிருக்கிறது.”

"யார் ஹரிலாலையா? அந்தக் குடிகார முஸ்லிமையா?"

"இல்லை" என்று சொல்லிவிட்டு ராகவன் எழுந்தான்.

"ராகவன், நீ என்னை எதிர்த்துப் பேசினாலும், என்னவோ உன்னை எனக்குப் பிடித்திருக்கிறது. நாம் அடிக்கடி சந்தித்துப் பேசுவோம், நீ என்ன சொல்லுகிறாய்?" என்றான் கோட்சே.

"உரையாடுவதற்கு நான் எப்போதும் தயார். அதில் வெறுப்பு வந்துவிடக்கூடாது. நாம் இருவரும் எதிர்மறையான கருத்துக்களைக் கொண்டிருக்கிறோம். ஆகவே ஜாக்கிரதையாகத்தான் உங்களிடம் பேசவேண்டும்."

"வா, உன்னை ஒரு உயர்ந்த அறிவாளியிடம் கூட்டிச் செல்ல வேண்டும். அவர் ஒருவேளை உன்னிடம் சரியான புரிதலை உண்டாக்கலாம்."

"யார் அவர்?"

"சாவர்க்கர்" என்றான் கோட்சே. எதுவும் பதில் சொல்லாமல், கோட்சேயிடமிருந்து விடைபெற்று விரைந்து தன் வீட்டுக்குச் சென்றான் ராகவன்.

இன்னொரு காப்பி குடித்துவிட்டு, பத்திரிகை வேலையைப் பார்க்க வேண்டும் என்று தனக்குள் சொல்லிக்கொண்டு ஹோட்டலை நோக்கி நடந்தான் கோட்சே.

6. இந்துத்வா: அனுமதி இந்துக்களுக்கு மட்டும், மற்றவர்க்கில்லை

ஒருநாள் காலையில் கோட்சே ராகவன் வீட்டுக்கு வந்தான். வந்தவனிடம் காப்பி குடிக்கிறீர்களா என்று ராகவன் கேட்க, "இல்லை, தலை போகிற வேலையிருக்கிறது, உன்னிடம் ஒரு விஷயம் சொல்லி விட்டுப் போக வேண்டும் என்று அவசரமாக வந்தேன்" என்றான் கோட்சே.

"ஒன்று மற்றவர்களுக்கு தலைவலி கொடுப்பீர்கள் அல்லது உங்களுக்கு ஒற்றைத்தலைவலி வந்து உயிரை எடுக்கும், இப்போது உங்களுக்கு தலைபோகிற வேலையா?" என்று கேட்டான் ராகவன் சிரித்துக்கொண்டே.

"என்னை நன்றாக புரிந்துவைத்திருக்கிறாய். ராகவன், நாளைக்கு நான் பம்பாய் போகிறேன். சாவர்க்கரைப் பார்க்கப் போகிறேன். உன்னையும் ஒரு நாள் அவரிடம் கூட்டிச் செல்கிறேன் என்று சொல்லியிருந்தேன் இல்லையா. நாளை மறுநாள் உனக்கு வசதிப் படுமா?, அது ஞாயிற்றுக் கிழமைதான்" என்றான் கோட்சே.

யோசித்த ராகவன், "வருகிறேன்" என்றான்.

"நாளை இரவு ரயிலில் போய்விட்டு அடுத்த நாள் அவரைப் பார்த்துவிட்டு வந்துவிடலாம்."

"நான் அவரிடம் பேச வேண்டும். நேரம் ஒதுக்கி கொடுக்க வேண்டும்."

"அதை நான் பார்த்துக்கொள்ளுகிறேன்."

"அவர் எழுதிய புத்தகம் எனக்கு வேண்டும். அவற்றைப் படிக்க வேண்டும்."

"இன்றைக்கு பிரசுக்கு வா. தருகிறேன்" என்று சொல்லிவிட்டு அவசரமாக புறப்பட்டான் கோட்சே.

மறுநாள் மாலையில் இருவரும் புறப்பட்டார்கள். ரயிலில் இருவரும் ஏறி உட்கார்ந்து பேச ஆரம்பித்தனர்.

“கோட்சே, உங்களுக்கு சாவர்க்கரை எப்படித் தெரியும்? அவர் உங்கள் ஊர்க்காரரா?” என்று கேட்டான் ராகவன்.

“அதெல்லாம் இல்லை. சில நேரங்களில் வாழ்க்கை திருப்பு முனையை அதுவாகவே கொண்டு வரும். அப்படி ஒரு வாய்ப்பு எனக்கு கிடைத்தது” என்றான் கோட்சே

வசதியாக உட்கார்ந்துகொண்டு, ஜன்னல் வழியாக பார்த்தான் கோட்சே. மரங்கள் பின்னோக்கி ஓடின. அதுபோல அவன் நினைவுகளும் பின்னோக்கி சென்றன.

“நான் பிறந்தது, பூனா பம்பாய் ரயில் தடத்தில் காம்செட் என்று ஒரு ரயில் நிலையம் வரும். அது வரும்போது நான் உனக்குக் காட்டுகிறேன். அதிலிருந்து ஐந்தாறு மைலில் அக்சன் என்ற ஊர் இருக்கிறது. அங்குதான் நான் பிறந்தேன். என் அப்பா, இந்திய அஞ்சல் துறையில் இளநிலைப் பணியாளராக இருந்தார்.”

“எனக்கு உடற்பயிற்சியில் ஆர்வம் அதிகம். அப்பா லோனேவாலா என்ற அழகிய இடத்தில் வேலை பார்த்தார். அந்த ஊரில் ஒரு குளம் இருந்தது. அதில் நான் நீந்திப் பழகினேன். நீச்சலில் நான்தான் வல்லவன் என்ற பேர் வாங்கினேன். ஒரு நாள் ஒரு குழந்தை கிணற்றில் விழுந்துவிட்டது என்று பெண்கள் கதறினர். நான் கிண்ற்றில் இறங்கி அந்தக் குழந்தையைக் காப்பாற்றி அதன் பெற்றோரிடம் கொடுத்தேன். அவர்கள் முகத்தில்தான் எவ்வளவு சந்தோசம்.! உயிரைக் காப்பது பெரும் சந்தோசமான அனுபவம் என்று தெரிந்துகொண்டேன். அதன் பின்தான் அந்தக் குழந்தை ஒரு தீண்டத்தகாதவரின் குழந்தை என்று எனக்குத் தெரிந்தது. வீட்டில் வந்து ஒரு மகரின் குழந்தையைக் காப்பாற்றினேன் என்று பெருமையாகச் சொன்னேன். அதைக் கேட்ட பாட்டி ஓடிவந்தாள். ‘அவனை வீட்டுக்குள் விடாதே. தீட்டுப் போக அவன் கோமியம் (மாட்டுக் கழிவு) குடிக்கட்டும், பிறகு குளித்துவிட்டு வீட்டிற்குள் விடு’ என்று கத்தினாள். நானும் அப்படியே செய்தேன். இதில் வேடிக்கை என்னவென்றால், பின்னாளில் காந்திஜியின் தீண்டாமை ஒழிப்பு போராட்டத்திலும், ஒத்துழையாமை இயக்கத்திலும் நான் கலந்திருக்கிறேன். நான் காங்கிரஸ்காரனாகவும் இருந்திருக்கிறேன்” என்றான் கோட்சே சிரித்துக்கொண்டே.

“காந்தியைத் தொடாமல் எவரும் தேச சேவையில் ஈடுபட முடியாது என்பது உங்கள் வாழ்விலும் நிருபணம் ஆக்கியிருக்கிறது” என்றான் ராகவன்.

"நீ வர வர காந்தியின் சீடகோடியாகிவருகிறாய்" என்றான் கோட்சே. ராகவன் சிரித்தான்.

"என் அப்பாவுக்கு ரத்தினகிரிக்கு இடமாறுதல் கிடைத்தது. சாவர்க்கர் அங்குதான் இருந்தார். நான் அவர் வீட்டுக்குப் போகும் போது அவர் சிலருக்கு உரையாற்றிக்கொண்டிருந்தார். அந்த உரையைக் கேட்டு நான் பரவசம் அடைந்தேன். அதன் பிறகு தொடர்ந்து அவர் பலநாள் உரை நிகழ்த்தினார்."

"அவர் அந்தமான் சிறையிலிருந்து விடுதலை பெற்று, அரசியலில் ஈடுபட மாட்டேன் என்று சொல்லி அங்கு வீட்டுக் காவலில் இருந்தது போல இருந்தார் என்று சொல்லலாம் இல்லையா?" என்றான் ராகவன்.

"அவரைப் பற்றி நிறைய படித்திருக்கிறாய்" என்றான் கோட்சே.

அப்போது ரயிலில் நிலக்கடலை கொணர்ந்தான் ஒருவன். அதை வாங்கி இருவரும் சாப்பிட்டுக்கொண்டு பேசினார்கள். எனக்கு நிலக்கடலை பிடிக்கும் என்று சொன்னான் கோட்சே. பிறகு அவன் தொடர்ந்தான்.

"இரண்டு மாதம் அவரின் உரையை நாள் தவறாமல் கேட்டேன். ஒருநாள், உரை நிகழ்த்திய பின் என்னைக் காத்திருக்கச் சொன்னார். 'உன்னைத் தினமும் பார்த்து வருகிறேன். உன் அக்கறை எனக்குப் பிடித்திருக்கிறது. உனக்கு தேச சேவையில் ஈடுபட விருப்பமா?' என்று கேட்டார்."

"ஆமாம்" என்றேன்.

"என்னுடைய செயலாளராகப் பணியாற்ற உனக்கு விருப்பமா? என்று கேட்டார். இதற்குத்தான் நான் தவமிருந்தேன். இரண்டுவருடம் அவரின் செயலாளராக இருந்தேன். அவரோடு இருந்து என்னை நான் வளர்த்துக்கொண்டேன். பேசுவதற்கும் எழுதுவதற்கும் என் திறமை வளர்ந்தது."

"அவரைப்போல காந்தி மீது வெறுப்பையும் வளர்த்துக் கொண்டீர்கள் இல்லையா."

"அவரின் தத்துவமும் என் மீது தன் தாக்கத்தை ஏற்படுத்தி யிருக்கலாம். என் அப்பாவிற்கு பணி ஓய்வு வந்தது. ஆகவே, குறைந்த வருமானத்தில் வாழும் சங்லி நகருக்கு போகலாம் என்றார். மூத்த பையனான நானும் அவரோடு போவதுதான் சரி என்று முடிவெடுத்து, சாவர்க்கரிடம் சொன்னேன். அவர் தடையேதும் சொல்லவில்லை.

'நீ எப்போது வேண்டுமானாலும் என்னைப் பார்க்க வரலாம்' என்று அன்புடன் எனக்கு உத்தரவு கொடுத்தார்."

"அவரின் அன்புச் சிறையிலிருந்து விடுதலை பெற்ற என்னை குடும்பச் சிறையில் அடைக்க, அம்மா கல்யாணப் பெண் பார்க்கலாம் என்றாள். நான் தெளிவான முடிவெடுத்திருந்தேன். எனக்கு பெண்கள் மீது ஈர்ப்பு இல்லை, என்னை மருத்துவமனையில் சேர்த்திருக்குபோது, அங்கு பணிபுரியும் நர்சுகள் என்னைச் சுற்றியிருந்ததால், அங்கிருந்து வெளியே ஓடி வந்துவிட்டேன். அதனால் கல்யாணம் என்பது பிடிக்க வில்லை. அம்மாவிடம் சொன்னேன், 'சிறுவயதில், எனக்கு மூக்குத்தி போட்டு பெண்போல வளர்த்தாய், அதனால் எனக்கு பெண்கள் மீது வெறுப்பு வந்துவிட்டது. எனக்கு பெண்ணைப் பிடிக்கவில்லை' என்றேன். அம்மா முடிவில் ஒத்துக்கொண்டாள்."

"உங்கள் தனிப்பட்ட வாழ்வில் குறுக்கிடுகிறேன் என்று எண்ண வேண்டாம். மானிடர் என்பது ஆணும் பெண்ணும் கலந்த கூட்டம். சரியாகச் சொல்லுவதென்றால், இருவரும் சமத்துவமான அளவில் இருக்கும் கலவை. உங்களுக்கு ஏன் பெண்ணைப் பிடிக்கவில்லை யென்று யோசித்துப் பார்த்திருக்கிறீர்களா?"

"பெண் ஆணின் எதிர், முரண். அவனின் இயக்கத்திற்கான தடை. அவனைத் திசை திருப்பும் கருவி. அவனின் பலவீனத்தைப் பயன்படுத்தும் ஜீவன். அதனால் அப்படி இருந்திருக்கலாம்."

"பெண்ணை, முனிவர்களைக் கெடுக்கும் ரம்பையாக, மேனகையாக நோக்கும் பார்வையின் வெளிப்பாடு இது என்று நான் நினைக்கிறேன். உங்கள் அம்மாவும் தங்கைகளும் பெண்கள்தானே. அவர்களை இப்படிச் சொல்ல முடியுமா?" என்று கேட்க கோட்சே பதில் சொல்லாமல் இருந்தான். மீண்டும் ராகவன் பேசினான்,

"நான் கல்லூரியில் சைக்காலஜியைத் துணைப் பாடமாகப் படித்திருக்கிறேன். அதனால் பேசுகிறேன். பெண்மை படைப்பின் ஆற்றல். மென்மை வெல்லும் என்பதன் அடையாளம். எதையும் தியாகத்துடன் தாங்கி அறத்தை நிலைநிறுத்தும் செயலின் வடிவம். ஆகவேதான் பெண்களைப் பிடிக்கவில்லையா என்று தெரியவில்லை"

"உன்னளவுக்கு நான் படித்ததில்லை. ஆனாலும் என்னமோ எனக்கு பெண்கள் மீது ஒரு ஈர்ப்பு இல்லை. பெண்மை மீது வெறுப்பும் இருக்கிறது. அவள் மானுடத்தின் கோழையான, வீரமில்லாத குணத்தின் பகுதி. எனக்கு எப்போதும் கோழைகளைப் பிடிப்பதில்லை."

“வீரம் என்பதை கத்தியைத் தூக்குவதும், அடுத்தவனைக் கொல்லுவதும் மட்டும்தான் என்ற மத்தியகால இந்தியாவின் உணர்வோடு பார்க்கிறீர்கள். அற உணர்வுடன் இருப்பதும், நன்மையில் நிலைத்து நிற்பதும், மனித நேயத்தைப் பேணுவதும், சக மனிதனை ஏற்பதும் வீரம்தான். சொல்லப்போனால் இதுதான் உண்மையான வீரம். நாகரிகம் வளர்ந்தது போல, வீரம் என்ற பார்வையில் வளர்ந்த வடிவம் இது. நீங்கள் மனோதத்துவ மருத்துவரைப் பார்த்திருக்கிறீர்களா?” என்று ராகவன் கேட்டதும், கோட்சேக்கு கோபம் வந்தது.

“எனக்கு மருத்துவரைப் பார்ப்பதில் எப்போதும் விருப்பமில்லை. நான் என் உடலை மிகவும் கட்டுக்கோப்பாக, ஆரோக்கியமாக வைத்திருக்கிறேன்.”

“மனம் உடல் இரண்டும் இணைந்தவர்தான் மனிதன். உடல் ஆரோக்கியத்தோடு மன ஆரோக்கியமும் மகிழ்வான நிறைந்த வாழ்விற்கு அவசியம். பெண்கள் மீது அதீத வெறுப்பு என்பது மனப் பிறழ்வின் அடையாளம். இதற்கு உங்களுக்கு ஒரு மனோதத்துவ மருத்துவர் உதவலாம்” அதற்கும் கோட்சே பதில் பேசாமல் உட்கார்ந்திருந்தான். எனவே பேச்சை மாற்றுவதாய், மீண்டும் ராகவனே தொடர்ந்தான்,

“பெண்கள் மீது மட்டுமா உங்களுக்கு வெறுப்பு, முஸ்லிம் மீதும் வெறுப்பு இருக்கிறதே. இதற்கு சாவர்க்கர்தான் காரணமா?” என்று ராகவன் கேட்டான்.

“இருக்கலாம்” என்ற கோட்சே தொடர்ந்தான். “எனக்கு அவரிடம் பிடித்தது, அவரின் வீரம். ஒவ்வொரு இந்துவும் வீரமாக இருக்க வேண்டும்; இந்தியர்களை ராணுவமயமாக்க வேண்டும்; இந்துக்கள் ஆயுதங்களைக் கையாளத் தெரிந்திருக்க வேண்டும்; ஒரு காலத்தில் முஸ்லிம்களிடம் தோற்றுப்போன நாம் இனி அப்படி இருக்கக் கூடாது. வீரத்தின் மீது அமைக்கப்பட்ட இந்து சமூகத்தை உருவாக்க வேண்டும் என்று சொல்லுவார். அதற்கு உழைக்கவும் செய்தார்.”

“அப்படி வீரம் வேண்டும் என்று சொன்னவர் எதற்கு ஆங்கிலேயருக்கு எதிராக ஒரு துரும்பைக் கூட அசைக்காமல் இருந்தார்?” என்று கேட்டான் ராகவன்.

“அவர் மட்டுமா அப்படியிருந்தார், முஸ்லிம் லீக்கும் அப்படித் தான் இருந்தது. அவர் திலகரைப்போல ஒரு தீவிரவாதத்தன்மை கொண்டவர்.”

“திலகர் மதத்திற்கு எவ்வளவு அரசியல் சக்தியிருக்கிறது என்று கண்டவர். சாவர்க்கரும் அதை திலகரிடமிருந்து கற்றிருக்கலாம். ஆனால் திலகர் ஆங்கிலேயேருக்கு எதிராக சுயராஜ்யம் என் பிறப்புரிமை என்று கர்ஜித்த மராட்டிய சிங்கம். ஆனால் சாவர்க்கர் அப்படி ஒன்றும் செய்யவில்லை என்றுதான் நானறிகிறேன்.”

“அவர் தன் காலத்திற்காக காத்திருந்தார் என்று சொல்லலாம்.”

“எப்படி வேண்டுமானாலும் சொல்லிக்கொள்ளலாம். ஆனால் அரசியல் நடவடிக்கை எதிலும் ஈடுபட மாட்டேன் என்று மன்னிப்பு கடிதம் எழுதிக்கொடுத்துத் தானே அவர் அந்தமானிலிருந்து இந்தியாவுக்கு வந்தார். அதுதானே உண்மை”

“நானும் இதுபற்றி அவரிடம் கேட்டேன். நோயில் நைந்து சாகுவதினும், நம் நேரத்துக்காக நம்மை தக்க வைத்துக்கொள்வது புத்திசாலித்தனம் இல்லையா என்று சொன்னார். முன் செல்லும் பயணத்தில் ஓரடி பின் எடுத்துவைப்பதும் சில வேளைகளில் தேவை தான்.”

“ஒரு வீரமான அரசியல் தீவிரவாதிக்கு இது பொருத்தமில்லை என்று எனக்குத் தோன்றுகிறது” என்றான் ராகவன். அதற்கு கோட்சே பதில் ஒன்றும் சொல்லாமல் ஜன்னல் வழியே வெளியே பார்த்துக் கொண்டிருந்தான்.

பொறுத்துப் பார்த்திருந்த ராகவன் மீண்டும் பேசினான், “எனக்கு என்ன தோன்றுகிறது என்றால் சாவர்க்கரின் கஷ்டங்களை குறைத்துப் பார்க்க முடியாது, அதே வேளையில் அவரின் சமரசங் களையும், சரணாகதியையும் கண்டுகொள்ளாமல் என்னால் இருக்க முடியவில்லை.”

“ராகவன், நீ அவர் மீது குற்றம் கண்டுபிடிக்க அவரை உற்றுப் பார்த்துக்கொண்டிருக்கிறாய். உனக்கு எல்லாம் அப்படித்தான் தோன்றும்.”

“அதாவது காந்தியை நீங்கள் பார்ப்பதுபோல நான் சாவர்க்கரை பார்க்கிறேன் என்று நினைக்கிறீர்கள். ஆனால் எனக்கு இவர் வேண்டும் அவர் வேண்டாம் என்ற கருத்து இல்லை.”

“சரி நான் சாவர்க்கரைச் சொல்லிக்கொண்டிருந்தேன். எங்கோ போய்விட்டேன். அவர் இந்துமகா சபையின் தலைவராக ஆனபோது, அது வளர்ந்தது. நானும் ஆப்தேயும் பூனாவில் அதை வளர்த்தோம்.

நான் இந்து மகா சபையின் பூனா நகரின் செயலாளாராக ஆனேன். அப்போது ஒரு தினப்பத்திரிகை ஆரம்பிக்கலாம் என்றிருக்கிறோம் என்ற கருத்தை அவரிடம் சொன்னோம். அதை அவர் தீவிரமாக ஆமோதித்தார். எங்களிடம் நிதியில்லை. அவர் உடனே 15000ரூபாய் கடனாக கொடுத்தார். அதனால்தான் அவர் படத்தை பத்திரிகையின் முதல் பக்கத்தில் தொடர்ந்து போடுகிறோம். அக்ராணி தினசரியைக் கொண்டு வந்தோம். இப்போது அது இந்து ராஷ்டிரா என்று பெயர் மாற்றம் பெற்றிருந்தாலும், விதை அவர் விதைத்ததுதான்'' என்று அவர்கள் பேசிக்கொண்டு தூங்கிவிட்டனர்.

காலையில் இந்து மகாசபை அலுவலகத்துக்குச் சென்று குளித்துவிட்டு சாவர்க்கர் வீட்டுக்குச் சென்றனர்.

கோட்சே வந்திருப்பதாய்த் தகவல் அனுப்பியதும், உடனே அவனை தன் தனியறைக்கு வரச் சொன்னார். ராகவனை இருக்கச் சொல்லிவிட்டு கோட்சே மட்டும் முதலில் உள்ளே சென்றான்.

பிறகு கோட்சே வந்து ராகவனை உள்ளே அழைத்துச் சென்றான்.

உள்ளிருக்கும் அறையில் அவரைப் பார்க்க நிறைய பேர் காத்திருந்தார்கள், அவர்களைத் தாண்டி இருவரும் அவர் அறைக்கு சென்றனர்.

“வா இளைஞனே! உன்னை சந்திப்பதில் மிகுந்த மகிழ்ச்சி. உன் போன்ற இளைஞர்களை நம்பித்தான் இந்த நாட்டின் எதிர்காலம் இருக்கிறது'' என்றார் சாவர்க்கர்.

“வணக்கம். அதைவிட முக்கியமாக உங்களைப் போன்ற தலைவர்களின் வழிகாட்டுதலில் இந்தியாவின் எதிர்காலம் இருக்கிறது'' என்றான் ராகவன்.

“என்ன விஷயமாக என்னைப் பார்க்க விரும்பினாய்.''

“உண்மையைச் சொல்லட்டுமா?''

“சொல்''

“கோட்சே என்னோடு நெருங்கிப் பழகுகிறார். அவரைப் பற்றி நன்றாகத் தெரிந்துகொள்ளவும் அவரின் தலைவரையும் தெரிந்து கொள்ளுவது பயனுள்ளதாக இருக்கும் என்று நினைத்து உங்களைப் பார்க்க வேண்டும் என்று விரும்பினேன். அதனால்தான் வந்தேன்.''

"நீ பத்திரிகை நிருபர் என்று கோட்சே சொன்னான். இந்து மகாசபை பற்றி மக்கள் என்ன நினைக்கிறார்கள்?"

"உங்கள் தலைமையின் கீழ் அது வளர்ந்திருக்கிறது என்று கேள்விப்படுகிறேன். என்றாலும் இது காங்கிரசின் காலம். அவர்களின் உழைப்பு, போராட்டம், தியாகம் பயனளிக்கும் காலம்."

"நாங்கள் போதுமான அளவில் எதுவும் செய்யவில்லை என்கிறாய். எங்கள் காலம் இனிதான் இருக்கிறது. நாங்கள்தான் இனி வளருவோம்."

"நான் உங்களை பேட்டி எடுப்பதாய் கேள்விகள் கேட்கட்டுமா அல்லது உங்களை புரிந்துகொள்ள எனக்குத் தோணும் கேள்விகளைக் கேட்கட்டுமா?"

"பேட்டி வேண்டாம். பேட்டிக்கு என் பதில்கள் வித்தியாசமானதாக இருக்கும். நான் விறைப்பாக பேசவேண்டியிருக்கும். நாம் இதை இதயங்களின் உரையாடலாக நடத்தலாம்" என்றார் சாவர்க்கர்.

"என் மனதில் சற்று நெருடலான கேள்விகள் இருக்கின்றன. அவற்றைக் கேட்டால் உங்களுக்கு கோபம் வராதே" என்று கேட்டான் ராகவன்.

அப்போது காபி வந்தது. "இங்கு எப்போதும் டீதான் வழங்கப்படும், இது கோட்சேக்காக ஸ்பெசல் காப்பி" என்றார். "இப்போது பேசு. உன்னிடம் நிறைய பேசவேண்டும் என்று ஆசைதான். ஆனால் நிறைய பேர் வந்து காத்திருக்கிறார்கள். ஆகவே இருபது நிமிடத்தில் நம் உரையாடலை முடித்துக்கொள்வோம்" என்றார் சாவர்க்கர்.

"சார், நீங்கள் அரசியல்வாதியா அல்லது மதவாதியா?" என்று கேட்டான் ராகவன்.

"நான் பகுத்தறிவுவாதி. கடவுளை நம்பாதவன். மடாதிபதிகளை மதிக்காதவன். இந்துமதத்தை உயர்த்திக் கூறாதவன். ஆனால் இந்துக்கள் மீது அக்கறை கொண்ட அரசியல்வாதி" என்றார் சிரித்துக்கொண்டே.

"உண்மை. அரசியல் ஆதாயத்துக்காக, மதச் செய்திகளை மாற்றிச் சொல்லாதவர் நீங்கள். இந்து மதத்தினும் இந்துத்வாவை உயர்வாக மதிப்பவர். அப்படித்தானே."

"ஆமாம்"

"சார், எனக்கு இந்துத்வா என்ற உங்கள் கருத்து சில வேளைகளில் புரிபடவே மாட்டேன் என்கிறது. எப்படியென்றால், இந்துத்வா, இந்து மதத்தோடு, இந்துயிசத்தோடு ஒன்றானது இல்லை என்கிறீர்கள். அதைத் தொட்டு விளக்கிச் சொல்ல முடியுமா?"

"என் புத்தகங்களைப் படித்தால் புரியும். ஆனாலும் சுருக்கமாக நான் சொல்லுகிறேன். இன்றைக்கு நிலவும் காங்கிரஸின் தேசியம், இந்திய தேசியம் என்று அழைக்கப்படுகிறது. ஆனால், காங்கிரஸ் முன்வைக்கும் இந்த பூகோள அடிப்படையிலான தேசியத்தை (Geographical Nationalism), நாங்கள் புறந்தள்ளுகிறோம். இங்கு பன்முக கலாசாரம் கிடையாது. ஒரே கலாசார தேசியம்தான் உண்டு. அது ஒன்றுபட்ட இந்து கலாசாரம் மட்டும்தான். பல கலாசாரங்களின் வண்ணக் கலவையாக ஒரு நாடு இருக்க முடியாது. நாங்கள் இந்து தேசியத்தை முன் வைக்கிறோம்."

"ஆக சுருக்கமாக, இந்துத்வா என்பது இந்து கலாசாரத்தை மட்டும் வெளிப்படுத்தும் உரிமையுள்ள, இந்துக்களின் ஆதிக்கம் என்று சொல்லலாம்."

"ஆமாம். ஒருவர் பிறப்பினால் மட்டும் இந்த நாட்டின் குடிமகனாக ஆகிவிட முடியாது. ஒவ்வொருவருக்கும் இது தந்தை நாடாகவும் இருக்க வேண்டும், புண்ணிய பூமியாகவும் கருத வேண்டும். தங்களின் புண்ணிய பூமியை அரேபியாவிலோ, பாலஸ்தீனத்திலோ வைத்திருப்பவருக்கு இங்கு சமத்துவமான உரிமையில்லை. ஆக இது இந்துக்களுக்கான இந்து ராஷ்டிரா, இந்து தேசம்."

"ஆக முஸ்லிம்கள், கிறிஸ்தவர்களுக்கு இந்துத்வத்தில் இடமில்லை. பேசாமல் இதை பாக்கிஸ்தான் போன்று இந்துஸ்தான் சொல்லிவிடலாமே."

"அப்படி சொல்ல மாட்டோம், ஆனால் பொதுவான கலாசாரம், பொதுவான இந்து சிந்தனையை உருவாக்குவோம். இங்கிருக்கும் கிறிஸ்தவர்களை, முஸ்லிம்களை இந்தக் கலாசாரத்தை ஏற்கச் செய்து இந்திய மக்களாக ஏற்றுக்கொள்வோம்."

"ஆக, முஸ்லிம்கள் இந்து ராஷ்டிராவின் இந்தியாவிலிருந்து பிரிந்து போனது சரிதான் என்று அவர்களுக்கு சான்று கொடுக்கப் போகிறீர்கள், அப்படித்தானே."

"அது விஷமத்தனமான பார்வை."

“எதார்த்தம் அதுதானே.”

“இந்துக்கள் விரும்பும் எதார்த்தத்தை நடைமுறைப்படுத்துகிறோம்.”

“இந்துத்வம் என்ற பெயரில் மானுட அறம் மறுக்கப்படலாமா?”

“தர்மம் காலந்தோறும் மாறுவதுதானே.”

“அது சந்தர்ப்பவாதம் என்பது என் கருத்து. அது இருக்கட்டும், இந்தியாவின் மாபெரும் ஆபத்து இந்துத்வா என்று சொல்லுகிறார் காந்தி.”

“அவர் ஒரு அபத்தக் களஞ்சியம். மறை கழண்ட மனிதர். அகிம்சை என்று பூச்சாண்டி காட்டி இந்த தேச மக்களை ஏமாற்றுகிறார். நான் வலிமையான நாட்டுக்காக நிற்கிறேன். அந்தக் காந்தி, இந்த நாட்டை ஒரு கோழை நாடாக வடிவமைக்க முயலுகிறார். இந்துத்வா அதை சரிசெய்கிறது.”

“தர்மத்தின் அடிப்படையில் அமைந்த நாடும் மக்களும் நிலைத்து நிற்பார்கள், மகிழ்வாக இருப்பார்கள் என்று நம் நாட்டு இதிகாசங்கள் சொல்லுகின்றன. அந்தப் பாதையில் இந்த நாட்டை காந்தி வழி நடத்த, நீங்களோ தர்மத்தை நிராகரிப்பதுபோல இருக்கிறதே.”

“சில நேரங்களில், தர்மத்தை மீறலாம் என்று கிருஷ்ணன் அதே இதிகாசத்தில் காட்டுகிறான். இலக்கு என்ன என்பதுதான் முக்கியம். என் இலக்கிற்கு என் வழிதான் சரி.”

“உங்கள் வழி வன்முறை வழி, அது வெறுப்பை வீசும் வழி. அரசியலில் வகுப்பு வாதத்தை ஊதிப் பெரிதாக்கும் வழி. ‘அரசியல் வெறியூட்டல் மக்களை ஏமாற்றும், எழுத்தாளனின் வெறியூட்டல் தன்னையே ஏமாற்றும்” என்று கீட்ஸ் சொல்லுகிறார். அதைதான் நீங்கள் செய்கிறீர்கள். வெறுப்பு அரசியலை படைக்கிறீர்கள்” என்றதும், சாவர்க்கர் கடிகாரத்தைப் பார்த்தார்.

“நாம் இது விஷயமாக இன்னும் பேசலாம்தான். ஆனால், அரைமணி நேரத்துக்கு அதிகமாக ஆகிவிட்டது” என்று சொன்னார் சாவர்க்கர். பிறகு, “நீங்கள் கொஞ்சம் வெளியிலிருங்கள், நான் கோட்சேயிடம் ஒரு விஷயம் பேசவேண்டியிருக்கிறது” என்றார்.

“நன்றி சார், உங்களின் கொள்கைகளால் இந்த நாடு மீண்டும் சிதைவுறும் அபாயம் இருக்கிறது என்று எனக்குத் தோன்றுகிறது” என்று சொல்லிவிட்டு ராகவன் எழுந்தான்.

“பாருங்கள், நீங்கள் இளைஞர், புரிய வேண்டியது நிறைய இருக்கிறது. ஒருவேளை என் காலத்திற்குப் பின்னால் இதுதான் இந்த நாட்டின் ஆதார இயக்கமாக மாறும். அப்போது இதைப் புரிந்துகொள்ளுவீர்கள்” என்றார்.

ராகவன் வெளியில் வந்தான். சிறிது நேரத்திற்குப் பின் கோட்சே வெளியில் வந்தான்.

இருவரும் ரயிலைப் பிடித்து உட்கார்ந்தனர்.

“நீ விடாமல் அவரை மடக்க என்னென்னவோ பேசினாய். அவர் கோபத்தில் உன்னைப் பார்த்துக் கத்திவிடுவாரோ என்று நினைத்தேன். உன் நல்ல காலம் அது நடக்கவில்லை” என்றான் கோட்சே.

“கோட்சே, தப்பாக நினைத்துக்கொள்ளாதீர்கள். அவரின் இலக்கும் தப்பாக இருக்கிறது, அதை அடைய மேற்கொள்ளும் வழிமுறைகளும் தப்பாக இருக்கின்றன.”

“அதை அப்படிப் பார்க்காதே. அவர் இந்தியாவின் மிகப் பெரும் பான்மையான மக்களுக்காகப் பேசுகிறார். அவர் உண்மையான ஜனநாயகவாதி. அப்படிப் பார்.”

“பெரும்பான்மை மக்களின் மதத்தின் அடிப்படையில் இந்த தேசத்தைக் கட்டி எழுப்ப மற்றவர்களுக்கு அங்கு உரிய இடமில்லை என்கிறார். அப்படித்தானே.”

“ஆமாம்.”

“அவர் பிடித்து உயர்த்தப் பார்க்கின்ற இந்து கலாசாரம் என்பது, பெரும்பான்மையான மக்களின் கலாசாரம் இல்லை. இந்த நாட்டில் பலவகை கலாசாரம் செழிப்பாக அங்கங்கே வளர்ந்திருக்கிறது. அதுதான் இந்த நாட்டின் பலம், நம் ஒற்றுமையின் ஆதாரம். ஆனால் நீங்கள் திணிக்க முயலும் ஒற்றைக் கலாசாரத்தில், சமத்துவமும், சகோதரத்துவமும், ஜனநாயகமும் இல்லை. அது எப்படி மக்களை ஒன்றிணைக்கும்?”

“சமஸ்கிருதம் நம் மொழியாகவும், சம்ஸ்கிருதி நம் கலாசாரமாக இருக்க வேண்டும். இல்லையென்றால் அதைப் பரப்ப வேண்டும். ஒரே கலாசாரமே நமது வலிமை. அதுதான் இந்தப் பரந்த நாட்டை ஒன்றாக பிடித்து நிறுத்தும்.”

“பெரும்பான்மையான சாமான்ய இந்துக்கள் இதை ஏற்க மாட்டார்கள். அவர்களின் கலாசாரத்தைக் கீழ்நிலைப்படுத்தும் இந்த

கலாசார எதேச்சதிகாரத்தை சுதந்திர உணர்வுகொண்ட எந்த மனிதர் ஏற்பார்?"

"அதையெல்லாம் பிரசாரத்தின் மூலம் மாற்றமுடியும். நாம் எதைச் சொல்லிக் கொடுக்கிறோமோ அதை குழந்தை கற்றுக் கொள்ளுகிறது. எதை மக்களிடம் பிரசாரம் செய்கிறோமோ அதை மக்கள் ஏற்றுக்கொள்ளுகிறார்கள்" என்றான் கோட்சே.

இருவரும் ஜன்னல் ஓரமாக உட்கார்ந்து வெளியே பார்த்துக் கொண்டிருந்தர்கள். ராகவனுக்கு ரயில் முன்னே சென்று கொண்டிருப் பதாய்ப் பட்டது. கோட்சேக்கு பாதை பின்னோக்கிச் செல்லுவதாய் பட்டது. இருவரும் அவரவர் பார்வையை இரசித்துக் கொண்டிருந்தார்கள்.

7. 'நேரடி நடவடிக்கை ஒன்றே உங்களைப் பணிய வைக்கும்'

இந்தியாவுக்கு சுதந்திரம் வழங்க வேண்டும் என்று பிரிட்டன் முடிவெடுத்து அதைச் செயல்படுத்த அமைச்சரவை தூதுக்குழுவை (கேபினெட் மிஷன்) இந்தியாவுக்கு அனுப்பி வைத்தது.

இதுவரை சுதந்திரம் வேண்டும் என்று காங்கிரஸ் காந்தியடிகளின் தலைமையில் மொத்த இந்தியாவிற்கும் போராடியது. முஸ்லிம்லீக், இஸ்லாமியர்களின் தாழ்த்தப்பட்ட நிலைமையினை மாற்றவும், அவர்களுக்கு உரிய சமூக அந்தஸ்து அளிக்கப் பாடுபடவும் முயன்றது. அது, காங்கிரசோடு எந்தவித ஒட்டும் உறவும் இல்லாமல், அதற்கு எதிர்மாறாக, ஆளும் பிரிட்டிஷ் அரசோடு மிகவும் இணக்கமான உறவை வளர்த்துக்கொண்டு, அவர்களின் வளர்ப்புப் பிள்ளையாக தன்னை ஆக்கிக்கொண்டது. முடிவுற்ற இரண்டாம் உலகப் போரில், தன் முழு ஆதரவையும் பிரிட்டனுக்கு முஸ்லிம்லீக் வழங்கியிருந்தது. ஆகவே அதற்கு நன்றிக்கடன் பட்ட இங்கிலாந்து அரசின் ஆளும் வர்க்கம், முஸ்லிம்லீக் கேட்டவாறு நாட்டைப் பிரித்துக்கொடுக்கத் தயாராய் இருந்தது.

எதையும் பிரித்து ஆளுவதில் வல்லவர்களான ஆங்கிலேயர்கள், சுதந்திரம் வழங்கும் சமயத்திலும் தங்களின் நிறத்தை மாற்றிக்கொள்ளத் தயாரில்லாமல், இந்தியாவைத் துண்டாடத் தீர்மானித்துவிட்டனர்.

ஆகவே ஜின்னா கேட்டதையெல்லாம், அதிலே அரசியல் நெறி முறை இருக்கிறதா இல்லையா என்று பார்க்காமல் ஆளும் ஆங்கில அரசு ஒப்புக்கொண்டது. ஜின்னா மிகவும் கறாரானவராக, சிறிதும் தன் கோரிக்கையிலிருந்து இறங்கி வராதவராக தன்னைக் காண்பித்துக் கொண்டார். எந்த பேச்சுவார்த்தைக்கும் வர மாட்டேன் என்று அவர் சொல்லுவதில்லை. உரையாடி, இருவருக்கும் ஒத்த சுமூகமான ஒரு நிலையை எடுப்பதுதான் பேச்சுவார்த்தையின் நோக்கமாக இருக்க முடியும். ஆனால், "தன் நிலையிலிருந்து கொஞ்சமும் இறங்கி வராமல் அடம்பிடித்து நிற்கிறார், நாங்கள் சொல்லும் நியாயத்தைக் கேட்க மாட்டேன் என்கிறார், நாங்கள் என்ன செய்யட்டும், ஆகவே காங்கிரஸ் தான் சற்று இறங்கி வந்து, விட்டுக்கொடுத்து நிலைமையினைச் சரி செய்ய வேண்டும்" என்று வைஸ்ராயான வேவல் பிரபுவும், வந்த

அமைச்சரவைக் குழுவினரும் தனிப்பட்ட சந்திப்பின்போது தேசியத் தலைவர்களிடம் சொல்லி வந்தனர், ஒரு அளவுக்கு மேல் பொறுத்துப்பார்த்த, காங்கிரஸ் இனி இறங்க முடியாது என்ற ஒரு நிலையை எடுத்தது.

கூடவே, காந்திக்கும், காங்கிரஸ் காரியக் கமிட்டிக்கும் அமைச்சரவை தூதுக்குழுவின் திட்டங்களை எப்படி எதிர்கொள்ளுவது என்பதில் மிகுந்த விரிசல் ஏற்பட்டது. மெல்ல, காந்தியை மீறி முடிவுகளை எடுக்க காங்கிரஸ் ஆரம்பித்தது. "முதலில் சுதந்திரம் வரட்டும், அதன் பின், ஆங்கிலேயரின் இடையூறு இல்லாமல் காங்கிரசும், முஸ்லிம் லீக்கும் உட்கார்ந்து பிரச்சினைகளைத் தீர்த்துக்கொள்வோம்" என்றார் காந்திஜி. "முதலில் நம்மிடம் அரசியல் அதிகாரம் வரட்டும், அதற்கான வழிமுறைகளைப் பார்ப்போம்" என்றது காங்கிரஸ் காரியக் கமிட்டி.

1946 ஜுன் மாதம் 23-ஆம் நாள் காலை எட்டு மணிக்கு காங்கிரஸ் காரியக்கமிட்டி கூட்டம் தொடங்கியது. அதில் அமைச்சரவைக் குழுவிலுள்ள சர் கிரிப்ஸுக்கு அனுப்பலாம் என்று காந்தி எழுதியிருந்த குறிப்பை வாசித்து, காந்தி பேசினார், "என் தோல்வியை நான் ஒப்புக் கொள்ளுகிறேன். என்னிடம் தோன்றும் சந்தேகத்தை ஏற்றுக்கொள்ள வேண்டும் என்று நான் சொல்லவில்லை. உங்களுக்கு என் உள்ளுணர்வின் கருத்துக்கள் ஏற்புடையதாக தோன்றினால் ஏற்கலாம். இல்லையென்றால் உங்கள் வழியில் நீங்கள் செல்லலாம். உங்களின் அனுமதியோடு நான் புறப்படலாம் என்றிருக்கிறேன்" என்றார்.

அங்கு அமைதி நிலவியது. ஒருவரும் காந்திஜி போகக் கூடாது என்று சொல்லவில்லை. தலைவரான மௌலானா அபுல் கலாம் ஆசாத், "நீங்கள் என்ன விழைகிறீர்கள்? பாபுவை இன்னும் இருக்கச் சொல்லட்டுமா?" என்று கேட்டார். இப்போதும் எல்லோரும் அமைதியாக இருந்தார்கள். சேதி புரிந்துவிட்டது. காந்தி அவர்களுக்கு பயனில்லாதவராக ஆகிவிட்டார். போரில் வெற்றி வரும் நேரத்தில் அவர்கள் தளபதியை இழக்கத் தயாராகிவிட்டார்கள். காந்தி தன் இருப்பிடத்துக்குத் திரும்பினார்.

ஜுன் மாதக் கடைசி வாரத்தில் கூடிய காங்கிரஸ் காரியக் கமிட்டி அமைச்சரவைத் தூதுக்குழுவின் திட்டங்களை ஏற்க முடியாது, இந்த அரசில் பங்கு பெறமாட்டோம் என்று அறிவித்தது.

அதே சமயத்தில் டில்லியில் முஸ்லிம் லீக்கின் காரியக்கமிட்டி கூட்டமும் நடந்தது. காங்கிரஸின் முடிவு தெரிந்தவுடன், ஜின்னா தான் வெற்றிபெற்றுவிட்டதாய் உணர்ந்தார். காங்கிரஸ் மறுத்துவிட்டால்,

முஸ்லிம் லீக்கை பதவியேற்க அழைப்பதாய் வைஸ்ராய் வேவல் தனிப்பட்ட முறையில் அவரிடம் உறுதியளித்திருந்தார். ஆகவே தம்மை இடைக்கால அரசமைக்க அழைப்பார்கள் என்று மிகவும் உறுதியாக நம்பியிருந்தார். இந்திய நாட்டில் நான்கில் ஒரு பங்காய் இருந்த முஸ்லிம் சமூகத்தின் பிரதிநிதியாக இருந்த தமக்கு இந்தியாவை ஆளும் இடைக்கால அரசு அளிக்கப்படும் என்ற நம்பிக்கை இருந்தது.

ஆனால், அமைச்சரவை தூதுக்குழு வேறுவிதமாக முடிவெடுத்தது. ஏற்கனவே ஏற்படுத்திய விதிகளின்படி, காங்கிரசுக்குத்தான் ஆட்சி யமைக்க தகுதியிருக்கிறது என்று அறிவித்தது. இந்த அதிர்ச்சியை முஸ்லிம் லீக்கால் தாங்கிக்கொள்ள முடியவில்லை. தங்கள் கழுத்தை அறுத்துவிட்டார்கள், கேவலப்படுத்திவிட்டார்கள் என்று கருதியது. இப்போதைக்கு உடனடியாக யாரையும் அரசமைக்க அழைக்கப் போவதில்லையென்பதால், நடைபெறவிருக்கும் அரசியல் சட்ட நிர்ணய சபைக்கான தேர்தலைத் தள்ளிவைக்க வேண்டும் என்று ஜின்னா கேட்டார். அதையும் அமைச்சரவை தூதுக்குழு மறுத்து விட்டது. ஏமாற்றத்தை ஜின்னவால் தாங்க முடியவில்லை.

உடல் நலமில்லாத ஜின்னா இன்னும் வெளிறிப்போனார். தோல்வியும், ஏமாற்றமும், கையறு நிலையும் ஒரு மனிதனிடம் கோபத்தை கொணருவது இயல்புதானே.

1946, ஜுலை 29-ஆம் தேதி, முஸ்லிம் லீக் கவுன்சில் கூடி, "பாகிஸ்தானை அடைய, இனி நேரடி நடவடிக்கையில் 16.8.46 முதல் இறங்கப் போவதாகவும், அதற்கு முஸ்லிம்களை இணைத்து போரிடப் போவதாகவும் அறிவித்தது." கடைசியில் பேசிய ஜின்னா மிகத் தெளிவாகத் தன் திட்டங்களை அறிவித்தார், "இன்று முதல் அரசியல் சட்டத்திற்கு உட்பட்ட போராட்ட வடிவங்களை நாம் கைவிடுகிறோம். நாம் ஒரு துப்பாக்கியை உருவாக்கிவிட்டோம், அதை பயன்படுத்தவும் தயாராகிவிட்டோம்" என்றார்.

நேரடி நடவடிக்கையின் விவரங்களைச் சொல்ல முடியுமா என்று ஜின்னாவிடம் கேட்டதற்கு, "இப்போது எதுவும் சொல்ல முடியாது" என்று மறுத்துவிட்டார். "நேரடி நடவடிக்கை சாத்வீகமாக இருக்குமா, வன்முறை சார்ந்திருக்குமா? என்று கேட்டதற்கு, "அறங்களைப் பற்றி நான் பேசவிரும்பவில்லை" என்று சொன்னார்.

நேரடி நடவடிக்கை என்ற திட்டம் எல்லா முஸ்லிம் குழுக்களிடமும் விவாதிக்கப்பட்டது. லாகூரின் முஸ்லிம் லீக் திடீரென்று புது சக்தி பெற்றதுபோல செயல்பட ஆரம்பித்தது. பல முஸ்லிம்களின் வீடுகள் திட்டம் தீட்டும் செயற்களங்களாக மாறின.

தொழுகையின் போது, முஸ்லீம்களுக்கு சொல்லப்பட்ட கருத்துக்கள், வன்முறை சார்ந்ததாக இருந்தன. என்ன ஆனாலும் நாம் வெற்றி பெற்றே ஆகவேண்டும், அதற்கு நாம் என்ன ஆயுதத்தை பயன்படுத்தினாலும் பரவாயில்லை, எவ்வளவு இரத்தம் சிந்தினாலும் பரவாயில்லை என்ற செய்தி, இரகசியமாக இல்லாமல், சர்வ சாதாரணமாக பரப்பப்பட்டது.

முஸ்லிம் இளைஞர்கள் திரட்டப்பட்டு அவர்களுக்கு ஆயுதங்களைப் பிரயோகிக்கும் வகுப்புக்கள் நடத்தப்பட்டன. மக்களால் ஒதுக்கப் பட்டிருந்த ரவுடிகள், கொள்ளையர்கள், திடீரென்று சமூக முக்கியத் துவம் பெற்று பெரிய மனிதர்களாய் நடமாட ஆரம்பித்தார்கள்.

நேற்றுவரை அன்புடன் பழகி வந்த மனிதர்கள் திடீரென்று எதிரிகளாகிப் போனார்கள். போருக்கு ஆயுதம் திரட்டுவதுபோல ஆயுதங்கள் செய்வதற்கும் அதை மறைக்காமல் வெளிக்காட்டுவதற்கும் எவரும் தயங்கவில்லை.

இதைப் பார்த்த, இந்துக்களும், சீக்கியர்களும், தங்களைக் காத்துக் கொள்ள நாம் ஒன்றாக இருக்க வேண்டும், ஆயுதங்களைச் சேர்க்க வேண்டும் என்று சொல்ல ஆரம்பித்தனர். 'இந்து எவருக்கும் இளைத்தவர் இல்லை, இந்து வீரப் பரம்பரையினர், அவர்கள் கோழைகளல்ல, இந்த நாடு இந்துக்களின் நாடு, நம்மை எவரும் வெளியேற்றி விட முடியாது' என்று இந்து மகாசபையினர், குழம்பிய குட்டையில் மீன் பிடிக்க முயன்றனர்.

இதுதான் லாகூரில் நிலவிய அரசியல், சமூகச் சூழல்.

இந்து, சீக்கிய வர்த்தகர்கள் பலர் குழுமியிருந்தனர். இரகசியமாக நடத்த வேண்டும் என்று முடிவெடுத்து எல்லோருக்கும் தகவல் தரப்பட்டது. ஆனால் முஸ்லீம்கள் பகிரங்கமாக கூட்டங்கள் நடத்தி, 'எதிரிகள்' மீது எப்படி நடவடிக்கையில் இறங்க வேண்டும் என்பதை விவாதித்தனர். அதைப் பார்த்த சீக்கியர்களும், இந்துக்களும், நாம் மட்டும் எதற்கு இரகசியமாக கூட வேண்டும்?, நாமும் எதிர்க்கத் தயாராகயிருக்கிறோம் என்ற செய்தி அவர்களுக்கும் செல்லட்டுமே என்று பகிரங்கமாகக் கூடியிருந்தனர். அங்கே பல்தேவ்சிங்கும், சற்குணமும் பல இந்து சீக்கிய வர்த்தகர்களும் கூடியிருந்தனர்.

தலைமை தாங்கியவர் பேசினார், "எனக்கு என்ன செய்வது என்று தெரியவில்லை என்பதுதான் உண்மை. சமூக அமைதி கெட்டால் முதலில் கெடுவது வர்த்தகம்தான். வர்த்தகம்தான் ஒரு சமூகத்தின் இரத்த ஓட்டம். அது வீணானால், இழப்பு நமக்கும் மக்களுக்கும்தான். வர்த்தகன் அமைதியை விரும்புகிறான். நாமும் அமைதியை

விரும்புகிறோம். லாகூரைப்போல அமைதியான, ஒற்றுமையான ஊரைப் பார்க்க முடியாது என்று நம்பியிருந்தோம் . ஆனால் எல்லாம் கதையாய்ப் போய்விட்டதோ என்று தோன்றுகிறது. உயிருக்கு ஆதாரமான பொருளைச் சேமித்த நாம் இப்போது நம் உயிரைக் காப்பாற்றிக்கொள்ள வேண்டும் என்ற நிலையில் இருக்கிறோம். முஸ்லிம்கள், பெரும் வன்முறைக்கு தயாராகிக் கொண்டிருக்கிறார்கள். நாமும் நம்மைக் காக்க என்ன செய்யவேண்டும் என்று உங்கள் கருத்தைச் சொல்லுங்கள். நாம் முடிவெடுத்து செயல்படுவோம்" என்று அவர் முடிப்பதற்கு முன், இன்னொரு வர்த்தகர்,

"இப்படி என்ன செய்வோம் என்று தெரியாது மயங்கி நின்றால், தொலைந்து போவோம். நாம் விரும்பினாலும் விரும்பாவிட்டாலும் முஸ்லிம்கள் நம் எதிரிகள் ஆகிவிட்டார்கள். அவர்கள் நம்மை அடித்து நொறுக்கத் தயாராகி வருகிறார்கள். இந்த எதிரிகளுக்கு, நாமும் சளைத்தவர்கள் இல்லையென்றால்தான் அவர்கள் அடங்குவார்கள். இல்லாவிட்டால் நம்மை அழித்துவிடுவார்கள்" என்றார். அவரின் இந்து மகாசபை தொடர்பு எல்லோருக்கும் தெரியும்.

"டேய், சிறு புகையை ஊதிஊதி பெரிய நெருப்பாக்கிவிடாதே. நம் முஸ்லிம் சகோதரர்களுடன் பேசி பகைமையைத் தணிக்கலாமே" என்றார் இன்னொருவர்.

"முஸ்லிமாவது சகோதரானாவது, எந்த உலகத்தில் ஐயா இருக்கிறீர். வாளை எடுத்து வெட்ட வருகிறவனிடம், கழுத்தை நீட்டி வெட்டுப்பட்டுச் சாவதற்கு, நாம் ஒன்றும் நம்மை அஹிம்சைவாதி என்று ஏமாற்றிக்கொள்ள வேண்டாம். வெள்ளைக்காரனிடமாவது ஓரளவு பெரிய மனது இருந்தது. அதனால் இந்த பம்மாத்து வேலைகளை அவன் பொறுத்துக் கொண்டான். அப்படி காந்தி பெரிய மனிதரானார். இந்த ஜின்னாவிடமும், அவரின் சிஷ்ய கோடிகளிடம் அவர் வந்து அகிம்சை பேசினால், அவர் தலையை வெட்டிவிட்டுப் போய் விடுவான். வாளின் வீச்சை இன்னொரு வாளால்தான் தடுக்க முடியும். அதுதான் சரி. அதுதான் நம் பெருமைக்கு ஏற்றதாக இருக்கும்."

உடனே தலைவர் எழுந்து, "நம்மிடமுள்ள பிளவுகளைப் பெரிதுபடுத்தும் நேரம் இதுவல்ல. யார் சரி, காந்திஜியா அல்லது மற்றவர்களா என்று விவாதம் நடத்த நாம் இல்லை. இப்போது என்ன செய்தால் நம்மைக் காப்பாற்ற முடியும் என்று பேசுங்கள்" என்றார்.

பல்தேவ்சிங் எழுந்து சொன்னார், "முஸ்லிமும் நம்மைப்போல மனிதர்கள்தான். நாம் நல்லவர்களாக நடந்தால் அவர்களும் நம்மிடம் நடப்பார்கள் என்றுதான் எனக்குப் படுகிறது. அந்த எருமை மாட்டு

பிரச்சினையில், நான் தெரிந்துகொண்டது, நாம் அன்புடன் நடக்க ஆரம்பித்தால் மற்றவரும் கருணையுடன் நடக்க ஆரம்பிப்பார் என்பதுதான். எல்லா மனிதர்களுக்கு உள்ளும் கருணையும் நேர்மையும் இருக்கத்தான் செய்கிறது. தரை வறண்டு கிடக்கிறது. மழை வந்தால் அந்தத் தரை முழுவதும் புல் முளைத்து தரையை மூடிவிடுகிறது. அந்த மழைக்குள்ளும் தரைக்குள்ளும் புல் இருந்திருக்கிறது. அப்படித்தான் எல்லாரிடமும் நல்ல குணம் இருக்கிறது. அதை வெளிக்கொணர நாம் முயற்சி செய்யலாம்" என்றார்.

"எல்லோரும் அவரவர் பார்வையில் இதை நோக்குகிறார்கள். அது தப்பு என்று நான் சொல்ல மாட்டேன். ஆனால் இப்போது எதார்த்த கள நிலை என்னவென்று பார்ப்பது மிகவும் அவசியம். நம் முஸ்லிம் சகோதரர்கள், இயல்பாக இருந்தால் நம்மோடு சண்டைக்கு வர மாட்டார்கள். இன்றைக்கு அவர்கள் அரசியல் ஆதாயம் எடுக்கும் சக்திகளால் தூண்டப்பட்டு இருக்கிறார்கள். மதத்தை ஆதிக்க அரசியலுக்குப் பயன்படுத்துவது உலகைத் தகர்க்கும் மாபெரும் வெடி மருந்து. ஆகவே அவர்களுக்கு அந்த வெடிமருந்தைப் பயன்படுத்த ஒரு எதிரி தேவைப்படுகிறான். அது இந்துக்கள், சீக்கியர்களாகிய நாம்தான். இப்போது இரண்டுவிதமாக பிரச்சினையை அவர்கள் எடுத்துப் போகிறார்கள். லாகூர் அவர்களின் தேசம், நமக்கு அதில் உரிமையில்லை என்ற கருத்து ஒன்று. முஸ்லிம்களை இதுவரை இந்துக்களும், சீக்கியர்களும் சுரண்டி அடிமைகளாக, ஏழைகளாக வைத்திருந்தார்கள். ஆகவே இந்த வரலாற்றுப் பிழையைச் சரி செய்ய வேண்டும் என்று தூண்டப்படுகிறார்கள். அவர்கள் இந்த வழிமுறை வேண்டாம் என்றாலும், அவர்களை மீறியும் இது நடக்கும். ஆகவே நம்மைத் தற்காத்துக்கொள்ளும் கட்டாயம் நமக்கிருக்கிறது. அதனால் அதை எப்படி எதிர்கொள்ளலாம் என்று பேசுவது பிரயோஜனமாக இருக்கும்" என்றார் சற்குணம்.

"அந்த மதராஸி சொல்வதில் நியாயம் இருக்கிறது. அதை எப்படி செய்யலாம் என்று பேசுங்கள்" என்றார் தலைவர்.

பல்வேறு கருத்துக்கள் வந்தன. முடிவில், எல்லோரும் அதிக பணம் தர வேண்டும், ஆயுதங்கள் வாங்க வேண்டும், நாமும் நம் இளைஞர்களுக்கு தற்காப்பு பயிற்சியளிக்க வேண்டும், ஒருவருக்கு ஒன்று என்றால் எல்லோரும் உடனே இணைந்து கூட்டமாய் செயல்பட வேண்டும் என்று முடிவெடுத்தார்கள்.

அன்று விடுமுறை நாள். செந்தூர் பாண்டியன் தன் அறையிலிருந்து வந்து, "அப்பா நான் யாகூப் வீட்டுக்குச் சென்று அவனைப் பார்த்து வருகிறேன்" என்று புறப்பட்டான்.

"என்னடா, அவன் உன்னிடம் சரியாக பேசவில்லையென்றும், அவன் போக்கே சரியில்லையென்றும் நீதானே சொன்னாய். இப்போது எதற்கு அவனைப் போய் பார்க்க வேண்டும்? பக்தூர் சொந்த வேலையாக வெளியில் போயிருக்கிறான். ஆகவே உன்னைக் கூட்டிக்கொண்டு போக முடியாது" என்றார் அப்பா.

"நான் பைக்கில் போய்வருகிறேன்."

"நிலைமை புரியாது நீ பேசுகிறாய். யாகூப் இருக்குமிடம் மோசமான இடம். அங்குதான் அத்தனை அடிதடிகளுக்கும் ஏற்பாடுகள் நடக்கின்றன. அவன் சேர்க்கை கூட சரியில்லையென்று சொன்னாய். அதனால் போக வேண்டாம்."

"நான் வந்ததிலிருந்து அவனைப் பார்த்துப் பேசவில்லை. என்னிடம் பேசினால் அவன் சரியாகிவிடுவான் என்று எனக்குத் தோணுது. அவன் நல்லவன் அப்பா."

"நல்லவனை வெறுப்பும் அரசியலும் கெடுத்துவிடும். நல்லது சொன்னால் கேட்டுக்கொள்ளும் நிலையில் யாரும் இப்போதைக்கு இல்லை."

"அப்பா, என் நண்பனை ஒருமுறை நான் போய்ப் பார்த்துவிட்டு வருகிறேன். அவனிடம் பேச வேண்டும் என்று எனக்கு ஆசையா யிருக்கிறது. சீக்கிரம் வந்துவிடுகிறேனே" என்று செந்தூர்பாண்டியன் சொல்ல அவர், சரியென்பதாய் தலையை அசைத்தார்.

சத்தம் இட்டுக்கொண்டு, இங்கிலாந்திலிருந்து இறக்குமதியான அந்த பைக் முஸ்லீம் தெருக்கள் வழியே சென்றது. வழக்கமாக தெருக்களில் கிரிக்கட், கேரம் விளையாடும் இளைஞர்களைக் காணவில்லை. தெருக்கள் ஒருவிதமான அமைதியோடு இருந்தன. ஒருவேளை அப்பா பேச்சைக் கேட்டு வராமல் இருந்திருக்கலாமோ என்று கூட அவனுக்குத் தோன்றியது. சரி வந்தாகிவிட்டது, யாகூப்பை பார்த்துவிட்டுப் போய்விடலாம் என்று அசட்டுத் துணிச்சலுடன் பைக்கை ஓட்டினான்.

யாகூப் வீட்டின் முன் பைக்கை நிறுத்திவிட்டு, கேட்டைத் தாண்டி உள்ளே சென்றான். அவன் வீட்டில் பொதுவாக வெளிக்கதவு எப்போதும் திறந்திருக்கும், இப்போது மூடிக் கிடந்தது. ஒருவேளை கதவை மூடிவைத்துவிட்டு, யாகூப் தன் நண்பர்களிடம் பேசிக் கொண்டிருக்கிறானோ என்று நினைத்தான்.

வெளியில் நின்று கதவைத் தட்டுவோமா வேண்டாமா என்று தயங்கினான். வீட்டின் பின் வாசல் வழியாக செடிகளுக்கு தண்ணீர்

விட பூவாளியைத் தூக்கிக் கொண்டு சலேலா வெளியில் வந்தாள். வந்தவள் தன் வீட்டுச் சுவரினுள் செந்தூர் பாண்டியன் வந்து நிற்பதைப் பார்த்து, அவள் கண்கள் விரிந்து இமைகள் படபடத்தன. முகத்தில் மலர் பூத்தது போல சிரிப்பு. அந்த இளம் பெண்ணின் சிரிப்பு, ஆயிரம் மலர்களின் விரிப்பாய் அவனுக்குத் தோன்றியது.

"நீங்களா?" என்று கேட்டுக்கொண்டு, பூவாளியைக் கையில் பிடித்துக்கொண்டு நடந்து வந்தாள். முன்பெல்லாம் செந்து அண்ணா என்று வா, போ என்று பேசுவாள். இன்று இவளுக்கு என்ன ஆயிற்று என்று நினைத்துக்கொண்டு அவளையே பார்த்தான். அவள், அவன் பார்வை தாங்க முடியாமல், தலை தாழ்த்தி வந்தாள்.

"சலேலா, யாகூப் இல்லையா?" என்று அவளைப் பார்த்துக் கேட்டான்.

"அண்ணன் வெளியே போயிருக்கிறான்."

"அம்மா எங்கே?"

"அம்மா, சித்தி வீட்டிற்கு போயிருக்கிறார்."

"யாகூப் இப்போது வரமாட்டானா?"

"வரும் நேரம்தான். இல்லாதவர்களைப் பற்றி கேட்டுக் கொண்டிருக்கிறீர்கள். இங்கே இருப்பவளைப் பற்றி ஒரு வார்த்தை கேட்க மாட்டேன் என்கிறீர்களே" என்றாள் சலேலா.

அவன் சிரித்தான். "அதுதான் கண்முன்னே எங்கள் ஊர் கோயில் சிலைபோல நீ நிற்கிறாயே" என்றான்.

"அது என்ன கோயிற் சிலை?"

"உங்கள் பள்ளியில் சிலை எதுவும் வைத்திருக்க மாட்டீர்கள். கலையம்சமான சிலையை, சித்திரத்தை வைப்பது உங்கள் பழக்கம் இல்லை. எங்கள் பகுதி கோயில்களில், கல்லில் செதுக்கியோ, அல்லது வெண்கலத்தில் வடித்தோ சிலைகளை வைத்திருப்பார்கள். பெண்களின் சிலை அவ்வளவு அழகாக இருக்கும். அதுதான் உன்னைக் கோயில் சிலை என்று சொன்னேன்."

"நான் அழகாக இருக்கிறேன் என்று சொல்லுகிறீர்களா?"

"அதிலென்ன சந்தேகம்."

"எனக்கு உங்கள் ஊர் கோயில் சிலைகளைப் பார்க்க வேண்டும், என்னை கோயிலினுள் விடுவார்களா?"

அவன் தயங்கினான். அவனே இப்போதுதான் கோயிலுக்குள் போகும் உரிமை பெற்றிருக்கிறான். இவள் எப்படி வரமுடியும் என்று நினைத்தான். இருந்தாலும், இவள் அங்கு வரப்போவதில்லை. ஆகவே கூட்டிப் போகிறேன் என்று சொல்லுவதில் தப்பில்லை என்று நினைத்து, "ஒ போகலாமே, வா உன்னைக் கூட்டிப் போகிறேன்" என்றான்.

"இங்கிருந்து அவ்வளவு தூரம் யார் கூட்டிக்கொண்டு வருவார்கள்."

"என்னோடு வா, நான் கூட்டிப் போகிறேன்."

"நிஜமாகவா?" என்று கண்கள் அகல விரித்துக் கேட்டாள். பிறகு அவளே,

"நான் வந்தவரை வீட்டிற்குள் வாங்க என்று சொல்லாமல் வெளியே வைத்துப் பேசிக்கொண்டிருக்கிறேன் பாரு" என்று உட்பக்கம் சென்று முன் கதவைத் திறக்க வந்தாள்.

அவன் வெளிப்பக்கம் மூடிய முன் கதவு அருகில் சென்று நின்றான். அவன் மனது ஏனோ இன்பத்தால் துள்ளியது. ஒரு ஊற்று நீர், சிறிதும் அரவம் இல்லாமல் பொங்கி வந்ததாய், குழந்தை தூக்கத்தில் சிரிப்பதுவாய், கடல் மெல்லிய அலையை மேல் மட்டத்தில் ஏற்படுத்தியதாய் அவன் தனக்குள் உணர்ந்தான். கதவைத் திறக்க, திருச்செந்தூர் கடலில் முழுநிலவென உதித்தெழும் சலேலாவின் முகத்தைப் பார்க்க அவன் மனம் படபடத்தது. அவள் வந்து கதவைத் திறக்க இவ்வளவு நேரமா என்று மனம் நேரப் பிரக்ஞை கொண்டதாய் அவன் உணர்ந்தான்.

அவள் துள்ளி வீட்டிற்குள் சென்றாலும், மிகவும் மெதுவாக நடந்துவந்தாள். உடனே ஓடிப்போய் கதவைத் திறக்கவில்லை. மெதுவாக அவள் தனக்குப்பிடித்த வாசனைத் திரவியத்தை மெல்ல தன் உடையில் பூசிக்கொண்டாள். அதன் மணத்தை தனக்குள், மூச்சை இழுத்து நுகர்ந்து பார்த்து சந்தோசம் அடைந்தாள். கண்ணாடியில் தன் முகத்தைப் பார்த்து, கையால் தன் முடியைக் கோதி அழகு பார்த்து, துப்பட்டாவைத் தலைக்குமேல் சுற்றிக்கொண்டாள். தனக்குப் பத்து வயதாகும்போது, ஊரிலிருந்து அவளுக்கென்று செந்தூர்பாண்டியன் வாங்கிக்கொண்டு வந்திருந்த கொலுசை எடுத்து அணிந்து சல் சல் என தென்றலாய் அவள் நடந்து வந்தாள். அவனைக் காக்க வைப்பதில் அவளுக்கு ஒரு திருப்தி உண்டாகியது.

அவள் வருகிறாளா என்று காதை கூர்மையாக வைத்துக் கவனித்துக் கேட்டான். உள்ளே கொலுசு சத்தம் கேட்டது. அவன் மனதில் தாளம், இசைத்ததாய் இருந்தது. அவள் வருகிறாள், வருகிறாள்

என்று மனம் சொல்லியது. அவள் வந்து, அவனின் நெஞ்சக் கதவைத் தட்டியதாய் உணர்ந்தான்.

ஆயிரம் உணர்வுகளின் மோதலில், மெல்லக் கதவைத் திறந்த சலேலா, அவன் முகத்தைப் பார்க்க எழுந்த மகிழ்வு, மறுவிநாடியில் பின்வாங்கும் கடல் அலையென சுருங்கி, “அண்ணா வருகிறான்” என்று மெதுவாக அவனுக்கு மட்டும் கேட்கக்கூடிய சுருதியில் சொல்லிவிட்டு, சத்தமாய், “வா அண்ணா, உன் நண்பர் வந்து நிற்கிறார்” என்று சொன்னாள்.

செந்தூர் பாண்டியன் திரும்பிப் பார்த்தான். யாகூப் கேட்டைத் திறந்துகொண்டு வேகமாக உள்ளே வந்துகொண்டிருந்தான்.

ஒரு படியிலிருந்து கீழே இறங்கி, “வாடா யாகூப், உன்னோடு பேசத்தான் முடியவில்லை” என்று தன் கையை நீட்டினான்.

அவன் கையைப் பற்றிக்கொண்டு, “வா உள்ளே போய் பேசலாம்” என்று வேறு எதுவும் பேசாமல் திறந்த கதவின் வழியாக உள்ளே சென்றான்.

“அண்ணா, உன் நண்பர் இப்போதுதான் வந்தார்” என்றாள் சலேலா. என்ன சொல்லுகிறோம் என்ற தெளிவில்லாமல் தான் பேசுவது அவளுக்குத் தெரியத்தான் செய்தது.

“இவன் வந்திருக்கிறான் என்று கேள்விப்பட்டேன். நீ மட்டும் வீட்டில் இருக்கிறாய் என்றதால் உடனே வந்தேன்” என்றவன் கதவைப் பூட்டிவிட்டு, செந்தூர் பாண்டியனை கட்டிப் பிடித்தான். அவன் தோளில் தன் தலையை வைத்து சிறிது நேரம் பேசாமல் இருந்தான்.

தனக்கு வேண்டியவர்கள் இருவரும் மிகவும் நெருக்கமாக இருப்பது அவளுக்குப் பிடித்திருந்தது. அவள் உள் வீட்டுக் கதவுக்கு அருகில் நின்று நடப்பதைப் பார்த்துக்கொண்டிருந்தாள். இரண்டு பேரும் அழுதுவிடுவார்கள் போலிருந்தது, ஏனோ அது அவளுக்கு மகிழ்வாக இருந்தது. இந்த ஆண் பிள்ளைகள் முரட்டு குழந்தைகள் அவ்வளவுதான் என்று தனக்குள் சொல்லிக்கொண்டாள்.

“சாரிடா, செந்தூர், இரண்டுமுறையும் உன்னோடு சரியாகப் பேச முடியவில்லை. என் நிலைமை அப்படி” என்று சொல்லிக்கொண்டு, “சலேலா, அவனுக்குப் பிடித்த கொடிதிராட்சை சர்பத் இருவருக்கும் கொண்டுவாயேன்” என்றான் யாகூப்.

இருவரும் அருகருகே உட்கார்ந்தார்கள்.

உடனே பேசவில்லை.

"என் மீது உனக்கு கோபமோ, அதனால்தான் என்னிடம் நீ பேச வில்லையோ என்று நான் நினைத்தேன்" என்றான் செந்தூர் பாண்டியன்.

"எனக்கு இப்போது யாரிடமோ கோபம் வந்து தொலைக்கிறது" என்றான் யாகூப்.

"உன்னிடமே உனக்கு ஒன்றும் கோபம் இல்லையே?"

"என்னிடமே எனக்கு கோபம் வருகிறது. நான் செய்வது சரியென்று எனக்குப் படவில்லை. ஆனால், வெள்ளத்தில் அடித்துச் செல்லப்படும் சுள்ளிபோல நான் இழுத்துச் செல்லப்படுகிறேன்."

செந்தூர் பாண்டியன் பதில் ஒன்றும் சொல்லாமல் யாகூப்பின் முகத்தைப் பார்த்தான். அங்கு நிசப்தம் நிலவியது. உள்ளே சலேலா பாத்திரம் கழுவும் சத்தம் கேட்டது.

"செந்தூர், நீ எதற்கு லாகூருக்கு இப்போது வந்தாய்? உடனே திரும்பி உன் ஊருக்குப் போய்விடு" என்றான் யாகூப்.

"இந்த லாகூர் நான் பிறந்து வளர்ந்த ஊரடா. இதுதான் என் ஊர்."

"உண்மையை உன்னிடம் மறைக்க நான் விரும்பவில்லை. இதை முஸ்லிம்களின் ஊராக்கப் போகிறோம். உன்னைப் போன்றவர்கள் இந்த ஊருக்கு வேண்டாம். ரவி நதியின் வெள்ளம் உங்களைப் போன்றவர்களை எங்கோ கொண்டு போட்டுவிடும்."

"இத்தனை காலம் என்னை வளர்த்து, என் நினைவுகளை உருவாக்கிய இந்த ஊர் திடீரென்று என்னை எப்படியடா வேண்டாம் என்று சொல்ல முடியும்? நான் எங்கு போவேன்?"

"நீ என் நண்பனடா. நீ உயிரோடிருக்க வேண்டும். அந்த அக்கறையில் நான் சொல்லுகிறேன்."

"என்னடா சொல்லுகிறாய்?"

"ஆமாம் செந்தூர், அதுதான் நிலைமை. எனக்குப் பிடிக்கிறதோ இல்லையோ, நாங்கள் அதற்காகத்தான் உழைத்துக்கொண்டிருக்கிறோம்."

"நான் என்னடா தப்பு செய்தேன்?"

"நீ முஸ்லிம் இல்லையடா. இப்படி சொல்லுகிறேன் என்று தப்பாய் நினைக்காதே."

"நம், நம்பிக்கையின் அடிப்படையில் அமைந்த மதம் நம்மை வெறுக்க காரணமாக அமைய வேண்டுமா?"

“உன் கேள்வியின் நியாயம் என்னைத் தொடுகிறது. ஆனால் அந்நிய மதத்தவர்களை இங்கிருந்து விரட்ட முடிவு செய்யப்பட்டு விட்டது.”

“அது நியாயமாடா?”

“இத்தனைக் காலம் முஸ்லிம்களுக்கு இழைக்கப்பட்ட கொடுமைகளுக்கும், அவமரியாதைகளுக்கும் எதிராக கேள்வி கேட்க மட்டும் இல்லை, கொலை செய்யவும் தயங்காத காலம் இது. இப்போது நியாயம் என்று கேட்டு எங்களை நாங்கள் கட்டுப்படுத்த தயாரில்லை.”

“எல்லா மதத்தின் கடவுளரும் பெரும் கருணைவடிவாகத்தான் இருக்கிறார் நாமும் அப்படித்தான் இருக்க வேண்டும் என்று கடவுள் எதிர்பார்ப்பார்.”

“கடவுள் நீதி மிக்கவராகவும் இருக்கிறார். இது நீதிக்காக கொலை வாளைக் கையிலெடுக்கும் காலம்.” அப்போது சலேலா இருவருக்கும் சர்பத் கொணர்ந்து வைத்தாள், “யாகூப், இப்போது நீ என்னிடம் பேசுவதுகூட இல்லை” என்றாள்.

“எனக்கு மனக்குழப்பம். அதனால்தான் பேச முடியாமல் இருக்கிறேன்” என்றான்.

“அண்ணா, நான் சின்னவள், உனக்கு புத்திமதி சொல்லுகிறேன் என்று நினைக்காதே. வெறுப்பு வாழ்வைக் கொன்றுவிடும். முன்பு போல அன்பாயிரு. அன்புதான் வாழ்வின் சுகம்” என்றாள். யாகூப் அவளைப் பார்த்துவிட்டு ஒன்றும் சொல்லாமல், செந்தூரைப் பார்த்து, “உனக்குப் பிடித்த சர்பத். வழக்கமாக அம்மா இந்த சர்பத் கலந்தால் தான் உனக்குப் பிடிக்கும். இன்றைக்கு சலேலா செய்திருக்கிறாள்” என்றான்.

“சலேலா செய்தாலும் எனக்குப் பிடிக்கும்” என்றான் செந்தூர் பாண்டியன். அவன் கண்ணோடு சலேலாவின் பார்வை கலந்தது.

“டேய், குடித்துப் பார்ப்பதற்கு முன்னால் பிடிக்கும் என்று சொல்லாதே” என்றான் யாகூப் சிரித்துகொண்டே.

“யாகூப் முகத்தில் ரொம்ப நாளைக்குப் பிறகு இன்றுதான் சிரிப்பைப் பார்த்திருக்கிறேன்” என்றாள் சலேலா.

சர்பத் குடித்த செந்தூர் பாண்டியன், “நன்றாயிருக்கிறது சலேலா. தேறிவிட்டாய்” என்றான் அவளைப் பார்த்து.

"சலேலா, நீ போய் உள்ளே உட்கார். நாங்கள் முக்கியமான விஷயம் பேசவேண்டியிருக்கிறது" என்றான் யாகூப். அவள் உள்ளே சென்றாள்.

"நீயும் நானும் நண்பர்கள். அது வேறு விஷயம். ஆனால் இந்துக்களும் முஸ்லிம்களும் இரு துருவங்கள் போன்றவர்கள். இருவரும் இரு வேறு தேசம் என்று சொல்லலாம். இந்துக்களும் முஸ்லிம்களும் ஒரே நாட்டில் இருக்க முடியாது."

"எனக்குத் தெரிந்த முஸ்லிம்களை நினைத்துப் பார்க்கிறேன். யாரும் கெட்டவர்கள் கிடையாது. உனக்குத் தெரிந்த இந்துக்களை நினைத்துப் பார். யார் கெட்டவர் என்று சொல்லு."

கொஞ்ச நேரம் பேசாமலிருந்த யாகூப், "எனக்குத் தெரிந்த இந்துக்கள் யாரும் என்னிடம் கெட்டவர்களாக நடந்துகொள்ளவில்லை."

"உலகம் அப்படித்தான், மனிதர்கள் தனிப்பட்ட முறையில் நல்லவர்கள்தான். அவர்களை பேர் தெரியாமல் மொத்தமாக பார்க்கும் போது, கொள்கை என்ற கண்ணாடி வழியாகப் பார்க்கும்போது, அவர்கள் நமக்குச் சொல்லிக்கொடுத்ததுபோல கெட்டவர்களாகத் தெரிகிறார்கள். அப்படி நிழலைப் பார்த்து இருட்டு என்று நம்பி நிஜத்தை வதை செய்யாதே."

"இது என் கடவுளின் கட்டளை செந்தூர், நான் என்ன செய்யட்டும்?"

"உன் கடவுளைப் பற்றி நான் எதுவும் சொல்ல விரும்பவில்லை. ஆனால் நிச்சயமாக ஒன்றை மட்டும் என்னால் சொல்ல முடியும். அல்லா, மிகவும் கருணை மிக்கவர். எல்லோர் மேலும் கருணை மிக்கவர். இப்போது அல்லாவின் பெயரைச் சொல்லி ஒரு மதவெறிக் கும்பல் மக்களைக் கொன்று தீர்க்க அலைகிறது. இவர்களின் நடவடிக்கை அவருக்கு கண்டிப்பாகப் பிடிக்காது என்பது எனக்குத் தெரியும். வேண்டாம் மதவெறி, அது உயிர்ப்பலி கேட்கும்."

யாகூப் பேசாமலிருந்தான்.

"யாகூப், சிலர் அரசியல் அதிகாரம் பெறுவதற்கு மதத்தின் பெயரால் நம்மை தெருவில் இறக்கிவிட்டு, சம்பந்தமில்லாதவர்களைக் கொலை செய்யச் சொல்லுகிறார்கள். இரத்தம், மிகவும் தூய்மையானது, என் பெற்றோருக்கும் எனக்கும் இருப்பது இரத்த உறவு. சக மனிதரிடமும் என்னிடமும் அதுதான் ஓடுகிறது. நாம் இரத்தத்தால் ஒன்றானவர்கள். அதைக் காரணம் இல்லாமல் சிந்துவது எப்படி சரியாக இருக்கும்?"

“இரத்தம் பற்றி பேசுகிறாய். ஒவ்வொரு முஸ்லிமும் எவ்வளவு அவமரியாதையைச் சந்திக்கிறான் என்று உனக்குத் தெரியுமா? அவனின் அவமானமும், கேவலமும் அனுபவித்தால்தான் தெரியும். இந்து இந்தியாவில் இரண்டாம்தர குடிமகனாகக் கூட இல்லாமல், சமூகப் பகுப்பில் கடையரான தீண்டத்தகாதவரினும் கீழான நிலையில் நாங்கள் வைக்கப்படுவோம். இது மதத்தால் வந்த நிலை. மதத்தால் நாங்கள் இழிவுபடுத்தும்போது, தீர்வும் மத ரீதியாகத்தானே வந்தாக வேண்டும்.”

“இந்தியாவை நம்பு. சுயராஜ்யத்தை நம்பு. காந்தியை நம்பு. மனிதர்களை நம்பு. இதயமில்லா உலகின் இதயமாக இருப்பது மதம். அந்த இதயத்தைக் குத்தி சிதைத்துவிடாதே. வன்முறை எப்போதும் எல்லோருக்கும் அழிவைத் தரும். சின்ன பிள்ளைக் கட்டெறும்பைப் பார்த்து பயப்படும். ஒருமுறை அது தன் காலால் எறும்பை நசுக்கிவிடப் பழகிவிட்டால், எறும்பை எங்கே கண்டாலும் ஓடிப்போய் நசுக்கும். அப்படித்தான் கொலை செய்யப் பழகிவிட்ட மனிதரும். அவர்கள், கொலையின் பின்னாலிருக்கும் மனித சோகங்களை வலியை உணருவதில்லை. நீ கல் நெஞ்சக்காரன் இல்லை, கொலைகாரன் இல்லை யாகூப், எனக்கு உன்னைத் தெரியும்.”

“யாகூப் என்கிற சிற்றலையை குடத்துக்குள் இட்டுவிடுவதன் மூலம் வரும் ஆழிப்பேரலையை நிறுத்திவிட முடியாது செந்தூர். அவர்கள் கத்தியால் பேசத் தீர்மானித்துவிட்டார்கள். அது சரியா தப்பா என்றால் தப்புத்தான் என்று எனக்குத் தெரிகிறது. ஆனால் நான் ஒருவன் என்ன செய்துவிட முடியும்? அந்த அலையோடு நானும் ஓடத்தான் வேண்டியிருக்கிறது. நீ என் நண்பன். நான் உன்னை நேசிக்கிறேன். இந்தக் குழப்பத்தின் காரணமாகத்தான் இரண்டு முறையும் உன்னிடம் சரியாகப் பேசவில்லை. நீயும் உன் அப்பாவும் இங்கிருந்து ஓடிப்போய்விடுங்கள். என்ன நடக்கும் என்று சொல்ல முடியாது. குருசேத்திரத்தில் இரு அணியினரும் அழிந்ததுபோல, எல்லோரும் அழிந்தும் போகலாம். எனக்கு நீ பிழைக்க வேண்டும். போய்விடு. வேறொன்றும் பேசத் தெரியவில்லை எனக்கு” என்று அவன் பேசிக்கொண்டிருக்கும்போது, கதவு தட்டப்பட்டது. “யாகூப், யாகூப்” என்ற குரல் கேட்டது.

“செந்தூர் அவர்கள் வந்துவிட்டார்கள். இனி அதிகம் பேச வழியில்லை. இனி நான் உன்னைச் சந்திப்பேனோ இல்லையோ என்று கூட எனக்குத் தெரியாது. நீ இங்கிருந்து போய்விடு. உனக்கு ஒன்று என்றால் என்னால் தாங்க முடியாது” என்று சொல்லிக்கொண்டு போய்க் கதவைத் திறந்தான்.

"யாகூப், உனக்காக தலைவர் காத்திருக்கிறார். நேரமாகிக் கொண்டிருக்கிறது. வா போகலாம்" என்றான் வந்தவர்களில் ஒருவன்.

"போய்க்கொண்டே இரு, இதோ வந்துவிடுகிறேன்" என்றான் யாகூப்.

"உன்னைக் கையோடு கூட்டிக்கொண்டு வரச்சொல்லி முல்லா சொல்லியனுப்பினார்" என்றான் வந்தவன்.

"நீ போ, நான் வந்துவிடுகிறேன்" என்று சற்றுக் கோபமாக சொன்னான் யாகூப். அவர்கள் போனார்கள்.

"வா, செந்தூர் போகலாம். நான் சொல்லுவதைக் கேள். அடித்துச் சுருட்ட வரும் அலையின் முன்னே நிற்க முயலாதே. திருச்செந்தூருக்கு என்னைக் கூட்டிக்கொண்டு போயிருக்கும் போது, கடல் அலை என்னை அடித்து இழுத்துச் செல்லும்போது, நீ ஓடிவந்து என்னைப் பிடித்து, காப்பாற்றினாய். இப்போது உன்னைக் காப்பாற்றுவது என் கடமை. தயவுசெய்து இந்த ஊரிலிருந்து போய்விடு" என்று அவன் கையைப் பிடித்து இழுத்துக்கொண்டு வெளியே வந்தான்.

"சலேலா, நாங்கள் போகிறோம், பத்திரமாக இருந்துகொள்" என்று சொன்னதும், சலேலா ஓடி வாசலுக்கு வந்தாள். அவள் கண்ணில் அண்ணனோடு செல்லும் செந்தூர் பாண்டியன் நின்றான்.

8. காந்தியின் உயிருக்கு குறி வைக்கிறதா, பூனா?

மே மாதக் கடைசியில், காங்கிரஸ் காரியக் கமிட்டி கூட்டம் முடிந்ததற்குப் பின்னால், சிறிய ஓய்வுக்காக காந்தியும் சில காங்கிரஸ் தலைவர்களும் முசௌரிக்குச் சென்றார்கள். திரும்பி, ஜூன் முதல் வாரத்தில், காரில் கிளம்பி, 175 மைல்களும் இரவில் பயணம் செய்து, டெல்லிக்கு நுழையும் யமுனா பாலத்தில் அவர்களின் கார் பாதுகாப்பு சோதனைக்காக நிறுத்தப்பட்டது. யார் உள்ளே இருப்பது என்று விசாரித்த காவலரிடம், காந்திஜியின் சீக்கிய காரோட்டி பதில் சொன்னார், "உள்ளே இந்தியாவின் ஏழை மக்களின் அரசர் இருக்கிறார்" என்றார். உற்றுப் பார்த்த காவலர், விறைத்து நின்று சல்யூட் அடித்து அவர்கள் காரை முன்னே செல்ல வழிவிட்டார்.

இந்த ஏழைகளின் சக்கரவர்த்தி, ஜூன் மாதக் கடைசியில், டில்லியில் அமைச்சரவை தூதுக்குழுவிடம் பேச்சு வார்த்தை நடத்தி விட்டு, சிறிது ஓய்வுக்காய், பம்பாய்க்கு வந்து, அங்கிருந்து இரவில் பூனாவுக்கு தனக்குப் பிடித்த மூன்றாம் வகுப்பு கட்டைப் படுக்கையில் படுத்துக்கொண்டு பயணம் செய்தார்.

காந்தி பூனாவுக்கு வருகிறார் என்றதும் ராகவன் மிகுந்த உற்சாகம் அடைந்தான். விடுமுறையில் அத்தை வீட்டுக்குச் செல்ல குதூகலம் அடையும் குழந்தை போல அவன் மனம் துள்ளிக் குதித்தது. காந்தியை மிகவும் அருகில் இருந்து பார்க்கலாம் என்ற நிருபரின் உரிமை அவனுக்குப் பெருமையாக இருந்தது. நாளைக்கு அதிகாலையில் ரயில் நிலையத்துக்குச் செல்லவேண்டும் என்று திட்டமிட்டிருந்தான்.

காந்தி அண்மைக்காலங்களில், கோடைக் காலத்தில் ஓய்வுக்காக பூனா அருகில் உள்ள பஞ்சகனிக்கு வருவதை வழக்கமாகக் கொண்டிருந்தார். இந்த முறை அவர் பஞ்சகனிக்கு வரும்போது, தானும் உடன் சென்று செய்திகளைச் சேகரித்து அனுப்ப தன் தலைமையகத்துக்கு அனுமதி கேட்டிருந்தான். அவர்களும் அனுமதியளித்திருந்தனர்.

காந்தியிடம் ஒரு பேட்டிக்கு அனுமதி கேட்க வேண்டும் என்று அவன் எண்ணிக்கொண்டான். அது ஒன்றும் அவ்வளவு எளிதானதில்லை.

நீண்ட நாட்களுக்கு முன்னால் எழுதி அவர் நேரம் ஒதுக்கியிருந்தால் தான் நடக்கும் ஆனால் எப்படியோ தனக்கு உத்தரவு கிடைத்துவிடும் என்று அவன் அசட்டு நம்பிக்கை கொண்டு அதற்கான கேள்விகளைத் தயாரிக்க ஆரம்பித்திருந்தான்.

முந்தின நாள் தன் வீட்டில் உட்கார்ந்து கேள்விகளை எழுதிக் கொண்டிருக்கும்போது அங்கு கோட்சே வந்தான்.

"வாங்க சார்" என்று அவரை வரவேற்றான்.

"என்ன, இப்போது உன்னை காபி குடிக்க பார்க்க முடிகிற தில்லையே" என்றான் கோட்சே.

"சமையல் செய்கிற பெண் நன்றாக காப்பி போடுகிறாள். கூடவே நானும் பகலில் காபி போடக் கற்றுக்கொண்டேன்" என்றான் ராகவன்.

"எனக்கு ஒரு காபி போட்டுக்கொடு பார்க்கலாம்" என்று கோட்சே சொல்ல, "இருங்கள், உங்கள் அதிர்ஷ்டத்தைப் பார்ப்போம்" என்று சொல்லிவிட்டு, ராகவன் சமையல் கட்டுக்குள் நுழைந்தான். மணக்க காபி போட்டுக்கொண்டு அதை மரியாதையுடன் கோட்சே கையில் கொடுத்தான்.

காப்பியை சந்தோசமாக வாங்கிக்கொண்டு, அதன் மணத்தை முகர்ந்து பார்த்து அதில் மயங்கியனவாய், முதல் வாய் குடித்தான். "ராகவா, அற்புதமான காப்பி. தெற்கத்தி மனிதர்களுக்குத்தான் நல்லா காப்பி போட வருகிறது" என்றான்.

"ஏன் சார், நாளைக்கு காந்திஜி பூனாவுக்கு வருகிறார். ரொம்பவும் பிசியாக இருப்பீர்களே?" என்று கேட்டான் ராகவன்.

"அந்த கிழட்டு வஸ்தாது வந்துவிட்டுப் போகிறார். அதனால் என்ன ஆகிவிடப்போகிறது? இப்போதெல்லாம் பத்திரிகைகளில் நல்ல செய்திகள் வருவதில்லை. அதற்கு முக்கிய காரணம் இந்தக் கிழவர் தான். அவர் வந்தால் என்ன, வராமல் போனால் என்ன?"

"உங்களுக்கு காந்தியைப் பிடிப்பதில்லை என்பது தெரிந்தது தானே. எங்கள் பக்கம் பழமொழி ஒன்று சொல்லுவார்கள். பிடிக்காத பொண்டாட்டி கைபட்டால் குற்றம், கால்பட்டால் குற்றம் என்று. ஏன் சார் உங்களுக்கு அவரைப் பிடிக்காது?" என்று கேட்டான் ராகவன்.

"நான் ஆரம்ப காலத்தில் காந்தி மீது மிகுந்த அபிமானம் கொண்டிருந்தேன். என் இளமைக்காலத்தில் காந்தியின் ஒத்துழையாமை

இயக்கத்தில் மிகுந்த ஈடுபாடுகொண்டிருந்தேன். உண்மையைச் சொன்னால். அரசியலுக்கு வந்ததே காந்தியால்தான்."

"இந்த நாட்டு மக்களெல்லாம் அவரை நேசிக்க, நீங்கள் மட்டும் காந்தியை ஏன் வெறுக்கிறீர்கள்?"

"நான் இதயம் உள்ள மனிதனாக இருப்பதால்தான். காந்தி இந்துக்களிடம் மட்டும் இதயம் இல்லாதவராக நடந்துகொண்டார். அதன் எதிர்ப்புத்தான் இது."

"காந்தியை எதிர்க்கும் நீங்கள் சாவர்க்கரை எப்படி நேசிக்கிறீர்கள்."

"அவர் இந்துவை நேசிக்கிறார், அதனால் நான் அவரை நேசிக்கிறேன். அவர் படத்தை பத்திரிகையின் முகப்பில் போடுகிறேன். ஆனாலும் அவர் என் பத்திரிகைக்கு ஒரு கட்டுரை தர மாட்டேன் என்கிறார்."

"நீங்கள் அவரைப் பற்றிச் சொன்னவுடன் அவர் பற்றிய புத்தகங்களை நான் படிக்க ஆரம்பித்திருக்கிறேன். அவரைப் பற்றி எனக்கு ஒரு உயர்வான எண்ணம் வரவில்லை."

"அவர் அப்பழுக்கற்ற மனிதர், தெரியுமா உனக்கு?"

"எனக்கு அவரைத் தனிப்பட்ட முறையில் தெரியாது. ஆனால் நான் அவரைப் பற்றிப் படித்ததைச் சொல்லட்டுமா? நான் சொன்னால் உங்களுக்கு கோபம் வரலாம்."

"காங்கிரஸ்காரர்கள் சொல்லுவதைச் சொல்லாதே."

"கண்டிப்பாக நான் சொல்ல மாட்டேன். எனக்கு காங்கிரஸ் மேலோ, காந்திமேலோ தனிப்பட்ட விருப்பு எதுவும் கிடையாது. ஒரு பத்திரிகையாளனாக, நேர்மையுடன், நான் பேசுவேன்."

"நீ ஒரு பத்திரிகையாளனுடன் பேசுகிறாய் என்பதையும் மறந்துவிடாதே."

"அதை மறக்க மாட்டேன். கூடவே இன்னொன்றையும் சொல்ல விரும்புகிறேன். நான் சொல்லுவதை விவாதம்போல ஆக்கவேண்டாம்."

"அது நீ சொல்லுவதை பொறுத்திருக்கிறது."

"அவர் இங்கிலாந்துக்கு படிக்கச் சென்றபோது, அங்கிருந்த அப்பாவி இளைஞன் மதன்லால் திங்கராவிடம் துப்பாக்கியைக் கொடுத்து, முன்னாள் வைஸ்ராய் கர்சன் பிரபுவை கொல்லத் தூண்டினார். லண்டனில் உள்ள இம்பிரியல் இன்ஸ்டிடியூட் அரங்கத்தில்

நடந்த இந்திய தேசிய கழகத்தின் ஆண்டுவிழாவில் இந்தக் கொலைகள் நடந்தன. கர்சன் பிரபு தப்பிவிட கர்சன் வைலி எனும் சட்டத்துறை செயலாளரும் இன்னொருவரும் கொல்லப்பட்டனர். கேள்வி என்ன வென்றால், அப்போது சாவர்க்கர் ஒரு இயக்கத்தின் தலைவர் ஏதுமில்லை. அவரே கொலையைச் செய்திருக்கலாம். ஒரு இரண்டுங்கெட்டான் இளைஞனை ஏன் ஈடுபடுத்தினார்? கொலை நடந்ததற்குப் பின்னால் தன் பெயர் வந்தவுடன் அவர் வீரமாக அதை எதிர்கொண்டிருக்கலாம். ஒரு கோழையைப் போல அவர் ஓட நினைத்தார். அவர் ஒரு வீரமான தீவிரவாதியாக தன்னைக் காண்பித்துக்கொள்ளவில்லை. இது நடந்தது 1909. இது தெரியுமா உங்களுக்கு."

"அவர் உயிருக்கு ஒன்றும் பயப்படாதவர்."

"சரி அப்படியே இருக்கட்டும். அவரை கொலை வழக்கில் குற்றவாளியாக்க, போதுமான சாட்சியங்கள் அப்போது இல்லை. ஆனால் அவர் முழுக்க கொலையில் உடந்தையென்று போலீஸ் நம்பியது. ஜாக்ஸன் என்ற ஆங்கிலேயர் நாக்பூரின் கலெக்டர். சமஸ்கிருதத்தில் புலமை பெற்றவர். இந்தியர்களின் விருப்பங்களுக்கு ஆதரவானவர். சாரதா என்ற மராத்தி நாடகத்தைப் பார்த்துக் கொண்டிருக்கும்போது, ஆனந்த் கான்கெரே என்பவன் அவரைச் சுட்டுக்கொன்றான். அந்தக் கொலையில் ஈடுபட்டவர்களிடம் சாவர்க்கர் எழுதிய கடிதங்கள் இருந்தன. கான்கெரே பயன்படுத்திய தானியங்கி துப்பாக்கி சாவர்க்கரிடமிருந்து வந்தது. எனவே கொலைக் குற்றம் சாட்டப்பட்ட, சாவர்க்கருக்கும் இரட்டை ஆயுள் தண்டனை வழங்கப் பட்டு அந்தமானுக்கு அனுப்பப்பட்டார். அவர் இப்போதாவது ஒரு கொலைக் குற்றவாளி, அதிலும் அப்பாவிகளைத் தூண்டிவிட்டு, அவர்களின் மூளையாகச் செயல்பட்டு தன்னை காப்பாற்றிக்கொள்ள முயலும் மனிதர் என்பதை அறிவீர்களா?"

"ராகவா, ஒரு அந்நிய அரசாங்கத் தரப்பு வாதத்தை நம்புகிறாய். ஒரு உண்மையான விடுதலை வீரனை சந்தேகக் கண் கொண்டு பார்க்கிறாய்."

"விடுதலை வீரன் இப்படி செயல்படுவானா என்று பாருங்கள்.. அந்தமான் சிறைக்கு சென்ற ஒரு வருடத்தில் அவர் ஆங்கில அரசுக்கு மன்னிப்புக் கடிதம் எழுத ஆரம்பித்துவிட்டார்."

"அவர் உடல் நிலை மோசமாக ஆகிவிட்டது. கொடிய அந்தமான் சிறையில் அவர் நிலை எவ்வளவு கஷ்டமானதாக இருக்கும் என்று யோசித்துப் பார்க்காமாட்டாயா?"

“இன்னொன்றையும் யோசித்துப் பார்க்க வேண்டும். ஒரு விடுதலை வீரன் கஷ்டங்களைக் கண்டு தன்னிலை தடுமாற மாட்டான். தன் துயரங்களை இரும்பு மனதுடன் சகித்துக்கொள்வான். தன் நிலையிலிருந்து இறங்குவதினும் சாவு விரும்பத்தக்கது என்று நடந்து கொள்வான். 1911ஆம் ஆண்டு அவர் அந்தமான் சிறைக்குச் சென்றார். 1912ஆம் ஆண்டு முதல் மன்னிப்புக் கடிதம் எழுதினார். இரண்டாம் வருடம் மீண்டும் எழுதினார்.”

“அவர் எழுதிய கடிதத்தில் மன்னிப்பு கோரவில்லை, கருணை கோரவில்லை என்பது தெரியுமா உனக்கு?”

“அப்படி வார்த்தைகளை பிரயோகிக்கவில்லை என்பது உண்மை. அவர் சொன்ன வார்த்தையை நான் ஞாபகத்திலிருந்து சொல்லட்டுமா? அரசு விரும்பும் நிலையில் சேவகம் செய்யத் தயாராக உள்ளேன். ‘பைபிளில் ஊதாரி மைந்தன் என்பவன் கதை உண்டு. தகப்பன் கொடுத்த அனைத்து செல்வத்தையும் தவறான வழியில் செலவிட்டு, திரும்ப தகப்பனிடம் வருவான், அவனை அன்புமிகுந்த தகப்பன் அரவணைத்துக்கொள்வார். அதை கருத்தில் கொணர்ந்து சாவர்க்கர் தன் கடிதத்தில் ஆங்கில அரசுக்கு எழுதுகிறார்,’ தந்தை போன்ற அரசின் வாசலுக்கு கெட்டழிந்த மகன் திரும்ப வருமாறு கருணை செய்ய வல்லமை மிக்க தங்களால் மட்டுமே இயலும்” என்று எழுதுகிறார்.

“இதில் என்ன தப்பு இருக்கிறது? சிறையிலிருந்து வெளியில் வர இது போன்ற வாசகங்களைப் பயன்படுத்துவதில் என்ன தப்பு இருக்கிறது?”

“ஒரு சாமான்ய மனிதன் வேண்டுமானால் அப்படி நடந்து கொள்ளலாம். ஒரு புரட்சி வீரன் என்று சொல்லுபவர் அப்படி நடந்து கொள்ளலாமா? பகத்சிங் என்றொரு புரட்சிவீரனை நினைவுக்கு கொணர முடியுமா? அவன் மத்திய சட்ட சபையிலிருந்து தப்ப முடியாது என்று முன்னமே தெரிந்து துப்பாக்கியால் தானே தாக்கினான். ஆனால் எப்போதும், சாவர்க்கர் தனக்கு வேண்டாதவர்களைக் கொல்ல மற்றவர்களையே பயன்படுத்தினார். மற்றவர்களுக்கு அவர் துப்பாக்கி வழங்குவார். தனக்கு சரியென்று பட்டதை சொல்பவன் பகத்சிங். தனக்கு குருவான லஜபதிராய், மதச்சார்புடையவராக மாறியதும் அவரையே நிராகரித்தான். சிறையிலிருந்து, வன்முறை பயனளிக்காது என்று உணர்ந்து, வன்முறை வேண்டாம் என்று எழுதியுள்ளான். அந்த இளைஞனை நான் இனி மரியாதையாக அழைக்கப் போகிறேன். பகத் சிங், தூக்குமரத்தில் ஏறுவதற்கு முன்னால் கருணை மனு அளிக்க

மறுத்துவிட்டார். தானும் தன் தோழர்களும் போர்க்கைதிகள் போல சுட்டுக்கொல்லப்படவேண்டும், தூக்கில் தொங்கவிடக்கூடாது என்ற வேண்டுகோள் வைத்தார். தன் தந்தை விசாரணைத் தீர்ப்பாயத்துக்கு தன் சார்பாக கருணை மனு அளிக்கக் கூடாது என்று கடிதம் எழுதினார். ஒவ்வொரு புரட்சியாளனும், தன் உயிரைத் தர எப்போதும் தயாராக இருந்தான், சாவைக் கண்டு ஒருபோதும் பயந்ததில்லை, நாட்டுக்காக எந்த தியாகத்தையும் வலியையும் அவர்கள் ஏற்றுக்கொள்ளத் தயாராக இருந்தார்கள். இவர்களை வைத்துப் பார்க்கும்போது, சாவர்க்கரை நீங்கள் சொல்லும் அளவுக்கு என்னால் பார்க்க முடியவில்லை."

"நீ பத்திரிகையாளன். நன்றாக ஆழமாக ஆய்ந்து படித்திருக்கிறாய். பத்திரிகைக்காரன், வக்கீல் போல தன் கட்சியின் வாதத்தை தீவிரமாக வைக்கிறவன்தானே. ஆனால் இது ஒரு தரப்பு வாதம்."

"நீங்களும் உங்கள் தரப்பு வாதத்தைச் சொல்லலாமே."

"நீ சொல்வது உண்மையென்று வைத்துக்கொள்வோம். இப்போது அவர் மாறியிருக்கலாம் இல்லையா?"

"அவர் அப்படி அரசிடம் வேடம் போட்டதைக் கூட பொறுத்துக் கொள்ளலாம். ஆனால், சிறைக்குள் ஒரு உண்ணாவிரத வேலை நிறுத்தப் போராட்டத்தை தூண்டிவிட்டு, கைதிகள் அதை நடத்தும்போது, சாவர்க்கர் மட்டும் அதிலிருந்து கழன்றுவிட்டார். அதற்கு அவர் சொன்ன காரணம் என்ன தெரியுமா? நான் அதற்கு தலைமை தாங்கியிருந்தால், எனக்கு சிறையில் நல்ல கைதி என்ற வகையில் அளித்திருந்த சலுகைகளைப் பறித்துவிடுவார்கள், மீண்டும் தனிக் கொட்டடியில் அடைத்துவிடுவார்கள், ஆகையால் மற்றவர்களை போராட வைத்தேன்" என்கிறார். திரிலோக்யாநாத் சக்கரவர்த்தி என்று நன்கு அறியப்பட்ட கைதி தான் எழுதிய புத்தகத்தில் இவ்வாறு குறிப்பிடுகின்றார்.

"வெகு நாட்களுக்குப் பின், என்னை பதில் பேசவிடாமல் ஆக்கிவிட்டாய். ஆனாலும் உன்னை எனக்குப் பிடித்திருக்கிறது. உன்னைப் போன்ற விவரமானவர்கள் எங்களுக்கு வேண்டும். எனக்கு இன்று இரவு ஒரு முக்கியமான வேலையிருக்கிறது. அதற்குப் போக வேண்டும். உன்னிடம் பேசிக்கொண்டு அதை மறந்துவிட்டேன்" என்று அவசரமாக எழுந்தான் கோட்சே.

"சார், டிக்காசன் இருக்கிறது. இன்னொரு காப்பி தரட்டுமா?"

“சரி சீக்கிரம் கொடு” என்று ராகவன் காப்பியை கொணர்ந்ததும் இரசித்துக் குடித்தான் கோட்சே.

“விடுதலை வருகிறது என்றால் கூட, அது பொறுத்து நிற்கட்டும், காபிகுடித்துவிட்டு அதை வரவேற்கிறேன் என்று சொல்லுவீர்கள் போலிருக்கிறது” என்றான் ராகவன்.

கோட்சே சிரித்துக்கொண்டு விரைந்து வெளியில் சென்றான்.

பம்பாயின் இரயில் நிலையத்தில் அந்த இரவிலும் கூட்டமாய் இருந்தது. அந்த ரயிலின் இஞ்சின் டிரைவர் பெரைரா மிகவும் பெருமையாக உணர்ந்தார். கரிபடும் என்றாலும் நல்ல சீருடையை அணிந்து வந்திருந்தார். அவர் காந்தி செல்லும் வண்டியை ஓட்டுகிறேன் என்று வீட்டில் பெருமையாகச் சொல்லிக்கொண்டு வந்திருந்தார்.

தன் துணை டிரைவரிடம் சொல்லிவிட்டு, காந்தியைப் பார்ப்பதற்காக அவர் பெட்டியின் அருகில் நின்றார். வண்டி புறப்படுவதற்கு பத்து நிமிடத்திற்கு முன் காந்தி வந்துவிட்டார். “மிஸ்டர் பெரைரா, இவர்தான் உங்கள் வண்டியை ஓட்டும் டிரைவர்” என்று காந்திக்கு அவரை அறிமுகப்படுத்தினார்கள். காந்தி அவரை வணங்கினார். பெரைரா அவரின் கண்களைப் பார்த்தார். அந்தக் கண்ணில் படர்ந்திருந்த ஒருவித ஈர்ப்பு அவரை கிறங்கடிப்பதாய் உணர்ந்தார். அந்த தரிசனம் தந்த மிதக்கும் நினைவுகளுடன் அவர் ஓடியதாய் எஞ்சினுக்கு வந்து சேர்ந்தார். காந்தி செல்லும் வண்டி, ஒரு விநாடிகூட தாமதமாக செல்லக்கூடாது என்று தனக்குள் சொல்லிக்கொண்டார். மிகச் சரியான நேரத்தில் வண்டி புறப்பட்டது.

காந்தி மிக விரைவில் தூங்கிப் போய்விட்டார்.

வண்டி அதன் வேகத்தில் சென்று கொண்டிருந்தது. தக்காண பீட பூமியின் உயர்வான மலைப் பகுதியில் வண்டி ஏறுவதற்கு டிரைவர் பெரைரா எஞ்சினில் நீராவியின் அழுத்தத்தைக் கூட்டினார்.

இரவில் எஞ்சினில் இருந்த மூவரும் தங்கள் வேலைகளைச் செய்துகொண்டிருந்தார்கள். உள்ளே மங்கிய விளக்கு எரிந்து கொண்டிருந்தது. முன்னே , எஞ்சினின் விளக்கு, தண்டவாளத்தின்மீது வெளிச்சத்தை பாய்ச்சிக்கொண்டிருந்தது.

தன் முன்னே பார்த்துக்கொண்டிருந்த பெரைரா, ஒரு வளைவில் திரும்ப, முன்னே பாறை ஒன்று தண்டவாளத்தின் மீது கிடந்தது. யோசிக்க ஒரு விநாடி கூட விரயமாக்காமல், அவரின் பழக்கப்பட்ட

கை அவசர பிரேக்கை அழுத்திப் பிடித்தது. உடனிருந்த பணியாளர்கள் இருவரும் என்னவென்று ஓடிவந்து முன்னே பார்த்தார்கள் "ஓ ஜீசஸ்" என்ற பெரைராவின் குரல் கேட்டது. வேகம் சற்று மட்டுப்பட்ட எஞ்சின் அந்தப் பாறையின் மீது மோதியதில் தீப்பொறிகள் பறந்தன. பாறையை மோதி அதைத் தள்ளிக்கொண்டு சிறிது தூரம் சென்ற வண்டி மெதுவாக நின்றது. அசைந்த பாறையும் தண்டவாளத்தைத் தாண்டி வெளியில் விழுந்தது.

கார்டு இருளில் நடந்து முன்னே வந்தார். பாதுகாப்பு பணியாளர்கள் வந்தார்கள். கையில் வைத்திருந்த டார்ச் விளக்கை சுற்றி அடித்துப் பார்த்ததில், பாறாங்கம்பியின் அடையாளம் இருந்தன. ஆக இது பாறையை மறித்து வைத்து ரயிலைக் கவிழ்த்து காந்தியைக் கொலை செய்ய நடந்த சதியென்று அவர்களுக்குப் புரிந்தது.

எஞ்சினும், முதல் பெட்டியும் பழுதடைந்திருந்ததால், அந்த எஞ்சினை வைத்து வண்டியை ஓட்ட முடியாது என்று முடிவெடுத்து அடுத்த எஞ்சினுக்கு தகவல் கொடுத்தார்கள்.

அடுத்த எஞ்சினோடு உயர் அதிகாரிகளும், போலீசும் வந்தார்கள்.

புதிய எஞ்சினை இணைத்து, வண்டி புறப்பட்டது. அது தாமதமாக பூனாவை அடைந்தது.

நடந்தது எதுவும் தெரியாமல் தூங்கிக்கொண்டிருந்த காந்தி பூனாவில் வந்து கண்விழித்தார்.

அவர் ரயிலில் இருந்து இறங்கியதும், ரயில்வேயின் உயர் அதிகாரிகள் அவரிடம் வந்து, நேற்று இரவில் பாறையைத் தண்டவாளத்தில் வைத்து, ரயிலைக் கவிழ்க்கும் முயற்சி பற்றியும், எஞ்சின் டிரைவரின் உடனடி நடவடிக்கையாலும் அந்தச் சதியிலிருந்து தப்பித்தது என்றும் சொன்னார்கள்.

அதைப் பொறுமையுடன் கேட்டுக்கொண்ட காந்தி, "யார் இதைச் செய்தார்கள் என்று தெரியுமா?" என்று கேட்டார்.

"போலீஸ் விசாரிக்கிறார்கள். இதுவரை யார் செய்தது என்று தெரியவில்லை" என்றனர்.

"எனக்கு அந்த டிரைவரைப் பார்க்க வேண்டும். அவர் ஒரு கிறிஸ்தவர் என்று நினைக்கிறேன். பெயர் சட்டென்று நினைவுக்கு வரவில்லை" என்றார் காந்தி.

"அவர் பெயர் பெரைரா."

"ஆமாம், அதுதான், அவரை வரச் சொல்லுங்கள்" என்றார். அதிகாரிகள் அவரை விசாரித்துக்கொண்டிருக்க, காந்தி கூப்பிடுகிறார் என்றதும் அவர் தயங்கித் தயங்கி வந்து நின்றார்.

"மிகுந்த நன்றி மிஸ்டர் பெரைரா, உங்கள் கடமையைத் திறமையாக செய்திருக்கிறீர்கள். இத்தனை மக்களின் உயிரைக் காப்பாற்றியிருக்கிறீர்கள்" என்றார் காந்தி.

"நன்றி, மிஸ்டர் காந்தி" என்றார் பெரைரா.

"மிஸ்டர் பெரைரா, இந்த நாட்டு வண்டியையும் தடம்புரள வைக்க பாறையை வைத்து விபத்து உண்டாக்கப் பார்க்கிறார்கள். உங்களைப்போல திறமையாக, உடனடியாக செயல்படும் நல்ல டிரைவர்களை கடவுள் இந்த நாட்டுக்கு அளிக்க வேண்டும்" என்று சொல்லிவிட்டு காந்திஜி நகர்ந்தார்.

"நற்புத்தியுடைய சனாதன இந்து எவரும் இந்த நீசத்தனமான முயற்சியை தூண்டியிருப்பார் என்பதை நம்ப முடியவில்லை. என் சனாதன நண்பர்கள், அவர்களின் சார்பாக பேசுகின்றவர்களும், எழுதுகின்றவர்களும் உபயோகப்படுத்துகின்ற அதீத வார்த்தைகளை அடக்க வேண்டும் என்று நான் விழைகிறேன். இந்தத் துயரமான சம்பவம் தீண்டத் தகாதவர்களின் நலத்திற்கு மேலும் வலு சேர்த்துள்ளது" என்று காந்தி சொன்னார்.

பிறகு, பூனாவில் இதெல்லாம் சகஜம் என்பதுபோல ராமா, ராமா என்று சொல்லிக்கொண்டு அவர் தன் வேலையைப் பார்க்க கிளம்பினார்.

பத்திரிகை நிருபராக வந்திருந்த ராகவன், காந்தி இந்தச் செய்தியை எப்படி எதிர்கொள்ளுகிறார் என்று கூர்ந்து பார்த்துக்கொண்டிருந்தான்.

அவரிடம் கோபமோ, பயமோ, வெறுப்போ, குற்றவாளியைக் கண்டுபிடித்து தண்டிக்கவேண்டும் என்ற குமுறலோ எதுவும் இல்லாமல் அவர் நடந்து சென்றதைப் பார்த்தான்.

ராகவனின் அப்பா, கீதையில் சொல்லியிருக்கும் ஸ்திதப் பிரக்ஞனாக தான் ஆகவேண்டும் என்று அடிக்கடி தன் அம்மாவிடம் சொல்லிக்கொண்டிருப்பதையும், அதைக் கேட்டு அம்மா பதில் பேசாமல் சிரிப்பதையும் கண்டிருக்கிறான். "என்னைப் பார்த்து உனக்கு கேவலமாக இருக்கிறது இல்லையா, இவன் எப்படி ஸ்திதப் பிரக்ஞன்

ஆவான் என்று கிண்டலாக இருக்கிறதா?" என்று அப்பா கேட்பார். "ஸ்திதப் பிரக்ஞன் ஆக விருப்பம் கொண்டவன் புலம்பக் கூடாது" என்பாள் அம்மா. அந்தக் காட்சி ராகவனுக்கு ஞாபகம் வந்தது.

ஸ்திதப் பிரக்ஞன் என்றால் என்னவென்று அப்போது அவனுக்குப் புரியாமல் இருந்தது. இன்று காந்தியின் பதில் நடவடிக்கையைப் பார்த்து, சிறிதும் கலங்காமல் தன் வேலையைப் பார்க்க அவர் சென்றது ஸ்திதப் பிரக்ஞன் கண் முன்னேயிருக்கிறார் என்று நினைத்துக் கொண்டான்.

ரயிலின் அதிகாரிகள் பத்திரிகைகளுக்கு விவரம் சொல்ல, அதில் செய்தி சேகரிக்க அங்கு சென்றான். அவர்கள் நடந்ததைச் சொல்லிக் கொண்டிருக்கும்போது, நேற்று மதியம் எனக்கு அவசர வேலை யிருக்கிறது என்று கோட்சே போனானே, அதற்கும் இந்தச் சதிக்கும் ஏதாவது தொடர்பு இருக்குமா என்று மனதில் பொறிதட்டியது.

ஆனாலும் அதைப் பற்றி எவரிடமும் அவன் பேசிக் கொள்ள வில்லை.

செய்திகளைச் சேகரித்துவிட்டு, சைக்கிளை மிதித்து வீட்டிற்கு வந்து கொண்டிருந்தான் ராகவன். வரும் வழியில் இந்தக் கொலை முயற்சியைப் பற்றி ஒரு கட்டுரை எழுதலாமே என்று ஒரு கருத்து தோன்றியது. அப்போது "காந்தியின் உயிருக்கு குறி வைக்கிறதா, பூனா?" என்ற தலைப்புக் கொடுக்கலாம் என்றும் தோன்றியது. அவனுக்கு உற்சாகம் பிறந்தது. சைக்கிளை வேகமாக மிதிக்க ஆரம்பித்தான்.

வழியில் சிறுகுழந்தை திடுமென தெருவில் குறுக்கே ஓடிவந்தது. அது சைக்கிள் வேகமாக வருகிறது என்பதைக் கண்டுகொள்ளவில்லை. அவன் பிரேக்கை அழுத்தி தன் கால்களைத் தரையில் வைத்து அழுத்த, செருப்பு கோடு போட்டுக்கொண்டு வந்து, சைக்கிள் நின்றது. குழந்தையும் சைக்கிளும் தொடு தூரத்தில் இருந்தார்கள். ஆபத்திலிருந்து தப்பினேன் என்பதை உணராத அந்தக் குழந்தை, சைக்கிளைப் பார்த்து உற்சாகமாக அதைத் தொட்டு, தன் இரு கைகளையும் ஆட்டி அவனைப் பார்த்துச் சிரித்தது. அதற்குள் அதன் தாய் வீட்டிலிருந்து பாய்ந்து வந்து அந்தக் குழந்தையை கையில் எடுத்துக்கொண்டு, அதற்கு ஒரு அடியும் கொடுத்து, அதன் நெற்றியில் முத்தங்களையும் இட்டாள்.

வீட்டிற்குள் அவன் நுழைய கதவு திறந்திருந்தது. சமையல் மணம் வீசியது. அவன் பசிக்கு அது இதமாக இருந்தது. உள்ளே போய், குளித்துவிட்டு, சாப்பிட உட்கார்ந்தான்.

சமைத்ததை எடுத்து அவன் முன்னே வைத்தாள் எல்லம்மா.

"எனக்கு சாதத்தைப் பரிமாறிவிடுங்களேன்" என்றான் ராகவன்.

அவனைப் பார்த்தாள் எல்லம்மா.

"நான் இங்கு வரும்வரை, ஒருநாள் கூட நானே எடுத்துப்போட்டு உண்டதில்லை. அம்மாதான் தினமும் பரிமாறுவாள்" என்றான். அவள் முன்னே பரிமாறாமல் நின்றாள்.

"சிரமம் என்றால் வேண்டாம்" என்றான் ராகவன்.

"எனக்கு சிரமம் ஒன்றுமில்லை. நான் சமைத்த சாப்பாட்டை நீங்கள் ரசித்துச் சாப்பிடுவதைப் பார்க்க எனக்கு சந்தோசம்தான். ஆனாலும் என் கை பட்டால் உங்களுக்கு ஒன்றுமில்லையா?" என்று கேட்டாள்.

"எனக்கு என்ன இருக்கப் போகிறது? ஒன்றுமில்லை."

"உங்களை சாமி என்று அழைப்பதற்குப் பதில் தம்பி என்று அழைக்கிறேனே, எனக்கு ஒரு மாதிரியாக இருக்கிறது."

"ஓ அதைச் சொல்லுகிறீர்களா? அதெல்லாம் இங்கு ஒன்றுமில்லை. உங்கள் கைபட்டு சமைக்கிற சாப்பாட்டை உங்கள் கையால் பரிமாறினால் ஒன்றும் ஆகிவிடாது" என்று சொல்லித் தட்டிலிருக்கும் நீரைத் தரையில் வடித்துவிட்டு அவள் பரிமாறக் காத்திருந்தான்.

முருங்கைக்காய் சாம்பாரும், அன்னாசிப் பழ ரசமும், முட்டைக் கோஸ் கூட்டும், தயிரும், ஊறுகாயும் அவன் இரசித்துச் சாப்பிட்டான்.

"அம்மா மாதிரி சுவையாக சமைக்கிறீர்கள்" என்று சொல்லிவிட்டு அவன் தன் எச்சில் தட்டோடு கை கழுவ எழுந்தான்.

"தம்பி, தட்டை வைத்துவிடுங்கள்" என்றாள் எல்லம்மா.

"எச்சில் தட்டை நானே கழுவ வேண்டும் என்று சொல்லுவாள் அம்மா" என்று அவன் கைகழுவும் இடத்துக்குச் சென்றான்.

அதிகாலையில் எழுந்து சென்றதால் தூக்கம் வந்தது. ஆனாலும் பூனாவின் நூலகத்துக்குச் செல்ல வேண்டும் என்று எழுந்து துணி மாற்றிக்கொண்டு தன் கட்டுரைக்கு தகவல் சேகரிக்கப் புறப்பட்டான்.

"கொஞ்ச நேரம் ஓய்வு எடுத்துப் போகக் கூடாதா" என்றாள் எல்லம்மா.

"வேலையிருக்கிறது. சாப்பாடு ரொம்ப நல்லாயிருந்தது" என்று சொல்லிவிட்டு அவன் கிளம்பினான்.

அவனின் வார்த்தை மகுடம் வைத்ததுபோல அவள் உணர்ந்தாள்.

ஒவ்வொரு நகரத்துக்கும் ஒரு உயிர்த் துடிப்பு இருக்கிறது. அதற்கென்று ஒரு இசையிருக்கிறது. ரசனையிருக்கிறது. தனித்துவம் இருக்கிறது. அதன் மாந்தர்கள் பெரும்பாலும் அந்த நகரின் இயல்பை தங்களின் பண்பாக வரித்துக் கொள்கிறார்கள். அப்படி பூனா, ஒரு வர்த்தக நகரம், உற்பத்தி நகரம் என்று சொல்லுவதைவிட, கல்வி நகரம் என்ற பெயர் பெற்றது. அதன் மனிதர்கள் கல்வி மீது தணியாத தாகம் கொண்டவர்களாக இருந்தார்கள். கல்வி திறந்துவைக்கும் வாசல்களான தேசிய உணர்வும், முற்போக்குச் சிந்தனையும், சீர்திருத்தக் கருத்துக்களும் தூக்கலாக இருந்தன. ரானடே, பூலே, கோகலே, திலகர், அகர்கர், ஷிண்டே போன்ற அறிஞர்களும், சீர்திருத்தவாதிகளும், தேச பக்தர்களும் அங்கிருந்துதான் கிளைத்துச் செழித்தார்கள்.

உலகம் எப்போதும் முரண்களால் ஆனது. நன்மை இருந்தால் தீமை இருக்கும். ஒரு கருத்து இருந்தால் அதற்கு எதிரான கருத்தும் அதே தீவிரத் தன்மையுடன் இருக்கும். பூனாவில் எவ்வளவு மறுமலர்ச்சி சிந்தனைகள் பூத்தனவோ, அதே அளவு வன்மத்துடன் பிற்போக்குச் சிந்தனைகளும், சனாதனக் கருத்துக்களும், ஆச்சாரமான மரபுகளும் பழமைவாதத்தின் மீது அதீத நாட்டமும் அங்கு கிளைத்து இருந்தன.

காந்திக்கு இந்தப் பூனாவின் மீது தனி நாட்டம் இருந்தது. அவர் பூனாவிற்கு விரும்பி வருவார். வரலாறும் அவரை அடிக்கடி பூனாவுக்கு கொண்டு சேர்த்தது. பூனாவில் இருக்கும் ஏரவாடா சிறை, ஆகாகான் அரண்மனை, டாக்டர் கின்சாவின் இயற்கை மருத்துவ மனை, பஞ்சகனி என்ற இடங்களில் அவர் தங்கி முக்கியமான முடிவுகளை எடுத்திருக்கிறார். தன் வாழ்வின் உணர்ச்சிமயமான தருணங்களையும் அங்கே அவர் சந்தித்திருக்கிறார்.

ஆனாலும் பூனாதான் எதிர்ப்பையும் ஆபத்துக்களையும் தொடுத்து, அவர்மீது அதிக சந்தேகங்களையும் கொண்டிருந்தது. பூனாவுக்கு ஒரு இரகசிய பயம் இருந்திருக்க வேண்டும். இந்திய தேசிய அரசியலில், திலகர் உருவாக்கிவைத்திருந்த தலைமையையும், வைதீகப் பண்பு களையும், சனாதன தருமத்தின் முதன்மையையும் இந்த குஜராத்தின் வைஸ்யரான காந்தி கடந்து சென்று அரசியலின் முதன்மைப் பீடத்தையும், மகாத்மா என்ற உன்னத பட்டத்தையும் அபகரித்துச்

சென்றுவிட்டாரே என்ற கறை அதற்கு உண்டு. ஆகவே அவரை நாடும் உலகும் பாராட்டி, அவர் வழிச் செல்ல தன்னைத் தகுதி படைத்துக் கொண்டிருக்கும்போது. பூனா அவரை ஒழித்துக்கட்டவும் முயன்று கொண்டிருந்தது.

இதன் முதல் முயற்சி பூனாவில் 1934-ஆம் வருடம் ஜூன் மாதம் 25-ஆம் நாள் நடந்தது.

அப்போது, தேசிய விடுதலை என்ற தன் அரசியல் இலக்கை சற்று ஒதுக்கிவைத்துவிட்டு, தனக்கு மிகவும் பிடித்த சமூக தொண்டர் அவதாரத்தை எடுத்து தீண்டாமைக்கு எதிராக காந்தி களம் இறங்கினார். அதற்காக அவர் அகில இந்திய சுற்றுப் பயணத்தை மேற்கொண்டார். மனித மனங்களையும், கோயில்களையும், மடாலயங்களையும், கிராமங்களையும், வீடுகளையும் திறக்க வைக்க அவர் பாடுபட்டார். நாக்பூரில் அவர் அறிவித்தார், "இந்தத் தேசம் எனக்களித்த மகாத்மா என்ற பட்டத்தை, இந்துமதம் தீண்டாமையை விட்டொழிக்கும் நாளில் ஏற்பேன்" தீண்டாமையை ஒழிப்பதோடு சாதியும் ஒழிய வேண்டும் என்று அவர் சொன்னார். இப்போதைக்கு தீண்டாமை முதன்மைப் படுத்தப்பட்டாலும், வருணாசிரமம் அவலட்சணமாகத் தோன்றினால் மொத்தமுள்ள இந்தச் சமூகம் அதை எதிர்க்கும் என்றார்.

காந்தியைப் புரிந்துகொள்ள, அவர் சொன்ன ஒரு வாக்கியத்தைப் புரிந்துகொள்ள வேண்டும். "ஒரு சமூகத்தொண்டன் மிகுந்த பொறுமையுடன் செயல் படவேண்டும்" அவர் பொறுமையாக, அதே வேளையில் தொடர்ந்து தன் பணியைச் செய்து வந்தார்.

அதே பொழுதில், அவரின் முயற்சிக்கு எதிராக வைதீக சக்திகள் நெளிந்தன. தீண்டப்படாதவர்கள் ஆலயங்களில் நுழைய சாஸ்திரங்களில் இடமில்லை என்று மடாதிபதிகள் பிரசாரம் செய்ய ஆரம்பித்தனர். தமிழ்நாட்டில் காஞ்சி சங்கர மடம் ஆர்ய தர்மம் என்ற இதழைத் தொடங்கியது. அந்த வருடம் சென்னையில் (1927) தேசிய காங்கிரஸ் மகாசபை கூடவிருக்கிறது, அதோடு வர்ணாசிரம மாநாட்டை கூட்டவேண்டுமென்பது தம் ஆசையென்று வெளிப்படுத்தியது. 'வர்ண சங்காரம்' நிகழ்ந்துவிடக்கூடாது என்பதில் சனாதன சக்திகள் மிகுந்த கவலைகொண்டன.

தீண்டாமைக்கு எதிராக காந்தி மேற்கொண்ட அகில இந்திய சுற்றுப் பயணத்தின் ஒரு பகுதியாக அவருக்குப் பிடித்த பூனாவுக்கும் வந்தார். ஆங்கில அரசின் விருப்பத்தை மீறி, பூனாவின் மக்களின் சார்பாக காந்திக்கு வரவேற்பு வழங்க பூனா நகராட்சி முடிவெடுத்து

அந்த நிகழ்ச்சி நகராட்சி அரங்கில் நடைபெற்றது. அரங்கு நிறைந்து, இடம் போதாமையால் மக்கள் தெருக்களில் நின்று கொண்டிருந்தார்கள்.

கூட்டத்திற்கு வரும் காந்தியை எல்லோரும் ஆவலுடன் எதிர் பார்த்திருந்தார்கள். ஒரு கார் வரவும், 'இதோ காந்திஜி வந்துவிட்டார், மகாத்மா வந்துவிட்டார்' என்ற வாழ்த்தொலி கேட்டது. வந்த கார் அரங்கின் முன்னாலிருக்கும் போர்டிகோவில் வந்து நின்றது. அப்போது எங்கிருந்தோ அந்தக் காரை நோக்கி குண்டு வீசப்பட்டது. காரின் கண்ணாடி மீது விழுந்து அது உடைந்து சிதறியது. பெரிய சேதம் எதையும் அது ஏற்படுத்தவில்லை. அருகிலிருந்தவர்களுக்கும், போலீசுக்கும் மட்டும் நடந்தது என்னவென்று தெரிந்தது. மற்றவர் களுக்கு ஒன்றும் தெரியவில்லை.

அந்தக் காரிலிருந்து இறங்கியவர் அன்னாசாகேப் போபட்கர். பூனாவின் முக்கிய பிரமுகர். காந்தியின் மீது கடுமையான விமர்சனம் வைக்கின்றவர் அவர். சிறு காயம் அவர் மீது பட்டாலும், ஒன்றுமே நடக்காததுவாய் தன் இருக்கையில் போய் அமர்ந்தார்.

அதன் பின்னர் காந்தியும், கஸ்தூர்பாவும், மூன்று குழந்தைகளும் இன்னொரு காரில் வந்திறங்கினார்கள். அதன் பின்னர் விழா இனிதே நடந்து முடிந்தது. விழாமுடியும் வரை குண்டெறியப்பட்ட சம்பவத்தை காந்தியிடம் சொல்லவில்லை.

காந்தியின் புகழின் மீது வெறுப்புக் கொண்ட எவரோ அல்லது பழமைவாத சனாதனிகளின் தூண்டுதலினால் எவரோ குண்டெறிந் திருக்க வேண்டும். உடனே போலீஸ் தேடுதலில் இறங்கினாலும் குண்டெறிந்தவனைக் கண்டுபிடிக்க முடியவில்லை. அவன் இருளில் மறைந்துவிட்டான்.

இவற்றைப் படித்துக்கொண்டிருந்த ராகவனுக்கு, அது என்ன பூனாவில் மட்டும் காந்தியைக் கொல்ல முயற்சிகள் நடக்கின்றன என்ற கேள்வி எழுந்த வண்ணம் இருந்தது.

இது விஷயமாகவும், 1944 செப்டம்பர் மாதத்தில் சேவாகிராம் ஆசிரமத்தில் அவரின் மீது நடந்த இன்னொரு தாக்குதல் சம்பந்தமாக அதில் கதாநாயகனாக பங்குபெற்ற கோட்சேயிடம் கேட்க வேண்டும் என்று தீர்மானித்துக் கொண்டான் ராகவன்.

மாலையில், அருகிலிருந்த இந்து ராஷ்ட்ரா பிரஸுக்குச் சென்றான் ராகவன். அங்கே கோட்சே இன்னொரு மனிதரிடம் நெருக்கமாக பேசிக்கொண்டிருந்தான்.

ராகவனைப் பார்த்ததும், "வா மதராசி, முகமதைப் பார்க்க மலை வருகிறதே! ஆச்சரியமாக இருக்கிறதே" என்று அவனை வரவேற்றான் கோட்சே.

"சார், ரொம்ப பிசியாக இருக்கிறீர்களா? அப்புறம் வரட்டுமா?" என்று கேட்டான் ராகவன்.

"அதெல்லாம் ஒன்றுமில்லை. எப்போதும்போலத்தான் இருக்கிறேன். இவர் நாராயண் ஆப்தே. இந்த பத்திரிகையின் நிர்வாகி. முன்னாள் விமானப்படை அதிகாரி, உன்னைப்போல கல்லூரியில் படித்தவர். இவை எல்லாவற்றையும் விட சனாதன இந்து தர்மத்தின் மீது மதிப்பு கொண்டவர். முக்கியமாக என் நண்பர்" என்று பெரிய விளக்கம் கொடுத்தான் கோட்சே.

நாராயண் ஆப்தேயைப் பார்த்த ராகவன், "சார், நான் பத்திரிகை நிருபர், புதிதாக இங்கு வேலைக்கு வந்து சேர்ந்திருக்கிறேன்" என்றான் ராகவன். எழுந்து நின்று ஆப்தே கை நீட்டினான். இருவரும் கை குலுக்கிக் கொண்டார்கள்.

"உன் காந்தி மீது இன்றைக்கும் தாக்குதல் நடந்திருக்கிறதே. என்ன இருந்தாலும் அந்த ஆளுக்கு ஆயுள் கட்டி. எப்படி பிழைத்துவிட்டார் பார்த்தாயா?" என்று சிரித்தான் கோட்சே.

"அவருக்கு மட்டும் அதிஷ்டம் இல்லை. உங்களுக்கும் அதிஷ்ட ஜாதகம்தான்."

"என்ன அப்படி சொல்லுகிறாய்?"

"எங்கள் ஊராயிருந்தால், காந்தி மீது இரண்டு முறை ஏற்கனவே கொலைத்தாக்குதல் நடத்தியிருக்கும் உங்களை முதலில் கையிலெடுத்து, விசாரணை தொடங்கியிருப்பார்கள். இங்கே நீங்கள் எந்தவித பதட்ட மில்லாமல் சந்தோசமாக இருக்கிறீர்கள். அதனால்தான் அப்படிச் சொன்னேன்."

"நீயே போலீசிடம் போட்டுக் கொடுத்துவிடுவாய் போலிருக்கிறதே"

"அது என் வேலை கிடையாதே."

"சரி, வந்த விசயத்தைச் சொல்லு" என்று கோட்சே சொன்னதும், ராகவன் ஆப்தேயைப் பார்த்தான்.

"ஆப்தே இன்று இரவு என்னோடுதான் தங்கியிருப்பார். ஆகவே பேச வேண்டியதை இரவில் நாங்கள் பேசிக்கொள்வோம். நீ சொல்லு.

ஆப்தே இருக்கிறார் என்று தயங்க வேண்டாம். அவர் என் நெருங்கிய நண்பர்."

"பெரிய விஷயமில்லை. என் பத்திரிகைக்கு ஒரு கட்டுரை எழுதலாம் என்றிருக்கிறேன். நான் படித்தவரை இன்றைக்கு நடந்த கொலை முயற்சியோடு சேர்ந்து, காந்தி மீது நான்கு கொலைத் தாக்குதல்கள் நடந்திருக்கின்றன. இந்தியாவில் எங்கும் நடக்காத இதுபோன்ற சம்பவம் இங்கே பூனாவில், அதன் மக்களால் நடத்தப் பெறுகின்றன. அதற்கு என்ன காரணம் என்று உங்கள் கருத்தையும் தெரிந்துகொள்ளலாம் என்று கேட்க வந்திருக்கிறேன்."

"கொலைகாரர்கள் இப்படி சொன்னார்கள் என்று எங்கள் பெயரையும் போட்டுவிடுவாயா?"

"அதெல்லாம் இல்லை. எதற்கு அந்தக் கொலை முயற்சி பூனாவில் மட்டும் நடைபெறுகிறது என்பதற்கான காரணத்தைச் சொல்லுங்களேன்."

"இங்கு மட்டும் காந்தியின் மாயாஜாலத்தால் மயங்காத மனிதர்கள் இருக்கிறார்கள் என்பது காரணமாக இருக்கலாம்."

"சார் எனக்கு ஒன்று ஆச்சரியமாக இருக்கும். நீங்களும் காந்தியும் சில விஷயங்களில் ஒற்றுமையுடைய மனிதர்களாவே எனக்குப் படுகிறது."

"என்ன சொல்லுகிறாய் ராகவன், நானும் காந்தியுமா?"

"ஆமாம் இரண்டுபேரும் தீவிரமான இந்துக்கள். மிக எளிமையான வாழ்க்கை முறையைக் கைக்கொண்டு வாழ்பவர்கள். இரண்டு பேரும் பத்திரிகையாளர்கள். தேசியவாதிகள், இந்து மதத்தின் பெருமையினைப் போற்றுபவர்கள். ஆக எங்களைவிட காந்தியை உங்களால் அதிகம் புரிந்துகொள்ள முடியும் என்று நினைக்கிறேன்" என்று ராகவன் சொன்னதும்,

"இந்த இளம் பத்திரிகையாளனிடம் நீ எச்சரிக்கையாக இருக்க வேண்டும் என்று தோன்றுகிறது, கோட்சே!" என்று சிரித்துக்கொண்டே, புகையை வெளியில் விட்டுக்கொண்டு ஆப்தே சொன்னான்.

"நீங்கள் எதற்காக காந்தி மீது இரண்டுமுறை தாக்குதல் நடத்தினீர்கள்?" என்று ராகவன் கேட்டதும் ஆப்தே, தன் பாக்கட்டிலிருந்து அடுத்த சிகரெட்டை எடுத்துப் பற்றவைத்தான். கோட்சே பதில் சொல்லாமல் இருந்தான்.

“நான் கேட்ட கேள்விக்கு பதில் சொல்லுங்கள். எதற்கு காந்தி மீது உங்களுக்கு இவ்வளவு வெறுப்பு?” என்று ராகவன் கேட்டான்.

“காந்தி என் மதத்தின் அடிப்படைகளைச் சிதைக்கிறார். அது மதத்தையே ஆட்டங்காணச் செய்துவிடும். அதனால்தான்” என்றான் கோட்சே.

“நான் சற்றுத் தெளிவாக கேட்கிறேன். அவர் சனாதன கொள்கைகளைக் கேள்விக்குள்ளாக்குகிறார். உதாரணத்திற்கு தீண்டாமை, பெண்களின் நிலை, பார்ப்பன மேலாண்மை, சடங்குகள் ஆகியவற்றை அவர் தீட்சண்யமாகக் கண்டிக்கிறார். இதில் என்ன தவறு இருக்க முடியும்? உலகம் நவீனமயமாக ஆகும்போது, மதமும் தன்னைத் தகவமைத்துகொள்ள வேண்டியது அவசியம்தானே. அதைத்தானே காந்தி செய்தார். அந்த விதத்தில் அவர் இந்து மதத்திற்கு நன்மை செய்கிறார், இல்லையா.”

“கேள்வி கேட்பவனின் விளக்கம் பதில் சொல்லுபவனின் விடையைவிட நீளமாக இருக்கிறது.”

“சரி பதில் சொல்லுங்கள். சனாதனிகளான உங்களால் அவரின் நவீனத்துவத்தை ஏற்க முடியவில்லை, அதனால் கோபமா என்பதுதான் என் கேள்வி.”

“சனாதனத்தை அழித்துவிட்டால் இந்து மதம் அழிந்துவிடும். ஆகவேதான் நாங்கள் கோபப்படுகிறோம்.”

“பிராமணன் உயர்ந்தவன், அவன் சமூகத்தில், அரசில், மதத்தில் உயர்ந்த இடத்தைப் பிடிக்க வேண்டும், அதை ஒரு வைஸ்யனான காந்தி கேள்விக்குள்ளாக்கும் போது, உங்களுக்குப் பிடிக்கவில்லை. அப்படித்தானே. பிராமணியம் அழிந்தால், வருண பேதம் ஒழிந்தால் இந்து மதம் அழிந்துவிடும் என்பதன் பொருள் அதுதானே?”

“தான் அழிந்தால் உலகமே அழிந்துவிடும் என்று பார்ப்பது போல, பிராமணர் அழிந்தால் இந்து மதம் அழிந்துவிடும் என்று சனாதனிகள் சொல்லுகிறார்கள் என்று எனக்குப் படுகிறது.”

“ராகவா, நீயும் ஆரிய குலத்தைச் சார்ந்த பிராமணன். இப்போது நமக்குள் பேசிக்கொள்வோம். பிராமணர்கள் அறிவார்ந்தவர்கள், சாஸ்திரங்களில் நிபுணர்கள், இருமுறை பிறப்பாளர்கள், தேவர்களோடு சம்பாஷிக்கிறவர்கள். தேவ பாஷையாம் சம்ஸ்கிருதத்தை நாவில் உச்சரிப்பவர்கள், வேதங்களை வகுத்தவர்கள். அவர்கள் இந்து

மதத்தின் ஆணி வேர். அவர்கள் அழிக்கப்பட்டால் இந்து மதம் அழிந்துவிடும் என்பது எதார்த்தம்தானே. இதைக் காந்தி அழிக்கப் பார்க்கிறார்."

"ஒரு நுட்பமான வேறுபாட்டைக் கவனியுங்கள். பிராமணனுக்காக இந்து மதமா அல்லது இந்து மதத்திற்காகப் பிராமணர் இருக்கிறார்களா?"

"நீ என்ன வேண்டுமானாலும் யூகித்துக்கொள். ஆனால் காந்தி மீது எங்களுக்கு கோபம் என்னவென்றால், அவர் சீர்திருத்தம் என்ற பெயரில் சடங்குகளையும், சாஸ்திரங்களையும் நிராகரிக்கிறார். நம் மதத்தில் எல்லோரும் எப்படி சமமாக இருக்க முடியும்? இதை நாம் எப்படி ஏற்க முடியும்? நம் சமூக பகுப்பு, நாம் விரும்புகிறோமோ இல்லையோ அடுக்கு முறையில் அமைந்துதான். நம் வர்ணாசிரம தர்மம், வருணம், ஆஸ்ரமம் என்ற இரு தூண்களின் மீது நிற்கிறது. அதைக் காந்தி அழிக்கத் திட்டமிடுவதை எப்படி பொறுக்க முடியும்."

"ஆக, இந்து மதத்திற்கான, சீர்திருத்தங்களை அரசியல் அரங்கிற்கு கொணர்ந்து, பெரும்பான்மையான மக்களை அதற்காக களமிறக்கி, பாடுபடுவது உங்களுக்குப் பிடிக்கவில்லை. அவ்வளவுதானே" என்று ராகவன் கேட்ட கேள்விக்கு கோட்சே பதில் சொல்லாமல் இருந்தான்.

"ஆக அவரின் கருத்து மக்கள் அரங்கில் செல்லுபடியாகிறது ஆகவே அவரை நீக்கிவிட்டால், இந்தப் பிரளய மாற்றம் தன் சக்தியை இழந்து நின்றுவிடும் என்று அவரை நீக்கிவிட முயலுகிறீர்கள். அவ்வளவு தானே" என்று தான் முன்பு சொன்னதைச் சற்று மாற்றிக் கேட்டான் ராகவன்.

"ஒரு பரந்துபட்ட சமூகத்தைக் காப்பாற்ற, ஒருவனைக் கொல்லுவது தவறில்லை என்று வேதமே சொல்லுகிறது" என்றான் கோட்சே.

"இது அறவழிப்பட்டதா?"

"இதைப் பற்றி கண்ணன் கூட கவலைப்படவில்லை. தர்மத்திற்காக கொலை செய்யலாம் என்று கீதையில் சொல்லுகிறான்."

"பிரச்சினையே அந்த தர்மம் யாருக்கான தர்மம் என்பதுதான். அதை விடுங்கள். அதைப் பேசினால் நாம் முடிவுக்கு வரமாட்டோம். இப்போது எனக்கு சேவாகிராமில் காந்தியைக் கொலை செய்ய முயற்சித்ததைக் கொஞ்சம் விளக்கிச் சொல்லுவீர்களா?" என்று கேட்டான் ராகவன்.

சற்றுக் குழம்பியிருந்த கோட்சே இப்போது புத்துணர்ச்சி பெற்றவனாய் ஆனான்.

"ராகவன், ஒரு காபி குடித்துக்கொண்டு பேசலாமே" என்றான் கோட்சே.

"நீங்கள் காபி குடித்துவிட்டு வாருங்கள். அதற்குள் எனக்கு ஒரு சின்ன வேலையிருக்கிறது முடித்துவிடுகிறேன்" என்றான் ஆப்தே.

அவர்கள் இருவரும் கீழே இறங்கி வந்து சிறிது தூரம் நடந்தனர். தான் கையில் கொணர்ந்த நோட்டை கோட்சேயின் அறையில் வைத்து விட்டு வந்தது நினைவுக்கு வர, அதைப் போய் எடுத்து வந்து விடுகிறேன் என்று திரும்பி வந்தான் ராகவன்.

அங்கே அறைக்குள் நுழையும்போது, ஆப்தே ஒரு மதுபாட்டிலை கையில் வைத்துக்கொண்டு நின்றான். "சாரி சார்" என்று ராகவன் சொல்லிவிட்டு, தன் நோட்டை எடுத்துக்கொண்டு கீழே வந்தான்.

நாராயண் ஆப்தே கையில் மதுபாட்டிலோடு நிற்பதைப் பற்றி கோட்சேயிடம் ராகவன் ஒன்றும் சொல்லவில்லை.

"ராகவன், சேவாகிராமில் நடந்தது என்னவென்று கேட்டாயே. சொல்லுகிறேன் கேள்" என்று மிகுந்த உற்சாகத்தோடு சொல்ல ஆரம்பித்தான் கோட்சே.

"1944ஆம் வருடம் செப்டம்பர் மாதம். நாட்டைப் பிரித்து பங்கு போட பேச்சுவார்த்தை நடத்த இந்தக் கிழவர், "சகோதரா ஜின்னா, நீங்கள் எங்கே சந்திக்க வேண்டும் என்று நினைக்கிறீர்களோ அங்கு வந்து சந்திக்க நான் தயார். என்னை இந்திய முஸ்லிம்களின், இஸ்லாத்தின் எதிரியாக பார்க்க வேண்டாம்" என்று கடிதம் எழுதியிருந்தார்.

"அதை ஏற்றுக்கொண்ட ஜின்னா, பம்பாயிலிருக்கும் தன் வீட்டுக்கு வரச் சொல்லியிருந்தார். காந்தி சேவாகிராமிலிருந்து புறப்படத் தயாரான போது, நான், நாராயண் ஆப்தே மற்றும் இருபதுபேர் வார்தா சேவாகிராம் வாசலில் முற்றுகை போராட்டம் நடத்தினோம். 'தேச விரோதி காந்தி ஒழிக' என்று குரல் எழுப்பினோம். அப்போது காந்தியின் ஆஸ்ரமத்திலிருந்து நூற்றைம்பது தொண்டர்கள், அவர்கள் தொண்டர்களாம், வெளியே வந்து எங்களைத் தாக்கினார்கள். உடனே போலீஸ் வந்து எங்களை கைது செய்ய, காந்தி கிளம்பி காரில் சென்றார். அருகில் பத்திரிகையாளர் எவரும் இல்லையென்பதால், இந்த இளைஞர்களை மன்னித்துவிட்டேன் என்று நாடகம் ஆட அவருக்குத் தேவையில்லை."

"எங்களைக் கைது செய்த போலீஸ், என் பையைச் சோதனை யிட்டது. அதில் எப்போதும் என் பாதுகாப்புக்கு வைத்திருந்த குறும்

வாள் இருந்தது. 'இதை நான் எப்போதும் என் பாதுகாப்புக்காக வைத்திருக்கிறேன், இதுநாள் வரை அதைப் பயன்படுத்தியதில்லை' என்ற என் உண்மை நிலையை போலீஸ் கண்டுகொள்ளவில்லை. காந்தியைக் கொலை செய்ய முயன்றதாக எங்கள் மேல் வழக்கு பதிவு செய்யப்பட்டது."

"நான் சாவர்க்கருக்கு போன் செய்தேன். அவர் உடனே ஒரு வக்கீலை ஏற்பாடு செய்து காவல் நிலையத்துக்கு அனுப்பினார். நாங்கள் எல்லோரும் பிணையில் வெளியே வந்தோம்" என்றதும்,

"இப்போதும் சூத்திரதாரி சாவர்க்கர் உங்களைக் காப்பாற்றினா ராக்கும். அந்த மாயக்கரம் உங்கள் பின்னால் இருந்துகொண்டே இருக்குமே" என்று சிரித்துக் கொண்டே சொன்னான் ராகவன்.

அதைவிடு, அடுத்த நாள் பத்திரிகைகளில் தலைப்புச் செய்தி இதுதான், 'காந்தியின் மீது தாக்குதல் நடத்தும் முயற்சி : தோல்வி.'

எங்களுக்கு அது சிரிப்பாக இருந்தது. "பொய்யை விற்பனை செய்வதில் இந்த மகாத்மா பெரும் நிபுணர்தான்" என்று நாராயண் ஆப்தே சொன்னான்.

"ஆமாம், நம் பத்திரிகை சுற்றைப் பெருக்க நாமும் இதிலிருந்து பாடம் கற்றுக்கொள்ளலாம் என்று நான் சொன்னேன்" என்று அப்போது அந்தக் கதையை கோட்சே முடித்தான்.

இருவரும் காப்பி குடித்துவிட்டு, ராகவன் தன் வீட்டுக்கு வரும்போது, 'கோட்சேயிடம் எதையெல்லாமோ பேசிவிட்டு, கடைசியில் ஏன் பூனாவில் இந்தக் கொலை முயற்சிகள் நடக்கிறது என்ற கேள்விக்கு விடை பெறாமல் வந்துவிட்டேனே' என்று நினைத்துக்கொண்டான்.

9. மனங்கள் இணையலாம், மதங்கள் இணையுமா?

இரவில் யாகூப் வீட்டிற்கு வரும்போது, அம்மா சையிதா அவனிடம் சண்டை பிடித்தார்கள்.

"அந்தப் பிள்ளை செந்தூர், இரண்டு முறை நம் வீட்டிற்கு வந்திருக்கிறான். அவன் ஊரிலிருந்து வரும்போது எவ்வளவு பண்டங்கள் வாங்கி வருகிறான். ஆனால் அவனிடம் ஒழுங்காக உட்கார்ந்து பேசியது கிடையாது" என்றாள் சையிதா.

"என்னம்மா செய்கிறது? பள்ளிவாசலில் எவ்வளவோ வேலை, இமாம் கண்கொத்திப் பாம்பாய் பார்த்துக்கொண்டிருக்கிறார்" என்றான் யாகூப்.

"அவருக்கு என்ன? எவனோ அடித்துக்கிட்டுச் சாகணும், அவர் அல்லா பெயரைச் சொல்லிவிட்டு பெரிய மனிதனாக இருப்பார். உனக்கு எதற்கு இந்த வேலையெல்லாம்?"

"இது எல்லாம் அல்லாவின் பணிதான்!"

"என்றைக்கடா அல்லா உன்னிடம் வந்து வாளைத் தூக்கி அடுத்தவனை வெட்டிப்போடு என்று சொன்னார்? என் அல்லா எப்போதும் கருணை மயமானவர், அன்பானவர். மனிதர்களை நேசிப்பதிலும் உயர்வானது எதுவும் கிடையாது என்று மொழிந்தவர்"

"நம் சகோதரனைக் காக்க கத்தியெடுப்பதுதான் நியாயம் என்று சொல்லுகிறார்."

"எனக்கு என்னவோ நீ செய்வது பிடிக்கவில்லை. சதா ரெத்த வாடை பிடித்து அலையும் சாத்தனாக மாறிவிட்டாய்" என்றாள் சையிதா.

யாகூப் பதில் ஒன்றும் பேசவில்லை.

"யாகூப், என்ன செய்வியோ எனக்குத் தெரியாது. நாளைக்கு, செந்தூருக்குப் பிடித்த பிரியாணி செய்துகொண்டு அவன் வீட்டுக்குப் போகிறோம். மத்தியானம் எல்லோரும் அங்குதான் சாப்பிடுகிறோம். நீயும் என்னோடு வருகிறாய்" என்றார் அம்மா.

"அம்மா, நானும் வரட்டுமா?" என்று ஓடிவந்தாள் சலேலா.

"நீ இன்னும் சின்ன பிள்ளை இல்லை. இங்கே இருந்துகொள்" என்றாள் சையிதா.

"அம்மா, நான் தனியே வீட்டில் இருந்து என்ன பண்ணுவேன், என்னையும் சற்குணா மாமா் வீட்டுக்குக் கூட்டிப்போ" என்று சலேலா அடம் பிடித்தாள்.

"அம்மா, அவளும் வந்துவிட்டுப் போகட்டும்" என்றான் யாகூப். அம்மா சரியென்று தலையசைத்தாள்.

சலேலா ஓடி வந்து தன் அண்ணன் கையைப் பிடித்துக் கொண்டாள்.

அவர்கள் மூவரும் செந்தூர் பாண்டியன் வீட்டுக்கு வந்தார்கள்.

காலை பத்து மணியிருக்கும். அன்று கடை விடுமுறை என்பதால் சற்குணமும் செந்தூர் பாண்டியனும் பத்திரிகை படித்துக் கொண்டிருந் தார்கள்.

சலேலாவைக் கண்டதும், செந்தூர் பாண்டியனுக்கு சந்தோசம், திருச்செந்தூர் கடலலை போல மனதுக்குள் ஆனந்தம் சுருண்டு அடித்தது. இன்று அவள் மிகுந்த அக்கறையெடுத்து, வெகு அழகாக ஆடைபுனைந்து வந்திருப்பதாய் அவனுக்குப் பட்டது. எல்லாம் உனக்குத்தான் என்று அவள் கண்கள் சொல்வதாய் அவன் உணர்ந்தான்.

"வாருங்கள், வாருங்கள், வருவதாய்ச் சொல்லியிருந்தால் நான் கார் அனுப்பியிருப்பேனே" என்று சொல்லிவிட்டு, "இது யார், சலேலாவா, எப்படி வளர்ந்துவிட்டாள். பார்த்து நாளாகிவிட்ட தில்லையா" என்று தானே கேள்வி கேட்டு பதிலும் சொல்லிக் கொண்டிருந்தார் சற்குணம்.

"அண்ணா, எப்படியிருக்கிறீர்கள்? கடையெல்லாம் எப்படி போய்க்கொண்டிருக்கிறது."

"அதற்கென்ன, நம்ம மனசுபோல நல்லாயிருக்கு" என்று சொன்னவர், "யாகூப்தான் இப்போது முன்புபோல வருவதில்லை என்று செந்தூர் பாண்டியன் தினமும் சொல்லிக்கொண்டிருப்பான்" என்றார்.

சற்குணம், தன் சமையல்காரர்களைப் பார்த்தார்.

"அண்ணா, இன்றைக்கு முழுதும் எங்கள் வீட்டுச் சாப்பாடு. எல்லோருக்கும் சேர்த்து சமைத்துக் கொணர்ந்திருக்கிறேன். முழுநாளும் உங்களோடு இருக்க வேண்டும் என்று வந்திருக்கிறோம்" என்றாள் சையிதா.

"நீங்கள் பேசிக்கொண்டிருங்கள், நானும் செந்தூரும் அவன் அறையில் உட்கார்ந்து பேசிக்கொண்டிருக்கிறோம்" என்று அவன் கையைப் பிடித்து மாடிக்கு இழுத்துக்கொண்டு சென்றான் யாகூப்.

கொஞ்ச நேரம் சலேலா அருகில் உட்கார்ந்து பேசக்கூட விடமாட்டேனென்கிறானே என்று செந்தூர் பாண்டியனுக்கு யாகூப் மீது கோபமாய் வந்தது.

ஆயினும் வேறு வழியில்லாமல் அவனோடு தன் அறைக்குச் சென்றான்.

செந்தூர் பாண்டியனின் அறைக்குள் நுழைந்த யாகூப் ஒரு வித்தியாசத்தை உணர்ந்தான். முன்பு, இளைஞனின் அறைபோல எல்லாம் அங்குமிங்கும் கலைந்து கிடக்கும். இப்போது எல்லாம் ஒரு ஒழுங்கில் அடுக்கி வைக்கப்பட்டிருந்தன. அதிகமான பொருட்கள் அங்கு இல்லை. ஒரு எளிமையை பார்க்க முடிந்தது. சுவரில் காந்தியின் புகைப்படம் தொங்கியது அதன் கீழ் "goodness must be joined with knowledge" (நன்மைத்தனமும் அறிவும் இணைந்திருக்க வேண்டும்) என்ற வாசகம் இருந்தது.

"செந்தூர், ஒரு காந்திதாசனாக மாறிவிட்டாயா?" என்று யாகூப் கேட்டான்.

"இது ஒரு நேர்மையான கேள்வியாக இருந்தால் ஆமாம் என்று பதில் சொல்வேன்" என்றான் செந்தூர் பாண்டியன்.

"ஏன் அப்படிக் கேட்டாய்?"

"காந்தி ஒரு கிண்டல் பொருள் இல்லை, அதற்காக அப்படிச் சொன்னேன்."

"செந்தூர், முன்பு உனக்கு காந்தி மீது அவ்வளவு ஈர்ப்பு கிடையாதே. இந்த மாற்றம் எனக்குத் தெரியாமல் நிகழ்ந்திருக்கிறதோ?"

"ஆமாம், இந்த மாற்றம் ஒரு மாதத்தில் நிகழ்ந்தது"

"அவ்வளவு விரைவாக மாற்றம் நிகழ்ந்துவிட முடியுமா?"

“ஒரு நொடியில் ஞானம் கிடைப்பதுபோல, மாற்றமும் நிகழலாம். அப்படித்தான் அவர் பற்றிய ஒரு புத்தகம் படிக்க, என்னில் ஒரு மின்னல் போல மாற்றம் நிகழ்ந்தது. யாகூப், உன்னிடம் கூட நான் ஒருவிதமான மாற்றத்தைக் காணுகிறேன். என் நண்பன் யாகூப்பிடம் முன்பிருக்கும் அன்பு இல்லை. ஒருவித குரூரத் தன்மையைப் பார்க்கிறேன்.”

“நான் அப்படி ஆகிவிட்டேன் என்று எனக்குத் தெரியத்தான் செய்கிறது. சூழல் அப்படி என்னை மாற்றியிருக்கிறது என்றும் எனக்குத் தெரிகிறது.”

“வெளியே மாற்றம் நிகழவேண்டும் என்றால், முதலில் அந்த மாற்றமாய் நீயிருக்க வேண்டும். உலகம் அன்பாயிருக்க வேண்டு மென்றால் நீ அன்பாயிரு.”

“அது அவ்வளவு எளிதில்லை, செந்தூர், இந்துஸ்தான் முஸ்லிம்களை கீழானவர்களாகப் பார்க்கிறது. இந்துஸ்தான் இந்துக்களுக்கு என்று இரகசியமாகச் சொல்லுகிறது. இந்துக்களுக்கு ஒரு பாரம்பரியம், பண்பாடு இருக்கிறது, அதுபோல முஸ்லிம்களுக்கும் இருக்கும் என்று அவர்கள் நினைப்பதில்லை. இந்து பண்பாட்டில் எங்கள் அடையாளங்களை நாங்கள் கரைத்து இணைந்து வாழவேண்டும் என்று சொல்லுகிறார்கள்.”

“இது தவறு என்று காந்தியும் காங்கிரஸூம் சொல்லுகிறதே.”

“இப்போதே காந்தியைக் காங்கிரஸ் தலைவர்கள் மதிப்பதில்லை யென்று நான் கேள்விப்படுகிறேன். இந்துக்களின் நலன் காக்கும் சோளக்காட்டுப் பொம்மையாக காங்கிரஸ் இருக்கிறது. கொஞ்சம் நாள் போனால், இன்னொரு இந்துக் கட்சி வந்தால் எங்களின் கதி என்ன? ஆகவே காந்தியை நம்பி நாங்கள் ஏமாந்து போய்விடக்கூடாது. இந்துக்களும் நாங்களும் தனித்தனியானவர்கள். இந்துக்களோடு நாங்கள் ஒட்ட முடியாது.”

“இதெல்லாம் முஸ்லிம் ஆளும் வர்க்கம் விதைத்த சொத்தை விதைகள்.”

“மதம், கலாசாரம், மொழி, பழக்கவழக்கங்கள், உணவு முறை, வழிபாடு அனைத்திலும் நாங்கள் வேறுபடுகிறோம் என்று எங்கள் தலைவர் ஜின்னா சொல்லுவதில் அர்த்தம் இருக்கிறது என்று முஸ்லிம் மக்கள் நம்புகிறார்கள்.”

“இதுநாள் வரை நம் லாகூரில் என்ன பிரச்சினை இருந்தது? எல்லோரும் வீட்டில், அவரவர் மதத்தைக் கொண்டாடிவிட்டு,

வெளியில் ஒன்றாகத்தானே இருந்தோம். பிரிவினை அமைதியைக் கொண்டு வராது, அது நிரந்தர பகைமையைக் கொணரும்."

"சின்ன வீடாக இருந்தாலும் அதில் எஜமானனாக இருக்க வேண்டும் என்பது எங்கள் கனவு. அதற்காக என்ன வேண்டுமானாலும் செய்யத் தீர்மானித்துவிட்டோம்."

"இந்தியாவுக்கு பரந்த மனது உண்டு. இதுவரை வந்த மக்களை யெல்லாம் அடைக்கலம் கொடுத்து, ஏற்றுக்கொண்டிருக்கிறது. நீங்கள் எங்கிருந்தோ வந்தவர்கள் இல்லை. சில நூறு வருடங்களுக்கு முன்னால் இந்துக்களாய் இருந்தவர்கள்தான். ஏதோ ஒரு காரணத்தால் மதம் மாறியவர்கள். உங்கள் எல்லோருக்கும் இந்த வீட்டில் இடம் உண்டு."

"இந்து சமூகம், சூத்திரருக்கும், வருணத்தின் கணக்கில் இல்லாத அரிஜன்களுக்கும் முதலில் இடம் கொடுக்கட்டும். அப்புறம் முஸ்லிம் களுக்கு இடம் கொடுப்பதைப் பற்றிப் பேசலாம். ஒரு உதாரணம் சொல்லுகிறேன். காஷ்மீரத்திலிருக்கும் முஸ்லிம்கள் இந்து மதத்துக்கு மாற விருப்பம் தெரிவித்தார்கள். ஆனால் காசியிலிருக்கும் பண்டிட்க்கள் அதை ஏற்க மறுத்தார்கள். பிறகு எங்களை எப்படி ஏற்பார்கள்? இது தான் எதார்த்தம்."

"நீ சொல்லுவது உண்மை. என் போன்றவர்கள் இதுபோன்ற தீண்டாமையால் பாதிக்கப்பட்டவர்கள்தான். இதைத் தாங்க முடியாமல் எங்கள் பகுதியில் ஏராளமான எங்கள் சாதியைச் சார்ந்தவர்கள் கிறிஸ்தவ மதத்துக்கு மாறினார்கள். ஆனாலும் முஸ்லிம் களை நாங்கள் வேற்று மனிதர்களாகப் பார்க்காமல், இன்னொரு சாதியாகவே பார்க்கிறோம்."

"முஸ்லிம்கள் மிலேச்சர்கள், இது பரத வர்ஷம், இங்கே நீங்கள் அந்நியர்கள். நீங்கள் பிரிந்து போகாவிட்டால், நாங்கள் சொல்வதைக் கேட்டு நடங்கள் என்று இந்துக்கள் சொல்ல ஆரம்பித்துவிட்டார்கள்."

"அவர்களெல்லாம் பெரும்பான்மையில்லை. வைதீகத் தன்மை கொண்ட உயர் சாதியினரில் சிலர் இப்படி புலம்புகின்றனர். இந்தியா அவர்களில்லை. அது காந்தியின் கருத்தில் இருக்கிறது, அது உழைக்கும் மக்கள், சூத்திரர், ஹரிஜன்கள் கையில் இருக்கிறது. அவர்களோடு முஸ்லிம்களுக்கு வேறுபாடு கொள்ள காரணம் இல்லை."

"செந்தூர், நாங்கள் பாதிக் கிணறு தாண்டிவிட்டோம். இனி நாங்கள் திரும்பிப் போக முடியாது. மறுகரை அடைவதுதான்

எங்களின் இலக்கு. இனி பேசிப் பயனில்லை. நம் இரு மதங்களும் வேறு வேறானவை, நாமும் வேறானவர்கள்தான்."

"நாம் மனிதர்கள். இணைந்தும் புரிந்தும் செல்லுவதுதான் நம் உன்னத வழி"

"இருந்துவிட்டுப் போகட்டும், அதில் நடக்க நாங்கள் தயாரா யில்லை. அதற்காக என் நண்பன் செந்தூரை நான் வெறுக்க மாட்டேன். இந்த நட்பு தொடரும். செந்தூர், நாம் வேறு விஷயங்களைப் பேசுவோமே" என்றான் யாகூப்.

செந்தூரும் அப்படித்தான் உணர்ந்தான். ஆகவே கிராமபோன் பெட்டியை இயக்கி பாட்டை போட்டான். அதை இருவரும் ஒற்றுமையாக இரசித்தார்கள்.

முன்னறையில் உட்கார்ந்து சற்குணமும், சலேலாவும் அவள் அம்மா சையிதாவும் பேசிக்கொண்டிருந்தனர். அப்போது செந்தூர் பாண்டியனைப் பற்றியும் பேச்சு வந்தது.

"இவனுக்கும் வயசு ஆகிக்கொண்டிருக்கிறது. படிக்கிறான் என்றால் படிக்கட்டும். இல்லை இந்தத் தொழிலுக்கு வர ஆசைப் பட்டான் என்றால் கல்யாணம் முடித்துவிடலாம் என்றுதான் நினைக்கிறேன். நம்ம சலேலா போல ஒரு நல்ல பெண் கிடைத்தால் உடனே கல்யாணத்தை முடித்துவிடுவேன். வீட்டுக்காரி போன பிறகு இவனுக்கு ஒரு கல்யாணம் முடித்துவிட வேண்டும் என்று எனக்கு பரபரப்பாக இருக்கிறது" என்று சொன்னதும் சிறிது அமைதி நிலவியது.

"அண்ணா, நம்ம சலேலாவை நீங்கள் பெண்கேட்டால் மாட்டேன் என்று நான் சொல்ல மாட்டேன்" என்றாள் சையிதா.

சலேலாவின் முகத்தில் உணர்ச்சி குப்பென்று பரவி அவளது ரோஜா போன்ற முகம் குங்குமமாய்ச் சிவந்தது. அவள் தன் அம்மாவையும், சற்குணா மாமாவையும் பார்க்க சக்தியற்று தலை குனிந்து இருந்தாள்.

"என்னம்மா சொல்லுகிறீர்கள்? விளையாட்டுக்கா அல்லது உண்மையாகவே சொல்லுகிறீர்களா?" என்று கேட்டார் சற்குணம்.

"என் பெண்ணின் வாழ்க்கையில் நான் விளையாட நினைப்பேனா? எனக்கு செந்தூர் போல ஒரு நல்ல மாப்பிள்ளை கிடைப்பானா?"

"இதிலுள்ள சிக்கல்களையெல்லாம் அறிந்திருக்கிறீர்களா?"

"எதில்தான் சிக்கல் இல்லை? சிக்கல் என்று பார்த்தால் அது சிக்கல், வழி என்று பார்த்தால் அது வழி."

"உங்கள் அளவு என்னால் வேகமாக முடிவெடுக்க முடியவில்லை" என்று சற்குணம் பேசாமலிருந்தார்.

"அண்ணா, யோசித்துச் சொல்லுங்கள். எனக்கு அவசரம் ஒன்றுமில்லை. இப்படி ஒரு சந்தர்ப்பம் வரும் என்று கனவில் கூட நான் நினைத்ததில்லை. அல்லாதான், இந்த வேளையில் அந்த வார்த்தையை என்னைச் சொல்ல வைத்திருக்கிறான் என்று நான் நம்புகிறேன்" என்றாள் சையிதா.

அவர்கள் பேசாமலிருந்தார்கள். சற்குணம் சலேலாவைப் பார்த்தார். இதுவரை அவளைப் பார்த்ததற்கும் இப்போது அவளைப் பார்ப்பதற்கும் வித்தியாசம் இருப்பதாய் அவர் உணர்ந்தார். நல்ல பெண்ணாய் இருக்கிறாள் என்று அவர் மனது சொல்லியது.

"சலேலா" என்று அவளை அழைத்தார்.

"என்ன மாமா?" என்று அவரைப் பார்த்துவிட்டு தலையைத் தாழ்த்திக்கொண்டாள்.

"சலேலா, அம்மா சொன்னதற்கு நீ என்ன நினைக்கிறாய்?" என்று கேட்டார். அவள் பதில் சொல்ல தயங்குவாள் என்று எதிர்பார்த்தார்.

தன் அம்மாவின் கையைப் பற்றிக்கொண்டு, "நீங்களும் அம்மாவும் எனக்கு நல்லதைத்தான் செய்வீர்கள் என்று எனக்குத் தெரியும்" என்றாள்.

சலேலாவை அவள் அம்மா அணைத்துக்கொண்டாள். சலேலா நெற்றியில் முத்தமிட்டாள். கண்ணில் வழிந்த நீரை அவள் துடைக்க முயலவில்லை.

அவர்கள் எல்லோரும் பேசாமல் இருந்தார்கள். உணர்ச்சி, உச்சத்தை அடைந்த போது தோன்றுவது மௌனம்தானே. அந்த நிலைதான் அவர்களுக்கும்.

நேரம் ஓடிக்கொண்டிருந்தது. ஒவ்வொருவரும் அவரவர் சிந்தனையில் மூழ்கிக்கொண்டிருந்தார்கள்.

"அண்ணா, நேரமாகிக் கொண்டிருக்கிறது. நாம் சாப்பிடலாமே" என்றார் சையிதா.

"ஆமாம் நேரம் ஆகிவிட்டதில்லையா, இந்த பசங்களைக் கூப்பிட வேண்டுமில்லையா?" என்று சற்குணம் எழுந்தார்.

"நீங்கள் இருங்க மாமா, நான் போய் அவர்களைக் கூப்பிட்டு வருகிறேன்" என்று ஒரு துள்ளுத் துள்ளி மாடிப்படிகளில் ஏறிச் சென்றாள். அதை சற்குணம் பார்த்துக்கொண்டிருந்தார்.

மேலே போனவள், அங்கே, இசைத்தட்டு ஒலிப்பதைக் கேட்டு, தன் கையைத் தட்டினாள்.

அவர்கள் இருவரும் திரும்பிப் பார்த்தார்கள்.

"இருவரும் சாப்பிட வாருங்கள்" என்று அழைத்தாள்.

அவர்கள் இருவரும் கீழே வந்தனர்.

சையிதா கொணர்ந்திருந்த பாத்திரங்களைத் திறந்தாள். அந்தப் பிரியாணியின் மணமும், மாமிச வகைகளின் ருசியும் அவர்களின் பசியைத் தூண்டின.

"அம்மா, சலேலா எல்லோரும் வந்து உட்காருங்கள், நாம் சேர்ந்து சாப்பிடுவோம்" என்றார் சற்குணம்.

"வேண்டாம் அண்ணா, நீங்கள் ஆண்கள் மூவரும் சாப்பிடுங்கள், நாங்கள் பரிமாறுகிறோம்" என்றாள் சையிதா.

"சலேலா, அம்மா பரிமாறட்டும் நீ வந்து எங்களுடன் சாப்பிடு" என்றார் சற்குணம்.

"மாமா, நானும் பரிமாற அம்மாவுக்கு உதவி செய்கிறேன், பிறகு நாங்கள் இருவரும் சேர்ந்து சாப்பிடுகிறோம்" என்றாள் சலேலா.

"சரி, சாப்பாட்டின் பாதி சுவை பரிமாறுவதில் இருக்கிறது" என்று சொல்லிக்கொண்டு சாப்பிட உட்கார்ந்தார் சற்குணம். அப்போது அவர் முகம் சற்று வருத்தம் அடைந்ததை செந்தூர் பாண்டியன் கவனித்தான். அப்பா அம்மாவை நினைத்திருக்க வேண்டும் என்று எண்ணிக்கொண்டான்.

சையிதா எடுத்துக் கொடுக்க, சலேலா எல்லாருக்கும் தட்டில் பரிமாறினாள்.

உணவு மிகவும் சுவையாக இருந்தது. இளைஞர்கள் இருவரும் போட்டி போட்டுக்கொண்டு சாப்பிடுவது போலிருந்தது.

செந்தூர் பாண்டியன், தன் தட்டில் பரிமாறியபோது அவளின் கைவிரல்களைப் பார்த்தான். வீட்டுத் தோட்டத்தில் நிமிர்ந்து நின்ற

ரோஜா மொட்டுபோல அவள் விரல்கள் இருந்தன. மெல்லிய காற்றில் மொட்டு நடுங்கியதுவாய், அவனுக்குப் பரிமாறும்போது அவள் விரல்கள் அவனுக்குப் பட்டது. அவள் முகத்தைப் பார்க்க வேண்டும் என்று அவனுக்கு ஆசையாக இருந்தது. ஆனால் பார்க்கத் தயக்கமாக இருந்தது.

"என்னடா சாப்பிடாமல் இருக்கிறாய்? பிடிக்கவில்லையா?" என்று யாகூப் கேட்டான். உடனே, சையிதா ஓடிவந்து, "சுவை சரியாக இல்லையா, செந்தூர்?" என்று கேட்டாள்.

"அதெல்லாம் இல்லை. நாளைக்கு இப்படி சாப்பாடு கிடைக்குமா என்று நினைத்தேன்" என்று சமாளிப்பதற்காக சொன்னான் செந்தூர் பாண்டியன். அதைக் கேட்டு எல்லோரும் சிரித்தார்கள்.

அவர்கள் சாப்பிட்டு முடிந்த பின், பெண்கள் இருவரும் எடுத்துப் போட்டுக்கொண்டு சாப்பிட்டார்கள். முன்னறையிலிருந்து பேசிக் கொண்டிருந்த சற்குணம் அங்கே வந்து, "நாங்கள் பரிமாறட்டுமா?" என்று கேட்டார்.

"வேண்டாம் அண்ணா, நீங்கள் நன்றாகச் சாப்பிட்டாலே எங்களுக்கு பாதி வயிறு நிறைந்துவிடும்" என்றாள்.

"சையிதா, நாம் பேசிய விஷயமாய் செந்தூர் பாண்டியனிடம் பேசிவிட்டு நான் பதில் சொல்லுகிறேன். அவனுக்கு சரியென்றால் எனக்கும் இது சரிதான்" என்றதும், சலேலாவின் முகம் சிவந்தது. அவளுக்கு உணவு உட்செல்ல மறுத்தது போலிருந்தது.

"எல்லாம் அல்லா விருப்பப்படி நடக்கட்டும். நான் காத்திருக்கிறேன் அண்ணா" என்றாள்.

அவர்கள் மூவரும் மிகுந்த சந்தோசத்துடன் சென்றார்கள். அவர்களுக்கு புதுத் துணியும், பொருட்களும் கார் நிறைய அனுப்பி வைத்தார் சற்குணம்.

நடந்து முடிந்த விஷயத்தை செந்தூர் பாண்டியனிடம் எப்படி சொல்லுவது என்று தனக்குள் யோசித்தார்.

இப்போது அவனிடம் சொல்ல வேண்டாம், முதலில் இதன் சாதக பாதகங்களைப் பற்றி நன்றாக யோசித்து அதன் பின் அவனிடம் பேசலாம் என்று தீர்மானித்தார்.

வழியில் அவர்கள் யாரும் பேசவில்லை. இந்த விஷயமாக இப்போதைக்கு யாரிடமும் ஒரு வார்த்தை சொல்லிவிட வேண்டாம்

என்று சையிதாவிடம் சற்குணம் சொல்லியனுப்பியிருந்தார். காரில் வரும்போது அவர்கள் ஒவ்வொருவரும் வெளியே பார்த்துக்கொண்டிருந் தார்கள். ஒவ்வொருவரும் ஒருவிதமான உணர்ச்சி முடிப்பில் சிக்குண்டிருப்பதாய் உணர்ந்தார்கள். தன் மசூதியின் வளர்ந்த அடுக்குகளைப் பார்த்ததும், “அல்லா, உன் கருணையால் இந்த சின்னஞ் சிறுசுகளை வாழவை” என்று மனமுருகி வேண்டிக் கொண்டாள் சையிதா. இறந்துபோன கணவனின் நினைவு வந்தது. ‘நீங்கள் அல்லாவின் சந்நிதியில்தானே இருப்பீர்கள், உங்கள் பெண்ணின் வாழ்வைக் கவனித்துக்கொள்ளுங்கள், அவள் அந்தப் பையனுடன் சந்தோசமாக நீடூழி வாழவேண்டும்’ என்று மனதுக்குள் அவருடன் மானசீகமாக உரையாடினாள்.

காரில் போகும் போது, பறக்கும் மாயப் பாயில் வானத்தில் பறப்பதாய் சலேலா உணர்ந்தாள். உலகமே சந்தோசமாக இருப்பதாக அவளுக்குப் பட்டது. அவள் தன் வீட்டில் போய் இறங்கும்போது காரில் கொடுத்தனுப்பிய பொருட்களை மிகுந்த பெருமையுடன் பார்த்தாள்.

வீட்டில் அவர்களை இறக்கிவிட்டு, கொண்டுவந்திருந்த பொருட்களையெல்லாம் உள்ளே கொண்டு எடுத்துவைத்தான் பக்தூர். அவன் வருகிறேன் என்று புறப்பட்டதும், “பக்தூர் நில்லு” என்று சொல்லி உள்ளே போன சையிதா, நூறு ரூபாய் நோட்டை எடுத்து வந்து, அவனிடம் கொடுத்தாள்.

“அம்மா, இவ்வளவு பெரிய பணமா?” என்றான் பக்தூர்.

“எனக்கு மனம் மகிழ்ச்சியாக இருக்கிறது. சந்தோசமாக வைத்துக் கொள்” என்றாள். அவன் சந்தோசத்துடன் சென்றான்.

“அம்மா எனக்குத் தூக்கம் வருகிறது, ஐந்து மணிக்குப்போல என்னை எழுப்பிவிடுங்கள்” என்று சொல்லிவிட்டு யாகூப் படுக்கப் போனான்.

அவன் போனதும், சலேலா ஓடிப்போய் தன் தாயைக் கட்டிக் கொண்டாள். அவளின் இதயம் துடித்ததை சையிதா உணர்ந்தாள். தோளில் சாய்ந்த தன் மகளின் தலையைத் தடவிக்கொடுத்தாள்.

மணி நாலரை இருக்கும். யாகூப் தூங்கி எழுந்து, முகம் கழுவித் துடைத்துக்கொண்டு வந்து உட்கார்ந்தான். அம்மா தூங்காமல் உட்கார்ந்திருந்தார்கள்.

“அம்மா, நீங்கள் துங்கவில்லையா?’ என்று கேட்டான்.

"தூக்கம் வரவில்லையடா. சற்குணம் அண்ணா வீட்டிற்குப் போய்விட்ட சந்தோசத்தில் அப்படியே உட்கார்ந்திருந்தேன்" என்றாள்.

"அம்மா, நான் கொஞ்சம் வெளியே போய் வரவேண்டும், டீ வேணும்" என்றான்.

"இதோ போட்டுத் தருகிறேன்" என்று சமையலறைக்குச் சென்றாள்.

"சலேலா படுத்திருக்கிறாளா?" என்று கேட்டான் யாகூப்.

"ஆமாம்" என்றாள். அருகில் செந்தூர் வீட்டிலிருந்து கொடுத்தனுப்பிய பொருட்களைப் பார்த்தான் யாகூப். எல்லா வற்றையும் பிரித்து, நான் பார்க்க வேண்டும் என்று அம்மா வைத்திருக் கிறார்கள் என்று நினைத்தான். 'எவ்வளவு பொருட்களை மாமா கொடுத்தனுப்பியிருக்கிறார்' என்று எண்ணிக்கொண்டான்.

அம்மா வருவதற்கு முன்னால், அந்த டீயின் மணம் வந்தது.

அவனிடம் ஒரு கோப்பையை கொடுத்துவிட்டு, சையிதாவும் குடிக்க ஆரம்பித்தாள்.

"அம்மா, சலேலாவுக்கு டீ கொடுக்கலையா?" என்று கேட்டான் யாகூப்.

"அவள் வரட்டும், அவளுக்கு உடனே டீ போட்டுக் குடித்தால்தான் பிடிக்கும்" என்றாள் அம்மா.

அவர்கள் இருவரும் டீயைக் குடித்துக் கொண்டிருந்தார்கள்.

"யாகூப் உன்னிடம் ஒரு விஷயம் சொல்ல வேண்டும்" என்றார் சையிதா.

"சொல்லுங்கள் அம்மா."

"எல்லாம் நம் சலேலா விஷயம்தான்."

"சொல்லுங்கள்."

"செந்தூர் வீட்டிற்கு போயிருந்தபோது, செந்தூருக்கு நம் சலேலாவை நிக்காஹ் செய்துகொடுத்துவிடலாம் என்று பேசிக் கொண்டோம். உனக்கு சந்தோசம்தானே" என்று சையிதா சொன்னவுடன், பாதி குடித்த டீ கோப்பையை அப்படியே வைத்துவிட்டு, "இது நடக்காது" என்று சொல்லிவிட்டு எழுந்து கதவை அறைந்து சாத்திவிட்டு அவன் வெளியே நடந்தான்.

10. மதவெறியால் வெந்து, கரும்புகை கக்கும் தேசம்

வைஸ்ராய் வேவல் ஒரு சிறந்த படைத்தளபதியாக இருந்திருக்கலாம். ஆனால் அவர் மிக மோசமான அரசியல் நிர்வாகியாக நடந்து கொண்டார். அவருடைய இரட்டைத் தன்மையான அணுகுமுறை, முஸ்லிம் லீக்கோடு அவரின் இரகசிய காதல், அரசியல் தெளிவின்மை, இந்திய தலைவர்களை அற்பத்தனமாக நடத்தியவிதம், சுதந்திரம் வரும் விடியற்காலையில் அரசியல் வானைக் குழப்பியிருந்தது. "உங்களுக்கு வேறு ஒரு திறமையான அரசியல் ஆலோசகரைத் தேடும் காலம் வந்து விட்டது" என்று வார்த்தைச் சிக்கனம் கொண்ட காந்திஜியே வேவலிடம் சொல்லும் அளவிற்கு அவர் நடந்துகொண்டவர்.

தனக்குப் பின்னால் வந்த வைஸ்ராயான மவுண்ட் பேட்டனிடம் பொறுப்பை வழங்கும்போது இந்தியா சம்பந்தமான இரகசியமான ஒரு கோப்பை அவர் கையில் கொடுத்தார். அந்தக் கோப்பிற்கு அவர் வைத்திருந்த பெயர் 'பைத்தியக்கார வீடு'. அந்த அளவிற்கு மிக முக்கியமான காலகட்டத்தில் இந்தியாவின் வரலாற்றை திரித்துச் சிதைத்தவர். அவர்தான் வேறு வழியில்லாமல், அமைச்சரவை தூதுக்குழுவின் கட்டாயத்தின் பேரில், நேருவை 1946-ஆம் வருடம் ஆகஸ்டில் இடைக்கால அமைச்சரவை அமைக்க அழைத்தார்.

தங்களுக்கு அரசில் பங்கில்லை என்ற ஏமாற்றத்தை தாங்க முடியாத முஸ்லிம்லீக் நேரடி நடவடிக்கையில் ஈடுபட ஆரம்பித்தது. சர்தார் அப்துல் ராவ் நிஷ்டர் எனும் கிழக்கு வங்காள முஸ்லிம்லீக் தலைவர், என்ன நடக்கப்போகிறது என்பதை மிகத் தெளிவாக சொன்னார். "இரத்தம் சிந்துவதன் மூலம்தான் பாகிஸ்தானை அடைய முடியும். தேவையிருந்தால் முஸ்லிம் அல்லாதவர்களின் இரத்தத்தையும் சிந்த வைக்க வேண்டிவரும். முஸ்லிம்கள் அகிம்சையை நம்புவதில்லை."

கிழக்கு வங்காளத்தில் நடந்த பெரும் இந்துக்களின் இரத்தக் களரிக்கு அவர்தான் காரணமாகவும் இருந்தார்.

ஒரே நாடாக இந்தியா இருக்குமென்றால், அதைப் பிரிக்க செங்கிஸ்கானைவிடவும் அதிக கொடுமைகளை முஸ்லிம் லீக் நிகழ்த்தும் என்று அறிவித்தார்கள். அப்படி செய்தும் காட்டினார்கள்.

ரம்சான் மாதத்தில், இஸ்லாமியர்களுக்கும், புறஜாதியினருக்கும் முதல் போர் அரேபியாவில் நடைபெற்றது. 313 முஸ்லிம்கள் பங்கு பெற்று வெற்றி பெற்றனர். அப்படி ஒரு ஜிகாத்தை (புனிதப் போர்) இந்தியாவில், மீண்டும் ரம்சான் மாதத்தில் ஆரம்பிப்போம் என்று முழங்கினர்.

அதன் முன்னோட்டமாக , 1946, ஆகஸ்டு 16இல், கல்கத்தா நகரில் முஸ்லிம்களின் பெரும் கூட்டம் நடைபெற்றது. அதிலிருந்து கல்கத்தா நகரில் பெரும் கலவரத்தை நடத்தத் திட்டமிட்டார்கள்.

வங்காளம் முஸ்லிம் லீக் கட்சியால் ஆளப்பட்டது. அதன் முதல் அமைச்சரான ஷாஹித் சுஹ்ராவர்த்தி, கல்கத்தா நகரில் இருந்த 24 காவல் நிலையங்களில் இருந்த இந்து போலீஸ் அதிகாரிகளை நீக்கிவிட்டு, 22 முஸ்லிம் போலீஸ் அதிகாரிகளை நியமித்தார். மிதமுள்ள இரண்டுபேரும் ஆங்கிலேய இந்தியன் காவல் அதிகாரிகள். கலவரத்தில் ஈடுபட பணமும், ஆயுதங்களும் திட்டமிட்டு முஸ்லிம் களுக்கு வழங்கப்பட்டன. பெரும் குற்றவாளிகளை வன்முறை நிகழ்த்த அழைத்தார்கள். போலீஸ் அவர்களுக்கு எதிராக எந்த நடவடிக்கையும் எடுக்க விடாமல் அவர் போலீஸ் தலைமை கட்டுப்பாட்டு அலுவலகத்தில் தானே உட்கார்ந்து கவனித்துக்கொண்டார்.

“அல்லா ஓ அக்பர்,” “லேத்கே லெங்கே பாகிஸ்தான்” (“பாகிஸ்தானை வாளால் ஈன்றெடுப்போம்”) என்ற குரலொலி நகரெங்கும் கேட்டது. இந்துக்கள் திட்டமிட்டுக் கொல்லப்பட்டனர். தீயில் அவர்கள் வீடுகள் கொளுத்தப்பட்டன. அவர்களின் கடைகள் கொள்ளையடிக்கப்பட்டன.

கல்கத்தா ஒரு கொலைக்களம் ஆகியது. எங்கும் பிணங்களின் வாடை. வீடுகளெரிந்து புகையும், அதனுள் மாட்டிய உடல்களின் எரிந்த நிண வாடையும், வீசிக்கொண்டிருந்தன. அழுகிய உடல்கள், சாக்கடை செல்லும் குழாய்களை அடைத்தது. அதனால் பெருகி ஓடிய, சாக்கடை தெருக்களில் ஓடியது. சாக்கடையாலும் கல்கத்தா நாறிக் கொண்டிருந்தது.

இந்துக்களை மட்டும் அவர்கள் குறிவைக்கவில்லை, இந்துக் களோடு, காங்கிரஸோடு இணைந்து பணி புரிந்த தேசிய முஸ்லிம் களையும் அவர்கள் திட்டமிட்டுக் கொலை செய்தனர்.

இரண்டு நாட்களுக்குப் பின்னால், இந்துக்கள் தாக்கத் தொடங்கி னார்கள். ஆர். எஸ். எஸ், இந்து மகா சபையினர் வெளியிடங்களிலிருந்தும்,

உள்ளூரிலிருந்தும் ஆட்களைத் திரட்டி முஸ்லிம்களைக் கொல்ல ஆரம்பித்தனர். சம்பந்தம் இல்லாத முஸ்லிம் குடியிருப்புக்கள் தாக்கப்பட்டு அழிக்கப்பட்டன. இந்த வன்முறைக்கு தொடர்பில்லாத முஸ்லிம்களைக் கொல்லத் தூண்டினர். இந்துக்கள் மத்தியில் தங்களின் இருப்பைக் காண்பிக்கவும், தங்களின் அரசியல் செல்வாக்கை வளர்த்துக்கொள்ளவும் கொலை அவர்களுக்குத் துணை புரிந்தது. சுதந்திர போராட்டத்தில் எந்தவிதமான பங்களிப்பையும் தராத அவர்கள், ஏறக்குறைய அரசியல் அகதிகளாக விடப்பட்ட தங்களின் அரசியல் இடத்தை எப்படியும் பிடித்துவிட இந்தக் கலவரச் சூழலைப் பயன்படுத்தினார்கள்.

வழக்கம்போல வசதியுள்ள உயர் சாதியினர் பாதுகாப்பான இடங்களில் ஒளிந்துகொண்டு, சாமான்ய இந்துக்களைத் தூண்டி விட்டனர். வெறி மிகுந்த அந்த வேளையில், எப்போதும் மற்ற எவரையும்விட பொது அறிவு மிக்க சாமான்ய மக்கள், இந்தமுறை ஆதிக்க சக்திகளின் கள்ளத்தனமான விளையாட்டின் தன்மைகளைக் கண்டுகொள்ள முடியவில்லை.

செப்டம்பர் இரண்டாம் தேதி, மத்திய காங்கிரஸ் அமைச்சர்கள் பதவியேற்றனர். டில்லிக்கு வந்த காந்தி அவர்களுக்கு ஒரு சிறு குறிப்பு அனுப்பினார்.

"பிரார்த்தனை முடிந்ததிலிருந்து, உங்கள் நினைவுதான் எனக்கு. உப்பு வரியை இரத்து செய்யுங்கள். தண்டி யாத்திரையை நினைவில் வைத்துக்கொள்ளுங்கள். இந்துக்களையும் முஸ்லிம்களையும் ஒற்றுமைப்படுத்துங்கள். தீண்டாமையை நீக்குங்கள். காதியை ஏற்பீர்."

அக்டோபர் மாதம் இரண்டாம் வாரத்தில் கிழக்கு வங்காளத்தில் முஸ்லிம் லீக்கின் கோர தாண்டவம் நிகழ்ந்தது.

முதலில் நவகாளி மாவட்டத்திலும், அதை அடுத்திருந்த டிப்பெரா மாவட்டத்திலும் முஸ்லிம்களின் வெறியாட்டம் தொடர்ந்தது. இந்த இரு மாவட்டங்களும் மிகவும் பசுமையான, செழிப்பான நிலம். ஓடைகளும் கால்வாய்களும் குறுக்கும் நெடுக்குமாய் ஓடிக்கொண்டிருக்கும். சாலைகளைவிட, கால்வாய்களில் சிறு படகுகள் மூலமே போக்கு வரத்து நிகழ்ந்தது. கால்வாய்களைத் தாண்ட பாலங்கள் கிடையாது. மூங்கிலால் அமைந்த சிறு பாலங்கள் வழியே மக்கள் கடந்துசெல்ல முடியும். எங்கும் வயலும், தென்னையும், பாக்கு மரங்களும், வாழையும், பழ மரங்களும் நிறைந்து, தரை நிழலால் மூடிய பூமி.

அங்கு இதுவரை ஒன்றாயிணைந்து வாழ்ந்த சிறுபான்மையினரான இந்துக்களை அவர்கள் திட்டமிட்டுக் கொடூரமாய்க் கொன்றனர்.

கிழக்கு வங்காளத்தில் இந்துக்கள் சிறுபான்மையினராக இருந்தாலும் அவர்கள் செல்வந்தர்களாக, அறிவாளிகளாக, நில உடமையாளர்களாக இருந்தார்கள். பெரும்பான்மையினரான முஸ்லிம்கள் சிறு நில உடமையாளர்களாக, வயல்களில் வேலை பார்ப்பவர்களாக இருந்தார்கள். ஆகவே பொருளாதார ரீதியாக சம நிலையில்லாத முஸ்லிம்களை, இந்துக்களை நோக்கி தாக்கத் தூண்டிவிடுவது எளிதாக இருந்தது.

இந்த ஒரு சம்பவம் என்ன நடந்தது என்பதை விளக்கிச் சொல்லும்.

தன் குடும்பத்தில் தப்பிப் பிழைத்த ஒரே பெண் என்ன நடந்தது என்பதை இவ்வாறு சொல்லுகிறாள்.

நவகாளி மாவட்டத்தில், ராம்கஞ் காவல் நிலைய எல்லைக்குள் அடங்கிய கிராமத்தில் இருந்தது அவளின் இந்துக் குடும்பம். காலையில் ஒரு கூட்டம் முஸ்லிம் லீக் கட்சியினர் வந்து, தங்கள் கட்சிக்கு 500ருபாய் நிதி கேட்டனர். கொடுக்காவிட்டால், அவர்கள் கொல்லப்படுவார்கள், வீடு எரிக்கப்படும் என்று பயமுறுத்தினார்கள். அவர்களும் கேட்ட பணத்தைக் கொடுத்தனர். சிறிது நேரத்தில் இன்னும் பெரும் கூட்டம் வந்தது. வந்தவர்களை அமைதிப்படுத்த அந்த வீட்டிலுள்ள பெரியவர் முயன்றார். அவர் ஒரு வார்த்தை பேசுமுன், கையில் வைத்திருந்த நீண்ட, வளைந்த கத்தியால் அந்தக் கூட்டத்தின் தலைவன், அந்தப் பெரியவரின் தலையை வெட்டினான். அந்த வீட்டினுள் இருந்த வயதான மனிதரைக் கொன்றபின், அவரின் இரண்டாவது மகனைப் பிடித்து தந்தையின் உடலின் மீது கிடத்தினர். அவனுடைய அம்மா, அவன் மேல் விழுந்து என் மகனை விடுங்கள் என்று கெஞ்சினாள். அவளை அடித்து மயக்கமுறச் செய்தனர். அவளின் மகனை அடிக்க ஆரம்பித்தனர். வீட்டினுள் இருந்த அந்தப் பெண் 400ரூபாயை எடுத்து அவர்களிடம் கொடுத்து அவள் தந்தையைக் கொல்லாமல் விட மன்றாடினாள். அந்தத் தலைவன் அவளிடமிருந்து பணத்தையும், அவள் அணிந்திருந்த நகைகளையும் பறித்துவிட்டு, அவள் தந்தையின் தலையை அவள் கண் முன்னே வெட்டிப் போட்டான்.

அவர்களின் வழிமுறை இப்படித்தான் இருந்தது. காலையில் இந்துக்களின் வீட்டை போலீஸ் சோதனையிட்டு, அவர்கள் தற்காப்புக்கு வைத்திருக்கும் ஆயுதங்களைப் பறிமுதல் செய்துவிட்டுச்

செல்வார்கள். பிறகு முஸ்லிம் கலவரக் கும்பல் வந்து ஆண்களைக் கொல்லுவார்கள் அல்லது மரத்தில் கட்டி வைத்து அவர்கள் பெண்களை அவர்கள் கண்முன்னே நிர்வாணம் செய்து கற்பழிப்பார்கள். குழந்தை களை, சிறுவர்களை சுவரில் தலையை அடித்துக் கொல்லுவார்கள். பெண்களை நிர்வாணமாக ஓட்டிச் செல்லுவார்கள். அவர்களைத் தங்களுக்குள் பங்குபோட்டுக்கொள்வார்கள். முஸ்லிம் மதப்படி மதமாற்றி திருமணம் நடக்கும். பலரை மதமாற்றி உயிர் பிச்சை அளிப்பார்கள். செல்லும் இடமெல்லாம், கொலை, கற்பழிப்பு, கிராமம் முழுவதும் வீடு எரிப்பு என்பதுதான் அவர்களின் செயலாக இருந்தது.

அங்கு ஆளும் முஸ்லிம்லீக் அரசு வெளிப்படையாக கலவரக்காரர் களுக்குத் துணையாக இருந்தது.

டில்லியில் இருந்து காங்கிரஸ் தலைவர்கள் வந்தார்கள். காங்கிரஸ் தலைவர் ஆச்சர்ய கிருபாளினி, சரத் சந்திர போஸ் ஆகியோருடன் மாநில முதல்வரும் சேர்ந்து விமானத்தின் மூலம் என்ன நடக்கிறது என்று பார்வையிடச் சென்றனர். விமானம் மரங்களைத் தொடும் அளவுக்கு மிகவும் தாழ்ந்து பறந்தது. சிலர் ஒரு பாலத்தை உடைப்பதையும், மக்கள் கலவரத்துக்கு கூட்டமாய்க் கூடி நிற்பதையும், வீடுகள் எரிந்து கிடப்பதையும் கண்டு பதைபதைத்தனர். உடன் வந்த முதல் அமைச்சர், சிறிதும் கவலைப்படாமல், எரியும் கிராமங்களை புகைப்படம் எடுப்பதில் தீவிரமாக இருந்தார்.

இந்தச் செய்திகளையெல்லாம் படித்துக்கொண்டிருந்த ராகவன் மனது கனத்துக் கிடந்தது.

"தம்பி, சாப்பிட வாருங்கள்" என்று எல்லம்மா அழைத்தாள்.

"இன்னும் குளிக்கவில்லை. சாப்பாட்டை வைத்துவிட்டுப் போங்கள்" என்று சொன்னான் ராகவன்.

தன் கையை புடவையில் நன்கு துடைத்துவிட்டு, அவன் நெற்றியில் கை வைத்துப் பார்த்து, "காய்ச்சல் எதுவும் இல்லையே, உடம்பு சரியில்லையா" என்று கேட்டாள்.

"அதெல்லாம் ஒன்றுமில்லை. செய்திகளைப் படித்தேன். மனது சரியில்லை. சாப்பிடப் பிடிக்கவில்லை."

"அந்தக் காலத்தில் ராஜாக்கள் சண்டை போட்டு, மக்களைக் கொல்லுவான் என்று கேள்விப்பட்டிருக்கிறேன். இப்போது, மக்களே

ஒருத்தரை ஒருத்தர் அடித்துக் கொல்லுகிறார்கள். எல்லாம் சாமி பேரால் என்கிறார்கள். தம்பி ஒண்ணு கேட்கிறேன். கடவுள்னா ஒண்ணுதானே இருக்கணும்?" என்றாள்.

"எதற்கு இந்தக் கேள்வியைக் கேட்கிறீர்கள்? இதற்குப் பதில் ஒவ்வொருவரும் அவரவர் வசதி, அறிவுக்கு ஏற்ப சொல்லுவார்கள்."

"என்ன தம்பி சரியா பதில் சொல்ல மாட்டேன் என்கிறீர்கள். உலகத்தை ஒரு கடவுள்தானே படைத்துக் காப்பாற்ற முடியும். இங்கே கலவரம் செய்து இரண்டு மதக்காரனும் செத்துக் கிடக்கானே, யாருக்கு அந்தக் கடவுள் மோட்சம் கொடுப்பான்?"

"எனக்கு என்ன தெரியும்? இந்தக் கேள்விக்கு பதில் தெரியாமல் கடவுளே விழிப்பான் என்றுதான் நான் நினைக்கிறேன். தன் பெயரால் இரண்டு முட்டாள்கள் சண்டை போட்டால் அந்தச் சாமி என்ன செய்வான்? அவனே, எவன் தன் கட்சி என்று தெரியாமல் தடுமாறுவான்."

"சரி விடுங்க, கடவுளுக்கே பதில் தெரியாத பிரச்சினையை நாம எதுக்கு மண்டையில் போட்டுக் குழப்பிக்கணும். போய் குளித்துவிட்டு வந்து சூடா சாப்பிடுங்கள்" என்று துண்டை எடுத்து அவன் கையில் கொடுத்தாள்.

வேறு வழியில்லாமல் அவன் குளிக்க எழுந்தான்.

தண்ணீர் குளிராக இருந்தது. கையில் சில்லிட்டது. பாளையங் கோட்டையின் மார்கழி மாதம் அவன் நினைவுக்கு வந்தது.

"தம்பி, வெந்நீர் வேண்டுமா?" என்று கேட்டாள்

"குளிர் இன்னும் விறைக்கவில்லை" என்று சொல்லிக்கொண்டு தலைக்குத் தண்ணீர் ஊற்றினான்.

"தம்பி, குளிர் காலத்தில் தினமும் தலைக்குக் குளிக்காதீர்கள்" என்றாள் எல்லம்மா.

"தலைக்கு குளிக்காமல் இருந்தால், குளித்தது போலிருக்காது எனக்கு" என்றான்.

குளித்து வந்தவன், பெருமாளை வணங்கிவிட்டு சாப்பிட வந்தான். எதுவும் பேசிக் கொள்ளவில்லை.

"என்ன தம்பி, பேசாமல் சாப்பிடுகிறீர்கள்? சாப்பாடு சரியில்லையா?" என்று கேட்டாள் எல்லம்மா.

“சே சே, நன்னாயிருக்கு. ஏதோ ஒரு சிந்தனை.”

“சாப்பிடும்போது எதையும் யோசிக்காமல் சாப்பிடவேண்டும். அப்போதுதான் உடலில் ஒட்டும்.”

“மனுசங்க இப்படி அடிச்சிக்கிட்டு சாவதை நினைத்து கஷ்டமா யிருக்கு. கோபமாயிருக்கு. என்னாலே ஒன்றுமே செய்ய முடியலைன்னு என் மீதே வெறுப்பாயிருக்கு. யாரையாவது திட்டணும் போலிருக்கு.”

அவள் சிரித்தாள்.

“என்ன சிரிக்கிறீர்கள்?” என்று கேட்டான்.

“சொந்த சுமை இல்லாவிட்டால், இப்படி ஊரான் வீட்டு பிரச்சினையைத் தலைமேலே இழுத்துப்போட்டு மனம், கனம் கொண்டாடும்.”

“நீங்கள் என்ன சொன்னாலும் எனக்கு இந்த மன உளைச்சலை யாரிடமாவது கொட்டினால்தான் தீரும் என்றிருக்கிறது” என்று அவன் சொன்னதைக் கேட்டு அவள் ஒன்றும் சொல்லவில்லை.

“கொஞ்சம் ஊறுகாய் போடட்டுமா?” என்று கேட்டாள்.

“சாப்பிட்டுவிட்டு, இந்த கோட்சேயையாவது பார்க்க வேண்டும். அவர் நான் சொல்லுவதற்கு நேர்மாறாய் எதுவும் சொல்லுவார். அப்படிப் பேசினால்தான் இந்த சோகம் நீங்கும்” என்றான்.

“தம்பி, நான் சொல்கிறேன் என்று தப்பா எடுத்துக்காதிங்க. ஷிண்டே சார் அடிக்கடி சொல்லுவார். அந்த ஆள் சரியில்லாத ஆள், தனக்கு வேண்டாத ஆளுக்கு எதிராக என்ன வேண்டுமானாலும் செய்வாரு, ஊர்ப் பணத்தை வசூல் செய்து சாப்பிடுவாரு, அவர் கிட்டே நாம நெருங்கிவிடக் கூடாது, அவர் இல்லாத சமயத்தில் வந்தால் வீட்டிற்குள் விடக்கூடாது என்று சொல்லியிருக்கிறார். அவரிடம் பார்த்துப் பழகுங்க.”

“எனக்கும் அப்படித்தான் தோணுது, ஆனாலும் எனக்குப் பேசிப்பழக ஆட்கள் இங்கு யாருமில்லை. அதுதான் அவரிடம் பேசுகிறேன்.”

“நம்ம ஊர் பக்கத்திலே பிராமணர்கள் என்றால் ஒழுங்காக இருப்பார்கள், யாரிடம் அடிதடிக்குப் போக மாட்டார்கள். இங்கே உள்ள பிராமணர்கள் இராஜாக்களாக இருந்தார்களாம், அதுதான் பேஷ்வான்னு சொல்றாங்க. அதனால் இவர்களுக்கு கத்தியெடுக்கும்

குணம் வந்திருக்கு. அவர்களிடம் பழகும்போது நாமதான் கவனமாக இருந்துக்கணும்.''

''கவனமாக இருந்துகொள்கிறேன். கோட்சே மோசம் என்று ஷிண்டே சார் சொன்னதால் சொல்கிறீர்கள் அப்படித்தானே.''

''அதோடு இன்னொன்றும் இருக்கு. காந்திஜியை மோசம் என்று சொல்லுகிறவன் ஒருநாளும் நல்லவனாக இருக்க மாட்டான் என்பதும் எனக்குத் தெரியும்'' என்றாள்.

சாப்பிட்டுவிட்டு, சட்டையை மாட்டிவிட்டு வெளியே கிளம்பினான். இன்றைக்கு சாயங்காலம்தான் அவனுக்கு வேலை இருந்தது. ஆகவே கொஞ்ச நேரம் பேசிக்கொண்டிருக்கலாம் என்று இந்து ராஷ்ட்ரா பிரஸ்ஸின் மாடிக்குச் சென்றான்.

கோட்சேயின் அலுவலக அறை திறந்திருந்தது. உள்ளே யாரோ சத்தம் போட்டுக்கொண்டிருப்பது கேட்டது.

ஆகவே அதன் முன்னறையில் இருந்த பெஞ்சில் உட்கார்ந்தான் ராகவன். அவன் வந்ததை எவரும் பார்க்கவில்லை.

உள்ளிருந்து குரல் கேட்டது. அது நிச்சயமாக கோட்சேயின் குரல் இல்லையென்று ராகவனுக்குத் தெரிந்தது.

''நீயெல்லாம் ஒரு மனுஷனா? உன்னை இந்து மகாசபை தலைவன் என்று வேறு சொல்லிக்கொள்கிறாய். உனக்கு வெட்கமாயில்லை. சொந்த பெண்டாட்டி இருக்க, ஒரு கிறிஸ்தவளிடம் கள்ள உறவு வைத்திருக்கிறாயாம். அது இந்த கோட்சேக்கும் தெரியுமாம். அவளை இங்கு பூனாவுக்கு வேறு அழைத்து வருகிறாயாம். உனக்கு வெட்கமாயில்லை? உங்களையெல்லாம் தலைவன் என்று கொண்டாடித் திரியும் எங்களைத்தான் செருப்பால் அடிக்கணும்'' என்று கத்தினான்.

சிறிது நேரம் அங்கு நிசப்தம் நிலவியது.

''என்னுடைய தனிப்பட்ட வாழ்க்கையில் குறுக்கிட எவருக்கும் உரிமையில்லை'' என்ற குரல் கேட்டது. அது நாராயண் ஆப்தேயின் குரல் போல ராகவனுக்கு இருந்தது.

''என்ன தனிப்பட்ட வாழ்க்கை? நீ பொது வாழ்க்கைக்கு வந்து விட்டாய். உன்னால் இந்து மகாசபைக்கு எவ்வளவு கெட்ட பெயர் வரும் என்பது உனக்குத் தெரியுமா?''

அங்கு யாரோ அழுவது கேட்டது. ''அழுது வேசம் போடாதே. வெளியே தெரிந்தால் நம் மானம் போகும். நாம் கேட்டால் பணம்

தருகின்றவர்களுக்கு இந்தக் கதை தெரிந்தால் நம் முகத்தில் காரித் துப்பமாட்டார்களா?" என்று அந்த ஆள் இன்னும் கோபத்துடன் பேசினான்.

அப்போது கோட்சே பேசுவது கேட்டது, "ஆப்தே, விஷ்ணு கார்க்கரே, சொல்லுவதில் நியாயம் இருக்கத்தான் செய்கிறது. என்ன இருந்தாலும் மனைவியை விட்டு, இன்னொரு பெண்ணிடம் அதுவும் கிறிஸ்தவப் பெண்ணிடம் கள்ள உறவு வைத்திருப்பது உனக்கும் கேவலம், நம் மகா சபைக்கும் கேவலம்" என்றான் கோட்சே.

"பண்டிட், என்னை ஓரளவுக்கு புரிந்தவன் நீதான் என்று நினைத்துக்கொண்டிருந்தேன். நீயே இப்படி சொன்னது என்னால் தாங்க முடியவில்லை. கார்க்கரேக்கு என் நிலையைச் சொல்லித்தான் ஆக வேண்டும். நான் முன்பெல்லாம் குடிப்பதும், புகைபிடிப்பதும் இல்லை. ஆனால் என் மகன் பைத்தியம் என்பதை என்னால் தாங்கிக் கொள்ளவில்லை. வீட்டில் நிம்மதியில்லை. அவனை வீட்டிலும் வைக்க முடியவில்லை, பைத்தியக்கார விடுதியில் விடவும் என் மனைவி விட மாட்டேன் என்கிறாள். எனக்கு குடும்ப வாழ்க்கையில் நிம்மதியில்லை. இதிலிருந்து எப்படியாவது விட்டு ஓடவேண்டும் என்றுதான் மனது சொல்லும். எப்படி இவர்களை விட்டு ஓடுவது என்று இருப்பேன். அதிலிருந்து கொஞ்சம் என் கவலைகளை மறக்க மது குடித்தேன், சிகரட் பிடிக்க ஆரம்பித்தேன். இந்த கிறிஸ்தவ பெண் ரொம்பவும் நல்லவள். என்னுடைய மாணவி. அவள் ஆசிரியர் என்ற முறையில் எனக்கு கடிதம் எழுதியிருந்தாள். பம்பாயில் அவளைப் போய் பார்த்தேன், தனியே இருக்க ஒரு சந்தர்ப்பம் கிடைத்தது. என் துயரத்தினை மறக்க அவளோடு உறவு ஏற்பட்டது. எனக்கு காம ஆசையில்லை, ஆனால் இந்த துக்கத்திலிருந்து ஒரு மாற்று வழி என்றே அவளை வைத்துக்கொண்டிருக்கிறேன். அவளும் ரொம்ப நல்லவள். இப்போது என்ன செய்வது என்று தெரியவில்லை" என்று அழுதான்.

சிறிது நேரம் கழித்து, கார்க்கரே எழுந்து அவன் தோளைப் பிடித்து, "நாராயண், உன்னைத் திட்டுவது என் நோக்கம் இல்லை. இந்து மகா சபையின் மீது உனக்கிருக்கும் பற்றுதலை நான் குறைவாக மதிக்கவில்லை. ஆனால் இந்த விஷயம் வெளியே தெரிந்தால் என்ன ஆகும் என்று யோசிக்க வேண்டாமா?"

உடனே, கோட்சேயின் குரல் கேட்டது, "நாராயண் ஆப்தே, உன் தனிப்பட்ட வாழ்க்கையில் குறுக்கிடுகிறேன் என்று எண்ணாதே. அந்தப் பெண்ணை இனி பூனாவிற்கு கூட்டிக்கொண்டு வராதே.

வேண்டுமானால் வேறு இடத்தில் அவளோடு சுற்று, நம் மகாசபைக்கு கெட்ட பெயர் கொடுத்துவிடாதே" என்றான் கோட்சே.

வெளியே இருந்து இதைக் கேட்டுக்கொண்டிருந்த ராகவனுக்கு குமட்டிக்கொண்டு வந்தது. "சே, என்ன மனிதர்கள் இவர்கள்" என்று எழுந்து போய்விடத் தீர்மானித்தான்.

"உங்கள் இருவருக்கும் ஒரு உறுதிமொழி கொடுக்கிறேன். அந்தப் பெண்ணை இனி பூனாவில் நீங்கள் காணமுடியாது" என்றான் நாராயண் ஆப்தே.

உட்கார பிடிக்காமல் எழுந்து வந்தான் ராகவன். அவன் நடந்ததைக் கண்ட கோட்சே, "ராகவன், எப்போது வந்தாய்?" என்று கேட்டுக்கொண்டு வெளியில் வந்தான்.

"நீங்கள் ஏதோ முக்கியமான விஷயமாக பேசிக்கொண்டிருக்கிறீர்கள் என்று நினைக்கிறேன். நான் அப்புறம் வருகிறேன்" என்று கிளம்ப ஆரம்பித்தான் ராகவன்.

"உன்னிடம் பேசவேண்டும் என்று நினைத்தேன். வங்காளத்தில் நடக்கிறதை கேட்டாயா? நம் இந்து இரத்தம் கேட்பார் கேள்வி யில்லாமல் தரையில் சிந்தி ஓடுகிறது. இதற்காகவா நாம் சுயராஜ்யம் கேட்டோம்?" என்று கோட்சே கேட்க, அந்தச் சூழ்நிலையில் அதற்கு பதில் சொல்ல ராகவன் விரும்பவில்லை.

"ராகவா உள்ளே வா, இதைப்பற்றி பேசவேண்டும். இதில் மிகுந்த அக்கறை கொண்ட ஒரு மனிதர் வந்திருக்கிறார். அவரை நீ சந்திக்க வேண்டும். கண்டிப்பாக அவர் செய்யப்போகும் காரியத்தை நீ பாராட்டுவாய்" என்று கோட்சே வந்து, ராகவனை உள்ளே அழைத்துப் போனான்.

நாராயண் ஆப்தே முகத்தைக் கழுவ கீழே இறங்கினான்.

"இவர் விஷ்ணு கார்க்கரே. அஹமத் நகரில் இந்து மகாசபை தலைவராக இருக்கிறார். இவரின் வாழ்க்கை வித்தியாசமானது. பிராமணரான இவருக்கு தன் பிறந்த நாள் தெரியாது, அம்மா அப்பா தெரியாது, ஏனென்றால் இவர் ஒரு அநாதை" என்றான் கோட்சே.

'இவருக்கு பூர்வீகம் எதுவும் தெரியாது, ஆனால் தான் பிராமணன் என்று மட்டும் தெரியுமாக்கும்' என்று மனதுக்குள் நினைத்துக் கொண்டான் ராகவன்.

"பம்பாயில் தான் வளர்ந்த நார்த்காட் அநாதை இல்லத்திலிருந்து தப்பி ஒரு சாக்குப் பையில் தன் உடைமைகளை அடைத்துக்கொண்டு அகமத் நகருக்கு ஓடிவந்தார். தன்னைக் கேவலமாக வளர்த்த சமூகத்தின் மீது அவருக்கு கோபமும் இருந்தது, தன்னைப்போல கஷ்டப்படுகிறவர்கள் மீது இரக்கமும் இருந்தது. முஸ்லிம்கள் மேல் வெறுப்பும் இருந்தது. வந்தவர் தனக்குத் தெரிந்த தொழிலான தேநீர்க் கடை நடத்தினார். அதை வைத்து வளர ஆரம்பித்தார், இன்றைக்கு ஒரு லாட்ஜின் உரிமையாளர் ஆனார். அஹமத் நகருக்கு சாவர்க்கர் வந்திருந்தார். அவரால் கவரப்பட்டு, இவர் இந்து மகாசபை நடவடிக்கைகளில் ஈடுபட்டு, இன்று அதன் தலைவராக இருக்கிறார். சாவர்க்கருக்கு எவரையும் தன் பக்கம் ஈர்த்துவிடும் காந்தசக்தி உண்டு" என்று ராகவனைப் பார்த்துச் சொல்லிவிட்டு, கார்க்கரேயைப் பார்த்து,

"இவன் ராகவன், மதராஸி. தமிழ் பிராமணன். பத்திரிகை நிருபராக வந்திருக்கிறான். நல்ல பார்வை உள்ளவன். நம்மோடு சேர்ந்து உழைத்தால் நமக்கு பெரும்பலமாக இருப்பான். ஆனால், நம்மோடு வர மாட்டேன் என்கிறான். தன் கருத்தை வெகு நியாயமாக முன் எடுத்துவைக்கும் திறமை இவனுக்கு உண்டு" என்று சொன்னான் கோட்சே.

"கோட்சே, நான் உங்களைப் பார்க்க வந்திருப்பதற்கு முக்கிய காரணம் வங்காளத்தில் நம் இந்து சகோதரர்கள், உதவ எவரும் இல்லாமல் சொந்த நாட்டில் அநாதைகளாக அலைகிறார்கள். ஒரு அநாதையின் மன நிலை எனக்கு நன்றாகத் தெரியும். அது அவ்வளவு கொடூரமானது! இதற்கு ஏதாவது செய்ய வேண்டும் என்பதற்காக நான் வந்திருக்கிறேன்" என்றான் கார்க்கரே.

"இந்துக்களுக்கு ஏன் இந்த நிலை?" என்று கேட்டான் கோட்சே.

"முஸ்லிம்கள் இன்றைக்கு இந்துக்களை அவர்கள் நாட்டிலிருந்து விரட்டுகிறார்கள். காரணம் முஸ்லிம்கள் ராணுவமயமாக்கப்பட்டிருக் கிறார்கள். இந்துக்கள், அஹிம்சைவாதிகளாக ஆக்கப்பட்டிருக்கிறார்கள். திருப்பித் தாக்கணும் என்கிற பிரக்ஞை கூட இல்லாதவர்களாக இருக்கிறார்கள்" என்றான் கார்க்கரே.

"இதற்கு காரணம் எல்லாம் யார்?" என்றான் ஆப்தே.

"எல்லாம் அந்தக் கிழவர்தான். நாய் கடிக்க வருகிறது என்றால், அதைத் திருப்பி அடி என்று சொல்லாமல், அதனிடம் போய் நீ என் சகோதரன், நீ என்னைக் கொன்றாலும் நான் அஹிம்சைவாதியாக

இருப்பேன், அகிம்சாவாதிக்கு தோல்வி கிடையாது என்று புலம்பித் திரிகிறார். அதனால்தான் நம் பெண்கள், பொட்டிழந்து, நிர்வாணமாக ஆடு மாடுபோல இழுத்துச் செல்லப்படுகின்றனர். கற்பழிக்கப்படு கின்றனர். அவன் அடிப்பதினும் மேலே அடித்தால்தான் அவன் அடங்குவான் என்ற எதார்த்த உண்மை நமக்குத் தெரிய மாட்டேன் என்கிறது" என்றான் கோட்சே.

"இதில் வேடிக்கை என்னவென்றால் அவர் பகவத் கீதையில் அஹிம்சையைப் பற்றி பகவான் சொல்லுகிறான் என்று சொல்லித் திரிகிறாராம். பண்டிட் கோட்சே, அதை எனக்கு விளக்கமாகச் சொல்லேன்."

"கீதையில் 'அஹிம்ச பரமோ தர்மா' என்று முதல் வரி வருகிறது. அதற்கு அர்த்தம் என்னவென்றால், தர்மத்தில் முதன்மையானது அஹிம்சை. இங்கு அஹிம்சை என்பது குறைந்த அளவு வன்முறை என்ற அர்த்தத்தில் சொல்லப்படுகிறது. அடுத்த வரிதான் முக்கியம். 'தர்மா ஹிம்சா தத்தைவா சா' என்பதாகும். அதன் பொருள் 'அதைப் போன்றதுதான் தர்மமான வன்முறையும்' அதன் அர்த்தம் என்னவென்றால், சில வேளைகளில், வன்முறையை வன்முறையால் சந்திக்கவே தர்மம் ஜெயிக்கும், ஆகவே வன்முறையும் உயர்வானதுதான், தர்மம் என்று அர்த்தம்."

"அந்தக் காந்தி ஒரு புரட்டுக்காரன்தான்."

"எல்லாம் நாட்டைப் பிளவுபடுத்துவதற்கு அவர் ஒத்துக் கொண்டதுதான் காரணம்" என்று கோட்சே சொன்னவுடன்,

"கோட்சே சார், என்றைக்கு காந்தி நாட்டைப் பிரிக்க ஒத்துக் கொண்டார்? காந்தி என்றைக்குமே பிளவுக்கு தயாரில்லை. மவுண்ட் பேட்டன், முஸ்லிம் லீக், காங்கிரஸ் எல்லாம் வேறு வழியில்லாமல் பிரிவினைக்கு ஒத்துக்கொண்டன. முதலில் இந்துக்களும், முஸ்லிம்களும் இரு வேறு தேசம் என்று பேசியது உங்கள் சாவர்க்கர்தான். அதுதான் வரலாற்று உண்மை. காந்தி மிகத் தெளிவாகச் சொல்லியிருக்கிறார், நாடு பிளவுண்டால், மிகப்பெரும் கலவரம் நடக்கும், இரத்த ஆறு ஓடும் என்று சொல்லியிருக்கிறார்" என்றான் ராகவன்.

"எதற்கெல்லாம் போராட்டம் நடத்தும் காந்தி, இவர்களை எதிர்த்து போராட்டம் நடத்தியிருக்கலாமே" என்றான் கார்க்கரே வெற்றிச் சிரிப்புடன்.

"போராட்டம் நடத்த காந்திக்கு எவரும் சொல்லித் தர வேண்டிய தில்லை. அவரளவு போராட்டம் நடத்தியது வேறு எவராவது

இருக்கிறார்களா? ஒன்றான இந்தியா வேண்டும் என்று காந்தி போராட்டம் நடத்தியிருந்தால், தலைவர்களும் மக்களும் எந்த அளவுக்கு ஆதரவாக நிற்பார்கள் என்று அவருக்குத் தெரியும். எப்போது போராடவேண்டும், எப்போது தனியேவாயினும் போராட்டம் நடத்த வேண்டும் என்பது அவரளவுக்கு தெரிந்தவர் எவரும் இல்லை என்பது அபிப்பிராயம். இப்போது நான் கேட்கிறேன், ஏன் உங்கள் மகாசபை, இந்தியாவைப் பிரிக்கக் கூடாது என்று ஒரு போராட்டம் நடத்தியதா" என்று ராகவன் கேட்க எவரும் பேசாமல் தரையைப் பார்த்து இருந்தனர்.

அப்போது காப்பியும் தேநீரும் வந்தன.

"காந்தி சொன்னது எனக்கு நினைவுக்கு வருகிறது. சுதந்திரத்துக்கு இடையூறு இரண்டு: ஒன்று தீண்டாமை, இன்னொன்று வகுப்புவாதம் அதாவது மதவாதப் பிரிவினை" என்று ராகவன் மீண்டும் சொன்னான்.

"அது இருந்துவிட்டுப் போகட்டும். கல்கத்தாவில் பத்தாயிரத்துக்கும் அதிகமானோர் கொல்லப்பட்டிருக்கிறார்கள். நவகாளியில் டிப்பெராவில் இருந்த ஒன்றரை லட்சம் இந்துக்களில் ஒரு லட்சம்பேர் கொல்லப் பட்டிருக்கிறார்கள். இப்போதும் அவர் அகிம்சையைப் பற்றிப் பேசுகிறாரே. அந்தக் கிழவருக்கு பைத்தியம் பிடித்திருக்கிறது" என்றான் கோட்சே.

"ஆனால் பீகாரில் கோபமுற்ற இந்துக்கள் முஸ்லிம்களைத் தாக்கினால், முஸ்லிம்களைக் கொல்லாதீர்கள் என்று கண்ணீர் வடிக்கிறார். பீகாரில் அங்கு நடைபெறும் ஒரு விழாவின் துவக்கத்திற்கு மிருகத்தைப் பலியிடுவது அவர்கள் காலம் காலமாகக் கொண்டாடும் பழக்கம். இந்த வருடம் மிருகங்களுக்குப் பதில் முஸ்லிம்களை பலியிடுவது என்று தீர்மானித்தார்கள். விழா கொண்டாடிய இந்துக்கள், அருகிலிருந்த முஸ்லிம்களைத் தாக்கி 1500 பேரைக் கொன்று அந்த நெருப்பில் தூக்கியெறிந்தனர். இதுதான் இந்து சக்தி. இதைத்தான் வங்காளத்தில் செய்ய வேண்டும்" என்றான் ஆப்தே.

"ஆக காந்தியால், பிரிவினையைத் தடுக்க முடியவில்லை, இந்துக் கொலையைத் தடுக்க முடியவில்லை. பின் அவரின் அவசியம் தான் என்ன? குண்டு வெடித்தபின் அதன் உறையால் என்ன பயன்?" என்றான் கோட்சே.

"அவர் இருக்கட்டும். இவ்வளவு கண்ணீர் வடிக்கிறீர்களே உங்களால் என்ன செய்ய முடியும்? அல்லது என்ன செய்யப் போகிறீர்கள்?" என்று கேட்டான் ராகவன்.

"அதற்குத்தான் நான் வந்திருக்கிறேன். நவகாளிக்கு என் தொண்டர்களோடு போய் அங்கு பாதிக்கப்பட்ட இந்துக்களுக்கு நிவாரணம் வழங்கப் போகிறேன். முஸ்லிம் மதத்துக்கு கட்டாய மதமாற்றம் செய்தவர்களை மீண்டும் தாய்மதம் கொணரப்போகிறேன்" என்றான் கார்க்கரே.

"நல்லதுதான். செய்யுங்கள்" என்றான் ராகவன்.

"உங்கள் உயிருக்கு ஆபத்து இருக்கும். இப்போது அங்குப் போவது உசிதமில்லை" என்றான் ஆப்தே.

"எனக்கு அதைப் பற்றிக் கவலையில்லை. என் சக இந்துக்களுக்காக என் உயிர் போனால் போகட்டும்" என்றான் கார்க்கரே.

"என்னதான் சொன்னாலும், உன்னைப் பாதுகாத்துக்கொள்ள சில வழிமுறைகளைக் கைக்கொள்ளுவது நல்லது என்று நான் நினைக்கிறேன்" என்றான் கோட்சே.

"கோட்சே சொல்லுவது சரி. இங்கே, நாராயணபேத்தில் 'சாஷ்திர பந்தர்' என்றொரு ஆயுதக் கடையிருக்கிறது. அதன் சொந்தக்காரன் திகம்பர் பாட்கேயை எனக்குத் தெரியும். அவனிடம் உன் பாதுகாப்புக்கு சில ஆயுதங்களை வாங்குவோம்" என்றான் ஆப்தே.

"உடனே போவோம்" என்றார்கள். அவர்கள் கிளம்பத் தயாரானார்கள்.

"ராகவன், ஒரு தகவல் சொல்வேன், அதை நீ எவரிடமும் சொல்லக்கூடாது" என்றான் கோட்சே.

"நீங்கள் சொல்லக்கூடாது என்றால் அதை நான் சொல்ல மாட்டேன்" என்றான் ராகவன்.

"அக்டோபர் கடைசியில் டில்லிக்குப் போகலாம் என்றிருக்கிறோம்."

என்ன, எதற்கு என்று ராகவன் கேட்கவில்லை.

"டில்லியில் காந்தியிருக்கிறார். அவர் அங்கே இந்துக் கோயிலில் பிரார்த்தனைக் கூட்டம் நடத்துகிறார். இந்துக் கோயிலில் குரானிலிருந்து வாசகங்களை எடுத்து வாசிக்கச் சொல்லுகிறார். அதை எதிர்த்துக் கேட்கப் போகிறோம்"

"அது உங்கள் இஷ்டம், போய் வாருங்கள். நான் ஒன்று சொல்லட்டுமா?"

"சொல்லேன்"

"டில்லிக்குப் போகும் நீங்கள் காந்தியிடம் உரையாடுங்கள். உங்கள் கருத்துகளை அவரிடம் பரிமாறுங்கள். எல்லா கருத்து களையும் கேட்கக் கூடியவர் அவர். அவரின் எதிரிகள் கூட அவரிடம் தொடர்ந்து உரையாடுகின்றனர். அவரை நேரடியாகப் புரிந்துகொள்ள அது வாய்ப்பாக இருக்கும்."

"அந்தக் கிழத்துக்கு புத்தி பேதலித்துவிட்டது, அதனோடு என்ன பேச்சு வேண்டிக் கிடக்கிறது?" என்று சொல்லிக்கொண்டே அவர்கள் வெளியே வந்தனர்.

"அடிப்படைவாதிகளால் காந்தியை புரிந்துகொள்வது கடினம்" என்று சொல்லிக்கொண்டு தன்வழி நடந்தான் ராகவன்.

வீட்டிற்கு வந்தால், மற்ற கடிதங்களோடு செந்தூர் பாண்டியனிட மிருந்து கடிதம் வந்திருந்தது.

அதை ஆவலோடு பிரித்துப் பார்த்தான்.

அங்குள்ள அரசியல் நிலைமையை எழுதிவிட்டு, இன்னும் எத்தனை நாள் அங்கிருக்கப் போகிறோம் என்று தெரியவில்லை என்று எழுதியிருந்தான். ஒரு தனிப்பட்ட விஷயம் என்று எழுதி, தனக்கு ஒரு பெண்ணின் மீது ஈர்ப்பு வந்திருக்கிறது என்றும் அவளுக்கும் தன் மீது ஆசையிருக்கிறது என்று தெரிந்தால் விவரங்களை அடுத்த கடிதத்தில் எழுதுவதாயும் சொல்லியிருந்தான்.

ராகவனுக்கு சந்தோசமாக இருந்தது.

அவனுக்கு இன்னொரு செய்தி, மிகுந்த ஆச்சரியத்தைக் கொடுத்தது. மதவெறியால், மனித மனங்கள் பகையால் ஒருவரை ஒருவர் வெட்டிக் கொல்லும் வங்காளத்துக்கு காந்திஜி செல்கிறார் என்ற செய்தி அவனுக்கு மகிழ்ச்சியாக இருந்தது.

இந்தக் கிழவர் ஒவ்வொரு முறையும் மனித மனங்களுடன் தொடர்ந்து தன் வாழ்வால், வார்த்தைகளால், எளிமையால், நேர்மையால் உரையாடுகிறார், வேறு எதுவும் தோற்றுப்போகும்போது அவர் மட்டும் நம்பிக்கையின் கீற்றாக இருக்கிறார் என்று அவரின் நடவடிக்கைச் செய்திகளை உன்னிப்பாகக் கவனித்தான். கூடவே, கோட்சேயின் தோழர்கள் அவரின் முரணாக நின்று என்ன செய்கிறார்கள் என்பதையும் ஒப்பிட்டுப் பார்த்தான்.

காந்தி ஒற்றை மனிதனாக வங்காளத்துக்குச் சென்றார். அந்த 'புத்திப் பேதலித்துப்போன கிழத்தால்' மட்டும்தான் வெறியால் தறி கெட்டுப்போன வங்காளத்தில் அமைதியையும், மானுட நேசத்தையும், சக மனிதன் மேல் நம்பிக்கையையும் கொண்டு வர முடியும் என்று இந்தியா நம்பியது. தனித்து நட என்ற தாகூரின் கவிதைக்கு வாழ்வின் வடிவமாக அவர் சென்றார்.

கல்கத்தாவுக்குச் சென்றதும், முதல் அமைச்சரான சுஹ்ராவர்த்தியை, ஒரு மன்னரின் அவைபோல பந்தாவுடன் வைத்திருந்த அவரின் அலுவலகத்தில் அரை நிர்வாண பக்கிரியாக காந்தி சிரித்துக்கொண்டு பார்க்கச் சென்றார்.

"என்ன ஷாஹீத் சாகேப், எல்லோரும் உங்களை கொள்ளைக் காரர்களின் தலைவன் என்று சொல்லுகிறார்கள். ஒருவர் கூட உங்களைப் பற்றி ஒரு நல்ல வார்த்தை சொல்லவில்லையே" என்பதுவே காந்தியின் முதல் வார்த்தை. அதுவும் சிரித்துகொண்டே சொன்னார்.

அவரும் இறுமாப்புடன், "மகாத்மாஜி, உங்களைப் பற்றியும் உங்களுக்குப் பின்னால் என்னவெல்லாமோ சொல்லுகிறார்கள்" என்றார்.

மீண்டும் காந்திஜி பலமாக சிரித்துக்கொண்டே, "இருக்கலாம். ஆயினும் ஒருசிலராவது என்னை மகாத்மா என்று சொல்லுகிறார்கள். ஆனால் ஒருவர்கூட உங்களை மகாத்மா என்று சொல்லக்காணோம்" என்றார் காந்தி.

"மகாத்மாஜி, உங்கள் முன்னிலையில் உங்களைப் பற்றிச் சொல்வதை நம்பாதீர்கள்" என்றார். அவரிடம் தான் நவகாளிக்குச் செல்லுவதாக காந்திஜி சொன்னார். தன்னோடு அவர் வர முடியுமா என்று காந்திஜி கேட்டார்.

முதல்வர், தனக்குப் பதிலாக காந்தியுடன் தன் இரு பெண் களையும் அனுப்புவதாகச் சொல்லியிருந்தார். ஆனால் புறப்படும் சமயத்தில், "அவர்கள் முகத்தை மூடும் பழக்கம் இல்லாதவர்கள், அப்படி வந்தால் அது கிழக்கு வங்காளத்திலுள்ள மௌல்விக்களின் உணர்வுகளைப் புண்படுத்திவிடும் என்ற காரணத்தைச் சொல்லி அவர்கள் வரவில்லை" என்றார்.

நவகாளியில் அமைதி திரும்பும் வரை தன் உணவைக் குறைத்துக் கொள்வேன் என்றார் காந்தி. தான் காலில் செருப்பு அணிந்து நடக்க மாட்டேன் என்றார். வெறும் தரையில், படுத்தார். வெறும் தகரத்தால் ஆன

குடிலுக்குள் தன்னை அடக்கிக்கொண்டார். தொண்டர்கள் எவரும் தன்னோடு தங்க வேண்டாம், ஒவ்வொருவரும் ஒரு கிராமத்துக்குப் போய் நிவாரணப் பணியில் ஈடுபடப் பணித்தார். மக்கள் பார்த்து புரிந்துகொள்ள திறந்த புத்தகமாக தன் அன்றாட வாழ்வை அமைத்துக் கொண்டார்.

அவரை கிண்டல் செய்தனர். குற்றம் சாட்டினர். கோபமூட்டும் வார்த்தைகளை அள்ளி வீசினர். வெளியே போ என்று சொல்லாமல் சொன்னார்கள். முஸ்லிம்களின் நேசன் என்று இந்துக்களும். ஒரு நாடகமாடும் இந்து என்று முஸ்லிம்களும் குறைகூறினார்கள். அவர் அதை ஏற்றுக்கொள்ள மறுத்து, மனித மனங்களை தொடும் இரசவாத வித்தையை பயிற்சி செய்துகொண்டிருந்தார்.

இந்த வெறித் தாக்குதல் மன நோயின் வெளிப்பாடு, அந்த மனத்தைச் சரி செய்வதன் மூலமே அந்த நோயைக் குணப்படுத்தி சமநிலையைக் கொணர முடியும் என்று அவர், தன்னை நம்பாமல் தன் கடவுளின் நாமத்தைச் சொல்லிக்கொண்டு அமைதியை விதைத்துச் சென்றார். மெல்ல மெல்ல மனிதர்கள் தங்களின் ஆன்மாவை அந்த மனிதருக்காகத் திறந்தார்கள். அந்தத் திறப்பின் மூலம் அழுக்கு தேங்கிக் கிடந்த தங்களின் ஆன்மாவையும் சுத்தம் செய்தனர்.

ஆன்மாவிற்கு மத அடையாளம் எதுவும் கிடையாது என்று காண்பித்து தன் வழியே அவர் சென்று கொண்டிருந்தார்.

மற்றவர்கள் என்ன செய்வது என்று திக்குத் தெரியாமல் தவித்து செயலற்று இருக்கும்போது, அவர் எரிந்துபோன நவகாளியில் நம்பிக்கை விதைகளை ஊன்றி, மீண்டும் சரியான உயிர்த்துடிப்பை ஏற்படுத்தினார். அவர் சாதாரண மக்களை நம்பிச் சென்றார். அவர்களும் அவரைக் கைவிடவில்லை.

எப்போதும் மக்களோடு வாழு என்பதே ஒரு தலைவனின் வெற்றிச் சூத்திரம் என்பதை அவர் மீண்டும் அறிவித்தார்.

கோட்சேயும், நாராயண் ஆப்தேயும், கார்க்கரேயும், திகம்பர் பாட்கேயின் வீட்டின் முன்னிருந்த கடைக்குள் நுழைந்தார்கள்.

“நமஸ்காரம் நானா சாகேப், நமஸ்காரம் பண்டிட். இந்த வேளையில் என்னிடம் வந்திருக்கிறீர்களே” என்று அவர்களை வரவேற்றான் பாட்கே. அவனின் தோற்றம் கார்க்கரேக்கு சிரிப்பையும், நம்பத் தகாதவன் என்ற எண்ணத்தையும் உண்டாக்கியது. அவன் முட்டைக் கண்ணும், அவன் அணிந்திருந்த கண்ணாடியும்,

அவன் தாடி மீசையும் ஏதோ ஒரு நாடக கம்பெனியின் நடிகன் என்பதைப் போல காட்டின.

"என் நண்பர் அகமத் நகரிலிருந்து வந்திருக்கிறார். இவர் பெயர் விஷ்ணுபந்த் கார்க்கரே. இவர் கலவரத்தால் பாதிக்கப்பட்ட இந்துக்களுக்கு உதவ நவகாளிக்குப் போகிறார். தன் பாதுகாப்புக்காக சில ஆயுதங்களை உடன் கொண்டு செல்ல விரும்புகிறார். கொஞ்சம் ஆயுதங்களைக் காட்ட முடியுமா?" என்று கேட்டான் ஆப்தே.

அவர்கள் அவன் காட்டியதைப் பார்வையிட்டார்கள். ஆடைக்குள் அணியும் இரும்புச் சங்கிலியால் பின்னப்பட்ட மார்புக் கவசம் அவர்களுக்குப் பிடித்திருந்தது.

"இது ஆயுதம் இல்லை. வாள் போன்ற தாக்குதலிலிருந்து உங்களைப் பாதுகாக்கும் கவசம். இது தோளிலிருந்து இடுப்புவரை உங்களைப் பாதுகாக்கும்" என்றான் பாட்கே. பிறகு 90 ரூபாய்க்கு ஆறு கவசம் வாங்கினார்கள்.

அகமத் நகருக்குச் சென்ற கார்க்கரே, பொது மக்களிடமிருந்து நவகாளியில் பாதிக்கப்பட்ட மக்களுக்கு நிவாரணம் வழங்க உதவி கேட்டான். அவன் எதிர்பார்க்காத அளவுக்கு பொருட்களும், 30000 ரூபாயும் கிடைத்தன. அந்த மிகப்பெரிய தொகையைப் பார்த்து கார்க்கரே அசந்துபோனான்.

நவகாளியில் சில கிராமங்களுக்குச் சென்று, சாவர்க்கர் பெயரில் நிவாரண மையங்களை ஆரம்பித்தான். பாதிக்கப்பட்ட பெண்களுக்கு உதவி செய்து, மதமாற்றம் செய்யப்பட்டவர்களை மீண்டும் இந்து மதத்திற்குக் கொணர்ந்தான், இரண்டு வாரம் அங்கிருந்துவிட்டு அவன் கிளம்பினான்.

நவகாளிக்குப் பிறகு மத்திய அரசு, எல்லா செய்திகளையும் அப்படி பிரசுரித்துவிடக்கூடாது, ஒரு சம்பவம் நிகழ்ந்த இடம், அதில் சம்பந்தப்பட்ட மனிதர்களின் மதம், அழிக்கப்பட்ட வழிபாட்டுத் தலங்களின் பெயர்கள் போன்றவற்றை பிரசுரிக்கக் கூடாது என்று தடை செய்தது.

இதை கோட்சேயும் ஆப்தேயும் மீறி கார்க்கரே கொடுத்த தகவலின் அடிப்படையில் வெறித்தனமான கட்டுரைகளையும், இந்துக்கள் கொடூரமாக தாக்கப்பட்டதையும் விரிவாக தங்கள் பத்திரிகை அக்ராணியில் எழுதினார்கள்.

பம்பாய் மாநில அரசு, அக்ராணி மீது நடவடிக்கை எடுத்தது. அதன் மீது ஆறாயிரம் ருபாய் அபராதம் விதித்தது. அந்தக் காலங்களில் அது பெரும் தொகை. அரசு விளம்பரம் தருவதை நிறுத்தியது. அக்ராணி மீது கடுமையான தணிக்கை விதிகள் கடைபிடிக்கப்பட்டன.

கோட்சே பொங்கினான். "என்ன இது, ஆங்கிலேயர் அரசைவிட சொந்த நாட்டின் அரசு மிருகத்தனமாக நடந்துகொள்கிறதே. நமக்கு பத்திரிகை சுதந்திரம் இல்லையா?" என்று கத்தினான்.

"பண்டிட், அமைதி அமைதி, நாம் சாதாரண மனிதர்கள். பலம் பொருந்திய அரசுக்கு எதிராக நம்மால் இப்போது ஒன்றும் செய்துவிட முடியாது என்ற எதார்த்தத்தைப் புரிந்துகொள்ள வேண்டும். இவர்களைப் பகைத்து நம்மால் ஒன்றும் செய்ய முடியாது" என்றான் ஆப்தே.

"அவ்வளவுதானா"

"எல்லாவற்றிற்கும் ஒரு மாற்று வழியுண்டு. நாம் இந்து ராஷ்ட்ரா தளத்திற்கு நன்கொடை வசூலிப்போம், அதை வைத்து பத்திரிகையை தொடர்ந்து நடத்துவோம்."

"மக்கள் பணம் தருவார்களா?"

"என்ன அப்படி சொல்லிவிட்டாய்? அவனவன் கொதித்துப் போயிருக்கிறான். இந்து ரத்தம், முஸ்லிம்களின் வெறிச்செயலுக்கு பழி வாங்கத் துடித்துக் கொண்டிருக்கிறது. மக்கள் கேட்டால் அள்ளித் தருவார்கள்." என்றான் ஆப்தே. அப்படியே பணம் வசூலித்து, தொடர்ந்து தங்களின் பாணியில் பத்திரிகையை நடத்தினார்கள்.

பம்பாய் அரசு அதைக் கவனித்துக்கொண்டிருந்தது.

11. விருப்பமில்லாமல் இங்கிருந்து பிடுங்கி தூர எறியப்பட்டோம்

ஒன்றுபட்ட பஞ்சாப் மாநிலத்தின் தலைநகரம் லாகூர். அது முகலாயர்களின் தலைநகராகவும் இருந்திருக்கிறது. அதனால் அது பன்முக கலாச்சாரங்கள் இணைந்து வாழும் பண்பாட்டு நகரமாக இருந்தது.

அங்கு 53% முஸ்லிம்களும், 45% சீக்கியர்களும் இந்துக்களும் இணைந்து வாழ்ந்தனர். மதம் சமூக வாழ்வில் பெரும் இடத்தை ஆக்கிரமிக்காத காலங்கள் அவை. மதம் காட்டும் வழிபாடு என்பது வீடு சார்ந்ததாகவும், விழா சார்ந்ததாகவும் இருந்தது. அங்கு தீபாவளி, ஈத், கிறிஸ்துமஸ் ஆகிய விழாக்களை அனைவரும் மகிழ்வுடன் கொண்டாடும் பண்பாடு நிலவியது.

1907இல் முஸ்லிம் லீக், முஸ்லிம்களின் நலனைக் காக்க தொடங்கப்பட்டது. அது மதம் சார்ந்து அதிகாரத்தை கையிலெடுக்கும் முயற்சிக்கு விதையை ஊன்றியது.

மதம் சார்ந்த அதிகாரத்தைக் கையில் எடுப்பது, தங்களின் பொருளாதார வளர்ச்சிக்கு தோதுவாக அமைந்ததை, சிலர் கண்டு கொண்டனர். நிலத்தை அபகரிப்பதற்கும், மற்றவர்களின் தொழிலை கைவசப்படுத்துவதற்கும் மதக் குழுக்களை அமைத்து தம் பலத்தைக் காட்டுவது வசதியாக இருந்தது.

1945ஆம் ஆண்டில் இரண்டாம் உலகப்போர் முடிந்து, ஏறக்குறைய 10லட்சம் பேர், இந்துக்கள், முஸ்லிம், சீக்கியர் எல்லோரும் ராணுவப் பணியிலிருந்து விடுவிக்கப்பட்டு, வேலையின்றி தங்களின் பலத்தைக் காட்ட வாய்ப்புத் தேடிக்கொண்டிருந்தனர்.

இனி சுதந்திரம் வரப்போகிறது, பதவி மாற்றம் நிகழும்போது தனக்கு, அல்லது அதன் விரிவான தங்களுக்கு என்ன பதவியை எடுக்கலாம் என்ற அரசியல் கணக்கு மதத்தலைவர்களிடம் ஒரு போதையை ஊட்டியது. ஆங்கிலேயரின் ஆட்சியின் பிடி மெல்ல நழுவிய போது, இனி என்ன வேண்டுமானாலும் செய்யலாம் என்ற நெகிழ்வு உணர்வு அரசியல் தலைவர்களிடம் வலுவாகத் தோன்றியது. கூடவே, பத்திரிகைகள், தங்களின் உன்னத நோக்கத்தை மறந்து, தங்களுக்கென்று பொருளாதார அரசியல் நோக்கை வடித்துக்கொண்டு,

அதற்காக எந்தத் தரத்திற்கும் கீழே இறங்கத் தயாராயின. மனிதர்களின் வெறி உணர்வை பற்றியெரியச் செய்யும் செய்திகளை கசியவிட்டு, வகுப்பு வேற்றுமையை வளர்க்க அவைகள் தூண்டுகோலாயிருந்தன.

ஒவ்வொருவரும் மதம் சார்ந்து தங்களை ஒன்றுபடுத்தி. பாதுகாக்க வன்முறை இயக்கங்களை பகிரங்கமாகவே ஆரம்பித்தார்கள். ஆர் எஸ். எஸ் பல புதிய கிளைகளை ஆரம்பித்தது. அதன் எண்ணிக்கை பல ஆயிரங்களைத் தாண்டியது. இப்படிச் சீக்கியர்களும் முஸ்லிம்களும் ஆயுத ரீதியாக தங்களைப் பாதுகாக்க முனைந்து நின்றனர்.

பிரிவினை வருகிறது என்று தெரிந்தவுடன், லாகூரில் ஒருவித இரண்டும்கெட்டான் நிலை இருந்தது. அங்கு ஏறக்குறைய முஸ்லிம் அளவிற்கு இந்துக்களும் சீக்கியர்களும் இருந்ததனால், இந்தியாவோடு இணையும் என்று இந்துக்களும் சீக்கியர்களும் எதிர்பார்த்திருக்க, அது இந்தியாவோடு இணைய விட மாட்டோம் என்று முஸ்லிம்களும் களம் இறங்கிப் போராட தயாராகிக்கொண்டிருந்தார்கள்.

எரிமலை வெடிக்கப் போகிறது, அதன் வாய் மூடியிருந்தாலும், அடிவயிற்றில் குழம்பு பொங்கி வழிய குதித்துக்கொண்டிருக்கிறது என்பது தெரிந்தாலும், எரிமலை வெடிக்காது என்ற கானல் நம்பிக்கையை பலர் கொண்டிருந்தனர்.

இந்த லாகூர் எனது பிறந்த மண், அதைவிட்டு நான் ஏன் போக வேண்டும் என்ற கேள்வியை ஒவ்வொரு லாகூர்க்காரரும் பெருமையுடன் சொல்லிக்கொண்டிருந்தனர்.

1947ஆம் ஆண்டு மார்ச் மாதத்தில் சீக்கியர் தலைவர் தாராசிங், தன் தொண்டர்களுடன் லாகூர் சட்டமன்றத்திற்குள் நுழையும்போது, பத்திரிகை நிருபர்கள் முன்னிலையில், தன் உடை வாளை உருவி உயரத்தூக்கி ஆட்டினார். அது பேசாமல், " சீக்கியர்கள் நாங்கள் தயார், வந்து பாருங்கள்" என்ற இரகசிய செய்தியை தெரியப்படுத்தியதாக மற்றவர்கள் உணர்ந்தார்கள். அதுவே ஒரு பெரும் நெருப்பு பற்றியெரியச் செய்யும் பொறியாக இருந்தது.

இந்தச் சூழ்நிலையில், இனி எவ்வளவு காலம் இங்கிருப்பது என்ற சிந்தனையோடு, என்ன செய்யலாம் என்ற கேள்வியோடு இருந்தார் சற்குணம். மிகவும் புத்திசாலி வியாபாரியான அவர், எதார்த்த நிலைகளை சரியாகப் புரிந்துகொண்டார்.

'மற்றவர்களைப் போல இது என் பிறந்த மண் இல்லை. எனக்கு இங்குதான் இருந்தாக வேண்டும் என்ற கட்டாயம் இல்லை. நான் இங்கு பிழைக்க வந்தவன். என்ன இருந்தாலும் தன் மனது தாமிரபரணிக்

கரையைத்தான் நாடிக்கொண்டிருக்கிறது. வயதாகி தனி மரமாக ஆகிக் கொண்டிருக்கும் பொழுதில், சொந்த மண்ணின் ஈர்ப்பு அதிகமாகுவதை அவர் உணர்ந்தார். ஆகவே இங்கிருந்து கிளம்புவதற்கு அவர் தயாராகவே இருந்தார். ஊருக்குப் போனாலும் தானும் தன் தலைமுறையும் கவலை யில்லாமல் வாழ சம்பாத்யம் இருக்கிறது என்ற தைரியம் அவருக்கிருந்தது.

அதற்காகவே, அவர் இப்போதெல்லாம் புதிய முதலீடுகள் செய்வதில்லை. வாங்கிப் போட்டிருந்த நிலம் விலைக்கு வந்தால், வரவு எவ்வளவு என்று பார்க்காமல் விற்று அந்தப் பணத்தை ஊருக்கு அனுப்பி அங்கு நிலம் வாங்கிப்போட ஆரம்பித்துவிட்டார்.

இப்போது பையனின் திருமணம் ஒன்றுதான் அவர்முன் இருந்தது. ஒருவேளை சலேலாவை மருமகளாக ஏற்பதற்கு உடன்பட்டிருக்கக் கூடாதோ என்று அவர் அவ்வப்போது எண்ணிக்கொண்டிருந்தார். அந்தப் பெண் நல்ல பெண்தான். ஒருவேளை இங்கிருந்து வெளியே கிளம்பினால், அவளும் இந்த மண்ணைவிட்டு வெளியே வரத் தயாராக இருக்க வேண்டும், வந்து திருச்செந்தூர் பக்கம் ஒரு இந்துக் குடும்பத்தில் மருமகளாக நடந்துகொள்ள மனங்கொண்டவளாக இருப்பாளா என்ற கேள்வி அவரைக் குடைந்துகொண்டிருந்தது. அவரால் உறுதியான முடிவெடுக்க தடுமாறிக்கொண்டிருந்தார். அதனால் அது விஷயமாக செந்தூர் பாண்டியனிடம் பேசுவதையும் தவிர்த்துக்கொண்டிருந்தார்.

கடந்த மூன்று மாதத்தில் செந்தூர் பாண்டியன் சலேலா வீட்டுக்கு ஒருமுறை மட்டும் சென்று வந்திருக்கிறான். வந்த பிறகும் அவர்கள் அவனிடம் திருமணம் விஷயமாக ஏதாவது பேசினார்கள் என்று சொல்லவில்லை. சையிதா மிகவும் நல்லவள். நான் பதில் சொல்லுவேன் என்று நம்பி அவள் பொறுமையாகக் காத்திருக்க வேண்டும். அந்தப் பெண் சலேலாவிடம் வேறு அவள் விருப்பத்தைக் கிளறிவிடுகிறதாய், "உனக்கு திருமணத்தில் விருப்பமா" என்று கேட்டுவிட்டேன். இளம் பெண்ணிடம் இதுபோன்ற ஆசை கிளர்ந்தெழுந்துவிட்டதென்றால், அது வளர் பிறையென வளர்ந்துகொண்டேயிருக்கும், பாவம் அந்த தந்தையில்லா பெண் என்று அவளுக்காக மனம் வருந்திக்கொண்டிருந்தார்.

இது விஷயமாக செந்தூர் பாண்டியனிடம் பேசிவிட வேண்டியது தான் என்று எண்ணிக்கொண்டு அவன் கீழே வரட்டும் என்று நினைத்துக்கொண்டு காத்திருந்தார்.

இன்னும் எத்தனை நாள் இங்கு லாகூர் வாசம் என்ற கேள்வி அவரிடம் எழுந்ததும் அவருக்கு சிரிப்பு வந்தது. நான் இங்கு பிழைக்க வந்தவன், போ என்றால் போவதற்கு ஒரு ஊர் இருக்கிறது. இப்பவும்

தன் ஊர்தான் மனதில், பெரும் ஆலமரமாய் நினைவுகளைப் பரப்பிக் கொண்டிருக்கிறது. இங்கிருந்தாலும் தன் மனம் மட்டும் தாமிரபரணி ஆற்றங்கரையிலும், வயற்காடுகளிலும், வாழைத் தோட்டங்களிலும், அருகிலுள்ள கடற்கரையிலும் சுற்றிக்கொண்டிருக்கிறது. ஆனால் இந்த மண்ணில் தலைமுறை தலைமுறையாய் பிறந்து வளர்ந்து, செல்வத்தை ஆண்டு அனுபவித்த மனிதர்களை, நினைவுகளின் மொத்த இரகசியத்தையும் இங்கே புதைத்து வைத்திருக்கும் அவர்களை இங்கிருந்து எங்காவது போ என்று சொல்லுவது என்ன கொடூரம் என்று நினைத்துக்கொண்டிருந்தார். வீட்டில் வளரும் பிள்ளையிடம், "நாங்கள் உன் அப்பா அம்மா இல்லை, உன் அப்பா அம்மா யாரோ தெரியாது, எங்காவது போ" என்று அனுப்புவது போன்று அது கொடிதானதில்லையா என்று அவருக்குத் தோன்றியது.

ஊர் உலகம் அப்படியிருக்கட்டும், தன் மகன் செந்தூர் பாண்டியன் இங்குதான் பிறந்து வளர்ந்தவன், அவனுக்கு ஊர் என்றால் லாகூர்தான் ஊர். அவனின் பசுமை நினைவுகளும், பள்ளிக்கூட அனுபவங்களும், காட்டின் ஒலிகளும், நண்பர்களும், அவர்களோடு மகிழ்ந்திருந்த காலமும் இந்த ஊரைச் சார்ந்துதான் நிற்கும். நினைவுகள் கூட காலம் இடம் சார்ந்துதான் சாய்ந்திருக்கின்றன. அந்த இடத்தை அவனிட மிருந்து பிடுங்கினால் அதனினும் அவனுக்கு பேரிழப்பு வேறு எதுவுமில்லை. அவனை இங்கிருந்து வேறு எங்கு அனுப்பினாலும் அவன் மனமென்னவோ இந்த லாகூரைச் சுற்றிச் சுற்றிதான் வந்து கொண்டிருக்கும். அவனால் லாகூரின் இழப்பை எப்படித் தாங்க முடியும்?

இந்த இடம்பெயர்வை இயற்கை ஒன்றும் ஆணையிடவில்லை. எந்த மனிதர்களோடு கொஞ்சிக் கூடி வாழ்ந்தார்களோ அந்த மனிதர்கள், நொடியில் எப்படி எதிரிகள் ஆகிவிடுகிறார்கள் என்பதுதான் ஆச்சரியமான ஆனால் வேதனையான புரிய முடியாத உண்மையாகி விடுகிறது. அப்படியானால் இதுவரை இத்தனை நெருக்கமாய் வாழ்ந்த தெல்லாம் வெறும் பாசாங்கா? அன்பும் நேசமும், பாம்பு தோலை உரிப்பதுபோல கழற்றிவிடுகிற சமாச்சாரம்தானா? குழு மனப்பான்மை, பழகிய பாசத்தை அழித்து, அன்போடு பழகிய மனிதர்களை அழித்து, பெயர் தெரியாத அந்தக் குழு மனிதர்களோடு அடையாளப்படுத்திக் கொள்வது மானுடப் புதிராகத்தான் இருக்கிறது.

அவருக்கு நேற்று இரவில் நடந்த இந்து சீக்கியர்களின் கூட்டுப் பாதுகாப்புக் குழுவின் கூட்டம் நினைவுக்கு வந்தது.

"லாகூர், இந்து சீக்கியர்களின் நகரம். நாம்தான் இதன் முன்னணி மனிதர்களாக இருக்கிறோம். இந்த முஸ்லிம்கள் வீட்டில் விளக்கெரிய

வேலை கொடுப்பது நாம்தான். நம்மை அவர்கள் என்ன நினைத்துக் கொண்டிருக்கிறார்கள்? நம் பணபலத்தையும் ஆயுத பலத்தையும் அவர்கள் இன்னும் அறியவில்லை. லாகூர்தான் இந்தியாவை கொள்ளையிட வரும் அந்நியர்களின் தலைவாயில். அவர்கள் அத்தனை பேரையும் நம் முன்னோர்கள் வெற்றிகரமாக எதிர்கொண்டிருக்கிறார்கள். இங்கு ஆட்டம்போடும் முஸ்லிம்களுக்கு, இந்துக்களும், சீக்கியர்களும் யார் என்று காண்பிக்க வேண்டும்" என்று இந்து மகாசபை, ஆர் எஸ் எஸ், அகாலிகள் ஆகியோரின் தலைவர்கள் பேசினார்கள்.

இதைக் கேட்டுக்கொண்டு, சற்குணத்துக்கு பொறுக்க முடிய வில்லை. நெருப்புக்கு நெய் வார்ப்பதுபோல இவர்கள் பொறுப்பற்று பேசுவதாய் அவருக்குப் பட்டது. எதுவும் பேசக்கூடாது என்று தீர்மானமாய் வந்திருந்த அவருக்கு, இனியும் பேசாமலிருக்கக் கூடாது என்று தோன்றியது.

"வீணே நம் முஸ்லிம் சகோதரர்களிடம் சண்டைக்கு வரிந்து கட்டிக்கொண்டு போவது சரியில்லை. அவர்களிடம் நாம் பேசுவோம். இப்போதைக்கு அவர்கள் சீக்கியர்களை தங்களோடு இணைத்துக் கொள்ளத் தயாராயிருப்பதாய்ச் சொல்லுகிறார்கள்" என்றதும் அவர் பேச்சை இடைமறித்து ஒரு இந்து மகாசபைக்காரர்,

"அவர்கள் இந்து சீக்கியர் ஒற்றுமையைப் பிளப்பதற்காக அவர்களிடம் அனுசரணையாக போவதாய்ச் சொல்லுகிறார்கள். ஆங்கிலேயர்கள் நம்மைப் பிரித்து ஆண்டார்கள். அவர்களின் அடிவருடிகளான இவர்கள் அதை அவர்களிடமிருந்து கற்றுக்கொண்டு நம்மைப் பிரித்து ஆள திட்டம்போடுகிறார்கள் என்று உங்களுக்குத் தெரியவில்லையா" என்று கேட்டார்.

"அது புரிகிறது. ஆனால் நான் சொல்லுவது என்னவென்றால், அவர்களோடு பேசி ஒரு சமரசத்திற்கு வந்தால் ஏற்படவிருக்கும் இரத்தக் களரியை நிறுத்த முடியும்" என்றார் சற்குணம்.

"இந்த ஆள் மதராஸி. அவர்கள் இரத்தத்தைப் பார்த்தால் மயங்கி விழுந்துவிடுவார்கள். அவர்கள் கோழைகள். அவர்கள் அனுசரித்துப் போ என்று சொல்லுவார்கள். அவர்களிடம் இந்து ரத்தம் ஓடவில்லை, நாம் எதற்கு அனுசரித்துப் போக வேண்டும்? நாம் சண்டைக்குப் போக வேண்டாம், ஆனால் வந்த சண்டையை விட வேண்டாம். விட மாட்டோம். முஸ்லிம்களுக்கு ஒரு பாடம் படித்துக் கொடுத்தே ஆக வேண்டும்" என்றார் அந்த இந்து மகாசபைக்காரர்.

"நாம் உடனே ஆட்களைத் தயார் செய்ய வேண்டும், ஆயுதங் களை வாங்க வேண்டும், இரவிலும் பகலிலும் நம்மைப் பாதுகாக்க

நாமெல்லோரும் ஆயுதம் கையாளப் பழக்க வேண்டும்" என்றார் இன்னொருவர்.

எல்லோரும் அதற்கு முடிவெடுத்தனர். சற்குணத்திற்கு வருத்தமாக இருந்தது. அப்போது அவருக்கு காந்தி சொன்னதுதான் நினைவுக்கு வந்தது. "மத நல்லிணக்கத்தை நாட்டின் மக்கள் கைக்கொள்ளவில்லை யென்றால், அது நாடு என்று தன்னை அழைத்துக்கொள்ளத் தகுதியற்றது."

கூடவே காந்தியையும் நல்ல வார்த்தைகளையும் பற்றி யார் இப்போது கவலைப்படுகிறார்கள்? என்று நினைத்துக்கொண்டிருக்கும் போது, செந்தூர் பாண்டியன் தன் அறையிலிருந்து கீழே இறங்கி வந்தான்.

"டேய் உன்னிடம் ஒரு விஷயம் பேச வேண்டும் என்று நினைத்துக் கொண்டிருக்கிறேன்" என்றார் சற்குணம்.

"சொல்லுங்கள் அப்பா" என்றான்.

"இங்கு நிலைமைகள் மோசமாகிக்கொண்டு வருகிறது. என்றைக்கு நம் ஆட்களே பிரச்சினையை ஆரம்பிப்பார்கள் என்று தெரியவில்லை. நான் நகையும் பணமும் தருகிறேன். நம் ஊருக்குக் கொண்டுபோய் விடு. நான் பின்னால் அங்கு வந்துகொள்ளுகிறேன்."

"அப்பா, இதுதான் என் ஊர். இதைவிட்டு நான் எங்குபோக முடியும்?"

"நம் ஊர் ஆறுமுகனேரிதான். அங்குதான் நம் இரத்தமும், மூச்சும் இருக்கின்றன."

"உங்களுக்கு அப்படியிருக்கலாம், எனக்கு அப்படியில்லையப்பா. நான் லாகூர்க்காரன். இந்த ஊரைவிட்டு அந்தக் கிராமத்தில் போய் நான் எப்படி வாழமுடியும்?"

"இப்போது அதையெல்லாம் பேசிக்கொண்டிருக்க நேரமில்லை. நம் உயிரையும் கொஞ்சம் பொருளையும் காப்பாற்றிக்கொள்ள வேண்டும். நீ இங்கிருந்து கிளம்பு."

"அப்பா, ஊரில் போய் நான் என்ன செய்யப்போகிறேன்?"

"பாளையங்கோட்டை வீட்டில் பாட்டியோடு இரு."

"இப்போது மார்ச் மாதம் பிறந்திருக்கிறது. நான் மே ஜூனில் அங்குப் போனால் கல்லூரியில் எம்.ஏ படிக்கலாம். இப்போது என் நண்பர்கள் யாரும் பாளையங்கோட்டையில் இல்லை."

இப்போது போய் அவனிடம் சலேலா விஷயமாகப் பேசினால், ஒருவேளை இவன் சரியென்று ஒத்துக்கொண்டால், இந்த ஊரை விட்டே போக மாட்டேன் என்று சொல்லுவான், ஆகவே இப்போது அதைப் பற்றிப் பேசவேண்டாம் என்று தன் முடிவை மாற்றிக் கொண்டார்.

“நான் தொழிலை மூடிவிடுவதற்காக மெதுவாக நடவடிக்கைகள் எடுத்திருக்கிறேன் என்பது உனக்குத் தெரியும். இன்னும் ஒன்றிரண்டு மாதத்தில் எல்லாத்தையும் முடித்துவிடலாம் என்றிருக்கிறேன். இங்கே நமக்குத் தெரிந்த மனிதர்கள் ஒருவரை ஒருவர் குத்திக் கொன்று கொண்டிருப்பதை என்னால் பார்க்க முடியாது. பெரிய களேபரம் நடப்பதற்கு முன்பு இந்த ஊரைவிட்டு வந்துவிட வேண்டும். அப்போது தகராறு செய்யக் கூடாது என்ன?’

“அப்பா, இந்த ஊரை அவ்வளவு எளிதாக விட்டு வரமுடியும் என்று நினைக்கவில்லை” என்றான் செந்தூர் பாண்டியன். அப்போது அவன் மனதில் சலேலா தோன்றினாள்.

இந்தியாவில் முஸ்லிம்கள் சிறுபான்மையினர் இல்லை, அவர்கள் தனி தேசத்தினர், அவர்களுக்கு தனி நாடு வழங்கப்பட வேண்டும் என்று முஸ்லிம் லீக் கோரிக்கை வைத்தது. அப்போது பஞ்சாபில் சீக்கியர்கள் அதே வாதத்தை முன்வைத்து தங்களுக்கும் தனி நாடு வேண்டும் என்று கேட்டனர். காங்கிரசின் ஒன்றுபட்ட இந்தியாவிற்கு முஸ்லில் லீக் தயாராயில்லை.

எனவே வைஸ்ராய் மவுண்ட் பேட்டன், இந்தியாவைப் பிரித்து சுதந்திரம் வழங்குவதைத் தவிர வேறு மாற்று வழியில்லை என்று ஜூன் 3ஆம் தேதி அதை அறிவித்தார். பஞ்சாபும் வங்காளமும் தங்கள் மாநிலத்தைப் பிரிக்க வேண்டுமா என்பதை தங்கள் சட்டசபையில் வாக்குமூலம் முடிவு செய்ய உரிமை அளிக்கப்பட்டது. அதன்படி பஞ்சாப், வங்காள மாநில சட்டசபைகள் தங்கள் மாநிலங்களை பிரிக்க முடிவெடுத்தன. அங்கிருந்த இந்து மகாசபையினர் அதை எதிர்த்து வாக்களிக்கவில்லை.

கிழக்கு பஞ்சாபிலிருக்கும் சீக்கியர்கள் தங்கள் பகுதியிலிருக்கும் முஸ்லிம்களை விரட்ட ஆளும் அரசுகளின் மறைமுக பலத்துடன் களத்தில் இறங்கின. கிழக்கு பஞ்சாபில் முஸ்லிம்கள் இல்லையென்று சொல்லுகின்ற அளவிற்கு தங்கள் பகுதியை ஆக்கினார்கள். அதேபோல மேற்கு பஞ்சாபில் இருந்த சீக்கியர்களையும், இந்துக்களையும் அங்கிருந்து, முஸ்லிகள் விரட்டி அடித்தனர்.

லாகூர் பகுதியில் ஒரு நிச்சயமற்ற நிலை நிலவியது. லாகூர் இந்தியாவோடு இருக்குமா அல்லது பாகிஸ்தானோடு இணையுமா என்று நிச்சயமாகத் தெரியவில்லை.

முஸ்லிம் சூஃபிக்கள், இந்து ஞானிகள், சீக்கிய குருக்களின் போதனையால் வளர்க்கப்பட்ட பண்பாட்டு பாரம்பரியத்தால் லாகூரில் மத வேறுபாடுகள் மற்ற இடங்களைக் காட்டிலும் குறைவாக இருந்தது. சகல மதத்தவர்களும் இயைந்து வாழும் சூழல் அங்கு இருந்தது. அது இப்போது உடைந்து ஒருவரை ஒருவர் அழிக்கும் வெறித்தனத்துக்குக் காத்திருந்தது.

மார்ச் முதல் வாரத்தில் ராவல்பிண்டியருகே முதல் தாக்குதலை சீக்கியர்கள் துவக்கினார்கள். விரைவில், பல இடங்களிலிருந்த முஸ்லிம்கள் இணைந்து சீக்கியர் கிராமங்களைத் தாக்கினர். பதன்கள் அங்கு வந்து இந்து முஸ்லிம் பெண்களைக் கடத்திக்கொண்டுபோய் விபச்சாரத்திலும் விற்பனையிலும் ஈடுபட்டார்கள். முஸ்லிம் பெண்களை சீக்கியர்கள் கடத்திக்கொண்டு சென்றார்கள். பழிக்குப் பழி வாங்க பெண்களை மானபங்கம் செய்வதுதான் சிறந்த வழி என்று சொல்லிக்கொண்டு தங்களின் வக்கிர உணர்ச்சிக்கு பெண்களைப் பயன்படுத்தினார்கள்.

முஸ்லிம்கள் தாக்கியவுடன், பல சீக்கிய பெண்கள் அவர்கள் கையில் சிக்கி சீரழிவதைக் காட்டிலும் கிணற்றில் குதித்து உயிரை விட்டார்கள். பல சீக்கிய ஆண்கள் தங்கள் மனைவியையும் பெண் களையும் துப்பாக்கியால் சுட்டுக்கொன்றுவிட்டு தாங்கள் மட்டும் எதிர்த்துப் போராடினார்கள்.

லாகூர் பாகிஸ்தானுக்குப் போகிறது என்ற செய்தி கசிய ஆரம்பித்தவுடன் லாகூர் கொதிக்க ஆரம்பித்தது. இந்தியாவுக்கும் பாக்கிஸ்தானுக்கும் எல்லைக் கோட்டை வரைந்த ரட்கிளிஃப், லாகூரை இந்தியாவுக்கு வழங்கியதாகவும், டில்லி, பம்பாய், கல்கத்தா, மதராஸ், லாகூர் ஐந்தும் இந்தியாவுக்கு வழங்கப்பட்டால் தங்களுக்கு ஒரு பெரிய நகரமும் இல்லை, எனவே லாகூரை தங்களுக்குத் தர வேண்டும் கேட்க அதற்கு இந்திய தரப்பு சம்மதிக்க, லாகூர் பாக்கிஸ்தானுக்கு வழங்கப்பட்டது என்ற செய்தியும் சுற்றிக் கொண்டிருந்தது.

ஆகஸ்ட் முதல் வாரத்தில் லாகூரிலிருந்து இந்துக்களையும், சீக்கியர்களையும் வெளியேற்றும் வெறியாட்டம் தொடங்கியது. இது நாள் இரு அணியினரும் தங்களின் தாக்குதலுக்கான தயாரிப்புக்களை வெளிக்காட்ட ஆரம்பித்தார்கள்.

ரகளை ஆரம்பித்த முதல் நாளே, சற்குணம் அதற்கு தயாரா யிருப்பவராய், செந்தூர் பாண்டியனைக் கூப்பிட்டு,

"நாளை அதிகாலையில் நாம் இங்கிருந்து புறப்படுகிறோம். ஒரு காரில் எவ்வளவு பொருட்கள் கொள்ள முடியுமோ அவ்வளவு பொருட்களை மட்டும் எடுத்துச் செல்லுகிறோம். தயாராகு" என்றார்.

"அப்பா, அவ்வளவு அவசரப்பட்டு கிளம்ப வேண்டுமா?" என்றான் செந்தூர் பாண்டியன்.

"சொன்னதைச் செய். ஒவ்வொரு மணி செல்லச் செல்ல, நம் உயிருக்கு ஆபத்து அதிகமாக ஆகிக்கொண்டிருக்கிறது. நாம் இப்போது ஒரு முக்கியமான காரியத்தைச் செய்ய வேண்டும், என்னோடு வா" என்றார் சற்குணம்.

"வந்து காரில் ஏறிக்கொள், போகும்போது பேசிக்கொண்டு போகலாம்" என்றார்.

வெளியே பக்தூர் காரில் தயாராக இருந்தான்.

"பக்தூர். நிலைமை எப்படியிருக்கிறது?" என்று கேட்டார்.

"மோசம்தான். ஆனால் எப்படியும் அங்குப் போய்விட்டு வந்து விடலாம் சாகேப்" என்றான்.

அப்பா கையில் ஒரு பெட்டியோடு காரில் ஏறினார்.

"செந்தூர் பாண்டியன், நான் ஒரு விஷயம் சொல்ல வேண்டும். இது சரியான நேரமா என்று எனக்குத் தெரியவில்லை" என்று அவனைப் பார்த்தார்.

"சொல்லுங்கள் அப்பா" என்று அவரைப் பார்த்தான்.

"ஆறு மாதத்துக்கு முன்னால் யாகூப்பும் சலேலாவும், அவள் அம்மாவும் நம் வீட்டுக்கு வந்திருந்தார்கள். ஞாபகமிருக்கிறதா? அப்போது உனக்கு கல்யாணம் செய்ய வேண்டும், சலேலா போல ஒரு நல்ல பெண் கிடைத்தால் கல்யாணம் செய்துவைத்துவிடலாம்" என்று சையிதாவிடம் பேச்சுக்குச் சொன்னேன். உடனே சலேலாவின் அம்மா, "என் பெண்ணை உங்கள் பையனுக்கு தரத்தாயர்" என்று சொன்னாள். அதை என்னால் மறுக்க முடியவில்லை. உன்னிடம் பேசிவிட்டு அவர்களிடம் பதில் சொல்லுவதாக சொல்லியிருந்தேன். ஆனால் ஒரு முஸ்லிம் பெண் எப்படி நம் குடும்பத்தில் ஒட்டி வாழ்வாள் என்ற சந்தேகம் என்னிடம் இருந்தது. இங்குள்ள அரசியல் சூழலும் இந்தக் கல்யாண விஷயத்தை உன்னிடம் சொல்லி உன்

மனத்தை குலைக்க விரும்பவில்லை. இப்போது சலேலா வீட்டுக்குப் போய்விட்டு, நாங்கள் சொந்த ஊருக்குச் செல்லப் போகிறோம், எங்களை மன்னித்துக்கொள்ளுங்கள் என்று சொல்லிவிட்டு வரப் போகிறோம்" என்றார் சற்குணம்.

"இந்தக் கல்யாணத்தில் சலேலாவுக்கு சம்மதமா, அப்பா?'

"ஆமாம்."

"இதை முன்னமே என்னிடம் சொல்லியிருக்கலாமே. இரண்டு முறை அவர்கள் வீட்டுக்குப் போயிருக்கிறேன். அவர்கள் கூட யாருமே எதுவும் சொல்லிக்கொள்ளவில்லை. எல்லோரும் கல் நெஞ்சக்காரர்களாக இருந்துவிட்டார்கள்" என்றான் செந்தூர் பாண்டியன்.

அதற்கு பிறகு அவர்கள் பேசிக்கொள்ளவில்லை.

வண்டியை ஒருசிலர் நிறுத்தினார்கள். கையில் வாளும் கம்பும் வைத்திருந்தார்கள். அதைப் பார்ப்பதற்கே பயமாக இருந்தது. அவர்களிடம் உருதுவில் ஏதோ பேசினான் பக்தூர். யாகூப் பெயரையும் சொன்னான். அவர்கள் வழிவிட்டார்கள்.

"சாகேப், நிலைமை எதிர்பார்த்ததைவிட மோசமாக இருக்கிறது" என்றான் பக்தூர். யாரும் எதுவும் சொல்லவில்லை.

யாகூப் வீட்டின் முன்னே கார் நின்றது. முதலில் பக்தூர் இறங்கி, சுற்றுமுற்றும் நிலைமையைப் பார்த்துவிட்டு, அவர்களை இறங்கச் சொன்னான்.

சற்குணம் தன் கையில் கொணர்ந்திருந்த பெட்டியை எடுத்துக் கொண்டு இறங்கினார்.

வீடு பூட்டியிருந்தது. கதவைத் தட்டியதற்குப் பின்னால் சையிதா, ஜன்னல் வழியே யார் வந்திருக்கிறார்கள் என்று பார்த்துவிட்டு கதவைத் திறந்தார். அவர்கள் உள்ளே வந்ததும் கதவை மூடினார்.

"அண்ணா, இந்த நேரத்தில் வந்திருக்கிறீர்கள். அப்படி என்ன அவசர விஷயம்" என்றார் சையிதா.

"அவசர விஷயம்தான். யாகூப் இருக்கிறானா" என்று கேட்டார் சற்குணம்.

"அவன் எப்படி இங்கிருப்பான்" என்று வருத்தத்துடன் சிரித்தார் சையிதா.

"நாங்கள் அதிகம் பேசுவதற்கு நேரமில்லை. சலேலா இருக்கிறாளா, வரச் சொல்" என்றார் சற்குணம்.

உள்ளே போய்விட்டு வந்த சையிதா சாப்பிட கையில் கொணர்ந்தாள்.

அவர்கள் யாரும் பேசவில்லை. "இதோ டீ போட்டுக் கொணருகிறேன்" என்று உள்ளே போனார் சையிதா. திரும்பி வரும்போது டீயோடு சலேலாவும் வந்தாள்.

"மாமா நன்றாக இருக்கிறீர்களா?" என்று சொல்லிவிட்டு செந்தூர் பாண்டியனைப் பார்த்தாள்,

"இரண்டு பேரும் உட்காருங்கள், உங்களிடம் கொஞ்சம் பேச வேண்டும்" என்றார். அவர்கள் சோபாவின் நுனியில் உட்கார்ந்தார்கள்.

"நாங்கள் இங்கிருந்து எங்கள் ஊருக்குப் புறப்படுகிறோம். இனி விதியிருந்தால் மீண்டும் நாம் சந்திக்க முடியும்" என்றார்.

அவர்கள் யாரும் எதுவும் பேசவில்லை.

சற்குணம் தன் பெட்டியைத் திறந்தார்.

"அம்மா, இது என் வீட்டுப் பத்திரம். இதை சலேலா பெயருக்கு எழுதியிருக்கிறேன்" என்று அவர் ஒரு கவரை நீட்டினார். அதை சையிதா வாங்கவில்லை.

"இதை வாங்கிக் கொள்ளுகிறேன் காலம் வரட்டும்" என்றார் சையிதா.

"இதை விட்டால் காலம் எப்போது" என்றார் சற்குணம்.

"வரும் பார்க்கலாம்" என்றார் சையிதா.

இன்னொரு கவரை எடுத்து, "பஜாரில் இருக்கும் என் பெரிய கடையை யாகூப் பெயருக்கு எழுதியிருக்கிறேன். இதை அவனிடம் கொடுங்கள். அந்த இடத்தில் கடை நடத்தி நல்லா வரணும். அது நல்ல ராசியான இடம்" என்றார் சற்குணம்.

சையிதா பதில் ஏதும் சொல்லவில்லை.

"அண்ணா டீ ஆறிப்போகிறது, சாப்பிடுங்கள்" என்றார் சையிதா.

அவர்கள் டீயைக் குடித்தனர்.

திரும்பவும் அந்த இரண்டு கவரையும் சையிதாவிடம் நீட்டினார். அவர்கள் வாங்கிக்கொள்ளவில்லை.

"என்மீது உனக்கு கோபம் இருக்கலாம். ஆனால் இப்போது நாம் பிரியும்போது வருத்தத்துடன் விடைபெறவேண்டாமே."

"பிரிவு என்பது எப்போதும் வருத்தம்தானே அண்ணா" என்றார் சையிதா.

"சரி, எங்களுக்கு நேரமில்லை. நாங்கள் புறப்படுகிறோம். காலையில் லாகூரிலிருந்து கிளம்புகிறோம்" என்று எழுந்து புறப்படத் தயாரானார் சற்குணம்.

"அண்ணா, உங்கள் சொத்தை எங்களிடம் விட்டுச் செல்லுகிறீர்கள். பதிலாக எங்கள் சொத்தை நாங்கள் உங்களுக்குத் தர வேண்டாமா?" என்றார் சையிதா.

"என்னம்மா சொல்லுகிறாய்? இங்கிருந்து நாங்கள் எதையும் கொண்டுபோக முடியாது" என்றார் சற்குணம்

"பொருளைக் கொண்டுபோக முடியாதுதான். ஆனால் மனிதர்களை உடன் கொண்டு செல்லலாமே"

"அண்ணா உட்காருங்கள். ஒரு நிமிடம் நான் உங்களிடம் பேச வேண்டும்" என்றார் சையிதா.

அவர்கள் இருவரும் உட்கார்ந்தார்கள்.

"அண்ணா, செந்தூரை கட்டிக் கொள்கிறாயா என்று நீங்கள் சலேலாவிடம் கேட்டதிலிருந்து என் மகள் உங்கள் வீட்டுப் பெண்ணாகி இருக்கிறாள். நீங்கள் நல்ல பதில் சொல்லுவீர்கள் என்று இத்தனைக் காலம் கண்ணீருடன் காத்திருக்கிறாள். இனி போகும் போது அவளையும் அழைத்துச் செல்லுங்கள்" என்று துப்பட்டாவை எடுத்து வாயில் வைத்து, வந்த அழுகையை அடக்கிக்கொண்டார் சையிதா.

சற்குணத்திற்கு என்ன சொல்வது என்று தெரியவில்லை. அவர் மகனைப் பார்த்தார்.

"செந்தூர் பாண்டியன் இது விஷயமாக நான் உன்னிடம் பேசியிருக்க வேண்டும். பேசவில்லை. நீ என்ன சொல்லுகிறாய்" என்று கேட்டார்.

"உங்கள் வார்த்தையைக் காப்பாற்ற எனக்கு சம்மதம், அப்பா" என்றான்.

அந்த வார்த்தையைக் கேட்டு சலேலா கண்ணிலிருந்து நீர் வழிந்தது. அவள் துடைக்கவில்லை.

"சரி என்ன செய்யலாம்?" என்றார் சற்குணம்.

யாரும் எதுவும் பேசவில்லை.

"எங்களோடு ஊருக்கு வருகிறாயா, சலேலா" என்று கேட்டார் சற்குணம்.

அவள் அம்மாவைப் பார்த்தாள்.

"போ மகளே" என்றார் சையிதா. "மாமாவை நமஸ்கரித்துக் கொள்" என்றார்.

சலேலா எழுந்து சற்குணம் காலில் விழுந்து வணங்கினாள்.

"நல்லாயிருக்கணும் சலேலா" என்றார்.

தன் மகனைப் பார்த்து, "அவளை நம்மோடு கூட்டிச் செல்லுகிறோம். உனக்கு சம்மதம்தானே" என்று கேட்டார்.

"சரியப்பா" என்றான் செந்தூர் பாண்டியன்.

"அம்மா பதினைந்து நிமிடத்தில் உனக்கு வேண்டிய மிகக் குறைந்த பொருட்களை எடுத்துக்கொண்டு எங்களோடு புறப்படு" என்றார் சற்குணம்.

"உள்ளே போய் உனக்கு வேண்டிய உடைகளை எடுத்துவை. நானும் வருகிறேன்" என்று சொன்னார் சையிதா. துள்ளிக்கொண்டு சலேலா உள்ளே சென்றாள்.

"செந்தூர் அவளுக்கு உதவலாமே" என்றார் சையிதா. அவனும் உள்ளே சென்றான்

"அண்ணா, ஒரு விஷயத்தையும் நான் சொல்ல வேண்டும். என் மகன் யாகூப் இந்த நிக்காகுக்கு ஒத்துக்கொள்ளவில்லை" என்றார் சையிதா.

யாரும் எதுவும் சொல்லவில்லை.

"அவன் தகராறு செய்யத்தான் செய்வான். அதை நான் கவனித்துக் கொள்கிறேன். அல்லா அவனுக்கு நல்ல புத்தியைக் கொடுப்பார்"

"அம்மா, உங்கள் பிள்ளையை நாங்கள் நன்றாக வைத்துக் கொள்வோம். இந்தக் குழப்பம் எல்லாம் நீங்கிய பிறகு எங்கள் ஊருக்கு வாருங்கள்" என்றார் சற்குணம்.

"கண்டிப்பாக ஆறுமுகநேரிக்கு வந்து போயிருக்கிறோம்" என்ற சையிதா உள்ளே சென்றார்.

தனித்திருந்த சற்குணம் தன் முடிவு சரிதானா என்று தன்னைத் தானே கேட்டார். சம்பந்தப்பட்ட இருவரும் சந்தோசமாக இருந்தால் அது சரியான முடிவுதான் என்று தனக்குள் சொல்லிக்கொண்டார்.

அவர்கள் மூவரும் வண்டியில் புறப்பட்டார்கள்.

சலேலா, தன் அம்மாவையும் வீட்டையும் நன்றாக ஒரு முறை பார்த்தாள். கார் புறப்பட்டது.

இரு பெண்களும் வேறு வேறு காரணங்களுக்காக அழுது கொண்டிருந்தார்கள்.

நான்கு நாள் கழித்து ராகவனுக்கு தந்தி ஒன்று வந்தது. அப்போது எல்லம்மா சமையலில் ஈடுபட்டிருந்தாள். ராகவன் வேலைவிஷயமாக வெளியே போயிருந்ததால் என்ன என்று வெளியே வந்தாள்.

"ராகவனுக்கு தந்தி வந்திருக்கிறது" என்று தபால் ஊழியர் சொன்னார்.

எல்லம்மாவிற்கு கைகால் பதற ஆரம்பித்தது. "தந்தியா? யாருக்கும் ஒன்றுமில்லையே" என்று பதட்டத்துடன் கேட்டாள்.

"இதைப் படித்துப் பாரு" என்று கொடுத்தார் தபால் ஊழியர்.

"எனக்கு இங்கிலிஷ் எங்கே படிக்கத் தெரியும்? என்ன விஷயம்னு சொல்லுங்க" என்றாள்.

"எம்மா, ராகவன் சாரைப் பார்க்க செந்தூர் பாண்டியன் என்று ஒருத்தர் நாளைக்கு பூனாவுக்கு வருகிறாராம். அவரை பூனா ரயில் நிலையத்தில் வந்து சந்திக்கச் சொல்லியிருக்கார்" என்றான்.

"தாயே மீனாட்சி! எனக்கு இப்பத்தான் போன உயிரு திரும்ப வந்திச்சு" என்று சொல்லிக்கொண்டு அந்தத் தந்தியை வாங்கிக்கொண்டு அவள் வீட்டிற்குள் சென்றாள்.

12. வாழ்க்கை சில வேளைகளில் இவ்வளவு கொடூரமானதாக இருக்குமா?

பூனாவுக்கு ராகவன் வந்து பத்து மாதம் ஆகிவிட்டது. பத்திரிகை நிருபராக இருக்க மக்கள் பேசும் மராத்தி மொழியும் அவசியம் என்பதை உணர்ந்து அதை வாசிக்கவும், எழுதவும் கற்றுக்கொண்டான். முதலில் கற்பதற்கு சோம்பேறித்தனமாக இருக்கிறது என்று தள்ளிப்போட்டுக்கொண்டு வந்தான். எந்தச் சோம்பேறித்தனத்திற்கும் அடிப்படைக் காரணம் ஆர்வமின்மைதான். ஆகவே ஆர்வத்துடன் அதைக் கற்க வேண்டும் என்று முயன்றான். அந்த வேளையில்தான், காந்தி நவகாளியில் உட்கார்ந்து, தன் 78வது வயதில் தீவிரமாக தினமும் வங்காள மொழியைக் கற்றுக்கொள்ளுகிறார், குழந்தை போல தினமும் நோட்டில் எழுதுகிறார் என்ற செய்தியைப் படித்தான். அது தானும் மராட்டி மொழியைக் கற்க வேண்டும் என்ற ஆர்வத்தை வளர்த்தது.

இப்போது அவன் கோட்சேயின் அக்ராணி மராட்டி தினசரியை ஓரளவு படித்து அர்த்தம் புரிந்துகொள்ளும் அளவுக்கு மொழிப் பயிற்சியில் வளர்ந்திருந்தான்.

தன் நவகாளி, பீகார் யாத்திரையை முடித்துக்கொண்டு காந்தி, 1947, ஏப்ரல் 6ஆம் தேதி டில்லிக்குத் திரும்பியிருந்தார். அன்று நடை பெற்ற பிரார்த்தனைக் கூட்டத்தில் காந்தி இவ்வாறு பேசியிருந்தார்.

"இந்துக்களின் இருப்பை நிர்மூலமாக்க முஸ்லிம்கள் முயன்றாலும், நாம் அவர்கள் மீது கோபம் கொள்ளக் கூடாது. அவர்கள் வாளைக் கொண்டு அழிக்க வந்தாலும், நாம் இறப்பைத் தைரியமாக எதிர் கொள்ள வேண்டும். அவர்கள் ஒருவேளை, உலகை ஆளலாம், ஆனால் நாம்தான் உலகின் மக்களாக ஆகியிருக்கிறோம். நாம் சாவைக் கண்டு பயப்படக்கூடாது. நாம் பிறப்பதற்கும் இறப்பதற்கும்தான் இந்த உலகிற்கு வந்திருக்கிறோம். எதற்கு வருத்தப்பட வேண்டும்? நம் இதழில் புன்சிரிப்போடு இறப்போம் என்றால் நாம் புது வாழ்க்கைக்குள் நுழைகிறோம். அவ்வாறு நாம் புது இந்தியாவை உருவாக்குகிறோம்" என்று காந்தி பேசியிருந்தார்.

அதற்கு அக்ராணியில் கோட்சே தலையங்கத்தில் இவ்வாறு எழுதியிருந்தான்.

"போலிசின், ராணுவத்தின் உதவியில்லாமல் நடமாடத் திராணியற்ற இந்தக் கோழை, தொட்டால் அமைச்சர்களாக இருக்கும் பல அகல்யைகளை சூர்ப்பனகைகளாக மாற்றும் இவன், குண்டும், பீரங்கியும், பிரிட்டிஷ் வீரர்களும் துணையில்லாமல் நிர்வாகத்தை நடத்த முடியாத இவன், இந்துக்களைப் பார்த்து எதிர்த்து நிற்காமல் தியாகம் செய் என்று சொல்லுவது கேவலத்திலும் கேவலம் அல்லவா. அதிகாரத்தால் கண்கட்டி வைத்திருக்கும் இந்தச் சுல்தானுக்கு இந்து இரத்தம் என்பது ஒரு காசுக்கு மதிப்பில்லாத ஒன்றா? தன் சமூகத்துக்கு துரோகியான இந்தப் பனியாவுக்கு, இவ்வளவு இந்து இரத்தம் ஆறாக ஓடியது போதாது என்று அந்த அரக்கத்தனமான எதிரியின் இரத்த வெறிக்கு இன்னும் இரத்தப் பலி கொடுக்க புதுவழி தேடுகிறாரா?" என்று எழுதியிருந்தான்.

அன்று 1947, ஏப்ரல் 14ஆம் தேதியிட்ட அக்ராணி பத்திரிகையில், கோட்சே எழுதியிருந்த கட்டுரையில் இவ்வாறு எழுதியிருந்தான்.

"இந்துக்களிடமிருக்கும் எதிர்க்கும் குணத்தை, ஒருதலைப் பட்சமான அஹிம்சை மூலமாக முழுமையாக மழுங்கடிக்க வேண்டும் என்பதை காந்திஜி தன் வாழ்நாள் லட்சியமாக எடுத்துக்கொண்டிருக்கிறார். தன்னுடைய பிரார்த்தனைக் கூட்ட உரையில் ஜின்னா, சுதந்திர இந்தியாவின் தலைமைப் பொறுப்பை ஏற்றுக்கொள்ள வேண்டும் என்று தாம் ஆர்வமுடன் இருப்பதாகச் சொல்லியிருக்கிறார்... ராஜாஜியின் வாயிலாக ஏற்கெனவே ஜின்னா கையில் இந்திய பிரதம அமைச்சராகி அதிகாரத்தைக் கொடுக்க முயன்றிருக்கிறார். இப்போது சுதந்திரம் வந்து நம் கதவைத் தட்டும் போது, இந்து நாட்டின் இந்த தேசத் துரோகி, பச்சையாக ஜின்னாவை அழைத்து, 'ஜின்னாபாய், எதற்கு இந்தியாவில் நாலில் ஒரு பங்கான பாக்கிஸ்தானைக் கேட்டுக் கொண்டிருக்கிறீர்கள்? இந்த எளிய வேலைக்காரன், இந்தியா முழுமையும் உங்கள் காலடியில் தரக் காத்திருக்கிறான். இதிலிருந்து என்ன தெரிகிறது என்றால், இந்த மோகாத்மாவிற்கு (கெட்ட ஆத்மாவிற்கு) இன்னும் இந்து இரத்தத்தின் மீது கொண்ட தாகம் தீரவில்லையென்று தெரிகிறது."

இந்த இரண்டையும் படித்த ராகவனுக்கு, அக்ராணிக்கு ஒரு கட்டுரை எழுத வேண்டும் என்று தோன்றியது. கண்டிப்பாக இதை கோட்சே வெளியிட மாட்டான் என்பது அவனுக்குத் தெரியும். ஆயினும் கோட்சே சொல்லுவதற்கு மாற்றுக் கருத்து இருக்கிறது, உண்மையின் மறுபக்கம் இருக்கிறது என்று காட்டுவதற்காக உட்கார்ந்து எழுத ஆரம்பித்தான்.

அன்புள்ள அக்ராணி ஆசிரியர் அவர்களுக்கு,

இப்போது நாம் அந்நிய ஆட்சியாளருக்கு எதிரான போர்க் களத்தில் இல்லை. அந்தப் போர் வெற்றிகரமாக முடிவுற்று, சுதந்திரம் நம் வாசற்கதவைத் தட்டுகிறது.

இந்த வேளையில், ஒன்றை மனதில் நினைத்துப் பாருங்கள். இவ்வளவு உனர்ச்சிவசப்பட்ட நீங்களும், உங்கள் பின்னாலிருந்து உங்களை இயக்கும் சபைகளும் இந்தச் சுதந்திரத்திற்காக என்ன செய்தீர்கள்? இந்தச் சுதந்திரத்துக்கு ஒரு துரும்பை எடுத்து தூர போட்டிருப்பீர்களா? ஆங்கிலேயருக்கு எதிராக ஒரு போராட்டத்தை நடத்தியிருப்பீர்களா? அவர்களுக்கு எதிராக ஒரு வார்த்தை சொல்லி யிருப்பீர்களா? அகிம்சைதான் உங்களுக்குப் பிடிக்கவில்லை, வன்முறையும் தர்மம்தான் என்று கீதை சொல்லுகிறது என்று முழங்கும் நீங்கள் ஒரு வன்முறைச் செயலையோ, ஒரு புரட்சிகரமான செயலையோ செய்திருப்பீர்களா?

எனக்கு வேறு நல்ல உதாரணம் கிடைக்காத காரணத்தால், இதைச் சொல்லுகிறேன், ஆங்கிலேயரின் வளர்ப்பு பிராணிகளாக அவர்கள் காலைச் சுற்றி சுற்றி வந்துகொண்டு, அவர்கள் மேஜையிலிருந்து விழும் எச்சில் துண்டுகளுகாக அலையும் பிராணிகளாக இருந்தீர்களே. அப்போது இதே காந்தியின் சொற்கேட்டு, இந்திய மக்களின் இரத்தம் தரையில் ஓடியதே, அப்போது உங்களின் இந்து இரத்தப் பாசம் ஏன் உறையிலிட்ட வாளாய் மறைந்து கிடந்தது?

உங்களின் அடிப்படை தேடல் பதவி சுகம். அன்று ஆங்கிலேயர் அருகில் இருந்து அவர்களோடு குளிர் காய்ந்துகொள்வதில் சுகம் கண்டீர்கள். இன்று வாய்ப்பு வரும்போது நாமே பதவி நாற்காலியில் உட்கார்ந்துகொள்ளலாமே என்ற ஆசைவருகிறது. அதற்காக உழைத்தவனை சேற்றில் அமிழ்த்திவிட்டு நீங்கள் உரிமை கோர எதையோ பேசுகிறீர்களே! இது நியாயமா என்று அமைதியாக இருக்கும் போது உங்கள் மனசாட்சியைத் தொட்டுப் பாருங்கள். அது எப்போதும் உண்மையைப் பேசும். அதைக் கேளுங்கள்.

அகண்ட பாரதம் என்ற வரைபடத்தை வைத்துக்கொண்டு, போய் விட்டதே என்று ஒப்பாரி வைக்கிறீர்களே. புத்த மத்தைத் தழுவிய பர்மாவும் இலங்கையும் உங்களோடு சேர்ந்து இருக்கிறோம் என்று எப்போதாவது சொல்லியிருக்கிறார்களா? ஆப்கானிஸ்தானுக்கும் உங்களுக்கும் என்ன தொடர்பு? முஸ்லிம்கள் எங்கள் கலாச்சாரத்தை ஏற்றுக்கொண்டு நாங்கள் சொன்னதுபோல இருக்கவேண்டும் என்று

சொன்னால் எந்த முஸ்லிம் உங்களோடு ஒரே நாடாக இருக்க விரும்புவான்? இந்துவும் முஸ்லிமும் தனித் தனி தேசம், அவர்கள் இணைந்திருக்க முடியாது என்று ஜின்னாவுக்கு அடியெடுத்துக் கொடுத்தது யார் என்று உங்களுக்குத் தெரியுமா?

'இன்று அடுப்பில் எண்ணெய் விட்டுக் கொளுத்திவிட்டு, பானை கொதிக்கிறதே' என்று ஒப்பாரி வைப்பதுபோல, முஸ்லிமை இரண்டாம் தர மக்களாய், எதிரிகளாய் நடத்திவிட்டு அவர்கள், நாங்கள் போகிறோம் என்று சொல்லுவதற்கு முழுமுதற் காரணம் உங்களின் அணுகுமுறை தான். அவர்கள் நம்மோடு இணைந்து வாழ தேவை அவர்கள் நம்மீது கொள்ளும் நம்பிக்கை. அந்த நம்பிக்கையை வார்த்தெடுக்க காந்தி அவர்களிடம் என்னவெல்லாமோ பேசிப்பார்க்கிறார். அதைப் புரிந்துகொள்ளாமல், அவரைத் துரோகி என்று சொல்லுகிறீர்கள்.

'அகண்ட பாரதம் வேண்டுமா? அதை காந்தி ஒருவரால் மட்டுமே பெற்றுத் தர முடியும். கண்ணை மூடிக்கொண்டு காந்தியை நம்பி, என்ன வேண்டுமானாலும் செய்யுங்கள், ஒன்றான இந்தியாவைத் தாருங்கள், நீங்கள் சொல்லுவதை நாங்கள் கேட்கிறோம்' என்று அவரிடம் சொல்லிப் பாருங்கள். இந்தியா பிரியாமலிருக்க வழியிருக்கிறது.

ஒன்றைப் புரிந்துகொள்ளுங்கள். பிரிவினைக்குக் காரணம், அவரல்ல, நீங்கள்.

'ஜூலை மாதத்தில், வங்காளத்திலும் பஞ்சாபிலும் பிரிவினை வேண்டுமா என்று வாக்கெடுப்பு நடத்தப் போகிறார்கள். அதன் முடிவு எப்படி வரும் என்று தெரிவதற்கு அரசியல் அறிவு ஒன்றும் வேண்டாம். நான் சொல்ல வருவது என்னவென்றால், அங்குப் போய் பிரிவினை வேண்டாம், அகண்ட பாரதம் நமக்கு வேண்டும்' என்று சொல்லிப் பாருங்கள். இந்துக்களே உங்களை ஏற்றுக்கொள்ள மாட்டார்கள்.

'மக்களே ஒன்றுபட்ட நாடு வேண்டாம் என்றால், அதை மாற்ற காந்தியாலும் முடியாது.'

இன்று எதிரிகள் என்று நீங்கள் சொல்லும் முஸ்லிம்கள், இந்த மண்ணில் உங்களோடும் என்னோடும் வாழ்ந்தவர்கள். இந்தக் காற்றை, கங்கையின் சிந்துவின், காவிரியின் தண்ணீரைக் குடித்து உங்களையும் என்னையும்போல வாழ்ந்தவர்கள். அவர்களும் இந்த மண்ணின் மைந்தர்கள் தான். மதம் ஒருவனின் மண்ணைத் தீர்மானிப்பதில்லை. அவனின் பிறப்பும் வளர்ப்பும், நம்பிக்கையும் அதைத் தீர்மானிக்கின்றன. அவர்களும் நம்மவர்களே என்றுதான் காந்தி பார்க்கிறார். வாசுதேவ

குடும்பம் என்று நம் வேதம் சொல்லுகிறது என்று பெருமிதத்தால் நெகிழ்ந்து போகிறீர்களே. அதைத்தான் காந்தி தன் வாழ்க்கையில் செய்து காட்டினார். முஸ்லிம் இந்து என்பதெல்லாம் வெளி அடையாளங்கள். நம் குறுகிய மனதின் வெளிப்பாடுகள். கலகத்தாவில் ஐயாயிரம் பேர் செத்துக் கிடந்தார்களே, அதில் இந்து முஸ்லிம் என்ற பேதம் இருந்ததா? சாவு நம்மை சமத்துவப்படுத்துவதுபோல, பிறப்பும் நம்மை பேதம் செய்வதில்லை. எல்லா மனிதர்களையும் தன் சகோதனராக அரவணைக்கும் நீண்ட கைக்கொண்ட மனிதராக காந்தியோடு உங்களை வைத்துப் பாருங்கள். உங்கள் வெறித்தனத்தின் சிறுமையும், அவர் என்ன உயர்ந்த தளத்தில் இருந்து பேசுகிறார் என்பதும் புரியும்.

அவரை துரோகியான பனியா என்று அடையாளப்படுத்தப் பார்க்கிறீர்கள். மூன்று தலைமுறைக்கு முன்னால் இருந்தே காந்தியின் குடும்பம் பனியாத் தொழிலைச் செய்யவில்லை. இங்குள்ள பேஷ்வா தொழிலைச் செய்தார்கள். நான் சொல்ல வருவது காந்தியின் வருணம் சாதி பற்றியில்லை. அது தேவையுமில்லை. சுதந்திரத்துக்கு இவன் பனியா, இவன் பிராமணன், இவன் சூத்திரன் என்பது தெரியுமா? சமத்துவமே சுதந்திரத்தின் தலைவாயில்! சுதந்திரம் வரும்போதே, நீங்கள் உங்களுக்கு வசதியாக இருக்கும் சாதியைக் கட்டிப்பிடிக்க, கட்டிக் காக்க முயலுகிறீர்கள்.

காந்தி கண்ட சுதந்திரம் ராம ராஜ்யம். அவர் ராமனை புராண தெய்வமாகப் பார்க்கவில்லை. ஒவ்வொரு ஏழையைத்தான் அவர் ராமனாகப் பார்த்தார். அவரின் தேசத்தில் ஒவ்வொரு ஏழையும் ராமன் தான். இது ஏழைகளுக்கான சுதந்திரம். உங்களைப் போன்று எப்போதும் சமூகத்தின் மேல்தட்டில் உட்கார்ந்து காலாட்டிக் கொண்டிருப்பவர் களுக்காக இந்தச் சுதந்திரம் இல்லை. இது சூத்திரனுக்கும், தலித்துக்கும், முஸ்லிமுக்கும் சேர்த்துக் கிடைத்த சுதந்திரம்.

இந்தப் பார்வையில் காந்தியைப் பாருங்கள்.

இந்திய வரலாற்றில் இரு போக்குகள் உள்ளன. ஒன்று பிராமண சத்திரிய வழிமுறை. அது மனிதர்களை கீழும் மேலுமாக அடுக்கும் முறை. கையில் சாட்டையையும் சக்கரத்தையும் வைத்துக்கொண்டு, ஞானத்தைப் போதித்த கிருஷ்ணனின் வழி நிற்கும் வழிமுறை. திலகர், அரவிந்தர், உங்கள் பகுதியிலிருக்கும் சித்பவன பிராமணர்கள் அந்த வழியே சிறந்த வழியென்று மற்ற அனைத்தையும் நிராகரிக்கின்றனர். இந்தியாவில் மறக்கப்பட்டிருந்த சமண பௌத்த பண்பாட்டின் கூறான சாத்வீக பண்பாட்டை இந்தப் பனியா காந்தி நாட்டிற்கு அறிமுகம்

செய்தார். சமணமும் பௌத்தமும் பனியாக்களின், வர்த்தகர்களின், சாமான்ய மக்களின் மதம். அந்த விளக்கின் வெளிச்சத்தை காந்தி தூண்டிவிட்டார். அந்த விதத்தில் காந்தியைச் சொல்லுவீர்கள் என்றால் காந்தி பனியா என்பதை நான் ஏற்றுக்கொள்கிறேன். ஆனால் துவேசத்தை, கீழ்மையை அடையாளப்படுத்த அவரின் சாதியைச் சொல்லுவீர்கள் என்றால் உங்களோடு நான் மாறுபடுகிறேன். கொள்கை ரீதியாக நான் உங்களை எதிர்த்துப் போராடுகிறேன்.

காந்தி துரோகியா?

இந்தக் கேள்வி என்னிடம் எதிர்ப்பு அலைகளை உண்டாக்கியது. ஆனாலும் சுதந்திர நாட்டில் ஒருவருக்கு கருத்துச் சுதந்திரம் உண்டு என்பதால் என்னை அடக்கிக்கொண்டேன்.

காந்தியை நீங்கள் ஏற்றுக்கொண்டாலும் கொள்ளாவிட்டாலும் அதனால் ஒன்றும் ஆகிவிடப்போவதில்லை. ஆனால் அவரின் ஒரு நடைமுறையை ஏற்றுக்கொள்ளுங்கள். அரசியல் களத்தில் அவர் உணர்ச்சியை வெளிப்படுத்துவதில்லை. இன்று மற்றெல்லாக் காலங் களையும் விட அரசியல் முதன்மையான சக்தியாக வடிவெடுத் திருக்கிறது. அது இரண்டு பக்கமும் கூர்மையான ஆயுதம். அதை மிக நுட்பத்துடன் பயன்படுத்த வேண்டும். கத்தியும் உணர்ச்சியும் மிக கொடூரமான கலவை. அதைக் காந்தி அறிந்திருந்தார். அதை நீங்களும் பொறுப்புணர்ந்து கடைபிடிக்க வேண்டும் என்று கேட்டுக் கொள்கிறேன்.

அடுத்த மனிதனை வெறுக்கத் தூண்டுவது எளிது. அடுத்த மனிதனையும் நேசிக்க சொல்லித் தருவது கஷ்டம். எப்போதும் எளிதாகத் தோன்றுவது நரகத்தின் பாதை. அது வேண்டாம் என்று காந்தி சொல்லித் தருகிறார்.

தன் வாழ்க்கையை திறந்த புத்தகமாக வைத்து, இப்போது உரக்கப் பேசும் பலரைப்போல உள்ளே ஒருமாதிரியாக வாழ்ந்து வெளியே இன்னொன்றாய் வாழும் இரட்டை வாழ்க்கை வாழாமல், இந்த நாட்டின் சாதாரண ஏழையை, பெண்களை, ஹரிஜனனை ஆங்கிலேயருக்கு எதிராய் தியாகப் படை திரட்டிய அந்த மனிதனை தேசத் துரோகி என்று எளிதாய் உங்களால் குற்றஞ்சாட்டிவிட முடியும். ஏனென்றால் அவர் எவரையும், உங்களையும் சேர்த்துதான் எதிரியாகப் பார்ப்பதில்லை.

முடிவாக, காந்தியைப் புரிந்துகொள்ள எளிதாக முடியாது என்ற உண்மையையும் உங்கள் முன் வைக்கிறேன். காந்தியைப் புரிந்து

கொள்ள, நாம் எப்படிப்பட்ட மனிதர் என்பதை நாம் புரிந்துகொள்ள வேண்டும். நாம் நம் எதிரிகளிடம் எப்படி நடந்துகொள்கிறோம் என்பதை வைத்துத்தான் காந்தியை நாம் மதிப்பீடு செய்ய முடியும். நம் எதிரியை கருணையுடன் நடத்தும் பாங்கு நம்மிடம் இருந்தால், காந்தி நமக்கு மனிதத் தெய்வமாகத் தெரிவார். நம் எதிரிகளின் தலையைக் கொய்திடும் வீம்பு நம்மிடம் இருந்தால், காந்தி கோழையாக, துரோகியாகத் தெரிவார். நம்மின் பிம்பத்தின் வழியாக காந்தியை நிர்ணயம் செய்கிறோம். ஆகவே மாற வேண்டியது, அவரல்ல, நம் பார்வை, எதிரிகள் மீது நாம் கொண்டுள்ள பார்வை.

இப்படிக்கு,
ஸ்ரீநிவாச ராகவன்

என்ற இந்தக் கட்டுரையை நேரில் கொடுக்கலாமா அல்லது தபாலில் அனுப்பிவிடுவதா என்று யோசித்தான். நேரில் கொடுத்தால் கோட்சே என்ன எதுவென்று படிக்காமலே ஒதுக்கி வைத்துவிடலாம். தபாலில் அனுப்பிவைத்தால் என்ன எழுதியிருக்கிறான் என்றாவது படிக்கலாம், ஆகவே தபாலில் அனுப்பிவைத்து விடுவது என்று நினைத்து தபாலில் போட்டான்.

அந்தக் கடிதத்தை அனுப்பிய பின்புதான் அவனுக்கு மனம் சற்று ஆறுதலடைந்தது.

ஒரு நாள் அவனும் அப்பாவும் வழக்கம்போல தரையில் உட்கார்ந்து இரவு உணவு உண்டுகொண்டிருந்தார்கள். அம்மா அடுக்களையில் நின்று தோசை வார்த்துக்கொண்டிருந்தாள். அப்போது காந்தி திருநெல்வேலிக்கு வந்ததை அப்பா பேசிக்கொண்டிருந்தார். அம்மா காந்தி கேட்டார் என்று தன் கையில் போட்டிருந்த வளையலைக் கழற்றிப் போட்டுவிட்டதை அப்பா பேசிக்கொண்டிருந்தார். விளையாட்டாக அப்பா சொன்னார், "காந்தி பலே திருடர், சின்னக் குழந்தை கழுத்தில் போட்டிருப்பதை கழற்றிவிடுவதுபோல பெண்களிடமிருந்து கழற்றி வாங்கிவிட்டார்" என்றார்.

"ஏன்னா, காந்தியைப் பற்றி இப்படிப் பேசுறேளே" என்று அழுது கொண்டு வந்து தோசையைப் போட்டாள்.

"சாரி அலமேலு, விளையாட்டாக அப்படிப் பேசினேன்" என்றார் அப்பா.

"நம் பெருமாளை அப்படிப் பேசுவேளா" என்று அம்மா கேட்டது அவனுக்கு நினைவுக்கு வந்தது.

நானும் அம்மாவின் வார்ப்பாகத்தான் இருக்கிறேன் என்று சொல்லிக்கொண்டான். அது அவனுக்கு சந்தோசமாக இருந்தது.

ஒரு வாரம் ஆகியிருக்கும். ராகவனுக்கு அந்தக் கடிதம் அனுப்பியதே மறந்து போய்விட்டது.

இன்னொரு விஷயமும் நடந்துவிட்டது. ஜூன் மாதக் கடைசியில், பூனாவில் ஒரு நூலகத்திலிருந்து எறிகுண்டு வீச, அது வெடித்துச் சிதறியது. ஒரு காருக்கு சேதம் ஏற்பட்டது. மற்றபடி உயிருக்கும் உடைமைக்கும் சேதம் ஏற்படவில்லை. அதாலே என்ற இந்து மகாசபை தொண்டரைப் போலிஸ் கைதுசெய்தது. அவரிடமிருந்து இந்தக் குண்டு வெடிப்பில் நாராயண் ஆப்தேக்கும் சம்பந்தம் இருக்கிறது என்ற தகவல் பெற்று ஆப்தேயைப் போலிஸ் கைது செய்தது. இந்தச் செய்தி பம்பாயிலிருக்கும் முதல்வர் கவனத்துக்கும் சென்றது.

நாராயண் ஆப்தே நடத்திவந்த ரைஃபிள் கிளப்பைச் சோதனை யிட்டனர். வெடி ஆயுதங்களை வைத்திருந்ததாக அவன் போலிஸ் மீது வழக்கு பதிவு செய்யப்பட்டது. காங்கிரஸ்காரர்கள் நடத்திய கூட்டத்தில் தன் ஆதரவாளர்களுடன் ஆப்தே புகுந்து, தன்னைக் கைது செய்ததற்காக அவர்கள் மன்னிப்புக் கேட்க வேண்டுமென்று கலாட்டா செய்தான். இதற்காக ஆப்தே மீண்டும் கைது செய்யப்பட்டான். ஆகவே, அக்ராணி பத்திரிகை போலிஸ் கண்காணிப்பில் இருக்கிறது என்பது தன் பத்திரிகை நண்பர்கள் வாயிலாக ராகவனுக்குத் தெரிய வந்தது. ஆகவே இந்து ராஷ்ட்ரா பிரஸ் அலுவலகத்துக்குப் போய் அவர்களின் வம்பில் தானும் மாட்டிக்கொள்ளக் கூடாது என்று ராகவன் அங்குச் செல்வதைத் தவிர்த்தான்.

ஆனால் ஜூலை இரண்டாம் வாரத்தில் கோட்சே, ராகவன் வீட்டிற்கு வந்தான்.

“என்ன ராகவன், கட்டுரை எழுதி அனுப்புகிறாய், நேரில் வந்து என்னிடம் விவாதிக்க மாட்டாயா?” என்று ராகவன் எழுதிய கடிதத்தை தன் சட்டைப் பையிலிருந்து வெளியில் எடுத்தான் கோட்சே. அந்தக் கட்டுரையில் பல இடங்களில் அடிக்கோடிட்டு இருப்பதையும், சில கருத்துக்களை அதன் பக்கத்தில் கோட்சே கிறுக்கியிருப்பதையும் கவனித்தான் ராகவன்.

“எல்லா விசயத்தையும், சின்னவனான நான் உங்களிடம் பேச தயக்கமாக இருந்த்து. எனக்கு தவறு என்று பட்டதை உடனே உங்கள் கவனத்திற்குக் கொண்டுவரவேண்டும் என்று தோன்றியது” என்றான் ராகவன்.

"நன்றாய் எழுதியிருக்கிறாய். காந்தி தாசன் என்பதை வெளிச்சம் போட்டுக் காண்பித்திருக்கிறாய்."

சிரித்தான் ராகவன். "உங்கள் பத்திரிகையில் அதை வெளியிடுவீர்களா?" என்று கேட்டான் ராகவன்.

"மாட்டேன் என்பது உனக்கே தெரியும்."

"ஏன் மாற்றுக் கருத்துக்கு இடம் கொடுக்க மாட்டேன் என்று சொல்லுகிறீர்கள்?"

"எங்கள் அரசியல், விவாத மேடையல்ல. நாங்கள் சரியென்று முடிவெடுத்துவிட்டால் அதை விவாதத்துக்குக் கொண்டுவருவதில்லை. மேலிருப்பவர்கள் எடுத்த முடிவை அனைவரும் ஏற்றுக்கொள்ள வேண்டும்."

"உரையாடலுக்கும், சாமான்யரின் கருத்தை ஏற்பதற்கும் இடமில்லை என்று சொல்லுகிறீர்கள். ஜனநாயக காது உங்களிடம் இல்லை."

"எங்களிடம் ஜனநாயக காது உண்டு, ஆனால் ஜனநாயக வாய் இருக்கக் கூடாது. நாங்கள் உருவாக்க விழைவது ஒரு இராணுவ மயமாக்கப்பட்ட இந்து சமூகம். அங்கே வலிமைதான் முக்கியம். விவாதம் வலிமையைச் சிதைப்பதில்தான் முடியும். இராணுவ அமைப்பில் எதுவும் மேலிருந்து கீழே இறங்க வேண்டும். நம் வருண அமைப்பும் ஏறக்குறைய அப்படித்தான் அமைந்திருக்கிறது. அதை எவரும் கேள்வி கேட்கக் கூடாது. அதனால்தான் அது இதுநாள்வரை நிலைத்திருக்கிறது."

"பேஷ்வாக்களின் ஆட்சி வெகுநாள் நீடிக்காது" என்றான் ராகவன் சிரித்துக்கொண்டே.

"பேஷ்வாவை விடு. இந்தக் காங்கிரஸ் அரசாங்கம் எங்களுக்கு பெரிய குடைச்சலைக் கொடுக்கிறது. வெள்ளைக்காரன் தேவலை என்று ஆக்கிவிட்டார்கள். இவர்கள் எப்படி ஜனநாயகத்தைக் கொண்டு வருவார்கள் என்று தெரியவில்லை."

"நீங்கள் ஜனநாயக பண்புடன் நடக்க மாட்டீர்கள், மற்றவர்கள் மட்டும் உங்களிடம் மிகுந்த ஜனநாயக நெறியுடன் நடக்க வேண்டும் என்று எதிர்பார்க்கிறீர்களே."

"பாரேன், வெகு விரைவில் அக்ராணியை மூடுவதற்கும் உத்தரவு வரும் என்று எனக்கு தகவல் சொல்லியிருக்கிறார்கள்."

"சுதந்திர தினமெல்லாம் வருகிறது. அந்த வேளையில் பத்திரிகையை நிறுத்தாமல் பாத்துக்கொள்ளுங்கள்."

"என்ன சுதந்திர தினம்? இது இந்துக்களுக்கு சுதந்திர தினமில்லை"

"நீங்கள் சொல்வது ஒரு விதத்தில் சரி. மேலே இருக்கும் 15 சதவீதமான இரு பிறப்பாளர்கள், மீதமிருக்கும் 85 சதவீதம் இந்துக்களை, அடிமைகளாகத்தான் யுகாந்திரமாக வைத்திருக்கிறீர்கள். அவர்களுக்கு என்று உண்மையான சுதந்திரம் கொடுக்கப் போகிறீர்கள்?" என்று ராகவன் கேட்டதும் கோட்சே கொதித்து எழுந்ததைப் போல காணப்பட்டான்.

"ராகவன், நீ உண்மையிலே பிராமணன் தானா?" என்று கேட்டான் கோட்சே.

"தெரியாது, என் அம்மாவிடம்தான் இதைக் கேட்டுத் தெளிவு பெறவேண்டும்."

"இப்படிப் பேசுவது இந்தக் காலத்து பசங்களுக்கு ஒரு ஃபேசன் போல ஆகிவிட்டது. நீங்கள் தெற்கில் பாதுகாப்பாக இருந்து விட்டீர்கள். நாங்கள் இங்கு முஸ்லிம்களிடம் எவ்வளவு பாடுபட்டோம் என்பது உங்களுக்குத் தெரியாது. இந்த இந்து வருண அமைப்பே இந்து மதத்தை பிடித்து வைத்திருக்கிறது."

"இந்த வருண அமைப்பே, இனி வருங்காலத்தில் இந்து மதத்தை அழிக்கும். அதனால்தான் காந்தியே, அடுத்த பிறவி என்று இருக்கு மென்றால் நான் ஒரு பாங்கி வகுப்பில் அதாவது தலித்தாகப் பிறக்க வேண்டும் என்று சொல்லியிருக்கிறார்."

"அவர் விளம்பரப் பிரியர். அதற்காக அப்படிச் சொல்லி யிருப்பார்."

"சரி, நீங்கள் ஒரு பேச்சுக்காகவேனும் அப்படிச் சொல்ல முடியுமா?" ஏன்றதும்,

"ராகவன், வேறு எவராவது இப்படி குதர்க்கமாக என்னிடம் பேசினால் நான் கன்னத்தில் அறைந்திருப்பேன். ஆனால் உன்னை எனக்குப் பிடித்திருக்கிறது. ஏனோ நீ என்ன சொன்னாலும் நான் பொறுத்துக்கொள்கிறேன். இப்போது எனக்கு தலைவலிக்கிறது. நல்ல காபி கிடைக்குமா?" என்று கேட்டான் கோட்சே.

"டிக்காசன் இருக்கிறது. நல்ல காபி தருகிறேன்" என்று எழுந்தான் ராகவன்.

"காபி கொடுத்தே என்னை ஜெயித்துவிடுகிறாய்" என்றான் கோட்சே.

அன்று பத்து மணி வாக்கில், வெளியில் தன் வேலையை முடித்துக்கொண்டு ராகவன் உள்ளே வந்தான். இன்னும் வேலை முடித்து போகாமல் எல்லம்மா உட்கார்ந்திருந்தாள்.

"அக்கா! இன்னும் போகலையா?" என்று கேட்டான் ராகவன்.

"உங்களுக்கு ஒரு தந்தி வந்திருக்கிறது தம்பி"

"தந்தியா?" என்று கேட்டான் ராகவன்.

"பயப்படும் படி ஒன்றுமில்லையென்று போஸ்ட்மேன் சொன்னார்" என்று சொல்லிக்கொண்டு அதைக் கொடுத்தாள்.

"ஆகஸ்ட் 7ஆம் தேதி காலையில், பூனா மெயிலில் பூனா வருகிறேன். காலையில் ஸ்டேசனுக்கு வந்துவிடு - செந்தூர் பாண்டியன்" என்று தந்தியிருந்தது.

'லாகூரில் பிரச்சினை காரணமாக வருகிறானோ' என்று ராகவன் நினைத்துக்கொண்டான்.

"எல்லம்மா அக்கா, நாளைக்கு என் நண்பன் அதிகாலையில் இங்கு வருகிறான். அவன் கொஞ்ச நாட்களுக்கு இங்குதான் இருப்பான். அதற்கு அடுத்த நாள் இன்னொரு நண்பன் இலங்கையிலிருந்து வருகிறான். அவன் பத்து நாட்கள்தான் இங்கிருப்பான். இனி மூன்று பேருக்கு சமைக்க வேண்டியிருக்கும்" என்றான் ராகவன்.

"அதனால் என்ன? ஒரு ஆளுக்கு சமைப்பதுபோல மூன்று பேருக்கு சமைத்துவிட்டுப் போகிறேன்" என்றாள்.

அடுத்த நாள் அதிகாலையில் ரயில் நிலையத்துக்கு ராகவன் போய்க் காத்திருந்தான். மெயில் வந்து நின்றது. ஆட்கள் எல்லோரும் இறங்கி விட்டார்கள். வண்டி பத்து நிமிடம் நின்றுவிட்டு புறப்பட கைகாட்டியை இறக்கிவிட்டார்கள். இன்னும் செந்தூர்பாண்டியனைக் காணவில்லை, ஒருவேளை, டில்லியிலிருந்து வரவேண்டிய ரயில் சரியாக வரவில்லையா என்று ஏதேதோ நினைத்துக்கொண்டிருந்தான் ராகவன்.

வண்டி புறப்பட, விசில் சத்தம் கொடுத்த நேரத்தில் தன் ரயிலிலிருந்து செந்தூர் பாண்டியன் இறங்கினான். அவன் இறங்கவும் வண்டி நகர்ந்தது.

அவன் இறங்கியதைப் பார்த்த ராகவனுக்கு, "இவ்வளவு நேரம் ரயிலில் என்ன செய்துகொண்டிருந்தாய்?" என்று திட்ட வேண்டு மென்று கோபம் எழுந்தது. ஆனால் அவன் கோலத்தைப் பார்த்து, கோபமெல்லாம் மறைந்து, இரக்கம் தோன்றியது. ஓடிப்போய், அவனருகே சென்று "செந்தூர் பாண்டியன், லக்கேஜை எடுத்தாயா?" என்று கேட்டான். ஏனென்றால் செந்தூர் பாண்டியன் வெறும் கையனாக இறங்கினான்.

விரக்தியுடன் சிரித்த செந்தூர் பாண்டியன், "அகதிக்கு என்னடா லக்கேஜ்?" என்று சொன்னான்.

கையைப் பாசத்துடன் பற்றிக்கொண்ட ராகவனை, செந்தூர் பாண்டியன் அணைத்துக்கொண்டான். அவன் தோளில் தலைவைத்திருந்த செந்தூர் பாண்டியன், அழுவதுபோல ராகவனுக்கு காதில் விழுந்தது. தன் ஒரு கையால் குழந்தையைத் தட்டிக்கொடுப்பதுபோல, செந்தூர் பாண்டியன் முதுகில் தட்டிக்கொடுத்தான். அந்த அன்பு தனக்கு தேவை என்பதுவாய் செந்தூர் பாண்டியன் உணர்ந்து கண்ணை மூடினான். இமை மூடிய கண்ணிலிருந்து, அணையில் மதகுகளை அடைத்த பின்னும் அதன் இடுக்குகளிலிருந்து நீர் கசிந்து வருவதைப்போல கண்ணீர் இமையை நனைத்தது.

"வாடா, செந்தூர் பாண்டியன், சூடா ஒரு காப்பி சாப்பிடுவோம்" என்றான் ராகவன்.

சரி என்று அவன் தோளை விடுவித்த செந்தூர் பாண்டியன் "ராகவன், பூனாவுக்கு ரயில் வந்தது எனக்குத் தெரியும். இந்தக் கோலத்தில் உன்னைப் பார்க்க மனத் தைரியம் இல்லை. அப்படி தயங்கித் தயங்கி வண்டி புறப்படுகிறவரை உட்கார்ந்திருந்தேன்" என்றான் செந்தூர் பாண்டியன்.

ராகவன் ஒன்றும் சொல்லவில்லை.

அப்போது மழைகொட்ட ஆரம்பித்தது.

"மழையைப் பார்த்து எவ்வளவு நாளாகிவிட்டது!" என்றான் செந்தூர் பாண்டியன்.

"நம் பாளையங்கோட்டையில் அக்டோபர், நவம்பரில் பெய்யும் மழை இங்கு ஜூனிலிருந்து ஆகஸ்டு வரை பெய்கிறது. சென்ற ஒரு மாதமாக மழைதான்" என்றான் ராகவன்.

மழையைப் பார்த்துக்கொண்டிருந்தான் செந்தூர் பாண்டியன். அவனை உபத்திரவம் செய்ய வேண்டாம் என்று பதில் சொல்லாமல், கடைக்காரனை நோக்கி, "இரண்டு ஸ்ட்ராங் காபி" என்றான் ராகவன்.

"மதராஸி? அவர்கள்தான் ஸ்ட்ராங் காபி பிரியர்கள். உங்கள் ஊர் இட்லி வடை சாம்பாரிருக்கிறது" என்றான் கடைக்கார பையன்.

"இப்போதைக்கு வேறு எதுவும் வேண்டாம்" என்றான் ராகவன்.

காபியைக் கையில் எடுத்துக்கொண்டு இருவரும் காலியாக இருந்த பெஞ்சில் உட்கார்ந்தார்கள். முன்னே மழை ஒரே சீராகப் பெய்து கொண்டிருந்தது. பிளாட்ஃபார கூரையிலிருந்து தண்ணீர் கயிறாக கொட்டியது.

"நான் வந்திருக்கிறேன் என்று மழைகூட அழுகிறது" என்றான் செந்தூர் பாண்டியன்.

"காபி ஆறிவிடப்போகிறது, குடித்துக்கொண்டு பேசு."

"வாழ்க்கையின் சுவையே போய்விட்டதடா. இனி இந்தக் காபி சூடாயிருந்தால் என்ன, ஆறித் தொலைத்தால்தான் என்ன?"

ராகவன் பேசவில்லை. செந்தூர் பாண்டியன் இப்படிப் பேசிப் பேசித்தான் பட்ட துயரை மெல்ல கரைக்க வேண்டும் என்று தனக்குள் சொல்லிக்கொண்டான்.

மழை நின்றது. இருவரும் வெளியில் வந்தார்கள்.

வழக்கமாக வரும் வண்டிக்காரர் சிவாஜி, ராகவனைப் பார்த்து வண்டியைக் கொணர்ந்தார். மழை நின்றபின் வண்டியிலிருந்து கீழே இறங்கி நின்று தன் துண்டால் உடம்பில் பட்ட தூறலைத் துடைத்தார். குதிரையின் மீதிருந்து முத்துபோல சர்ரென நீர் கீழிறங்க அதற்கு வேகம் கொடுப்பதுவாய் குதிரை, உடம்பைச் சிலிர்த்தது. அதன் முதுகில் தேங்கி நின்ற நீரைத் தன் கைகளால் துடைத்துவிட்டார் வண்டிக்காரர். குதிரை தன் தலையை மேலும் கீழும் ஆட்டியது.

அதைப் பார்த்த ராகவன், 'பறவை சிலிர்ப்பதுபோல மிருகங்களும் சிலிர்ப்பதும் அழகுதான்' என்று நினைத்தான். சிலிர்ப்பு ஒரு நுண்மையான வாழ்வின் அனுபவம் என்று அவன் தனக்குள் சொல்லிக்கொண்டான்.

மழை நீர் தரையைக் கழுவித் துடைத்து சுத்தம் செய்திருப்பது போல தரை பளிச்சென்றிருந்தது. தரையில் மழை ஓவியன் பல

வண்ணக்கோடுகளை இழைத்திருப்பதும் தெரிந்தது. மனிதர்களைப் போல மண்ணிலும் எத்தனை வண்ணம்!

பொதுபொதுவென்றிருந்த தரையில், செருப்பிலிருந்து காலை எடுத்து, பாதத்தை தரையில் வைத்துப் பார்த்தான் செந்தூர் பாண்டியன். அவனுக்கு மழைத் தரையின் மென்மை, சலேலாவை நினைவு படுத்தியது. பெருவிரலை வைத்து அழுந்திய இடத்தில் நீர் தேங்கியது. அது தன்னைப்பார்த்து அழுத அவள் கண்ணீரை அவன் கண்முன்னே கொணர்ந்தது. சிறு குழந்தை போல தேம்பித் தேம்பி அழுதான்.

அழுதுகொண்டு வரும் அவனையும் ராகவனையும் பார்த்த வண்டிக் காரர், "சார் பெட்டி படுக்கையெல்லாம் எடுத்து வரவில்லையா?" என்று நினைவுபடுத்துவதாய்க் கேட்டார்.

"இல்லை" என்று ஒரு வார்த்தையில் பதில் சொல்லிவிட்டு இருவரும் வண்டியினுள் ஏறினர், வண்டி புறப்பட்டது.

ஒவ்வொரு முறையும், பூனாவில் குதிரை வண்டியில் செல்லும் போது, ராகவனுக்கு சிறுவயதில் தன் அம்மா அப்பாவுடன் குதிரை வண்டியில் பாளையங்கோட்டையில் பயணம் செய்வது நினைவுக்கு வரும். அப்போது அந்த வண்டிக்காரர் கையிலிருக்கும் சாட்டையைத் தன் கையில் தரமாட்டாரா என்று ஆசையாய் இருக்கும். வண்டிக்காரர் பார்க்காத நேரத்தில், குதிரையின் வாலைத் திருகுவதும் அவனுக்கு நினைவுக்கு வரும். இன்று அதுபோன்ற நினைவுகள் எதுவும் வரவில்லை. எப்படி, எல்லாம் இழந்து வந்திருக்கும் இந்த இளைஞனைத் தேற்றுவது என்று யோசித்துக்கொண்டு வந்தான்.

மீண்டும் மழை பெய்ய ஆரம்பித்தது. இருவரும் வண்டியினுள் ஒடுங்கி உட்கார்ந்தார்கள்.

"சிவாஜி, நின்று போவோமா?" என்று கேட்டான் ராகவன்.

"எதுக்கு சார்? குதிரை ஜாலியாக மழையில் நனையும். இப்படி ஓடினால்தான் அதற்கு உடம்பு நன்றாக இருக்கும்" என்றார்.

வண்டியினுள் ஒரே அமைதியாக இருந்தது. மழை என்பதால் வழக்கமாக ஒலிக்கும் குதிரையின் கால் குழம்பு சத்தம் கூடக் கேட்கவில்லை. காக்கை குருவி சத்தமும் இல்லை. ஏதாவது பேச வேண்டும் என்பதற்காய்,

"சிவாஜி எப்படி உங்களுக்கு இந்தப் பெயர் வைத்தார்கள்?" என்று கேட்டான் ராகவன்.

"ஏன் சார், பெயர் நன்றாக இல்லையா? சத்ரபதி சிவாஜி மகராஜின் பெயர் சார்."

"நல்ல பெயர்தான். அவர் மாதிரி ஒரு நல்ல ராஜா பார்க்க முடியுமா?"

"இந்தப் பெயரை எனக்கு வைக்க என் அப்பா பெரும் பாடு பட்டாராம். சிவாஜி மகராஜ் பெயரை, பஞ்சப் பரதேசியான நீ எப்படி வைக்கலாம் என்று உயர் சாதிக்காரர்கள் சண்டைக்கு வந்தார்களாம். என் பிள்ளைக்கு இந்தப் பெயரை வைப்பேன் என்று விடாப்பிடியாக என் அப்பா எதற்கும் தயாராக இருந்தாராம். தன் பிள்ளைக்கு தான் விரும்பிய பெயரை விட ஆயிரம் சம்பிரதாயத் தடை."

"சிவாஜி மகராஜ் வைத்திருந்த குதிரை பெயர் தெரியுமா?"

"அது தெரியாமல் இருக்குமா? அவர் தன் ஐம்பது வருட காலத்தில் ஏழு முக்கிய குதிரைகளை வைத்திருந்தாராம். அவரின் முக்கிய குதிரை பெயர் கிருஷ்ணா. அவர் ராஜாவாக முடிசூட்டிய போது முன்னால் நின்ற வெள்ளைக் குதிரை இந்தக் கிருஷ்ணாதான். அதனால் இந்த என் குதிரைக்கும் கிருஷ்ணா என்றுதான் பெயர் வைத்திருக்கிறேன்."

"சிவாஜியை இந்து பிரபுக்கள் ஏற்கவில்லையாமே."

"உங்கள் ஊரில் கதை எப்படி என்று எனக்குத் தெரியாது. எங்கள் பகுதியில் ராஜா சத்திரியனாக இருக்கணும். அப்பத்தான் ராஜாவாக பெரியவர்கள் ஏற்பார்கள். தன்னை ராஜாவாக ஏற்க வைக்க, முஸ்லிம் படைகளிடம் படாத பாட்டை இந்துக்களிடம் சிவாஜி மகராஜ் பட்டார்."

"ஏனாம்?"

"எல்லாம் ஜாதிதான் சார்."

"பேஷ்வாக்கள் எப்படி?"

"சார், நீங்கள் இந்தப் பக்கத்து மனிதர் இல்லை. உங்களுக்கு இது தெரியுமா? இங்கே நாங்கள் தாழ்ந்த சாதிகள் சார். எங்கள் மாதிரி ஆட்களை சிவாஜி மகராஜ் அவர் கோட்டைத் தளபதிகளாக ஆக்கியிருக்கார். ஆனால் பேஷ்வாக்கள், என்ன செய்தார்கள் தெரியுமா? சொன்னால் கேவலம் சார், எங்கள் இடையில் விளக்குமாறை கட்டி நாங்கள் செல்லும் பாதைத் தீட்டுப்பட்டு விட்டது என்று நாங்களே

துடைத்துக்கொண்டு செல்லணும். எங்கள் எச்சில் பட்டுவிடக்கூடாது என்று கழுத்தில் பானையைக் கட்டிக்கொண்டு நடக்கணும்'' என்றார்.

இவற்றைக் கவனமாக செந்தூர் பாண்டியன் கேட்பதைப் பார்த்து ராகவனுக்கு சந்தோசமாக இருந்தது.

"இப்பத்தான் சுதந்திரம் வரப்போகிறதே, சந்தோசம்தானே.''

"சந்தோசம்தான். காந்தி தாத்தா இருக்கிறவரை கண்டிப்பாக சந்தோசம்தான். அவர்தான் எங்களை, சிவாஜி மகராஜுக்கு அப்புறம் மனுசனாகப் பார்த்தார்.''

"சுதந்திரம் உங்களுக்கு என்னதெல்லாம் தரும்?'

"என் பிள்ளைகளுக்கு பசியில்லாமல் கஞ்சி, என் குதிரைக்கு வயிறு வாடாமல் தீனி, எனக்கு ஒரு நல்ல வண்டி. இவ்வளவு கிடைத்தால் போதும். கூடவே இன்னொண்ணும் வேணும். எல்லா மனுசங்களுக்கும், இருப்பது போதுமென்ற மனசு வேண்டும்''

"எது நடந்தாலும் அது நடக்காது'' என்றான் ராகவன். எல்லோரும் சிரித்தார்கள். செந்தூர்பாண்டியனும் சிரித்தான்.

"சிவாஜி, இவருக்கு துணியெடுக்கணும். ஏதாவது கடை திறந்திருக்குமா?'' என்று கேட்டான் ராகவன்.

"இவ்வளவு காலையில் கடை திறந்துவைக்க மாட்டான். எனக்குத் தெரிந்த சேத் இருக்கிறார். அவர் வீட்டில் வைத்தும் துணி வியாபாரம் செய்கிறார்.''

"அவர் வீட்டுக்கு வண்டியை விடுங்கள்'' என்றான் ராகவன்.

அங்குப் போய், செந்தூர் பாண்டியனுக்கு அவசரமாகத் தேவையான துணிகளை வாங்கிவிட்டு வீட்டுக்கு வந்தார்கள்.

இறங்கிய செந்தூர் பாண்டியன் தன் சட்டைப்பையில் கைவிட்டு, வந்த பத்து ரூபாயை வண்டிக்காரரிடம் கொடுத்தான்.

"நான் கொடுக்கிறேனடா'' என்றான் ராகவன்.

"பரவாயில்லை. இப்போது நான் கொடுக்கிறேன்'' என்றான் செந்தூர் பாண்டியன்.

"சார், என்னிடம் பாக்கிகொடுக்க பணமில்லை. எனக்கு கூலி இரண்டு ரூபாய் போதும்'' என்றார் வண்டிக்காரர்.

"மீதத்தை வைத்துக்கொள்ளுங்கள்'' என்றான் செந்தூர் பாண்டியன்.

"வேண்டாம், எனக்கு என் கூலி போதும்."

"மீதத்தை சுதந்திர தின பரிசாக வைத்துக்கொள்ளுங்கள்" என்றதும் வண்டிக்காரர் ராகவனின் முகத்தைப் பார்த்தார்.

"வடக்கே லாகூர்னு ஒரு ஊர் இருக்கு. அங்கே சார் பெரிய வியாபாரி. அதனால் அவர் தருவதை வாங்கிக்கொள்ளுங்கள்" என்றான் ராகவன்.

பணத்தை வாங்கி தன் கண்ணில் ஒற்றி வைத்துக்கொண்டார் வண்டிக்காரர்.

வீட்டிற்குள் வந்த செந்தூர் பாண்டியனை "வாங்க, வாங்க" என்று வரவேற்றாள் எல்லம்மா.

"ஐயா, ஊரிலே அம்மா அப்பாவெல்லாம் நல்லாயிருக்காங்களா?" என்று சம்பிரதாயமாகக் கேட்டாள்.

"இருக்காங்க" என்று மேலே கைகாட்டினான் செந்தூர் பாண்டியன்.

"தம்பி, குளிப்பதற்கு வெந்நீர் போட்டு வைத்துவிட்டேன். குளித்துவிட்டு வந்து சாப்பிடலாம். மழை வந்து என்னபாடு படுத்துது" என்று சொல்லிவிட்டு அவள் சமையலறைக்குள் சென்றாள்.

"குளிக்கிறாயா?" என்று கேட்டான் ராகவன்.

"கருமாதியை முடித்து விட்டு குளிக்கணும்னு பாட்டி சொல்லுவார்கள். கருமாதியும் இல்லை. நான் இன்னும் குளிக்கவும் இல்லை" என்றான் செந்தூர் பாண்டியன்.

"எல்லாம் இருக்கட்டும், முதலில் குளித்து சாப்பிடு. காலம் எல்லா துயரங்களையும் மெதுவாக கரைக்கும்" என்றான் ராகவன்.

செந்தூர் பாண்டியன் துண்டை எடுத்துக்கொண்டு குளிக்கச் சென்றான். குளித்து, பழைய துணியை அலசி எடுத்துக்கொண்டு வந்தான்.

இருவரும் தரையில் சாப்பிட உட்கார்ந்தார்கள்.

அவள் சாதம் போட்டு, பருப்பும் நெய்யும் விட்டாள். "தம்பி, சாதம் ஆறிப்போகுது சாப்பிடுங்கள்" என்றாள்.

செந்தூர் பாண்டியன் கண்ணீர் விட்டுக்கொண்டு சாப்பிடாமல் இருந்தான்.

"என்ன தம்பி, இப்படி அழுகிறார்?" என்று கேட்டாள் எல்லம்மா.

“என்னிடமும் எதுவும் சொல்லவில்லை. ஏதோ ஒன்று நடந்திருக்கிறது” என்று சொல்லிவிட்டு, “செந்தூர் பாண்டியன் சாப்பிடு. நீ சாப்பிடாவிட்டால் நானும் சாப்பிட மாட்டேன்” என்றான் ராகவன்.

சாதத்தைப் பிசைந்து வாயில் வைத்தான் செந்தூர் பாண்டியன்.

இரண்டு காக்கைகள் சுவரின் மீது வந்து அமர்ந்தன. கரைந்தன. அவை அவனைப் பார்ப்பதாய்ச் செந்தூர் பாண்டியனுக்குத் தோன்றியது.

அம்மா இறந்த போது, சடங்குகளைச் செய்யமாட்டேன் என்று அப்பா மறுத்த போது, பாட்டி தன்னைச் செய்யச் சொன்னது நினைவுக்கு வந்தது. இரண்டு உருண்டை பிண்டச் சோறு தூக்கிப் போட்டபோது காக்கை ஒன்று பறந்து வந்தது. பாட்டி தன்னருகில் வந்து, “அம்மா, காக்காவாய் வந்திருக்கிறாள்” என்றதும் பாட்டியும் அவனும் கட்டிப்பிடித்து அழுதது நினைவுக்கு வந்தது.

எல்லம்மா சாதம்போட மறுப்பில்லாமல் சாப்பிட்டான் செந்தூர் பாண்டியன். பல நேரம் சாப்பிடாமல் இருந்திருப்பான் என்று ராகவன் நினைத்தான்.

மழை பெய்ய ஆரம்பித்தது.

பாயை விரித்துப் போட்டு படுத்த செந்தூர் பாண்டியன் உடனே தூங்கிப்போனான்.

மாலையிலும் மழை விட்டுவிட்டுப் பெய்தது. சூடாக சுக்குகாப்பி போட்டு, முறுக்குடன் கொண்டு வைத்தான் ராகவன். இருவரும் மழையைப் பார்த்து உட்கார்ந்துகொண்டு, சூடான சுக்காப்பி குடித்து, முறுக்கையும் கடித்துச் சாப்பிட்டனர். நம் ஊர் சுக்காப்பியும், பாளையங்கோட்டை மார்க்கட் முறுக்கும் தனிச்சுவைதான் என்று ராகவன் நினைத்துக்கொண்டான். இந்தக் கலவயைக் கண்டு பிடித்தவனுக்கு முதுகில் அன்பாய் ஒரு தட்டு தட்டணும் என்று நினைத்தான். ஊரில் இருந்தது போல இருவருக்கும் தோன்றியது.

“என்னடா, என்ன நடந்தது சொல்லு” என்றான் ராகவன்.

“எல்லாம் முடிந்து போய்விட்டது ராகவன், இனி என்ன இருக்கு?” என்றான் செந்தூர்பாண்டியன்.

“சரி, நடந்ததைச் சொல்லு.”

“எல்லோரும் போய்ச் சேர்ந்துவிட்டார்கள். எனக்குன்னு யாரு இருக்கா?”

"நானிருக்கேண்டா" என்று அவன் கையைப் பிடித்துச் சொன்னான் ராகவன்.

"உனக்கு வேலை ஒன்றும் இல்லையே" என்று கேட்டான் செந்தூர் பாண்டியன்.

"மழையென்பதால் பெரிய வேலை எதுவுமில்லை. வெளியே தெருவுக்கு வந்தால்தான் ஒவ்வொருத்தனும் வால்தனம் செய்வான். இப்போது மழையால் வீட்டிற்குள் முடங்கிக்கிடக்கிறான்" என்று சொல்ல, மேலிருக்கும் ஓட்டிலிருந்து விழும் தண்ணீரைக் கையில் பிடித்து தன் முழங்கையின் வழியே கீழே ஒழுகி ஓட விட்டான்.

"சின்ன பிள்ளையாயிருக்கும் போது காகிதக் கப்பல் செய்து மழைத் தண்ணீரில் விடுவேன். அது நனைந்து மூழ்கிவிடும். ஆனால் வருத்தம் இருக்காது, இப்போது வாழ்வுக் கப்பல் மூழ்கி மனம் வருத்தமாக இருக்கிறது" என்றான் செந்தூர் பாண்டியன்.

லாகூரில் நடந்த தன் கதையைச் சொல்ல ஆரம்பித்தான்.

காரில் திடீரென்று சலேலா தன்னருகே உட்கார்ந்து வருவதை அவனால் நம்ப முடியவில்லை. இப்போது அவள் காதலி என்ற எல்லையைக் கடந்து தன் மனைவியாகப் போகிறவள் என்ற உரிமையில் நெருக்கமாக உட்கார்ந்திருக்கிறாள். இரு பறவைகள் மட்டும் பரந்த ஆகாயத்தில் சிறகடித்துப் பறப்பதுவாய் அவன் உணர்ந்தான். இவ்வளவு விரைவாய் சலேலா என்னோடு வருவாள் என்று அவன் கனவில்கூட நினைத்ததில்லை. அந்த வகையிலே, இந்தக் கலவரத்துக்கு நன்றி என்று சொன்னான்.

முன்னாடி அப்பா உட்கார்ந்திருந்தார். பின் சீட்டில், அவனும் அவளும், உட்கார்ந்திருந்தனர். யாரைப் பார்க்க வேண்டும் என்று மனதுக்குள் இத்தனைக் காலம் கனவிலும், கற்பனையிலும் மன்றாடிக் கொண்டிருந்தார்களோ, அந்த நபர் அருகில் இருந்தும் அவரைப் பார்க்க இயலாமல் ஒருவித தவிப்பு. வேண்டியது பட்டென அருகில் வந்து விட்டால் அதை அனுபவிக்க தயங்கும் மனநிலை. இருவரும் ஒருவரை ஒருவர் பார்க்க வேண்டும், பார்த்துக்கொண்டே இருக்க வேண்டும் என்று உருகி தினமும் தவித்தது உண்டு. இப்போதும் பார்க்க ஆசை தான். ஆனாலும் இருவருக்கும் ஒருவித நாணம் கலந்த இன்பத் தயக்கம்.

பெரிய பம்பரம் சிறு ஆணியின் நுனியில் ஆடுவதுபோல ஒரு கற்பனை ஆட்டத்தைக் காதல் மட்டுமே தர முடியும். மனமும் ஆசையும் இப்படி ஆடுமா என்ற கேள்வி அப்போது தோணாது. காலம்

கழிந்தபின் அது வேடிக்கையாகக் கூடத் தோன்றும். ஆனால் அப்போது அதுதான் புயலின் மையம். மிகவும் மென்மையான ஆனால் மிகவும் சக்தி வாய்ந்த உணர்ச்சியின் கரு அதுதான் என்று உணரும் அனுபவம். மனதாலும் உடலாலும் இரு உயிர்கள் தீண்ட அதற்குள் இத்தனை துடிப்பை வைத்த இயற்கை ஒரு கை தேர்ந்த இரசிகனாகத் தான் இருந்திருக்க வேண்டும்.

வெளியே பார்த்துக்கொண்டு தன் தவிப்புக்கு சாமரம் வீசிக் கொண்டிருக்கும் அந்தத் தருணத்தில், அவன் கை சீட்டில் இருந்த அவள் விரல் மீது தெரியாமல் பட்டது. அவன் கையை எடுக்காமல் இருந்தான். அவளும் தன் விரலை நகர்த்தவில்லை. அந்தத் தீண்டுதலின் இன்பத்தை அவர்கள் இருவரும் அனுபவித்தனர். நேரம் போனது தெரியவில்லை.

வீட்டுக்கு வந்து இறங்கிய அவளை "வாமா" என்று அழைத்தார் அப்பா.

வாசலில் படியேறப்போன அவளை, "வீட்டிற்குள் வலது காலை எடுத்து வைத்து வா, அதுதான் எங்கள் சம்பிரதாயம்" என்றார்.

சலேலாவும், மிக இயல்பாக வாயிலில் பிரார்த்திக்கொண்டு வலதுகால் முன் வைத்து உள்ளே வந்தாள்.

அவளை தன் அறைக்குள் அழைத்துச் சென்றார். அப்பாவுக்கு பெரிய கடவுள் நம்பிக்கை கிடையாது. ஆனால் அவரின் அறையில் அவர் அப்பா அம்மா படமும், தன் அம்மாவின் படமும் இருந்தன. அதன் முன்னே காலையில் விளக்கேற்றி பிரார்த்தனை செய்வார். அங்கே, விளக்கில் எண்ணெய் ஊற்றி, அவளை ஏற்றச் சொன்னார்.

"அம்மா, சலேலா, வாழ வந்த பெண்ணை எங்கள் பகுதியில் விளக்கேற்ற வந்தவள் என்பார்கள். எங்கள் குடும்பத்தின் விளக்கு நீதான், ஒளியும் நீதான். உன் வெளிச்சத்தில் இந்தக் குடும்பம் பிரகாசிக்கும்" என்றார்.

அவள் வெகு இயல்பாக திரியில் விளக்கேற்றி, அதை நமஸ்கரித்தாள். நான் அவளை என்னருகில் அழைத்து, அப்பாவின் முன்னே இருவரும் சேர்ந்து நமஸ்கரித்தோம். அப்பா, மிகவும் மகிழ்வு கொண்டவராக இருந்தார்.

"அம்மா, இந்தக் குடும்பத்தின் செல்வம் நீதான். ஆனாலும் என் மருமகளுக்கு கொடுக்க வேண்டும் என்று நிறைய செல்வம் நான் வைத்திருக்கிறேன். அதையெல்லாம் இப்போது பார்க்க முடியாது.

நாளைக்கு விடியற்காலையில் நாம் புறப்படுகிறோம். டில்லி வரை காரில் போய்விட்டு அங்கிருந்து ரயிலில் நம் ஊருக்குப் போகிறோம். இந்தியாவின் ஒரு மூலையிலிருந்து, இன்னோரு எல்லைக்குப் போகிறோம். இந்தக் களேபரம் எல்லாம் முடிந்தபின், உன் அம்மாவைப் பார்க்க வருவோம். கவலைப்படாதே" என்றார்.

அன்று இரவில் நாங்கள் யாரும் உறங்கவில்லை. தனி அறையில் பக்தூரை அப்பா தூங்கச் சொல்லிவிட்டார். "காலை ஐந்து மணிக்குப் புறப்பட வேண்டும். விடிவதற்கு முன்பு அமிர்தசரஸை கடந்துவிட வேண்டும். பிறகு கவலையில்லை" என்றார்.

அவளோடு சேர்ந்து, கொண்டு போகும் பொருட்களை அவனும் அவளும் அடுக்கினார்கள். அவள் மிகவும் இயல்பாக அந்த வீட்டின் பெண்ணாக ஆகிவிட்டாள். அப்பா, அவளிடம் வந்து, "இதைக் கொண்டு போக வேண்டுமா அம்மா, சொல்லு" என்று கேட்க ஆரம்பித்தார்.

விடியற்காலையில், பக்தூர் வண்டியில் எல்லா பொருட்களையும் ஏற்றினான்.

எல்லோரும் ஏறி உட்கார்ந்ததும் வண்டி புறப்பட்டது.

எல்லோரையும் விட அப்பாதான் மிகவும் உணர்ச்சிகரமாகக் காணப்பட்டார்.

"பக்தூர், நிலைமை எப்படியிருக்கிறது?" என்று கேட்டார் அப்பா.

"இன்னும் நிலைமை மோசமாகவில்லை. அமிர்தசரஸ் போய் விட்டால், பயமில்லை. அது இங்கிருந்து 30 மைல்தான். ஒரு மணி நேரத்தில் போய்விடலாம். கவலைப்படாமல் இருங்கள். நான் சமாளித்துக் கொள்வேன்" என்றான் பக்தூர்.

"எனக்கு உன்னை நினைத்தால்தான் கவலையாக இருக்கிறது. திரும்பி வரும்போது தனியே வேறு நீ வரவேண்டும்" என்றார்.

"என்னைப் பற்றிக் கவலையில்லை. தன்னை எவரும் தொட மாட்டார்கள்" என்று சொல்லிச் சிரித்தான்.

அவர்கள் சற்று கண்ணயர்ந்தார்கள்.

அமிர்தசரஸ் கண்ணில் தெரிந்தது. தூரத்தில், வழியில் நின்று வண்டியை நிறுத்துமாறு போலிசார் கை காட்டினார்கள்.

"சாகேப், வண்டியை நிறுத்தாமல் போய்விடலாம், இவர்கள் எதற்கு நிறுத்தச் சொல்லுகிறார்கள் என்று சந்தேகமாக இருக்கிறது" என்றான் பக்தூர்.

"வேண்டாம், அவர்கள் விரட்டிப் பிடித்தால் பிரச்சினையாகி விடும். எப்படியும் லாகூர் எல்லை தாண்டி, இந்தியப் பகுதிக்குள் வந்தாகிவிட்டது. இவர்களிடம் நான் பேசிக்கொள்ளுகிறேன்" என்றார்.

அவர்கள் வண்டியை நிறுத்தினார்கள்.

"எல்லோரும் இறங்குங்கள். வண்டியைச் சோதனையிட வேண்டும்" என்றனர்.

"சார் நாங்கள் மதராசிகள், இங்கிருந்து மதராஸ் போகிறோம்" என்றார் அப்பா.

"இந்தப் பெண் யார்?" என்று கேட்டார்கள்.

"இவள் என் மருமகள்"

"மங்கலக் கயிறு எங்கே, இவளைக் கடத்திக்கொண்டு வருகின்றீர்களா."

"லாகூரில் பிரச்சினை இருப்பதால், மங்கலக் கயிறைக் கழற்றி வைத்திருக்கிறோம். இதோ பாருங்கள், இன்றைக்கு டில்லியிலிருந்து மதராசுக்கு செல்லும் எக்ஸ்பிரஸ் டிக்கட் இருக்கிறது" என்றார் அப்பா.

"நீங்கள் போங்கள். இவளை இங்கே விட்டுவிட்டுப் போங்கள், நாங்கள் விசாரித்து அவள் வீட்டில் சேர்த்துவிடுகிறோம்" என்றனர்.

"சாகேப், எங்களுக்கு ரயிலைப் பிடிக்கவேணும், உங்களைக் கவனித்துக்கொள்ளுகிறோம், எங்களை விடுங்கள்" என்றான் பக்தூர்.

"என்னடா சொன்னாய்" என்று ஒரு போலிஸ்காரன் அவனை அடித்தான்.

"இந்தப் பெண்ணை விட்டுவிட்டு நீங்கள் போகலாம்" என்றான் அவர்களின் அதிகாரி போன்றவன்.

"சார் இவள் என் மருமகள், அவளை விட்டு விட்டு நாங்கள் எப்படிப் போக முடியும்?" என்று அப்பா கேட்டார்.

"அப்படியா, ஒருவாரம் கழித்து இங்கு வாருங்கள், அதற்குள் நாங்கள் இவளை விசாரித்து முடித்துவிடுவோம். வந்து இவளைக் கூட்டிக்கொண்டு போங்கள்."

"சார் பெண்ணைத் தனியே எப்படி விட்டுப்போக முடியும்?"

"நான் சொன்னால் சொன்னதுதான். இன்னும் பச்சையாகச் சொல்லணுமா, இவள் எங்களுக்கு வேண்டும். ஒரு வாரத்துக்கு பின்னால் வந்து கூட்டிக்கொண்டு போ" என்றதும்,

"சார், இவள் என் மனைவி, இப்படிப் பேசுவது உங்களுக்கே நன்றாக இருக்கிறதா" என்று செந்தூர் பாண்டியன் ஆங்கிலத்தில் கேட்டான்.

"இதோ பார், அதிகம் பேசாதே, போய்க்கொண்டிரு. ஒருவாரம் கழித்து வா" என்றான் அதிகாரி.

"இது அநியாயம்" என்றான் செந்தூர் பாண்டியன். அவன் கன்னத்தில் போலிஸ் அறைந்தான். ஓடிப்போய் அவன் முன்னே நின்றாள் சலேலா.

அதிகாரி, கண்ணைக் காட்ட, இரு போலிஸ்காரர்கள் அவளைப் பிடித்துக் கொண்டனர். "நீங்கள் மூவரும் வண்டியில் ஏறுங்கள்" என்றான் அதிகாரி.

"அவள் வராமல் நாங்கள் போக மாட்டோம்" என்றார் அப்பா.

"அவளைத் தூக்கி போலிஸ் ஜீப்பில் ஏற்றுங்கள்" என்றான் அதிகாரி. அவளை இழுத்துக்கொண்டு போனார்கள். அவள் திமிறி அழுதாள். "அண்ணா, நான் சின்னப் பிள்ளை, என்னை விடுங்கள், நீங்கள் என்ன கேட்டாலும் தருகிறோம்" என்றாள் சலேலா.

"ஐயா, உன்னைத்தான் வேண்டும் என்கிறார், பேசாமல் வந்து அவரை சந்தோசப்படுத்தி பத்திரமாக ஊருக்குப் போ. அவருக்கு எதிராக நாங்கள் ஒன்றும் செய்ய முடியாது" என்றான் அவளை இழுத்துக்கொண்டு போன போலிஸ்காரன்.

செந்தூர் பாண்டியன் அவர்களிடம் தகராறு செய்ய அவன் கையைப் பின்பக்கம் கட்டி லத்தியால் அடித்தான் அந்த அதிகாரி. "இன்னும் ஏதாவது செய்தால், இந்த ரிவால்வரால் உன்னைச் சுட்டு விடுவேன். ஏன் எதற்கு என்று கேட்க இங்கு நாதி கிடையாது" என்றான் அதிகாரி.

அப்பா அதைப் பார்த்து அந்த அதிகாரியின் கையில் இருக்கும் துப்பாக்கியைப் பறிக்க முயன்றார். "அட மதராசி நாயே, போலிஸ்காரன் கையிலிருக்கும் துப்பாக்கியைப் பறிக்கிறாயாக்கும். இதோ பார் இந்தத் துப்பாக்கியின் சக்தியை" என்று சொல்லி கண்

மூடித் திறப்பதற்குள் அப்பாவை, செந்தூர் பாண்டியன் கண் முன்னே சுட்டான். அப்பாவின் நெஞ்சிலிருந்து இரத்தம் பரவி அவர் சட்டையை நிறைத்தது. அவர் கீழே விழுந்தார். வலியால் துடித்தார் சில விநாடி. அவரின் அசைவு நின்றது. "அப்பா அப்பா" என்று கத்தி அழுதான் செந்தூர் பாண்டியன்.

"அதைத் தூக்கி அந்தக் கால்வாயில் போடுங்கள்" என்றான் அதிகாரி.

ஜீப்புக்கு இழுத்துச் சென்ற சலேலா, அங்கிருந்த கத்தியோடிருந்த துப்பாக்கியைப் பார்த்தாள். அதன்மீது பாய்ந்தாள். அது அவள் உடலைக் கீறி உட்சென்றது. அவள் வலியோடு துடித்தாள். அந்தக் கத்தி வழியாக இரத்தம் வழிந்தது. அதைக் கண்டு பதறிப்போன போலிஸ்காரன் அவளைக் காப்பாற்றாமல், தன் துப்பாக்கியை அவள் உடலிலிருந்து வெளியே இழுத்தான். இரத்தம் ஒழுக அது வெளியே வந்தது. அவளைப் பற்றி கவலைப்படாமல் துப்பாக்கியில் பட்டிருந்த இரத்தக் கறையை துடைத்துக்கொண்டிருந்தான். சிறிது நேரத்தில் சலேலாவிடம் துடிப்பு நின்றது. மூக்கில் கை வைத்துப் பார்த்தான், மூச்சு நின்றுவிட்டது.

அதிகாரியிடம் வந்து சொன்னான். அதிகாரி அவனைக் கன்னத்தில் ஒரு அறைவிட்டான். "கைது செய்த ஒரு ஆளைப் பத்திரமாக காப்பாற்றாமல் என்ன பிடுங்கினாய்" என்று கேட்டான். "அந்தக் கழுதைக்கு உயிர் இருக்கிறதா?" என்று கேட்டான். "இல்லை சாகேப்" என்றான்.

"சரி இந்த இரண்டு உடலையும் வண்டியில் ஏற்றுங்கள். எங்காவது டிஸ்போஸ் பண்ணிக்கலாம்" என்றான்.

செந்தூர் பாண்டியனையும், பக்தூரையும் கட்டிப்போட்டுவிட்டு, அவர்கள் ஜீப்பிலும் வேனிலும் சென்றனர்.

தன் இடுப்பில் வைத்திருந்த கத்தியைக் காட்டி, கையிலெடுத்து கட்டை அறுத்துவிடுமாறு சொன்னான் பக்தூர்.

"சாகேப், சீக்கிரம் அறுத்துவிடுங்கள். அந்த நாய்கள் மனது மாறி நம்மையும் கொல்ல வரலாம். அதற்குள் நாம் இந்த இடத்திலிருந்து சென்றுவிடுவோம்" என்றான்.

கத்தியை எடுத்து பக்தூரைக் கட்டியிருந்த கயிறை வெட்டியதும், அவன் செந்தூர்பாண்டியன் கட்டை வெட்டி அவிழ்த்தான்.

"நாம் உடனே இங்கிருந்து போய்விடுவோம்" என்றான் பக்தூர்.

"நீ போ பக்தூர், இந்தக் காரிலிருக்கும் அனைத்தையும் எடுத்துக் கொண்டு நீ போ. நான் எதற்காக வாழவேண்டும்?" என்று செந்தூர் பாண்டியன் கேட்டான்.

நிகழ்ந்த திடீர் அதிர்ச்சியின் தாக்குதலிலிருந்து அவனால் விடுபட முடியவில்லை. "நான் ஒரு பெண்ணையும் என் தந்தையையும் காப்பாற்ற முடியாத பேதையாகிவிட்டேன். நான் எதற்கு உயிர் வாழ வேண்டும்" என்று பக்தூர் கையிலிருந்த கத்தியைப் பறித்து தன்னைக் குத்தி தற்கொலை செய்யப்போனான். கவனமாயிருந்த பக்தூர் அந்தக் கத்தியை அவனிடமிருந்து பறித்து, அவன் மீது, குடிக்க வைத்திருந்த தண்ணீரைத் தூக்கி தலையில் ஊற்றினான். அது செந்தூர் பாண்டியனை ஓரளவுக்கு தன் உணர்வுக்கு கொணர்ந்தது.

அவர்களை ஏற்றிக்கொண்டு எங்கோ காட்டுக்குள் சென்ற அந்தப் போலிஸ் வேன் போன திசையைப் பார்த்துக்கொண்டு நின்றான் செந்தூர் பண்டியன்.

"வாருங்கள், போவோம், டில்லியில் உயர் அதிகாரிகளைச் சந்தித்து நடந்ததைச் சொல்லுவோம், அவர்கள் மீது நடவடிக்கை எடுக்க வைப்போம்" என்றான் பக்தூர்.

செந்தூர் பாண்டியனுக்கு நன்றாகத் தெரியும் எதுவும் நடக்காது என்று. இனி நடக்க என்ன இருக்கிறது? ஆனாலும் அந்த வார்த்தை ஆறுதலாக இருந்தது.

"யாரிடம் சொல்லி என்ன ஆகப்போகிறது? போன உயிர் திரும்பி வருமா?" என்று கேட்டான்.

"அங்கே இன்னொருவர் இருக்கிறார். அவர் அதிசயங்கள் செய்கிறவர். எங்கள் தலைவர் கான் அப்துல் கஃபார் கான் அவரைப் பற்றி அப்படிச் சொல்லியிருக்கிறார். ஆமாம் காந்தியைத்தான் சொல்லுகிறேன். அவர் இப்போது டில்லியில்தான் இருப்பார். அவரைப் போய் பார்ப்போம்" என்றான் பக்தூர்.

"சரி, அவரைப் பார்ப்போம்" என்று காரில் ஏறினான். கார் டில்லியை நோக்கிச் சென்றது. வழி நெடுக செந்தூர் பாண்டியன் எதுவும் பேசவில்லை, சாப்பிடவும் இல்லை.

காந்திஜி இருந்த துப்புரவுப் பணியாளர் குடியிருப்பு நோக்கி காரை ஓட்டிக்கொண்டு சென்றான் பக்தூர். அங்குச் செல்லும்போதே

தெரிந்துவிட்டது. காந்தி அங்கு இல்லை. அவர் இருந்தால் அந்த இடம் எவ்வளவு பரபரப்பாக இருக்கும். விசாரித்ததில், அவர் காஷ்மீரத்துக்கும், ராவல்பிண்டிக்கும், லாகூருக்கும் சென்றிருக்கிறார், அவர் ஆகஸ்ட் முதல் வாரக்கடைசியில் இங்கு வரலாம், அதுவும் நிச்சயம் என்று சொல்ல முடியாது என்று அங்கிருப்பவர்கள் சொன்னார்கள்.

காந்தி தங்கியிருந்த இடத்தைப் பார்த்தான் செந்தூர் பாண்டியன். மிகவும் ஏழை மக்களான துப்புரவுப் பணியாளர்கள் இருக்குமிடத்தில் ஒரு பகுதியில் குடிசைகள் கட்டி, வசதிகள் எதுவுமில்லாத அறையில் காந்தி தங்கியிருந்தார். அவருக்கென்று உடைமைகள் இல்லை. படுப்பதற்கு சரியான படுக்கை இல்லை. அவர் அறைக்கு கதவு கூட சரியாக இல்லை. லாகூரில் ஆளும் தலைவர்களின் வாழ்க்கை முறையைப் பார்த்திருந்த செந்தூர் பாண்டியனுக்கு காந்தி ஒரு வித்தியாசமான மனிதராகத் தோன்றினார். அந்த வேளையிலும், அவன் துன்பம் மறைந்து காந்தி அவனை ஆக்கிரமித்துக்கொண்டிருந்தார்.

அங்கு வந்தவுடன் தன் மனத் துயரம் குறைந்துவிட்டதாக அவன் உணர்ந்தான். உடல் நலம் குறைந்தவுடன் காந்தியை நோக்கி பிரார்த்தனை செய்தவுடன் உடல் சரியாகிவிட்டதாகவும், அவர் படம் கொண்ட தாயத்தைக் கழுத்தில் கட்டித் தொங்கவிட்டவுடன் சொந்த கஷ்டங்கள் மறைந்துவிட்டதாகவும் சில பத்திரிகைச் செய்திகளைப் படித்து இது என்ன மூடநம்பிக்கை என்று செந்தூர் பாண்டியன் தனக்குள் அதை இகழ்ந்திருக்கிறான். ஆனால் அவர் வசிக்கும் இடத்தில் இருந்து ஒருவிதமான நல் அதிர்வுகள் தன்னைப் பாதிப்பதை உணர்ந்தான். தன் துயரத்தின் இறுக்கம் தன்னிடமிருந்து மறைந்து போனதை அவன் கண்டுகொண்டான்.

அங்கிருப்போரிடம், காந்தி அறையில் நான் உட்கார்ந்து தியானம் செய்யலாமா என்று கேட்டான் செந்தூர் பாண்டியன்.

சரி என்று அனுமதித்தார்கள். அவனுக்கு தியானம் செய்து பழக்க மில்லை, ஆயினும் கண்ணை மூடிக்கொண்டு அவர் அறையில் தரையில் உட்கார்ந்தான். தன் நெற்றியில் ஒருவித வெளிச்சம் பரவுவதை அவன் கண்டான். அதில் அவன் தன்னை இழப்பதாய்க் கண்டான். தன்னைச் சுற்றி ஒரு பேரொளி சூழ்ந்து தன்னை மூடிக் கொண்டதாய் உணர்ந்தான். காந்தியின் இருப்பு தன்னை பாதிக்கிறது, தன் சிறுமைகளை, தன் துயரங்களை கரைக்கிறது என்று அறிந்தான்.

கண்ணைத் திறந்த அவன் இது எப்படி என்று தன்னைக் கேட்டான். அவனின் அறிவுப்பூர்வமான தருக்க மனம், இது மனதின் விளையாட்டு என்று அதை இகழ்ந்ததாய்த் தோன்றியது. அவன் உள் மனம், இது ஆத்மாவின் ஆற்றல் அது தன்னுள் தன் மாயக்கரங்களால் தன்னைத் தொட்டு தன்னுள் விரவிக்கிடந்த இருளை, காலைக் கதிர்போல நீக்கிவிட்டது என்று அவனுக்குச் சொன்னது. இங்கே இருந்துவிடுவோமா என்று எண்ணி, காந்தியிடம் பணி செய்ய அங்குத் தங்கலாமா என்று கேட்டான் செந்தூர் பாண்டியன். 'அந்த முடிவை காந்திஜிதான் எடுக்க முடியும், பொதுவாக அவர் தனக்கு பணி செய்ய எவரையும் அனுமதிப்பதில்லை, அப்படி வருகின்றவர்களை சமூக சேவை செய்ய பல இடங்களுக்கு அனுப்பிவிடுவார், ஆகவே காத்திருந்து, காந்தி வந்தவுடன் அவரைப் பாருங்கள்'' என்று சொன்னார்கள்.

“எப்போது வருவார் காந்திஜி?'' என்று கேட்டான்.

“அவர் சுதந்திர தின விழாவில் டில்லியில் இருக்கப் போகிறாரா இல்லையா என்பது நிச்சயமில்லை. ஆகவே ஒன்றும் சொல்ல முடியாது'' என்றார்கள்.

உடன் வந்திருந்த பக்தூர்தான், “சாகேப், டிக்கட் எடுத்திருந்த ரயிலுக்கு நேரம் ஆகிவிட்டது. வாருங்கள் போகலாம்'' என்றான்.

“ஊரில் நான் போய் என்ன செய்யப்போகிறேன்'' என்று செந்தூர் பாண்டியன் கேட்டான்.

“துன்பமான நேரங்களில் உங்கள் சொந்த பந்தத்துடன் இருந்தால் பேசிப்பேசி, கவலை கொஞ்சம் கொஞ்சமாய் குறையும். மனத் துயர் இருக்கும்போது தனியே இருக்கக் கூடாது.''

“அப்படியா சொல்லுகிறாய். நான் ஊருக்குப் போய் அப்பாவின் இறப்பை பாட்டியிடம் சொல்ல முடியாது. பாட்டியால் தாங்க முடியாது. அங்குப் போகாமல், நான் பூனாவிற்குப் போகிறேன். அங்கு என் நண்பன் இருக்கிறான். காந்தி இங்கே வந்த பிறகு, நான் இங்கு வருவதைப் பற்றி முடிவு செய்கிறேன். எனக்கு இப்போது பூனாவுக்கு இரவு ரயிலில் டிக்கட் கிடைக்குமா என்று பார்'' என்றான் செந்தூர் பாண்டியன்.

டிக்கட் எடுத்துக்கொண்டு பக்தூர் வந்தான். “சாகேப், இன்னும் அரை மணி நேரத்தில் பாம்பே ரயில் கிளம்புகிறது. அது நடை மேடையில் வந்து நிற்கிறது. நாம் எல்லா லக்கேஜை எடுத்துக்கொண்டு ஓடிப்போய்தான் கிளம்ப வேண்டும்'' என்றான்.

"இதோ பார், இந்த லக்கேஜ் எதுவும் எனக்கு வேண்டாம். எல்லாவற்றையும் நீ எடுத்துக்கொண்டு போ"

"வேண்டாம் சாகேப், சற்குணம் சாகேப் எனக்கு நான் நினைத்துப் பார்க்க முடியாத அளவிற்கு நிறைய கொடுத்திருக்கிறார். அதுபோதும் எனக்கு"

"உனக்கு வேண்டாம் என்றால் எவருக்காவது கொடுத்துவிட்டுப் போ. அப்பாவும் அவளும் போன பிறகு அவர்களின் பொருட்கள் என்னோடு இருந்தால், அவர்களின் இழப்பை அதிகமாக எனக்கு ஞாபகப்படுத்திக்கொண்டிருக்கும்."

"இப்போது விவாதித்துக்கொண்டிருக்க நேரமில்லை. பெட்டி படுக்கைகளை நான் கொண்டு போகிறேன். நகைகள் அடங்கிய ஒரு சிறு பெட்டி இருக்கிறது. அதை மட்டும் எடுத்துச் செல்லுங்கள். உங்களுக்கு உதவியாக இருக்கும்."

"வேண்டாம், பக்தூர், நீ கொண்டு செல்" என்ற பிறகும் அவன் கேட்காமல், காரின் உள்ளே சென்று சிறு பையில் இருந்தவற்றை ஒரு துணியில் கட்டி அதை செந்தூர் பாண்டியன் வயிற்றைச் சுற்றிக் கட்டினான். கையில் செலவுக்கு பணம் கொடுத்தான். அவனைக் கூட்டிக்கொண்டு ரயிலில் ஏற்றி விடவும் வண்டி புறப்பட்டது.

நல்ல மனிதர்கள் எங்கும் இருக்கிறார்கள் என்று பக்தூரைப் பற்றி நினைத்துக்கொண்டான் செந்தூர் பாண்டியன்.

இவ்வாறு தன் கதையை அழுகையுடன் சொன்னான் செந்தூர் பாண்டியன்.

"அப்படித்தான் இங்கு வந்து சேர்ந்தேன். எனக்கு பூனா ரயில் நிலையம் வந்தது தெரியும். ரயில் ஊழியர் வந்து என்னிடம் சொல்லி விட்டுப் போனார். ஆனால் எனக்கு என்னவோ மனதில்லை. உன்னைப் பார்த்து எப்படிப் பேசுவது என்று தயக்கம். அதுதான் கடைசிவரை இறங்காமல் இருந்தேன். அந்த ரயில் ஊழியர்தான் இறங்குங்கள் என்று கடைசி நிமிடத்தில் இறக்கிவிட்டார்" என்றான்.

"நான் கொண்டு வந்திருப்பது உறவுகளின் மறக்க முடியாத, கனமான நினைவுகள் மட்டும்தான். கூட இருப்பது பக்தூர் கொடுத்த அந்த நகைகள் ஒன்றுதான்" என்று சொல்லிக்கொண்டு எழுந்து சென்று அவன் உடைகள் பக்கத்தில் ஒரு துண்டில் பொதிந்து வைத்திருந்த நகைகளைக் காண்பித்தான் செந்தூர் பாண்டியன்.

"இவற்றை எப்படியடா ரயிலில் கொண்டு வந்தாய்?" என்று கேட்டான் ராகவன்.

"வண்டியில் ஏறியவுடன் என் படுக்கையில் கழற்றி வைத்தேன். அதைப் பற்றி நினைவும் வரவில்லை. இறங்கும்போது சக பயணி உங்களின் பொருள் என்று காட்டினார். ஆகவே இதை எடுத்துக் கொண்டு வந்தேன்"

"இதை இங்கே பத்திரமாக எப்படி வைப்பதடா?"

"அப்படிப் போடு, யாரும் தீண்ட மாட்டார்கள். அப்படியே போனாலும் போகட்டும். எவ்வளவோ போன பின் இது இருந்தால் என்ன, போனால் என்ன?" என்றான் செந்தூர் பாண்டியன்.

ராகவனும், செந்தூர் பாண்டியனும் அதன் பிறகு ஏதும் பேசவில்லை.

மழை கொஞ்சம் விறைத்திருந்தது. சொட்டு நீர் விழுந்தது. மாலை இருட்டு கவ்வியது.

செந்தூர் பாண்டியன் கண்ணிலிருந்து நீர் வழிந்து கொண்டிருந்தது.

13. 'யாருக்கு வேணும் இந்தச் சுதந்திரம்?'

அடுத்த வாரம், இந்தியாவின் முதல் சுதந்திர தினம். அந்த நாள், மக்கள் மனதில் பெரும் எழுச்சியையும், எதிர்பார்ப்பையும், கூடவே நாட்டில் நினைத்துப் பார்க்காத அரசியல் சிக்கல்களையும் கொணர்ந்திருந்தது.

பூனாவின் அரசியல்வாதிகளும், சிந்தனையாளர்களும், சாதாரண மக்களும் இளைஞர்களும் சுதந்திரத்தைப் பற்றி என்ன நினைக்கிறார்கள் என்று பேட்டி கண்டு அவர்கள் கருத்தைத் தொகுத்து கட்டுரை ஒன்றை தன் பத்திரிகைக்கு அனுப்ப வேண்டும் என்று தீர்மானித்தான் ராகவன். யாரையெல்லாம் சந்திக்க வேண்டும் என்று பட்டியல் தயாரித்தான். பல பெயர்களை அடக்கிய அந்தப் பட்டியலில், கோட்சே பெயரையும் சேர்த்திருந்தான்.

கோட்சே நிச்சயமாக சுதந்திர தினத்திற்கு எதிராக, காங்கிரசுக்கு எதிராக, முக்கியமாக காந்திக்கு எதிராகப் பேசுவான், அப்படிப்பட்ட கருத்தை இந்த நல்ல நாளில் சொல்லுவது பொருத்தமாக இருக்குமா என்று தன்னைத்தானே கேட்டான் ராகவன். மாற்றுக்கருத்துக்கு மதிப்பளிப்பதே சுதந்திரத்தின் மகிமை, ஆகவே அவனையும் பேட்டி கண்டு அவன் கருத்தைப் போடலாம் என்று முடிவெடுத்தான்.

ராகவன் வெளியே கிளம்ப ஆரம்பித்த போது, "நாங்களும் உன்னோடு வருகிறோம். இங்குள்ள மக்கள் என்ன சொல்லுகிறார்கள் என்று கேட்கிறோம்" என்றான் பிரான்சிஸ்.

"பல இடங்களுக்கு அலைய வேண்டியிருக்குமே" என்றான் ராகவன்.

"பரவாயில்லை. இங்கே வீட்டுக்குள் அடைந்து கிடக்கிறோம், கொஞ்சம் மாற்றாக இருக்கும்" என்றான் செந்தூர் பாண்டியன்.

"சரி, வாருங்கள் போகலாம். வந்த இடத்தில் நீங்கள் எதுவும் பேசக்கூடாது என்ன?" என்றான் ராகவன்.

"நாங்கள் உள்ளே வரவில்லை, நீ பாட்டுக்கு பேசிக்கொண்டிரு" என்றான் பிரான்சிஸ்.

முதலில் கோட்சேயைப் பார்த்தார்கள். அவர்களைக் கண்டதும், "ராகவன், உன்னைப் பற்றித்தான் நினைத்தேன். ஒரு விஷயம்

உன்னிடம் சொல்ல வேண்டும் என்று துடித்துக்கொண்டிருக்கிறேன்." என்றான். பிறகு அவனே, "யாருடனோ வந்திருக்கிறாய், அந்த விஷயத்தைப் பிறகு சொல்லுகிறேன்" என்றான்.

"சார், இவர்கள் என் நண்பர்கள். இவன் லாகூரிலிருந்து அகதியாய் இங்கு வந்திருக்கிறான். இவன், இலங்கையில் படிக்கிறான், சொந்த நாட்டின் சுதந்திர விழாவில் கலந்து கொள்ள இங்கு வந்திருக்கிறான். என்னிடம் சொல்ல விரும்புவதை இவர்கள் முன்னாலும் சொல்லலாம்" என்றான் ராகவன்.

"ஒரு நிமிடம் வெளியே வருகிறாயா?" என்று கேட்டான் கோட்சே.

சரியென்று வெளியே வந்தான் ராகவன்.

"ராகவன், இவர்களைப் பார்த்தால் பிராமணர்கள் போல இல்லையே. இவர்கள் உன்னோடா தங்கியிருக்கிறார்கள்?" என்று கேட்டான்.

"நண்பராயிருப்பதற்கு சாதி, ஜாதக பொருத்தம் பார்க்க வேண்டாமே" என்றான் ராகவன்.

"ஏய், கிண்டல் செய்யாதே. சூத்திரர்களோடு சேர்ந்து வாழாதே. அவ்வளவுதான் நான் சொல்வேன்."

"நான் சூத்திர பிராமணன்"

"உன்னைத் திருத்த முடியாது. எதற்கு வந்திருக்கிறாய்"

"சுதந்திரம் பற்றி என்ன நினைக்கிறார்கள் என்று பூனாவிலுள்ள தலைவர்கள், சாமான்ய மக்களிடம் கேட்டு ஒரு கட்டுரை போடணும். அது விஷயமாக உங்களிடம் சில கேள்விகள் கேட்க வேண்டும்"

"அவ்வளவுதானே. சொல்லிவிட்டால் போகிறது. அதற்கு முன் டில்லியில் நடந்த சம்பவத்தை நான் உன்னிடம் சொல்லியாக வேண்டும்."

"உள்ளே போய் உட்கார்ந்து பேசுவோமா?"

"சரி, உள்ளே போவோம்" என்று வந்தனர்.

"மே முதல் வாரத்தில் நாங்கள் டில்லிக்குப் போகிறோம் என்று உன்னிடம் சொல்லியிருந்தேன் இல்லையா. நானும், நாராயண் ஆப்தே, கார்க்கரே மூவரும் அங்கே போய் இந்து மகாசபா அலுவலகத்தில் தங்கினோம். மாலையில் டில்லி பழைய ரயில் நிலையத்தின் அருகில்,

கிழக்கு பஞ்சாபிலிருந்து வந்த ஏராளமான அகதிகள் வந்திருந்தனர். இங்கே ஒருவர் லாகூரிலிருந்து வந்திருக்கிறார் என்று சொன்னாயே. அவருக்கும் அகதியின் வருத்தம் தெரியுமே" என்றான் கோட்சே.

"ஆமாம், ஒவ்வொரு அகதியின் கதையும் சோகமயமானதுதான்" என்றான் செந்தூர் பாண்டியன்.

"அங்குப் போய் சில அகதிகளைச் சந்தித்தோம். அவர்களிடம் நான் பேசினேன். உங்களின் இந்த நிலைக்குக் காரணம், மகாத்மா என்ற பெயரோடு ஒரு கிழவர் அலைகிறாரே, அவர்தான். அவர் முஸ்லிம் களுக்கு ஒன்று என்றால் ஓடிவந்து உருகிப்போகிறார். இந்துக்களுக்கு ஆபத்து என்றால் அவர் கண்டுகொள்வதேயில்லை. முதலில் கல்கத்தா, நவ்காளி, இப்போது பஞ்சாப் , எல்லா இடங்களிலும் அந்தக் கதைதான் நடந்தது. இதை நிறுத்த வேண்டிய நேரம் வந்துவிட்டது" என்று சொன்னேன். அவர்கள் ஆமாம் நீங்கள் சொல்வது சரிதான் என்றனர். "உங்களோடு துணை நிற்போம் என்றனர்" என்றான் கோட்சே.

"சார், நான் அகதியாய் பஞ்சாபிலிருந்து வந்திருக்கிறேன். எனக்கு அங்குள்ள நிலைமை தெரியும். இது மதவெறியால் ஏற்பட்ட பிரச்சினை. காந்தி மதவெறியைத் தணித்து மக்களிடம் சமரச நிலையை ஏற்படுத்தப் பார்க்கிறார். அவருக்கு இந்து வேண்டும், முஸ்லிம் வேண்டும் என்ற எண்ணம் கிடையாது, அவருக்கு இரண்டுபேரும் வேண்டும் என்றுதான் எனக்குத் தெரியும்" என்றான் செந்தூர் பாண்டியன்.

அவனைக் கோபத்துடன் ஒரு பார்வை பார்த்துவிட்டு, "துப்புரவு தொழிலாளர்கள் வசிக்கும் பாங்கி காலனியில் காந்தி தங்கியிருந்து அங்குள்ள இந்துக்கோயிலில் தின பிரார்த்தனை வழிபாடு நடத்தினார். நாங்கள் அந்த அகதிகளோடு அங்குச் சென்றோம். இந்துக் கோயிலில் வைத்து அவர் குரானிலிருந்து வாசகத்தை வாசித்தார். என்ன தைரியம் அவருக்கு? நாங்களும் அந்த அகதிகளும் கொதித்து போராட்டம் நடத்தினோம். 'காந்தி ஒழிக, முஸ்லிம்களுக்கு சாதகமாக நடக்காதே. இதை அனுமதிக்க மாட்டோம்' என்று கத்தினோம். உனக்குத் தெரியுமா ராகவன், அவர் ஆடிப்போயிருக்க வேண்டும். அவரைச் சுற்றி அவர் தொண்டர்கள் சூழ்ந்துகொண்டார்கள். போலிஸ் வந்து எங்களை தடியடி செய்து கலைத்துவிட்டார்கள். அன்றைக்கு ரொம்ப திருப்தியாக எனக்கு இருந்தது" என்று சொல்லி வெற்றிச் சிரிப்பு சிரித்தான் கோட்சே. இன்னும் அவனே தொடர்ந்தான்.

"அதற்குப் பிறகு ஒரு கதையிருக்கிறது. சாவர்க்கரிடமிருந்து உடனே தன்னைப் பார்க்கவேண்டும் என்று ஒரு தந்தி வந்தது.

உடனே பம்பாய்க்குச் சென்றோம். போன உடனே, 'டில்லியில் என்ன செய்தீர்கள்?' என்று கோபமாய்க் கேட்டார். காந்திக்கு ஒரு பாடம் படித்துக் கொடுத்தோம் என்று சொன்னோம். 'ஆக அராஜக வழி முறையில் நடக்க ஆரம்பித்துவிட்டீர்களா?' என்று கேட்டார். 'வேறு வழியில்லை' என்றோம். 'எப்போதும் சட்டவழியில் நடக்க வேண்டும்' என்று சொன்னார். இவரும் காந்தி வழியில் போக ஆரம்பித்துவிட்டாரோ என்று நினைத்துக்கொண்டு வந்தோம்' என்றான் கோட்சே.

"இந்துக்களுக்கு உதவ நல்ல தலைவர்கள் இல்லை என்பது எதார்த்தம் ஆகிறது" என்ற கோட்சே, "ராகவன், சுதந்திரம் பற்றி கேள்வி கேட்கப் போகிறேன் என்று சொன்னாயே, கேள்" என்றான் கோட்சே.

"கேட்கிறேன். ஆனால் பதில் சுருக்கமாக இருக்க வேண்டும். கதைவிடக் கூடாது" என்றான் ராகவன்.

"நான் சொல்வதெல்லாம் கதை என்கிறாயா?" என்று கேட்டான் கோட்சே.

"நான் அந்த அர்த்தத்தில் சொல்லவில்லை. பதில், கதைபோல பெரிதாக இருக்கக் கூடாது என்றேன். என் முதல் கேள்வி சுதந்திரம் வருவது உங்களுக்கு சந்தோசமாக இருக்கிறதா?"

"இல்லை. இந்துக்களுக்கு சந்தோசம் இல்லை."

"முஸ்லிம்களுக்கு சந்தோசமாக இருக்கிறதா?"

"இருக்க வேண்டும் அவர்களுக்குத்தான் தனி நாடு கிடைத்திருக்கிறதே"

"அவர்கள் எல்லோரும் பாகிஸ்தான் போய்விட்டால் இது இந்துக்களின் நாடாக ஆகிவிடுமே. அப்போது உங்களுக்கு சந்தோசமாகத் தானே இருக்க வேண்டும்."

"காந்தி இருக்கும் வரை இந்துக்கள் சந்தோசமாக இருக்க முடியாது"

"நீங்கள் சுதந்திர தினத்தை சந்தோசமாகக் கொண்டாடப் போவதில்லையா?"

"ஏன் கொண்டாட வேண்டும்?"

"நாட்டு மக்கள் எல்லோரும் சந்தோசமாகக் கொண்டாடும்போது நீங்கள் கொண்டாட மறுப்பது தேச விரோத செயலாகாதா?"

"எங்களைவிட தீவிரமான தேச அபிமானி எவரும் இல்லை"

"சுதந்திர இந்தியாவில் இருவர் மட்டும் சுதந்திர தினத்தைக் கொண்டாட மாட்டேன் என்று சொல்லுகிறார்கள். ஒன்று காந்திஜி, இன்னொருவர் கோட்சே" என்று ராகவன் சொன்னதும் எல்லோரும் சிரித்துவிட்டார்கள்.

அவர்கள் அங்கிருந்து கிளம்பினார்கள். ரோட்டில் போகும் மனிதர்களைச் சந்தித்து, சுதந்திரத்தால் அவர்களுக்கு என்ன கிடைக்கிறது என்று கேட்க அவர்கள் மிகவும் மகிழ்ச்சியாக சுதந்திரத்தை வரவேற்பதாகப் பதில் சொன்னார்கள்.

இந்தச் சுதந்திரம், சாமான்யனின் சுதந்திரம். அவனால் அவனுக்கு வழங்கப்பட்ட சுதந்திரம், அவன் எவருக்கும் நிகரானவன் எனப் பிரகடனப்படுத்தும் சுதந்திரம். அவன் உடைமையை அவனுக்கு உரிமைப்படுத்தும் சுதந்திரம்.

பிரிட்டனின் பிரதம அமைச்சர், கிளமெண்ட் அட்லி, இந்திய சுதந்திரச் சட்டத்தைக் கொணர்ந்தார். சுதந்திரம் ஆகஸ்டு 15ஆம் தேதி முகிழ்க்கும். இரு நாடுகளின் செல்வம் இந்தியாவுக்கும் பாக்கிஸ்தானுக்கும் இடையில் 82.5% :17.5% என்ற விகிதாச்சாரத்தில் பிரித்துக்கொள்ளப்படும். அதன்படி, இந்தியா 470 கோடியை வைத்துக்கொள்ளும், முதல் கட்டமாக 20 கோடி பாக்கிஸ்தானுக்கு உடனே வழங்கப்படும், மீதமுள்ள 55 கோடி பின்னர் மாற்றப்படும் என்று தீர்மானிக்கப் பட்டது.

சாவர்க்கரின் இந்து மகாசபை கூட்டம் நடந்தது. அதில் சுதந்திர தினத்தை மூவர்ண தேசியக் கொடியை ஏற்றி கொண்டாட முடிவெடுக்கப்பட்டது. அதை கோட்சே, ஆப்தே, கார்க்கரே ஆகியோர் எதிர்த்தனர்.

இந்துவான கோட்சேக்கள் காந்தியை எதிர்த்தது போக இப்போது கல்கத்தா இந்துக்கள், அங்கு வந்திறங்கிய காந்தியை "திரும்பிப் போ காந்தி" என்று முழங்கினார்கள்.

பிரிவினைக்கு வங்காள சட்டசபையில் வாக்கெடுப்பு முடித்தபின், முஸ்லிம் கிழக்கு வங்காளத்துக்கும், இந்து மேற்கு வங்காளத்துக்கும் தனித்தனி அமைச்சரவைகள் உருவாக்கப்பட்டன. பி. சி. கோஷ் மேற்கு வங்காளத்தின் முதல்வராக ஆனார். இப்போது, சென்ற வருடம் கல்கத்தாவில் முஸ்லிம் ஆட்சியாளர்கள் துணையுடன் நடத்திய நேரடி நடவடிக்கையில் கொல்லப்பட்ட இந்துக்களின் உயிர்களுக்கு பழிவாங்க இந்துக்கள் நடவடிக்கைகளில் இறங்கினார்கள்.

ஆகஸ்ட் 9ஆம்தேதி காந்தி, நவகாளிக்கு செல்லும் வழியில் கல்கத்தா நகரில் வந்து இறங்கினார்.

கிழக்கு, மேற்கு வங்காளத்துக்கு தனித்தனி அமைச்சரவை ஏற்பட்டு இருந்தாலும், ஆகஸ்டு 15 வரை, முன்னால் இருந்த ஒன்றுபட்ட அமைச்சரவை ஆட்சி நடத்தும், ஆனாலும் முடிவுகளை அது சம்பந்தப்பட்ட முதல் அமைச்சர்களைக் கலந்தாலோசித்து அவர்கள் விருப்பப்படி நிறைவேற்றும் என்று தீர்மானிக்கப்பட்டிருந்தது.

கராச்சியில் இருந்த முதல் அமைச்சர் சுஹ்ராவர்த்தி, காந்தி கல்கத்தாவுக்கு வந்திருக்கிறார் என்றதும், டில்லிக்குப் போக வேண்டிய தன் அவசியத்தை ஒதுக்கிவைத்துவிட்டு,நேரடியாக கல்கத்தாவுக்கு வந்து சேர்ந்தார்.

ஆகஸ்ட் பதினொன்றாம் தேதி சுஹ்ராவர்த்தி காந்தியை சோதெபோர் ஆஸ்ரமத்திலே சந்தித்தார். தன் பேச்சில், கல்கத்தா எரிந்துகொண்டிருக்கும்போது, காந்திஜி அதைவிட்டு நவகாளிக்கு செல்லுவது முறையா என்று சுஹ்ராவர்த்தி கேட்டார். காந்தி பதில் சொன்னார், "தன்னோடு இணைந்து அமைதிக்கு உழைக்க சுஹ்ராவர்த்தி தயார் என்றால், இங்கு அமைதி திரும்பும் வரை கல்கத்தாவில் இருக்க தான் தயார். அதற்கு இருவரும் ஒரே இடத்தில் ஒன்றாயிருந்து இணைந்து செயல்படவேண்டும், பதிலை நாளைக்கு யோசித்துச் சொன்னால் கூட போதும்" என்றார் காந்திஜி. அடுத்த நாள் சுஹ்ராவர்த்தி தன் சம்மதத்தைத் தெரிவித்தார்.

கல்கத்தாவின் மிகவும் அழுக்குப் பகுதியான பெலியகட்டாவில் உள்ள ஹைதாரி மேன்சன் எனும் இப்போது எவரும் வசிக்காத பழைய கட்டடத்தில் அவர் தங்குவதாக முடிவெடுக்கப்பட்டது. கடந்த பனிரெண்டு மணி நேரத்தில் அது சுத்தப்படுத்தப்பட்டது.

ஆகஸ்டு 14ஆம் தேதி, தன்னோடு செல்ல 2.30 மணிக்கு வர வேண்டும் என்று சுஹ்ராவர்த்திக்கு காந்தி சொல்லியிருந்தார். 2.28க்கு காரில் ஏறி அமர்ந்தார் காந்திஜி. சுஹ்ராவர்த்தியைக் கானவில்லை. 2.30க்கு காந்தியின் கார் புறப்பட்டது.

தங்குமிடத்தில், கோபமுற்று கோஷமிடும் மக்களை எதிர் கொண்டார் காந்திஜி. கொஞ்ச நேரத்தில் சுஹ்ராவர்த்தியின் கார் வந்ததும், நிலைமை மோசமடைந்தது. காந்தியே திரும்பப் போ என்ற குரல் உரத்து ஒலித்தது. காந்தி உட்கார்ந்திருந்த அறையினுள், ஜன்னல் வழியாக ஏறி இளைஞன் ஒருவன் உள்ளே நுழைய முயன்றான். அங்கு வந்திருந்த ஆங்கிலேயர் ஹோரஸ் அலெக்சாண்டர், அதன் பின்

விளைவை அறியாமல் கதவை மூடினார். உடனே ஜன்னல் வழியாகவும் கதவுகள் வழியாகவும் கற்கள் வீசப்பட்டன.

போராட்டம் நடத்துபவர்களின் பிரதிநிதிகளை காந்தி பேச வருமாறு அழைத்தார். "போன வருடம், இந்துக்கள் மீது தாக்குதல் நடந்தபோது, நீங்கள் வரவில்லை; இப்போது முஸ்லிம்களுக்கு ஆபத்து என்றபோது உடனே வந்து நிற்கிறீர்கள். நீங்கள் இங்கு வரவேண்டாம்" என்றனர்.

"போன வருட ஆகஸ்டுக்கும், இந்த வருட ஆகஸ்டுக்கும் வித்தியாசம் இருக்கிறது. அப்போது, நவகாளியில் இந்துக்கள் தாக்கப்பட்டபோது நான் இங்கிருந்து அங்குச் செல்ல வேண்டிய அவசியம் ஏற்பட்டது. நான் இந்து முஸ்லிம் என்று பார்த்துச் செல்வதில்லை. நான் இப்போது எல்லோருக்கும் உதவவே வந்திருக்கிறேன். நான் இப்போது என்னை உங்களின் பாதுகாப்பில் வைக்கிறேன், என்னை என்ன வேண்டுமானாலும் நீங்கள் செய்யலாம். இதைத்தான் நான் நவகாளியில் முஸ்லிம்களிடம் தெரிவித்தேன். இன்று அங்கு அமைதி நிலவுகிறது" என்றார்.

அன்று மாலையில் அந்தக் கட்டடத்தில் உள்ள சின்ன இடத்தில் நடந்த பிரார்த்தனைக் கூட்டத்தில் நெருக்கியடித்துக்கொண்டு பத்தாயிரம் பேர் கலந்துகொண்டார்கள்.

"நாளை ஆகஸ்ட் 15. நாம் பிரிட்டனின் அடிமைத்தளையிலிருந்து விடுபடுவோம். இந்தியா இரண்டாகவும் பிரிக்கப்பட்டுவிடும். எனவே இது மகிழ்வான நாள், துயரமான நாள். இங்கிருக்கும் இருபது லட்சம் இந்துக்களும் முஸ்லிம்களும் ஒருவரோடு ஒருவர் தாக்க வாளை உருவிக்கொண்டு நின்றால், எந்த முகத்தோடு நான் நவகாளிக்குச் சென்று இந்துக்களுக்காகப் பேச முடியும்? நாட்டில் மதவெறி நெருப்பு பற்றிக் கொண்டு எரிந்தால், நம் சுதந்திரம் எப்படி நிலைத்து நிற்கும்" என்று பேசினார்.

கூட்டத்தினர் "எங்கே சுஹ்ராவர்த்தி?" என்று தேடினர். காந்திதான் அவரை இப்போதைக்கு தன்னோடு வந்து கலந்துகொள்ள வேண்டாம் என்று சொல்லியிருந்தார்.

கூட்டம் முடிந்த பின்னர், தெருவில் பலர் கூடி நின்று சுஹ்ராவர்த்திக்கு எதிராக குரல் எழுப்பிக்கொண்டிருந்தனர். வேலை பார்த்துக்கொண்டிருந்த காந்தி, சத்தம் கேட்டு எழுந்து, அந்தத் தெருவில் அருகில் உள்ள பால்கனியில் வந்து நின்றார். அவர் சுஹ்ராவர்த்தியின் தோளின் மீது தன் ஒரு கையையும், தன் பேத்தி மனு தோள் மீதும் இன்னொரு கை போட்டுக்கொண்டு அவர்கள் முன் தோன்றினார்.

கூட்டத்திலிருந்து ஒருவன் சுஹ்ராவர்த்தியைப் பார்த்து, "இந்தக் கொலைகளுக்கு நீர்தானே பொறுப்பு" என்று கத்தினான்.

எவரும் எதிர்பார்க்காத வகையில், "ஆமாம் நான்தான் பொறுப்பு" என்று சுஹ்ராவர்த்தி சொன்னார். தன் குற்றத்தை பொதுமக்கள் முன்னிலையில் அவர் ஒப்புக்கொண்டது, பெரும் பாதிப்பை ஏற்படுத்தியது.

"அது ஒரு திருப்பு முனை. அது பெரும் மன்னிக்கும் தன்மையை ஏற்படுத்தியது. அதை என்னால் உணர முடிந்தது" என்றார் காந்தி.

அப்போதிருந்து, காந்தி கேட்டுக்கொண்டதுவாய் ஆயுதம் தாங்கிய பாதுகாப்பு காவலர்கள் நீக்கப்பட்டு, சம அளவிலான இந்து முஸ்லிம் இளைஞர்கள் காவலர்களாக செயல்பட்டனர்.

கல்கத்தாவில் அமைதி மெதுவாகத் திரும்ப ஆரம்பித்தது.

கல்கத்தாவில் காந்தி ஆகஸ்டு பதினைந்தை, உண்ணா நோன்போடும், பிரார்த்தனையோடும், அதிகமான நூல் நூற்றலோடும் செலவிட்டார்.

அன்று மாலை நடந்த பிரார்த்தனைக் கூட்டத்தில் 30000பேருக்கு மேல் கலந்துகொண்டனர். ஏராளமான இந்துக்களும் முஸ்லிம்களும் அதில் கலந்துகொண்டனர். மெல்ல பாரம்பரிய உறவு தொடர ஆரம்பித்தது.

"பஞ்சாபில் 55000 ராணுவ வீரர்கள் இருக்கிறார்கள், ஆனாலும் கலவரம் அடங்கவில்லை. ஆனால், வங்காளத்தில் இருப்பது ஒரு வீரர் மட்டும்தான். அங்குக் கலவரம் இல்லை" என்று மவுண்ட்பேட்டன் பின்னால் சொன்னார்.

ஆகஸ்ட் 14, சரியாக இரவு பனிரெண்டு மணிக்கு பெருத்த சந்தோசமும் ஆர்ப்பாட்டமும் கொண்டாட்டமும் நாடெங்கும் வெடித்தன. ஆம் இப்போதிலிருந்து இந்தியா சுதந்திர நாடு.

அந்த வேளையில், இந்தச் சுதந்திரத்துக்காக தன்னை முழுவதும் தந்து போராடிய எளிய மனிதன், கல்கத்தாவின் அழுக்குப் பகுதியில், ஒரு பாழடைந்த பங்களாவின் வெறும் தரையில் படுத்து ஆழ்ந்த நித்திரையில் இருந்தார்.

இந்த நாடு தூங்கியபோது அவர் விழித்திருந்து பணிபுரிந்தார். இப்போது நாடு விழித்திருக்கும்போது அவர் தூங்கினார்.

பாக்கிஸ்தான், இந்தியாவிலிருந்து வேறுபட்டது, அதனினும் முன்னே நிற்பது என்று காண்பிக்க, ஜோதிடர் எவரையும் கலந்தாலோசிக்காமல் ஜின்னா தலைமையில், ஆகஸ்டு 14இல் சுதந்திர தினத்தைக் கொண்டாடியது.

அதே இரவில் பனிரெண்டு மணியளவில், டில்லி தனது கஷ்டங்களை ஒதுக்கிவைத்துக்கொண்டு, பெரும் சந்தோசத்தில் மிதந்தது.

"மதச்சார்பற்ற நாடு ஒன்று இருக்க முடியுமா என்று தெரிய வில்லை. ஆழ்ந்த மத நம்பிக்கைகொண்ட முஸ்லிம்களால் அப்படி ஒட்டிக்கொண்டிருக்க முடியாது. பெரும்பான்மையானவரான இந்துக்கள் சிறுபான்மையானவரை நிம்மதியாக இருக்க விடமாட்டார்கள்" என்று சொன்னவர் கவிஞர் இக்பால். ஆமாம் அவர்தான், சாரே ஜஹன் செ அச்சா என்ற தேசிய பாடலை எழுதி பின்னாளில் முஸ்லிம் அடிப்படை வாதியாக மாறியவர். அந்தப் பாடலின் முதல் வரி இப்படித்தான், "உலகின் எல்லா தேசத்தினும் உயர்ந்தது எங்கள் இந்து நாடு, அது எங்கள் தோட்டக் குடில் நாங்கள் அதன் குயில்" என்று எழுதியவர் தான். மனிதர்கள் எப்படி மாறிவிடுகிறார்கள்!

ஆனாலும், "இது என் தேசம், நான் பிறந்து வளர்ந்தது இந்த தேசத்தில்தான், என் கல்லறையும் இங்குதான் இருக்க வேண்டும்" என்று மிகப் பெரும் என்ணிக்கையிலான முஸ்லிம்கள் இந்தியாவில் இருந்தார்கள்.

நாட்டுப் பிரிவினை தவிர வேறு வழியில்லை என்று முடிவெடுத்த தலைவர்கள், உண்மையில் இப்படி இந்து முஸ்லிம் கலவரம் வெடிக்கும் என்று எதிர்பார்க்கவில்லை. ஆனால் காந்தி அப்படி நடக்கும் என்று எதிர்பார்த்தார். பிரிக்காதே, கலவரத்தை அடக்க முடியாது என்று சொன்னார். பிரச்சினையின் உச்சியில் இருப்பவர்க்கு அதன் பொருளை உணர்ந்துகொள்ள முடியவில்லை.

அதன் கொடூரம் எவ்வளவு இருந்தது என்றால், அகதிகளின் நிலைமையைத் தீர்ப்பதிலே புதிய ஆட்சியாளர்களின் பெரும் நேரம் செலவாகியது. புதிய பிரதமரான நேருவுக்கு சுதந்திர தினமன்று அவர் ஆற்றும் உரையைத் தயார் செய்ய நேரமில்லை. பேனாவும் காகிதமும் எடுத்துவைத்து எழுத வேண்டும் என்று உட்கார அவரால் முடியவில்லை. கலவரச் செய்திகள் அவர் மனதை ஆக்கிரமித்துக்கொண்டிருந்தன. பேசும்போது அவர் மனதில் தோன்றிய கருத்துக்களை, இது எவ்வளவு தூரத்துக்குச் சரியாக இருக்கும் என்ற பயத்தோடு பேசினார். உலகம் உறங்கும் போது, அந்த நள்ளிரவில் இந்தியா ஒரு புத்துலகு காண தன் வரலாற்றுக் கண்ணை புதிதாகத் திறக்கும் அந்த வேளையில், "வெகு காலத்திற்கு முன்னே வரலாற்றோடு ஒரு தளை ஏற்படுத்திக் கொண்டிருந்தோம், அதை விடுவிக்கிறோம், முழுவதுமாக இல்லா விட்டாலும் குறிப்பிடத்தகுந்த அளவாவது" என்று தன் பேச்சை ஆரம்பித்தார்.

அப்போது இடி இடித்தது. மின்னல் வெட்டியது. பலர் மழையில் நனையும் நிலை.

ஆகஸ்டு 15, அவ்வளவு நல்ல நாள் இல்லை என்று ஜோதிடர்கள் சொன்னார்கள். ஆனால் ஆகஸ்டு 14 நள்ளிரவில் கிரகங்களின் சேர்க்கை நன்றாக இருக்கும், அன்று நாம் கொடியேற்றினால், நாடு அமோகமாக இருக்கும் என்று அவர்கள் சொன்னார்கள். இதையெல்லாம் கொள்கை ரீதியாக ஏற்காத நேரு, பெரும்பான்மையோரின் உணர்வுக்கு மதிப்பளிக்க அந்த நேரத்தில் சுதந்திர தினத்தைக் கொண்டாடலாம் என்று ஒத்துக் கொண்டார். இதற்கு வைஸ்ராயான மவுண்ட்பேட்டன் ஒத்துக்கொள்ள வேண்டுமே. அவரும் எனக்கொன்றும் பிரச்சினையில்லை என்றார்.

அன்று, நாடு முழுக்க பெரும்பாலான மக்கள் தூங்கவில்லை. நள்ளிரவிலிருந்து ஆட்டமும் பாட்டமும், ஒருவருக்கொருவர் மகிழ்வில் கட்டிப்பிடித்தும், பாடல்கள் ஒலிபெருக்கியில் முழங்கவும், இனிப்பு வழங்குவதுமாய் பெரும் கனவுடன் அந்த நாள் தொடங்கியது. நாடெங்கும் மூவண்ணக் கொடியின் படபடப்பு தொடர்ந்தது

அன்று அமிர்தசரஸ் ரயில் நிலையத்தில் வந்து நின்ற ரயில் பெட்டியைத் திறந்து பார்க்க, அதனுள் முழுக்க முழுக்க பிணங்கள். யாரோ சுண்ணாம்பால் அந்தப் பெட்டியில் எழுதியிருந்தார்கள், 'நேருவுக்கும் பட்டேலுக்கும் எங்கள் சுதந்திரப் பரிசு.'

பூனாவில், கோட்சேயும் நாராயண் ஆப்தேயும் இந்தச் சுதந்திர தினவிழா கொண்டாட்டங்களைப் புறக்கணிப்பதாக பேசிக் கொண்டிருந்தனர். இந்துக்களின் இரத்தம் சொட்டும் இந்த வேளையில் என்ன சுதந்திர தினம் வேண்டிக்கிடக்கிறது என்றார்கள்.

ஆனால், இந்து மகாசபா சுதந்திர தின விழாவில் கலந்து கொண்டது. மூவர்ண தேசியக்கொடியை ஏற்றியது. கோட்சேக்கும், நாராயண் ஆப்தேக்கும் எரிச்சலூட்டும் வகையில், நேருவின் அமைச்சரவையில், இந்து மகாசபை சார்பாக டாக்டர் ஷியாமா பிரசாத் முகர்ஜி சேருவதாகவும் செய்தி வந்தது.

கோட்சே ஒரு எளிய நிகழ்ச்சியில், பூனாவில் தேசியக்கொடிக்குப் பதில், ஆரஞ்சு நிற முக்கோணக் கொடியில், நடுவில் ஸ்வஸ்திகா அடையாளம் பதித்த கொடியை, பூனாவில் ஏற்றிவைத்து உரையாற்றினான். இந்தக் கொடிதான் உண்மையான இந்துக்களின் அடையாளக் கொடி, இந்து ஆட்சியின், இந்து ராஷ்டிரத்தின் கொடி என்றான்.

அவன் சில அடிப்படையான கேள்விகளுக்கு விடையைத் தேடவில்லை.

மதத்தால் அமைந்தது நாடா அல்லது மக்களால் அமைந்தது நாடா? ஒருவருக்கு இந்த நாடு பிறப்பால் சொந்தமா அல்லது மதத்தால் சொந்தமா?

மனிதர்களே, நீங்கள் மனுவின் குழந்தைகளா?

இந்த நாடு, வேற்றுமையான பண்பாட்டை ஏற்கும் நாடா?

மதம் தனிப்பட்ட நம்பிக்கையின் வெளிப்பாடா? அல்லது ஒருவரின் இருப்பின் முழு அடையாளமா?

இந்து ராஷ்டிரத்தில் எல்லோரும் சமமா?

ஒரு இந்துவுக்கும், மற்ற மதத்தினருக்கும் சமத்துவ உறவு உண்டா?

ஏகத்துவம் என்ற வேதாந்த கருத்தைச் சொல்லும் நாம் வருணம் ஒன்றெனச் சொல்ல முடியுமா?

ஒரு பிராமணருக்கும் தலித்துக்கும் என்ன உறவு?

மேலே கேட்டிருக்கும் கேள்விகளால் ஒருவனின் ஒரு நேர பசியாவது அடங்குமா?

ஒரு காரியம் செய்யும்போது, அது சரியா தப்பா என்று முடிவெடுக்க குழப்பமாயிருக்கிறது என்றால், அதற்கு ஒரு தாயத்து போன்ற வழிமுறை தருகிறேன். கடையனிலும் கடையான ஒரு எழையின் முகத்தை மனக் கண்ணில் கொண்டுவாருங்கள். நீங்கள் செய்யப்போகும் காரியத்தால் அந்த எழையின் கண்ணிலிருந்து வடியும் கண்ணீரைத் துடைக்க முடியுமா என்று யோசியுங்கள். முடியுமென்றால் அது சரியானது என்று காந்தி சொல்லியிருக்கிறார்.

மேலிருக்கும் கேள்விகளுக்கான விடை, அப்படி ஒரு ஏழையின் கண்ணில் வழியும் கண்ணீரைத் துடைக்குமா?

14. அகதிகளின் கண்ணீர் வைத்து அரசியல்

ராகவன், செந்தூர் பாண்டியன், பிரான்சிஸ் மூவரும் காலையில் வெளியே நடந்துகொண்டிருந்தார்கள்.

வழி நெடுக ஓரத்தில் புல் முளைத்திருந்தது. மரங்கள் புதிதாய் வரைந்த ஓவியம் போல எடுப்பாக இருந்தன.

"கல்லூரியிலிருந்து வெளியே வந்து ஒரு வருடம்தான் ஆகி விட்டது. அதற்குள் என்னென்னவோ நிகழ்ந்துவிட்டன" என்றான் பிரான்சிஸ்.

"கல்லூரியில் படிக்கும்போது இந்தப் பரீட்சை, புத்தகம் இவற்றை யெல்லாம் தூக்கியெறிந்துவிட்டு, என்றைக்கு வேலைக்குப் போவோம், சந்தோசமாக இருப்போம் என்றிருந்தது. வெளி உலகம் சந்தோசமாக இருக்கும் என்று நினைத்துக்கொண்டிருந்தோம். இப்போதுதான், நம் சந்தோசமான வாழ்க்கையைக் கல்லூரியில் விட்டுவிட்டு வந்து விட்டோம் என்று தோணுகிறது" என்றான் ராகவன்.

"ஒரே நாளில் வாழ்க்கை எனக்கு கண்ணைக் கட்டிவிட்டது. இனி என்ன இருக்கிறது என்று என்னைப் பேச வைக்கிறது" என்றான் செந்தூர் பாண்டியன்.

"பிரான்சிஸ், நீ ஒருத்தன்தான் பிரச்சினை ஏதுமில்லாமல் இருக்கிறாய்" என்றான் ராகவன்.

"உன்னைப்போல நானும் சாமியாருக்குப் படிக்க வந்திருக்கலாம்" என்றான் செந்தூர் பாண்டியன் வறட்டுச் சிரிப்புடன்.

"குடும்பஸ்தனுக்கு, வெளியே சந்தோசம் இருக்கிறது என்ற சுவரேறிக் குதிக்கும் ஆசையிருக்கிறது. என்னைப்போல சந்நியாசிக்கு குடும்பம் இல்லையே என்ற கவலையிருக்கிறது" என்றான் பிரான்சிஸ்.

"உன்னைப் பற்றி நீ அதிகம் பேசிக் கேட்கவில்லை" என்றான் ராகவன்.

"கண்டியில் என் வாழ்க்கை சந்தோசமாகப் போகிறது. காரணம், இந்த வாழ்க்கையை எப்படி எடுத்துக்கொள்கிறோம் என்பதில்தான் எல்லாம் இருக்கிறது. சிலர் விரும்பாமல், ஏதோ கட்டாயத்தால்

சந்நியாசியாக வந்துவிடுகிறார்கள். அவர்களுக்கு இது நாளும் கொடுமை. அதை ஏற்றுக்கொண்டு விரும்பி வந்தால் இது ஒருவிதமான சந்தோசத்தைத் தரும்" என்றான் பிரான்சிஸ்.

"நீ இந்தியாவுக்கு வர இரண்டு மூன்று வருடம் ஆகும் என்றாயே. இப்போது எப்படி வந்தாய்?"

"உன் நாடு விடுதலை அடையப்போகிறது. இது ஒரு வரலாற்று முக்கியப் புள்ளி. அது உன் கண் முன்னே நிகழப்போகிறது. இந்த நாளைக் காண எத்தனை மனிதர்கள் ஆவலாய் இருந்திருப்பார்கள்! நீ அதில் பங்கு பெறாமல் இருந்தால் ஒரு வரலாற்றின் வாய்ப்பை இகழுகிறாய் என்று என் ரெக்டர், அதாவது நிறுவனத்தின் தலைவர் என்னைக் கூப்பிட்டுச் சொல்லி, இந்தியாவுக்குப் போய் வா என்று அனுப்பி வைத்தார்"

"அவர் ஐரோப்பியனா?"

"ஆமா, பிரஞ்சு நாட்டுக்காரர்"

"அவர்களுக்குத்தான் அந்த வரலாற்று மகிமை புரியும். நம் நாட்டு கோட்சேக்களுக்கு, அதன் பெருமை புரியாது" என்றான் ராகவன்.

"அப்படிச் சொல்லாதே. சாமான்ய மனிதர்கள் ஒவ்வொருத்தரும் தன் வீட்டு கல்யாணம்போல அந்த நாளைக் கொண்டாடுவதைப் பார்த்தோமே" என்றான் செந்தூர் பாண்டியன்.

"ஆனால் இந்தக் கோட்சேக்களுக்கு இந்த நாட்டின் மீது என்ன கோபம்?" என்று கேட்டான் பிரான்சிஸ்.

"நாட்டின் மீது கோபமில்லை, காந்தி மீது கொண்ட கோபம், அதை அப்படி வெளிப்படுத்தத் தெரியவில்லை?" என்றான் ராகவன்.

"காந்தி மீது இவர்களுக்கு என்ன கோபம்?"

"இரண்டு காரணங்கள், ஒன்று காந்தியின் பின்னால் இந்துக்கள் அணிதிரளுகிறார்கள், அதனால் அரசியலில் இவர்களுக்கு இடமில்லை; இன்னொன்று காந்தி ஒரு பிராமணன் இல்லை" என்று ராகவன் சொன்னான்.

எதிரே ஒரு ஆங்கிலேயர் தன் டாபர்மேன் நாயைக் கையில் பிடித்துக்கொண்டு நடந்தார். அது அவரின் காலை நடைப்பயிற்சியாக இருக்க வேண்டும். ஆங்கில அதிகாரியாக இருந்து ஓய்வு பெற்று ஏதோ ஒரு காரணத்துக்காக பூனாவில் தங்கியிருக்க வேண்டும் என்று நினைத்துக்கொண்டார்கள்.

திடீரென்று தெரு முனையிலிருந்து நாலைந்து நாய்கள் சொல்லி வைத்தது போலப் பாய்ந்து வந்து அவர் முன்னே நின்றன. தங்களின் உதடுகளை இறுக்கி, பற்கள் வெளியே தெரிய குரைத்து, டாபர்மேனைத் தாக்க தயாராக நின்றன. அந்த டாபர்மேனும் மிகவும் ஆக்ரோஷமாக சண்டைக்கு தயாராக, அவர் கையிலிருக்கும் கயிற்றை இழுத்துக் கொண்டு துள்ளிப் பாய்ந்தது. அவர் நோ நோ என்று கத்தினார். தெரு நாய்கள் அதைக் கண்டு கொள்வதாக இல்லை.

பக்கத்தில் இருந்த செந்தூர் பாண்டியன், நாயே, நாயே என்று கையை ஆட்டி தெரு நாயை விரட்டினான்.

"டேய், இது பூனா நாய், இதற்கு தமிழ் தெரியாது" என்று சொல்லி ராகவன் சிரித்தான்.

குனிந்து தரையில் கிடந்த கல்லை எடுத்து தெருநாய்கள் மீது வீசினான் செந்தூர் பாண்டியன், அவன் குரலுக்குக் கேட்காத அந்த நாய்கள், அவன் கல்லுக்கு கட்டுப்பட்டு ஒவ்வொன்றும் ஒரு திசையில் கலைந்து ஓடின.

"மிகுந்த நன்றி, இன்றைக்கு, கையில் கம்பை எடுத்துவர மறந்து விட்டேன்" என்று சொல்லிவிட்டு, "சுதந்திரம் வந்ததும் தெரு நாய்களுக்குக் கூட ஒரு ஆங்கிலேயனின் நாயை விரட்டும் தைரியம் வந்துவிட்டது, நல்ல முன்னேற்றம்" என்று சொல்லிச் சிரித்தார் அவர். பின் அவர் "இன்று நல்ல நாளாக இருக்கட்டும்" என்று வாழ்த்தி விட்டு நடந்தார் தன் நாயுடன்.

"பாண்டியன், பல நேரங்களில் நீ உன் துயரங்களை நினைத்து உனக்குள் மூழ்கிப்போவதை நான் பார்த்திருக்கிறேன்" என்றான் பிரான்சிஸ்.

"மனசு தாங்கலடா. அப்பாவையும், என்னை நம்பி வந்த பெண்ணையும் காப்பாற்ற முடியலை என்கிறது என்னைக் குத்துகிறது" என்றான் செந்தூர் பாண்டியன்.

"அந்தக் கஷ்டம் எனக்குப் புரியுதடா. ஆனால் வாழ்க்கை புதைகுழியில்லையடா, அப்படிக் கீழே போவதற்கு, முன்னாலே போக வேண்டும்."

பிரான்சிஸ் சொன்னதைக் கேட்டு அவனைப் பார்த்தான் செந்தூர் பாண்டியன்.

"நீ பார்க்கும்போது என்ன சொல்ல வருகிறாய் என்று எனக்குப் புரியுது. சந்நியாசி உனக்கு எங்கள் கஷ்டமெல்லாம் எங்கே புரியப் போகுது என்கிறாய்" என்றான் பிரான்சிஸ்.

ஆமாம் என்றோ இல்லையென்றோ அவன் பதில் சொல்லவில்லை.

"தாமிரபரணியில் வெள்ளம் வரும்போது பார்த்திருக்கிறாயா. அதுவரை ஆற்றில் கிடக்கும் சண்டுகளையெல்லாம் அது அடித்துக் கொண்டு செல்லும். வெள்ளம் போல உன் துயரத்தை அடித்துச் செல்ல ஒரு வேலை இருந்தால் உன் துயரம் நீங்கும். அப்படித்தான் அதை நீக்கியாகி வேண்டும்" என்றான் பிரான்சிஸ்.

"பிரான்சிஸ் சொல்லுவது சரிதான்" என்றான் ராகவன்.

"வேலை கிடைக்குமாடா?" என்று கேட்டான் செந்தூர் பாண்டியன்.

"முயன்றால் கிடைக்கும். ஆசிரியர் வேலை கிடைக்கும்" என்றான் ராகவன்.

"நான் வேலை என்று சொன்னது சம்பளத்துக்கு வேலை பார்ப்பது என்று மட்டும் சொல்லவில்லை. உனக்குப் பிடித்த ஒரு காரியத்தில் கூட இறங்கலாம். படிக்கலாம், ஒரு புத்தகம் எழுதலாம். உலகில், துயரங்கள்தான், சாதனைகளின் தாய்வீடாக இருந்திருப்பதை நான் படித்திருக்கிறேன்" என்றான் பிரான்சிஸ்.

யாரும் பேசாமல் நடந்தார்கள்.

"ஒரு உதாரணத்துக்குச் சொல்லுகிறேன். மிகக் குறைந்த ராணுவ வீரர்களை வைத்துக்கொண்டு இவ்வளவு பெரிய நாட்டை ஆண்டது இங்கிலாந்து, அது எனக்கு ஒரு அதிசயமாகப்படும். அதேபோல, இரண்டு மூன்று சதவீதம் இருக்கும் பிராமணர்கள், எந்தவித ராணுவமும் இல்லாமல், மற்றவர்களை கீழே வைத்து தங்கள் நிலையைத் தொடர்ந்து உச்சியில் நிலைநிறுத்தி வருகிறார்கள் என்பதும் எனக்கு ஆச்சரியமாக இருக்கும். இப்படி ஒரு ஆச்சரியத்தை எடுத்து நீ ஆழ்ந்து படித்து உன் கருத்தை வெளியிடலாமே" என்றான் பிரான்சிஸ்.

"இந்த மனநிலையில் என்னால் படிக்க முடியுமா?"

"முடியும், முடியாது என்பது உன் ஆர்வத்தைப் பொறுத்திருக்கிறது. ஆர்வம் இருந்தால் எந்த நிலையிலும் முடியும்."

"நீ சொல்லுகிறாய். நானும் முயன்று பார்க்கிறேன். எனக்கு ஒரு ஆசையிருக்கிறது. ராகவன் நீ வருத்தப்பட மாட்டாய் என்று நினைக்கிறேன்."

"நான் எதற்கு வருத்தப்பட வேண்டும்" என்று கேட்டான் ராகவன்.

"எனக்கு இந்த சூத்திர நிலைமைகளைப் பற்றி படிக்கணும் என்று பெரும் ஆர்வம் உண்டு."

"அதை நன்றாகப் படிக்க, தமிழ்நாடு போல இந்தப் பூனாவும் முக்கியமான இடம். தமிழ்நாட்டில் ஈ.வெ.ரா பெரியார் போல, இங்கே பூலே என்ற சமூகப் போராளி, அம்பேத்கர் என்ற தலித் அறிஞர் ஆகியோர் ஏராளமாக இந்தத் துறையில் உழைத்திருக்கிறார்கள்" என்றான் ராகவன்.

"காந்தியை விட்டுவிட்டாயே."

"காந்தி இன்னொரு தளத்தில் நின்று பேசினார். அவர் உயர் வர்ணத்தினரின் மத்தியில் இருந்துகொண்டு, அவர்களின் மனதில் தார்மீக சமத்துவ உணர்வைக் கொணர்ந்து, அதன் மூலம் மனதில் கலகம் செய்ய முயன்றார். ஆனால் என்னைப் பொறுத்தவரை அவர், பிரச்சினையின் மையத்தைத் தொட்டு அந்த அழுக்கை நீக்க முயலவில்லை. சாதியை வைத்துக்கொண்டு சாதியின் இழிவை எப்படிப் போக்க முடியும்?" என்றான் ராகவன்.

"எனக்கும், சூத்திரத்தனம் இந்திய சமூகத்தில் அழிய வேண்டும் என்ற அக்கறை உண்டு" என்றான் செந்தூர் பாண்டியன்.

"உனக்கு தனிப்பட்ட அனுபவம் ஏதாவது உண்டா?" என்று கேட்டான் பிரான்சிஸ்.

"நான் அனுபவப்படவில்லை. நான் லாகூரில் பிறந்து வளர்ந்தவன் என்பதால் எனக்கு நேரடி அனுபவம் ஏதுமில்லை. ஆனால் சின்ன வயதில், பெரிய கோயிலுக்குள் நுழைய முடியாது, மரியாதை கிடையாது என்று என் அப்பா என்னிடம் சொல்லியிருக்கிறார். ஆகவே, நான் அதைப் பற்றி படிக்க ஆசையிருக்கிறது..." என்றான் செந்தூர் பாண்டியன்.

"நாளைக்கு நான் புறப்படுகிறேன்" என்றான் பிரான்சிஸ். அப்படிப் பேசிக்கொண்டு அவர்கள் நடந்தார்கள்.

சுதந்திர இந்தியாவின் முதல் தலையாய பிரச்சினை, அகதிகள் பிரச்சினை என்று ஆகியது. வேறு எதிலும் புதிய அரசை கவனம் செலுத்த விடாமல் அதன் சக்தியை அது உறிஞ்சிக்கொண்டிருந்தது. எந்தப் புதிய அரசும் தன் முதல் வருடத்தில்தான் புரட்சிகரமான விருப்பங்களைச் செயல்படுத்தும். இந்திய அரசுக்கு அந்தப் பாக்கியம் சரியாகக் கிடைக்கவில்லை. அதிலும் டில்லியில் வந்து அகதிகள் படுத்தும் பாடு புதிய அரசை செயலற்ற நிலைக்குத் தள்ளியது.

மேற்கு பஞ்சாபிலிருந்து வந்த அகதிகள், அங்கிருந்து வேரோடு தங்களைப் பிடுங்கிக்கொண்டு, புதிய இடத்தில் வந்து, தாங்கள் இந்து என்பதால் அரசு தங்களை உடனடியாகக் கவனிக்க வேண்டும் என்று அடம் பிடித்தனர். அவர்களின் துயரங்கள் பெரிது. அவர்களின் இழப்பு மிகக் கொடிதானது. தங்கள் உயிரையும், சிறிது நம்பிக்கையையும் பிடித்துக்கொண்டு அவர்கள் இந்தியாவிற்குள் வந்திருந்தனர். ஒவ்வொருவரும் பெரும் பெரும் துன்ப நினைவுகளுடன் வந்திருந்தனர். அவர்களுக்கு தோள் கொடுத்து தாங்கும் நிலையில் இந்த நாடும் இல்லை.

வேறு என்ன செய்வது என்று தெரியாத அந்தப் பாவமான மனிதர்கள், வன்முறையிலும் இறங்க ஆரம்பித்தனர். டில்லி நகரம் அகதி முகாமாக ஆகியது. அரசுக்கு இவ்வளவு பெரிய அகதிகள் பிரச்சினையைக் கையாளும் அனுபவமோ, அதற்கான பொருளாதார வசதியோ இல்லையென்பதை அவர்கள் உணரவில்லை. பெரும் துயர அனுபவத்தோடு இந்த நாட்டுக்கு வந்தவர்களுக்கு, இங்கும் தாங்கள் சரியாகக் கவனிக்கப்படவில்லை என்பது அவர்களின் துயரத்தை கோபமாக்கியது. அந்தக் கோபத்திற்கு மதச் சாயம் பூசி, அதை விசிறி விட்டன அரசியல் லாபம் எடுக்க முனையும் மதவெறிச் சக்திகள்.

வந்தவர்கள், இங்கே தங்களை இந்த நிலைமைக்கு காரணமாக்கிய முஸ்லிம்கள் மீது வாழ்நாள் முழுக்க வெறுப்பைக் கொண்டு வந்திருந்தார்கள். இங்கிருந்து பாகிஸ்தானுக்கு அகதிகளாகச் சென்ற முஸ்லிம்களின் நிலையும் அதுதான். காரணமில்லாத வெறுப்பு. யாரென்று அறிய முடியாத மனிதர்கள் மீது வெறுப்பு.

புஷ்டி மார்க்க இந்துக்கள் என்று அறியப்பட்ட செழிப்பான இந்துக்களின் மதத் தலைவர் தாதா மகராஜ். அவர் நன்கு படித்தவர். அவரின் பக்தர்கள் அவருக்கு சமர்ப்பிக்கும் காணிக்கைகளின் வருமானம் ஆண்டுக்கு மூன்று லட்சம் ரூபாய்க்கு மேல். அந்தக் காலத்தில் அவர் மிகப் பெரும் பணக்காரர். அவர் விமான ஓட்டிக்கான

உரிமம் கூட வைத்திருந்தார். பம்பாயின் முக்கிய இடமான, பூலேஸ்வர் கோயிலுக்கு அருகில் வசித்து வந்தார்.

இந்துக்கள் தங்கள் மத அரசியல் உரிமைகளுக்காக தீவிரத் தன்மையுடன் போராட வேண்டும் என்ற கருத்தைக் கொண்டவராயிருந்தார். அதற்காக ஆயுதங்களையும் வெடி மருந்துகளையும் சேர்க்க ஆரம்பித்திருந்தார். அருகிலிருக்கும் ஹைதராபாத்தின் நிஜாமுக்கு எதிராக இந்துக்கள் போராட அவர்களுக்கு இலவசமாக வழங்கவே இந்த ஆயுதக் குவிப்பு. அவரின் தம்பியான தீட்சித் மகராஜ் இந்த வேலைகளை கவனித்துக்கொண்டு, தன் அண்ணனுக்கு உதவியாக இருந்தார்.

நாராயண் ஆப்தே விமானப்படையில் குறுகிய காலம் பணியாற்றியவன். ஆனால் அவனுக்கு ஆயுதப் பயிற்சி எதுவும் கிடையாது. ஆனால் வெளியே, எல்லாம் தெரிந்தவன் போலப் பேசுவான். அவன் மிடுக்காக பேசுவதைப் பார்த்து நம்பி ஏமாறுகிறவர்கள் அதிகம். அவன் பாகிஸ்தான் சட்ட சபையில் இருக்கும் எல்லா உறுப்பினர்களை மார்ட்டர் எனப்படும் இயந்திர எரிகுண்டின் வழியாக கொன்றுவிட அற்புத திட்டம் வைத்திருப்பதாகச் சொல்லித் திரிந்தான். உண்மையென்னவென்றால், அவன் மார்ட்டரைப் பார்த்தது கூட இல்லை. இவனை நம்பி தாதா மகராஜ் அதற்கு உதவுவதாகச் சொல்லியிருந்தார், அதன் பின் ஆளைக் காணவில்லை.

இப்போது திடீரென்று, ஆப்தேக்கும் கார்க்கரேக்கும் பணம் தேவைப் பட்டது. ஆகவே தாதா மகராஜைப் பார்க்கப் போயிருந்தார்கள்.

தாதா மகராஜ் இவர்களைப் பார்த்துக் கடும் கோபத்தில் இருந்தார். வெறும் வாய்ச்சவடால் பேர் வழிகள் என்றும், காரியத்தில் சிரத்தை போதாது என்றும் திட்டினார். அவர்களுக்கு இது போன்ற வார்த்தைகள் ஒன்றும் உறைக்காது. அவர் பேசி முடித்தவுடன், ஆப்தே உற்சாகத்துடன் பேசினான்.

“மகராஜ், அரசியல் நிகழ்ச்சிகள் நம்மைவிட வேகமாக முந்திச் செல்லுகின்றன. இன்று பாக்கிஸ்தான் தனி நாடு. அங்குச் சென்று அவர்கள் சட்டசபையை அழித்து வருவது நடக்காது. ஆகவே நான் மாற்றுத் திட்டம் வைத்திருக்கிறேன்” என்றான்.

“என்னை முட்டாள் என்று நினைத்துக்கொண்டாயா? எத்தனை முறைதான் என்னை ஏமாற்றுவாய்?” என்று சத்தமிட்டார்.

“மகராஜ், முழுவதும் என் திட்டத்தைக் கேட்டுவிட்டு என்னைத் திட்டுங்கள்”

“சொல்லித் தொலை”

“ஹைதராபாத் எல்லையில் சுங்கச் சாவடி இருக்கிறது. அதில் தினமும் பெரும் பணம் வசூலாகிறது. இரவில்தான் அதை வங்கிக்கு எடுத்துச் செல்லுகிறார்கள். அதை மாலையில் ஸ்டென் கன் கொண்டு தாக்கி, அந்தப் பணத்தை எடுத்துக்கொண்டு வந்துவிடலாம். அந்தப் பணத்தை, எதிர்காலத்திட்டங்களுக்கு நாம் சிரமமில்லாமல் பயன்படுத்தலாம்.”

“அதற்கு உனக்கு ஆட்கள் துணையிருக்கிறதா?”

“இருக்கிறது. அங்கு அதிகமாய்ப் போனால் 20 காவலர்கள் இருக்கலாம். ஆனால் என்னிடம் இந்து ராஷ்ட்ரதளமின் 200க்கு அதிகமான பேர் இருக்கிறார்கள். அவர்களை இது போன்ற காரியங்களுக்கு நான் பழக்கி வைத்திருக்கிறேன்.”

“சரி, இதற்கு உனக்கு என்ன வேண்டும்?”

“ஸ்டென் கன் வாங்க வேண்டும்.”

“அதெல்லாம் நான் பார்க்காமல் பணம் தரமுடியாது”

“எனக்கு ஒரு காராவது தந்து உதவினால் போதும்”

“என் காரைத் தருகிறேன். எவ்வளவு நாட்களில் இதை முடிப்பாய்”

“இரண்டு மாதங்களில் முடிக்கிறேன்” என்றான் நாராயண் ஆப்தே.

அவரிடமிருந்து காரை வாங்கிக்கொண்டு, கார்க்கரேயை ரயில் நிலையத்தில் விட்டுவிட்டு, தன் காதலி மனோரமா சால்வியைப் பார்க்கச் சென்றான் ஆப்தே. அடுத்த இரண்டு மாதமாக அவனைப் பற்றி தாதா மகராஜுக்கு தகவல் ஏதுமில்லை. தன் கார் என்ன ஆயிற்று என்று அவர் கவலைப்பட்டுக்கொண்டிருந்தார்.

தன் கார் என்னவாயிற்று என்று பார்க்க தாதா மகராஜ் பூனாவுக்கே வந்துவிட்டார். கார் அங்கு நின்றது அவருக்கு பெரும் ஆறுதலாக இருந்தது. ஆனாலும் சுங்கச் சாவடி கொள்ளை பற்றி எதுவும் ஆப்தே சொல்லவில்லை. ஒரு பத்து இளைஞர்களை, தீவிரவாதிகள் போல நடிக்க வைத்து, பூனாவிலிருந்து பாகிஸ்தானுக்குச் செல்லும் ஆயுத தளவாட ரயிலை அவர்கள் கொள்ளையடிப்பதுபோல நடத்திக் காட்டினான். கூடவே, தாங்கள் புதிதாகத் திறக்கவிருக்கும் இந்து

ராஷ்ட்ரம் பத்திரிகையின் கட்டடத்தைத் திறந்து வைக்குமாறும் அவரைக் கேட்டுக்கொண்டான். இப்படி எதையெல்லாமோ செய்து அவரை ஓரளவுக்கு ஆப்தே சரிகட்டினான். ஆனாலும் அவர் பணம் எதுவும் தரமுடியாது என்று மறுத்துவிட்டார். தங்களிடம் இருக்கும் பழைய துப்பாக்கிக்கு புது துப்பாக்கித் தர முடியுமா என்று கேட்டதற்கு பார்க்கலாம் என்று சொல்லிவிட்டு அவர் பம்பாய்க்குப் புறப்பட்டுப் போனார்.

அகமத் நகரிலிருந்து கார்க்கரே வந்திருந்தான். கோட்சே, ஆப்தே, கார்க்கரே மூவரும், பூனாவில் சந்தித்துப் பேசினார்கள்

"இந்த அநியாயத்தைப் பார்த்தாயா? பத்தாயிரத்துக்கும் அதிகமான பஞ்சாப் அகதிகளை அகமத் நகருக்கு வெளியே அரசாங்கம் கொண்டு வந்து இறக்கிவிட்டுப் போய்விட்டது. அவர்கள் எல்லோரும் இந்துக்கள். அவர்களைப் பார்க்க எனக்கு கஷ்டமாக இருந்தது. வீடு இல்லாமல், உண்ண உணவில்லாமல், கழிப்பறை இல்லாமல் அவர்கள் கஷ்டப் படுவதைப் பார்த்து மனது தளர்ந்து போனது. அவர்களுக்கு என்னால் முடிந்த அளவில் உணவு கொடுத்திருக்கிறேன், அவர்களுக்கு ஏதாவது செய்ய வேண்டும்" என்றான் கார்க்கரே.

"என்ன செய்ய வேண்டும் என்று விரும்புகிறாய் கார்க்கரே" என்று கேட்டான் கோட்சே.

"எனக்கு ஒரு திட்டம் இருக்கிறது. இந்த முஸ்லிம்களுக்கு தனி நாடு பாகிஸ்தான் கிடைத்தாகிவிட்டது. இனி அவர்களுக்கு இங்கு என்ன வேலை? அவர்கள் இங்கிருந்து போகமாட்டேன் என்றால், துரத்தி அனுப்பிவிட்டு, அவர்களின் வீடுகளை இந்த அகதிகளுக்குக் கொடுத்துவிடலாம் என்றிருக்கிறேன்."

"அற்புதமான ஐடியா. அதுதான் நியாயம்" என்றான் ஆப்தே.

"ஆனால் இதில் ஒரு சிக்கல் இருக்கிறது. இப்போது இருப்பது காந்தியின் சர்க்கார். அவர்கள் அவ்வளவு எளிதாக நம்மை இதைச் செய்ய விடமாட்டார்கள்" என்றான் கோட்சே.

"வரட்டும், மக்கள் எழுந்தால் அரசு வாய்மூடிப் போகும்" என்றான் கார்க்கரே.

"மக்கள் ஒன்றும் நாம் சொன்னவுடன் எழுந்து அரசுக்கு எதிராகப் போரிட வரமாட்டார்கள்."

"அதனால்தான் நான் ஒரு திட்டம் வைத்திருக்கிறேன். இந்த முஸ்லிம்களின் வீடுகளில் குண்டுகளை எறிந்து, அவர்களைப் பயமுறுத்தி விரட்டி அடிக்க வேண்டும்."

"இதைச் செய்து பார்க்கலாம்."

"எனக்கு உங்கள் உதவி வேண்டும்."

"என்ன வேண்டும் சொல்."

"இதைச் செய்துமுடிக்க எனக்கு எறிகுண்டுகளும், ஆயுதங்களும் வேண்டும்."

"அவ்வளவுதானே! இருக்கவே இருக்கிறான் நம் திகம்பர் பாட்கே. அவனின் சாஸ்த்ர பந்தரில் எல்லாம் கிடைக்கும்."

"அந்த ஒண்ணரைக் கண்ணன்தானே. அவன் எதற்கு பெரிய தாடி வளர்த்து சாமியார் போல வேசம் போட்டு அலைகிறான்? அவன் செய்யும் வேலைக்கும், இந்தச் சாமியார் வேசத்துக்கும் கொஞ்சமும் பொருத்தமில்லை" என்றான் கார்க்கரே.

அவர்கள் சாஸ்திர பந்தருக்குச் சென்றார்கள். ஆயுதக் களஞ்சியம் என்று பெயர் வைத்துக்கொண்டு சிறிய கடையை தன் வீட்டின் முன்னே வைத்து நடத்திக்கொண்டிருந்தான்.

போனவுடன், பாட்கே அவர்களை வரவேற்றான். அவர்கள் கேட்டதையெல்லாம் எடுத்துக் காண்பித்தான். கடை சிறிதாக இருந்தாலும் பல இடங்களில் தன் 'சரக்கை' புதைத்து வைத்திருந்தான். கேட்க கேட்க எடுத்துக்கொடுத்தான்.

அவர்கள் கேட்டவையெல்லாம் இருந்தன. அடுத்து விலை பற்றிப் பேசினார்கள்.

பாட்கே சொன்ன விலை அதிகமாக இருந்தது.

"என்ன பாட்கே, நீ நம்ம ஆள் என்று உன்னைத் தேடி வந்திருக்கிறோம். ஆனால் போனமுறை தந்ததைவிட விலை ஒரு மடங்கு கூடியுள்ளதே. எங்களுக்கு கட்டுப்படியாகாதே" என்றான் ஆப்தே.

"பாஸ், நீங்கள் சொல்வது உண்மைதான். நாட்டில் இருக்கும் நிலைமையைப் பார்க்க வேண்டும். இப்போது மத வெறி உச்சமாக இருக்கிறது. உங்களைப் போல பலர், முஸ்லிம்களுக்கு எதிராக குண்டுகளை வாங்கிச் செல்லுகிறார்கள். அரசாங்கத்தின் கெடுபிடி

வேறு அதிகமாக ஆகிவிட்டது. இது வியாபாரம், நஷ்டத்துக்கு தொழில் செய்ய முடியாதே. கார்க்கரே சேட் இதை அறிவாரே" என்றான் பாட்கே.

"பாட்கே, இவ்வளவு பெரிய தொகையை உடனே ஏற்பாடு செய்ய முடியாது. கொஞ்சம் நேரம் கொடு. பணம் கொடுத்துவிட்டு எடுத்துக்கொள்ளுகிறேன்" என்றான் நாராயண் ஆப்தே.

"அதற்கென்ன பாஸ். இது உங்கள் கடை. எப்போது வேண்டுமானாலும் வாருங்கள். உங்களுக்கு எப்படியாவது நான் சரக்கை ஏற்பாடு செய்துகொடுத்துவிடுகிறேன்" என்றான் பாட்கே.

சோர்வுடன் அவர்கள் வெளியே வந்தார்கள். பணம் இல்லையென்பதால், அவர்களின் பொதுநலச் சேவை நின்று போகிறதே என்று மனம் வருந்தினார்கள்.

அப்போது, ஆப்தே ஒன்றைச் சொன்னான். "கார்க்கரே, பம்பாய் செம்பூரில் ஒரு பட்டாசுத் தொழிற்சாலையில், மேற்கு பஞ்சாபிலிருந்து வந்த அகதிகளைக் கொண்டு வெடிகுண்டுகளை குறைந்த விலைக்கு தருவதாகக் கேள்விப்பட்டேன்" என்றான்.

"எனக்கு நூற்றுக்கணக்கான குண்டுகள் தேவைப்படும். விலை சகாயமாக இருந்தால்தான் காரியம் நடக்கும். நான் இன்றைக்கே செம்பூர் போய் அதை விசாரித்துக்கொண்டு வருகிறேன்" என்று அங்கிருந்து பம்பாய்க்கு வண்டியேறினான்.

அருகிலுள்ள அகமத் நகரில் பத்தாயிரத்துக்கும் அதிகமான அகதிகளை ரயில் பாதையருகில் அரசு இறக்கிவிட்டுப் போய்விட்டதாகவும், அவர்கள் நிலைபற்றி செய்தி சேகரிப்பதற்கு அகமதுநகருக்குப் போவதாகவும் ராகவன் செந்தூர் பாண்டியனிடம் தெரிவித்தான். "அகதிகளைப் பார்க்கத்தானே போகிறாய், நானும் வருகிறேன்" என்றான் செந்தூர் பாண்டியன்.

"ஓ, தாராளமாக வா, போகலாம்" என்று இருவரும் புறப்பட்டார்கள்.

அவர்கள் ரயில் நிலையத்துக்குப் போக, அங்குக் கோட்சேயும் நாராயண் ஆப்தேயும் அகமத் நகருக்கு செல்ல வந்திருந்தார்கள். ஆக எல்லோரும் அருகிருந்து பேசிக்கொண்டு பயணம் செய்தார்கள்.

தனியே இருக்கும்போது, ஆப்தே கோட்சேயிடம் "எதற்கு இவர்களையெல்லாம் நம்மோடு கூட்டிக்கொண்டு வருகிறாய்?" என்று கேட்டான்.

“ராகவன் மீது எனக்கு ஒரு நம்பிக்கையிருக்கிறது. அவன் ஒருநாள் நம் ராஷ்டிரதளத்திற்கு வருவான்.”

“எனக்கு அப்படி ஒரு நம்பிக்கையில்லை” என்று ஆப்தே சொன்னபோது ராகவனும், செந்தூர் பாண்டியனும் கழிவறைக்குப் போய்விட்டு வந்தார்கள்.

அவர்கள் எல்லோரும் பேச ஆரம்பித்தார்கள்.

“சொந்த நாட்டிற்கு வந்த இந்துக்களை அநாதைகளாக ஆக்கிய இந்த அரசாங்கத்தையும், இதற்குக் காரணமான காந்தியையும் தட்டிக் கேட்க எவரும் இல்லை என்பதுதான் வருத்தமாக இருக்கிறது” என்றான் கோட்சே.

“சார், காந்தி சொல்லியா அகதிகள் இங்கு வந்தார்கள்? காந்தி இப்போதுகூட சொந்த ஊருக்குப் போங்கள், இங்கு எவரும் வராதீர்கள் என்றுதான் சொல்லுகின்றார்” என்றான் செந்தூர் பாண்டியன்.

“இந்த நாட்டை இரண்டாகப் பிரித்ததற்கு அவர்தான் காரணம். அதனால்தான் அகதிகள் பிரச்சினை வந்தது”

“இதற்கு முஸ்லிம் லீக்தான் காரணம் என்று நான் நினைக்கிறேன். முக்கால் பங்கு மக்களாகிய இந்துக்கள் நாம் அவர்களை சரியாக நடத்தவில்லை. அதனால்தான் அவர்கள் தனியே நாடு கேட்டுப் போய்விட்டார்கள். இதற்கு காந்தி என்ன செய்வார்”

“முஸ்லிம்களின் நண்பர்தானே காந்தி. அவர் சொன்னதைக் கேட்காமல் அந்த ஜின்னா எச்சில் இலையென காந்தியைத் தூக்கி ஏறிந்துவிட்டுப் போய்விட்டான். காந்தி எந்த முகத்தை வைத்துக் கொண்டு இன்னும் இந்த நாட்டில் அலைகிறார் என்று தெரியவில்லை. அவர் சீக்கிரம் போய்ச் சேர்ந்தால் நாட்டுக்கும் நல்லது, அவருக்கும் நல்லது” என்றான் கோட்சே. யாரும் எதுவும் பேசவில்லை. ராகவன் இந்தப் பேச்சில் அக்கறையற்று இருப்பவனாய், ஜன்னல் வழியாக வெளியே பார்த்துக்கொண்டிருந்தான். செந்தூர் பாண்டியனோ இவர்களை விடக்கூடாது என்று பேச முடிவெடுத்தான்.

“அகதிகளின் கஷ்டம் யாருக்காவது தெரியுமா? எப்படி வாழ்ந்தவர்கள் ஒரு நாளில் ஒன்றும் இல்லையென்று புது இடத்தில் அடுத்த நேர சாப்பாட்டுக்கு என்ன செய்வது என்று நிற்பது எவ்வளவு பெரிய கொடுமை” என்றான் கோட்சே.

"பிறந்த மண் உனக்குச் சொந்தமில்லை, என்று துரத்தியடிக்கின்ற கொடுமையிருக்கிறதே அதுதான் தாங்க முடியாத ஒன்று சார். மனுசர் நினைவுகளால் வாழுகிறார்கள். அந்த நினைவுகள் வாழும் பிறந்த மண்ணைவிட்டு இங்கு வந்திருக்கிறார்கள். அது எவ்வளவு பெரிய சோகம்" என்றான் செந்தூர் பாண்டியன்.

"இப்படி நடந்ததற்குக் காரணம் முஸ்லிம்கள்தானே."

"வெறுப்பு என்பது ஒரு கை ஓசையில்லை. இருவருக்கும் அதில் பங்கிருக்கிறது."

"இனியாவது எதார்த்தத்தைப் பார். இந்தியா, இந்துக்கள் நாடு. முஸ்லிம்கள் அடங்கிப்போகத்தானே வேண்டும்."

"அங்குதான் நீங்கள் தப்பு செய்கிறீர்கள். இந்தியா, இங்கு பிறந்த அனைவருக்கும் சொந்தம். பிறப்பு இயற்கை ஏற்படுத்தியது. மதம் மனிதன் பூசிக்கொண்ட முலாம். மதத்தின் அடிப்படையில் ஒருவர் உயர்ந்தவர், இன்னொருவர் தாழ்ந்தவர் என்பது நீதியாக இருக்குமா?"

"நிச்சயமாக இந்துக்கள் உயர்ந்தவர்கள்தான்."

"உயர்ந்ததாய் சொல்லுகின்ற இந்துக்களில் எல்லோரும் உயர்ந்தவர்களா?"

"அது வேறு விஷயம்."

"தன் மதத்திற்குள் உயர்வு தாழ்வு பார்க்கின்ற பழக்கம்தான், மற்ற மதத்தானை சமமாகப் பார்ப்பதற்கும் கடினமாக்குகிறது."

"நீங்கள் தெற்கிலிருந்து வந்திருக்கிறீர்கள். உங்களுக்கு நாங்கள் பட்ட வேதனை தெரியுமா?"

"சார், சத்ரபதி சிவாஜி சந்தித்த வேதனைகளைவிட நீங்கள் அதிகம் சந்தித்திருப்பீர்களா."

"அவர் முஸ்லிம்களிடம் பட்ட கஷ்டங்கள் ஏராளம்."

"ஆனாலும் அவர் தன் வீரர்களுக்கு என்ன கட்டளையிட்டிருந்தார் தெரியுமில்லையா? குரானை எவரும் மதிப்புக் குறைவாகத் தொடக் கூடாது, முஸ்லிம் பெண்ணை எவரும் தொடக்கூடாது என்றார். அவர் முஸ்லிம் அரசர்களுக்கு எதிராக போர்க்களத்தில் சண்டையிட்டார். முஸ்லிம்களோடு சண்டையிடவில்லை. அவர்களின் தொழுகை கூடங்களை அழிக்கவில்லை. அவரின் மிகச் சிறந்த மெய்க்காப்பாளன் ஒரு முஸ்லிம். இதுதான் இந்த நாட்டின் உன்னத பாரம்பரியம்.

சிவாஜியை கொண்டாடும் நீங்கள் அவர் கொண்ட கொள்கையை ஏற்க மறுக்கிறீர்களே, இது சரியா?"

"என்ன இருந்தாலும் முஸ்லிம்கள், இந்த நாட்டுக்காரர்கள் இல்லை. இந்தக் கலாசாரத்திற்கு எதிரானவர்கள். அவர்களை நாம் ஏற்று நம்மவர்களாகப் பார்க்க முடியாது."

"ஒரு சூத்திரனை நம்மவர்களாக உங்களால் பார்க்க முடியுமா?"

"முடியும். அவர்கள் இந்து மதத்தின் அங்கம்தானே"

"எந்த அங்கம்? பாதத்தில் பிறந்த அவர்களை உங்கள் வீட்டில் ஏற்பது இருக்கட்டும், அவர்களைப் படைத்த அந்தக் கடவுளர்களின் கோயிலில் ஏற்பீர்களா? இதன் மீது வெறுப்புகொண்டு மதம் மாறியவர்கள்தான் பெரும்பாலான முஸ்லிம்கள்."

"நண்பரே, நாம் அகதிகள் பிரச்சினையிலிருந்து எங்கோ போய் விட்டோம். அகதியின் கஷ்டம் உங்களுக்குத் தெரியுமா? தெரிந்தால் இப்படிப் பேசமாட்டீர்கள்."

"சார், நான் லாகூரிலிருந்து வந்த அகதிதான். என் மூதாதையர் ஊர் மதராசில் இருந்தாலும் நான் லாகூரில் பிறந்து வளர்ந்தவன். ரவி நதி தண்ணீர் குடித்து, பஞ்சாப் கோதுமை உண்டு வளர்ந்தவன். இமய மலை என் வடக்கு வாசல்."

"பின் ஏன் அவர்கள் மீது இரக்கப்பட மாட்டேன் என்கிறீர்கள்?"

"சார், ஒவ்வொரு அகதியும் ஒரு சோகக் கதையோடு இங்கு வந்திருக்கிறான். அவன் யார் மீதாவது கோபப்பட்டு தன் துயருக்கு ஒரு மறுகால் தேடி அலைகிறான். வெறுப்போடு வந்திருக்கும் அவன் மனதில் இன்னும் வெறுப்பை விதைக்காதீர்கள். அவனிடம் கருணை காட்டுங்கள், அவனையும் கருணையோடு வாழச் சொல்லிக் கொடுங்கள். அதுதான் அவர்களின் அடிப்படைத் தேவை. மதத்திற்காக மனிதனை மறந்து விடாதீர்கள்" என்றான் செந்தூர் பாண்டியன்.

அப்போது காபி, சாயா என்று கொணர்ந்தான் ஒருவன்.

"நான் ஒரு காபி குடிக்கிறேன்" என்றான் கோட்சே.

"செந்தூர் பாண்டியன், சாருக்கு ஒற்றைத் தலைவலி வந்து படுத்தும். அவரைக் கொஞ்சம் விடு" என்றான் ராகவன்.

அதன் பிறகு எவரும் பேசவில்லை.

அகமத் நகர் அருகில் வந்த போது, "நாங்களும் அகதிகள் முகாமுக்குத்தான் போகிறோம். சேர்ந்து போவோமா?" என்று கேட்டான் கோட்சே.

"நீங்கள் இவனை உங்களோடு கூட்டிக்கொண்டு செல்லுங்கள். நான் சில பேரைச் சந்தித்து சில தகவல்களைத் திரட்ட வேண்டி யிருக்கிறது. அதை முடித்துவிட்டு உங்களோடு வந்து சேர்ந்து கொள்கிறேன்" என்றான் ராகவன்.

சரி என்றான் கோட்சே.

ராகவன், செந்தூர் பாண்டியனை தனியே அழைத்து, "இவர்களிடம் போய் அதிக விவாதத்தில் இறங்காதே, இவர்கள் அறிவுக் கூர்மையை விட வாளின் கூர்மையை நம்புகிற ஆசாமிகள்" என்றான் சிரித்துக் கொண்டு.

"நான் வேண்டுமென்றுதான், இவரை விடக்கூடாது என்பதற்குத் தான் அப்படிப் பேசினேன். அப்போது அப்படி ஒரு குறும்பு மனம் இருந்தது. இனி நான் பேசவில்லை" என்றான் செந்தூர் பாண்டியன்.

அகதிகள் முகாமுக்குச் செல்லும் முன் அவர்கள் கார்க்கரேயைச் சந்தித்தனர். கார்க்கரே மிகுந்த உற்சாகத்தோடு இருப்பதாய் செந்தூர் பாண்டியனுக்குப் பட்டது.

கார்க்கரே தன்னோடு வந்த இன்னொருவனை கோட்சேயிடமும், ஆப்தேயிடமும் அறிமுகப்படுத்தினான்

"இவன் பெயர் மதன்லால் பாவா. மேற்கு பஞ்சாபிலிருந்து இந்தியாவுக்கு தப்பி வந்த அகதி. இவனை அடைந்ததற்கு நான் நாராயண் ஆப்தேக்குத்தான் நன்றி சொல்ல வேண்டும். அவன் சொல்லித்தான் இவனைப் போய் நான் செம்பூரில் பார்த்தேன்."

"ஆப்தேக்கு தொடர்பு வலை அதிகம்" என்று பெருமையுடன் சொன்னான் கோட்சே. அதைக் கேட்டு ஆப்தேயின் முகத்தில் பிரகாசம் படர்ந்தது.

"இவனை நீங்கள் தெரிந்துகொள்ள வேண்டும். இவன் என்னோடு இங்கு இருக்கப் போகிறான். இவன் தந்தை காஷ்மீரிலால் பாவா, மேற்கு பஞ்சாபில் பெரிய வர்த்தகராம்" என்றான் கார்க்கரே.

அந்தப் பெயரைத் தன் அப்பா சொல்லக் கேள்விப்பட்டதாய்ச் செந்தூர் பாண்டியனுக்கு நினைவு வந்தது. ஆயினும் அதை வெளியில் காட்டிக்கொள்ளவில்லை.

எல்லோருக்கும் டீயும் டிஃபனும் வந்தன. அதை எல்லோரும் சாப்பிட்டுக்கொண்டு கார்க்கரே சொன்னதைக் கேட்டார்கள். அவன் எதையும் கதை மாதிரி சொல்லி கவருவதாய்ப் பேசினான்.

“இவன் படித்து கப்பற்படையில் ரேடியோ ஆப்பரேட்டராக சேர்ந்திருக்கிறான். ஆனாலும் அங்கிருக்கும்போது குண்டுகள் செய்வதையும் கற்றிருக்கிறான். போர் முடிந்ததும் இவனையும் வீட்டுக்கு அனுப்பிவிட்டார்கள். அப்பாவின் கடையில் அவருக்குத் துணையாயிருந்த இவனை முஸ்லிம்கள் சொந்த ஊரிலிருந்து அனுப்பி விட்டார்கள், கப்பற்படையிலிருக்கும்போது பம்பாயில் இருந்ததால் வேலை தேடி அகதிகளோடு பம்பாய்க்கு வந்திருக்கிறான். வேலை எங்கே கிடைக்கிறது? முஸ்லிம்களையெல்லாம் பாகிஸ்தானுக்கு அனுப்பினால், இங்கிருக்கும் இந்துக்களுக்கெல்லாம் வேலை கிடைக்கும். அகதியான இவனுக்கு யாரும் வேலை கொடுக்கவில்லை. இவன் நிலையைப் பாரேன். ஜெயின் அப்படின்னு யாருக்குமே புரியாமல் புத்தகம் எழுதுகிற பேராசிரியரிடம் மாட்டியிருக்கிறான். அவர் என்னுடைய புத்தகத்தை வீடுவீடாகப் போய் விற்று வா, உனக்கு கமிஷன் 25% அப்படின்னு சொல்லியிருக்கிறார். இவனுக்கு புத்தகம் விற்கவில்லை. ஆனால் கையெறிகுண்டு நன்றாக விற்றிருக்கிறது. இவன் அந்தப் பட்டாசுக் கடையில் வேலை பார்த்துக்கொண்டு குண்டு செய்துகொடுத்திருக்கிறான். அதை தானும் கொண்டு விற்றிருக்கிறான். ஆளு நல்ல கில்லாடிப் பயல். நம்ம வேலைக்கு லாயக்கானவன்.

“ஆப்தே, நீ சொன்னமாதிரி, செம்பூருக்குப் போனேன். அந்தப் பட்டாசுத் தொழிற்சாலையைக் கண்டுபிடித்துவிட்டேன். அது பேருக்குத் தான் பட்டாசுத் தொழிற்சாலை. மற்றபடி கையெறிகுண்டு செய்வதில்தான் வருமானம் வருகிறதாம். எனக்கு ஒரு சந்தோசம், முஸ்லிம்களைத் தாக்க கையெறிகுண்டு கேட்டு நிறையபேர் வருகிறார்களாம். அன்று விடுமுறை நாள். இவன் மட்டும்தான் இருந்தான். இவன் என்னை ஏதோ சி. ஐ. டி விசாரிக்க வந்திருப்பதாய் நினைத்து பதிலே சரியாக சொல்லவில்லை. நல்ல வேளை நம்ம கோட்சேயின் பத்திரிகையில் என்னைப் பற்றி போட்டிருந்த செய்திகளை என் பையில் வைத்திருந்தேன். அதைக் காட்டினேன். இவன் நம்பினான். எனக்கு நூற்றுக்கணக்கான குண்டு வேண்டும் என்றேன். எதற்கு என்றான். அகமத் நகரிலிருக்கும் முஸ்லிம்களை விரட்டிவிட்டு, அந்த வீடுகளை அகதிகளுக்குக் கொடுக்க குண்டு போட்டு பயமுறுத்த என்றேன்.

“அவன் சொன்ன பதில் எனக்குப் பிடித்திருந்தது. ‘எதற்கு சேட், குண்டு வாங்குகிறீர்கள்? நானே உங்களோடு வந்துவிடுகிறேன்.

குண்டை நாமே செய்து கொள்வோம்' என்றான். நம் மக்களுக்கு நல்ல காரியம் செய்தால் அதற்கு உதவ சாமி மனிதர்களை அனுப்புகிறார் பார்த்தீர்களா! ஒரு பெட்டியோடு குண்டுகளும், வெடி மருந்துகளோடும் என்னோடு வந்துவிட்டான். வந்த இடத்தில், பழ வியாபாரம் செய்து கொண்டிருந்த ஒரு முஸ்லிமை விரட்டி, அந்தக் கடையை நடத்த ஆரம்பித்தான். அந்த ஆள் வீட்டையும் எடுத்துக்கொண்டான். ஆக நமக்கு இனி குண்டு வாங்க வேண்டிய அவசியமில்லை. நாமே நாலுபேருக்கு சப்ளை செய்யலாம்'' என்றான் கார்க்கரே.

அவன் கடையிலிருந்து எல்லோருக்கும் சாப்பிட உணவு சூடாக வந்துகொண்டிருந்தது.

“இந்த மதன்லால் சாமான்யமான ஆளில்லை. இவன் அகதியாக இந்தியா வந்தவுடன் நேரே குவாலியர் சென்றிருக்கிறான். அங்கே டாக்டர் சதாசிவ் பார்ச்சுரே என்ற நம் ஆள் இருக்கிறார். குவாலியர் சமஸ்தானம் இந்தியாவுடன் இணைந்தால் இவரைத்தான் முதல் அமைச்சராக ஆட்சியமைக்க குவாலியர் மகராஜா கூப்பிட இருக்கிறாராம். குவாலியர் சிந்தியா மகராஜாவுக்கும் நம் இயக்கங்கள் மீது விருப்பம் உண்டாம். இந்த டாக்டர் பார்ச்சுரே, மருத்துவமும் செய்துகொண்டு துப்பாக்கி வியாபாரமும், முஸ்லிம்களை விரட்டும் தொழிலையும் செய்கிறார். இந்த மதன்லால், அவர் குழுவோடு சேர்ந்து முஸ்லிம்களின் வீடுகளைக் கொள்ளையடித்திருக்கிறான். பிறகு அவனுக்கு ஒரு ஐடியா தோணியிருக்கிறது. முஸ்லிம்கள் ரயிலில் பாகிஸ்தான் போவதற்காக வரும்போது, அவர்கள் எந்தக் கோச்சில் வருகிறார்கள் என்பதைக் குறித்துவைத்துக்கொண்டு, ரயில் அடர்ந்த காட்டிற்குள் வரும்போது, ரயில் ஊழியர்களைச் சரிசெய்து எமர்ஜென்சி பிரேக் போட்டு வண்டியை நிறுத்துவார்கள். குறித்துவைத்த பெட்டியிலுள்ள முஸ்லிம்களை கீழே இறங்கச் சொல்லுவார்கள். துப்பாக்கியைக் காட்டி மிரட்டி இறக்கிவிட்டு ஆண்களின் உடைகளைக் களைந்து சுன்னத்து செய்திருக்கிறார்களா என்று பார்த்து அவர்களை வெட்டிக் கொல்லு வார்கள். பிறகு பெண்களை அனுபவித்து கொன்று எறிந்துவிட்டு, பொருட்களைத் தூக்கிச் செல்லுவார்கள். ஆக இப்படி முஸ்லிம்களை வெறுப்பவர்கள்தான் நமக்கு வேண்டும். இவனிடம் ஒரு நல்ல குணம், இவன் இந்து பெண்களை ஏறெடுத்துப் பார்க்க மாட்டான்'' என்று சொல்லிக்கொண்டிருந்தான் கார்க்கரே.

அவற்றைக் கேட்ட செந்தூர் பாண்டியனுக்கு குமட்டிக்கொண்டு வந்தது. இவர்களெல்லாம் என்ன மனிதர்கள், எங்கோ யாரோ செய்த

குற்றத்திற்காக சம்பந்தப்படாத மனிதர்களைக் கொல்லுவதும் பெண்களை கற்பழிப்பதும் என்ன அரக்கத்தனமான குணம், அதை போற்றிப் பாராட்டும் இந்த மனிதர்கள் மீதும், அவர்களைத் தூண்டும் இந்தக் கருணையற்ற கொள்கை மீதும் அவனுக்கு கோபமும் வெறுப்பும் வந்தன. அவன் அதை வெளிக்காட்டிக்கொள்ளாமல் அங்கு நடப்பதைப் பார்த்துக்கொண்டிருந்தான்.

ஆப்தே மதன்லாலைப் பார்த்து, "உன் சுட்டுவிரலில் என்ன கட்டு போட்டிருக்கிறாய்" என்று கேட்டான்.

"நாராயண் பையாவுக்கு எப்போதும் கவனம் அதிகம், எதையும் அவர் சட்டுன்னு கவனித்துவிடுவார்" என்றான் கார்க்கரே. அப்படிச் சொல்ல, ஆப்தேயும், கார்க்கரேயும் மகிழ்ந்தனர்.

கார்க்கரே மதன்லாலைப் பார்த்து, "என்ன நடந்தது, நீயே நம் தலைவர்களுக்குச் சொல்லு" என்றான்.

"ஒன்றுமில்லை, வெடிகுண்டு செய்துகொண்டிருக்கும்போது, விரல் இயந்திரத்தில் மாட்டிக்கொண்டுவிட்டது. கையெல்லாம் இரத்தம். விரலை வெளியே எடுக்க முடியவில்லை. யாரையாவது உதவிக்கு கூப்பிட்டால், இங்கு நடப்பதைப் பார்த்து போலிசுக்கு புகார் கொடுத்து விடலாம் என்று தோன்றியது. ஆகவே வேறு வழியில்லாமல், கத்தியை எடுத்து என் விரலை நானே வெட்டி கையை வெளியிலெடுத்தேன். டாக்டரிடம் போனால் விஷயம் வெளியே தெரிந்துவிடும் என்று நானே கட்டி மருந்துபோட்டேன். இப்போது ஓரளவு சரியாகிவிட்டது." என்றான்.

இவர்கள் இப்படி தங்கள் கதைகளைப் பேசிக்கொண்டிருக் கிறார்களே, எப்போது அகதிகளைப் பார்க்க கூட்டிச் செல்லுவார்கள் என்று மனதுக்குள் வெதும்பிக்கொண்டிருந்தான் செந்தூர் பாண்டியன்.

கார்க்கரே சொன்னான், "கோட்சேக்கு இப்போதே ஒரு தகவல். பத்திரிகையில் செய்தியாய் போட எழுதிவைத்துக்கொள்ளலாம். முஸ்லிம் பண்டிகை முகரம் வருகிறது, அன்றைக்கு ஊர்வலம் நடத்து வார்கள். அதில் நம்ம மதன்லால் தன் கைவரிசையைக் காண்பிப்பான். பாக்கிஸ்தான் ஜிந்தாபாத் என்று பாகிஸ்தான் பச்சைக்கொடியைப் பிடித்துக்கொண்டு நடக்கப்போகும் அவர்களுக்கு ஒரு பாடம் படித்துக் கொடுப்போம். இன்னொரு திட்டம், இங்கே வசந்த் டாக்கிஸ் இருக்கிறது. அங்கு முஸ்லிம்கள் நிறைய வருவார்கள். டாக்கிஸ் உள்ளே குண்டு வீச திட்டம் வைத்திருக்கிறோம். சுதந்திர இந்தியாவில் முஸ்லிம்

யாருக்கும் இடமில்லை, அதைச் செய்ய என்ன வேண்டுமானாலும் செய்யலாம்" என்றான் கார்க்கரே.

"அகதிகளைப் பார்க்கப் போவோமா?" என்று கேட்டான் கோட்சே.

"போலாம், போலாம், அதுகள் எங்குப் போய்விடும். நாம வருவோம் என்று காத்துக் கிடக்கும். இதுகளுக்கு, நாம் என்ன செய்தாலும் திருப்தி வராது, எல்லாம் அந்த நேரத்தோடு சரி. சாப்பிடுவது தொண்டைக்குக் கீழே போனால் மலமாகிவிடுவதுபோல, நாம் செய்வது கொஞ்ச நேரத்தில் இதுகளுக்கு மறந்துபோய்விடும்" என்றான் கார்க்கரே.

"விடு, அவர்களுக்குத்தான் எவ்வளவு கஷ்டம், பாவம்" என்றான் கோட்சே.

ஒரு வழியாக அவர்கள் அகதிகளைப் பார்க்கச் சென்றார்கள்.

வந்த அகதிகள் ஒவ்வொருவருக்குள்ளும் ஏதோ ஒரு பெயர் தெரியாத, முகம் தெரியாத முஸ்லிம் கையால் பெரும் துயரத்துக்கு ஆட்பட்ட சோகக் கதையிருந்தது. இங்கு வந்த அவர்களுக்கு, இந்தியாவில் முஸ்லிம்கள் பத்திரமாக வாழுகிறார்கள், அவர்களை காந்தியும் அரசும் பாதுகாக்கிறார்கள் என்பதைக் கண்டு அவர்களின் கோபம் இன்னும் உச்சத்தை எட்டியது. 'இங்கிருக்கும் முஸ்லிம்கள் அவர்கள் பட்ட பாட்டிற்கு எந்தவிதத்திலும் நேரடியாக சம்பந்தப் பட்டவர்கள் இல்லை, ஆகவே இங்கிருப்பவர்கள் மீது கோபப் படுவதில் நியாயமில்லை. நடந்தது நடந்துவிட்டது, உங்களின் விட்ட சொர்க்க மண்ணை இனி பிடிக்க முடியாது, ஆகவே, எங்களை துரத்தியதைப் போல இவர்களைத் துரத்து என்று சொல்லுவது மனிதப் பண்பில்லை' என்று இந்துமத இயக்கங்கள் சொல்லிக்கொடுத்திருக்க வேண்டும். ஆனால் அவர்கள் தணலை ஊதிஊதி நெருப்பாக்கினார்கள், சுதந்திரப் போராட்டத்தில் ஆங்கிலேயரின் சகாக்களாக நடந்துவிட்டு, அதனால் தங்களின் அரசியல் இடத்தைக் கோட்டை விட்ட அவர்கள் வகுப்புவெறியைக் கிளறிவிடுவதன் மூலம் அரசியல் இடத்தைப் பிடிக்க முடியும் என்ற கணக்கில், மனிதருக்கு மிக எளிதில் வரும் வன்முறை உணர்வைத் தூண்டிவிட்டார்கள், அவ்வாறு, தங்களை மக்கள் சேவகர்கள் என்ற வேடமிட்டு வந்தனர். பிரச்சினையின் அளவு மெலிவதற்குப்பதில் ஊதிப் பெருத்துப் போனது. மக்களின் மனதில் வெறுப்பும், கசப்பும், பிளவும் நிரந்தரமானதாக ஆகிப் போனது.

யாருக்கு வேண்டும் இந்தச் சுதந்திரம் என்று தமக்குள் நொந்து கொள்ளும் அவலம் நம் நாட்டில் உண்டாகியிருந்தது.

இந்த இயக்கங்களின் முகம்தான் கார்க்கரே, மதன்லால் போன்றவர்கள். இது அவர்களின் இயல்பான வன்முறை சார்ந்த தன்மைக்கு ஒத்திருந்ததால், அவர்கள் இந்த வேடத்தைக் கச்சிதமாக அணிந்துகொண்டார்கள்.

அகமது நகருக்கு கொண்டுவிடப்பட்ட அகதிகள் கூட்டம் என்ன செய்வது என்று புதிய இடத்தில் தடுமாறியது. தன் நண்பர் ஒருவரின் உதவியோடு, அவர்களை, அகமத் நகருக்கு கொணர்ந்த கார்க்கரே தன் உணவு விடுதியிலிருந்து அவர்களுக்கு உணவும் கொடுத்தான். அப்படி வந்த அகதிகள் மத்தியில் ஒரு முக்கியமான இடத்தையும் பிடித்திருந்தான்.

அகமத்நகர், ஹைதராபாத் சமஸ்தானத்தின் அருகில் இருந்தது. ஹைதராபாத் நிஜாம் இஸ்லாமியர், அவரின் மக்களில் 85 சதவிகிதத்தினர் இந்துக்கள். ஆனாலும் அரசு வேலையை 80% முஸ்லிம்கள் பிடித்திருந்தனர். நிஜாம் இந்தியாவோடு இணையாமல், தனி நாடாக இருக்க ஆயுதங்கள் வாங்கி சேர்த்துக்கொண்டிருந்தார். மக்களின் எழுச்சியை அடக்க கட்டுப்பாடற்ற, மதவெறிக் கும்பலை ராணுவம் போல வைத்திருந்தார் நிஜாம். அவர்கள் ரஜாக்கர்கள் (முன்வந்து செயல்படுவோர்) என்று அழைக்கப்பட்டனர். அவர்கள் இந்து மக்களிடம் மிகக்கொடுமையாக நடந்து அவர்களை அடக்கி வைத்திருந்தனர். இந்த ரஜாக்கர்களுக்கு தலைவனாக, வெறிபிடித்தவனான காசிம் ரிஸ்வி என்பவன் இருந்தான். இவன் கொடுமை தாளமுடியாததாக இருந்தது. தன்னால் டில்லியையும் கைப்பற்ற முடியும் என்று அவன் வாய்ச் சவடால் அடித்துக்கொண்டிருந்தான்.

இந்தக் கொடுமையை அருகிருந்த அகமத்நகர் இந்துக்கள் வெறுத்தனர். இந்த ரஜாக்கர்களுக்கும், நிஜாமுக்கும் எதிராக ஹைதராபாத் இந்துக்களுக்கு பல வழிகளில் உதவினர். வெறுப்பு உணர்ச்சியின் உச்சத்தில் இருந்த அகதிகளும் இந்த முஸ்லிம் வெறியர்கள் மீது இன்னும் கோபம் கொண்டு அவர்களை எதிர்க்க முன்வந்தனர். இது கார்க்கரே போன்றவர்களுக்கு வசதியாக இருந்தது.

இப்போது அரசு தலையிட்டு, அகதிகளை 26மைல் தொலைவிலுள்ள விசாபூர் முகாம் என்ற கைவிடப்பட்ட சிறைச்சாலையில் தங்க வைத்தது. அங்கு அவர்களின் வாழ்வு நிலைமை மோசமாக இருந்தது. இந்த நிலைக்கு இந்திய அரசே காரணம் என்பதுபோல அவர்களின் மனநிலை கொந்தளிப்பதாய் இருந்தது.

கார்க்கரே, கோட்சே, ஆப்தே ஆகியோருடன் செந்தூர் பாண்டியன் அந்த முகாமிற்கு வந்தான்.

அங்குள்ள மக்களின் நிலை பரிதாபகரமாக இருந்தது. இவர்கள் எல்லோரும் வசதியான நிலையிலிருந்து விரட்டப்பட்டு அகதிகளாக வந்தவர்கள். வசதியானவர்களுக்கு வாழ்வின் கொடூரங்களை எதிர் கொள்ளும் சக்தியும் அனுபவமும் குறைவுதான். எல்லாம் மற்றவர்கள் செய்து கொடுக்க, வாழ்ந்த இவர்கள், செல்வமும், மனிதர்களும் இல்லாதபோது நொந்தே போனார்கள். வாழ்ந்துகாட்டுவேன் என்ற தெறிப்பு மனோபாவம் இன்னும் வராமல் வாடி நின்றார்கள். எதற்கும் எவரையும் எதிர்பார்த்து நின்ற அவலம் தெரிந்தது.

ஆண்களைவிட பெண்களின் நிலை பரிதாபகரமாக இருந்தது. அங்குள்ள இளம் பெண்களைப் பார்த்த போது செந்தூர் பாண்டியனுக்கு சலேலாவின் நினைவு வந்தது. அவள் மட்டும் இருந்தால் நான் ஏன் இப்படி உள்ளத்தில் அநாதைபோன்ற நிலையில் வாழ்வேனா என்று அவனுக்குத் தோன்றியது?

அவன் இப்படி யோசித்துக்கொண்டு நின்றபோது, ஒரு சிறு குழந்தை தட்டுத் தடுமாறி அப்பா என்று சொல்லி அவனைக் கட்டிப் பிடித்தது. அதன் கையில் தன் மலத்தை அளைந்த பிசிறு ஒட்டிக் கொண்டிருந்தது. அது அவன் உடையிலும் ஒட்டிக்கொண்டது. அருகில் அதன் தாய் யாரும் இருப்பார்களா என்று பார்த்தான். ஒருவரையும் காணவில்லை. அந்தக் குழந்தையைத் தூக்கிக்கொண்டு அதன் கையைக் கழுவ நீருக்கு அலைந்தான். நீர் இல்லை. ஒரு பெண் அவன் நிலையைப் பார்த்து, குழந்தையை தான் வாங்கி, தண்ணீர் கொணர்ந்து அதைக் கழுவி விட்டாள்.

“இதன் அம்மா எங்கே?” என்று கேட்டான் செந்தூர் பாண்டியன்.

“இந்தக் குழந்தைக்கு உணவு கிடைக்குமா என்று பார்க்க பக்கத்திலே போயிருப்பாள். தம்பி பஞ்சாபிலிருந்து வந்தவரா?” என்று அந்தப் பெண் கேட்டாள்.

“ஆமாம், லாகூரிலிருந்து” என்றான்.

“பார்த்தீர்களா, நம்மை விரட்டியவர்கள் எங்களைக் கொன்று போட்டிருக்கலாம். இந்தக் குழந்தைகளுக்கு உணவு கொடுக்க முடியாமல் அதுகள் அழுவதைப் பார்த்து, செத்துப் போயிடலாம் என்று தோன்றுகிறது.”

"எவ்வளவு குழந்தைகள் இருப்பார்கள் இங்கே."

"யாருக்குத் தெரியும், எப்படியும் நூறு குழந்தைகளுக்கு மேலே இருக்கும்."

"இன்னும் இரண்டு பெண்களைக் கூட்டி வரமுடியுமா?"

"எதற்கு?"

"நான் கொஞ்சம் பணம் தருகிறேன், அதை குழந்தைகளுக்கு உணவு வாங்க பயன்படுத்திக்கொள்ளுங்கள். அதுதான் கூட இரண்டு பெண்களை கூட்டி வரச் சொல்லுகிறேன்."

"ஆண்கள் இருக்கிறார்களே, அவர்களிடம் கொடுங்களேன்."

"அவர்களிடம் கொடுத்தால் அது, பால் வாங்கப் போகாது, எவனையாவது குத்த கத்தி துப்பாக்கி வாங்கப் போய்விடும். அதனால்தான் சொல்லுகிறேன்."

"இருங்கள், இன்னும் இரண்டு பேரைக் கூட்டி வருகிறேன்" என்று போனாள். அப்படியே இரண்டு பேரைக் கூட்டி வந்தாள்.

செந்தூர் பாண்டியன் தன் மடியில் வைத்துக் கட்டியிருந்த துணியை அவிழ்த்து, அதை அவர்களிடம் கொடுத்தான்.

"இது வீட்டுப் பெண் நகையாக இருக்கிறது, எங்களுக்கு வேண்டாம்" என்று மறுத்தார்கள்.

"இது வீட்டுப்பெண் நகைதான், ஆனால் அவள் இப்போது இல்லை, இதை நீங்கள் பிள்ளைகளுக்கு பயன்படுத்தினால், அவள் ஆன்மா சாந்தியடையும். அவளுக்காக இவற்றைக் கொணர்ந்தேன், அவள் போய்விட்டாள், இனி இருந்து யாருக்கு என்ன பிரயோஜனம்?" என்றான்.

"அவள் பெயர் என்ன?"

"சலேலா"

"என்ன முஸ்லிம் பேராக இருக்கிறதே."

"ஆமாம், அவள் முஸ்லிம்தான்"

"எங்களை முஸ்லிம்கள் என்ன பாடுபடுத்திவிட்டார்கள் தெரியுமா?"

"நாம் எவ்வளவு நாட்கள் பஞ்சாபில்தான் இருந்தோம், அந்த முஸ்லிம்கள் நம்மோடு எவ்வளவு அன்பாக இருந்தார்கள் ஞாபகம்

இருக்கிறதா? மதம் என்பது அவரவர் கோயிலுக்கோ அல்லது பள்ளி வாசலுக்குப் போகும்போது மட்டும்தான். மற்றபடி நாம் சொந்தமாகத் தானே வாழ்ந்தோம். யானைக்கு மதம் பிடித்துவிட்டால், அது பாகனையும் மிதித்துக் கொன்றுவிடும். இப்போது எல்லோருக்கும் மதம் பிடித்திருக்கிறது''

''என்ன செய்ய? எங்களுக்கு யார் மீதோ கோபம் வருகிறது, கோபத்தில் டில்லியில் காந்தியைக் கூட கொல்லு என்கிறார்களாம்.''

''யாரோ முள்லிம்கள் நமக்கு எதிராக துன்பம் செய்திருக்கிறார்கள். ஆனால் இங்கிருக்கும் முஸ்லிம் நமக்கு எதிராக என்ன தப்பு செய்தான்?''

''ஒன்றுமில்லை.''

''ஆகவே அவனோடு சண்டைக்குப் போய் அவனுக்குத் துன்பம் கொடுப்பது நியாயமா?''

''அந்த அளவுக்குப் பெரிய மனது எங்களுக்கு இல்லை. எல்லாத்தையும் இழந்து நிற்கும் எங்களுக்கு இருப்பது கோபமும் வெறுப்பும்தான். என்ன செய்வது? எங்களுக்கு இப்போது எங்கள் மீதே கோபம் வருகிறது.''

''அது இருக்கட்டும். இந்த நகையை உங்களிடம் எதற்கு கொடுக்கிறேன் என்றால், பெண்களிடம் கொடுக்கப்படும் பணம் சரியாகப் பயன்படும் என்று என் அப்பா சொல்லுவார். ஆகவே இதை விற்று இந்தக் குழந்தைகளைக் கவனியுங்கள்'' என்று அவர்கள் கையில் திணித்துவிட்டு அவன் கிளம்பினான்.

அவர்கள் ஓடி வந்து, ''உங்கள் பெயர் என்ன தம்பி?'' என்று கேட்டார்கள்.

''செந்தூர் பாண்டியன், மதராஸி'' என்று சொல்லிக்கொண்டு அவன் நகர்ந்தான். அவனுக்கு மனது சந்தோசமாக இருந்தது. சலேலா நினைவுக்காக தன்னால் முடிந்ததைச் செய்ததாக நினைத்துக்கொண்டு அவன் நடந்தான்.

வழியில், அங்கொரு மரத்தடியில் ஆண்கள் உட்கார்ந்து கோபமாக பேசிக்கொண்டிருந்தார்கள். அவன் அருகில் வந்ததும் அவர்கள் பேச்சை நிறுத்தினர்.

அவர்களிடம் போய், ''நான் லாகூரிலிருந்து வந்த அகதி'' என்று சொன்னான் செந்தூர் பாண்டியன்.

"வழியில் எத்தனை பேர்களை இழந்தாய்?" என்று சர்வசாதாரணமாக கேட்டான் ஒருவன்.

"அப்பாவையும் மனைவியையும் இழந்தேன்."

"எத்தனை பேரை நீ பதிலுக்குக் கொன்றாய்?"

"அங்கு சந்தித்த விபத்துக்கு இங்கு வந்து கோபப்பட்டு என்ன பயன்? அதில் சம்பந்தப்பட்ட எவரும் இங்கு இல்லையே."

"முஸ்லிம்கள் இங்கும் இருக்கிறார்கள். அவர்களுக்கு நாம் யார் என்று காண்பிக்க வேண்டாமா?"

"அகதிகளாயிருப்பது எவ்வளவு கஷ்டம் என்பதை நாம் அனுபவிக்கிறோம், ஆக இன்னும், அவர்களை விரட்டி அடித்து, அகதிகளின் எண்ணிக்கையை அதிகரிக்க வேண்டுமா?"

"இதையெல்லாம் விடு, நாம் இந்துக்கள் கோழைகள் இல்லை என்பதையாவது அந்தத் துரோகிகளுக்கு காண்பிக்க வேண்டாமா?"

"என் இந்து மதம், கருணைமிக்க மதம், மற்றவர்களையும் நேசிக்கும் மதம். என் கடவுளர்கள் எவருக்கும் அபயகரம் நீட்டிக்கொண்டிருப்பவர்கள். எவரையும் வெறுப்பது உனக்கே நீ செய்யும் அநீதி என்று சொல்லித்தரும் மதம்."

"இதெல்லாம் கேட்க நன்றாயிருக்கும். காந்தி இதைத்தான் சொல்லித் திரிகிறார். அதனால்தான் நாம் சொந்த மண்ணிலே அகதிகளாக அலைகிறோம்."

"என் அனுபவம் லாகூரிலே உண்டு. நாங்கள் இந்துக்களும் சீக்கியர்களும் மிகவும் பாதுகாப்பாக இருக்க வேண்டும் என்று ஒன்றிணைந்து செயல்பட்டோம். ஆனால் நடந்தது என்ன? நாங்கள் போராடத் தயாரானபோது முஸ்லிம்களும் போட்டிபோட்டு தயாரானார்கள். கண்ணுக்கு கண் என்பது குருடர்களின் உலகையே உண்டாக்கும்."

"விடப்பா, இப்படிப்பட்ட ஆட்களிடம் பேசிப் பயனில்லை. இந்த மதராசிகள் இப்படித்தான். பயந்தாங்கொள்ளிகள்" என்றான் இன்னொருவன்.

"என் கருத்தை நீங்கள் ஏற்காதது இருக்கட்டும், நான் உங்களிடம் சொல்ல வந்தது என்னவென்றால், உங்களைச் சுற்றி இவ்வளவு அழுக்கும், சாக்கடையும் இருக்கின்றன. அதைப் பற்றி, உங்களின்

இந்த நிஜ உலகைப் பற்றிக் கவலைப்படாமல் அடுத்து யாரைப் பழி வாங்க வேண்டும் என்று பேசிக்கொண்டிருக்கிறீர்களே'' என்றான்.

அங்கு நிசப்தம் நிலவியது.

''அதெல்லாம் எங்கள் வேலையில்லை'' என்றான் ஒருவன்.

''எவராவது வந்து செய்து தரட்டும் என்று காத்திருக்கிறீர்கள். உங்களுக்கு நல்லது செய்ய வேறொருவரை எதிர்பார்த்துக் காத்திருக்கிறீர்கள், அடுத்தவருக்கு கெடுதல் செய்ய முனைந்து நிற்கிறீர்கள். இது தப்பாகப்படவில்லையா.''

''போப்பா, புத்திமதி சொல்ல வந்துவிட்டான், இதெல்லாம் நாங்கள் என்றைக்குச் செய்தோம்? உன் வேலையைப் பார்த்துவிட்டுப் போ'' என்று அவர்கள் ஆக்ரோஷமாக சொல்லிய பின் அவன், இனி பேசுவது தகாத சூழலை உண்டாக்கும் என்று அங்கிருந்து நகர்ந்தான்.

அவன் மனது கனத்துக் கிடந்தது.

மாலையாகிவிட்டது. இன்னும் ராகவனைக் காணவில்லை. கார்க்கரேயோ அல்லது கோட்சேயோ எங்காவது இருக்கிறார்களா என்று தேடி அலைந்தான். அந்த முகாமின் முகப்பில் அவர்கள் நின்று கொண்டிருந்தார்கள். கூடவே ராகவனும் இருந்தான்.

''ராகவா, வந்துவிட்டாயா?'' என்று அவர்கள் அருகில் சென்றான் செந்தூர் பாண்டியன்.

''என்ன தம்பி, எங்களோடு வந்து, ஒரு கலாட்டாவை உண்டாக்கி விட்டீர்களே'' என்றான் கார்க்கரே பாதி சிரிப்போடும், பாதி விஷமத்தோடும்.

''நானொன்றும் செய்யவில்லையே'' என்றான் செந்தூர் பாண்டியன்.

அவன் தன் பையிலிருந்து செந்தூர் பாண்டியன் பெண்களிடம் கொடுத்த நகைகளை வெளியிலெடுத்தான்.

''இது நீங்கள் கொடுத்ததுதானே'' என்று கேட்டான் கார்க்கரே.

''ஆமாம்'' என்றான்.

''இந்த நகைகளை இந்தப் பெண்கள் விற்பனை செய்யப் போயிருந்தால் அவர்களுக்கு நல்ல விலை கிடைக்காது, இங்குள்ள போலிசை உங்களுக்குத் தெரியாது, இவர்கள் திருடினார்கள் என்று

உள்ளே தள்ளிவிடுவான். அதெல்லாத்தையும் விட முக்கியமான விஷயம் எங்களுக்குத் தெரியாமல் இங்கு எதுவும் நடக்கக் கூடாது. நீங்கள் கொடுப்பது என்று விரும்பினால் என்னிடம் கொடுத்திருக்கலாமே" என்றான்.

"நான் அப்படியெல்லாம் நினைக்கவில்லை" என்று சொல்லி அந்தப் பேச்சுக்கு முற்றுப்புள்ளி வைத்தான் செந்தூர் பாண்டியன்.

எந்த நேரத்திலும் தன்னை முதன்மைப்படுத்தும் அந்த மனிதர்களின் கொடூரத்தன்மையும், எப்படியாவது, எவரை அழித்தாவது, எந்த வழியிலாவது தான் நினைத்ததை நடத்தி முடிக்க நினைக்கும் அரக்க மனமும், இந்துக்களுக்கு ஒன்று என்றால் துடிப்பதும் அதை மிருகப்பலிபோல் முஸ்லிம்களுக்குச் செய்யும்போது அவர்களுக்கும் வலிக்கும் என்ற மனிதப் பண்பு இல்லாத அந்த மனிதர்களிடம் இருப்பது கருணையில்லை, பாசாங்கு என்று செந்தூர் பாண்டியனுக்குத் தெரிந்தது.

15. ஆட்சியாளர்களின் சவக்காடாம் டில்லி, அகதிகளால் அப்படி ஆக்கப்படுமா?

கிழக்கிலிருந்து மேற்கு நோக்கி முஸ்லிம்களும், மேற்கிலிருந்து கிழக்கு நோக்கி இந்துக்களும், பஞ்சாப் பகுதியில் எறும்புகள் போல சாரைசாரையாக புலம்பெயர்ந்தனர், இருபதாம் நூற்றாண்டில், மதத்தின் அடிப்படையில் மக்கள் புலம் பெயர்ந்த மிகப்பெரிய வரலாற்று நிகழ்வு அது.

இதற்குத்தானா சுதந்திரம் என்ற கேள்வி சிந்திக்கும் ஒவ்வொரு மனிதரிடமும் எழத்தான் செய்தது. இதற்குத்தானா தியாகிகளும், தீவிரவாத வீரர்களும் தங்கள் இன்னுயிரை ஈந்தனர் என்ற வரலாற்றுக் கேள்வி மனித மனத்தை நைத்தது.

தங்களின் பிறந்த மண்ணைத் துறந்து, நினைவுகளின் சுகத்தை இழந்து, அந்நிய மண்ணில் வேர் பதிக்கச் சென்ற இந்து, சீக்கிய முஸ்லிம்களின் எண்ணிக்கை ஒன்றரைக் கோடிக்கும் மேல் என்று சொல்லுகிறார்கள். இதெல்லாம் எதற்காக என்ற கேள்விக்கு பதில் எவருக்கும் தெரியவில்லை.

ரட்க்லிஃப் என்ற பிரிட்டிஷ் வழக்கறிஞரை எல்லைகளைப் பிரித்துத் தரும் மனிதராக இரு நாட்டினரும் ஏற்றுக்கொண்டனர். அதற்கான அவரின் மிக முக்கியத் தகுதி, அந்த சிறந்த வழக்கறிஞருக்கு இந்தியாவைப் பற்றி ஒன்றும் தெரியாது என்பதுதான். அப்படி அதன் மண், மதம், பண்பாடு, அரசியல்போக்கு, வாழ்வுநிலை பற்றித் தெரியாத மனிதர்தான் யாருக்கும் பாரபட்சம் இல்லாமல் சமமாக இரு நாட்டின் எல்லையாம் கோட்டைக் கிழிப்பார் என்று நம்பினார்கள். அவர் கிழித்த கோடு, மக்களைக் கிழித்த கோடாக மாறியது.

இரு புதிய நாடுகளின் எல்லைகளில், மதம் என்ற சட்டையே ஒவ்வொருவரின் உயிரை நிர்ணயம் செய்தது

நடக்கும் கொடூரங்களை எல்லைகளில் தடுத்து நிறுத்தக் கூடாதா என்று ஆங்கிலேய பாதுகாப்பு அதிகாரிகளை இரு அரசுகளும் கேட்ட போது அவர்கள் சொன்ன பதில், “துருப்புக்கள் நாங்கள் சொல்வதைக் கேட்பதில்லை. தவறு செய்பவர் தன் மதத்தான் என்றால், சுடு என்று

சொல்லும்போது அவர்கள் கீழ்படிய மறுக்கிறார்கள்.” இதுதான் அன்று நிலவிய சூழல்.

அலை அலையாக மக்கள் டில்லிக்கு அகதிகளாக வந்தனர். வெறும் உயிரையும், பயத்தையும், வெறுப்பையும் மட்டும் சுமந்து கொண்டு அவர்கள் டில்லியை அடைந்தனர். வந்த ரயில்களும், வாகனங்களும் இடம் கிடைத்த பொது வெளியில் அவர்களை இறக்கிவிட்டன. உணவும், பாதுகாப்பும், நம்பிக்கையும் இல்லாமல் அந்த மக்கள் கோபம்கொண்ட சவலைக் குழந்தைகளாக மாறினர். டில்லியில் சந்திக்கும் நாலாவது மனிதர் அகதியாக இருந்தார். டில்லியின் சமூக அரசியல் சூழலை மாற்றும் சக்திகொண்டவர்களாக அவர்கள் ஆகிக்கொண்டிருந்தனர்.

கூட்டம் மனிதருக்கு வலுவைத் தருகிறது. இழப்பின் வலியால் துடித்த அவர்களுக்கு இருக்கும் ஒரே பலம் அவர்களின் எண்ணிக்கை தான். ஆகவே கூட்டமாய் கலவரத்தில் இறங்கினார்கள். ஏதோ வைத்துக் கொண்டு அவர்களுக்குத் தர மறுக்கும் அரசை எதிர்த்துப் போராடு என்ற தீவிர மத இயக்கங்களான இந்து மகாசபாவும், ஆர்.எஸ்.எஸ்ஸும், அகாலிதளமும், சொந்த நாட்டின் அரசு மீது போராட ஆயுதமும் தூண்டுதலும் வழங்கின. அகதிகள், உள்ளே அரசியல் கணக்கோடு, வெளியே தங்கள் மீது கருணையை ஆயுதத்தின் மூலம் காட்டும் இந்த இயக்கங்கள் சொற்படி அவர்கள் ஆட ஆரம்பித்தார்கள்.

கல்கத்தாவில், உண்ணாவிரதத்தால் தன் உயிரைத் தர முன்வந்த 78 வயதான மெலிந்த, உடல் சக்தி குறைந்த காந்தியடிகள், ஒற்றை மனிதராய், அங்கு அமைதியை ஓரளவுக்குக் கொணர்ந்தார். அமைதியும் போரும் மனிதன் மனங்களிலிருந்துதான் புறப்படுகின்றன, எந்த விதையை மனதில் ஊன்றுகிறோமோ அந்த விதை பலன் தருகின்றது, ஆகவே மாற்றம் முதலில் மனதில் நிகழவேண்டும் என்பதை அங்கு நிலை நாட்டிவிட்டு, செப்டம்பர் துவக்கத்தில் காந்திஜி டில்லிக்கு வந்திருந்தார்.

இப்போது அது அவர் விட்டுச் சென்ற டில்லியாக இல்லை. சுதந்திரம் பெற்ற சொந்த அரசு டில்லியில் ஊரடங்கை அமல்படுத்தியிருந்தது. காந்தியை வரவேற்க கூட்டம் இல்லை. அவருடைய வருகையே இரகசியமாக வைக்கப்பட்டிருந்தது.

அவரை அழைத்து வர வந்திருந்த உள்துறை அமைச்சர் சர்தார் படேல், டில்லியைச் சுற்றிக் காண்பித்தார். செப்டம்பர் நான்காம் தேதியிலிருந்து, டில்லியில் ஊரடங்கு நடைமுறையில் உள்ளது என்று சொன்னார். வகுப்புவாதம் தலைவிரித்து ஆடுவதை அடக்க முடியாத

தோல்வியைவிட, எதற்காக இத்தனைக் காலம் போராடினோமோ அது நொடியில் கரைந்துபோவதைக்கண்டு இருவரும் வருந்தினர்.

காந்திஜி வழக்கமாக தங்கும் பாங்கிகள் குடியிருப்புக்கு அவர் கார் செல்லாமல், பிர்லா மாளிகைக்கு சென்றது. ஏன் அங்குப் போகவில்லை என்று கேட்ட காந்திக்கு, “அந்த இடத்தில் மேற்கு பஞ்சாபிலிருந்து வந்த அகதிகள் இருக்கிறார்கள், காந்திஜி அங்குச் செல்வதாயிருந்தால் அவர்களை அப்புறப்படுத்த வேண்டும்” என்றார் படேல்.

காரிலிருந்து காந்திஜி இறங்கும்போது, நேரு அவரைப் பார்க்க அங்கு வந்து சேர்ந்தார். ஒரு மாதத்தில் இந்த மனிதரின் ரோஜாப்பூ போன்ற காஷ்மீரி முகம் வாடி வறண்ட நிலமாய் ஆகிவிட்டதைப் பார்த்து காந்திக்கு அதிர்ச்சியாக இருந்தது. “எங்கும் ராணுவம், எங்கும் தகராறு, எங்கும் பிணமும் கொலையும். அவர்கள் நகர் முழுவதும் குழப்பத்தை ஏற்படுத்திவிட்டனர். நான் என்ன செய்வேன்” என்று கோபத்தில் நேரு பேசினார்.

“கோபப்படுவதால் என்ன ஆகிவிடப்போகிறது?” என்று கேட்டார் காந்திஜி.

“நான் என் மீதே கோபப்படுகிறேன். மிகுந்த போலிஸ் காவலோடு நான் வெளியில் செல்லுவது எனக்கு மிகவும் கேவலமாக இருக்கிறது. ரேசன் கடைகளும், மற்ற கடைகளும் கொள்ளையிடப் படுகின்றன. மனிதர்கள் மனிதத் தன்மையை இழந்துவிட்டனர். இந்துக்கள், முஸ்லிம்கள் என்ற வேறுபாடு பார்க்காமல் சேவை செய்யும் புகழ்பெற்ற மருத்துவர் ஜோஷி, ஒரு முஸ்லிம் நோயாளியைப் பார்க்க முஸ்லிம் வீட்டிற்குள் நுழையும்போது, ஒரு முஸ்லிமால் சுட்டுக் கொல்லப்பட்டிருக்கிறார்” என்றார்.

இப்படி, மனிதர்களை மனிதர் நம்பாத, ஒருவரை ஒருவர் எதிரியாகப் பார்த்து, வெறுக்கின்ற நிலைதான் டில்லியில் நிலவியது. காந்திஜி ஒவ்வொரு அகதிகள் குடியிருப்புக்கும், முஸ்லிம்களின் இருப்பிடங்களுக்கும் நாள் முழுக்க சென்று வந்தார். சில இடங்களில் தீவிர இந்து இயக்கங்களின் தூண்டுதலால்,காந்திஜிக்கு எதிராக குரல் கொடுத்தனர். காந்தியே திரும்பிப்போ, முஸ்லிம்கள் காந்தி போ போ என்று கத்தினர். பலர் வன்முறையாக நடப்பதற்கும் முயன்றனர்.

ஆடு, தன்னைக் காப்பவனை நம்பாமல், கழுத்தறுப்பவன் பின்னால் செல்லும் கதைதான் அங்கு நிகழ்ந்தது.

அவசரநிலை அமைச்சரவை குழு ஒன்று ஏற்படுத்தி அதன் தலைவராக மவுண்ட்பேட்டன் இருந்தார். அந்தக் கூட்டத்தில் மவுண்ட் பேட்டன் சொன்னார், "நாம் டில்லியில் பின்னடைவை சந்தித்தால், நம் கதை முடிந்தது" என்று. அது மிகவும் சரியான அனுமானம்தான்.

கிங்ஸ்வே அகதிகள் முகாமுக்கு எதிரேயிருக்கும், முஸ்லிம் நோயாளிகள் அதிகம் பயன்பெறும் காசநோய் மருத்துவமனையைத் தாக்கப்போவதாக காந்திக்கு தகவல் வந்தது. உடனே காந்திஜி, டாக்டர் சுஷிலா நய்யரை அனுப்பி, போகும்போது தகவலை பட்டேலிடமும் சொல்லிவிட்டு அங்குப் போ என்றார்.

படேல், செயலகத்தில் இல்லை. நேருவிடம் சொன்னதும் , அவர் தன் காரில் நய்யரை கூட்டிக்கொண்டு, போலிஸ் உதவி கமிஷனரைப் பார்க்கச் சென்றார். உதவி கமிஷனரோ, எல்லா காவலர்களும் பல இடங்களுக்கு அனுப்பப்பட்டதால், யாரும் இல்லை என்றார். எனவே தன் காரில் சுசிலாவை நேரு அனுப்பினார்.

போகிற வழியில் சுசிலா நய்யர், ஒரு முஸ்லிம் தொழுகைப் பள்ளி தீயில் எரிவதைப் பார்த்தார். அவர் காரை நிறுத்தி யாருக்காவது மருத்துவ உதவி தேவைப்படுகிறதா என்று பார்த்தார், அப்போது அவரை நோக்கி எதிர்க் கட்டடத்தில் இருந்து குண்டு மழை பொழிந்தது. அது ஒரு ஆர்.எஸ்.எஸ்ஸின் பலம் வாய்ந்த இடம். எவராவது முஸ்லிமைக் காப்பாற்ற உள்ளே நுழைந்தால் அவர்களை பயமுறுத்த துப்பாக்கியால் சுட்டனர்.

மருத்துவமனைக்குச் சென்ற போது, அங்குள்ள நோயாளிகள் எல்லாம், ஏற்கெனவே எலினா மவுண்ட்பேட்டனால், ஜமா மஸ்ஜித்துக்கு எடுத்துச் செல்லப்பட்டிருந்தனர். அங்கிருந்து கட்டில் மேஜைகளைத் தூக்கிக்கொண்டு செல்லும் கலவரக்காரர்களை சுசிலா நய்யர் விரட்டி அடித்தார். அங்கு எதுவும் செய்யாமல் பார்த்துக்கொண்டு நின்ற ஒரு காவலரைப் பார்த்து, "என்ன செய்கிறீர்கள்" என்று சுசிலா நய்யர் சத்தம் போட்டார். "பெரிய மனிதர்களாலே எதுவும் செய்ய முடியவில்லை, நான் என்ன செய்துவிட முடியும்" என்று கேட்டார் அந்தக் காவலர். நேரு அங்கே வந்தார். அங்கு நடைபெற்ற கொள்ளையை அவரிடம் சொன்னார் சுசிலா நய்யர். அப்போது கொள்ளையடித்த பொருட்களோடு அகதிகள் சிலர் வந்துகொண்டிருந்தனர். அதைப் பார்த்த நேரு, "பாவப் பட்ட எங்கள் சகோதரர்களாகிய உங்களுக்கு உதவுவதாய் நினைத்தோம், ஆனால், திருடர்களுக்கும் கொள்ளைக்காரர்களுக்கும் இடமளித்திருக் கிறோம்" என்று சொல்லி அருகிலிருந்தவனின் கழுத்தில் கைபோட்டு

பிடித்திழுத்தார். அதைப் பார்த்த சுசிலா மிகவும் பயந்துவிட்டார், அவனோ, "பண்டிட்ஜி, உங்கள் கையால் சாவதற்கு நான் கொடுத்து வைத்திருக்க வேண்டும்" என்றான். நேரு அவனிடம், "உங்கள் மீது நாங்கள் எவ்வளவு கருணைகொண்டிருக்கிறோம் என்று சொல்லிக் காட்டும் நேரம் இது இல்லை. இந்த முஸ்லிம்கள் உங்களுக்கு எதிராக என்ன குற்றம் செய்தார்கள்? ஒன்றும் செய்யவில்லையென்றால், அவர்களை ஒன்றும் செய்யக்கூடாது" என்றார். இதை சுசிலா நய்யர் படேலிடம் சொல்ல, அவர் மிகவும் வருத்தப்பட்டார். "இப்படி நடந்து நேரு தன் உயிருக்கு ஆபத்து கொணர்ந்துவிடக்கூடாது" என்றார்.

காந்திஜி, ஜமியா மிலியா இஸ்லாமியா பல்கலைக்கழகத்துக்குப் போனபோது அதன் துணைவேந்தர் டாக்டர் ஜாகிர் ஹுசைன், ஜலந்தரில் தனக்கு நேர்ந்த ஆபத்தை காந்திஜியிடம் சொன்னார். ரயில் நிலையத்துக்கு வரும்போது, சீக்கியர்களும் இந்துக்களும் அவரைச் சூழ்ந்து கொண்டு தாக்க முனைந்தார்கள். ஒரு சீக்கிய ராணுவ அதிகாரியும், ஒரு இந்துவும், தங்கள் உயிரை திரனாக மதித்து, அவரைக் காப்பாற்றிய நிகழ்ச்சியை எடுத்துச் சொன்னார்.

தேவன் ஹால் இந்து அகதிகள் முகாமுக்கு காந்தி வருகை தந்த போது, அங்கிருப்போர் தங்கள் கோபத்தை அவரிடம் காட்டினர். "எங்கள் மீது உங்களுக்கு இரக்கமில்லை, ஆனால் உங்கள் மனதெல்லாம் முஸ்லிம்களிடம் இருக்கிறது" என்று குற்றம் சாட்டினார்கள். அதைக் கேட்டு காந்திஜி மனம் வருந்தினாலும், "உங்களின் கோபம் நியாயமானதுதான், அந்த அளவிற்கு நீங்கள் கஷ்டப்பட்டிருக்கிறீர்கள்" என்று அவர்களைச் சமாதானப்படுத்தினார்.

செப்டம்பர் 12ஆம் தேதி, ஆர்.எஸ்.எஸ். தலைவர் காந்தியைப் பார்க்க வந்தார். பஞ்சாபிலும், டில்லியிலும், பிற இடங்களிலும் நடை பெறும் மதவெறி கொலையிலும், முஸ்லிம் விரோத நடவடிக்கை களிலும், ஆர்.எஸ்.எஸ் ஈடுபட்டிருக்கிறது என்பது அனைவரும் அறிந்ததுதான். ஆயினும், வழக்கம்போல அதன் தலைவர், ஆர்.எஸ்.எஸ் அமைதிக்காக உழைக்கிறது, அது இந்துக்கள் இயக்கமாயினும், "முஸ்லிம்களை கொல்லும் இயக்கமல்ல" என்று கண்ணை இமைக்காமல் சொன்னார். காந்திஜி அவர் சொன்னதை மிகுந்த நேசத்துடன் ஏற்றுக் கொண்டார். சுமத்தப்படும் குற்றச்சாட்டுக்களை மறுப்பதாகவும், நகரில் நடக்கும் கொலை, கொள்ளை ஆகியவைகளை தவறு என்று சொல்வதாகவும் ஒரு அறிவிப்பை ஆர்.எஸ்.எஸ் தலைவர் வெளியிட காந்திஜி கேட்டுக்கொண்டார். அதற்கு அவர் தயாரில்லை. அதற்குப்

பதிலாக காந்தி ஒரு அறிக்கை வெளியிட வேண்டும் என்று கேட்டார். அதில் ஆர்.எஸ்.எஸ்ஸின் மீது சுமத்தப்படும் குற்றச்சாட்டுகளை காந்திஜி மறுத்து எழுத வேண்டும் என்றார். காந்திஜி அவர்களின் பேரணியில் கலந்துகொள்ள சம்மதம் தெரிவித்தார்.

அந்தப் பேரணியில், "இந்து மதம் படைத்த மிகச் சிறந்த மனிதர் காந்திஜி" என்று ஆர்.எஸ்.எஸ்ஸின் தலைவர் புகழ்ந்தார். தான் சிறந்த இந்து என்று ஏற்றுக்கொண்ட காந்திஜி, "தன் இந்து மதம், பொறுமை யற்றதும், அரவணைத்துச் செல்ல மறுக்கும் மதம் இல்லை. உலகத்தின் மிகச் சிறந்த கருத்துக்களை ஈர்த்துக்கொள்ளும் மதம். இந்தியாவில் இந்து அல்லாதவர்களுக்கு சம அளவில் இடம் இல்லையென்றால், முஸ்லிம்கள் இந்தியாவில் வாழ வேண்டாமென்றால், இரண்டாவது இடத்தில் இருக்கத் தயாராக இருக்க வேண்டும் என்றாலோ, பாக்கிஸ்தானில் இந்துக்கள் தாழ்ந்த நிலையிலே இருக்க வேண்டும் என்று கருதினாலோ அது இந்து, முஸ்லிம் மதங்களுக்கு அவமானம். ஆகவே முஸ்லிம் மீது வெறுப்பு காட்ட மாட்டோம் என்று ஆர்.எஸ்.எஸ் உறுதியளிக்க வேண்டும், அவர்கள் மீது சாற்றப்படும் குற்றச்சாட்டுக்கள் உண்மை யென்று நிரூபணம் ஆனால், அது நல்லதற்கில்லை" என்றார் காந்திஜி.

காந்தியை தங்களோடு வந்து தங்கும்படி முஸ்லிம்கள் விரும்பினர். காந்தி அதற்கு உடன்பட்டார். ஆனால் ஒரு தவறான குண்டு காந்தியைத் தாக்கினால், நாடு முழுமையும் முஸ்லிம்களுக்கு பேரழிவு ஏற்படும் என்பதால் காந்திக்கு பாதுகாப்பு வழங்க வேண்டும் என்று முஸ்லிம்கள் விரும்பினார்கள். காந்தி அதற்கு உடன்படாததால் அந்த முயற்சி கைவிடப்பட்டது.

அக்டோபர் 2, 1947இல் சுதந்திர இந்தியாவில் காந்தியின் முதல் பிறந்த நாள் கொண்டாடப்பட்டது. தன் பிறந்த நாளை உண்ணா நோன்புடன், பிரார்த்தனையுடன், சக்கராவில் அதிகம் நூற்பதிலும் செலவிட்டார். காலையில் நேரு, படேல், பிர்லா, அவரின் குடும்பத்தவர்கள், மற்றும் காந்தியின் நெருங்கிய சகாக்கள் அவரைச் சந்தித்து வாழ்த்தினார்கள். எட்வினா மவுண்ட்பேட்டனும் வந்து கலந்துகொண்டார். "இந்தக் கலவரம் நீங்க வேண்டும் அல்லது கடவுள் என்னை எடுத்துக்கொள்ள வேண்டும் என்று பிரார்த்தனை செய்யுங்கள். நெருப்பில் எரிந்து கொண்டிருக்கும் இந்தியாவில், இன்னொரு பிறந்த நாளை நான் கொண்டாட விரும்பவில்லை" என்று அவர்களிடம் சொன்னார்.

"நாங்கள் எல்லோரும் மிகுந்த உற்சாகத்துடன் அவரைப் பார்க்கப் போயிருந்தோம், ஆனால் கனத்த மனதுடன் திரும்பி வந்தோம்" என்று படேலின் மகளான மனிபென் தன் குறிப்பில் எழுதினார்.

தனக்கு இரவில் சரியாக தூக்கம் வருவதில்லையென்றும், தன்னை இந்து இளைஞர்கள் வந்து மிரட்டுவதாகவும். தனக்கு எதிராக வன்முறையுடன் நடந்துகொள்வதாகவும், அதேபோல சிலவேளை முஸ்லிம்கள் கூட்டமாக தன்னை நோக்கி வருவதாகவும் கனவு வருவதாகச் சொன்னார். காந்திஜியைக் கூட டில்லி மிரட்டியது.

அகமத் நகர் போய்விட்டு வந்த அடுத்த நாள் ராகவனும், செந்தூர் பாண்டியனும் காலை உணவு சாப்பிட்டுக்கொண்டிருந்தார்கள்.

“என்னடா, ராகவன், இரவில் விழித்து ஏதோ எழுதிக் கொண்டு இருந்தாய், என்ன அப்படி ஒரு தலைபோகிற வேலையா?” என்று கேட்டான் செந்தூர் பாண்டியன்.

அப்போது உள்ளிருந்து எல்லம்மா, “சாப்பாடு எப்படியிருக்கிறது?” என்று கேட்டாள்.

“வழக்கம்போல நன்றாயிருக்கிறது” என்றான் ராகவன்.

“சாப்பாடு நன்றாயிருந்தால் பேச்சு அதிகம் வராதே” என்றாள் அவள்.

இருவரும் ஒருவரை ஒருவர் பார்த்துச் சிரித்துக்கொண்டனர்.

“பேசிக்கொண்டே சாப்பிட்டால், சாப்பாடு இன்னும் சுவையாக இருக்கும்” என்று சொன்னார்கள்.

“எல்லம்மா, நேற்று அகமத் நகர் போயிருந்தோம், அங்கு அகதிகள் ஒரு வேளை சாப்பாட்டுக்கு வழியில்லாமல் இருந்தார்கள்.”

“அது மட்டும்தான் உங்கள் கண்ணில் படுகிறது. தினமும் மக்கள் எங்கும் சாப்பாட்டுக்கு வழியில்லாமல் இருக்கத்தான் செய்கிறார்கள். ஏழைகளை நாம் ஏறிட்டுப் பார்ப்பதில்லை” என்றாள் அவள்.

“ஆமாம், நீங்கள் சொல்வது உண்மைதான்” என்றான் ராகவன்.

“நேற்று என்னடா எழுதினாய்?” என்று கேட்டான் செந்தூர் பாண்டியன்.

“அகமத் நகர் போயிருந்தோம் இல்லையா? அங்கு இந்த அகதிகள் பேரை வைத்துக்கொண்டு கார்க்கரே கும்பல் பல அயோக்கியத் தனங்களைச் செய்து வருகிறது என்று கேள்விப்பட்டேன். அது விஷயமாக நன்கு விசாரித்து ஒரு கட்டுரை எழுதியிருக்கிறேன். அதை எங்கள் பத்திரிகைக்கு அனுப்புகிறேன்”

அங்கே போனதும், ஏதோ தில்லுமுல்லு நடக்கிறது என்றும், அந்த அகதிகளின் சர்வாதிகாரி போல கார்க்கரே நடப்பதாயும் எனக்குப் பட்டது. பத்திரிகை நிருபரான உனக்கு அதை மோப்பம் பிடித்து எழுதும் சக்தியிருக்கிறது. முடித்துவிட்டாய்.”

"கார்க்கரே போன்றவர்கள் பேர் வருவதற்கும், தங்களின் அதிகாரத்தைக் காட்டுவதற்கும் இதை பயன்படுத்திக் கொள்ளுகிறார்கள். நான் போலிஸ் ஆவணங்களை பார்த்தேன். அங்கும் இவர்கள் பேரில் நல்ல பெயர் இல்லை. ஆனால் இவர்கள் பேரில் அனுதாபம் இருக்கிறது. ஹைதராபாது நிஜாமில் இருக்கும் ரஜாக்கர்களின் அட்டூழியத்தைத் தட்டிக்கேட்பதால் இந்து போலிஸ் அதிகாரிகள் இவர் மேல் இரக்கம் காட்டுகிறார்கள்."

"கார்க்கரே, அவனின் அடியாள் பேரென்ன, மதன்லால் எல்லோரையும் பார்த்தால் கொலைகாரர்கள் போல இருக்கிறதே, இவர்கள் உன்மீது சீறிப் பாய்வார்களே"

"ஆமாம், பத்திரிகைத் துறையில் வேலை பார்த்தால் அந்த ஆபத்து எப்போதும் இருக்கத்தான் செய்கிறது" என்று ராகவன் சொல்லிக் கொண்டிருக்கும்போது, ஊறுகாயை எடுத்துக்கொண்டு எல்லம்மா வந்தாள்.

"என்ன ஆபத்து தம்பி? நாட்டுக்கு சுதந்திரம் வந்தாகிவிட்டதே, இனி ஆபத்து என்ற பேச்சே கிடையாதே" என்றாள்.

"காந்தி உயிருக்கே ஆபத்து வருகிறதாம். நாட்டு நிலைமை அப்படியிருக்கிறது" என்றான் ராகவன்.

"காந்தி நம்ம வீட்டில் பிறந்த பச்சைக் குழந்தை மாதிரி மனிதர், எவருக்காவது அவரைக் கொல்ல மனசு வருமா என்ன?"

"பணமும், பதவி வெறியும், மத வெறியும் என்ன வேண்டு மானாலும் செய்யச் சொல்லும்" என்றான் செந்தூர் பாண்டியன்.

"ஆமாம், இங்கே வருவாரே கோட்சே, அவரே காந்தியைக் கொல்ல இரண்டு தடவை வாளை உருவிக்கொண்டு பாய்ந்திருக்காராமே. இவர் மாதிரி ஆட்களை உள்ளே தூக்கிப் போடணும். அப்பத்தான் நாடு உருப்படும்" என்று சொல்லிக்கொண்டு அவள் அடுக்களைக்குள் போனாள்.

"டில்லியில் நடக்கும் அகதிகள் பிரச்சினையைப் படிக்கிறாயா?' என்று கேட்டான் ராகவன்.

"படிக்கிறேன். அது என்னைப் போன்றவர்களின் பிரச்சினை யல்லவா. அகதிகளுக்கு இந்த நாடே ஏதோ கடமைப்பட்டது போல ஒரு எண்ணத்தை எவரோ விதைத்துவிட்டார்கள். அவர்களுக்கு உதவ கருணையை எதிர்பார்க்காமல், நாட்டின் கடமை என்பதுவாய்

நடக்கிறார்கள். காந்திஜியால் முன்பு போல அதிகம் செய்ய முடியவில்லை. காரணம் என்னவாய் இருக்கும் என்று நினைக்கிறாய்?

"காந்திஜி, மனிதர்களின் மனதில் மாற்றத்தைக் கொணர்ந்து அவர்களைக் களத்தில் இறக்கி, இலக்கை நிறைவேற்றுபவர். அவரின் பலம் தொண்டர்களை உருவாக்குவது, மக்களைத் தன் பக்கம் திரட்டுவதுதான். சுதந்திர இந்தியாவில் அந்த பலம் அவரிடம் குறைந்துவிட்டது போலிருக்கிறது."

"நீ சொல்லுவது மிகச் சரி. மக்களோடு மக்களாய் உழைக்கும் தொண்டர்கள்தான், விதை முளைப்பதுபோல மாற்றத்தைக் கொணருபவர்கள். கொள்கைக்கு கால்கள் தருவது அவர்கள்தான். அந்த மரபு மறைந்து வருவது நாட்டிற்கு நல்லதல்ல"

"செந்தூர் பாண்டியன், நான் எழுதியிருப்பதை படித்துப் பார்." என்று உள்ளே போய் தன் கட்டுரையை அவனுக்குப் படிக்க கொடுத்தான் ராகவன்.

"அறச் சீற்றம் Vs வெறுப்பு அரசியல்"

மதங்களைப் படைத்தது எந்தக் கடவுள்?

இந்த ஆதிக் கேள்விக்கு மனித குலம் பதிலைத் தேடிக் கொண்டிருக்கிறது. தேடிக்கொண்டிருக்கும்.

அந்தப் பிரபஞ்சப் படைப்பாளியைவிட, முக்கியமான கேள்வி, மனிதனுக்கு மதம் தேவையா? மதம் இல்லாமல் வாழ முடியாதா?

இதற்குப் பதிலாக இன்னொரு கேள்வி கிளர்ந்தெழுகிறது. நம்பிக்கையும், நோக்கமும் இல்லாமல் மனிதர் வாழமுடியுமா?

நம்பிக்கையும் நோக்கமும் இல்லாத வாழ்வை வாழ்ந்துவிட்டுப் போகிறேன் என்றால் மதம் அடிப்படைத் தேவையில்லைதான்.

ஒவ்வொரு மனிதருக்கும் உயிருள்ள கொழுகொம்பாக மதம் இருக்கிறது. அது நம்பிக்கையை அளிக்கிறது, தன் வழ்வின் நோக்கத்தைத் தேட வெளிச்சத்தைத் தருகிறது. அந்தப் புரிந்துணர்வின் அடிப்படையில் மதம் தேவைதான்.

அப்படித்தான் காந்திக்கு மதம் இருக்கிறது.

காந்தி ஒரு இந்துவாகப் பிறந்தார். இந்துவாக வாழுகிறார். அவரது இந்துமதம் சனாதன, வைதீக இந்துமதம் அல்ல. அவர் புராதன இந்து மதத்தின் செழிப்பு நிலத்தில் ஆழ வேர் விட்டு, தனக்கென தன் இந்து

மதத்தைக் கட்டமைத்துகொண்டார். அந்த வேருக்கு எல்லா மதங்களெனும் ஊற்றுக்கள் கருத்து நீரைப் பெய்தன. அவர் எல்லா மதத்துக்கும் சொந்தக்காரராகிறார். காந்தியின் மதமெனும் பரந்த ஆல மரத்தில் எல்லா வகைப் பறவைகளும் வந்து ஆனந்தமாகப் பாடி மகிழ்ந்திருக்கின்றன. அவருடைய மதமெனும் மரத்தில் நல்லிணக்கம் எனும் பாடல் ஒலித்துக்கொண்டிருக்கும்.

இந்து மதத்தை இன்னார்தான் படைத்தார் என்ற சங்கடம் இல்லை. கங்கை போன்ற பெரிய நதி எங்கோ தோன்றி, வரும் வழியில் பல துணையாறுகளை இணைத்துக்கொண்டு பேராறாக உருவெடுத்துக்கொண்டு வருவதாய் இந்து மதம் இருக்கிறது. அதன் எல்லைகள் வளர்ந்துகொண்டிருக்கின்றன. நீர் நசுப்பு இருக்குமிடம் வேர் தன்னை நீட்டித்துகொள்வதாய், புதிய வளமையான கருத்துக்கள் வர அதை உள்வாங்கி தன்வயப்படுத்திவிடும் ஆற்றல் அதன் மிகையான பலம். ஆகவேதான் இந்து மதம் இயல்பாக எல்லா மனிதருக்கும் எல்லாமுமாக, அவரின் வளர்ச்சிக்கு ஏற்ப தன்னையும் உடன் தருவதாயும் இருக்கிறது. அதன் எல்லைகள் வான் வெளிபோல வளர்ந்து கொண்டிருக்கின்றன, அது இளமைத் துள்ளலுடன், அரவணைத்து இணக்கம் காணுகிறது. அங்கே கருணையும், அறமும் ஒலித்துக் கொண்டிருக்கின்றன.

யாரும் மதம் மாறவேண்டும் என்று காந்தி விரும்பவில்லை. இந்துவாக மாறவேண்டும் என்று அவர் எவரையும் விழைந்ததில்லை. மத மாற்றத்தை அவர் வெறுத்தார். அவரவர் மதங்களின் உன்னத கருத்துக்களின் உயிர்த்துடிப்பாக மாறவே அனைவரையும் தூண்டினார். ஒவ்வொரு மனிதரும் தன் கடவுளை நெஞ்சில் வைத்துக்கொண்டு, தன் சக மனிதர்களோடு பரிபூரண அமைதியில் ஒருவர் மற்றவரின் நலனை வளர்த்துக்கொண்டு வாழ வேண்டும் என்பதுதான் அந்த சிட்டுக்குருவி மனிதரின் பாடல்.

அவரின் மதம் அனைவரையும் தனக்குள் இணைக்கும் வளையம். எவரையும் தன் வாசலுக்கு வெளியில் நிறுத்தும் அனாச்சாரம் அங்கு இல்லை.

அவரின் ராமராஜ்யம் என்பது அனைவரும் காண விரும்பும் பொன் நாட்டின் வார்த்தை விளக்கம். அது அவரின் கற்பனை உலகம். அவரின் ராமன், அவரவர் கடவுளாக உருவளிக்கும் பிம்பம். அதில் துளியும் அவர் மதச்சாயல் இல்லை.

ஒவ்வொன்றிற்கும் முரண் உலகில் உண்டு. சொல்வதைப் போன்று உலகம் முரண்களில் இயங்குகிறது. அவரின் கருத்துக்கு முரண் மத வெறியா?

மத வெறி, வெறுப்பு வெடித்துச் சிதறும் எரிமலையின் வாய். தன் மதச் சீருடை அணிவித்து, மற்றவர்களைக் கொல்லும் வாய்ப்பை உருவாக்கிக்கொண்டிருக்கும் அது.

மழைக்காலத்தில் எறும்புகளுக்கு சிறகு முளைக்க அவைகள் தங்கள் குழிகளிலிருந்து வெளியே பறக்க வரும்போது, வாயிலில் வாயைப் பிளந்துகொண்டு அசையாமல் உட்கார்ந்து அதைக் கூட்டம் கூட்டமாய் தின்று ஏப்பமிடும் பல்லி போன்றது மத வெறி. அந்த மத வெறி உயிர்ப்பலி கேட்கும். அது மானுடரை தன் சுயத்தின் ஒளியில் முன் செல்ல விடாமல், பழமை எனும் போர்வையைப் போர்த்தி, இருளை கவ்வச் செய்து மடைமாற்றம் செய்துவிடும். ஒரு சிலர் எனும் ஆதிக்கச் சக்தியின் நலனுக்காக, அவர்களின் பழமைவாதம் நிரந்தரமாக்கப்பட, மனித குலத்தின் வளரும் தளிர்கள் முறிக்கப்படும்.

இன்றைக்கு நிலவும் மத வெறியின் பின்னணியில், சில ஆதிக்க சக்திகள் தங்களின் இருப்பைத் தக்க வைத்துக்கொள்ள, மதத்திற்கு பழமைவாத முலாம் பூசி அதுதான் சரியானது என்று மட்டையடி செய்கின்ற வன்முறையை நிகழ்த்துகின்றன. மக்களா, தங்கள் கொள்கையா, எது முக்கியம் எனும்போது தங்கள் கொள்கைக்காக மக்களை காவுகொடுக்க தயங்காததுதான் மதவெறி.

இன்று சுதந்திர இந்தியா முதலில் எதிர்கொள்ளும் மிக முக்கிய பிரச்சினை இதுதான். மத நெறியா அல்லது மத வெறியா என்பதுதான்.

நாம் எந்தப் பக்கம் நிற்கிறோம் என்பதுதான் நம் நாட்டின் எதிர்காலத்தை தகவமைக்கும் சக்தி. நம் தேர்வு நாட்டை முன்னோக்கி நகர்த்துமா அல்லது, சில குழுக்களின் நலன்களுக்காக, அவர்களின் மேட்டுக்குடி நிலைமையை நிறுத்திக்கொள்ளுவதற்காக நாம் பயன்பட்டு நாட்டை பின்னோக்கித் தள்ளுகிறோமா?

இன்று நாட்டின் சுதந்திரத்தை அச்சுறுத்தும் அகதிகளின் பிரச்சினை என்பது மதவெறி அரசியலின் குழந்தை.

மதவெறி உயிர்ப்பலி கேட்கும். நாடு கொடுத்துக்கொண்டிருக்கிறது.

"கடவுள் நம்பிக்கை என்பது எல்லா மதங்களையும் மதித்து நடப்பதாகும்."

"தேசிய உணர்வு கொண்டவர்கள் மற்றவர்கள் மதத்தில் தலையிடுவதில்லை."

"ஒவ்வொரு மதமும் முழுமை பெற்றதல்ல. ஒவ்வொரு மதத்திலும் குறைகளும் நிறைகளும் இருக்கின்றன."

தென்னிந்தியாவில் இருக்கும் ரமணரிடம், ஒருவர் வந்து, 'நான் இந்துவாக மாற விரும்புகிறேன், இந்தியா எனது புனித பூமி' என்றார்.

"எல்லாம் சரிதான், கடவுளின் பூமியில், எது புனிதமற்றது, எது புனிதமானது சொல்" என்று அவரிடம் கேட்டார் ரமணர்.

மதம் என்பது உயர்புள்ளி நோக்கிய பயணம். அங்கே அனைத்தும் ஒன்றிணைகின்றன. அந்தப் புள்ளியின் பெயர் கடவுள் என்றனர். காந்தி அதற்கு உண்மை என்றார்.

உண்மை மனிதர்களைப் பிரிப்பதில்லை. இணைக்கிறது.

எதுவும் மனிதர்களைப் பிரிக்கிறது என்றால் அது உண்மையில்லை.

மதவெறி பிரிக்கிறது. அது கடவுளிடமிருந்து, உண்மையிட மிருந்து விலகி நிற்கிறது. அது பிம்பத்தை, நிஜமெனக் கொள்ளும் குழப்பம். அது வேண்டாம்.

அந்த மதவெறி, பஞ்சாப், வங்காளம் டில்லியில் மட்டுமல்ல, இங்கே பம்பாய் மாநிலத்தில் அகமத்நகரில் ஊற்றி வளர்க்கப்படுகிறது. பாதிக்கப்பட்டுள்ள இடங்களில், பெரு நகரங்களில் இவை திட்டமிட்டு நடத்தப்படுகின்றன. அதற்கு உதாரணம் அகமத்நகர். இதைக் கண்டு கொள்ளாமல் விட்டு விட்டால் இந்த வைரஸ் பெரும் தொற்று நோயாக வடிவெடுக்கும் அபாயம் உள்ளது.

இங்கு பத்தாயிரம் அளவுக்கான அகதிகள் இருக்கிறார்கள். அனைவரும் மேற்கு பஞ்சாபில் இருந்து, ஓரளவுக்கேனும் வசதியான வாழ்க்கை வாழ்ந்தவர்கள்.

இவர்களை என்ன செய்வது என்று தெரியாமல், அரசு இயந்திரம் இவர்களை ஒரு ரயிலில் ஏற்றி, ரயில் தடம் பக்கத்தில் இறக்கிவிட்டு, 'இனி கடவுள் விட்ட வழி' என்று போய்விட்டது. அரசுக்கும் கருணை இல்லை என்று சொல்ல முடியாது. ஆனால், தலைக்கு மேலே வெள்ளம் போனபின் என்ன செய்வது என்று தெரியாமல் தத்தளிக்கும் போது இப்படித்தான் அது நடந்துகொள்கிறது.

அப்போது, இவர்கள் மீது இரக்கப்பட்ட ஒரே மனிதர், இந்து ராஷ்டிர தளம் அகமத்நகரின் தலைவர், இந்த நகரின் முனிசிபல்

குழுவின் உறுப்பினருமான கார்க்கரே. அவர் ஒரு நண்பரின் உதவி யோடு, இவர்களுக்கு வாகனம் வைத்து நகரத்துக்கு கொணர்ந்தார். அவர்களுக்கு உணவும் வழங்கினார்.

அதன் பின்னர் அரசு இயந்திரம் இவர்களை, விசாப்பூர் முகாம் எனும் கைவிடப்பட்ட சிறைச்சாலையில் தங்க வைத்தது. அங்கு இவர்களுக்கு அடிப்படை வசதிகள் எதுவும் இல்லை.

தரையில் விழுந்த விதை, மண்ணில் காய்ந்து, மழைவந்தால் முளைப்பதுவாய் இந்த மக்கள் எப்படியோ வாழ்ந்து கொண்டிருந்தார்கள்.

துயரத்தில் வாழ்ந்த இந்த மக்களுக்கு, தங்கள் துயரத்துக்குக் காரணம், முஸ்லிம்கள் மீது காந்தி கொண்டிருக்கும் ஒருதலைப்பட்சமான அணுகு முறையே காரணம். ஆகவே எதிரிகளான முஸ்லிம்கள் மீதும், அவர்களின் நண்பரான காந்தியின் மீதும் கோபம் கொள்ளுவது நியாயம் என்று போதனை செய்யப்படுகிறார்கள். முஸ்லிம்கள் மீது வெறித்தாக்குதல் நடத்துவதும், அதற்கு வன்முறையைப் பயன்படுத்துவதும் சரியே என்று கற்றுத்தரப்படுகின்றன. ஆயுதப் பயிற்சியிலும், தீவிரவாத தாக்குதலிலும் இவர்கள் பயிற்றுவிக்கப்படுகிறார்கள். அருகிலிருக்கும் ஹைதராபாத் சமஸ்தான எல்லையோர கிராமங்களில் திடீரென ஆயுத எழுச்சிக்கான சம்பவங்களை இதனோடு தொடர்புபடுத்திப் பார்ப்பது இயல்பானதுதான்.

அதோடு, அச்சம் தரும் இன்னொரு அம்சம் என்னவென்றால் விசாப்பூர் முகாம் ஒரு குட்டி சர்வாதிகாரப் புள்ளியாக மாறிவருவது தான். மதம், அரசியல் அதிகாரத்தை தனக்குள் கொள்ளும்போது, அராஜகமும், சர்வாதிகாரமும் உடன் வருவது தவிர்க்க முடியாத நிகழ்ச்சிதான். அதுதான் இங்கும் நிகழ்கிறது. இதன் சர்வாதிகாரியாக மெல்ல தன்னை ஆக்கிக்கொண்டு வருபவர், இந்து ராஷ்டிரிய தளத்தின் தலைவர் கார்க்கரேதான். அவரும் அவரின் அடியாட்களும் இந்த மக்களை தங்களின் அடிமைகளாக ஆக்கிவருகிறார்கள். இந்து ராஷ்டிர தளம், இந்து மகாசபையின் தீவிரவாதப் பிரிவு என்பதைக் கவனத்தில் கொள்ள வேண்டும். இங்கு ஏராளமான பணப்புழக்கமும், ஆயுதப் புழக்கமும் நடைபெறுவது ஆபத்தின் அறிகுறி.

இதை காவல்துறையும் தெரிந்தும் தெரியாமல் இருப்பதுவாய்த் தன்னைக் காட்டிக்கொள்ளுகிறது. அரசு இயந்திரத்தில், மதவெறிச் சக்திகள் சற்று வெளிப்படையாக தங்களின் அடையாளத்தை இது போன்ற மனிதர்களிடமும் அவர்களின் இயக்கங்களுடனும் காண்பிப்பது,

சுதந்திர நாடு சரியான திக்கில் செல்லத் தடுமாறுகிறது என்பதன் அடையாளம்.

மதவாதத்தை எப்படிக் கையாளுகிறோம் என்பதில்தான் இந்த ஜனநாயகத்தின் எதிர்காலம் இருக்கிறது. ஒரு மதவாத அரசு எப்படித் தடுமாறும் என்பதற்கு இஸ்லாமிய நாடான பாக்கிஸ்தான் ஒரு உதாரணம். இந்தியா இன்னொரு பாக்கிஸ்தானாக ஆக்கும் தீச்செயல்களைத் தடை செய்து, காந்தி போன்றவர்களின் அறச் சீற்றத்தை மக்களின் பொதுபுத்தியில் பதிக்க, அமைதி காக்கும் மனிதர்கள் களத்தில் இறங்கி, இந்தத் தளர் நடைபயிலும் மழலை ஜனநாயக குழந்தைக்கு ஆதரவாக உழைக்க வேண்டும். அல்லாவிடில் இதுபோன்ற மதவாத சக்திகள் நாட்டை எங்கோ கடத்திச் சென்று விடும்.

வெறுப்புச் சக்திகள் ஒரு பயங்கரமான எதிரி ஒன்றை, இல்லாவிடினும் உருவாக்கிவிடத்தான் செய்யும். எதிரி அவர்களின் நீங்காத் துணை. அவர்கள் எதிரியின் நிழலில்தான் தங்களின் பொம்மலாட்டத்தை நடத்தமுடியும். இன்றைக்கு முஸ்லிம்களும், காந்தியும் அவர்களுக்கு எதிரிகளாக இருக்கலாம். அதன்பின் அவர்கள் இன்னொரு எதிரியை உருவாக்கும் கட்டாயத்தில் இருப்பார்கள். அப்போது, ஜனநாயகே, நாமே அவர்களின் எதிரியாக ஆகலாம்.

“உலகம் ஒரு ஆபத்தான இடமாக இருக்கிறது. அதற்குக் காரணம், தீமை செய்பவர்களால் அல்ல, அதைப் பார்த்துக்கொண்டு, எதுவும் செய்யாமல் இருப்பவர்களால்தான்” என்ற ஐன்ஸ்டினின் வார்த்தை பொருள் பொதிந்தது.

இதுதான் அந்தக் கட்டுரை.

அருகிலிருக்கும் இந்து ராஷ்டிர பிரஸின் அறையில் கோட்சே உட்கார்ந்து பத்திரிகை வேலைகளைப் பார்த்துக்கொண்டிருந்தான். இப்போது பத்திரிகைக்கு நல்ல பணம் வருகிறது என்று அவனுக்குத் திருப்தியாக இருந்தது. பணக்கார இந்துக்கள் காங்கிரஸ் அனுதாபி களாக இருந்தாலும், இந்து மதத்திற்காக, அதை முஸ்லிம்களிடமிருந்து காப்பாற்ற வேண்டும் என்று கேட்டால், இரகசியமாக பணம் தருகிறார்கள். இப்படிப் பணம் தருவதில் ஒருவித குற்ற உணர்வும் அவர்கள் கொண்டிருக்கிறார்கள் என்பது கோட்சேக்கு வேதனையாக இருந்தது. இந்துக்களின் நலனுக்காக அவர்கள் வெளிப்படையாக, பெருமையாகச் செய்யவேண்டும், அந்தச் சூழலை உருவாக்க வேண்டும் என்று அவன் தனக்குள் எண்ணிக்கொள்வான்.

இன்னும் ஆப்தே வரவில்லையே என்று நினைத்துக் கொண்டிருக்கும்போது, அவனின் பைக் வந்து நிற்கும் சப்தம் கேட்டது. என்னமோ அவன் வந்துவிட்டால், கோட்சேக்கு பெரும் பலம் வந்துவிட்டது போன்று உணர்வான்.

"வா ஆப்தே, உனக்காக நான் காத்திருக்கிறேன்" என்று சொன்ன கோட்சே, ஆப்தேயின் முகத்தில் இருந்த சோகத்தைப் பார்த்து அதிர்ச்சி யடைந்தான். பொதுவாக ஆப்தே எப்போதும் தன்னை உற்சாகமாக வைத்துக்கொள்ளுவான். ஒரு புலி காட்டிற்குள் நடக்கிறது என்றால் அந்தக் காடே அதிர்ந்துவிடுவதைப் போன்று இருப்பவன் இன்றைக்கு ஏன் இப்படி இருக்கிறான் என்று நினைத்தான் கோட்சே.

வந்தவன் எதுவும் பேசாமல், தண்ணீரை எடுத்து முகத்தைக் கழுவினான். ஒரு சிகரட்டை எடுத்துப் பற்ற வைத்தான். அந்தப் புகையை விட்டுக்கொண்டு கோட்சே அருகில் வந்தான்.

"என்ன ஆப்தே, ஒரு மாதிரியாக இருக்கிறாய்?" என்று கேட்டான் கோட்சே.

ஆப்தே உடனடியாக எதுவும் பேசவில்லை. திரும்பி உட்கார்ந்து வானத்தை வெறித்துப் பார்த்துக் கொண்டிருந்தான்.

"உலகமே வெறுத்துப் போச்சு கோட்சே. ஏன் இருக்கிறேன் என்றே எனக்குத் தெரியவில்லை" என்று சொன்னான்.

"வீட்டில் பிரச்சினையா?"

"உன்னை மாதிரி கல்யாணம் கட்டாமல் இருந்திருக்க வேண்டும். துயரங்கள் தாங்க முடியவில்லை."

கோட்சே பதில் சொல்லவில்லை.

"ஒவ்வொரு ஆணும் கல்யாணம் செய்யாமல் இருந்தான் என்றால் உலகத்தில் எவ்வளவு பெரிய காரியங்கள் நடந்திருக்கும் தெரியுமா?' என்றான் ஆப்தே.

"சரிடா, என்ன பிரச்சினை?"

"பையனின் பைத்தியம் முற்றிக்கொண்டு வருகிறது. கூடவே எனக்கும் பைத்தியம் பிடித்துவிடும் போலிருக்கிறது" என்றான்.

கோட்சே, வேலைக்காரப் பையனை அழைத்து ஒரு டீயும் ஒரு காப்பியும் வாங்கி வரச் சொன்னான்.

"வேறு வழியில்லாமல் அவனை ஒரு மனநல விடுதியில் சேர்த்தேன். அதிலிருந்து என் மனைவி பைத்தியம் பிடித்தவள் போல நடந்து கொண்டாள். நான் இரக்கமில்லாதவன், சொந்தப் பிள்ளையின் மீது பாசம் இல்லாதவன் என்று எப்போதும் சண்டைக்கு வருகிறாள். வீட்டில் ஒரு விநாடி நிம்மதியில்லை. பையனை இங்கே கூட்டிக் கொண்டு வா, அவன் என்னோடு இருக்கட்டும் என்று சதா அழுது தொலைக்கிறாள். நானும் பையனைப் பார்க்கப் போயிருந்தேன். அவனை அங்கு அடிப்பதாகவும் அங்கு இருக்கமாட்டேன் என்று அவன் அழுதான். மனம் கேட்கவில்லை. அவனைக் கூட்டிக்கொண்டு வந்துவிட்டேன். இப்போது மனைவி நிம்மதியாக இருக்கிறாள். ஆனால் பக்கத்து வீட்டுக்காரர்களெல்லாம் சண்டைக்கு வந்து விட்டார்கள். இந்தப் பைத்தியத்தை பக்கத்தில் வைத்துக்கொண்டு அவர்களால் நிம்மதியாக வாழமுடியவில்லையென்று மனசாட்சி யில்லாமல் சொல்லுகிறார்கள். என்ன செய்வது என்று தெரியவில்லை. எங்காவது சாமியாராகப் போய்விடலாமா என்று தோன்றுகிறது" என்று ஆப்தே சொன்னான்.

கொஞ்ச நேர அமைதிக்குப் பிறகு கோட்சே சிரித்தான்.

"ஏன் சிரிக்கிறாய் கோட்சே?" என்று கேட்டான் ஆப்தே.

"உன் பையன் மாதிரி எத்தனை பைத்தியங்கள் இந்த காந்தியைச் சுற்றியிருக்கிறார்கள். அவருக்கு எப்போது பைத்தியம் பிடிக்கும் என்று நினைத்தேன். அதைக் கற்பனை செய்துபார்த்தேன். அவர், மேல் துண்டு இல்லாமல் தெருவில் கம்பை வைத்துக்கொண்டு அலைவதாய்க் கற்பனை செய்தேன். சிரிப்பு வந்தது."

"பாவம்டா அவரைக் கொன்றுவிடலாம், ஆனால் அவர் பைத்தியமாக ஆகிவிடக்கூடாது. அதன் கொடூரம் எனக்குத்தான் தெரியும்" என்று ஆப்தே சொல்லும்போது டீ வந்தது. அதை எடுத்து அவனிடம் கொடுத்தான் கோட்சே.

"ஆப்தே, கொஞ்சம், வேறு வேலைகளில் கவனத்தைச் செலுத்து. வேலைதான் கவலைப்படும் மனதிற்கு மாற்று மருந்து. அந்த ஹைதராபாது சுங்கச் சாவடித் திட்டம் அப்படியே நிற்கிறது. தீட்சித் மகராஜ் வேறு அதைப் பற்றிக் கேட்டுக்கொண்டிருக்கிறார். ஏதாவது செய்ய ஆரம்பி."

"மனம் நிலைக்க மாட்டேன் என்கிறது. அதில் வேறு இன்னொரு பிரச்சினையும் முளைத்திருக்கிறது" என்றான் ஆப்தே. அவன் பேசட்டும் என்று இருந்தான் கோட்சே.

"எனக்கு இதை வெளியில் சொல்ல கேவலமாக இருக்கிறது" என்றான் ஆப்தே. எழுந்துபோய் காறித்துப்பி விட்டு வந்து உட்கார்ந்தான்.

"வேறு யாரிடமும் சொல்ல முடியாது. உன்னிடம் சொன்னால் என் மனபாரம் குறையும் என்றிருக்கிறது" என்றான்.

சொல் என்பதுவாய் அவன் கைகளைப் பற்றினான் கோட்சே.

"அந்த பாம்பே பெண் மனோரமா சால்வி கர்ப்பமுற்றிருக் கிறாளாம்" என்றதும் கோட்சே, ஆப்தேயைப் பிடித்திருந்த தன் கையைத் தளர்த்தி நகர்த்தினான்.

"எல்லாவற்றிற்கும் ஒரு விலையுண்டு, எல்லா சுகத்திற்கும் ஒரு சோகம் உண்டு" என்றான் கோட்சே.

அங்கு நிசப்தம் நிலவியது.

"அவளை ஏற்றுக்கொள்ளப் போகிறாயா?" என்று கோட்சே கேட்டான்.

"அப்படி ஏதாவது செய்தால் வீட்டில் இருக்கிற நிம்மதியும் போய்விடும்"

"ஒரு பெண்ணை அனுபவித்துவிட்டு கைவிட முடியுமா? அந்தக் குழந்தையையும் வளர்க்க வேண்டியதுதான்"

"அது எப்படி முடியும்? அவள் கிறிஸ்தவள், நான் பிராமணன்"

அதற்கு கோட்சே பதிலேதும் சொல்லவில்லை.

கோட்சே தன் பையிலிருந்து பத்திரிகை ஒன்றை எடுத்து ஆப்தே முன்னால் வைத்தான். "இதைப் படி" என்றான் கோட்சே.

"இப்போதிருக்கும் மனநிலையில் நான் எதையும் படிக்க முடியாது"

"இது உன் மனநிலையை மாற்றும்"

"என்ன விஷயம் சொல்லு"

"அந்த ராகவன், தன் பத்திரிகையில் நம்மைப் பற்றி ஒரு கட்டுரை எழுதியிருக்கிறான்."

"என்ன விசயம் எழுதியிருக்கிறான்?"

"அகமத் நகர் அகதிகள் முகாமில் நடக்கும் தில்லுமுல்லுகள் என்று எழுதியிருக்கிறான். அதில் இந்து ராஷ்டிர தளத்தின் பங்கைப் பற்றியும் எழுதியிருக்கிறான்"

"எனக்கு முன்னமே தெரியும், அந்த ராகவன் பாம்புக்கு நீ பால் வார்க்கிறாய் என்று தெரியும்"

"எனக்கு இதைப் பற்றி வருத்தமில்லை. சந்தோசமாக இருக்கிறது. இதுவரை உலகம் நம் இந்து ராஷ்டிர தளத்தைக் கண்டுகொள்ளாமல் இருந்தது. இப்போது அந்தப் பையன் ராகவன் நமக்கு வெளிச்சம் போட்டுக் காண்பிக்கிறான். நாமும் மற்ற பத்திரிகையில் பேசப்படும் பொருளாக இருக்கிறோம். நம்மை யாரும் புறக்கணிக்க முடியாது என்ற நிலைக்கு நாம் வந்திருக்கிறோம். நாம் வளர்கிறோம்"

"நீ இப்படிச் சொல்லுகிறாய். கார்க்கரேக்கு இதைத் தாங்க முடியாதே. அவன் துள்ளிக் குதிப்பானே"

"ஆமாம்"

"அவன் ஒரு அவசரகுடுக்கை. ராகவனை எதுவும் செய்துவிடக் கூடாது"

"உனக்கு அந்த மதராஸி மேலே ஏன் இவ்வளவு பிடித்தமோ தெரியவில்லை"

"அதெல்லாம் இல்லை, அவன் பத்திரிகைத் துறையில் இருக்கிறான். அவனைத் தொட்டால் பத்திரிகை உலகமே துடிக்கும்"

"சரிதான், கார்க்கரேயிடம் இதைப் பற்றிச் சொல்ல வேண்டும்" என்று சொல்லிவிட்டு, "கோட்சே, கோபப்படாதே, எனக்கு மனது சரியில்லை. கொஞ்சம் ஒயின் சாப்பிட்டால்தான் சரியாகும்" என்றான் ஆப்தே.

"இப்படிச் சொல்லிச் சொல்லி நீ என்னவெல்லாமோ செய்கிறாய். இது உன்னை எங்கே கொண்டுபோய்விடுமோ தெரியவில்லை" என்று சொல்லிவிட்டு கோட்சே தன் பத்திரிகை வேலையைப் பார்க்கப் போனான்.

ஜன்னலில் ஒரு அணில் வந்தது. அது அவனைப் பார்த்தது போலிருந்தது. அதற்கு சாப்பிட ஒன்றுமில்லையோ என்று நினைத்து தன் பையைத் திறந்து அதிலிருந்த ரொட்டியைப் பிய்த்துப் போட்டான். அணில் அதைத் தூக்கிக்கொண்டு ஓடியது. அதைப் பார்த்து கோட்சேக்கு மகிழ்வாக இருந்தது.

அகமத் நகரில் அன்று இரவு வேளையில், கார்க்கரேயின் ஹோட்டலின் உள் அறையில், கார்க்கரே, மதன்லால், மற்றும் கார்க்கரேயின் கையாட்கள் இருவரும் உட்கார்ந்து பேசிக்கொண் டிருந்தனர்.

அவர்கள் திட்டமிட்டபடி, முஸ்லிம்கள் ஊர்வலத்தில் குண்டு வெடித்தது. ஊர்வலம், அகமது நகரின் மிகவும் நெருங்கிய கபட் பஜார் வழியாகச் செல்லும்போது குண்டு எறியப்பட்டது. அந்தப் பகுதியில்தான் கார்க்கரேயின் டெக்கான் கெஸ்ட் ஹவுஸ் இருந்தது.

அதுபோல, முஸ்லிம்கள் கூடும் வசந்த் டாக்கீஸில் குண்டு வெடித்தது. அப்போது முஸ்லிம்கள் சிதறி ஓடியதை நினைவுபடுத்தி சிரித்துக்கொண்டார்கள்.

அவர்களுக்கு சந்தோசம் என்னவென்றால், கார்க்கரேயையும், மதன்லாலையும் போலிஸ் சந்தேகப்படவில்லை. அதோடு காவல் துறையிலும் அவர்களுக்குத் தகவல்களைத் தருவதற்கு ஆட்கள் இருந்தார்கள். அப்படித்தான் கார்க்கரேயின் வீட்டைச் சோதனை யிடலாம் என்ற தகவலை போலிசில் இருப்பவர்கள் தெரிவித்தனர். உடனே, கார்க்கரே, தன்னிடமிருந்த கையெறி குண்டுகள், ரிவால்வர், கத்தி, வெடி மருந்துகள், நூறு ரவைகளை ஒரு பெட்டியில் போட்டு தன் மேனேஜரான கேட்கரின் வீட்டில் கொண்டு வைத்தான். ஆகவே அவனுக்கு ஆபத்து எதுவும் ஏற்படவில்லை.

அப்போது, கார்க்கரே, தன் கையிலிருந்த ஒரு பத்திரிகையை அவர்கள் முன்னே எடுத்துவைத்தான். "என்ன, இங்லிஷ் பத்திரிகை படிக்கிறேன் என்று நினைக்கிறீர்களா?" என்று கேட்டான்

"மதன்லால் இதைப் படித்துச் சொல்" என்றான் கார்க்கரே.

அதை வாங்கிப் படித்தான் மதன்லால். "என்ன சேட், நம்மைப் பற்றி யாரோ இப்படி எழுதியிருக்கிறார்கள்" என்றான்.

"என்ன சொல்லியிருக்கிறான் சொல்லு"

"அகதிகளை வைத்து ஒரு குட்டி சாம்ராஜ்யம் நடத்தி நீங்கள் அதன் சர்வாதிகாரியாக இருக்கிறீர்கள் என்றும், அவர்களுக்கு வரும் உதவித்தொகை அவர்களுக்குக் கிடைக்காமல், ஆயுதம் வாங்குவதற்கும், முஸ்லிம் எதிர்ப்பு செயல்களுக்கும் பயன்படுகிறது, வந்திருக்கும் அகதிகள் மத வெறியர்களாக மாற்றப்படுகிறார்கள், தேசியத் தலைவர்களுக்கு எதிராக அவர்களிடம் பிரச்சாரம் செய்யப்படுகிறது, அவர்களை வைத்து

இந்து ராஷ்டிர தளத்தை வளர்க்க கார்க்கரே பயன்படுத்துகிறார், அவர் மீது பல குற்றச்சாட்டுக்கள் போலிஸ் ஆவணங்களில் இருக்கின்றன என்று எழுதியிருக்கிறான். யார் இந்த அயோக்கியன், சேட்?" என்று சாடினான் மதன்லால்.

"நமக்குத் தெரிந்தவன்தான். போனமுறை கோட்சேயோடு பூனாவிலிருந்து இருவர் வந்தார்கள் இல்லையா, அவர்களில் ஒருவன், அவன் பெயர் ராகவன்" என்றான் கார்க்கரே.

"சேட், இவனை சும்மா விடக்கூடாது. ஒருவார்த்தை சொல்லுங்கள் அவனைக் காலி பண்ணிவிடுகிறேன். எனக்கு இதெல்லாம் இனிப்பு சாப்பிடுவது போன்றது. குவாலியரில் எத்தனை முஸ்லிம்களை இந்தக் கையால் கதை முடித்திருக்கிறேன்" என்றான்.

"நம்மை எதிர்த்து ஒருவன் இப்படி எழுதினால் அவனை விடலாமா? இந்து ராஷ்டிர தளம் என்றால் எல்லாருக்கும் ஒரு பயம் கலந்த மரியாதையிருக்க வேண்டாமா? அந்த மதராசியை இங்கே தூக்கிக்கொண்டு வரமுடியுமா?"

"என்ன சேட், அப்படிச் சொல்லிவிட்டீர்கள்? அவனை எதற்கு தூக்கிவந்து போலிசுக்கு ஒரு வேலை வைக்க வேண்டும்? பூனாவிலே எங்காவது மலையுச்சிக்கு தூக்கிக்கொண்டுபோய் எறிந்துவிட்டு வந்துவிடுகிறேன்"

"வேண்டாம், அவனிடம் நான் கொஞ்சம் பேச வேண்டும். சித்திரவதை செய்து அவனுக்கு பாடம் படிப்பிக்க வேண்டும்."

"சொல்லிவிட்டீர்கள் இல்லையா, நான் அதைப் பார்த்துக் கொள்ளுகிறேன். எனக்கு ஒரு காரும், இரண்டு ஆட்களும் வேண்டும்"

"இந்த இரண்டு பேரைக் கூட்டிக்கொண்டு போகிறாயா?"

"அது போதும், இனி அதை நீங்கள் மறந்துவிடுங்கள், எனக்கு ஒரு அவசர வேலையிருக்கிறது, ஒருத்தர் காத்துக்கொண்டிருக்கிறார்" என்றான் மதன்லால்.

நமட்டுச் சிரிப்புடன், "போய் வா, ஓடிப்போகும் அவசரத்தில் கீழே விழுந்து கிடக்காதே" என்றான் கார்க்கரே.

அவன் போனதற்குப் பின், கார்க்கரே, தன்னோடு இருந்தவர் களிடம் சொன்னான், "இவன் இப்படி ஓடுவதற்குக் காரணம் என்ன தெரியுமா? எல்லாம் ஒரு பெண்தான். வந்து இவ்வளவு நாட்களுக்குள்

ஒரு கடையையும் பிடித்து, சந்தோசத்துக்கு ஒரு பெண்ணையும் பிடித்து விட்டான், பயல் பெரிய கில்லாடிதான்"

பழக்கடைக்கு வந்த செவந்தா என்ற இளம் பெண்ணை, தன் சுகத்துக்காக மதன்லால் பிடித்துக்கொண்டான். இரவில் பழக்கடைக்குப் பின்னால் உள்ள அறைகளில் அவர்கள் இருவரும் சேர்ந்திருப்பார்கள். அந்தப் பெண், அவன் மீது உயிரை வைத்திருந்தாள். ஆனால் மதன்லாலுக்கு அவளோடு சேர்ந்து வாழவேண்டும் என்ற எண்ணம் துளியும் கிடையாது. அந்த நேர உடலின் அவசரத்துக்கு அவள் ஒரு போக்கிடம் அவ்வளவுதான்.

16. நல்ல செயல் நல்லதைப் பெருக்கும்

ராகவன் தன் தலைமை அலுவலகத்துக்கு செய்திக் குறிப்பை அனுப்ப தபால் அலுவலகத்துக்குச் சென்றான். தன் தெருவைத் தாண்டி, திரும்பி நடந்து செல்லுகின்றபோது, அங்கே காரின் அருகே ஒருவன் நின்றுகொண்டிருப்பதை அவன் பார்த்தான். அவனை எங்கோ பார்த்ததாக ராகவனுக்குத் தோன்றியது. சட்டென அவனுக்கு நினைவு வந்தது. "இவன் கார்க்கரேயின் அடியாள் அல்லவா, இங்கு வந்து எதற்கு நிற்கிறான்" என்று நினைத்துக்கொண்டு அவன் அருகில் சென்றான்.

" நீங்கள் கார்க்கரேயின் ஆள்தானே" என்று கேட்டான் ராகவன்.

மதன்லாலுக்கு ஒரு விநாடி என்ன செய்வது என்று தெரிய வில்லை. இவனைக் குண்டுக் கட்டாகக் கட்டி தூக்கிச் செல்ல வேண்டும் என்று நினைத்துக்கொண்டிருக்க அவனே என்னிடம் வருகிறானே என்று நினைத்தான். இந்த மாதிரி ஆட்களிடம் அதிக ஜாக்கிரதையாக இருக்க வேண்டும் என்று அவன் உள்ளுணர்வு சொல்ல அவன் விறைத்து நின்றான்.

"ஆமாம்" என்றான் மதன்லால்.

"அன்றைக்கு கேட்க மறந்துவிட்டேன், உங்கள் பெயர்?" என்று கேட்டான் ராகவன்.

"பாவா" என்று மாற்றுப் பெயரைச் சொன்னான் மதன்லால்.

"இங்கே என்ன விஷயம்?"

"அதிகம் பேசவேண்டாம். உன்னைத் தூக்கிக்கொண்டு வரும்படி எனக்கு உத்தரவு இருக்கிறது, நீயாக வருகிறாயா, அல்லது அடித்து தூக்கிக்கொண்டு போகட்டுமா?"

"யார் சொன்னார்கள்?"

"அதை உன்னிடம் சொல்லவேண்டியதில்லை."

"என்னைத்தான் தூக்கிக்கொண்டு வரவேண்டும் என்று சொல்லி யிருக்கிறார்களா அல்லது தப்பாகப் புரிந்துகொண்டு என்னைத் தூக்க வந்திருக்கிறாயா?"

"உன்னைத்தான்"

"எதற்கும் என்னைப் பற்றிச் சொல்லிவிடுகிறேன், என் பெயர் ராகவன், பத்திரிகை நிருபர். இதை எதற்குச் சொல்லுகிறேன் என்றால் நான் யாருக்கும் விரோதமாக எந்தக் காரியத்தையும் செய்ததில்லை"

"உன்னைத்தான் தூக்கிக்கொண்டு போக வேண்டும். அதிகம் பேசாதே. காரில் ஏறி உட்கார். ஏதாவது கத்த ஆரம்பித்தால், கையில் வைத்திருக்கும் கத்தி பேசும்," என்றான் மதன்லால்.

"அவ்வளவுதானே, முன்னால் உட்காரவா, பின்னால் உட்காரவா?" என்று ராகவன் கேட்டான். ராகவனிடம் முதலில் இருந்த படபடப்பு நீங்கி, விளையாட்டு உணர்வுக்கு வந்தான். நீதிமன்றத்தில் தன் வசத்தில் மாட்டிக்கொண்ட சாட்சியை விளாசும் தன் தந்தையை நினைத்துக் கொண்டான். அப்படி இன்றைக்கு இந்தப் பாவாவை ஒரு பிடி பிடித்துவிட வேண்டும் என்ற வேட்டை உணர்வு அவனிடம் எழுந்தது.

"பின்னால் உட்கார், நானும் உன் பக்கம் உட்காருகிறேன்" என்றான் மதன்லால்.

சரியென்று கதவைத் திறந்து தானே உட்கார்ந்தான் ராகவன்.

"பாவா சார், போகும் வழியில் இந்த கடிதத்தை தபால் பெட்டியில் போட வேண்டும்" என்றான்.

"என்ன தப்பி ஓட வழி பார்க்கிறாயா?"

"எதற்கு நான் தப்பி ஓட வேண்டும்? நானே விரும்பி உங்களோடு வருகிறேன். இந்தக் கடிதத்தை நீங்களே தபால் பெட்டியில் போட்டு விடுங்கள்" என்றான் ராகவன். அவன் அதை வாங்கி வைத்துக் கொண்டான்.

கார் ஓட ஆரம்பித்தது.

மதன்லாலின் மீசையைப் பார்த்தான். அது நல்ல ஒயின் வண்ணத்தில் இருந்தது. அதைப் பார்த்து ராகவனுக்குச் சிரிப்பு வந்தது.

"பாவா, எங்கள் பகுதியில் மனிதர்கள் கருப்பும் சிவப்புமாயிருப் பார்கள். ஆனால் எல்லோருக்கும் மீசையும் தலை முடியும் கருப்பாய் இருக்கும்" என்றான்.

"என் மீசையைப் பார்த்துச் சொல்லுகிறாயா?" என்று கேட்டான் மதன்லால்.

"உங்கள் மீசையைப் பார்த்தாலே, நீங்கள் வடமேற்கு இந்தியாவிலிருந்து வந்தவர் என்று தெரிகிறது."

"இப்போது அது பாக்கிஸ்தானில் இருக்கிறது. எப்படி வாழ்ந்தோம் அங்கே. எங்களையெல்லாம் விரட்டி அடித்தார்களே அந்த முஸ்லிம்கள், அவர்களை நாங்களும் விரட்டி அடிக்க வேண்டுமா?"

"அகதிகளின் வாழ்க்கை கொடிதுதான்"

"அந்த அகதிகளுக்கு ஏதாவது உதவி செய்தால் உன்னை மாதிரி ஆட்களுக்குப் பிடிக்க மாட்டேன் என்கிறதே" என்றவுடன் ராகவன் சிரித்துவிட்டான்.

"உங்கள் கருணைக்கு ஒரு விலை வைக்கிறீர்களே, அதுதான் பிடிக்கவில்லை" என்றான் ராகவன்.

"டிரைவர், நல்ல ஹோட்டல் வந்தால் எல்லோருக்கும் டிபன் வாங்கிவந்துவிடு" என்றான். அவன் "சரி சார்" என்றான்.

"நான் மேற்கு பஞ்சாபில் மாண்ட்காமரி மாவட்டத்தில் நல்ல வசதியான குடும்பத்தில் பிறந்தவன். மெட்ரிகுலேசன் முடித்துவிட்டு கப்பற் படையில் சேர்ந்தேன். ஆமாம் நீ என்ன படித்திருக்கிறாய்?"

"நான் பி. ஏ. படித்திருக்கிறேன்"

"பெரிய படிப்புத்தான் படித்திருக்கிறாய். உன் அப்பா என்ன தொழில் செய்கிறார்?"

"அப்பா, பெரிய வக்கீல்"

"என்னது வக்கீலா?' என்று பேசாமலிருந்தான் மதன்லால்

"உங்கள் கதையைச் சொல்லுங்கள்"

"என் கதை உனக்கு சுவாரஸ்யமாக இருக்கும் என்று நினைக்கிறாயா? அதன் பின்னாலிருக்கும் கோபமும், வெறுப்பும், கசப்பும் எவ்வளவு கொடுமையானது தெரியுமா உனக்கு? சிந்துநதி திடீரென்று பொங்கி எழுந்து, வாழ்ந்த நிலத்தை அழித்து, எங்களையும் அடித்துக் கொண்டு சென்றதுபோல ஒரு நொடியில் நாங்கள் எதுவுமற்றவர்களாக ஆகிவிட்டோம். கூடவே எதுவும் செய்ய முடியாதவர்களாக ஆகி விட்டோம். நேற்றுவரை சகோதரனாக வாழ்ந்த முஸ்லிம்கள் எங்களை அடித்துத் துரத்தினார்கள். எங்கள் பெண்களை கற்பழித்துக் கொலை செய்தார்கள். அந்தக் காட்சியை நீ அனுபவித்திருக்க வேண்டும். அப்போதுதான் எங்களின் உணர்வுகளை உன்னால் உணர முடியும்.

நாங்கள் நடந்து வந்தோம். வரும் வழியில் மிகப் பெரும்பாலோர் இறந்தனர் அல்லது கொல்லப்பட்டனர். என் அத்தை இறந்தாள். என் அப்பா, இறந்தவன் போல் நடித்து உயிர் பிழைத்திருக்கிறார். பின் அவரும் கொல்லப்பட்டார்" என்று சொன்னதும் அவன் கண்களிலிருந்து கண்ணீர் வழிந்தது.

"இவ்வளவு கஷ்டத்துடன் உயிரைக் காப்பாற்றிக்கொள்ள வேண்டுமென்ற ஒரே ஆசையில் டில்லி வந்தோம். எங்களுக்கு என்ன மரியாதை கிடைத்தது தெரியுமா? கம்பி வேலிக்குள் திறந்த வெளியில் ஆடுமாடுகளைப் போல அடைக்கப்பட்டோம். பின்னால் வந்தவர்களுக்கு அந்தப் பாதுகாப்பு கூட கிடைக்கவில்லை. அப்போது எங்களிடம் ஒரு செய்தி பரவியது. பாக்கிஸ்தானிடமிருந்து வந்தவர்களை இங்கிருந்து அங்கு அனுப்பிவிட்டு, அங்குப் போன முஸ்லிம்களை மீண்டும் இந்தியாவில் குடியமர்த்த வேண்டும் என்று காந்தி விடாமல் பேசிக்கொண்டிருந்தார். அப்படி அரசுக்கு அழுத்தம் கொடுக்கிறார் என்று கேள்விப்பட்டு கொதித்துப் போய்விட்டோம். காந்தி பெரும் மனிதர், மகாத்மா, அகிம்சா மூர்த்தி, ஞானிதான். ஆனால் எங்களுக்கு அவர் கொடுமையின் வடிவமாகத் தெரிந்தார். எங்களுக்கு ஆபத்து வரும் வேளையில் அவர் எங்கள் உதவிக்கு வரவில்லை. அவர் மேல் எங்களுக்கு வெறுப்பும் கோபமும் வளர்ந்தன" என்றான் மதன்லால்.

"நீங்கள் ஒரு பக்கத்திலிருந்து பிரச்சினையைப் பார்க்கிறீர்கள். உங்களைப் போல முஸ்லிம்களும் இந்த நாட்டில் கஷ்டப்பட்டுத்தான், வெறுப்பான உணர்வுகளுடன்தான் பாக்கிஸ்தானை சென்று அடைந்திருக்கிறார்கள். நம் நாட்டவர்கள் முஸ்லிம்களுக்கு செய்த கொடூரமும் ஒன்றும் குறைவானது இல்லை. காந்தி இரண்டு பக்கத்தின் கஷ்டங்களையும் பார்க்கிறார். அவர் இந்துக்களின் பிரச்சினையை மட்டும் பார்த்தால் அவர் மகாத்மா இல்லை. எப்போதும் என்னை மட்டும் கவனிக்க வேண்டும் என்று அடம்பிடிக்கும் குழந்தையாக இந்துக்கள் இருக்கக் கூடாது."

"தம்பி, அனுபவித்தால்தான் எல்லாம் தெரியும். நான் டில்லிக்கு வந்த போது, ஒரு கூட்டத்துக்கு பண்டிட் ஜவகர்லால் நேரு தன் மகள் இந்திராவோடு வந்திருந்தார். அவளுக்கு பத்து வயதிருக்கும். அவர் பேசிக்கொண்டிருக்கும்போது, நான் மேடைக்குச் சென்று நேருவின் மகளின் கையைத் தொட்டேன். அதைப் பார்த்த நேருவுக்கு கோபம் வந்தது. அப்போது நான் நேருஜியிடன் சொன்னேன். "பண்டிட்ஜி, உங்கள் மகளைத் தொட்டால் உங்களுக்கு இவ்வளவு கோபம்

வருகிறது, ஆனால் எங்கள் மகளையும், தாயையும், சகோதரிகளையும் கற்பழித்துக் கொன்றார்களே, எங்களுக்கு எவ்வளவு கோபம் வரும் என்று சொன்னேன். அதுதான் எங்கள் நிலை. அதை அனுபவித்துப் பார்த்தால்தான் தெரியும்"

"உங்கள் கோபத்துக்கு முடிவென்ன? எவ்வளவு நாட்கள் இந்தக் கோபத்தைச் சுமந்து திரிவீர்கள்? என் வருத்தமெல்லாம், இந்தப் பிரச்சினைக்கு ஏன் மத வர்ணம் பூசுகிறீர்கள்? முஸ்லிம்களிடமிருந்து துன்பம் வரும்போது உங்களைக் காக்காத மதம், இப்போது வந்து உங்களைக் காக்கும் என்று எப்படி நம்புகிறீர்கள்?" என்று கேட்கும் போது ஒரு ஹோட்டலின் முன்னே வண்டியை நிறுத்தினான் டிரைவர்.

எல்லோரும் வண்டியிலிருந்து இறங்கினார்கள். ராகவன் உள்ளே உட்கார்ந்திருந்தான். "வெளியில் வா, கழிவறைக்கெல்லாம் போய்வா" என்றான் மதன்லால்.

"நான் ஓடிப்போய்விடுவேன் என்று உங்களுக்கு எண்ணமில்லையா?" என்று கேட்டான் ராகவன்.

"காந்தியின் தொண்டன் ஏமாற்றமாட்டான் என்று எனக்கு நம்பிக்கை உண்டு" என்று சொல்லிவிட்டு சிகரட் பிடிக்க தனியே சென்றான் மதன்லால்.

அவர்கள் சாப்பிட்டுவிட்டு எல்லோரும் காரில் ஏறினார்கள்.

"நானும் நல்லவனாக நடக்க ஆசைப்பட்டேன் ராகவன். ஆனால் இந்த உலகம் என்னைக் கெட்டவனாக மாற்றியது" என்று பேச ஆரம்பித்தான் மதன்லால்.

"கெட்டவனாக இருப்பது அவ்வளவு எளிதா?" என்று கேட்டான் ராகவன்.

"இல்லை கெட்டவனாக இருப்பது கஷ்டம். சில காரியங்களைச் செய்யும்போது மனம் என்ன பாடுபடும் தெரியுமா?"

"இதுவரை எத்தனை கொலை செய்திருப்பீர்கள்?" என்று கேட்டான் ராகவன்.

"எதற்கு பத்திரிகையில் போடுவதற்கா?" என்று கேட்டான் மதன்லால்.

"இல்லை, இஷ்டப்பட்டால் சொல்லுங்கள்"

“எண்ணிக்கையில்லை. ஆனால் நிறைய செய்திருக்கிறேன். முஸ்லிம்களின் நரகம் என்று ஒன்று இருக்குமானால், அங்கு நான்தான் கொடுந்தண்டனை பெறுவேன்” என்று சிரித்துக்கொண்டே சொன்னான்.

“ஒருவரைக் கொலை செய்யும்போது மனம் பதறாதா?”

“முதற்கொலை அப்படியிருக்கும். அதன் பிறகு அது பழகிப் போகும். ஆனால் இராத்திரி பயத்தில் அலறியிருக்கிறேன். தனியே இருக்க பயந்திருக்கிறேன். அதை மறக்க மது குடிப்பேன். பெண்ணோடு இருக்க நினைப்பேன். என்னையே அரக்கனாகப் பார்த்திருக்கிறேன். மனசாட்சி கொல்லத்தான் செய்யும்”

“அதை விட்டுத் தொலைக்கலாமே.”

“முஸ்லிமை பழிவாங்க வேண்டும் என்று எவராவது சொன்னால், வெறி வந்து என்னைக் கொலைகாரனாக ஆக்கிவிடுகிறது.”

“இஸ்லாமும், இந்து மதம் போல ஒரு மதம்தானே. ஒரு மதம் எல்லா மனிதர்களையும் கெட்டவர்களாக ஆக்கிவிடுமா? நம் இந்து மதம் எல்லா மனிதர்களையும் நல்லவர்களாக ஆக்கிவிடுமா? ஒரு மதத்தைச் சேர்ந்தவர் என்பதற்காய் ஒருவரைப் பழி வாங்க வேண்டுமா?”

“அகமத்நகரில், இப்படித்தான் ஒரு காங்கிரஸ் கூட்டம் நடந்தது. அதில் காங்கிரஸ் தலைவர் ராவ்பகதூர் பட்வர்த்தன் என்ற பெரிய தலைவர் வந்து மத நல்லிணக்கம் பற்றிப் பேசினார். எல்லா மதங்களும் ஒன்று, எந்த மதத்தையும் பழிக்கக் கூடாது என்று பேசினார். நான் மேடையின் முன்னே உட்கார்ந்திருந்தேன். “நீங்கள் இந்துதானே” என்று கேட்டேன். “ஆமாம்” என்றார். “அப்போ முஸ்லிமா போவீர்களா” என்று கேட்டேன். “குதர்க்கமாகப் பேசக்கூடாது, எல்லா மதங்களையும் சமமாகக் கருதவேண்டும்” என்றார். நான் மேடையேறி, கையில் வைத்திருந்த கத்தியை அவர் கழுத்தில் வைத்து, “எங்கள் இந்து மதம் இஸ்லாத்தோடு சமம் என்று சொல்லாதே” என்றேன். அப்போது அங்கிருந்த போலிஸ் வந்து என்னைப் பிடித்து, இரவில் காவல் நிலையத்தில் வைத்திருந்தார்கள். நான் என் கதையைச் சொன்னேன். இன்ஸ்பெக்டர் நல்ல இந்து. இரக்கப்பட்டு என்னை விடுவித்தார். தம்பி ஒன்றைப் புரிந்துகொள். ஒரு இந்துக்கு எங்காவாவது கஷ்டம் வந்தால் எங்கேயுள்ள இந்தும் கொதித்தெழுவான். ஒவ்வொரு முஸ்லிமை அழிக்கவோ அல்லது பாக்கிஸ்தானுக்கு விரட்டுகிறவரை நாங்கள் ஓயமாட்டோம்” என்றான்.

இதற்கு மேல் அவனிடம் பேசினால் ஒரு பயனும் இருக்காது என்று ராகவன் பேசாமல் இருந்தான்.

தன்னைக் காணவில்லையே என்று செந்தூர் பாண்டியன் கலவரம் அடைந்துவிடுவேனே என்று ராகவன் வருத்தப்பட்டுக்கொண்டிருந்தான்.

இன்னும் ராகவன் சாப்பிட வரவில்லையே என்று செந்தூர் பாண்டியன் காத்திருந்தான்.

"தம்பி எங்கே போனார்?" என்று நூறு முறை எல்லம்மா கேட்டிருப்பாள்.

"தபால் ஆபிசுக்குப் போய் ஒரு கடிதம் போட்டுவிட்டு வந்து விடுகிறேன் என்று சொல்லிப் போனான்" என்று அவளிடம் சொல்லி செந்தூர் பாண்டியனுக்கு அலுத்துப் போய்விட்டது.

"ஒரு வேளை ராகவனை கடத்திக் கொண்டு போயிருப்பார்களோ" என்று அவனுக்குத் தோன்றியது. அப்படியென்றால் கோட்சேக்குத் தெரியாமல் இது நடக்காது என்று நினைத்து, அவனைப் போய்ப் பார்த்து வரலாம் என்று நினைத்து, எல்லம்மாவிடம் சொல்லிக் கொண்டு கிளம்ப ஆரம்பித்தான்.

"தம்பி அந்த ஆள் ஒரு மாதிரியான ஆள். நல்லவனில்லை. காந்தியை கொல்ல வாளைத் தூக்கியவன் எப்படிப்பட்டவனாக இருப்பான்?"

"நான் கவனமாக இருக்கிறேன்"

"அந்த ஆள் பிராமணர் அல்லாதவரை மதிக்கவும் மாட்டான்"

"அப்படியா?" என்று சொல்லிவிட்டு இந்து ராஷ்டிர பிரஸ் இருக்கும் கொட்டகைக்குச் சென்றான்.

செந்தூர் பாண்டியன் கோட்சேயைப் பார்த்தான். அவன் தன் அறையில் உட்கார்ந்து ஏதோ படித்துக்கொண்டிருந்தான். "சார்" என்று குரல் கொடுத்தான் செந்தூர் பாண்டியன். தலையைத் தூக்கிப் பார்த்த கோட்சே கண்டுகொள்ளாமல் மீண்டும் புத்தகத்தில் கவனம் செலுத்தினான்.

நேரம் ஆகிக்கொண்டிருந்தது. செந்தூர் பாண்டியனுக்கு, எல்லம்மா சொன்னதுபோல இவன் தன்னைப் புறக்கணிக்கிறான் என்ற கோபம் மனதில் எழுந்தது. அவன் அறைக்குள் சென்றான். தலையைத் தூக்கிப்பார்த்த கோட்சே, "நீயா, வாசலில் நின்றதால் வெளிச்சத்தில் உன் முகம் என்று சரியாகத் தெரியவில்லை, காக்க வைத்துவிட்டேன்" என்றான்.

திரும்பவும் அவனே "என்ன விஷயம்? உன் நண்பன் ராகவன் வரவில்லையா?" என்று கேட்டான்.

கோட்சே முன்னால் நாற்காலியிருந்தும் தன்னை உட்காரச் சொல்ல வில்லை என்பதையும் செந்தூர் பாண்டியன் கவனித்தான்.

"அவனைக் காணவில்லை. அதுதான் உங்களை பார்க்க வந்தானா என்று கேட்டுப் போகலாம் என்று வந்தேன்" என்றான் செந்தூர் பாண்டியன்.

"எப்போதிருந்து காணவில்லை?"

"இன்றைக்கு காலையிலிருந்து காணவில்லை. இன்றைக்கு ஏதாவது முக்கிய நிகழ்ச்சி பூனாவில் இருக்கிறதா?"

"அப்படி ஒன்றும் இல்லையே."

"சார், பத்திரிகையாளர் அமைப்பு எங்கிருக்கிறது?"

"ஏன் அங்கு போய் புகார் கொடுக்கவா?'

"ஆமாம், அவனை எவராவது கடத்திக்கொண்டு போயிருக்கலாம் என்று எனக்கு ஒரு சந்தேகம் இருக்கிறது"

"அவசரப்பட்டு எதுவும் செய்துவிடாதே. ஒரு நாள் பொறு. நாளைக்குள் அவன் வராவிட்டால், நானே உன்னோடு அங்கு வந்து புகார் கொடுக்க வருகிறேன்"

"சரி"

"அவசரப்பட்டு போலிசுக்குப் போய்விடாதே" என்றான் கோட்சே.

"நான் புறப்படுகிறேன்" என்று சொல்லிவிட்டுக் கிளம்பினான் செந்தூர் பான்டியன்.

அவன் வருகிறானா என்று வீட்டு வாசலில் நின்று பார்த்துக் கொண்டிருந்தாள் எல்லம்மா.

"ஏதாவது சொன்னானா, அந்தப் பெரிய மனுசன்" என்று அவன் வாசலில் வந்ததும் கேட்டாள்.

"ஒரு நாளைக்குள் அவனைத் தேடிக்கொண்டு வந்து சேர்க்கிறேன் அப்படின்னு சொன்னான்."

"தம்பி, போலிசில் ஒரு வார்த்தை போட்டு வைக்கிறது நல்லதில்லையா?"

"அந்தக் கோட்சே போலிசுக்குப் போகவேண்டாம் என்று சொன்னான்."

"அவன் கிடக்கிறான். நம் கவலை அவனுக்கு என்ன தெரியும்? எனக்கு ஒரு போலிஸ்காரரைக் கொஞ்சம் தெரியும். அவர் இருந்தால் ஏதாவது உதவி செய்வார். முதலில் சாப்பிடுங்கள், நானும் வருகிறேன், போவோம்" என்று அவனுக்கு சாப்பாட்டைப் பரிமாறினாள்.

அவர்கள் பூனாவின் தலைமை காவல் அதிகாரி அலுவலகத்துக்குப் போனார்கள். எல்லம்மா தனக்குத் தெரிந்த போலிஸ்காரர் இருக்கிறாரா என்று கேட்டாள். ஒரு வேலையாக வெளியே போயிருக்கிறார், இப்போது வந்துவிடுவார் என்று சொன்னார்கள். ஆகவே அவள் வெளியில் மரத்தடியில் உட்கார்ந்து, போலீஸ்காரர் வருகிறாரா என்று வாசலையே பார்த்துக்கொண்டிருந்தாள்.

செந்தூர் பாண்டியன், கட்டடத்தின் உள்ளே போய் அங்கிருக்கும் அதிகாரிகள் யாரையாவது சந்திக்கலாமா என்று பார்த்துக் கொண் டிருந்தான். அப்போது ஒரு அறையில், வி. ரெத்தினம், உதவி கமிசனர் என்று பெயர் போட்டிருப்பதைப் பார்த்தான். இது தமிழ்நாட்டுப் பெயராக இருக்கிறதே என்று அவரைப் பார்க்கலாம் என்று அவர் அறைக்கு முன் நின்றான். அவர் அறையின் முன்னாலிருந்த காவலர், என்ன வேண்டும் என்று கேட்டார்.

"உதவி கமிசனரைப் பார்க்க வேண்டும், நான் ஒரு மதராஸி" என்றான்.

காவலர் போய் அவரிடம் கேட்டுவிட்டு வந்து அவனை உள்ளே போகச் சொன்னான்.

"வணக்கம்" என்று கரம் குவித்து வணங்கினான் செந்தூர் பாண்டியன். உதவி கமிசனரைப் பார்த்தான். அவருக்கு முப்பது வயதுதான் இருக்கும். இன்னும் இளமையோடு இருந்தார். ஆளைப் பார்த்தவுடன் தமிழ்நாட்டுக்காரர் என்று சொல்லிவிடலாம் என்றிருந்தது.

"எந்த ஊர்?' என்று கேட்டார் தமிழில்.

"திருநெல்வேலி" என்றான் செந்தூர் பாண்டியன்.

"நம்ம ஊர்க்காரனா? எனக்கு பூர்விகம் அம்பாசமுத்திரம். உன் பேரென்ன?"

"செந்தூர் பாண்டியன்"

"உட்கார்" என்று சொன்னார். பிறகு, "அப்படின்னா, திருச்செந்தூர் பக்கமா?" என்று கேட்டார்.

"ஆமாம், ஆறுமுகநேரி"

"ஒரு திருநெல்வேலிக்காரனைச் சந்தித்து தமிழில் பேசுவது, அம்பாசமுத்திரத்தில் தாமிரபரணியில் குளிப்பது போன்ற சுகமாய் இருக்கிறது. சரி என்ன விஷயமாக இங்கே என்னைப் பார்க்க வந்தாய்"

"உங்களை எனக்குத் தெரியாது. ஒரு தமிழ்ப் பெயர்போல இருக்கிறது, உங்களைப் பார்த்துப் பேசுவோம் என்று நினைத்து வந்தேன். நல்ல காலம், நான் நினைத்தது போலவே நீங்களும் அப்படியே இருக்கிறீர்கள்"

"சரி என்ன விசயம்?"

"என் நண்பன் ஸ்ரீநிவாச ராகவன் செயிண்ட் சேவியர்ஸ் கல்லூரியில் என் கிளாஸ்மேட். அவன் அப்பா பாளையங் கோட்டையில் பெரிய வக்கீலாக இருக்கிறார். இவன் இங்கே டைம்ஸ் ஆஃப் இந்தியாவில் நிருபராக இருக்கிறான். என் அப்பா லாகூரில் வியாபாரம் செய்தார். இந்து முஸ்லிம் பிரச்சினையால் அங்கிருந்து வரும்போது அவர் கொல்லப்பட்டார். ஆகவே, மனது சரியில்லாமல் என் நண்பனோடு இங்கிருக்கலாம் என்று வந்தேன். இன்றைக்கு காலை யிலிருந்து அவனைக் காணவில்லை. அவன் வேலை விசயமாக எங்காவது கூட போயிருக்கலாம். ஆனாலும் அவனைக் கடத்தியிருக்கலாம் என்று எனக்கு ஒரு சந்தேகம் இருக்கிறது. அதுதான் போலிசில் புகார் கொடுக்கலாம் என்று வந்தேன்" என்று சொல்லிக்கொண்டிருக்க அவர், அவன் சொல்லுவதைக் குறிப்பெடுத்துக்கொண்டிருந்தார்.

"யார் மீது உனக்கு சந்தேகம்"

"சென்ற வாரம் அவன் பத்திரிகையில் ஒரு கட்டுரை எழுதி யிருந்தான். அதில் அகமத்நகர், இந்து ராஷ்டிரிய தளத்தின் தலைவரைப் பற்றியும் அவரின் நடவடிக்கைகளைப் பற்றியும் எழுதியிருந்தான்,"

"அதை நானும் படித்திருக்கிறேனென்று நினைக்கிறேன். அதன் தலைப்பு மதம் என்பதுதானே"

"ஆமாம். அவர்கள் கடத்தியிருக்கலாம் என்று ஒரு சந்தேகம் இருக்கிறது. அவனை தேடிக் கண்டுபிடித்துத் தர உதவிசெய்ய வேண்டும்" என்றான் செந்தூர் பாண்டியன்.

"அகமத் நகரில் இருக்கும் அவர்கள் பெயர் தெரியுமா?"

"அங்கே கார்க்கரே என்று இந்து ராஷ்டிரிய தளத்தின் தலைவர் இருக்கிறார். அவரைப் பற்றி இவன் விமர்சனம் செய்திருந்தான்"

"சரி" என்று சொல்லிவிட்டு, போனில் அகமத்நகர் காவல் அதிகாரிக்கு தொடர்பு செய்து தருமாறு தன் உதவியாளரிடம் சொன்னார்.

செந்தூர் பாண்டியனைப் பார்த்து, "இப்போது என்ன செய்கிறாய்?" என்று கேட்டார் அதிகாரி.

"படித்து பொழுதுபோக்குகிறேன்"

"என்ன படிக்கிறாய்?"

"சொன்னால் சிரிக்காதீர்கள். தாழ்த்தப்பட்டவர்களின் நிலை பற்றி படித்துக்கொண்டிருக்கிறேன்."

"அதற்கு இது சரியான இடம் இல்லையே, இது பேஷ்வாவின் மண் ஆயிற்றே"

"எங்கே பிரச்சினையிருக்கிறதோ, அதற்கு தீர்வும் அங்குதானிருந்து கிளம்பும்"

"நீ சொல்லுவது சரி. ஆனால் இந்த மாதிரி சமூக மாற்றத்திற்கான கருத்துக்களை சொந்த மனிதர்கள் சொன்னால்தான் மக்கள் கொஞ்சமாவது ஏற்றுக்கொள்வார்கள்"

"நான் உடனே களத்தில் இறங்கி வேலைசெய்துவிட முடியுமா என்று தெரியவில்லை. ஒரு புத்தகம் எழுதலாமா என்று லேசான திட்டம் இருக்கிறது."

அப்போது போன் வந்தது. அகமத் நகர் காவல் தலைவரிடம் இந்த விசயமாகப் பேசினார். அவரும் அதைப் பார்த்து பதில் சொல்லுவதாகச் சொன்னார்.

"செந்தூர் பாண்டியன், இப்போது எனக்கு கமிஷனரோடு ஒரு மீட்டிங் இருக்கிறது. நான் போக வேண்டியிருக்கிறது. நாளைக்குள் உன் நண்பன் வராவிட்டால் என்னைப் பார்க்க வா. உனக்கு நேரம் கிடைக்கும்போது இங்கே வா. தமிழ்க் குரலைக் கேட்க சந்தோசமாய் இருக்கிறது" என்று அவர் எழுந்து சென்றார்.

வெளியே வந்தவன் அந்த மரத்தடியில் வாசலைப் பார்த்தவாறு முதுகைக் காண்பித்துக்கொண்டு எல்லயம்மா உட்கார்ந்திருப்பதைப்

பார்த்து, இன்னும் அவள் தேடிய காவலர் வரவில்லையென்று உணர்ந்துகொண்டான்.

தான் உயர் அதிகாரியைப் பார்த்ததாகவும், நாளைக்குள் ராகவன் வராவிட்டால் வரச் சொல்லியிருக்கிறார், அதனால் இப்போது இங்கிருந்து போகலாம் என்று அவளை அழைத்துக்கொண்டு வந்தான்.

அவள் தன் வீட்டுக்குப் போக, அவன் வீட்டை நோக்கி நடந்தான்.

டெக்கான் கெஸ்ட் ஹவுசின் உள் அறைக்கு ராகவனை இட்டுக்கொண்டு போக கார்க்கரே சொன்னான்.

“தம்பி, என்ன செய்யப் போகிறாய்?” என்று மதன்லால் கேட்டான்.

“என்ன செய்ய வேண்டும் என்று சொல்லுகிறீர்கள்?” என்று ராகவன் கேட்டான்

“இங்கே அடி உதை, காயம், கொலை எல்லாம் சர்வ சாதாரணம். அதெல்லாம் நீ தாங்க மாட்டாய். சேட் வருவார், அவரிடம் மன்னிப்புக் கேட்டுக்கொள். அல்லது என்னிடம் நீ மன்னிப்பு கேட்டதாகச் சொல்லி விடுகிறேன். என்ன சரிதானா?”

“வேண்டாம் பாவா. நான் ஒன்றும் தப்பாக எழுதவில்லையே”

“தம்பி, இது எங்களின் சாம்ராஜ்யம். இங்கே நாங்கள்தான் போலிஸ், நாங்கள்தான் நீதிபதி. என்னவோ உன் மீது எனக்கு இரக்கம். அதனால்தான் இப்படிச் சொல்லுகிறேன். சேட் ஒரு மாதிரியான ஆள். சாவர்க்கர் கேள்விப்பட்டிருக்கிறாயா, இந்து மகாசபையின் தலைவர். யாரையாவது களையெடுக்க வேண்டுமென்றால் எங்கள் சேட்டிடம் தான் சொல்லுவார். அதை சேட் கச்சிதமாக முடிப்பார். வீணாக பொறியில் சிக்கிக் கொள்ளாதே”

அப்போது கார்க்கரே வந்தான், “டேய் மதன்லால், சத்தம் போட்டுப் பேசாதே. போலிஸ் வந்திருக்கிறான். பேசிவிட்டு வருகிறேன்” என்று எச்சரித்துவிட்டுப் போனான்.

காவலர் சொன்னான், “ஒரு பத்திரிகை நிருபரை கடத்தி வைத்திருப்பதாக தகவல் வந்திருக்கிறது” என்றான்.

“ஐயையோ, பத்திரிகைக்காரரை நாங்கள் எதற்கு கடத்தப் போகிறோம்? அப்படி ஒன்றும் இல்லை” என்றான் கார்க்கரே.

"சரி பழகினதற்காக சொல்லிவிட்டேன். இன்னும் கொஞ்ச நேரத்தில் இன்ஸ்பெக்டர் வந்தாலும் வரலாம்" என்று சொல்லிக் கொண்டிருக்கும்போது போலிஸ் ஜீப் வந்து நின்றது.

"கார்க்கரே, என்னய்யா செய்றது?" என்று கேட்டான் காவலன்.

"இந்த வழியாகப் போனால், கெஸ்ட் ஹவுசின் கிச்சன் வரும், அந்த வழியாக வெளியே போய்விடு" என்று சொல்லிவிட்டு வரும் இன்ஸ்பெக்டரைப் பார்க்கப் போனான் கார்க்கரே.

என்ன ஏது என்று எதுவும் சொல்லாமல், காவலர்களை உள்ளே போய் தேடச் சொன்னார் இன்ஸ்பெக்டர்.

"ஐயா, என்ன தேடுகிறீர்கள்? என்ன வேண்டும்?" என்று கார்க்கரே சொன்னதை அவர்கள் கண்டுகொண்டதாய்த் தெரியவில்லை.

"நான் யார் தெரியுமில்லையா? இந்து மகாசபையின் தலைவர், எனக்கு ஒன்று என்றால், நகரில் இந்துக்கள் பொங்கி எழுவார்கள். வீணாகப் பிரச்சினை வைத்துக்கொள்ளாதீர்கள்" என்றான் கார்க்கரே.

இன்ஸ்பெக்டர் அதைக் கண்டுகொண்டதாகத் தெரியவில்லை.

"சார் என்ன சாப்பிடுகிறீர்கள்?" என்று கேட்டான் கார்க்கரே.

"ஒன்றும் வேண்டாம். நீங்கள் ஒத்துழைத்தால் பிரச்சினை பெரிதாகாது. எங்கே வைத்திருக்கிறாய் அந்தப் பத்திரிகையாளனை? பத்திரிகையாளனிடம் போய் எவனும் விவகாரம் வைத்துக் கொள்வானா?" என்றார் இன்ஸ்பெக்டர்.

அப்போது ஒரு காவலர் வந்து, "ஐயா, ஒரு அறை உள்ளேயிருந்து பூட்டியிருக்கிறது, தட்டினால் திறக்க மாட்டேன் என்கிறார்கள். வெளியே செருப்பு கிடக்கிறது" என்றான்.

கார்க்கரேயின் முகம் சிவந்தது. அவனுக்கு வேர்த்தது போலிருந்தது.

"வாருங்கள், போய் பார்க்கலாம்" என்று இன்ஸ்பெக்டர் நடக்க, வேறு வழியில்லாமல் கார்க்கரே உடன் நடந்தான்.

அறையின் முன்னே போய், "கதவைத் திறக்கச் சொல்லுகிறாயா அல்லது உடைத்து திறக்கட்டுமா?" என்று இன்ஸ்பெக்டர் கேட்டார்.

வேறு வழியில்லாமல், கார்க்கரே, "கதவைத் திற" என்றான். உள்ளிருந்து மதன்லால் கதவைத் திறந்தான். சப்-இன்ஸ்பெக்டர், தன் ரிவால்வரில் கை வைத்தார்.

"போ உள்ளே" என்று கார்க்கரேயை சொன்னார் சப்-இன்ஸ்பெக்டர்.

கதவைத் திறக்க, உள்ளே மதன்லாலும், ராகவனும் இருந்தார்கள். அவர்களை வெளியே வரச் சொன்னார் சப்-இன்ஸ்பெக்டர். இருவரும் வெளியே வந்தனர்.

"நீ தான் பத்திரிகையாளனா?" என்று கேட்டார் சப்-இன்ஸ்பெக்டர்.

"ஆமாம்" என்றான் ராகவன்.

"பூனாவில் இருக்கிறாயா?"

"ஆமாம்"

"இவர்கள் உன்னைக் கடத்திக் கொண்டு வந்தார்களா?"

"இல்லை சார். இவர்களைப் பற்றி பத்திரிகையில் ஒரு கட்டுரை எழுதியிருந்தேன். அது விஷயமாக விளக்கிப் பேச என்னை கூட்டிக்கொண்டு வந்தார்கள்."

தலை குனிந்து நின்ற கார்க்கரே இப்போது தலைநிமிர்ந்து பார்த்தான். அவனுக்குப் போன மூச்சு திரும்பி வந்ததாய் உணர்ந்தான்.

"உன் பேரென்ன?"

"ராகவன்"

"ராகவன், பயப்படாதே, இவர்கள் உன்னைக் கடத்திக் கொண்டு வரவில்லையென்றால் எதற்கு இரகசிய அறையில் போட்டு வைத்திருக்க வேண்டும்?"

"சார், நான் உண்மையைச் சொல்லிவிடுகிறேன். இவர்கள் என்னை வற்புறுத்தி அழைத்து வந்தார்கள். ஆனால் இவர்கள் என்னை கொடுமைப்படுத்தவில்லை. நான் இவர்கள் மீது எந்தவித புகார் கொடுக்கவும் விரும்பவில்லை"

"ராகவன், மேலிடத்திலிருந்து உத்தரவு வந்திருக்கிறது. விளையாடாதே."

"சார், இவர்களை விட்டுவிடுங்கள். இப்படி நடந்ததற்கு இவர்கள் சார்பாகவும் மன்னிப்புக் கேட்டுக்கொள்கிறேன்" என்று கேட்டுக் கொண்டதும்,

"அப்புறம் உன்னிஷ்டம்" என்று சொல்லிவிட்டு, கார்க்கரேயைப் பார்த்து, "அந்தப் பையன் புகார் கொடுக்க மாட்டேன் என்று

சொல்லுவதால் உன்னை எச்சரித்துவிட்டுச் செல்லுகிறேன்" என்று புறப்பட்டார் சப்-இன்ஸ்பெக்டர்.

போலிஸ் சென்றதற்குப் பின்னால், அங்கு அமைதி நிலவியது. எல்லோருக்கும் என்ன செய்வது என்று தெரியவில்லை. கார்க்கரே இதுபோன்ற ஒரு சூழ்நிலையை சந்தித்ததில்லை. அவன் ராகவனின் அருகில் வந்து அவன் கையைப் பற்றிக்கொண்டான்.

"தம்பி, நீ வயதில் சின்னப் பையன். ஆனால் என்னைவிட தன்மையில் பெரியவன் ஆகிவிட்டாய். நான் உனக்கு கெடுதல் செய்ய நினைத்தும் நீ எனக்கு நல்லது செய்தாய் பார்த்தியா. என்ன சொல்வது என்று எனக்குத் தெரியவில்லை. நீ நல்லாயிருக்கணும்" என்று சொல்லி விட்டு, மதன்லாலைப் பார்த்து "தம்பியை உடனே பூனாவில் அவர் வீட்டில் பத்திரமாக கொண்டுவிட்டு வா. வரும்போது தம்பியிடம் எப்படி நடந்தாயோ தெரியாது. ஆனால் மிகுந்த மரியாதையுடன் கூட்டிக்கொண்டு போ. நம் ஹோட்டலில் இருந்து இனிப்பு தருகிறேன். அதையும் கொண்டு போய்க் கொடு" என்றான் கார்க்கரே.

ராகவனுக்கு மிகவும் மகிழ்ச்சியாக இருந்தது. எதையோ பேச வேண்டும் என்பதுபோல மனம் உந்தியது. ஆனால் வார்த்தைகளற்ற அமைதி கார்க்கரேயை இன்னும் பாதிக்கும் என்று எதுவும் பேசாமல் இருந்துவிட்டான்.

மனமாற்றம் நன்மையின் வழியாகத்தான் நிகழும்.

அவர்கள் காரில் பூனாவுக்கு திரும்பிக்கொண்டிருந்தார்கள். மதன்லாலுக்கு ஏதாவது பேசிக்கொண்டிருக்க வேண்டும் அல்லது ஏதாவது செய்துகொண்டிருக்க வேண்டும். அவை இல்லாவிடில், அவன் குரலை அவனே உள்ளிருந்து கேட்கும் நிலை உருவாகிவிடும். அதை தவிர்க்க அவன் பெரும்பாடுபடுவான். ஆனால் இப்போது அமைதியாக இருந்தான். அவன் வெகு நாட்களுக்குப் பின்னால் தனக்குள் உரையாடிக்கொண்டிருப்பதாய் உணர்ந்தான். எப்படி இந்த சின்னப் பையன் இவ்வளவு பெருந்தன்மையுடன் நடந்தான் என்பது அவனுக்கு ஆச்சர்யமாக இருந்தது. அதோடு இப்படி தன்னால் நடக்க முடியுமா என்ற கேள்வியும் அவனைத் தொந்தரவு செய்தது. இனியும் பேசாமலிருந்தால், தனக்கு பித்துப்பிடித்தது போலாகிவிடும் என்று அவனுக்குத் தோன்றியது.

திடீரென்று அருகில் இருந்து வெளியே பார்த்துக்கொண்டிருந்த ராகவனை "தம்பி, எப்படி உங்களால் இப்படி நடக்க முடிந்தது?" என்று கேட்டான் மதன்லால்.

ராகவனுக்கு அவன் என்ன கேட்கிறான் என்று புரியவில்லை. மதன்லாலைப் பார்த்தான்.

“அதுதான் தம்பி, ஆபத்துக் காலத்தில் உதவி செய்துவிடலாம். ஆனால், ஆபத்தில் எதிரியைக் காட்டிக்கொடுக்காமல் இருப்பது இருக்கிறதே, அது எப்படி என்றுதான் எனக்குப் புரியவே மாட்டேன் என்கிறது” என்றான் மதன்லால்.

“ஒரு கதை சொல்லுகிறேன்; கேளுங்கள். 1897ஆம் ஆண்டு என்று நினைக்கிறேன். காந்தி டர்பனுக்கு கப்பலில் வந்தார். அந்த நேட்டால் பகுதியில் 50000 இந்தியர்கள் இருக்கிறார்கள், ஆனால் அவர்களில் 250 பேருக்கு மட்டும்தான் வாக்குரிமை இருந்தது. அதையும் பறிப்பதற்காக ஒரு புதிய சட்டத்தைக் கொணர இருந்தனர். அதை எதிர்த்துப் போராட, நேட்டால் பகுதியில் இருக்கும் இந்தியர்கள் காந்தியை வரவழைத்தனர். காந்தி பம்பாயிலிருந்து புறப்பட்டார். அன்றைக்கு இன்னொரு கப்பலும் டர்பனுக்குப் புறப்பட்டது. காந்தி இரண்டு கப்பல் நிறைய இந்தியர்களை அழைத்துக்கொண்டு வந்து, இந்தப் பகுதியை இந்தியர்களால் நிறைக்கப்போகிறார் என்று வதந்தி பரவியது. ஆகவே, காந்தியை டர்பனில் இறங்கவிடாமல் தடுக்க வேண்டும் என்று வெள்ளைக்காரர்கள் முடிவெடுத்தனர். காந்தியின் கப்பல் டர்பனுக்கு வந்தது. இரண்டு கப்பல்களிலிருந்தும் பயணிகள் இறங்க விடாமல் போராட்டம் நடத்தினர். காந்தியின் ஆங்கிலேய நண்பர் ஒருவர் வந்து காந்தியிடம், இரவோடு இரவாக எவருக்கும் தெரியாமல் இறங்கிப் போய்விடலாம் என்றார். காந்திக்கு அது உடன் பாடில்லை. எனவே அடுத்த நாள், குடும்பத்தை தனித்து அனுப்பி விட்டு பகலில் தன் நண்பருடன் கப்பலில் இருந்து இறங்கி, தெருவில் நடந்தார். காந்தி போவதைப் பார்த்த வெள்ளையர் கூட்டமாக வந்து கையில் கிடைத்ததைக் கொண்டு காந்தியை கொல்லப் பார்த்தார்கள். ஒரு வீட்டின் முன் இருந்த கம்பியைப் பிடித்துக்கொண்டு, காந்தி நின்றார். அவரின் வெள்ளைக்கார நண்பரை தனியே கொண்டு போய்விட்டு, காந்தியை கடுமையாகத் தாக்கினார்கள்.

“அந்த வழியில் வந்த போலிஸ் அதிகாரியின் மனைவி திருமதி. அலெக்சாண்டர் ஓடிப்போய், தன் குடையை விரித்துக்கொண்டு, காந்திக்கு முன் நின்று அவர்கள் தாக்குவதைத் தடுத்தார். அவர் வரா விட்டால் அவர்கள் காந்தியை நிச்சயமாகக் கொன்றிருப்பார்கள். அந்தப் பெண்மணி காந்தியை தன் கணவரின் காவல் நிலையத்தில் கொண்டு விட்டுச் சென்றார். காவல் அதிகாரி அலெக்சாண்டர், “உங்களைத்

தாக்கியவர்கள் மீது ஒரு புகார் கொடுங்கள், அவர்கள் மீது நடவடிக்கை எடுக்க வேண்டும்'' என்றார்.

“காந்தி சொன்னார், 'நான் கிறிஸ்துவின் மலை போதனையைப் படித்திருக்கிறேன். ஒருவனை மன்னிப்பதுதான் உயர்ந்தது என்று யேசு சொல்லியிருக்கிறார். நான் அவர்களை மன்னித்துவிட்டேன். புகார் கொடுக்கும் உத்தேசம் எனக்கில்லை' என்று உறுதியாகச் சொல்லி விட்டார். அது காந்தியைக் கொல்ல நடந்த முதல் முயற்சி. அப்போது காந்திக்கு வயது 27. அவரைப் போல நடக்க நான் கொண்ட சிறு முயற்சி இது'' என்றான் ராகவன்.

அதன் பிறகு அவர்கள் பேசிக்கொள்ளவில்லை. காந்தி அவர்களின் இதயங்களில் ஆட்சி செய்துகொண்டிருந்தார்.

நான் இனி டில்லியில் தன் உறவினர் சொன்ன பெண்ணைப் பார்த்து திருமணம் செய்துகொண்டு நிம்மதியாக வாழவேண்டும் என்று மதன்லால் நினைத்துக்கொண்டான்.

அகமத் நகரில், தன் காவல் நிலையத்துக்குச் சென்ற சப்-இன்ஸ்பெக்டர், தனது மேலதிகாரியான ரஜாக்கிடம் நடந்ததைச் சொன்னார்.

“இந்தக் கார்க்கரே, வரவர பெரிய குற்றங்களைச் செய்ய ஆரம்பித்துவிட்டான் என்று நினைக்கிறேன். அவனை தூக்கி ஒருமுறை உள்ளே போட்டாலதான் அவன் சரியாவான். அவன் மேல் ஏதாவது இருக்கிறதா என்று பாருங்கள்'' என்றார் ரஜாக்.

அப்போது அங்கிருந்த காவலர், “சார், பூனாவில் நடந்த கொலை வழக்கு சம்பந்தமாக கார்க்கரேயின் மேனேஜர் எஸ்.வி.கேட்கரின் வீட்டைச் சோதனையிட்டோம். அதில் ஒரு பெட்டி நிறைய வெடி மருந்துகள், ரவை, ரிவால்வர், கையெறி குண்டுகள், கத்தி, வாள் எல்லாம் இருந்தன, இந்தப் பெட்டியை கார்க்கரே தன் வீட்டில் வைத்துக் கொள் என்று கொடுத்ததாகவும், அதன் உள்ளே என்ன இருக்கிறது என்று தெரியாது என்றும் சொன்னான். ஆனாலும் கார்க்கரே வீட்டைச் சோதனையிட்டோம். அவனுக்கு நம் போலிசிலிருந்து எவரோ முன் தகவல் சொல்லிவிடுகிறார்கள் போலிருக்கிறது. வீட்டில் ஒன்றையும் கண்டுபிடிக்க முடியவில்லை. சார், இப்போது அறிக்கை வந்திருக்கிறது. கபட் பஜாரில் வெடித்த குண்டும், கார்க்கரே பெட்டியில் இருந்து எடுத்த குண்டும் ஒன்றுதான் என்று அறிக்கை வந்திருக்கிறது'' என்று சொன்னார்.

"இவனை உள்ளே போட்டிருக்க வேண்டுமே, யார் இவனுக்கு துணையாக இருக்கிறார்கள் என்று தெரியவில்லையே. வெடிமருந்து, ஆயுதம் துப்பாக்கி வைத்திருப்பது பெரிய குற்றம். இவன் மீது இனியும் நடவடிக்கை எடுக்காமல் இருக்க முடியாது" என்று சொன்னார் இன்ஸ்பெக்டர் ரஜாக்.

கார்க்கரே மீதும், மதன்லால் மீதும் தடுப்புக்காவலில் வைக்க அன்றே இன்ஸ்பெக்டர் ரஜாக் பரிந்துரை செய்தார். அன்று தேதி ஜனவரி 9.

அன்றே, கார்க்கரேயின் ஹோட்டலுக்கு ஒருவர் டீ குடிக்க வந்தார். வந்தவர், ஒரு சிகரெட்டைப் பற்றவைத்துக்கொண்டு, காசு கொடுப்பதுபோல கார்க்கரேயிடம், "உன்மீதும், மதன்லால் மீதும் தடுப்புக்காவலில் வைக்க உத்தரவு வரப்போகிறது. எங்காவது உடனே ஓடிப் போய்விடு" என்று சொல்லிவிட்டு எதுவும் நடக்காதது போல மறைந்தார்.

உடனே கார்க்கரே, மதன்லாலை அழைத்துக்கொண்டு, பெட்டி படுக்கையுடன் ரயில் நிலையத்துக்கு வந்தான்.

அப்போது அகமத் நகர் போலிஸ் இன்ஸ்பெக்டர் ஜே.என். ஜோஷியும் ரயில் நிலையத்துக்கு வந்தார். அவர் மாவட்ட காவல் கண்காணிப்பாளரின் அந்தரங்கச் செயலாளர். தன்னைக் கைது செய்ய வாரண்ட் இருப்பது அவருக்குத் தெரியாமல் இருக்க வாய்ப்பில்லை. ஆகவே அவரைப் பார்த்ததும், கார்க்கரே ஆடிப்போய்விட்டான்.

"என்ன கார்க்கரே, நாம் அருகில் இருந்தும் பார்க்க முடிவதில்லை. இப்போது எங்கே போகிறாய்?" என்று வெகு இயல்பாகக் கேட்டார். ஆகவே தன் கைது விஷயம் இவருக்குத் தெரிய வாய்ப்பில்லை என்று நினைத்து சற்று ஆசுவாசப்பட்டான் கார்க்கரே.

"நான் பூனாவுக்கு போக வந்தேன். இந்த மதன்லால், தன் திருமண விஷயமாக டில்லிக்கு போக வந்தான். இருவரும் உட்கார்ந்து பேசிக்கொண்டிருக்கிறோம்" என்றான் கார்க்கரே. இன்ஸ்பெக்டர் ஜோஷி பேசிவிட்டு தன் பெட்டிக்குச் சென்றார்.

மூன்று நாள் கழித்து, கார்க்கரேயையும், மதன்லாலையும் தடுப்புக் காவலில் வைக்க கைது வாரண்ட் வந்தது. அதற்கு இரண்டு நாட்கள் முன்னமே அவர்கள் அகமத் நகரை விட்டு சென்றுவிட்டார்கள்.

அவருக்குப் பின்னராவது கார்க்கரே மீது கைது வாரண்ட் இருக்கிறது என்ற செய்தி தெரிந்திருக்கும். ஆனால் இன்ஸ்பெக்டர்

ஜோஷி, கார்க்கரேயும் மதன்லாலும் வெளியூருக்குப் போய் விட்டார்கள் என்பதை தன் அலுவலகத்தில் தெரிவிக்கவில்லை.

இரவு கவ்வும் வேளையில் பூனாவைச் சென்றடைந்த அவர்கள், நேரே பாட்கேயின் கடைக்கு ஒரு குதிரை வண்டி பிடித்துச் சென்றனர். இரவானாலும் அவர்களை வரவேற்றான் பாட்கே.

கூட வந்த மதன்லாலைப் பார்த்து பாட்கே பேசத் தயங்கியதாகத் தோன்றியது. கார்க்கரே "இவன் என்னுடைய நெருங்கிய ஆள். இவனை நம்பலாம்" என்று சொன்னதற்குப் பின்னால், பாட்கே பேச ஆரம்பித்தான்.

"என்ன ஆயுதங்கள் வேண்டும்?" என்று கேட்டான் பாட்கே.

"எல்லாம் வேண்டும். அவ்வளவையும் போலிஸ் கைப்பற்றி எடுத்துச் சென்றுவிட்டது" என்றான் கார்க்கரே.

"ஆமாம், போலிஸ் கெடுபிடி அதிகமாக ஆகிவிட்டது" என்று கூறிய பாட்கே தன் வேலையாள் சங்கர் கிஸ்தையாவைக் கூப்பிட்டு, "வீட்டினுள், அந்த மஞ்சள் கற்பலகைக்குக் கீழே இருக்கும் சரக்கை எடுத்து வா" என்று சொன்னான்.

மதன்லால் அந்த வேலைக்காரனைப் பார்த்தான். அவன் கிராமத்து மனிதனாய் இருந்தான். பார்ப்பதற்கு வெகுளியாய் இருந்தான். இப்படிப்பட்ட தொழில் செய்யும் பாட்கே, இந்த மரமண்டையனை துணைக்கு வைத்திருக்கிறானே என்று மனதுக்குள் நினைத்துக் கொண்டான்.

ஆயுதங்களை எடுத்து வந்தான் சங்கர். கடையின் முன் பகுதியை மறைத்துவிட்டு, அந்தச் சரக்குகளை வெளியிலெடுத்து வைத்தான் பாட்கே.

எல்லாவற்றையும் பார்த்த கார்க்கரே, "மதன்லால், இவற்றை உன்னால் கையாளமுடியுமா?" என்று கேட்டான்.

"முடியும் சேட்" என்றான் மதன்லால்.

பிறகு விலையைப் பற்றி விசாரித்தார்கள். முடிவில், கணக்குப் போட்டுப் பார்த்துவிட்டு, "பணம் ஏற்பாடு செய்துவிட்டு இரண்டு மூன்று நாட்களில் வந்துவிடுகிறோம். அதுவரை சரக்கு இருக்குமா?" என்று கேட்டான் கார்க்கரே.

"சரக்கு வரும் போகும், ஆனால் சேட்டுக்கு நான் எங்கிருந்தாவது ஏற்பாடு செய்து கொடுத்துவிடுகிறேன்" என்றான் பாட்கே. அவன் தாடிக்குள்ளிருந்து பற்கள் தெரிந்தன. அவன் கண்ணில் ஒருவித தெளிவு இருந்தது. அவனைப் பார்த்துக்கொண்டிருந்த மதன்லாலுக்கு, இவன் நாடக நடிகனாக நடிக்கிறானா அல்லது அவனின் இயல்பே இப்படித்தானா என்று யோசித்துக்கொண்டிருந்தான். என்றாலும், நாடக வசனம் பேசுவதாய் மிகவும் திட்டமாகப் பேசினான். அவன் பேச்சில் பிசிறு இல்லை என்பதை மதன்லால் கண்டான்.

"விலை கொஞ்சம் அதிகமாக இருக்கிறதே" என்றான் கார்க்கரே.

"இப்போது அரசாங்க கெடுபிடி அதிகமாக ஆகிவிட்டது. உங்களைப் போல இயக்கங்கள் சரக்கை அதிகமாகக் கேட்கிறார்கள். முன்பு முஸ்லிம்கள் வருவார்கள். இப்போது அவர்கள் வருவதில்லை. இந்துக்கள் என்ன விலை என்றாலும் கொடுத்து வாங்கிப் போகிறார்கள். பேச்சு வாக்கில் பணத்துக்கு என்ன செய்கிறீர்கள் என்று நான் கேட்பேன். பட்டணத்தில் செல்வாக்கான மனிதர்கள், இரகசியமாக எங்களுக்கு உதவுகிறார்கள் என்கிறார்கள்" என்றான் பாட்கே. அவன் பேசுவதைக் கேட்க, மதன்லாலுக்கு நாடகம் பார்ப்பது போலிருந்தது.

"சரி, இரண்டு மூன்று நாட்களில் வருகிறோம்" என்றான் கார்க்கரே.

"சேட் வாருங்கள், இது உங்கள் கடை. உங்களுக்கு சேவை செய்யவே இந்த பாட்கே எப்போதும் காத்திருக்கிறான்" என்றான் தன் தாடியைத் தடவிக்கொண்டே.

அவர்கள் போகும்போது, "கோட்சேயையும், ஆப்தேயையும் பார்த்தால் நான் கேட்டதாகச் சொல்லுங்கள். பார்த்து நாளாகிறது" என்றான் பாட்கே.

அவர்கள் இருவரும் பம்பாய்க்கு கடைசி ரயிலில் போய்விடலாம் என்று எண்ணிக்கொண்டு, இப்போது நேரம் இருப்பதால் கோட்சேயைப் பார்த்து பேசிவிட்டு வரலாம் என்று புறப்பட்டார்கள். போகிற வழியில்,

"விலை எப்படி?" என்று கேட்டான் கார்க்கரே.

"கண்டிப்பாக விலை மிக அதிகம்" என்றான் மதன்லால்.

"என்ன செய்யலாம்?"

"சேட், நான் ஒன்றைச் சொல்லட்டுமா?"

"சொல்லு"

"செம்பூர் பகுதியில் நம் ஊர் அகதிகள் இருக்கிறார்கள். அவர்களில் சிலருக்கு இந்த தொழிலில் பரிச்சயம் உண்டு. அகதிகளின் நன்மைக்காக இந்த சரக்குகளை உபயோகப்படுத்துகிறோம் என்றால் அவர்கள் மலிவுவிலைக்கு ஏற்பாடு செய்து தருவார்கள்"

"உனக்கு ஆட்கள் தெரியுமா?"

"பழைய ஆட்களைத் தெரியும். ஆனாலும் நான் பிடித்து விடுவேன்" என்றான் மதன்லால்.

அவர்கள் இரவில் இந்து ராஷ்டிரிய பிரஸுக்குப் போன போது, கோட்சேயும் ஆப்தேயும் பேசிக்கொண்டு, வீட்டுக்குப் புறப்படலாம் என்று இருந்தார்கள்.

"கார்க்கரே, உன்னைப் பற்றித்தான் பேசிக்கொண்டிருந்தோம், அதற்குள் வந்து நிற்கிறாய்?" என்றான் ஆப்தே.

"அந்தப் பெருமையெல்லாம் போலிசுக்குத்தான் சேரும்" என்று சொல்லிச் சிரித்தான் கார்க்கரே.

"நீ இனி சில்லறை வேலையிலெல்லாம் ஈடுபடக்கூடாது. வீணாக போலிஸ் கண்ணில் படக்கூடாது. முக்கியமான காரியம் ஒன்றிரண்டு செய்ய வேண்டும். அது போதும்" என்று சொன்ன ஆப்தே,

"உள்ளே வா கார்க்கரே, ஒரு முக்கியமான விசயம் பேசவேண்டும்" என்று மதன்லாலை வெளியில் இருக்கச் சொல்லிவிட்டு அவர்கள் உள்ளே போனார்கள்.

சென்ற முறை இது பக்கத்தில் ராகவனைக் கடத்திக்கொண்டு போனதும், திரும்ப அவன் வீட்டில் அவனைக் கொண்டு விட்டதும் மதன்லாலுக்கு நினைவு வந்தது. இவர்கள் பேசி முடிப்பதற்கு முன்னால் ராகவனைப் போய் பார்த்துக்கொண்டு வந்துவிடலாம் என்று அவன் வெளியே வந்தான்.

உள்ளே போனவர்கள் உட்கார்ந்தார்கள். அவர்களுக்கு உணவு வாங்கிக்கொண்டு வரச் சொன்னான் கோட்சே.

"நீ அந்தப் பையன் ராகவன் விஷயத்தை பத்திரிகைகளில் வருவதற்கு முன்னால் முடித்துவிட்டாய். நல்ல காரியம் செய்தாய்" என்றான் கோட்சே.

"அதற்கு அந்தப் பையன்தான் காரணம்" என்றான் கார்க்கரே.

"இனி இதுபோன்ற சில்லறை காரியங்களைச் செய்து மாட்டிக் கொள்ளாதே. நமக்குச் செய்ய வேண்டிய பெரிய காரியம் இருக்கிறது" என்றான் கோட்சே.

"சொல்லு" என்றான் கார்க்கரே.

"போன வாரம் பம்பாயிலிருந்து தாத்யராவ் (வீர சாவர்க்கர்) வரச்சொல்லியிருந்தார். போய்ப் பார்த்தோம். ரொம்ப நேரம் பேசிக் கொண்டிருந்தார். ஒரு முக்கியமான விஷயத்தை முடிப்பது நம் பொறுப்பு என்று சொல்லியிருக்கிறார்" என்றான் ஆப்தே.

"அவருக்கு உடல் நிலை சரியில்லை என்று சொல்லுகிறார்கள், எப்படியிருக்கிறார்" என்றான் கார்க்கரே

"இந்த தலைவர்கள் இருக்கிறார்களே அவர்களுக்கு, கிளிகளைப் போல உயிருக்கு கண்டம் அதிகம், ஆனால், சாக மாட்டார்கள். அவர் நல்லாவே இருக்கிறார்" என்றான் கோட்சே.

"இந்து பொது மக்கள் நம் பக்கம் வரமாட்டேன் என்கிறார்கள். தெளிவாகச் சொன்னால், நம் இந்து மகாசபையையும் ஆர்.எஸ். எஸ்ஸையும் பிராமணர்களின் இயக்கமாகவே மக்கள் பார்க்கிறார்கள். காங்கிரஸ் தலைவர்கள் நம்மை மதிக்கிற அளவிற்குக் கூட மக்கள் நம்மை, ஏற்கவில்லை" என்றான் கோட்சே.

"நாம் பிராமணர் இயக்கமாகத்தானே இருக்கிறோம்" என்றான் கார்க்கரே சிரித்துக்கொண்டே.

"அதுதான் மையம். அதை எந்த நிலையிலும் நாம் நீர்த்துப்போக அனுமதிக்க மாட்டோம். பிராமணர்களையும், வைதீக மூலத்தையும், நம் சமஸ்கிருத கலாச்சாரத்தையும் பாதுகாக்க வேண்டும். ஆனால் ஒரு தலைமுறைக்கு முன்னால் மக்கள் பிராமணர்களை முணுமுணுப்பில்லாமல் ஏற்றுக்கொண்டது போல் இப்போது நிலைமையில்லை. இந்தப் பனியா காந்தி வந்து எல்லாவற்றையும் கெடுத்தான். சூத்திரனும், பஞ்சமனும் என்றைக்கும் எண்ணிக்கையில் அதிகம். ஆனால் அவர்களுக்கு சமூக, பொருளாதார, அரசியல் சக்தி ஏதும் இல்லாமல் இருந்தார்கள். காந்தி வந்து அவர்களை முன்னணிக்குக் கொணர்ந்தான். அவர்களுக்கு ஆற்றல் இருக்கிறது, அவர்களும் பிராமணர்களுக்குச் சமம் என்று நம் வைதீக மதத்தின் ஆணிவேரையே பிடித்து ஆட்டிவிட்டான். இந்த நிலை தொடர்ந்தால், பிராமண முதன்மை அழிந்துபட்டுப்போகும்" என்றான் கோட்சே.

உடனே ஆப்தே தொடர்ந்தான். “நாட்டு நிலையைப் பார். பிரதம அமைச்சர் பண்டிட் நேரு. அவர் காஷ்மீரத்துப் பிராமணர்தான். ஆனால் பிராமணராக வாழ்கிறாரா இல்லையா என்று நாம் கவலைப்பட முடியாது. அப்படிப் பார்த்தால் பல பெரியவர்களை பிராமணர் என்று சொல்ல முடியாது. பண்டிட் நேரு பிரதம அமைச்சர் என்பது காந்தியின் தயவால்தான், அவர் சொன்னதால் மக்கள் ஏற்றுக் கொண்டார்கள். துணைப் பிரதமர் வல்லபாய் படேல், நம்மீது மறைமுகமாயினும் அக்கறை கொண்டவர். அவர் பிராமணரில்லை. சட்ட அமைச்சராக மகரான அம்பேத்கரை, காந்தி சொன்னார் என்று நேரு நியமித்திருக்கிறார். அல்லாடி கிருஷ்ணையர் போன்ற சட்ட ஜாம்பவான்கள் இருப்பதைக் கவனிக்கவில்லை. ஆக, நான் சொல்ல வருவது என்னவென்றால், அரசியல் தளத்திலே பிராமணரின் பங்கு குறைந்துவருகிறது. அரசியல்தான் சக்திக்கெல்லாம் மூல ஊற்று. அதிலே நமக்கு இடமில்லையென்றால், கூடவே, பிராமணர் மட்டுமில்லை, பிராமண மதமான இந்து மதமே அழிந்துபோய்விடும். ஆகவே, நாம் கவனமாக இருக்க வேண்டும் “

“என்ன சொல்ல வருகிறாய்? நம் பிராமணர்களுக்கு ஷீணதசை பிடித்துவிட்டது என்கிறாயா?”

“அதற்கு நாம் அனுமதிக்க மாட்டோம். பிராமணனைக் காப்பாற்று என்றால் ஒரு பயல் நமக்கு உதவிக்கு வரமாட்டான். அதுவே இந்து மதத்துக்கு ஆபத்து என்று சொல்ல வேண்டும். அப்போது இந்த மக்கள் நம் பக்கம் வருவார்கள்.”

“இப்போது முஸ்லிமும் பெரிதாக இல்லை. வெள்ளைக்காரன் ஆட்சியிலிருந்தும் போய்விட்டான். இருப்பது இந்துக்கள்தான். இப்போது இந்து மதத்துக்கு ஆபத்து என்று சொன்னால் யார் நம்புவார்கள்? எங்கிருந்து ஆபத்து வருகிறது என்று கேட்டால் என்ன பதில் சொல்ல முடியும்” என்று கேட்டான் கார்க்கரே.

“ஊரிலே புலி வருகிறது என்று சொன்னால் அவனவன் நம்புவானா இல்லையா? ஊர் பக்கத்தில் காடு இருக்கிறதா, அதில் புலி இருக்கிறதா என்று எவன் யோசித்துக்கொண்டிருப்பான். திரும்பத் திரும்பச் சொன்னால், பொய்யே உண்மையாகிவிடும். இல்லாத எதிரி இருப்பதாக பிரமை உண்டாகி நிஜம்போல தோன்றும். அதை நாம் செய்யவேண்டும்.”

“நாம் யாருக்கெல்லாம் இப்படிப் பயப்பட வேண்டும் என்று நம் தலையில் எழுதியிருக்கிறது” என்றான் அலுப்புடன் கார்க்கரே.

"என்னதான் அலுத்தாலும் இது ஜனநாயக யுகம். சாதாரண மனிதன் ஒவ்வொருத்தனும் தனக்கு ஆட்சியில் பங்கிருக்கிறது என்று பேச்சுக்காவது விரும்புவான். அவர்களிடம்தான் வோட்டு இருக்கிறது. என்ன சொல்ல வருகிறேன் என்றால் எண்ணிக்கைதான் பலம். அது அவர்கள்தான். காந்தி இதை நமக்கு முன்னால் கண்டுபிடித்த அரசியல் மேதை. அந்த ஆள் எந்த இடத்திலும் நமக்கு முன்னே போய் நிற்கிறார்" என்றான் ஆப்தே.

"பிராமணனுக்கு முன்னால் எந்தக் கொம்பனும் நிற்கக் கூடாது. அது காந்தியாயிருந்தாலும் பூந்தியாயிருந்தாலும் அவர்கள் அழிக்கப்பட வேண்டியவர்தான். நமக்கு முன்னே ஒருவன் இடையூறாக இருக்கிறான் என்றால் அவனை ஒழித்துக்கட்ட வேண்டியதுதான். அதுதான் சாணக்ய பிராமணன் நமக்கு கற்றுத் தந்த பாடம். அவன் காலில் முட்செடி ஒன்று குத்திவிட்டது. முள்ளை எடுத்த அவன், அந்த முட்செடியை வேரோடு பிடுங்கியது மட்டுமல்லாமல், அந்தச் செடியை வாயில் போட்டுச் சவைத்துத் துப்பினான். காந்தி நம் காலில் குத்திய முட்செடி" என்றான் கோட்சே.

"இந்த வேலையை நாம் செய்ய வேண்டுமா என்று யோசிக்கிறாயா கார்க்கரே. இன்றைக்கு சத்திரிய குலம் ஷீணித்துவிட்டது. அது தன் ஆளும் சக்தியை இழந்துவிட்டது. வருண சங்காரம் காந்தி விரும்பியது போல மெல்ல மெல்ல நடக்க ஆரம்பித்துவிட்டது. வருண பேதம் அழிந்தால், பிராமணனுக்கு உயர்வேது? ஆகவே நம்மைக் காக்க நாம் சத்திரிய வேஷத்தைப் போடத்தான் வேண்டியிருக்கிறது. நாமும் வாளை, துப்பாக்கியைத் தூக்க வேண்டும்" என்றான் ஆப்தே.

"தாத்யராவ் முடிவாய் என்ன சொல்லுகிறார்?" என்று கேட்டான் கார்க்கரே.

"நாங்கள் சொன்னதெல்லாம் அவர் சொல்லியதுதான். இது இந்து தேசம், காந்தி தேசமாக ஆகிவிடக் கூடாது. காந்தியின் கெடு முடிந்துவிட்டது. நாமும் நம் மதமும் இந்த சுதந்திர நாட்டில் தன் இடத்தைத் தக்க வைத்துக்கொள்ள வேண்டுமென்றால் காந்தியின் கதையை முடிக்க வேண்டும் என்று பச்சைக்கொடி காட்டிவிட்டார். நான் 125 வருடம் வாழ்ந்து மக்கள் சேவை செய்ய விரும்புகிறேன் என்றார் காந்தி. அவரை யார் இவ்வளவு காலம் வாழவிடப் போகிறார்கள் என்று அப்போது கோட்சே சட்டென சொன்னது எனக்கு ஞாபகம் வருகிறது.. அதைச் செய்யும் காலம் வந்துவிட்டது" என்றான் ஆப்தே.

"காந்தி ஒரு கோழையான தலைமுறையை உருவாக்கிவிட்டார். முஸ்லிம்களுக்கு நேரடி நடவடிக்கை என்று இந்துக்களைக் கொல்ல தைரியம் வருமா? காந்தியின் அஹிம்சை, இந்துக்கள் கோழைகள் பரம்பரை என்று உலகிற்கு சொல்லிக்கொண்டிருக்கிறது. எதார்த்தமாகப் பார்த்தால்கூட, நாற்பது கோடி மக்கள் ஒவ்வொருவரும் தங்கள் வாழ்க்கையை அஹிம்சை என்ற உயரிய தளத்தில் அமைத்துக்கொள்ள எதிர்பார்ப்பது அபத்தமானது" என்றான் கோட்சே.

"அவர் உலகுக்கு, ஆங்கிலேயனுக்கு, முஸ்லிம்களுக்கு அஹிம்சையைச் சொல்லிக்கொண்டிருக்கட்டும். நாம் அவரிடம் அஹிம்சையாக இருக்கக் கூடாது என்று சொல்ல வருகிறாய், அப்படித்தானே" என்றான் கார்க்கரே.

"ஆமாம்."

ஆக, நாளைக்கு நாங்கள் இந்து மகாசபை அலுவலகத்துக்கு புது தெம்போடு போகலாம் என்கிறாய், என்றான் கார்க்கரே.

"ஆமாம், இப்போது சாப்பிடுவோம்" என்றான் கோட்சே.

சாப்பாடு வந்துவிட்டது. ஆப்தே தான் வைத்திருந்த மது பாட்டிலை வெளியில் எடுத்தான், அதைப் பார்த்த கார்க்கரேயின் முகத்தில் உற்சாகம், குழந்தையைப் போலத் தெரிந்தது. கோட்சேக்கு, காந்தியைக் கொல்வோம் என்ற எண்ணமே மதுபோல உற்சாகத்தைக் கொடுத்தது.

மதன்லாலும், சிறிது நேரத்தில் ராகவன் வீட்டிலிருந்து வந்து அவர்களோடு சேர்ந்து உணவு உண்டான். அவன் ராகவனைப் பார்த்ததைச் சொல்லவில்லை. கார்க்கரேயும், மதன்லாலும் கடைசி ரயிலைப் பிடித்து பம்பாய்க்குச் சென்றனர்.

மறுநாள், ஜனவரி 10ஆம் தேதி காலையில் ஆப்தேயும் கோட்சேயும், பாட்கேயின் சாஸ்திரா பந்தருக்குச் சென்றார்கள். அவர்கள் பாட்கேயிடம் இரண்டு ரிவால்வரும், ஐந்து கையெறி குண்டும், இன்னும் சிலவும் கேட்டார்கள். பாட்கே தன்னிடம் ரிவால்வர் உடனடியாக இல்லை யென்றான். அப்படியானால், ரிவால்வரை எங்கிருந்தாவது பெற்று, கேட்ட மற்ற சரக்குகளோடு, ஜனவரி 14ஆம்தேதி, தாதரிலிருக்கும் இந்து மகாசபை அலுவலகத்தில் கொண்டு தர வேண்டும் என்று சொன்னார்கள். சரியென்று சொன்னான் பாட்கே.

இரண்டு ரிவால்வரும் மற்ற பொருட்களும் எதற்கு என்று பாட்கேக்கு கேட்கத் தோன்றியது. அதுவும் இந்து மகாசபை அலுவலகத்தில் கொண்டு தரச்சொல்லுகிறார்களே, இந்து மகாசபைக்கும் இந்த ஆயுதங்களுக்கும் என்ன தொடர்பு என்று மனதுக்குள் நினைத்துக்கொண்டான். அவனுக்கு இந்து மகாசபையோடு ஒருவித ஈர்ப்பு இருந்தது. அதன் கூட்டங்களில் அவன் பங்கெடுத்துக் கொள்வது வழக்கம். ஆனால் ரிவால்வர் யாரைச் சுடுவதற்கு என்ற கேள்வி அவனைச் சங்கடப் படுத்தியது. ஆனாலும், இந்தத் தொழிலில் **ஏன் எதற்கு ஆயுதம்** என்ற கேள்வியைக் கேட்கக்கூடாது என்பது அவனுக்குத் தெரியும்.

17. இவர் ஆன மட்டும் முயன்றார், ஆனால் படுதோல்வியடைந்தார்

மதன்லால் வந்துவிட்டுப் போன மறுநாள் காலையில் ராகவனும், செந்தூர் பாண்டியனும் பேசிக்கொண்டிருந்தனர்.

"மதன்லால் சற்று மாறிய மனிதனாகத் தோன்றுகிறான், இல்லையா?" என்று கேட்டான் செந்தூர் பாண்டியன்.

"மேலோட்டமாகப் பார்த்தால் அப்படித்தான் தோணுகிறது. ஆனாலும் தீவிரவாதிகளை அப்படி சட்டென எடுத்துக்கொள்ள முடியாது" என்றான் ராகவன்.

"காந்திஜி தன் எதிரிகளை நம்பினார். அவர்களை மதித்தார். அவர்களோடு இணைந்து பணியாற்றினார். பலமுறை, அவர்கள் அவரின் நம்பிக்கைக்குப் பாத்திரவான்களாகத்தான் நடந்துகொண்டார்கள். அப்படி மதன்லாலை எடுக்கலாமே"

"நீ சொல்வது சரிதான். ஆனால் நாம் காந்தியில்லை" என்றதும் இருவரும் சிரித்தார்கள்.

"ஏதோ சதி ஒன்று நடக்கிறது என்று அவன் தெளிவில்லாமல் சொன்னானே" என்றான் செந்தூர் பாண்டியன்.

"அவன் மேலோட்டமாகச் சொன்னதில் உண்மையிருக்கலாம். இந்த கோட்சேயும் ஆப்தேயும் அப்படிப்பட்ட மனிதர்கள்தான்."

"எனக்கு என்ன ஆச்சர்யம் என்றால், பிராமணர்களான இவர்கள் எப்படி வன்முறையில் இறங்குகிறார்கள் என்பதுதான். நான் பார்த்த நம் ஊர் பிராமணர்கள் இப்படி ஒருபோதும் நடந்துகொள்வதில்லை. இருக்கிறது. இங்குள்ளவர்கள் அதற்கு நேர் எதிரானவர்களாக இருக்கிறார்களே! இங்குள்ள பேஷ்வாக்களின் வரலாற்றை நான் படித்தேன்; பேஷ்வாக்களின் ஆட்சி முடிந்தபோது, பிராமணர் அல்லாத பொது மக்கள் கொண்டாடி மகிழ்ந்தார்களாம். அவ்வளவு கொடூரமாக ஆட்சி புரிந்திருக்கிறார்கள்."

"நம் ஊரிலும் இருக்கிறார்கள். ஆனால் எண்ணிக்கை வேண்டுமானால் குறைவாக இருக்கலாம். வ.வே.சு.ஐயர், வாஞ்சிநாதன்

போன்றவர்கள் இல்லையா. பெரியார் வாழ்க்கையில் நடந்த ஒரு சம்பவத்தை உனக்குச் சொல்லவேண்டும். பெரியார் காங்கிரஸை விட்டு விலகி இரண்டு வருடம் ஆகியிருக்கும். 1927ஆம் வருடம், காந்தி அவரை தன்னைச் சந்திக்குமாறு அழைத்தார். பெரியார் அவரைப் பார்க்கச் சென்றிருந்தார். அப்போது ராஜாஜியும் உடனிருந்தார். காந்தி பெரியாரிடம்,

"இந்து மதத்தில் இருந்துகொண்டே சீர்திருத்தம் செய்யலாம்" என்றார்.

வழக்கம்போல, பெரியார் "இப்படிச் செய்தால் பார்ப்பான் உங்களை விட்டுவைக்க மாட்டான்" என்றார்.

"இராஜாஜி கூடவா அப்படி?" என்றார் காந்திஜி

"இராஜாஜி திறமையானவர்தான், ஒத்துக்கொள்கிறேன். ஆனால் அதை அவர் தன் இனத்துக்குத்தான் பயன்படுத்துகிறார்" என்றார் பெரியார்.

"பிராமணரில் யாரும் யோக்கியன் இல்லையா? கோபால கிருஷ்ண கோகலே யோக்கியமானவரா இல்லையா?"

"மகாத்மாவின் கண்ணுக்கே ஒருவர்தான் தெரிகிறார். என் கண்ணிற்கு என்ன தெரியும்? என்று கிளம்பிய பெரியார், 'நீங்கள் இந்து மதத்திற்கு ஜால்ரா போடும் வரை பார்ப்பான் உங்களை விட்டுவைத்திருப்பான். இந்து மதத்தை எதிர்ப்பதாகத் தெரிந்தால் உங்களை ஒழித்துவிடுவான்' என்று சொன்னார்" என்றான் ராகவன்.

"ராகவன், பெரியார் கதையெல்லாம் உனக்குத் தெரிகிறது" என்றான் செந்தூர் பாண்டியன்.

சிரித்த ராகவன், "அது ஒரு கதை. என் அப்பா சுத்த வைதீகர். எங்கள் ஆத்துக்கு எதிர்த்தாப்பில் ஒரு மாமா இருந்தார். அவரும் வக்கீல்தான். அவர் ஆமைவடை வக்கீல், அப்பா பெரிய வக்கீல் என்று அவருக்கு எப்போதும் அப்பா மீது வெறுப்பும், கோபமும் உண்டு. அப்பா என்ன சொன்னாலும் அதற்கு எதிர்மறையாகச் சொல்லுவார். அப்பாவுக்குப் பிடிக்காததை அவர் வேண்டுமென்று செய்வார். அப்பா ஆசாரமான சனாதனி என்பதால், இவர் பெரியாரின் பத்திரிகை, புத்தகங்களை வாங்கிக்கொண்டு வந்து அப்பா பார்க்கும்படி படிப்பார், படித்துக்காட்டுவார். சின்னப் பிள்ளையாக இருக்கும்போது அப்பாதான் மகனின் கதாநாயகன். நாம் வளர்ந்து பதின் பிராயத்தை

அடைந்த பிறகு அதே அப்பா வில்லனாக ஆகிவிடுவார். அப்படி அப்பாவுக்கு எதிரானதைச் செய்வதில் எனக்கொரு சந்தோசம். அதனால் அந்த மாமாவோடு நானும் பெரியாரின் புத்தகத்தைப் படிப்பேன். அப்படி பெரியார் மீது ஒரு மரியாதை வந்தது."

"என்னடா, உனக்கு பெரியார் மீது மரியாதை வந்தது என்று சொல்லுகிறாய்?"

"ஆமாண்டா, பெரியார் ஒன்றும் பிராமணர்களின் எதிரியல்ல. அவர் பிராமணியத்தின் எதிரி. பிராமணியம் என்றால் என்ன? தன்னை சமூக, மத, கலாச்சார தளங்களில் முதல்வனாக வைத்து, எவரோடும் ஒட்டாமல் மற்றவர்கள் தங்களுக்கு சேவை செய்யவேண்டும் என்பது தானே. அதை பெரியார் எதிர்த்தார். நான் பிராமணன் என்பதை ஒதுக்கி வைத்துவிட்டு அவர் சொல்லுவதைக் கேட்டால் அவர் பக்கத்து நியாயத்தைப் புரிந்துகொள்ள முடியும். ஆனாலும் அவர் இந்து மதத்தைக் கொச்சைப்படுத்துவதாய் பேசுவது எனக்குப் பிடிக்காது. சில செய்திகளை அக்கால மனிதர்களுக்கு எடுத்துச் சொல்ல உபயோகப் படுத்தப்பட்ட கதைகள்தான் புராணம் என்பதைப் புரிந்து கொள்ளாமல் அதுவே இந்து மதம் என்று கிண்டலடிப்பார். அது தவறு என்பது என் கருத்து."

"ஆக இன்றைக்கு நடப்பது, பிராமணியத்துக்கும், காந்தியத்துக்கும் இடையில் நடக்கும் மறைமுகமான கொள்கை யுத்தம் என்கிறாய்?"

"ஆமாம், அதில் காந்தியின் உயிருக்கு ஆபத்து இருக்கிறது என்று என் உள் மனது சொல்லுகிறது."

"ஒன்றைச் செய்வோமா. அந்த உதவி கமிசனர் ரத்தினத்தைப் பார்த்து, அவரிடம் நன்றி சொல்லணுமில்லையா. அப்போது அவரிடம் இந்த சதியைப் பற்றியும் ஒரு வார்த்தை சொல்லுவோம்"

"போலிஸ்காரர்களிடம் ஒரு விஷயத்தைச் சொன்னால் நம்மையும் மாட்டிவிட்டுவிடுவார்கள்."

"ஆனால் இது முக்கியமான விஷயம். காந்தியின் உயிர் இந்த நாட்டிற்கு முக்கியம்."

"சரி, இன்றைக்கு மாலையில் போவோம்" என்று பேசிக் கொண்டு தங்கள் வேலைகளைப் பார்க்கப்போனார்கள்.

மாலையில் உதவி கமிசனர் அறைக்கு முன்னால் சென்றார்கள். அவர் உடனே இவர்களை உள்ளே வரச் சொன்னார்.

இருவரும் வணங்கினார்கள். “இவன் என் நண்பன் ராகவன். இவன் சொந்த ஊர் பாளையங்கோட்டை. இவனைத்தான் கடத்திக் கொண்டு போனதாய் உங்களிடம் சொல்லி உதவி கேட்டிருந்தேன்” என்றான் செந்தூர் பாண்டியன்.

உதவி கமிசனர் “இவர்தான் புகார் கொடுக்க மாட்டேன் என்று சொன்னவரா?” என்று சொல்லிச் சிரித்தார்.

“உங்களுடைய உதவிக்கு நன்றி. சரியான நேரத்தில் உங்கள் போலிஸ் வந்தது. அதனால் நான் தப்பித்தேன்” என்றான் ராகவன்.

“தம்பி, உங்களின் கட்டுரையை நான் பத்திரிகையில் படித்தேன், இவ்வளவு இளைஞராக இருப்பீர்கள் என்று நினைக்கவேயில்லை. நன்றாக இருந்தது. என்ன இருந்தாலும் நம் பக்கத்து மனிதர்கள் திறமைசாலிகள்தான்” என்றார் உதவி கமிசனர்.

அப்போது செந்தூர் பாண்டியன், அவர் மேஜையின் மீது கை வைத்து, “சார், இப்போது ஒரு முக்கியமான விஷயமாக உங்களிடம் தகவல் தெரிவிக்க வந்தோம்” என்றான்.

“சொல்லுங்கள்” என்றார்.

“இதற்கு ஆதாரம் இருக்கிறதா என்று கேட்காதீர்கள். நாங்கள் சனிவார்பேத்தில் வாடகை வீட்டில் இருக்கிறோம். எங்கள் தெருவில், இந்து ராஷ்டிர பிரஸ் இருக்கிறது. அவர்கள் இந்து ராஷ்டிரா என்ற மராத்தி தினசரியை வெளியிடுகிறார்கள். அதன் ஆசிரியர் நாதுராம் கோட்சே என்பவர் ஆர்.எஸ்.எஸ். மற்றும் இந்து மகாசபையின் தீவிர உறுப்பினர். இந்து மகாசபையின் தீவிரவாத குழுவான இந்து ராஷ்டிரிய தளத்தின் தலைவர் என்று நினைக்கிறேன். காந்தியைக் கொல்ல அவரும், நாராயண் ஆப்தே என்பவரும் ஏதோ ஒரு சதியில் ஈடுபட்டுள்ளதாக எங்களுக்கு ஒரு தகவல் கிடைத்தது. இது உண்மையா என்பதும் எங்களுக்குத் தெரியாது. ஆனாலும் இதை உங்கள் கவனத்துக்குக் கொண்டு வருவது எங்கள் கடமை” என்றான் செந்தூர் பாண்டியன்.

அவன் சொன்னதைக் குறிப்பெடுத்துக்கொண்ட உதவி கமிசனர், “உங்களிடம் சொல்வதற்கென்ன? எங்களுக்கெல்லாம் ஏண்டா சுதந்திரம் வந்தது என்றிருக்கிறது. குற்றம் செய்ய சுதந்திரம் வந்துவிட்டதாய் நினைத்து ஒவ்வொருத்தனும் நடக்கிறான். முன்பு ஆங்கிலேயரிடம் நல்ல பிள்ளை பெயர் வாங்கி பதவி பட்டம் பெற்றார்கள். இப்போது, அடாவடி செய்தால்தான் அரசியலில் பதவி வரும் என்று போட்டி

போட்டுக்கொண்டு செயல்படுகிறார்கள்" என்று தன் வருத்தத்தைச் சொன்னார். பிறகு ஏதோ நினைவு வந்தவராய், "இந்தச் சதி விஷயமாக வேறு ஒருவரிடமும் எதுவும் சொல்ல வேண்டாம், நான் பார்த்துக் கொள்ளுகிறேன்" என்றார்.

அவரிடம் கொஞ்ச நேரம் பேசிவிட்டு அவர்கள் புறப்பட்டார்கள்.

பம்பாய்க்குச் சென்ற மதன்லால், அவனுக்குத் தெரிந்த இந்தி பேராசிரியர் ஜெயசந்திர ஜெயின் வீட்டிற்குச் சென்றான். மதன்லால், பேராசிரியரின் புத்தகம் விற்ற கணக்கை ஒப்புவித்துத் தரவேண்டிய பணத்தை தரவில்லையே என்று கேட்டார். தான் ஒரு முக்கியமான விஷயமாக டில்லிக்குப் போவதாகவும், அதற்கு முன் அவருக்குத் தரவேண்டிய பணத்தை தந்துவிடுவதாகச் சொன்னான். அவரும் சரியென்றார். அவன் அங்கிருந்து புறப்பட்டான்.

மக்களின் செல்வாக்கிற்கு காந்தியை நம்பியிருந்த காங்கிரஸ் தலைவர்கள், சுதந்திரக் கீற்று கீழ்வானில் படர ஆரம்பித்தபோது, தங்களுக்கு சிறகுகள் முளைத்து தாங்களும் அரசியல் வானில் பறக்கலாம் என்று மெல்லத் தத்திப் பறக்க ஆரம்பித்தார்கள். அரசியல் சக்தி, பதவி எனும் ஊன்றுகோல் அவர்களுக்கு கிடைத்ததற்குப் பின்னால், காந்தி என்ற மனிதரை எளிதாக தாண்டிச் சென்றுவிட முடியும் என்று அவர்கள் எண்ணிச் செயல்பட்டார்கள்.

சர்தார் படேல் இரும்பு மனிதர்தான். அவருடைய சிறுவயதில் அவரின் அக்குளில் கட்டி வந்தது. மருந்தால் அது குறையவில்லை. அவர் கத்தியைத் தீயில் வாட்டி, அந்தக் கட்டியின் மீது குத்தி தானே சரி செய்தார் என்று அவரின் மனத் திண்மைக்கு சான்று கூறுவார்கள். அப்படித்தான், முஸ்லிம்கள் இந்துக்களைத் தாக்கினால், இந்துக்கள் பதிலடி கொடுப்பதன் மூலமாகத்தான் மதவெறி பிரச்சினையைச் சரிசெய்ய முடியும் என்று அவர் ஏனோ நம்பினார். அது இந்து முஸ்லிம் பிரச்சினைக்கு தீர்வு தராமல், இருவருக்கும் இடையில் பிளவை அதிகப்படுத்தும் என்பதைப் பற்றி அவர் கவலைப்படவில்லை.

ஆனால் இந்து முஸ்லிம் இருவருக்குமிடையில் நல்லிணக்கம் ஒன்றே நிரந்தரமான தீர்வை ஏற்படுத்தும் என்று காந்தி செயல்பட்டார். அது மட்டுமல்லாமல், வன்முறையில் ஈடுபடும் முஸ்லிம் லீக்கை எதிர்த்து மக்கள் போராட்டத்தை நடத்த வேண்டும் என்பதில் காந்தி உறுதியாக இருந்தார். அதைச் செய்யாது, இந்துக்களைக் கிளர்ந்தெழச் செய்தால், முஸ்லிம் லீக்கின் தனி நாடு கோரிக்கைக்கு வலு சேர்ப்பதாக அமையும் என்பதை படேல் நேர்மையுடன் நோக்கவில்லை. இரும்பு

மனம், பதிலுக்குப் பதில் என்பதையே தீர்வாகக் கொண்டது. அவ்வாறு முஸ்லிம் லீக் விரித்த வலையில் வீழ்ந்தார் படேல்.

காந்தியை நேரு தன் ஆசானாகவும், தன் அரசியல் தந்தையாகவும் கொண்டிருந்தார். ஆனால், மவுண்ட்பேட்டன் வைஸ்ராயாக வந்த பின்னர், பிரதம அமைச்சரான நேரு காந்தியிடமிருந்து விலகிச் செல்ல ஆரம்பித்தார். எல்லாவற்றையும் தீர்மானிக்கும் சக்தியாக அந்நியரான மவுண்ட்பேட்டன் மாறிவந்தார்.

இந்தியாவைப் பிரிக்கும் மவுண்ட்பேட்டனின் திட்டத்தை விவாதித்து முடிவெடுக்க காங்கிரஸ் காரிய கமிட்டி கூட்டம் நடைபெற்றது. அதில், சிறப்பு அழைப்பாளர்களாக, ஜெயப்பிரகாஷ் நாரயணனும், லோகியாவும் அழைக்கப்பட்டிருந்தனர். காந்திஜி, லோகியா, ஜெயப்பிரகாஷ் நாராயண், எல்லை காந்தி கான் அப்துல் கஃபார் கான் நால்வர் மட்டுமே இந்திய பிரிவினைக்கான தீர்மானத்தை எதிர்த்தனர். வேறு ஒருவரும் அதை எதிர்த்து ஒரு வார்த்தை கூட சொல்லவில்லை. பிரிவினை தீர்மானத்தை முன் கூட்டியே என்னிடம் ஏன் தெரிவிக்கவில்லை என்று காந்தி கேட்டார். காந்தியிடம் தெரிவித்திருந்தேனே என்று நேரு கோபமாய்ச் சொன்னார். படேலும், நேருவும் அதை ஒத்துக்கொள்வதற்கு முன்னால் என்ன நடந்தது என்பதை தன்னிடம் எதுவும் சொல்லவில்லை என்று காந்தி பதிலளித்தார். அதற்கு நேருவால் பதில் சொல்ல முடியவில்லை. காந்திஜி நவகாளியில் சுற்றுப் பயணம் செய்ததால் சரியாக காந்தியிடம் சொல்ல முடியவில்லை என்று நேரு ஒத்துக்கொண்டார்.

உண்மை என்னவென்றால், முதலில் படேலும், பின்னர் நேருவும் மவுண்ட்பேட்டனிடம் பிரிவினைக்கு, காந்தியிடம் கருத்துக் கேட்காமல் ஒத்துக்கொண்டுவிட்டார்கள். இப்போது அவர்களைக் காப்பாற்ற காந்தி அதை ஏற்கும்படியாயிற்று. ஆனால், இந்து மகா சபையும், காந்திதான் காரணம் என்று பொய்ப் பிரச்சாரம் செய்தன. அதை காங்கிரஸ் தலைவர்கள் உரக்க மறுத்துப் பேசவில்லை.

மதத்தின் அடிப்படையில் நாட்டைப் பிரிப்பதை காந்திஜியால் ஏற்றுக்கொள்ள முடியவில்லை. அது முஸ்லிம் லீக்கின் கொள்கையை ஏற்பதாகாதா என்ற காந்திஜியின் கேள்விக்கு, காங்கிரஸ் தலைவர்கள் பதில் சொல்ல கடமைப்பட்டவர்களாக தம்மைக் கருதிக்கொள்ளவில்லை.

ஒரு பிரார்த்தனைக் கூட்டத்தில் காந்திஜி மிகத் தெளிவாகத் தன் கருத்தைச் சொன்னார். “பிரிவினை தவிர்க்க முடியாது என்றால்,

அதை பிரிட்டிஷார் கையால் செய்ய வேண்டாம். முதலில் பிரிட்டன், நாட்டுக்கு சுதந்திரம் வழங்கட்டும், பிறகு காங்கிரசும் முஸ்லிம் லீக்கும் உட்கார்ந்து பேசி நாட்டுப் பிரிவினை நடத்தட்டும். இந்த யோசனையை மவுண்ட்பேட்டனுக்கும், நேருவுக்கும், சர்தார் பட்டேலுக்கும் தெரிவித்தேன், அவர்கள் அதை ஏற்றுக்கொள்ளவில்லை. அவர்கள் விரும்பியதைச் செய்துவிட்டுப் போகட்டும். ஆனால், நாட்டுப் பிரிவினையில் காந்திக்கும் பங்கு இருக்கிறது என்று எவரும் சொல்லக்கூடாது. எப்படியாவது, சுதந்திரத்தைப் பெற்றுவிட வேண்டும் என்று எல்லோரும் அவசரப்படுகிறார்கள்."

நாட்டின் செல்வத்தை எப்படிப் பிரிப்பது என்று இரு தேசமும் உட்கார்ந்து முடிவெடுத்தார்கள். இந்தியாவின் பங்கு பணம் 375 கோடி ரூபாய் என்றும், பாக்கிஸ்தானின் பங்கு 75 கோடி என்றும் தீர்மானித்து, அதன் முதல் கட்டமாக பாக்கிஸ்தான் சுதந்திரம் பெறும் அன்று 14 ஆகஸ்ட் 1947இல், முதல் தொகையாக 20 கோடி ரூபாயும், மீதமுள்ள பாக்கித் தொகையை, பாக்கிஸ்தான் கேட்கும்போது இந்தியா பின்னர் வழங்கும் என்று ஒரு ஒப்பந்தம் இரு நாடுகளின் சார்பில் போடப் பட்டது. அந்த ஒப்பந்தத்தில், நேருவும் சர்தார் பட்டேலும் இந்தியாவின் சார்பில் கையெழுத்திட்டார்கள்.

அப்போது, காஷ்மீரத்தைத் தாக்க பாக்கிஸ்தான் ஆரம்பித்து விட்டது. பாக்கிஸ்தானின் மேற்கு பஞ்சாபிலிருந்து அகதிகள் வருவதும், அவர்கள் மீது தொடுக்கப்படும் கொடூரங்களை கணக்கிலெடுத்து, பாக்கிஸ்தானுக்குக் கொடுக்கப்படும் மீதிப் பணமான 55 கோடி தருவதை தள்ளிப் போடுவதாக இந்திய அமைச்சரவை முடிவெடுத்தது.

பாக்கிஸ்தானுக்கு பண நெருக்கடி இருந்தது. பாக்கிஸ்தான் அரசு கொடுத்த காசோலையை பணமில்லை என்று திருப்பி அனுப்பிவிட்டது வங்கி. அது பாக்கிஸ்தானுக்கு கேவலமாக இருந்தது. அது தன் பங்கு பணத்தைக் கேட்டது.

இந்தியா மறுத்தது. அது ஒப்பந்தத்தின் ஷரத்தை மீறுவதாகும். ஒரு நாட்டின் அரசு அப்படி தன் ஒப்பந்தத்தை மீறக்கூடாது. அதை பன்னாட்டு வழக்காடு மன்றத்திற்கு பாக்கிஸ்தான் எடுத்துச் சென்றிருக்கு மென்றால், நிச்சயமாக தீர்ப்பு இந்தியாவுக்கு எதிராக வந்திருக்கும். அதோடு, உலக நாடுகள் மத்தியில் இளம் இந்திய அரசின் மீதுள்ள நம்பகத் தன்மையும் குறைந்திருக்கும்.

மக்களின் கருத்தை பிரதிபலிப்பதாய் எடுக்கப்பட்ட இந்த முடிவு, கவர்னர் ஜெனரலான மவுண்ட் பேட்டனுக்கு நெருடலாக இருந்தது. அமைச்சரவையின் முடிவுக்கு, அவரும் பொறுப்பானவர்தானே.

டில்லியில் அகதிகள் பிரச்சினை ஓயாத பிரச்சினையாகியது. அவர்களுக்கு தங்குமிடமும், உணவும், குடிக்க தண்ணீரும் வழங்க வழியில்லாமல் அரசு தடுமாறியது. அதைவிட கடுமையானது, அவர்கள் ஏற்படுத்திய அரசியல் குழப்பங்கள்தான். அகதிகள் அரசு சொல்வதைக் கேட்க வேண்டாம் என்று இந்து அடிப்படைவாத இயக்கங்கள் அவர்களுக்குப் போதித்தன. அரசு அறிக்கைகள் மூலம் சொல்லுவதைவிட, இந்த இயக்கங்கள் அகதிகளின் அருகில் சென்று அவர்களின் காதோரம் சொல்லுவது வன்மையானதாக இருந்தது. இங்கிருக்கும் முஸ்லிம்கள் மீது பழி தீர்ப்பதால் என்ன விளையும் என்று அவர்கள் தர்க்க பூர்வமாக யோசிக்க மறுத்தார்கள். இந்துக்கள் முஸ்லிம்களைத் தாக்கினார்கள். தங்களைப் பாதுகாத்துக்கொள்ள முஸ்லிம்களும் போராடினார்கள். காலியான முஸ்லிம் வீடுகளில் இந்துக்கள் புகுந்து இருக்கத் தொடங்கினார்கள். பள்ளிவாசல்களில் புகுந்து அவற்றைத் தங்களின் வாழ்விடங்களாக ஆக்கினார்கள். இந்து தெய்வச் சிலைகளை அங்கு பிரதிஷ்டை செய்தார்கள். முஸ்லிம் லீக், இஸ்லாமியர்களிடையே பயத்தையும் வெறுப்பையும் அதே தீவிரத்துடன் பரப்பியது. முஸ்லிம்கள் வன்முறையைக் கையிலெடுக்க போதித்தது.

ஆக டில்லி வெறுப்பும், பகையும், பயமும் அவ நம்பிக்கையும், ஆயுதமும் நிறைந்த நகரமாக ஆகியது. இது காந்திஜியை பெரிதும் பாதித்தது. தன் வாழ்நாளில் எதற்காகப் போராடினாரோ அது அவர் கண்முன்னே நொறுக்கப்படுவதைக் கண்டார். அவரின் தொண்டர்கள் முன்புபோல மக்களிடம் சென்று தைரியமாகப் பேசத் தயாரில்லை. மத அடிப்படைவாதத்தை, தங்களின் நெருக்கத்தால், உண்மையால், உழைப்பால், உற்சாகத்தால் முடமாக்க காந்திய தொண்டர்கள் தயாராக இல்லை. சுதந்திரம் வந்தவுடன் எல்லாம் முடிந்தது என்பதுபோன்று காங்கிரஸ் தலைவர்களும் தொண்டர்களும் நடந்துகொண்டார்கள்.

டில்லி மதவெறுப்புணர்வால் பற்றி எரிவதை மவுண்ட்பேட்டன் பார்த்தார். டில்லியில் நிலைமை கைமீறிப் போய்விட்டால், இந்தியா அவ்வளவுதான் என்ற பயம் அவரிடம் இருந்துகொண்டிருந்தது. அவருக்கு எதன் மீதும், யார் மீதும் நம்பிக்கையில்லை, ஒரே ஒரு மனிதரைத் தவிர. அந்த மனிதரை அவர் மிகுந்த அன்புடன் “சின்னச் சிட்டு” என்றும், “ஒரு மனிதர் பெரும் படை” என்றும் அழைப்பார்.

கல்கத்தாவிலும், கிழக்கு வங்காளத்திலும் அதிசயங்கள் புரிந்த அந்த மனிதர் மட்டும்தான் டில்லியைக் காப்பாற்ற முடியும் என்று நம்பினார்.

ஜனவரி இரண்டாம் வாரத்தில், டில்லியில் இருக்கும் நிலைமை குறித்துப் பேச, மவுண்ட்பேட்டனை காந்திஜி சந்தித்தார். அந்தச் சந்திப்பின் போது குளிரால் நடுங்கிக்கொண்டிருந்த அந்த மனிதருக்கு, எட்வினா மவுண்ட்பேட்டன் ஒரு போர்வையை எடுத்துவந்து போர்த்தினார். காந்திஜியின் நடுக்கம் குறைந்தது. இந்த நடுங்கும் மனிதரால்தான் ஏதாவது செய்ய முடியும் என்று நம்பி, காந்திஜியிடம் டில்லியைக் காப்பாற்ற வேண்டும் என்று மவுண்ட்பேட்டன் கேட்டார். டில்லியின் நிலைமை கைமீறிப் போகாமல் இருக்க நான் கண்டிப்பாக ஏதாவது செய்கிறேன் என்று உறுதிபடச் சொன்னார் காந்திஜி.

காந்திஜி பேசி முடித்துவிட்டுப் புறப்படும் சமயத்தில், பாக்கிஸ்தானுக்கு கொடுக்கப்பட வேண்டிய பணத்தைக் கொடுக்காமல் நிறுத்திவைத்த அமைச்சரவை முடிவை குறிப்பிட்டு, அது சட்டப்படி நிற்காது, அது தவறான முடிவு என்றார் மவுண்ட் பேட்டன். அதை ஒத்துக் கொண்ட காந்திஜி, மனக்கசப்பில் தன் தலையை அசைத்துவிட்டு, வேறு எதுவும் பேசாமல் சென்றார்.

அன்று மாலையில் (12.1.1948) நடந்த பிரார்த்தனைக் கூட்டத்தில் காந்திஜி, தான் சாகும்வரை உண்ணாவிரதத்தை டில்லியில் தொடங்கு வதாக அறிவித்தார். அதன் முக்கிய நோக்கம் இந்துக்களுக்கும், சீக்கியர்களுக்கும், முஸ்லிம்களுக்கும் இடையில் நல்லிணக்கம் கொணருவதுதான். டில்லியில் இருக்கும் இந்து, சீக்கிய அகதிகள் மீது தனக்கு அக்கறை இருக்கிறது, அதற்காக அவர்கள் முஸ்லிம்களை அவர்கள் வீட்டிலிருந்து துரத்திவிட்டு அதில் குடியேறுவதும், அவர்களின் பள்ளிவாசலை ஆக்கிரமித்து தங்குமிடமாக ஆக்குவதும், அங்கு இந்து தெய்வச் சிலைகளை பிரதிஷ்டை செய்வதும் தன்னுடைய நாட்டு மக்கள் நடந்து கொள்ளும் முறையன்று. நிலைமை மாற வேண்டும் என்று அவர் வேண்டினார். அகதிகளுக்கு உறைவிடம் வழங்குவது அரசின் அவசர கடமை என்பதையும் நினைவுபடுத்தினார்.

வேறு எந்த முயற்சியும் பலனற்றுப் போன பிறகு, காந்தி ஒருவரால் மட்டும் நிலைமையில் மாற்றம் கொணர முடியும் என்று காங்கிரஸ் தலைவர்களுக்குத் தெரியும். அவர் ஒருவரால்தான் மக்களிடம் சரியானதைப் பேச முடியும், அவர் சொல்லுவதைத்தான் மக்கள் புரிந்துகொள்ளவும் செய்வார்கள் என்று எல்லோருக்கும் தெரியும். காந்தியும், தன் கடைசி ஆயுதமான சாகும்வரை உண்ணா விரதத்தை பிரயோகிக்க முடிவெடுத்துக் களத்தில் இறங்கிவிட்டார்.

காந்தி மேலோட்டமான பார்வைக்கு மிகவும் எளிமையான மனிதராகத் தோற்றமளிப்பார். ஆனால் மிகவும் பிடிவாதமான மனிதரும் கூட. மென்மையான அவரின் வார்த்தைகளில் மாற்ற முடியாத அழுத்தம் இருக்கும்.

அவர் உண்ணாவிரதம் இருக்கிறார் என்றதும், அவரின் வைத்தியரான சுசிலா நய்யர் அரண்டு போய்விட்டார். காந்தியின் உடல் நிலை மிகவும் மோசமாக இருந்தது. அடுத்தடுத்து அவர் மேற்கொண்ட உண்ணாவிரதங்கள், அந்த தளர்ந்த உடலில் தன் பாதிப்புக்களை ஏற்படுத்தியிருந்தன. 79வது வயதில், இந்த உடல் நிலையில் உண்ணாவிரதம் என்பது, சாவிற்கான வழி என்று அவரின் மருத்துவ அறிவு அவரை எச்சரித்தது. அவர் காந்தியிடம் அதைத் தெரிவித்து, உண்ணாவிரதம் வேண்டாம் என்றார். ராம நாமத்தின் பலம் உடல் நலமும் தரும் என்று காந்திஜி தன் உண்ணாவிரதப் போரில் இறங்கி விட்டார்.

இனி அவர் உயிர் மக்கள் கையில்.

காந்தி சாகும் வரை உண்ணாவிரதம் இருக்கப் போகும் செய்தி, பூனாவில் இருக்கும் இந்து ராஷ்டிர பிரஸில் இருக்கும் டெலிபிரிண்டரில் ஓடியது. அங்கு உட்கார்ந்திருந்த நாதுராம் கோட்சேவும், நாராயண் ஆப்தேவும் அதைப் பார்த்தார்கள்.

"ஆப்தே, இந்தச் செய்தியைப் பார்த்தாயா? இந்தக் கிழவர் மீண்டும் தன் வேலையை ஆரம்பித்துவிட்டார். நம்மை வேலை செய்ய விட மாட்டார். ஒரு நொடியில், பற்றி எரியும் அகதிகள் பிரச்சினையை அணைத்து, அதை அவரின் உயிர்ப் பிரச்சினையாக மாற்றிவிட்டார் பார்த்தாயா? சதிகாரன் இந்த பனியா" என்றான் நாதுராம் கோட்சே.

"எப்போதும் அவர்தான் துருப்புச் சீட்டைக் கையில் வைத்திருக் கிறார். விளையாட்டு அவர் விரும்பிய வழியில்தான் எப்போதும் நடக்கிறது. மொத்த காங்கிரசும் இந்தக் கிழவர் முன்னால் தூசு" என்றான் ஆப்தே.

"இவரின் இந்த விளையாட்டை நாம் அனுமதிக்க முடியாது. இவரை இப்படி விட்டு விட்டால், நாம் கனவு காணும் இந்து ராஷ்டிரம் வராது. இந்தியா, இந்துக்களின் நாடாக மலராது. ஏதாவது செய்ய வேண்டும்"

அவருக்கு எதிராக, அவர் உண்ணாவிரதம் இருக்கும் பந்தலில் போய் ஆர்ப்பாட்டம் செய்வோம். அகதிகளைக் கூட்டிக்கொண்டு

போய், 'காந்தியே செத்துத் தொலை, நீ தொலைந்தால்தான் இந்துக்களுக்கு நல்ல காலம்' என்று முழங்குவோம்.

"என்ன ஆப்தே, இப்படி முட்டாள்தனமாகப் பேசுகிறாய்?"

"என்ன நாதுராம், நான் என்ன தப்பிதமாகச் சொல்லிவிட்டேன்?"

"காந்தியின் உண்ணாவிரதத்தை நாம் எதிர்த்தால் நாம் காலியாகி விடுவோம். அது ஒரு பெரும் காட்டுத் தீ. அதில் முன்னே எதிர்த்து நிற்பது அத்தனையும் எரிந்து சாம்பலாகிவிடும். ஒன்றைப் புரிந்துகொள். இன்றும் மக்கள் காந்தி சொன்னால்தான் கேட்பார்கள். அவருக்கு ஒன்று என்றால் தாங்க மாட்டார்கள். இந்த அடிப்படை உனக்குப் புரியாதா?"

"நம் மதத்தின் பெயரைச் சொன்னால் ஆனானப்பட்ட அக்பர் பாதுசாவிலிருந்து ஆங்கிலேய வைஸ்ராய் வரை எல்லோரும் நடுங்குவார்கள். ஆனால் இந்தக் கிழவர் மட்டும், இந்து மக்களை தான் விரும்பியபடி சுருட்டி மடக்கி எடுத்துச் சாப்பிட்டுவிடுகிறாரே"

"போதும் உன் காந்தி மகாத்மியம். இப்போது நிலைமையைப் பார். காந்தி நம் வலையில் வந்து தானே விழுந்திருக்கிறார் என்று உனக்குத் தெரியவில்லையா?"

"என்ன சொல்லுகிறாய் நாதுராம்?"

"காந்தியின் கதையை முடித்துவிட நமக்கு உத்தரவு வந்து விட்டது உனக்கு மறந்து போய்விட்டதா? தங்களுக்குள் சண்டையிடும் ஆர். எஸ். எஸ்ஸும், இந்து மஹாசபையும் இந்த ஒரு விஷயத்தில் மட்டும் ஒன்றுபட்டு முடிவெடுத்திருப்பது உனக்கு நினைவில்லையா?"

"ஓ! அதைச் சொல்லுகிறாயா? இந்தக் கிழவரைக் கொல்ல ஒரு காரணம் தேடிக்கொண்டிருந்தோம். இதை வைத்து அவர் கதையை முடித்துவிடலாம் என்று சொல்லுகிறாயா?"

"ஆமாம் நமக்கும் நேரம் ஓடிக்கொண்டிருக்கிறது. என்ன செய்கிறாய் என்று வேறு தாத்யராவ் கேட்டுக்கொண்டிருக்கிறார். நாமும் எதையாவது செய்ய வேண்டும்" என்றான் நாதுராம் கோட்சே.

அங்கு நிசப்தம் நிலவியது. டெலிபிரிண்டரின் சத்தம் மட்டும் கேட்டுக்கொண்டிருந்தது. நாதுராம் கோட்சேக்கு தன் இதயத்தின் துடிப்பு அதிகமாகி தனக்கு மட்டும் கேட்பதாய் உணர்ந்தான்.

"ஆப்தே" என்று அழைத்து, அவன் கண்ணை உற்றுப் பார்த்து, "இந்த முறை நாம் காந்தியைக் கொல்லுகிறோம். அந்த ராமநாமத்

துரோகியை, அந்த ராவணனை நாம் கொல்லுவோம்'' என்றான் நாதுராம் கோட்சே.

அவர்கள் இருவரும் பேசவில்லை. அங்கு நிலவிய அமைதியே அவர்களுக்கு பெரும் அழுத்தத்தைக் கொடுத்தது.

“தாத்யராவ் சொல்லிவிட்டார் என்பது இருக்கட்டும், இது நம்மால் முடியுமா?'' என்றான் ஆப்தே.

“ஆப்தே, காந்தி ஒரு மனிதர் இல்லை. அவர் ஒரு கொள்கை. நமக்கு எதிரான கொள்கை. நாம் விரும்புகிறோமோ இல்லையோ, கொள்கைகள் மனித மனங்களை இயக்குகின்றன, வழிநடத்துகின்றன. நாம் வெற்றி பெற வேண்டும் என்றால் நம் கொள்கை வெற்றி பெற வேண்டும். நம் கொள்கை வெற்றி பெற வேண்டும் என்றால், காந்தியின் கொள்கை தோற்கவேண்டும், அதற்கு காந்தியை அழிப்பதைத் தவிர வேறு வழியில்லை. காந்தியின் அழிவில்தான் இந்து ராஷ்டிரம் மலர முடியும்'' என்று தன் வார்த்தைகளை அளந்து மெதுவாகப் பேசினான் நாதுராம் கோட்சே.

அப்போது, மயானத்தில் மலர்ச்செடிகள் அழகாகப் பூத்துக் கிடப்பது ஆப்தேக்கு ஏனோ நினைவில் வந்தது. அதை அவன் நாதுராம் கோட்சேயிடம் பகிர்ந்துகொள்ளவில்லை.

“ஆப்தே, நீதான், ஹைதராபாத்தின் சுங்கச் சாவடியைக் கொள்ளை யடிப்பதைப் பற்றிச் சொல்லிக்கொண்டிருக்கிறாய், பாக்கிஸ்தானுக்கு ஆயுத வண்டி பூனாவிலிருந்து போகும்போது தாக்குவதாய்ச் சொல்லிக் கொண்டிருக்கிறாய். இதன் முன்னே அவையெல்லாம் ஒன்றுமில்லை. நாம் செய்வது இந்த நாட்டின் வரலாற்றின் மையப் புள்ளியாக மாறும். இது வரலாற்றை மாற்றி எழுத வைக்கும்'' என்றான் நாதுராம் கோட்சே. ஆப்தே பேசாமல் இருந்தான்.

“ஆப்தே, நாம் இனி நாளைக் கடத்த முடியாது. தாத்யராவ் என்ன செய்கிறாய் என்று கேட்க ஆரம்பித்துவிட்டார். இனி நாம் செயலில் இறங்க வேண்டியதுதான். நமக்கு டில்லியின் பெரிய மனிதர்கள் திரை மறைவுக்குப் பின்னால் துணையிருக்கிறார்கள் என்று சொல்லியிருக்கிறார். ஆகவே, துப்பாக்கியே நம் பிரம்மாஸ்திரம். அதை வைத்து இந்தக் குருஷேத்திரத்தில் அந்தத் துரியோதனனை நாம் வீழ்த்துவோம்'' என்றான் நாதுராம் கோட்சே.

கோட்சேயின் உற்சாகம் ஆப்தேயைப் பற்றவில்லை. அதை அவன் வெளிக்காட்டிக் கொள்ளவில்லை.

“நாராயண், என்றைக்கு இதை நடத்தலாம்?” என்று கேட்டான் நாதுராம் கோட்சே.

“பஞ்சாங்கத்தைப் பார்த்து ஒரு நாளை நீயே குறித்துச் சொல்” என்றான் ஆப்தே.

“ஜனவரி 20ஆம் தேதி, மாலை பிரார்த்தனைக் கூட்டத்தில் அந்தக் கிழவர் கதையை முடித்து விடுவோம்” என்றான் நாதுராம் கோட்சே.

“அதுவரை அவர் உண்ணாவிரதம் இருந்து உயிரை விடாமல் இருக்க வேண்டும். அவர் உண்ணாவிரதம் இருந்து உயிர் விட்டாரென்றால், அவர் புகழைக் கொல்ல முடியாது. நம் இந்து ராஷ்டிரம் வெறும் கனவாகதான் முடியும்”

“அதற்கு காங்கிரஸ்காரர்கள் அனுமதிக்க மாட்டார்கள். எப்படி யாவது உண்ணாவிரதத்தை நிறுத்திவிடுவார்கள். அதனால்தான் தைரியமாக பிரார்த்தனைக் கூட்டம் என்று நான் சொன்னேன்” என்றான் நாதுராம் கோட்சே. அதன்பின் நாராயண் ஆப்தே தன் வீட்டிற்குப் புறப்பட்டான்.

தன் வீட்டிற்கு பைக்கில் செல்லும்போது, கவனம், வாகனம் ஓட்டுவதினும் கோட்சேயின் வார்த்தைகளை அசைபோடுவதில் முழுக்க இருந்தது. காந்தியைக் கொன்றுவிடலாம். அதனால் ஏற்படும் விளைவுகள் தன்னைப் பொறுத்தவரை பயங்கரமாக இருக்கும் என்று அவனுக்குத் தோன்றியது. தன் மன வளர்ச்சி சரியில்லாத மகன் நிலைமை என்னாகும் என்ற கவலை அவனை அரிக்க ஆரம்பித்தது. குழந்தைகளுக்கு உடல் நிலைமை சரியில்லாவிட்டாலோ அல்லது வளர்ச்சி குன்றியவர்களாக இருந்தாலோ அவர்கள் மீது பெற்றோருக்கு பாசம் குறைவதற்குப் பதில் கூறுவதுதான் உலக நடைமுறை. அப்படித் தான் தன் மகன் பாப்பன் மீது ஆப்தே உயிரையே வைத்திருந்தான். தந்தையின் ஆதரவும், பணமும் இல்லாமல் புத்தி சாதுரியம் அற்ற அவன் இந்தக் கொடிய உலகை எப்படிச் சந்திப்பான் என்பது ஆப்தேக்கு மிகவும் கவலையாக இருந்தது. கூடவே இந்தப் பெண் மனோரமா சால்வி வேறு அவனையே நம்பியிருக்கிறாள்; அவள் வயிற்றில் தன் குழந்தையைச் சுமக்கிறாள். தனக்கு ஒன்று என்றால் அந்த இருவரின் நிலைமை என்ன என்ற கவலை வேறு அவனை வருத்தியது.

என்ன இருந்தாலும் காந்தி சாமான்ய மனிதரா? நான் என்னதான் சொன்னாலும் அவர் ஒரு மகாத்மா இல்லையா? அவரைப் போல நல்ல மனிதரை தன் இயக்கங்களில் கண்டது இல்லை. திட்டமிட்ட

காரியத்தை அடைய எத்தகைய வழிமுறைகளைப் பின்பற்றினாலும் அவர்களுக்குக் கவலையில்லை. யார் அழிந்தாலும் அவர்கள் கவலைப் படுவதில்லை. காந்தி அப்படிப்பட்ட மனிதரில்லை. அவர் நல்லவர். அவரின் நன்மைத்தனமே என்னைப் போன்ற மனிதனிடம் தன் இயலாமையின் வெளிப்பாடாக, வெறுப்பாக வெளிப்படுகிறது. அவருக்கு எவருமே எதிரியில்லை. அவர் யாருக்கும் பயப்படுவது இல்லை. யாரையும் பயமுறுத்துவது இல்லை. ஏழையோடு நின்று அவன் ஆடையணிந்து அவனுக்காகப் பேசும் மனிதர். எதிரான கொள்கையை எதிர்த்து சமரசமில்லாமல் அஹிம்சை வழியில் தொடர்ந்து போரிடுவார். ஆனால் எதிரியை அவர் அழிக்க நினைப்பது இல்லை. இப்படி ஒரு மகாத்மாவைக் கொல்லுவது சரியா என்ற கேள்வி அவனிடம் தோன்றி மறைந்தது.

வன்முறையால் நல்லது பிறக்குமா?

இரத்தக் கறை படிந்த கையால் நன்மைத்தனத்தை எப்படி பிரதிஷ்டை செய்ய முடியும்?

“அவரைப் பொது அரங்கில் கேவலப்படுத்தும் வகையில் நடந்திருக்கிறேன், அது அந்த நேரத்தில் ஒருவித வேட்டைச் சுகத்தைத் தரும். அதை காந்தியும் பெரிதாக எடுத்துக் கொள்வதில்லை. ஆனாலும் கொல்லுவது என்பது என்ன கொடூரமான காரியம்? அவரைக் கொல்ல வேண்டும் என்று பலமுறை தன் நண்பர்களோடு வெறுப்பில் நான் சொல்லியிருக்கலாம். ஆனால் ஒருபோதும் தன்னைப் போன்ற மனிதருக்கு கெடுதல் செய்திராத காந்தியைக் கொல்லுவது சரியா?” என்ற கேள்வி அவனை முள்ளாய்க் குத்தியது.

அவனால் வண்டியை ஓட்ட முடியவில்லை. ஒரு சிறு கடையின் முன்னே நிறுத்தினான். ஒரு சோடா வாங்கினான். என்ன செய்கிறோம் என்று தெரியாமல் சோடாவைக் கொண்டு முகத்தைக் கழுவினான். கடைக்காரன், “பண்டிட், என்ன செய்கிறீர்கள்? சோடாவைக் குடிக்க வில்லையா?” என்று கேட்டான். அப்போதுதான் தான் செய்வது அவனுக்குப் புரிந்தது. மீதமிருந்த சோடாவை வாயில் ஊற்றிவிட்டு, வண்டியில் புறப்பட்டான்.

நாதுராம் கோட்சேக்கு என்ன? அவனுக்கு மனைவி, பந்தம் பிள்ளை குட்டி என்று எதுவும் கிடையாது. அவன் படுத்தால் காடு என்று காந்தியைக் கொன்றுவிட்டு தூக்குமேடை ஏறிவிடுவான். தன் நிலை அப்படியா?

இதுவரை நான் இந்து தேசம் உருவாக வேண்டும் என்ற கொள்கைக்காக, என்னால் முடிந்த அளவில் உழைத்திருக்கிறேன். அதில் நான் சிறிதும் தளர்ந்துவிடவில்லை. பிராமணன் தன் இந்து மதத்தை எப்படி தளர்வடைய பார்த்துக்கொண்டிருக்க முடியும்? பிராமணனின் மேன்மை, இந்து மதம் தன் பீடத்தில் இருந்தால்தான் செல்லுபடியாகும். பிராமணன் தன்னைக் காத்துக்கொள்ள இந்து மதத்தைக் காத்துக்கொள்ளத்தான் வேண்டும். எனக்கு என் பிராமண வருணம் எல்லாவற்றையும் விட முக்கியம். நான் எதையும் இழப்பேன், ஆனான் நான் பிராமணன் என்ற அடையாளத்தை இழந்துவிட முடியாது. இது என் உயர்வின் சின்னம்.

ஆனால், காந்தி சாதியில்லா சமூகத்தை அஹிம்சை வழிமுறையில் கட்டமைக்க வழி வகுக்கிறார். எல்லா சாதி மக்களையும் பிராமணருக்குப் போட்டியாக சமூக, அரசியல், பொருளாதார, கலைத் துறையில் வளர்க்க அவர் தூண்டுகிறார். வெள்ளையர் போனவுடன் அந்த இடத்தை மராத்தாவில் பேஷ்வாக்கள் பிடித்துக்கொண்டது போல திட்டமிட்டிருந்த மகாராஷ்டிர பிராமணர்களின் கனவைச் சிதைத்தவர் அவர். திலகரை அரசியலில் ஓரம் கட்ட வைத்தவர். ஆகவே என் பிராமணத்துவம் நிலைநிறுத்தப்பட காந்தியை நான் கொன்றாக வேண்டும் என்ற கடமை தனக்கிருக்கிறது என்று தன்னை சமாதானப்படுத்தினான்.

"எதையும் நான் விட்டுக் கொடுப்பேன், என் சாதியின் உயர்வைத் தவிர" என்று அவன் தனக்குள் சொல்லிக்கொண்டான். அதில் அவன் சமாதானம் அடைந்தான். அவன் குழப்பம் நீங்கியதாய் உணர்ந்தான். போய் மது அருந்திவிட்டு நிம்மதியாகத் தூங்கினான்.

செய்தியறிந்து சாவர்க்கரும் அன்று தூக்க மருந்து இல்லாமல் தூங்கினார்.

பாக்கிஸ்தானுக்குத் தர வேண்டிய பணத்தைத் தராமல் நிறுத்தி வைப்பது தவறான முடிவு என்பது அரசுக்குப் புரிந்துவிட்டது. ஆனால் தம் முடிவை தாமே மாற்றினால், மக்கள் கொதிப்பைச் சந்திக்க வேண்டி யிருக்கும். படேல் அதை வெளிப்படையாகச் சொன்னார், "முஸ்லிம்கள் ஏற்கெனவே நம் மீது கோபமாக இருக்கிறார்கள். இப்போது இந்துக்களின் கோபத்தையும் நாம் சம்பாதித்துக்கொள்ள முடியாது"

ஆனாலும் காந்தியின் உண்ணாவிரத முதல் நாளன்றே தன் தவறான முடிவை அமைச்சரவை மாற்றி பாக்கிஸ்தானுக்கு பணம்தர ஒப்புக்கொண்டது. காந்தியின் உண்ணாவிரத அழுத்தத்தால் அரசு பணிந்தது என்பது போன்று செய்திகள் வெளியாயின. அது அரசுக்கு

தன்னைக் காப்பாற்றிக்கொள்ளும் முகாந்திரமாகத் தோன்றியது. ஆகவே அதை வெளிப்படையாக மறுக்கவில்லை. அந்த முடிவு வெளியான நான்கு நாட்களுக்குப் பின்னாலும் காந்திஜியின் உண்ணாவிரதம் தொடர்ந்தது. காந்திஜியின் இலக்கு வேறு.

ஆனால் ஆர்.எஸ்.எஸ், இந்து மகாசபை போன்ற அடிப்படைவாத இயக்கங்கள் காந்திக்கு எதிராக அகதிகள் மத்தியில் வதந்திகளைச் செய்திகளாகத் திரித்து அவர்களின் காதோரம் பேசத் தொடங்கின. மக்களின் நெஞ்சோடு பேசும் காந்தியின் கருத்துக்களைக் கேட்க மறுக்க அவர்கள் மக்களைத் தயார்படுத்தினார்கள். பல இடங்களில், காங்கிரஸ்காரர்களும், தேர்ந்த அரசியல்வாதிகளாக மாறி, இந்து அடிப்படைவாதிகளைப் போல பேச ஆரம்பித்தார்கள்.

காங்கிரஸ் தடுமாறுகிறது என்று அடிப்படைவாத இயக்கங்கள் புரிந்துகொண்டன. மக்களை தன்வசம் வைத்துக்கொள்ள காங்கிரஸ் உழைப்பை நம்பாமல் பதவியையும், அதிகாரத்தையும் முடிவுகளையும் நம்ப ஆரம்பித்துவிட்டது. இப்போது மக்களுக்கும் காங்கிரசுக்கும் ஏற்பட்ட இடைவெளியை இட்டு நிரப்பும் ஒரே மனிதர் காந்தி மட்டும் தான். மக்கள் அவரை மட்டும்தான் நம்புகிறார்கள். அடிப்படைவாத இயக்கங்களுக்கு அவர் ஒருவர்தான் தடையாக நிற்கிறார். கொள்கை யளவில் போரிட்டு வெற்றி காண அவரிடம் முடியாது. அவர் எந்தக் கணத்திலும், போர்க்களத்தை தன் பக்கம் வசியப்படுத்திவிடும் ஆற்றல் கொண்டவர். ஆகவே கொள்கை வழியில் அவரை எதிர்ப்பதினும் கொலை எளிதானது என்று அவர்கள் முடிவெடுத்தார்கள்.

அவர்களின் வெறுப்பு எந்த அளவிற்கு இருந்தது என்றால் இந்து, தீவிர வாதிகள் தங்களின் செருப்பில் காந்தி, நேரு படத்தை வைத்து அதன் மீது தங்களின் பாதத்தை வைத்து நடந்தார்கள். தாக்குதல் பயிற்சியின் போது, குறியாக காந்திபடத்தை வைத்து அதை தாக்கச் சொல்லி பயிற்றுவித்தார்கள். காங்கிரஸில் இருப்பவர்கள் ஆர்.எஸ்.எஸ்ஸில் இருக்கக் கூடாது என்று ஆர்.எஸ்.எஸ். தடைவிதித்திருந்தது.

1934இல் வார்தாவில் நடந்த ஆர்.எஸ்.எஸ் முகாமைப் பார்வையிட காந்தியை அழைத்திருந்தார்கள். அவரும் வந்தார். ஆனால் ஆர்.எஸ்.எஸ்ஸைப் பாராட்டி காந்திஜி எதுவும் பேசவில்லை. ஆர்.எஸ்.எஸ் மீதான தடை விதிக்கும் தீர்மானம் தொடர்ந்து நீடிக்கட்டும் என்றார் காந்தி.

அப்போது ஆர்.எஸ்.எஸ் சேவையை ஒருவர் பாராட்டியபோது "ஹிட்லரின் நாஜிப்படையும் முசோலினியின் ஃபாசிஸ்ட் படையும்

இது போலத்தான் சேவை செய்தன என்பதை மறக்க வேண்டாம்" என்றார் காந்தி.

இந்த அடிப்படைவாத இயக்கங்களுக்கும் காந்திக்கும் ஒரு ஒற்றுமையும் வித்தியாசமும் இருந்தன. காந்தியும் அந்த இயக்கங்களும் மக்களை அணுகினர். ஆனால் அவைகள் இந்துக்களுக்கு மட்டும் பாதுகாவலன். காந்தி அனைத்து மனிதர்களுக்கும் பாதுகாவலன். இந்துக்களின் உடலைப் பாதுகாப்பதும், அதன் மறைமுகமான சனாதனிகளின் ஆதிக்கத்தை நிறுவுவதும் மட்டுமே அவர்களின் நோக்கம். காந்திஜி மனித ஆன்மாவை, மனங்களை, உயிரை மேம்படுத்துவதும் தன் பணியெனக் கண்டவர். அவர் வெள்ளையர் ஆதிக்கத்தையும் எதிர்த்தவர்; இந்து ஆதிக்கத்தையும் எதிர்த்தவர்; முஸ்லிம் ஆதிக்கத்தையும் எதிர்த்தவர். ஆதிக்க சக்திகளின் மீது ஓய்வில்லாது அவர் போரிட்டார். இந்த உண்ணாவிரதமும் அந்த சக்திகளின் மீது அவர் தொடுத்த கடைசிப் போர். தான் மக்கள் போராளி என்பதை அவர் தொடர்ந்து நிரூபித்துக்கொண்டிருந்தார்.

சித்தாந்தம் முக்கியமா மக்கள் முக்கியமா என்றால், மக்களைத் தான் அவர் தேர்வு செய்தார். அவருக்கு எல்லா மக்களும்தான் முக்கியம். அதுதான் காந்திக்கும் அவரின் எதிரிகளுக்கும் உள்ள மிகப் பெரிய வித்தியாசம். அவருக்கு எல்லோரின், அவரின் எதிரிகளின் நலனும் சேர்த்து முக்கியம்.

அவர் உண்ணாவிரதத்தால் டில்லியில் முஸ்லிம்களின் கொலை உடனடியாக நின்றது. பாக்கிஸ்தானிலும் இந்துக்களைக் கொல்லுவது நிற்கும் என்று எதிர்பார்த்தார்கள். அது நடக்கவில்லை.

காந்திஜியின் உண்ணாவிரதத்தைப் பற்றிப் பேசிக்கொண்டிருந்த ராகவன், செந்தூர் பாண்டியனிடம், "உன்னிடம் ஒன்று கேட்க வேண்டுமென்று நினைத்துக்கொள்வேன். உன் படிப்பு எப்படியிருக்கிறது" என்று கேட்டான்.

"சூத்திரர்கள் பற்றியதைத்தானே கேட்கிறாய்? நான் எதிர்பார்த்ததை விட ஆழமாகப் படிக்கிறேன். படிக்கும்போது ஒரு தெளிவு கிடைக்கிறது"

"எம். ஏ. அரசியல் எடுத்துப் படித்து, இதைப் பற்றி டாக்டரேட் பண்ணலாமே."

"எனக்கு இதைப் பற்றி ஒரு புத்தகம் எழுதவேண்டும் என்று இருக்கிறது"

“நீயும் எழுத்துத் துறைக்கு வருகிறாயா, சந்தோசம். ஏண்டா சூத்திரர்களைப் பற்றி படிக்க வேண்டும் என்று உனக்கு எப்படித் தோன்றியது”

“இரண்டு காரணங்கள். ஒன்று நானும் ஒரு சூத்திரன். இன்னொன்று காந்திஜி, அடுத்த பிறவி என்றிருந்தால் நான் சூத்திர வருணத்தில் பிறக்க வேண்டும் என்றார். காந்திஜி எதையும் உள்ளர்த்தம் இல்லாமல் சொல்லமாட்டார். ஆகவே படிக்கத் தோன்றியது”

“தப்பாய் நினைத்துக்கொள்ளாதே. சூத்திர அறிவாளிகளிடம், சனாதனிகள் மீது ஒருவித கோபமும், பழி தீர்க்க வேண்டும் என்ற வெறுப்பும் இருப்பதை நான் பார்த்திருக்கிறேன்.”

“நான் எப்படி என்று கேட்கிறாய், அப்படித்தானே? எனக்கு அந்த உணர்வு இல்லை. இந்திய சூழலில், சூத்திரர்கள், வந்த ஆரியர்களின் அரசியல் அடிமைகள். ஆகவே, உலகில் இருக்கும் எல்லா சமூகங்களில் இருப்பதைப் போல, அடிமைகள், அடி நிலையில் இருக்கவும் சுரண்டவும் உருவாக்கப்பட்ட சமூகப் பகுப்பாய் இந்தியாவிலும் சூத்திர சமூகம் தோன்றியது. இங்கு அதற்கு ஒரு மத முலாம் பூசப்பட்டு நிரந்தரமாக்கப் பட்டது. மாற முடியாத தன்மை தோன்றியது. இதைப் புரிந்து கொண்டால் கோபம் வராது.”

“பிறப்பால் நான் ஒரு பிராமணன். பிராமணர்களைப் பற்றி நீ என்ன நினைக்கிறாய்?”

சிரித்த செந்தூர் பாண்டியன், “பிராமணர்களைப் பற்றியா அல்லது பிராமணத்துவத்தைப் பற்றியா?”

“சரி, இரண்டையும் பற்றிச் சொல்லேன்”

“எனக்கு பிராமணர்களைப் பற்றி உயர் மதிப்பு உண்டு. அவர்கள் சமூகம் சேர்த்த எழுத்து அறிவின் சேமிப்பு. அவர்கள் அறிவின் மேட்டில் இருக்கும் மேதைகள். மரபார்ந்த அவர்களின் இருப்பு அவர்களுக்கு துணையாக இருக்கிறது. அவர்கள் உயர்ந்த தகுதி படைத்தவர்கள். சமூக தகுதியாக்கத்தின் உச்சியில் அவர்கள் இருக்கிறார்கள். அவர்களைப் பார்த்து மற்றவர்கள் தம்மை உயர்த்திக்கொள்ளும் உயர் நிலையில் இருக்கிறார்கள். பொதுவாக அவர்களிடம் சிறுமைக் குணம் இருப்பதில்லை.”

“நன்றியடா”

“எதற்கு நன்றி சொல்லுகிறாய்?”

"பல பிராமணரல்லாதவர்கள், எங்களிடம் உள்ளொன்று வைத்து புறம் வேறொன்று பேசுவார்கள், ஆனால் நீ எப்போதும் மனதில் பட்டதை நேர்மையாகப் பேசுபவன். ஆகவே உண்மையாக எங்களைப் பற்றிப் பேசும்போது ஒரு நல்ல அதிர்வு என்னிடம் ஏற்படுகிறது."

"நீ பிராமணன் என்ற உணர்வு உன்னிடம் இருக்கிறதா?"

"ஆமாம், அதை என்னால் போக்க முடியவில்லை. நான் பிராமணத்துவத்துக்கு எதிரானவன் என்றாலும் இந்த உணர்வு என்னிடம் இருக்கிறது என்பது உண்மை."

"என்னிடமும் என் சாதி உணர்வு மறைவாக இருக்கத்தான் செய்கிறது. ஆனால் லாகூரில் வித்தியாசமான சூழலில் வளர்ந்ததால் என்னிடம் ஆழமாக வேரோடி இல்லை."

"நாம் அடிப்படையில் இந்துமத உணர்வுகள் கொண்டவர்கள். அதன் சாதிய பகுப்பு நம்மையும் விடவில்லை. ஆனாலும் முன்பு சாதி பெரும் வெறியாக இருந்தது. நம் தமிழ்நாட்டில் அதனடிப் படையில் எவ்வளவு போர்களும் சண்டைகளும் நடைபெற்றிருக் கின்றன. இன்று அதன் வேகம் தணிந்திருக்கிறது. அது நல்லதுதானே. அது இன்னும் நெருக்கத்தை, சமத்துவத்தைத் தரணும்" என்று இருவரும் பேசிக்கொண்டிருந்தார்கள். இதை உள்ளிருந்து எல்லம்மா கேட்டுக்கொண்டிருந்தாள்.

18. 'நன்கு பயிற்சி பெற்ற உங்கள் மனசாட்சி எதைச் சரியென்று சொல்லுகிறதோ அதைச் செய்யுங்கள்'

ஜனவரி 13, 1948

"அரிவாளுக்குப் பதிலாக கடைசியாக எடுக்கக் கூடிய ஆயுதம்தான் உண்ணா நோன்பு. எனது முஸ்லிம் நணபர்களுக்கு அளிக்க என்னிடம் எத்தகைய பதிலும் இல்லை. எனது இயலாமை என்னை சித்திரவதை செய்து வந்தது. நான் உண்ணா நோன்பு மேற்கொண்டவுடன் அந்த உணர்வு அகன்றுவிடும். ஒரு மனிதன் தூய்மையானவனாக இருந்தால் அவனால் கொடுப்பதற்கு, அவனது உயிரைத் தவிர மதிப்புமிக்கது எதுவுமில்லை" என்று சொல்லி பிர்லா மாளிகையில் காந்தி தன் உண்ணா நோன்பை 11.55க்குத் தொடங்கினார்.

"வைஷ்ணவோ ஜன தோ தேனே ககியே..." ("கடவுளின் மனிதன் யாரென்றால்") என்று தொடங்கும் காந்திஜிக்கு பிடித்த பாடல் பாடப்பட்டது.

அகதிகளுக்கு வாழ்விடங்கள் வழங்கப்பட வேண்டும்; முஸ்லிம் களின் வீடுகளும், மசூதிகளும் ஆக்கிரமிக்கப்படக்கூடாது; டில்லியில் இந்து முஸ்லிம் சீக்கியர்களிடம் நல்லிணக்கம் உருவாக வேண்டும் என்பதே காந்தியின் உண்ணாவிரத கோரிக்கையாக இருந்தது. அகதிகளை திரும்பவும் மேற்கு பஞ்சாபுக்கு திருப்பி அனுப்பும் கோரிக்கை எதையும் காந்திஜி வைக்கவில்லை. பாக்கிஸ்தானுக்கு தருவதாக ஒத்துக்கொண்ட நிதி பற்றியும் காந்திஜி கோரிக்கை எதுவும் வைக்கவில்லை.

தன்னிடம் சொல்லாமல் காந்திஜி உண்ணாவிரதத்தை ஆரம்பித்து விட்டாரே என்று உள்துறை அமைச்சர் சர்தார் படேலுக்கு வருத்தம். காந்தி வைத்திருந்த கோரிக்கைகள் எல்லாம் உள்துறை அமைச்சராக இருந்த தன் செயல்பாட்டைக் குறை சொல்லுவதாக இருந்ததாய் அவர் உணர்ந்திருக்க வேண்டும். காந்தி சொல்லுவது எதையும் தான் செய்யத் தயாராக இருப்பதாக ஒரு தகவலை அனுப்பிவிட்டு, காந்தியை வழக்கமாக வந்து பார்ப்பதைப் போல வராமல், அகமதாபாத்துக்கும், பம்பாய்க்கும் படேல் புறப்பட்டுச் சென்றார்.

நேருவும் இந்த முறை காந்திஜியின் உண்ணாவிரதத்தை நிறுத்த பெரிய முயற்சி எடுப்பதாய்த் தெரியவில்லை.

ஆனால், செப்டம்பரில் டில்லிக்கு வந்ததிலிருந்து இன்றைக்குத் தான் காந்தி மிகவும் மகிழ்ச்சியாக இருப்பதாக அவரோடு துணையிருந்தவர்கள் சொன்னார்கள்.

காந்தியும் கோட்சேயும் ஒரே நேர்கோட்டில் பயணிக்கிறார்களா? இருவரும் மகிழ்ச்சியாக இருக்கிறார்கள்.

காந்திஜி உண்ணாவிரதம் இருக்கப் போகிறார் என்ற செய்தியைப் படித்தவுடன், செந்தூர் பாண்டியனுக்கு சட்டென ஒன்று மனதில் தோன்றியது.

"இதுவரை நான் காந்தியை நேரடியாகப் பார்த்ததில்லை. சென்ற முறை லாகூரிலிருந்து வரும்போதும் அவரைப் பார்க்க முடியவில்லை. இந்த முறை கண்டிப்பாக சில நாட்கள் எங்கும் போகாமல் அவர் பிர்லா மாளிகையில்தான் இருப்பார். அப்போது அவரை தரிசிக்க வேண்டும். அவர் உண்ணாவிரதம் இருக்கும் போது அவரைச் சுற்றி மாபெரும் ஆற்றல் அதிர்வுகள் இருக்குமாம், அதை நேரடியாக அனுபவித்தால் தான் அதைப் புரிந்துகொள்ள முடியும் என்று நான் கேள்விப்பட்டிருக்கிறேன். ஆகவே உடனே டில்லிக்கு போய் காந்திஜியருகில் இருக்க வேண்டும்" என்று மனதுக்குள் நினைத்துக்கொண்டான்.

"ராகவன், காந்திஜி சாகும் வரை உண்ணாவிரதம் அறிவித்திருக் கிறாரே" என்றான் செந்தூர் பாண்டியன் பத்திரிகையைப் புரட்டிக் கொண்டே.

"ஆமாம். பலர் பட்டினி கிடக்கும் இந்த நாட்டில் ஒரு மனிதரின் பட்டினி தேசத்தின் ஆன்மாவை அசைக்கிறது, இது ஒரு அற்புதம் இல்லையா?" என்றான் ராகவன்.

"மிகச் சரியாகச் சொன்னாய். காந்தியை நேரில் பார்த்திருக்கிறாயா?"

"சின்ன வயதில் அவர் கூட்டத்திற்கு அம்மா என்னை எடுத்துச் சென்றாளாம். நான் கைக்குழந்தை. 'இவர்தான் குழந்தை, காந்திஜி' என்று எனக்குச் சொல்லிக் காண்பித்துக் கொண்டிருந்தாளாம். அந்த திருநெல்வேலி கூட்டத்தில்தான் காந்திஜி, பீகார் பூகம்பம், ஹரிஜன்களை கோயிலினுள் அனுமதிக்காததால் ஏற்பட்ட கடவுளின் சாபம்" என்றாராம்.

"நான் சிறு பிள்ளையாக இருக்கும்போது என்னையும் தன்னோடு காந்திஜி கூட்டத்துக்கு எடுத்துச் சென்றதாக அப்பா சொல்லுவார். எனக்கு இப்போது காந்தியை பார்க்க வேண்டும் என்று ஆசையாக இருக்கிறது. நான் டில்லிக்குப் போய் உண்ணாவிரதம் இருக்கும் காந்தியின் அருகில் இருக்க வேண்டும், அப்போதுதான் என் மன வலிகள் எனக்கு மாறும் என்றிருக்கிறது."

"அதெப்படி சொல்லுகிறாய்?"

"நம்மைவிட பெரிய துக்கங்களை காணும்போது நம் துயரங்கள் சிறுத்துப்போய்விடும்"

"அது சரிதான். ஆக பூனா உனக்கு அலுத்துவிட்டது"

"அப்படியில்லையடா. என் எதிர்காலம் என்னவென்று என்னால் முடிவெடுக்க முடியாமல் இருக்கிறது. ஒருவேளை அந்த மகாத்மா முன்னிலையில் எனக்கு ஒரு வழி பிறக்கலாம் என்று மனது சொல்லுகிறது."

"சரி, எங்கேயிருந்தால் மகிழ்ச்சியாக இருக்கிறோமோ அங்குப் போவதில் தப்பில்லை. எப்போது போகப் போகிறாய்?"

"இன்றைக்கு அல்லது நாளைக்குப் போகலாம் என்றிருக்கிறேன்"

"உடனேயா? டில்லியில் குளிராக இருக்கிறதாம்."

"லாகூர் குளிரைப் பழகிய எனக்கு ஒன்றும் கஷ்டமாக இருக்காது. எனக்கு பணம் வேண்டும்."

"நான் தருகிறேன்"

"நீ தருவாய். என் நகை இருக்கிறது. அதை இந்த எல்லம்மாவிடம் கொடுத்து விற்றுத் தரச் சொல். அது போதும்."

"அது இருக்கட்டுமே. குடும்பத்து நகையாக இருக்கிறதே"

"குடும்பமே இல்லை. பிறகு என்ன குடும்ப நகை. எல்லம்மாவிடம் சொல்லு" என்றான் செந்தூர் பாண்டியன்

அவன் நகைப் பொட்டலத்தை எடுத்து வந்து, அதில் சலேலாவின் நகையை எடுத்து, "எல்லம்மா அக்கா!, இது உங்கள் மகளின் கல்யாணத்துக்கு இப்போதே என் பரிசு" என்று கொடுத்தான் செந்தூர் பாண்டியன்.

"தம்பி இவ்வளவு பெரிய பரிசு வேண்டாம். நான் வாங்க மாட்டேன்" என்றாள்.

"இதை வாழுகின்ற ஒரு பெண் போடும்போதுதான் இந்த நகையின் சொந்தக்காரிக்கு மகிழ்ச்சியாக இருக்கும். வைத்துக்கொள்ளுங்கள். நான் முழுமனதோடு தருகிறேன்" என்று அவள் கையில் திணித்தான். அவள் அதை வாங்கும்போது அழுதுவிட்டாள்.

இன்னொரு நகையை எடுத்துக்கொடுத்து, "இதை விற்று அந்தப் பணத்தை என்னிடம் கொடுங்கள். நான் நாளைக்கு டில்லிக்குப் போகிறேன்" என்றான்.

"எப்போது திரும்ப வருவீர்கள்?" என்று அவள் கேட்டாள்.

"அது காந்திக்குத்தான் தெரியும்" என்று சிரித்துக்கொண்டு அவன் சொன்னான்.

"காந்திஜி எப்போதும் நல்ல வழிதான் காட்டுவார்" என்றாள் எல்லம்மா.

காலையில் எழுந்த ஆப்தே உற்சாக மனநிலையோடு வீட்டு வாசலைவிட்டு வெளியில் வந்தான். எதிர் வீட்டு மாடத்தில் இரண்டு புறாக்கள் கூடு கட்டி குஞ்சு பொறித்திருந்தன. அந்தக் கூட்டிலிருக்கும் குஞ்சுகளை பிடித்துத் தின்ன, ஒரு பூனை அந்த மாடத்தின் கீழிருந்து மேலே ஏற முயன்று கொண்டிருந்தது. மாடத்தில், கூட்டின் முகப்பில் இருந்து அந்த இரு புறாக்களும் அந்தப் பூனையை கண்ணை அசைக்காமல் பார்த்துக்கொண்டிருந்தன. அந்தப் பூனையால் கூட்டுக்கு அருகில் வரமுடியாது, அப்படியே வந்தாலும் அதைக் கொத்தித் தாக்க அந்தப் புறாக்களும் தயாராய் இருந்தன. இந்தப் பறவைகளுக்கு இருக்கும் பாசம் தனக்கில்லையா என்று தன்னைக் கேட்டான். அவனுக்கு வருத்தம் தோன்றியது. இப்படி மாச்சரியங்களில் நான் சிக்கக்கூடாது என்று தனக்குள் சொல்லிக்கொண்டு அன்றைய வேலைகளைப் பார்க்கப் புறப்பட்டான்.

"காந்தியை எப்படிக் கொல்லுவது?" என்று கேட்டான் நாதுராம் கோட்சே.

"அதற்கு ஒரு ரிவால்வர் இருந்தால் வசதியாக இருக்கும்" என்றான் ஆப்தே.

"அதைக் கணக்கில்கொண்டுதான் இரண்டு ரிவால்வர் வேண்டும் என்று அந்த முட்டைக் கண்ணன் பாட்கேயிடம் கேட்டோம். அவன் கஷ்டம் என்று சொன்னான்."

"வேறு என்ன செய்யலாம்?"

"தாத்யராவிடம் கேட்டால் தருவார். ஆனால் அவரை இதில் சம்பந்தப்படுத்த வேண்டாம் என்று பார்க்கிறேன். எனக்கு ஒன்று தோன்றுகிறது. என் தம்பி கோபால் கோட்சே ராணுவத்தில் ஆயுதக் கிடங்கில் வேலை பார்ப்பது உனக்குத் தெரியுமே"

"அவன் அங்கிருந்து ரிவால்வரை கடத்தித் தருவான் என்று சொல்லுகிறாயா?"

"அதை அவன் செய்யமாட்டான். தன் வேலையில் அவன் ரொம்ப ஒழுங்கு பேசுவான். அதைவிடு. அவன் இரண்டாம் உலகப்போர் முடிந்து வரும்போது ஒரு ரிவால்வர் கொணர்ந்தான். அது இப்போதும் அவனிடம்தான் இருக்கும் என்று நினைக்கிறேன்."

"கையில் வெண்ணெயை வைத்துக்கொண்டு ஊருக்குள் நெய்க்கு அலைந்த கதையாயிருக்கிறது. நேரே அவனைப் போய் பார்ப்போம்" என்று அவர்கள் வெளியே வந்து ஒரு டாக்ஸி பிடித்து அவன் வீட்டுக்குப் புறப்பட்டார்கள்.

கோபால் கோட்சே வீட்டில் மனைவி, இரு குழந்தைகளோடு வாழ்ந்து வந்தான். அவர்கள் அங்குச் சென்ற போது, கோபால் மட்டும் தனியே இருந்தான். அவன் மனைவி தன் அப்பா அம்மா வீட்டிற்குச் சென்றிருந்தாள்.

கோபால் கோட்சே பார்ப்பதற்கு மிகவும் மென்மையான மனிதனாக இருந்தான். அவனுக்கு, இண்டு வயதானதும், நான்கு மாதங்களானதுமாய் இரண்டு பெண்குழந்தைகள் இருந்தன. அவனைப் பார்த்தால் ஒரு நல்ல மனிதன் என்று பார்வையிலே சொல்லிவிட முடியும்.

தன் வீட்டிற்கு வந்த இருவரையும் பார்த்த கோபால் கோட்சே வரவேற்றான். "அண்ணா சொல்லிவிட்டிருந்தால் நானே உங்களைப் பார்க்க வந்திருப்பேனே" என்றான்.

"ஒரு முக்கியமான விஷயம். அதுதான் நேரே உன்னைப் பார்க்க வந்துவிட்டோம்" என்றான் நாதுராம் கோட்சே.

"சொல்லுங்கள் அண்ணா, நான் என்ன செய்யவேண்டும் என்று சொல்லுங்கள்" என்றான் கோபால்.

"உன் துப்பாக்கி எங்களுக்கு வேண்டும்"

"துப்பாக்கியா? அது எதற்கு?"

"நாங்கள் காந்தியைக் கொல்லப் போகிறோம்" என்றான் நாதுராம் கோட்சே.

"அண்ணா என்ன சொல்லுகிறீர்கள்? ஒன்றும் என்னிடம் விளையாடவில்லையே"

"இல்லை."

"அண்ணா, அதன் விளைவு என்ன தெரியும் இல்லையா? ஒன்று நீங்கள் சுட்டுக் கொல்லப்படுவீர்கள் அல்லது தூக்கிலிடப்படுவீர்கள்"

"தெரியும்."

"பின் எதற்கு இந்த அக்கினிப் பரீட்சை?"

"இந்துக்களுக்காக, இந்து ராஷ்டிரத்திற்காக, நம் வைதீக மதத்தை காப்பதற்காக நான் இந்தக் காரியத்தைச் செய்துதான் ஆகவேண்டும். இப்போது சொல். உன் ரிவால்வர் எனக்கு வேண்டும்."

"தருகிறேன், ஆனால் ஒரு நிபந்தனை" என்றான் கோபால். நாதுராம் கோட்சே தன் தம்பியை உற்றுப் பார்த்தான்.

"காந்தியை நான்தான் கொல்லுவேன். அப்படியென்றால் அந்த ரிவால்வரைத் தருகிறேன்."

"என்னடா சொல்லுகிறாய்? உனக்கு என்று குடும்பம் இருக்கிறது, மனைவி பிள்ளைகள் இருக்கிறார்கள்" என்று நாதுராம் சொன்னது ஆப்தேக்கு உறைத்தது. இப்போது அவனுக்குத் தன் மனநிலை சரியில்லாத மகன் நினைவில் வந்தான்.

"உங்களைப் போல நம் நாட்டின் மீதும் நம் மதத்தின் மீதும் எனக்கு அக்கறையிருக்கிறது. இதைத்தானே ஆர்.எஸ்.எஸ் சிறுவயதிலிருந்தே நமக்கு கற்றுத் தந்திருக்கிறது." என்றான் கோபால்.

"நீ வேண்டாமடா" என்றான் நாதுராம் மீண்டும்.

இந்த வேளையில், ஆப்தே, "கோபால், உன்னிஷ்டப்படி நடக்கட்டும். நீ அதைச் செய். துப்பாக்கி நமக்கு வேண்டும்" என்றான்.

"சரி, அந்த துப்பாக்கியை கிராமத்தில் நம் வீட்டின் முன்னே பத்திரமாக புதைத்து வைத்திருக்கிறேன். அதை எடுத்துக்கொண்டு, டில்லிக்கு நான் எப்போது வரவேண்டும் என்று சொல்லுகிறாயோ அப்போது வந்து நிற்கிறேன்" என்றான் கோபால். இருவரும் அவனிடம் விடைபெற்றுக்கொண்டு அங்கிருந்து புறப்பட்டார்கள்.

வரும் வழியில், நாதுராம், ஆப்தேயிடம், “அவனிடம் போய் காந்தியை நீயே சுடு என்று ஏன் சொன்னாய்?” என்று கேட்டான்.

“நீங்கள் இருவரும் பாசத்தில் நீ கூடாது என்று மாற்றி மாற்றிச் சொல்லிக்கொண்டிருந்தீர்கள். ஒரு முடிவுக்கு வரவேண்டும் இல்லையா. அதற்காக அப்படிச் சொன்னேன். எல்லாம் கடைசி நேரத்தில் யார் என்ன செய்ய வேண்டும் என்று பார்த்துக்கொள்ளலாம்” என்றான் ஆப்தே. அதற்கு நாதுராம் கோட்சே பதில் சொல்லவில்லை.

ஆப்தேக்கு கோபாலின் நடவடிக்கை ஆச்சரியமாக இருந்தது. முதலில் இந்தியாவில் ரிவால்வர் வைக்க எவருக்கும் உரிமையில்லை. அதற்கு உரிமம் பெற கோபாலுக்கு சமூக அந்தஸ்தோ, செல்வமோ அல்லது அவசியமோ வெளிப்படையாக இல்லை. பின் அவன் இரண்டாம் உலகப் போரின்போது ஏன் இந்த ரிவால்வரைக் கடத்திக்கொண்டு வந்தான் என்பது ஆச்சரியம்தான். கொண்டு வந்த பின்னும் அதை இத்தனை நாள் வீட்டில் புதைத்து வைத்திருந்தது எதற்கு என்று ஆப்தேக்கு நினைத்துக்கொண்டான்.

அந்த துப்பாக்கி காந்தியைக் கொல்லுவதற்கென்று இந்தியாவுக்கு வந்ததா?

பார்த்தால் ஒரு குடும்பஸ்தனாகத் தோன்றும் கோபால், எப்படி ஒரு பயங்கரமான கொலையைச் செய்வதற்கே காத்திருந்தவனாய் இருக்கிறான். அதே வேளையில் டில்லிக்கு வருவதற்குக்கூட ஒழுங்காக விடுப்பு வாங்கிக்கொண்டு வரவேண்டும் என்றும் சொல்லுகின்றான். இதில் எது உண்மையான கோபால் என்று ஆப்தேக்கு குழப்பமாக இருந்தது.

கோபாலைப் பார்த்தால் ஒரு பூ போன்ற மனிதனாக இருந்தான். ஆனால் அதெல்லாம் ஒரு முகமூடிதான் போலிருக்கிறது. அதற்குள்ளே நாகம் ஒன்று படமெடுத்துச் சீறி கொல்லக் காத்திருக்கிறது என்பதைக் காண ஆப்தேக்கு ஆச்சரியமாக இருந்தது. இரட்டை மனிதர்கள் என்று அவன் படித்திருக்கிறான். அதற்கு உதாரணமான மனிதரை அவன் கண்டதில்லை. சாதுவாகவும், கொலையாளியாக மாறத் துடிக்கும் கோபாலைக் கண்ட பிறகு இப்படியும் மனிதர்கள் இருக்கிறார்கள் என்று நினைத்துக்கொண்டான்.

காந்திஜியின் கொலைக்கான தயாரிப்புக்களில் நாதுராம் தீவிரமாக இறங்கிவிட்டான்.

தன்னுடைய இரண்டு இன்சூரன்ஸ் பாலிசிகளில், தன் வாரிசுதாரராக ஒன்றில் ஆப்தேயின் மனைவியையும், இன்னொன்றில் கோபாலின் மனைவியையும் சேர்த்தான்.

அன்று மாலையில் இருவரும் பாட்கேயின் சாஸ்த்ர பந்தருக்குச் சென்றனர். அவர்களை வரவேற்றான் பாட்கே. இரண்டு நாட்களுக்கு முன்பு, கார்க்கரே சொல்லிய சரக்குகள் தங்களுக்கு வேண்டும் என்று சொன்னார்கள். சரியென்றான் பாட்கே. “சரக்குகளை பம்பாயில், தாதரில் இருக்கும் இந்து மகாசபை அலுவலகத்தில் கொண்டு வந்து தந்து, அங்கே பணத்தைப் பெற்றுக்கொள்ள வேண்டும்” என்றான்.

“அதற்கான செலவை நீங்கள் ஏற்றுக்கொண்டால், நான் அங்குக் கொண்டு தருகிறேன். ஆனாலும் ஏன் இந்து மகாசபை அலுவலகம் தாதருக்குக் கொண்டு வரவேண்டும்?” என்று கேட்டான் பாட்கே.

“சொன்னதைச் செய். கேள்விகள் கேட்காதே” என்றான் நாதுராம் கோட்சே. பாட்கேயும் தான் எல்லை மீறிவிட்டதாய் உணர்ந்து தன் நாக்கைக் கடித்துக்கொண்டான்.

அடுத்த நாள் டில்லியில் மகர சங்கராந்தி தினம்.

சிலர் உண்ணாவிரதம் இருக்கும் காந்திஜியைக் குறை கூறினர். காந்திக்கு முஸ்லிம்கள் மீதுதான் அக்கறை என்றனர். “ஆமாம் அது சரிதான். நான் எப்போதும் சிறுபான்மையினருக்குச் சார்பாகவே நின்றிருக்கிறேன்” என்றார் காந்திஜி.

ஒரு மவுலானா காந்திஜியைப் பார்க்க வந்திருந்தார். அவர் சில நாட்களுக்கு முன்னால், முஸ்லிம்கள் இங்கிலாந்துக்குச் செல்ல அனுமதிக்க வேண்டும் என்று காந்திஜியிடம் கேட்டார். அப்போது காந்திஜி அவருக்குப் பதில் சொல்லவில்லை. இப்போது காந்தி அவரிடம் சொன்னார், “உங்களுக்கு இங்கிலாந்து செல்ல அனுமதி கொடுக்க இப்போது அரசிடம் இப்படிச் சொல்லவா? நாட்டுப் பற்றில்லாத இந்த முஸ்லிம்கள் இந்தியாவை கைகழுவிவிட்டு இங்கிலாந்து செல்ல விரும்புகிறார்கள், அவர்களுக்கு வேண்டியதைச் செய்யுங்கள் என்று.”

அந்த மவுலானா காந்திஜியிடம், மன்னிப்புக் கேட்டார்.

“உங்களை உதைத்துக்கொண்டிருக்கும் ஆங்கிலேயன், அதே வேளையில் என்னை மன்னித்துவிடுங்கள் என்று சொல்லுவது போல் இது இல்லையா?” என்று கேட்டார்.

திரும்பவும் காந்திஜி அவரிடம் சொன்னார், "இங்கிலாந்துக்குச் செல்ல எங்களை அனுமதியுங்கள் என்று கேட்பது உங்களுக்கு கேவலமாகப் படவில்லையா? சுதந்திர இந்தியாவை விட பிரிட்டனின் அடிமையாக இருப்பது மேலானது என்று சொல்ல வருகிறீர்கள், அப்படித்தானே. தேச பக்தர்கள் என்றும் தேசியவாதிகள் என்றும் சொல்லும் நீங்கள் எப்படி இதைச் சொல்ல முடியும்? நீங்கள் உங்கள் இதயத்தைச் சுத்தமாக்க வேண்டும், நூறுசதவீதம் சத்தியமானவராக இருக்க வேண்டும். அல்லாவிட்டால், இந்தியா உங்களை நீண்டகாலம் பொறுத்துக்கொள்ளாது. என்னால் கூட உங்களுக்கு உதவ முடியாது" என்றார்.

அன்று மாலை, மத்திய அமைச்சரவை, சர்தார் படேல் இல்லாமல், பிர்லா மாளிகையின் புல் வெளியில் கூடியது. பாக்கிஸ்தானுக்கு இப்போது தரமாட்டோம் என்று சொன்ன 55கோடி ரூபாய் முடிவை மாற்றுவதாக அறிவித்தது.

காந்தி ஒருபோதும் 55 கோடி ரூபாயை பாக்கிஸ்தானுக்கு வழங்க வேண்டும் என்பதை தன் உண்ணாவிரதக் கோரிக்கையாக வைத்ததில்லை.

அன்று இரவு, பிர்லா மாளிகையின் முன்னே மேற்கு பஞ்சாபி லிருந்து வந்த சில சீக்கிய அகதிகள், காந்திக்கு எதிராக கோசமிட்டனர். முஸ்லிம்களிடமிருந்து ஆக்கிரமித்த வீடுகளைத் திரும்ப அவர்களுக்கு கொடுக்க வேண்டும் என்று காந்திஜி சொல்லுகிறார் என்று அவர்களுக்கு கோபம்.

"கூன் கா பத்லா கூன்" ("இரத்தத்துக்கு இரத்தம் வேண்டும்.")

"மர்தா ஹை, து மர்னே தோ, ஹமே கர் தோ" ("அவர் செத்தால் சாகட்டும் எங்களுக்கு வீடு கொடு")

"காந்தி கோ மர்னே தோ" ("காந்தி சாகட்டும்" என்று குரல் கொடுத்தனர்.

பிர்லா மாளிகையில் கூட்டம் முடிந்து வெளியில் வந்த நேருவின் காதுகளில் இந்தக் கோஷங்கள் விழுந்தன. வண்டியை நிறுத்தச் சொல்லி, காரிலிருந்து கடும் கோபத்துடன் குதித்து வந்த நேரு, "காந்திஜி சாகட்டும் என்று எவ்வளவு தைரியமிருந்தால் சொல்லுவீர்கள்? என்னிடம் அதைச் சொல்லுங்கள். முதலில் என்னைக் கொல்லுங்கள்" என்றார்.

நேருவின் கோபத்தைப் பார்த்து, கோஷமிட்டவர்கள் உடனே கலைந்து சென்றனர்.

தன் அறையிலிருந்த காந்திஜி, "என்ன கோஷம்" என்று கேட்டார்.

"காந்தி சாகட்டும் என்று சத்தமிடுகிறார்கள்"

"எவ்வளவு பேர் இருப்பார்கள்?"

"அதிகம் பேர் இல்லை" என்றதும் பெரு மூச்சுவிட்ட அவர், தன் ராம நாமத்தைச் சொல்ல ஆரம்பித்தார்.

அன்று மாலை 4.30க்கு புறப்படும் டெக்கான் எக்ஸ்பிரசில் இரண்டாம் வகுப்பில் ஏறி உட்கார்ந்தான் செந்தூர் பாண்டியன். அவன் டில்லிக்குப் போக பம்பாய் செல்லுகிறான். அவனை வழியனுப்ப ராகவனும், எல்லம்மாவும் வந்திருந்தனர்.

"நீயிருந்த ஐந்து மாதமும் நான் பாளையங்கோட்டையில் இருந்ததைப் போல உணர்ந்தேன்" என்றான் ராகவன்.

"நானும் கூட என் துயரங்களை உன் நட்பின் மூலம் குறைத்தேன்" என்றான் செந்தூர் பாண்டியன்.

"டேய், சீக்கிரம் டில்லியிலிருந்து வந்துவிடு. அடுத்த முறை வரும்போது இங்கு எம். ஏ படிக்க சேரலாம்"

"எனக்கும் இங்கு வரத்தான் ஆசை. எல்லம்மா அக்காளின் கை மணக்கும் சாப்பாட்டிற்காவது வரவேண்டும் ஆனாலும் எப்போது என்று இன்னும் முடிவு செய்யவில்லையடா" என்று செந்தூர் பாண்டியன் சொன்னவுடன், எல்லம்மா கண்ணில் நீர் துளிர்த்து விட்டது.

"காந்திஜியோடு நிரந்தரமாய் இருந்துவிட உத்தேசமா?'

"தெரியாது. பாட்டி வரச் சொல்லிக்கொண்டிருக்கிறார்கள். டில்லியிலிருந்து பாளையங்கோட்டை போய் பாட்டியைப் பார்த்து வரவேண்டும். எதிர்காலம் எப்படியிருக்கும் என்று எனக்கு இன்னும் அருள்வாக்கு உரைக்கப்படவில்லை" என்று சொல்லிச் சிரித்தான் செந்தூர் பாண்டியன்.

"காந்தியைப் பார்ப்பது எல்லாம் சரிதான். ஆனால் உனக்கு என்று ஒரு வாழ்க்கை இருக்கிறது, அதை நீ தான் வாழவேண்டும். தாமிரபரணியில் அடித்துவரப்படும் சருகு போல வாழ்வை அமைத்துக்கொள்ளாதே" என்றான் ராகவன்.

"தம்பி, என் மகளுக்கு நினைத்தில்லாமல் கல்யாணம் வைப்பேன். கண்டிப்பாக வந்திருந்து நடத்தி வைக்க வேண்டும்" என்றாள் எல்லம்மா.

"கண்டிப்பாக வருவேன்" என்றான் செந்தூர் பாண்டியன்.

ரயில் புறப்பட்டது. செந்தூர் பாண்டியன் வண்டியிலேறி வாசலில் நின்று கண்பார்வை மறைகிறது வரை கையை ஆட்டிக்கொண்டிருந்தான். வண்டி வளைவில் திரும்பி, ராகவன் பார்வையில் இருந்து மறைந்தான். வாழ்க்கையும் அப்படித்தானோ?

அதே வண்டியில்தான் பெரும் திட்டத்தைச் சுமந்து கொண்டு நாதுராம் கோட்சேயும், நாராயண் ஆப்தேயும் இன்னொரு இரண்டாம் வகுப்பு பெட்டியில் இருவரும் ஆளுக்கொரு ஜன்னல் பக்கத்தில் எதிர் எதிராய் உட்கார்ந்தனர்.

ஆப்தேயாவால் மனம் அமைதியாக இருக்க முடியவில்லை.

இந்த ஊரை இனி பார்ப்பேனா? என் மனைவியையும் பையனையும் திரும்ப எப்போது காணுவேன்? இந்த பூனாவின் காற்றை நான் எப்போது சுவாசிப்பேன்? என்னோடு பழகிய நண்பர்களைத் திரும்பக் காண முடியுமா? இதுதான் இந்த ஊரை நான் பார்க்கும் கடைசி முறையா? நான் இந்த ஊரில் பதித்த கால் தடங்களெல்லாம், என் வரவில்லாமல் மெல்ல காற்றின் துகள்களால் அழிந்து போய்விடுமா? வாழ்க்கை என்பது பிரிவு எனும் ஒற்றைச் செயலால், குளத்தில் விழுந்த கல்லாய் அமிழ்ந்து போய்விடுமா? இந்த ஊரின் மரங்களை நான் எப்போது காண்பேன்? இங்குள்ள மாமரங்களில் இனி என்று கல்லெறிந்து காய் பறிப்பேன்? என்று மனம் எண்ண ஆரம்பித்ததும் கண்ணீர் வந்து விடும் போலிருந்தது. இதுதான் கடைசி முறை என்ற நினைவே மனதைக் கனக்க வைத்துவிடுகிறது என்று தனக்குள் சொல்லிக்கொண்டான்.

"என்ன, ஏதோ போல இருக்கிறாய்?" என்று கோட்சே கேட்டான்.

அதைச் சமாளிப்பதாய், "சில விஷயங்களை உன்னிடம் பேச வேண்டும் என்றிருக்கிறேன், ரயில் கொஞ்ச தூரம் போகட்டும்" என்றான் ஆப்தே.

ஜன்னல் கரையோர இருக்கை கிடைக்குமா என்று ஒரு அழகான பெண் அங்குமிங்கும் அலைந்து திரிந்தாள். பெண்ணைப் பார்த்தவுடன் ஆப்தேயின் துயர நினைவுகள் விடைபெற்று ஓடுவதாய் அவனுக்குத் தோன்றியது. பெண் மின்னலைப் போல உற்சாகத்தைக் கொடுக்கிறாள், வசந்த உணர்வின் வாயில் அவள் என்று அவன் எண்ணிக்கொண்டான்.

மறுமுறை அந்தப் பெண் அந்தப் பக்கம் வந்தபோது, "ஜன்னல் பக்கம் உட்கார்ந்துகொள்ளுங்கள், நான் என் நண்பன் அருகில் உட்கார்ந்து கொள்ளுகிறேன்" என்று எழுந்து தன் இடத்தை அவளுக்குக் கொடுத்தான். அந்த அழகிய பெண் நளினத்துடன், சிரித்து நன்றி என்று சொல்லி அவனுக்கு எதிரே உட்கார்ந்தாள்.

அவளைப் பார்ப்பதும், வெளியே பார்ப்பதுமாய் இருந்த ஆப்தே, அவளிடம் "நீங்கள் பிம்பாதானே" என்று பிரமிப்புடன் கேட்டான்.

"ஆமாம், அது என் திரையுலக பெயர். என் பெயர் சாந்தா மோடக்" என்றாள் கவர்ச்சியாய் சிரித்துக்கொண்டே.

பேச்சில் வல்லவனான ஆப்தே அந்த நடிகையிடம் உற்சாகமாகப் பேசிக்கொண்டு வந்தான். அருகில் கோட்சே தன்னோடு இருக்கிறான் என்பதையே அவன் மறந்துவிட்டான்.

சில பெட்டிகள் தள்ளி, மூன்றாம் வகுப்பு பெட்டியில் ஒரு கண்ணாடி யணிந்து, காவி உடையுடுத்து, நெற்றியில் விபூதி பட்டையடித்து ஒரு சாது உட்கார்ந்திருந்தார். தன்னை எவரும் கண்டுபிடித்துவிடக் கூடாது என்று எப்போதும் மாறுவேடத்தில் ஆசைகொண்ட பாட்கேதான் அப்படியிருந்தான். அவனருகே பாட்கேயின் துணையாள், சங்கர் கிஷ்தையா தன் தோளில் ஒரு துணிப்பை தொங்கவிட்டிருந்தான். அதில்தான் இந்து மகாசபை அலுவலகத்தில் கொடுக்கப்படும் வெடிமருந்துகள், ஆயுதங்கள் இருந்தன. போலிஸ் வந்து தேடினாலும், தான் தப்பிவிடுவதற்கு எல்லாவற்றையும் தன் உதவியாளிடம் கொடுத்து இந்த வேடத்தை பாட்கே புனைந்திருந்தான்.

அப்போது மதன்லால் பாவா, பேராசிரியர் ஜெயின் வீட்டுக்குச் சென்றான். அவருக்குக் கொடுக்க வேண்டிய பணத்தை அவரிடம் கொடுத்தான். அவர் மிகவும் திருப்தியடைந்துவிட்டார்.

"எவருக்கும் என்னைத் தெரியாத அந்த வேளையில் எனக்கு பிழைக்க ஒரு வழி ஏற்படுத்திக்கொடுத்த உங்களை நான் மறக்க மாட்டேன்" என்றான் மதன்லால்.

"உன் உழைப்பால் நீ பிழைத்துக்கொண்டாய்" என்றார் பேராசிரியர் ஜெயின்.

"நான் ஒரு முக்கியமான காரியத்துக்காக டில்லிக்குப் போகிறேன். நீங்கள் எனக்கு தந்தை போன்றவர். ஆகவே உங்களிடம் ஆசி வாங்கி விட்டுப்போகலாம் என்றிருக்கிறேன்"

"என்ன விஷயம் சொல்"

"என்னுடைய உறவினர் டில்லியில் இருக்கிறார். அவர் எங்கள் குலப் பெண்கள் சிலரை எனக்காகப் பார்த்து வைத்திருக்கிறார். அவர்களில் ஒருத்தியைத் தேர்வு செய்து, கல்யாணம் செய்து வாழ வேண்டும்."

"என் வாழ்த்துக்கள்."

"அதோடு இன்னொரு முக்கியமான பணி எனக்கு டில்லியில் காத்திருக்கிறது."

"அப்படி என்ன முக்கியமான பணி உனக்கிருக்கிறது டில்லியில்?"

"ஒரு தலைவரைத் தியாகியாக்கச் செல்லுகிறோம்"

"என்ன சொல்லுகிறாய்?"

"ஒரு பெரிய தலைவரைக் கொல்லப் போகிறோம்"

"என்ன, என்ன கொலை செய்யப்போகிறாயா? உனக்கு பைத்தியம் பிடித்திருக்கிறதா? கொலை செய்வது குற்றம் இல்லையா? யார் அந்தத் தலைவர்?"

மதன்லால் பதில் சொல்லாமல் இருந்தான்.

"நீ என்னை மதிக்கிறது உண்மையென்றால், தலைவரின் பெயரைச் சொல்ல வேண்டும்" என்றார் ஜெயின்.

மதன்லால், மிகுந்த தயக்கத்துடன், "மகாத்மா காந்தி" என்றான்

"என்னது காந்தியையா? காந்தி யார் தெரியுமா? எவருக்கும் மனதால் கூட தீங்கு நினைக்காதவர். அஹிம்சையின் தந்தை. நம் தேசத் தந்தை. அவருக்கு சிறு காயம் ஏற்படுத்தக் கூட நினைப்பது அபச்சாரம்" என்றார். அவன் பேசாமல் இருந்தான்.

"இந்தப் பைத்தியக்கார காரியத்தில் வேறு யாரெல்லாம் இருக்கிறார்கள்?" என்று கேட்டார்.

"என் முதலாளி கார்க்கரே சேத் இருக்கிறார். வேறு சிலரும் இருக்கிறார்கள். யாரென்று தெரியவில்லை. நான் காந்தியைக் கொல்ல மாட்டேன். ஆனால் அவர் பிரார்த்தனைக் கூட்டத்தில் குண்டு எறிய வேண்டியது என் பங்கு. அவ்வளவுதான்."

"முட்டாளே, நீ சின்னப் பையன். இதில் நீ பங்குபெற்றால், உன் எதிர்காலமே முடிந்துபோய்விடும். தெரியுமா?"

மதன்லால் பேசாமல் இருந்தான்.

"எதற்காக இதில் ஈடுபட்டிருக்கிறாய்?"

"காந்திஜி அகதிகளுக்கு உதவவில்லை. அவரால் நாங்கள் நாடிழந்தோம். நாங்கள் மேற்கு பஞ்சாபிலிருந்து கிளம்பும்போது, 20 பேர் புறப்பட்டோம், வந்து சேரும்போது என் அத்தையும் நானும் மட்டும் உயிரோடு இந்தியாவுக்கு வந்தோம். இதற்கெல்லாம் அவர் தானே காரணம்."

"முட்டாளே! முஸ்லிம்களுக்கும் இந்துக்களுக்கும் இடையில் இருக்கும் பகைதானே இதற்குக் காரணம். அந்தப் பகை கூடாது என்று தானே காந்தி பாடுபட்டார். இந்த அகதிகள் பிரச்சினையை ஏற்படுத்தியது அவரா? அது முஸ்லிம் லீக். அந்த ஜின்னா இங்கே பம்பாயில் இருந்திருக்கிறார். அவர் ஒரு நல்ல முஸ்லிம் கூட இல்லை. ஆனால் தனக்கு பதவி வேண்டும் என்று நேரடி நடவடிக்கை என்று ஆரம்பித்து இந்துக்களை தாக்கச் சொன்னார். உனக்கு எதிரிகள் என்றால் அவர்கள்தான். நீ தாக்க வேண்டும் என்றால், பாக்கிஸ்தான் போய் முஸ்லிம் லீக் தலைவர்களைத் தாக்க வேண்டும். இங்கு உனக்கு நல்லது செய்யும் நல்ல மனிதரை தாக்க நினைக்காதே"

"காந்திஜி இந்துக்களுக்கு எதிரானவர். அவர் முஸ்லிம்களின் நண்பர்"

"காந்தியை உனக்குத் தெரியுமா? அவர் நாவில் எப்போதும் இராம நாமம் ஜெபித்துக்கொண்டிருப்பார். தான் ஒரு இந்து என்று சொல்லிக் கொள்வதில் பெருமை கொள்ளுபவர். இந்து மதம் இன்றைக்கு ஒன்றாக, ஒரே கட்டாக இருக்கிறது என்றால் அது அவரால்தான். இந்து மடாதிபதிகளெல்லாம் இந்துக்களை பிரித்து வைத்திருப்பார்கள். காந்தி ஒருவர்தான் நாமெல்லோரும் இந்துக்கள் என்ற பரந்த ஆலமர அடையாளத்தை அதற்குக் கொடுத்தவர். தெரியுமா உனக்கு?"

"அஹிம்சை என்று பேசி இந்துக்களை வெறும் கோழைகளாக ஆக்கப் பார்க்கிறார்."

"டேய், உனக்கு அஹிம்சை என்றால் என்னவென்று தெரியுமா? நான் ஒரு ஜெயின். அஹிம்சை எங்கள் மதத்தின் மூல வேர். எங்கள் குருமார்கள், தரையில் நெளியும் பூச்சி, புழு காலில் பட்டு நசுங்கிவிடக் கூடாது என்று தரையைப் பெருக்கிக்கொண்டு நடப்பார்களாம். பூச்சிக்கு ஆபத்து வந்துவிடக் கூடாது என்றால், மனிதனுக்கு ஆபத்து செய்யலாமா? அடுத்தவனைக் கொல்லுவது வீரமில்லை. அடுத்தவனை

காப்பதுதான் வீரம். அதுதான் காந்திஜியின் அஹிம்சை. உன்னை இப்படித் தூண்டிவிடுபவர்கள், அவர்கள் நேரடியாக ஒரு கொலை செய்திருக்கிறார்களா? உன்னைத் தூண்டிவிட்டு பலனை அவர்கள் எடுப்பார்கள். அதில் ஏமாந்து போகாதே'' என்றார் ஜெயின்.

''சார், வீர சாவர்க்கரை உங்களுக்குத் தெரிந்திருக்கும். அவர் இந்து மகா சபையின் தலைவர். அவர் எவ்வளவு பெரிய மனிதர். அவர் என்னைக் கூப்பிட்டுப் பேசினார். எனக்கு என்ன வேண்டும் என்று கேட்டு அவரே எனக்கு உதவி செய்தார். ஏற்கெனவே நான் காந்திமீது கோபமாயிருக்கிறேன் என்று அவருக்குத் தெரியும்போலும். காந்திஜி இந்து அகதிகளுக்கு எதிரி. அந்தப் பிரச்சினை அவரின் தவறான வழிகாட்டுதலால்தான் வந்தது. இன்றைக்கு நீங்கள் அனுபவிக்கும் கஷ்டத்திற்கு அவர்தான் காரணம் என்று உனக்குத் தெரிகிறதில்லையா என்று என்னிடம் கேட்டார். ஆமாம் என்றேன். நம் உடலில் ஒரு சதை கஷ்டப்படுத்துகிறது என்றால், மருத்துவர் அதை அறுவை சிகிச்சை செய்து வெளியே எடுத்துவிடுகிறார். அப்படித்தான் காந்தியை நீக்கிவிட வேண்டும். அதை நீ செய்ய வேண்டும் என்றார். இப்போது நான் என்ன செய்யட்டும்?'' என்று சொல்லிவிட்டு அவன் தலை கவிழ்ந்து உட்கார்ந்திருந்தான்.

''டேய், மதன்லால், என்னிடம் நீ கொடுத்த பணத்தை உன்னிடம் தருகிறேன். ஏதாவது தொழில் செய்து பிழைத்துக்கொள். காந்தியைக் கொல்ல வாங்கிய கூலியை என்னிடம் கொடுத்திருக்கிறாயா? அப்படி யானால் இந்தப் பணம் எனக்கு வேண்டாம்'' என்றார்.

''இல்லை, இல்லை, இது நான் சம்பாதித்தது. இந்தமுறை சாவர்க்கர் எனக்குப் பணம் தரவில்லை. இதை வெற்றிகரமாகச் செய்து வா என்று ஆசீர்வதித்தார்'' என்றான் மதன்லால்.

''காந்திஜியை பிரார்த்தனைக் கூட்டத்தில் இருக்கும்போது கொலை செய்யத் திட்டம் போட்டிருக்கிறீர்களே, நீங்களெல்லாம் என்ன இந்துக்கள்? கோயிலில் வைத்து ஒரு இந்து இன்னொரு இந்துவைக் கொலை செய்வானா? பிரார்த்தனை நேரம் காந்தியும் அவரோடு இருப்பவர்களும் அவரவர் ராமனோடு இணைந்து இருக்கும் நேரம். அங்கே போய் கொலை செய்வோம் என்கிறீர்களே. நீங்களெல்லாம் என்ன மாதிரி இந்துக்கள்?'' என்று கோபமாய் அவனைப் பார்த்துக் கேட்டார்.

அவன் பதில் பேசாமல் இருந்தான்.

"டேய், உன் நல்லதுக்குச் சொல்லுகிறேன். இந்த நாட்டின் நல்லதுக்கும் சொல்லுகிறேன். காந்தி நமக்கு வேண்டும். அவர் மீது தீங்கிழைக்கும் இந்தத் திட்டத்தை விட்டுவிடு" என்றார்.

அவன் பேசாமல் இருந்தான்.

"நீ இதை ஏதோ சாதனை செய்வதாய் நினைத்துக்கொண்டு என்னிடம் சொல்லிவிட்டாய். வேறு எவரிடமும் இப்படி வாயடிக்காதே. பேசாமல் உன் வேலையைப் பார். முஸ்லிம் லீக் ஆட்கள் போல நடந்து கொள்ளாமல் நல்ல இந்துவாக நடந்துகொள்" என்று அவனிடம் சொல்லி அனுப்பினார்.

இனி அவன் தப்பு செய்ய மாட்டான் என்று அவர் நம்பினார்.

காந்தியின் எம தூதர்களைச் சுமந்து கொண்டு இரவு 7.30 மணிக்கு ரயில், தாதர் நிலையத்தை அடைந்தது.

ஆப்தே, அந்த நடிகையிடம், "உங்களை இறக்கிவிட்டு நாங்கள் போகிறோம், எங்கே போக வேண்டும்?" என்று கேட்டான்.

அவள் ஆளை விழுங்கும் சிரிப்புடன், "என்னைக் கூப்பிட்டுப் போக என் அண்ணன் வருகிறான். நான் சிவாஜி பார்க் பக்கம் போகிறேன். அந்தப் பக்கம் நீங்கள் போவதானால், உங்களை என்னோடு கூட்டிச் செல்லுகிறேன்" என்றாள்.

இந்து மகாசபை அலுவலகம் சிவாஜி பார்க் பக்கம் இருப்பதால், கோட்சேயிடம் கேட்காமலே, "நாங்களும் உங்களோடு வருகிறோம்" என்று ஆனந்தத்தோடு சம்மதித்தான் ஆப்தே. இன்னும் கொஞ்ச நேரம் அவளோடு பேசிக்கொண்டு, அவள் அருகிலே இருக்கலாம் என்ற ஆசைதான் அவனுக்கு.

அவள் அவர்களை, சாவர்க்கரின் வீட்டின் முன்னே இறக்கி விட்டாள். நடிகை பிம்பா, சாவர்க்கரின் அடுத்த வீட்டில்தான் இருந்தாள்.

அங்கிருந்து இரண்டு மூன்று பர்லாங்கில் இந்து மகாசபை கட்டடம் இருந்தது. அவர்கள் இருவரும் அதை நோக்கி நடந்தார்கள்.

"ஆப்தே, ஏதோ முக்கிய விசயம் பேச வேண்டும் என்று சொன்னாயே. அந்தப் பெண்ணைப் பார்த்ததும் உனக்கு எல்லாம் மறந்து விட்டது. எனக்கு மகாபாரதத்திலே ஒரு கதைதான் உன்னைப் பார்த்து நினைவுக்கு வந்தது. ஒருவன் இடறி ஒரு பள்ளத்துக்குள் விழுவான். அவன் கால் மரத்துக்குள் மாட்டி தலை கீழாகத் தொங்கிக் கொண்டு இருப்பான். கீழே, பாம்பு ஒன்று தன் குஞ்சுகளோடு படமெடுத்துக்

கொண்டிருந்தது. மேலே கரடி ஒன்று அவனைச் சுற்றி சுற்றி வந்தது. அவனைப் பிடித்துக்கொண்டிருந்த மரத்தின் வேரை எலியொன்று கரம்பிக்கொண்டிருந்தது. அந்த நிலையில், மேலிருந்த மரத்தில் தொங்கிய தேன் கூட்டிலிருந்து தேன் சொட்டியது. அதை அவன் நக்கி அடுத்த சொட்டு வராதா என்று ஏங்கினானாம்" என்றான். அதைக் கேட்டு இருவரும் சிரித்தனர்.

"வாழ்க்கையின் சுகம் எதையும் அனுபவிக்காமல் விட்டுவிடக் கூடாது என்பது அடியேனின் வாழ்க்கைத் தத்துவம்" என்றான் ஆப்தே.

"சரி அப்படியே இருந்துவிட்டுப் போ. பேசவேண்டிய விஷயம் என்ன என்று சொல்லு. நாம் பேசுவதற்கான நேரம் கூட குறைந்து கொண்டு வருகிறது"

"காந்தியைக் கொல்ல வேண்டும் என்று நீ முடிவு எடுத்த விதமும், அதற்கான ஏற்பாடுகளைச் செய்த வேகமும், தேதியை 20 என்று குறித்ததும் எல்லாம் எனக்கு ஆச்சரியமாக இருக்கின்றன. ஏற்கெனவே திட்டமிட்டு இயங்குவது போல எனக்குத் தோன்றியது. இதெல்லாம் உனக்கு எவராவது அறிவிக்க, அதன்படி இயங்குகிறாயா?" என்று கேட்டான் ஆப்தே.

எதுவும் பேசாமல், கையைக் குவித்து முன்னிருக்கும் இந்து மகாசபை அலுவலகத்தைக் காட்டினான் நாதுராம் கோட்சே.

அதன்பிறகு அவர்கள் எதுவும் பேசவில்லை. இந்து மகாசபையின் படிகளில் ஏறிச் செல்லும்போது, அவர்களுக்கு எதிரே பாக்டேயும் அவன் உதவியாள் கிஸ்தையாவும் படிகளில் இறங்கிக்கொண்டிருப்பதைப் பார்த்தனர்.

அவர்கள் கொணர்ந்திருந்தது சரக்குப் பையை வாங்கிக்கொண்டு, நாதுராம் கோட்சேயும், ஆப்தேயும் உள்ளே சென்றனர். பாக்டேயும், கிஸ்தையாவும் வெளியே காத்து நின்றனர்.

பதினைந்து நிமிடத்தில் அவர்கள் கொண்டுபோன சரக்குப் பையோடு திரும்பி வந்தனர்.

"இதை எங்காவது பத்திரமாக காலைவரை வைக்க வேண்டுமே" என்றான் கோட்சே.

"இப்போது வெளியே எங்காவது போகிறீர்களா?" என்று கேட்டான் பாக்டே.

“புலேஷ்வரில் இருக்கும், தீட்சித் மகாராஜ் வீட்டுக்குப் போகிறோம்”

“நானும் வருகிறேன். எனக்கு அவர்களைத் தெரியும்” என்றான் பாட்கே.

அவர்கள் எல்லோரும் காரில் ஏறி அங்குச் சென்றார்கள்.

தாதா மகராஜ், புஷ்தி வைஷ்ணவ மார்க்கத்தின் மடாதிபதி. மிகுந்த செல்வமும் செல்வாக்கும் உள்ள பனியாக்களின் வைணவ மடம் அது. அவர் தீவிரவாத இந்து குழுக்களுக்கு தாராளமாக பணம் கொடுத்தார். அவரின் தம்பிதான் தீட்சித் மகாராஜ்.

அவர்கள் அங்குச் செல்லுவதற்கு முன்னே தீட்சித் மகாராஜ் படுக்கச் சென்று விட்டார். அங்கிருப்பவர்களை பாட்கேக்குத் தெரியும் என்பதால், சரக்குப் பையை அங்கு வைத்துவிட்டு அவர்கள் அங்கிருந்து புறப்பட்டனர்.

இந்து மகாசபை அலுவலகத்துக்கு வந்ததும், அவர்களின் வழிச் செலவுக்கென பாட்கேயிடம், கோட்சே 50ரூபாய் கொடுத்தான். அவர்களை இந்து மகாசபை அலுவலகத்தில் தங்கச் சொல்லிவிட்டு, கோட்சேயும் ஆப்தேயும், மரைன் ட்ரைவிலுள்ள சீ கிரீன் ஹோட்டலுக்குச் சென்றனர்.

இப்போது ஆப்தேயிடம் தோன்றிய அவசரத்தைப் புரிந்து கொண்டான் கோட்சே.

“என்ன அவளைப் பார்க்கப் போக வேண்டுமா?” என்று கேட்டான் நாதுராம் கோட்சே.

ஆமாம் என்பதுவாய்த் தலையை அசைத்தான் ஆப்தே. “இன்றைக்கு வேண்டாம். நாளைக்குப் பார்த்துகொள்ளலாம்” என்று சொல்லிவிட்டு படுக்கப் போனான் கோட்சே.

பாட்கேயும், கிஸ்தையாவும் இந்து மகாசபை அலுவலகத்தில் படுக்கச் சென்றனர். அங்கே, ஏற்கெனவே பலர் படுத்திருந்தார்கள். அப்போது யாரோ, “பாட்கே இங்கேயா?” என்று கூப்பிட்டதைப் பார்த்து அதிர்ச்சியடைந்தான் பாட்கே. அது மதன்லால் என்று தெரிந்து ஆறுதல் அடைந்தான். அவனோடு அவர்கள் படுத்துக்கொண்டார்கள்.

19. 'நான் சாகத்தான் வேண்டும் என்றால் செத்துப் போகிறேன்'

டில்லிக்கு இரவில் சென்றடைந்த செந்தூர் பாண்டியன் பிர்லா மாளிகைக்கு அருகில் இருக்கும் ஒரு ஹோட்டலில் தங்கினான். காலையில் எழுந்து காந்தியைப் பார்க்கச் சென்றான். அவரைக் காலையில் பார்க்க முடியவில்லை. அவர் தன் அன்றாட வேலைகளைச் செய்துகொண்டிருப்பதாய்ச் சொன்னார்கள்.

அவரை இந்தியாவின் புகழ்பெற்ற மருத்துவர்களான பி.சி. ராய், ஜீவ்ராஜ் மேத்தா, எம்.டி.டி. கில்டர் வந்து பார்த்து பரிசோதித்ததாய்ச் சொன்னார்கள். "காந்தியின் எடை குறைந்திருக்கிறது. அவர் மிகவும் பலவீனமாகிவிட்டார். சிறுநீரில் அசிடோன் அளவு இருக்கிறது" என்று அறிக்கை கொடுத்தார்கள். அதன் அர்த்தம் என்னவென்றால், உண்ணா விரதத்தால், உடலின் திசுக்கள் மாறி இரத்தத்தில் கலந்து விஷமாகிக் கொண்டிருக்கின்றன என்பதுதான். காந்தி அபாய கட்டத்தை எட்டிக் கொண்டிருக்கிறார். அவரின் தண்ணீர் உட்கொள்ளும் அளவுக்கும் அது கழியும் அளவுக்கும் பெரும் வித்தியாசம் இருக்கிறது. ஆகவே, அவரின் சிறுநீரகம் செயலிழந்து வருகிறது என்ற மருத்துவச் செய்தி கேட்டு செந்தூர் பாண்டியன் வருத்தமடைந்தான். இந்த நிலையிலா காந்தியை நான் பார்க்க வரவேண்டும் என்று தன்னைக் கேட்டுக் கொண்டான்.

ஆனாலும் காந்திஜியின் உற்சாகம் குறையவில்லை என்றார்கள். அவரின் அன்றாட நிகழ்ச்சிகள் அப்படியே நடைபெற்றன என்றும் சொன்னார்கள். அவர் காலையில் வழக்கம்போல 3.30மணிக்கு எழுந்து தன் பிரார்த்தனையில் ஈடுபட்டார். காலையில் எழுத வேண்டிய கடிதங்களுக்கு பதில் சொல்லச் சொல்ல எழுதினார்கள். தான் அண்மைக் காலங்களில் படிக்கும் வங்காள மொழி பயிற்சியை மேற்கொண்டார். முக்கியமான பத்திரிகைச் செய்திகள், கடிதங்கள், தந்திகள் ஆகியவற்றைப் பார்வையிட்டார். அதன் பிறகு கடிதங்களுக்குப் பதிலும் தன்னைச் சந்திக்க வரும் மக்களிடமும் பிரமுகர்களிடமும் உரையாடினார். மத்தியானம் 12.30லிருந்து மாலை 3.30மணி வரை அவர் ஓய்வு எடுத்தார். பிறகு இயற்கை வைத்தியம், உடல் மசாஜ், பிறகு அரசியல் தலைவர்கள் பலரிடம் பேசினார். மாலையில் பிரார்த்தனைக்

கூட்டத்திற்கு பெரும் கூட்டமாய் மக்கள் வருவார்கள். அங்கும் பேசுவார். இப்படி அவருடைய நாள் கழிவதாய் பேசிக்கொண்டார்கள்.

பத்திரிகையில் படித்தறிந்த பெரும் தலைவர்கள், பெரிய மனிதர்கள் எல்லோரும் சர்வ சாதாரணமாய்க் காந்திஜியோடு உரையாடுவதைப் பார்க்கவே மக்கள் அங்கு வருவார்கள்.

அந்தக் குளிர் காலத்தில் அடிக்கும் இளவெயிலில் உட்கார்ந்து தூரத்தேயிருந்து செந்தூர் பாண்டியன் காந்தியைப் பார்த்துக்கொண் டிருந்தான். இன்னும் அவர் அருகில் உட்கார்ந்து காந்தியின் ஆற்றல் தன்னிடம் படரும் அனுபவத்தை அவன் இன்னும் உணரவில்லை. அதற்காக அவன் காத்திருந்தான்.

அப்போது நேரு அங்கு வந்தார். அவரோடு அதிகாரிகளும் அமைச்சர்களும் வந்தார்கள். காந்தி படுத்துக்கொண்டு அவர்களோடு உரையாடிக்கொண்டிருந்தார். நேரு பக்கத்தில் ஒரு அதிகாரி நின்று கொண்டிருந்தார். அவரிடம் நேரு பேசிய விதமும், மற்றவர்கள் நடந்து கொண்ட விதமும், அவர் பெரிய அதிகாரியாக இருக்க வேண்டும் என்று செந்தூர் பாண்டியனுக்குத் தோன்றியது. அவரின் முகத்தைப் பார்க்க அவரை எங்கோ தான் பார்த்திருப்பதாக அவனுக்குத் தோன்றியது. அவன் இன்னும் கூர்மையாக அவரைப் பார்த்தான். மின்னலென அவனுக்குத் தோன்றியது. அது ரஸ்தோகி ஐ.சி.எஸ். ஆமாம் அவனுக்கு ரயிலில் போகும்போது காந்திஜியின் புத்தகத்தை தன் கையெழுத்திட்டுப் படிக்கக் கொடுத்தவர். அந்தப் புத்தகத்தைக் கூட, திரும்பப் படிக்க வேண்டு மென்று அவன் டில்லிக்குக் கொண்டு வந்திருந்தான். அவரைப் பார்க்க வேண்டும் என்று அவனுக்கு ஆர்வமாக இருந்தது. ஆயினும் இப்போது, பிரதம அமைச்சர் நேரு இருக்கும்போது, பாதுகாப்பு வளையத்தைத் தாண்டி அவரைப் போய் பார்க்க முடியாது என்று உட்கார்ந்திருந்தான்.

எப்படியும் இன்னொரு முறை அவர் காந்திஜியைப் பார்க்க வருவார், அப்போது அவரைப் பார்த்து, அவரின் புத்தகம் தன்னில் ஏற்படுத்திய மாற்றத்துக்கு நன்றி சொல்ல வேண்டும் என்று அவன் எண்ணிக்கொண்டான்.

அன்றைக்கு மாலையில், மரபை மீறி மவுண்ட்பேட்டனும் அவர் துணைவியார் எட்வினாவும் காந்தியைப் பார்க்க வந்தார்கள். அவரைப் பார்த்ததும், "தன் உண்ணாவிரதம், மலையை ஒரு முகம்மதிடம் கொணர்ந்திருக்கிறது" என்று மகிழ்வுடன் காந்தி சொன்னார்.

ஒரு நண்பரைப் பார்ப்பதற்காக மட்டுமல்லாமல், அந்த மகாத்மாவின் போராட்ட கருத்துக்களுக்கு தானும் துணையாக

இருக்கிறேன் என்று வெளி உலகிற்கு பகிரங்கமாக அறிவிக்கவே வந்தேன் என்றார் மவுண்ட்பேட்டன்.

காந்தி மிகவும் சோர்ந்து இருந்தார். அவர் தன் படுக்கையிலிருந்து பிரார்த்தனைக் கூட்டத்தில் கலந்து கொண்டார்.

அன்று பிரார்த்தனைக் கூட்டத்தில் பெரும் கூட்டமாக மக்கள் வந்திருந்தார்கள். எனவே கூட்டத்தின் கடைசியில் செந்தூர் பாண்டியன் உட்கார்ந்திருந்தான். அப்போது அரசாங்க கார் ஒன்று வந்தது. அதிலிருந்து ஒருவர் இறங்கினார். அவருக்கு பாதுகாப்பாக இரு காவலர்கள் துப்பாக்கியுடன் வந்தனர். அவர்களைப் போகச் சொல்லிவிட்டு அவர், செந்தூர் பாண்டியன் அருகே வந்து அமர்ந்தார். அருகில் வந்து வெளிச்சத்தில் பார்க்கும்போது அவர், உயர் அதிகாரி ரஸ்தோகி என்று அவனுக்குப் புரிந்தது. அவர் இவனைப் பார்க்கவில்லை. காந்தியின் பேச்சு மிகவும் பலவீனமான முறையில் ஒலிபெருக்கியின் வழியாக ஒலித்துக்கொண்டிருந்தது. அதை மிகவும் கவனத்துடன் கண்மூடி அவர் கேட்டுக்கொண்டிருந்தார். அவர் கவனத்தில் சிறிது கூட பிசிறு இல்லை. கண்ணைத் திறக்கவும் இல்லை. ஒரு சிலைபோல இருந்தார்.

கூட்டம் முடிந்தவுடன், தன் உடையில் படிந்திருந்த புற்களைத் தட்டிக்கொண்டு அவர் எழுந்தார். கூட்டம் கலையட்டும் என்று அசையாமல் நின்றார். அருகில் சென்ற செந்தூர் பாண்டியன்,

"நமஸ்காரம்" என்று அவரை வணங்கினான்.

"நமஸ்காரம், மதராஸி" என்றார்.

"என்னைத் தெரிகிறதா, சார்?" என்று கேட்டான்.

தன் கண்ணை இறுக்கி நினைவுபடுத்திப் பார்த்துக்கொண்டு, "ஐ யாம் சாரி" என்றார்.

"சென்ற மே மாதத்தில் ஒரு நாள் லாகூருக்குப் போகும் வழியில் ரயிலில் உங்களைச் சந்தித்தேன். அப்போது எனக்கு, மகாத்மா, சத்திய சோதனை புத்தகங்களை என்னிடம் கொடுத்தீர்கள். அதில் உங்கள் கையெழுத்தை இட்டும் கொடுத்தீர்கள். அந்தப் புத்தகங்கள் என்னை மாற்றின. அதுதான் என்னை இங்கும் இழுத்துக்கொண்டு வந்து சேர்த்திருக்கிறது. அதற்கு நன்றி செலுத்தவேண்டும் என்று அவ்வப் போது நான் நினைத்துக்கொள்வேன். அதற்கு வாய்ப்பு கிடைக்காது என்றும் தோன்றும். நாம் நினைக்காததை காந்தி செய்து காட்டுவார். இப்போது நம்மைச் சந்திக்க வைத்திருக்கிறார்"

“ஓ! அந்த இளைஞனா? எனக்கு ஞாபகம் வந்துவிட்டது. எப்படி யிருக்கிறாய்?” என்று அவன் கைகளைப் பற்றிக்கொண்டார்.

பிறகு, அவரே, “நீ எப்படி லாகூரிலிருந்து இங்கு வந்தாய்?” என்று கேட்டார்.

“அகதியாக வந்தேன்”

“அப்பா, தொழில் எல்லாம் எப்படி”

“எல்லாம் போய்விட்டது”

“இங்குள்ள அகதிகள் காந்தி மேலே கோபமாய் இருக்கிறார்கள். உனக்கு அவர் மேலே வெறுப்பு ஒன்றுமில்லையா?”

“நம்மை நேசிக்கின்ற மனிதர்கள் மீது நமக்கு எளிதாக கோபமும் வெறுப்பும் வந்துவிடுவது வாழ்க்கையில் நடக்கத்தானே செய்கிறது. அப்படித்தான் இந்த அகதிகளின் கோபம் என்று நான் நினைக்கிறேன். ஆனால் என்னைப் பொறுத்தவரை, இந்த நாடு எரிமலையாக வெடித்துச் சிதறாமல் இருப்பதற்கான எரிமலையின் ஒரே மூடி இந்த மனிதர்தான் என்று தோன்றுகிறது. அவர் சாப்பிடாமல் இருக்கிறேன் என்றவுடன், எல்லோரும், ஏன் அகதிகளும் சோர்ந்து போகிறார்களே, அவரைக் காப்பாற்ற வேண்டும் என்று துடிக்கிறார்களே, அப்படிப்பட்ட மனிதர் மேல் எப்படிக் கோபம் கொள்ள முடியும்.”

“வயதான எனக்கு, இந்தக் கெட்ட உலகத்தின் மீதும் இந்த மக்களின் மீதும் கோபம் வரும். கடவுள் மீது அசைக்க முடியாத நம்பிக்கை கொண்ட இந்த மனிதரை, பிறப்பால் மட்டுமல்ல, தன் தேர்வாலும் கொள்கையாலும் சிறந்த இந்துவாக வாழ்ந்த இந்த மனிதரை இந்து மத துரோகி என்று சொல்லுவதைக் கேட்க என்னால் தாங்க முடிவதில்லை. என்னை மறந்து, நானே துப்பாக்கி எடுத்துக் கொண்டு இதுபோன்று வெறுப்பை உமிழும் அந்த மனிதர்களை சுட்டுவிட்டால் என்ன என்று ஒரு விநாடி நினைப்பேன். ஆனால் காந்தியின் கருணை தவழும் முகம், அவரின் பிரபஞ்ச சகோதரத்துவமும் அளப்பறிய அன்பும் என்னை சாந்தப்படுத்தும். உன்னைப் போன்ற இளைஞன், தன் துக்கங்களை மீறி அவரைப் புரிந்துகொண்டிருக்கிறான் என்றபோது காந்தியம் வெல்லும் என்ற நம்பிக்கை என்னிடம் வளருகிறது”

“சார், ஒரு கேள்வி என்னிடம் எழுந்துகொண்டிருக்கிறது. நாம் ஏன் வன்முறையை நியாயப்படுத்தும் சமூகமாகவே ஆகிவருகிறோம்?”

"நம்மிடம் அறமும், அன்பும் குறைந்து வருகிறது என்பதன் வெளிப்பாடுதான் இந்த நிலை. பதவியும், தன் ஆதிக்கமும் என்ற உணர்வு வருவதே வன்முறையின் காரணம். தன் நலன் என்பதற்கு, மதம் என்ற முலாம் பூசி இந்த மதவாத சக்திகள் வன்முறையை நியாயப்படுத்துகின்றன. அவற்றிடம் உண்மைக் கடவுள் உணர்வு இல்லாமல் போய்விட்டது. வன்முறை வருகிற போது, நாம் கடவுளிட மிருந்தும், அறத்திடமிருந்தும் வெகு தூரம் தள்ளியிருக்கிறோம். இந்த மதவாத சக்திகள் அரசியல் ஆதாயத்துக்காக வன்முறையை, பொய்யை, வெறுப்பை நியாயப்படுத்துகின்றன. மனித மாண்பும், மனித நேயமும் அதில் பின் தள்ளப்படுகின்றன" என்றவர் தன் கடிகாரத்தைப் பார்த்தார். அவரின் கார் வந்து அங்கு நின்றுகொண்டிருந்தது. அவரின் நிலைமையை அவன் புரிந்துகொண்டான்.

"சார் டில்லியில் எங்கிருக்கிறீர்கள்?"

"பிரதம அமைச்சரின் செயலாளராக இருக்கிறேன். இப்போது ஒரு அவசர வேலையிருக்கிறது. மீண்டும் சந்திப்போம்" என்று சொல்லிவிட்டு அவர் விரைந்து சென்று காரில் ஏறிக்கொண்டார்.

மறுநாள் காலையில் பம்பாயில், தீட்சித் மகராஜைப் பார்க்க அவரின் இருப்பிடத்துக்கு நாதுராம் கோட்சேயின் குழு சென்றது. கிஸ்தையாவைத் தவிர அனைவரும் காரில் சென்றனர். தீட்சித் மகராஜ், சொறி சிரங்குத் தொல்லையால் அவதிப்பட்டுக் கொண் டிருந்தார். அவர் இன்னும் குளிக்காததால் அவர்களைத் தன்னுடைய படுக்கையறைக்கே வரச் சொன்னார். போன உடனே அவர் பாட்கே மேலே எரிந்து விழுந்தார். "எப்படி என் உத்தரவு இல்லாமல் உன் சரக்கை வீட்டில் வைத்தாய்?" என்று கோபமாய்க் கேட்டார்.

வியாபார வித்தகனான பாட்கே உடனே அவரிடம் மன்னிப்புக் கேட்டான்.

"சரி, உன் சரக்குகளைக் காண்பி" என்றார்.

பாட்கே தான் கொணர்ந்திருந்த பையில் இருந்து அவற்றை வெளியில் எடுத்து அவருக்கு காண்பித்தான். கையெறி குண்டை அவனுக்கு சரியாக கையாளத் தெரியவில்லையென்று, தீட்சித் மகராஜ், சரியான முறையைச் செய்து காட்டினார்.

பிறகு என்ன விஷயமாக தன்னைப் பார்க்க வந்தீர்கள் என்று கேட்டார். "ஒரு முக்கியமான விஷயத்துக்காக இரண்டு ரிவால்வர்கள் வேண்டும்" என்று ஆப்தே கேட்டான். எரிச்சலில் இருந்த தீட்சித்

மகராஜ், "என்னிடம் எதுவுமில்லை, பிறகு பார்க்கலாம்" என்று அவர்களை வெறும் கையனாக அனுப்பி வைத்தார்,

அவர் அறையில் இருந்து வெளியே வரும்போது ஆப்தே, நாதுராம் கோட்சேயிடம், "இப்போது, பாட்கே பணச்சிக்கலில் இருக்கிறான், அவனுக்கு பணம் தருவதாகச் சொன்னால், அவனை நம்மோடு இழுத்துக்கொள்ளலாம்" என்றான் ஆப்தே.

"நமக்கு ரிவால்வரால் சுடுகின்ற ஒரு ஆள் தேவைதான். ஆகவே அவனை அழைக்கலாம்" என்றான் கோட்சே.

அவர்கள் எல்லோரும் கோயிலின் முன்னாலிருக்கும் வெளிக்கு வந்தார்கள்.

"பாட்கே, உன்னை எங்களில் ஒருவனாகவே கருதுகிறோம். நாங்கள் ஒரு முக்கியமான வேலையில் ஈடுபட்டிருக்கிறோம். உன்னை சேர்த்துக்கொள்ளலாம் என்று இருக்கிறோம். உன்னிஷ்டம் எப்படி?" என்று கேட்டான் ஆப்தே.

"என்ன வேலை என்று சொல்லவில்லையே" என்றான் பாட்கே.

"பாட்கே, நீ, இந்து மகாசபையின் உறுப்பினன். நீ தாத்யராவ் (மராத்தியில் பெரியப்பா, அது சாவர்க்கரை குறிக்கும் வார்த்தை) சொன்னால் கேட்பாய்தானே."

"கண்டிப்பாக. தாத்யராவ் சொன்னால் சொன்னதுதான்"

"காந்தி, வேறு சில தலைவர்களைக் காலி செய்யும்படி அவர் உத்தரவிட்டிருக்கிறார். அதை எங்களிடம் ஒப்படைத்திருக்கிறார். இந்தப் பணியில் நீயும் கலந்துகொள்கிறாயா?"

"நான் வருகிறேன். என்னோடு என் உதவியாள் கிஸ்தையாவையும் இணைத்துக் கொள்ள வேண்டும்"

"அவ்வளவுதானே" என்ற, நாதுராம் கோட்சே, "நாம் 20ஆம் தேதி டில்லியில் இதை முடிக்கத் திட்டமிட்டிருக்கிறோம். நீ டில்லிக்கு புறப்பட வேண்டும்" என்றான்.

"எனக்கு இரண்டு நாள் கொடுங்கள். என் வீட்டு வேலை யெல்லாம் முடித்துவிட்டு, என்றைக்கு டில்லிக்கு வரவேண்டும் சொல்லுங்கள், அன்றைக்கு நான் அங்கிருக்கிறேன்" என்றான் பாட்கே.

"சரி, நீ உன் காரியங்களை முடித்துவிட்டு, பெட்டி படுக்கையுடன், 17ஆம்தேதி காலையில் விக்டோரியா டெர்மினஸ் வந்துவிடு. மீதியை நாம் எல்லோரும் சேர்ந்து பார்த்துக்கொள்ளலாம்" என்றான் கோட்சே.

தங்கள் லக்கேஜை எடுக்க, இந்து மகாசபை அலுவலகத்துக்குப் போன பாட்கேயும் கிஸ்தையாவும், அங்கே மதன்லாலைப் பார்த்தனர். தானும் கார்க்கரே சேட்டும் போவதாயிருந்த பஞ்சாப் மெயிலை தவற விட்டுவிட்டதால், இரவில், பெஷாவர் எக்ஸ்பிரசில் செல்வதாகச் சொன்னான்.

பூனாவில் சில வேலைகள் இருப்பதால் அதை முடித்துவிட்டு 16ஆம் தேதி மாலையில் வந்துவிடுவதாய், நாதுராம் கோட்சேயும் டெக்கான் குயின் எக்ஸ்பிரசில் ஏறி பூனாவுக்குச் சென்றான்.

இப்போது பம்பாயில் இருப்பது ஆப்தே மட்டும்தான். இந்த இரண்டு நாட்களில் பணம் ஏதாவது திரட்டுகிறேன் என்று அங்குத் தங்கிக்கொண்டான்.

அவன் அங்கிருப்பது மனோரமா சால்வியைச் சந்தித்து இந்த இரண்டு நாட்களும் அவளோடு சேர்ந்திருக்கத்தான். ஆகவே அவள் விடுதிக்குப் போன் செய்தான். அவள் உடனே வந்தாள். இருவரும் உணவருந்திக்கொண்டிருந்தார்கள்.

"நான் இன்றைக்கு மிகவும் சந்தோசமாக இருக்கிறேன்" என்றாள் மனோரமா.

"எனக்கும் அப்படித்தான்" என்றான் நாராயண் ஆப்தே.

"இப்படித் திடீரென்று நான் நினைக்காத வேளையில் வந்து இன்பத்தைக் கொடுத்தீர்களே"

"நேற்றே உன்னைச் சந்தித்திருக்க வேண்டும். முக்கியமான வேலை, அதுதான் முடியவில்லை"

"என்னைவிட முக்கியமான வேலை வேறு என்ன இருக்க முடியும்?"

"உன்னைவிட முக்கியமானது ஏதும் எனக்கு இல்லைதான். ஆனால் நான் ஒரு முக்கியமான வேலையில் ஈடுபட்டிருக்கிறேன்"

"அப்படியா, அது எனக்கும் முக்கியம்தான். என்னவென்று சொல்லுங்கள். உங்களின் வெற்றியில் எனக்கு அக்கறை உண்டு இல்லையா?"

"அது வேண்டாம். உனக்கு மனது வருத்தம் தரும்."

"எனக்கு மனது வருத்தம் தருவதை நீங்கள் செய்யமாட்டீர்கள் இல்லையா?" என்றாள்.

இப்போது ஆப்தேக்கு என்ன சொல்வது என்று தெரியவில்லை.

"நாட்டுக்கு நல்லது செய்யும் பணியில் நான் ஈடுபட்டிருக்கிறேன்" என்றான்.

"அது எனக்கு எப்படி வருத்தம் தரும்?"

"அதில் என் உயிருக்கும் ஆபத்து இருக்கிறது"

"இந்தியாதான் சுதந்திரம் பெற்றாகிவிட்டது இப்போது உயிரை விடும் அபாயகரமான வேலை என்ன இருக்கிறது?"

"ஒரு பெரிய அரசியல் தலைவரைக் கொல்லத் திட்டம் தீட்டியிருக்கிறோம்"

"நீங்கள் கொலை செய்யலாமா? எவ்வளவு நல்ல மனிதர் நீங்கள்" என்றாள். இப்போதும் அவன் என்ன சொல்லுவது என்று தடுமாறினான்.

"யாரைக் கொலை செய்யப் போகிறீர்கள்?" என்று அவன் கையைப் பற்றி தன் நெஞ்சில் வைத்துக் கேட்டாள்.

அவன் தயங்கிக்கொண்டு "காந்திஜியை" என்றான். அவன் கையைத் திடுமென விட்டு, "என்ன சொல்லுகிறீர்கள்? அந்த நல்ல மனிதர் உங்களுக்கு என்ன கெடுதல் செய்தார்?" என்று கேட்டாள். அவள் உணவுத் தட்டைத் தள்ளி வைத்தாள்.

"இந்த நாட்டின் விரோதி அவர்" என்றான்.

"இனி சிவாஜி மகராஜாவை மராத்தியர்களுக்கு விரோதி என்று எப்போது சொல்லப் போகிறீர்கள்?"

"உண்மையைச் சொல்லிவிடுகிறேன். அவர் இந்து மதத்தின் விரோதி. இந்துத்துவத்தை அதன் எதிரியான காந்தியிடமிருந்து காப்பாற்றியாக வேண்டும்"

"எனக்குத் தெரிந்தவரை அவரைப் போல உத்தம இந்துவை நான் கண்டதில்லை. பெண்களுக்கு முக்கியத்துவம் கொடுத்தவர் அவர். பெண்களை சமூக வெளிக்கு அழைத்து வந்தவர் அவர். ஆணும் பெண்ணும் சமம் என்று உங்கள் வேதம் சொல்லுவதில்லை. ஆனால் காந்தி சொன்னார். அவர் சொல்லியதுதான் உண்மையான இந்து மதம் என்று, இந்த நாட்டின் கோடான கோடிப் பெண்கள் அவர் பின்னால் நிற்கிறார்கள். உங்களின் தலைவர் சாவர்க்கர் பின்னால், பிராமணர்கள், அதுவும் மராட்டிய பிராமணர்கள் தவிர வேறு எவர் நிற்கிறார்கள்? சாவர்க்கரை இந்து தலைவர் என்று சொல்லுகிறீர்கள். ஆனால்

எல்லாருக்கும் சமத்துவம் தந்த காந்தியை இந்து விரோதி என்கிறீர்களே. உங்களின் கொள்கையில் கோளாறு அல்லது குறை இருக்கிறது என்று நினைக்கிறேன்."

அவன் மௌனமாக இருந்தான். பிறகு சொன்னான்,

"அவர் இந்துக்களுக்கு முக்கியத்துவம் கொடுக்காமல், முஸ்லிம்களுக்கு முக்கியத்துவம் கொடுக்கிறார். இந்து முஸ்லிம் நல்லிணக்கம் என்று அவர்கள் பின்னால் நிற்கிறார்."

"அதில் என்ன தப்பு இருக்கிறது? இரு மனிதர்கள் உறவுடன் இருப்பதற்கு மதம் இடைஞ்சலாக இருக்க முடியுமா?" என்று கேட்டாள்.

"இடைஞ்சலாக இருக்க முடியாது"

"நல்லவேளை, அவசரப்பட்டு இடைஞ்சலாகத்தான் இருக்கும் என்று சொல்லிவிடுவீர்களோ என்று பயந்துகொண்டிருந்தேன். நாம் இருவரும் ஒன்றாயிருக்க மதம் ஒரு தடையாக இருந்ததா? என் வயிற்றில் வளருகிறதே, உங்கள் குழந்தை அது ஒரு கிறிஸ்தவள் வயிற்றில் வளருவதால் இந்து விரோதி என்று சொல்ல முடியுமா?" என்று கேட்டு அவள் கண்ணிலிருந்து நீர் வழிந்து அவள் கையை நனைத்தது.

"மனோரமா, அழாதே. நம் குழந்தைக்கு எந்தப் பாதிப்பும் வந்து விடக்கூடாது, என்னால் தாங்க முடியாது" என்று அவளை அணைத்துக் கொண்டு படுக்கைக்கு கூட்டிச் சென்றான்.

"என் குழந்தையை உங்கள் விரோதி என்று சொல்லுவீர்களா?" என்று மீண்டும் அவள் கேட்டாள். அவன் பதில் சொல்லாமல் அவள் தலையை வருடினான்.

இந்தப் பெண்ணின் எதார்த்தமான கேள்விகளுக்கு நான் என்ன பதில் சொல்லுவேன் என்று தன்னைக் கேட்டான். தன் முஸ்லிம் வெறுப்புக்குக் காரணம் அவ்வாறு நான் பயிற்றுவிட்டிருப்பதுதான் காரணமோ? முஸ்லிம்களை எதிரிகள் என்று காண்பிப்பது இந்துக்களை ஒன்றிணைக்கும் வழிமுறையா? எல்லா முஸ்லிம்களையும் விரட்டி விட்டாலோ அல்லது அடிமைகளாக ஆக்கியபின் இன்னொரு எதிரியை கண்டுபிடிப்போமோ? இதெல்லாம் எதற்காக? சனாதனிகளின் ஆதிக்கத்தை ஏற்றுக்கொண்ட இந்து மதத்தை முன்னிலைப்படுத்தும் ஒரு அராஜக யுக்திதானோ இது? கேள்விகள் வரவர, அதற்கு வரும் பதிலால் அவன் கலங்கிப் போனான்.

சனாதனிகளின் முதன்மையையும், ஆதிக்கத்தையும் ஏற்க மாட்டேன் என்று கலகக்கொடி பிடிக்கும் காந்தியை மக்கள் நேசிக்கிறார்கள். அதற்காகவே ஆர்.எஸ்.எஸ்சும், இந்து மகாசபையும் காந்தியை அரசியல் அரங்கிலிலிருந்து நீக்கிவிட என்னைப் போன்றவர்களைப் பயன்படுத்துகிறார்கள். இந்தக் காரியத்தை முடித்த பின் என்னை எவர் சீண்டுவார்? மக்கள் கோபம் திரண்டெழுந்தால், எங்களுக்கும் ஆப்தேக்கும் எந்தத் தொடர்பும் இல்லையென்று இவர்கள் எளிதாகச் சொல்லிவிடுவார்களே என்று நினைக்க நினைக்க அவனுக்கு, சிக்கிய தூண்டிலின் பாதையில் நான் சென்று கொண்டிருக்கிறேனோ என்று நினைத்தான்.

இன்றைய இரவை வெகு சந்தோசமாக அவளுடன் கழிக்க வேண்டும் என்ற ஆசையுடன் வந்த அவனுக்கு இது ஏமாற்றம்தான். இந்த இரவு வீணாகிப் போய்விடுமோ என்று வருந்த ஆரம்பித்தான்.

தன் ஒரு மகன் மூளை வளர்ச்சி சரியில்லாதவனாக இருக்கிறான், பிறக்கப்போகும் இன்னொரு குழந்தைக்கு தந்தையில்லை என்றால், அவர்களின் எதிர்காலம் எப்படியிருக்கும் என்ற எண்ணம் வேறு வந்து அவனைத் தொந்தரவு படுத்தியது. ஆயினும் மனோரமாவின் அண்மை, இவற்றை மறக்கச் செய்தது.

மறுநாள் காலையில் கிர்கி ரயில் நிலையத்தில் இறங்கி, தன் தம்பியின் வீட்டிற்குச் சென்றான் நாதுராம் கோட்சே.

போனவுடன் கோபால் சொன்னான், "அண்ணா எனக்கு 17ஆம் தேதி முதல் விடுப்பு கிடைத்துவிட்டது. ஆகவே நீங்கள் சொல்லிய நேரத்துக்கு நான் டில்லிக்கு துப்பாக்கியோடு வந்துவிடுகிறேன்" என்றான்.

"நீ இதில் பங்கெடுக்க வேண்டுமா என்பதை எண்ணிப்பார். உனக்கு நான்கு மாத குழந்தையிருக்கிறது. இளம் மனைவி இருக்கிறாள். இவர்களின் நிலை என்னாகும் என்பதை எண்ணிப் பார்த்தாயா?" என்று கேட்டான் நாதுராம் கோட்சே.

"சில காரியங்களைச் செய்ய வேண்டும் என்றால் நாம் தியாகம் செய்துதான் ஆக வேண்டும்" என்றான் கோபால்.

அதற்கு மேல் ஒன்றும் பேசாத நாதுராம் கோட்சே, கோபாலிடம் 250 ரூபாய் கொடுத்துவிட்டு, 18ஆம் தேதி பழைய டில்லி ரயில் நிலையத்தில் நாம் சந்திப்போம் என்று அங்கிருந்து புறப்பட்டு, பாட்கேயைப் பார்க்கச் சென்றான். அவன் சாஸ்திர பந்தரில் இல்லை. எனவே சொல்லிவிட்டு, தன் பத்திரிகை அலுவலகத்துக்கு நாதுராம் கோட்சே வந்தான்.

அங்கு அவனைத் தேடி, பாட்கே வந்தான். "பாட்கே, நீ வருவதில் மாற்றம் ஒன்றும் இல்லையே" என்றான் நாதுராம் கோட்சே.

"மாற்றமில்லை. நம் திட்டப்படி காந்தியைச் சுட்டுக் கொல்ல வேண்டும். அதற்கு ரிவால்வர் இன்னும் கிடைக்கவில்லையே" என்றான் பாட்கே.

நாதுராம், பாட்கே எதிர்பார்க்காத வகையில் ஒரு சிறிய துப்பாக்கியை எடுத்துக்கொடுத்து, இதற்குப் பதிலாக பெரிய துப்பாக்கி கிடைக்குமா பார் என்று கேட்டான். பாட்கேக்கு தான் ஷர்மா என்பவருக்கு அண்மையில் 32 அளவு ரிவால்வரை விற்றது நினைவுக்கு வந்தது. ஆகவே அவரை அணுகி, சிறிது பணத்தையும் இந்தச் சிறிய துப்பாக்கியையும் கொடுத்து அதை வாங்கி வந்தான். அவன் நான்கு ரவையையும் உடன் கொடுத்தான். ஆனால் அந்த குண்டு அந்தத் துப்பாக்கிக்குப் பொருத்த மில்லாததாக இருப்பது அவர்களுக்குத் தெரியவில்லை.

நாதுராமுக்கு தன் பெற்றோர்களைப் பார்த்துவரவேண்டும் போல தோன்றியது. எனவே அவன் சங்கிலிக்கு பேருந்தில் ஏறினான்.

அவன் வீட்டை நெருங்கும்போது மிகவும் உணர்ச்சிவசப்பட்ட வனாக ஆனான். அவன் எப்போதும் உணர்ச்சிக்கு இடம் கொடுப்ப தில்லை. தான் கொண்ட கொள்கையில் உணர்ச்சிவயப்படுவது உண்டு. ஆனால் தனிப்பட்ட மானுட இன்பம் சோகங்களால் அவன் அதிகம் பாதிக்கப்படுவதில்லை. அது மனிதனுக்கு சிறுமை என்பது அவன் கருத்து.

குடும்பமும் அதன் உறவின் பெருக்கமுமே மனிதரை உணர்ச்சி யுள்ளவர்களாக வைத்திருக்கிறது. உணர்ச்சிகள் மரத்துப்போன வாழ்க்கையில் என்ன சுவாரஸ்யம் இருக்கிறது? அது நெகிழ்வுத் தன்மை கொண்டதாகவும் இருப்பதில்லை. ஆனாலும், தான் ஒரு உணர்ச்சியற்றவனாக இருப்பது நாதுராமுக்குத் தெரியும். அதைப் பற்றி அவன் கவலைப்பட்டதில்லை. அதுவே தன் பலம் என்று நினைத்துக் கொள்வான்.

ஆனால், இப்போது அவன் வித்தியாசமானவனாக உணர்ந்தான். ஒருவேளை தன் கண் முன்னே நிற்கும் தன் மரணம் தன்னை மிரட்டுகிறதோ என்று நினைத்தான். அவனுக்கு கண்ணீர் விட்டு அழவேண்டும் போலிருந்தது. தன் உணர்ச்சிப் பெருக்கை பங்கிட்டுக் கொள்ள தனக்கு ஒரு துணையில்லையே என்பது போன்ற ஒரு தவிப்பு அவனிடம் எழுந்தது. இது என்ன வாழ்க்கை என்ற சலிப்பு எழுவதாய் உணர்ந்தான்.

இன்றைக்கு விட்டால் தன் அம்மாவை, அப்பாவை இனி எப்போது பார்ப்போம் என்று நினைத்தான். தம் பிள்ளைகளைத் தவிர வேறு உலகமும் அக்கறையும் இல்லாதவர்களாக பெற்றோர்கள் இருக்கிறார்கள். அவர்களுக்கு, கைமாறாக நான் என்ன செய்திருக்கிறேன் என்ற கேள்விக்கு அவனால் எந்தப் பதிலும் சொல்ல முடியவில்லை. ஒரு பூக்காத முல்லைக் கொடியாய், காய்க்காத மாமரமாய், நீர் இல்லாத கிணறாய் தானிருந்திருக்கிறேனே என்ற எண்ணம் அவனை வாட்டியது.

வீட்டினுள் நுழைந்ததும், யாரு என்று கேட்டுக்கொண்டு அம்மா அடுப்படியிலிருந்து வெளியே வருவதை அவன் அறிந்தான். அதே குரல், அதே அம்மா, அவள் மாறவில்லை. அவள் என்றைக்கும் மாறமாட்டாள். உலகில் அன்பில் மாறாத உறவின் வடிவம் அம்மாவைத்தவிர வேறு யார் இருக்க முடியும் என்று தன்னைத்தானே கேட்டான்.

"யாரு நாதுவா?" என்று தன்னைப் பார்க்காமலே அப்பா கேட்டுக்கொண்டு வந்தார். இத்தனை ஆண்டுகள் ஆகியும் தன் குரல் அவர் காதில் தப்பாமல் ஒலித்துக்கொண்டிருக்கிறதே என்ற எண்ணம் அவனை வதைத்தது.

"நான்தான்" என்று சொல்லிக்கொண்டு அவன் உள்ளே நுழைந்தான். மிகச் சிறிய வீட்டில்தான் இருந்தார்கள். ஆனால் தன்மீது கொண்ட அன்பில் பெரும் அரண்மனையளவு இருக்கிறார்கள் என்று அவன் உணர்ந்தான்.

"வாடா, என் செல்லம், இப்போதாவது உனக்கு எங்களைப் பார்க்க வழி தெரிந்ததே" என்று சொல்லவும், இதற்காக அவள் தேக்கி வைத்தக் கண்ணீர் வெளிவந்து நின்றது. அம்மா எத்தனை முறை எனக்காக அழுதிருப்பாள், நான் பதிலுக்கு ஒரு முறையாவது ஒரு சொட்டுக் கண்ணீர் அவளுக்காகக் கொட்டியிருப்பேனா, நான் என்ன வாழ்ந்து கிழித்துவிட்டேன்? என்ற எண்ணம் அவனை இன்னும் துக்கப்பட வைத்தது.

அப்பா தன் கழுத்தில் போட்டிருந்த துண்டை தான் இருந்த இடத்தில் போட்டுவிட்டு, சடக்கென எழுவதற்கு சிரமப்பட்டாலும், சுவரைப் பிடித்துக்கொண்டு எழுந்து அவனை நோக்கி வந்தார். அவர்கள் இருவரும் தான் வருவேன் என்று தினமும் காத்திருந் திருக்கிறார்களோ என்று நாதுராமுக்குப் பட்டது.

"எப்படியடா இருக்கிறாய்" என்று அவன் கையைப்பிடித்துக் கொண்டு அம்மா கேட்டாள். "குழந்தை, நீ பசி தாங்க மாட்டாயே, சாப்பிட்டாயா?" என்று கேட்டாள்.

“நல்லாயிருக்கிறேன்” என்றான்.

“என்னங்க, நம்ம நாது வந்துவிட்டான், அவன் வருவான் என்று நான் சொல்லிக்கொண்டிருப்பேனே, அவன் வந்துவிட்டான் பார்த்தீர்களா. ஓடிப்போய் கடையில் அவனுக்குப் பிடித்ததை வாங்கி வருகிறீர்களா?” என்று அம்மா பரபரத்தாள்.

சற்று தளர்ந்து அப்பா நடந்து வந்தார். வயதின் காரணமாக அப்பா இப்படி நடக்கிறாரோ என்று அவனுக்குத் தோன்றியது.

“இருவரும் சேர்ந்து நில்லுங்கள், உங்களை வணங்குகிறேன்” என்றான். அவர்கள் நெகிழ்ந்து நிற்க காலில் விழுந்து வணங்கி அவர்கள் விரல்களைப் பற்றிக்கொண்டான்.

“நல்லாயிருக்கணுமடா” என்று அவனை வாழ்த்தினார்கள். அவன் எழுந்திருக்காமலே,

“ஒரு காரியத்தை எடுத்துக்கொண்டிருக்கிறேன், அதை வெற்றி கரமாக முடிக்க வேண்டும் என்று ஆசீர்வதியுங்கள்” என்றான்.

“கண்டிப்பாக வெற்றி பெறுவாய்” என்று அப்பா சொல்லி, குனிந்து அவன் தலையில் தொட்டார்.

அம்மா பக்கத்தில் அடுக்களையில் உட்கார்ந்துகொண்டு, அவனும் அப்பாவும் பேசுவதைக் கேட்டுக்கொண்டிருந்தாள். “நீ சின்ன பிள்ளையிலும் இப்படித்தான் என்னை வேலை செய்யவிடாமல் பேசிக்கொண்டிருப்பாய். ரொம்ப நாளைக்கு அப்புறம் இப்போதுதான் இந்த வீட்டில் களை வந்திருக்கிறது, என்ன சொல்கிறீர்கள்” என்றாள் அம்மா.

“பிள்ளைகள் வந்தால், மரத்துக்கு குயில் வந்ததுபோல சந்தோசம் தானே வந்துவிடுகிறது” என்றார்.

“நாங்கள் சாவதற்கு முன்னே உன்னை ஒருமுறையாவது பார்ப்போமா என்று நானும் அப்பாவும் பேசிக்கொண்டிருப்போம்” என்றாள் அம்மா. கண்கள் தன்னைப் பார்த்துக்கொண்டிருக்க அவள் கைகள் காய்களை வெட்டுவதைப் பார்த்தான். வெட்டப்படும் ஒவ்வொரு துண்டும் மிகச் சரியான அளவோடு இருப்பதை அவன் வியப்போடு பார்த்துக்கொண்டிருந்தான்.

“அதற்குள் ஏன் சாவைப் பற்றி நினைக்க வேண்டும்” என்றான் நாதுராம். அப்படி சொன்னது தனக்கா அல்லது தன் பெற்றோருக்கா என்ற எண்ணம் அவனில் எழுந்தது.

"வயதாகிறது இல்லையா. பிள்ளைகள் பக்கத்தில் இருக்க வேண்டும் என்பதைத் தவிர வேறு ஆசையே இல்லாமல் போய் விட்டதடா" என்றாள் அம்மா. அப்படி பலதைப் பேசிக்கொண்டிருந்து விட்டு நன்றாக அம்மா சமைத்துப்போட, அப்பா அருகில் உட்கார்ந்து சாப்பிட்டான்.

உடனே நல்ல தூக்கம் வந்தது. அப்படியே வீட்டுத் தரையில் படுத்துத் தூங்கினான்.

அவனுக்கு காபி பிடிக்கும் என்று அம்மா டிக்காசன் இறக்கும் மணத்தோடு அவன் கண்விழித்தான். அம்மாவின் இந்தக் காபி மணம்தான் என்னை காப்பி இரசிகனாக மாற்றிவிட்டதுபோல என்று தனக்குள் சொல்லிக்கொண்டான்.

காப்பி, அன்றைக்குத்தான் காப்பியாக இருந்ததாக அவன் உணர்ந்தான். "அம்மா, உன் கை காப்பி சுவைக்கு முன்னால் யாரும் நிற்க முடியாது" என்றான் நாதுராம்.

"ஆமாம் நீ வந்தால், அம்மா காப்பிக்குச் சுவை எங்கிருந்தோ வந்துவிடுகிறது தெரியவில்லை" என்றார் அப்பா.

அம்மா அந்தக் குறையைக் கேட்டுச் சிரித்தாள். அது அவளுக்குப் பிடித்திருந்தது போல இருக்கிறது என்று நாதுராம் எண்ணிக்கொண்டான்.

"எனக்கு முக்கியமான வேலையிருக்கிறது. நான் போய் வருகிறேன்" என்றான் நாதுராம். அப்போது, "தன்னால் போய் திரும்ப வர முடியுமா?" என்று தன்னையே கேட்டுக்கொண்டான். அது சிரிப்பையும் வருத்தத்தையும் ஒருங்கே கொணர்ந்தது.

அவன் வெளியே வந்தபோது அம்மாவும் அப்பாவும் வாசலில் வந்து நின்றார்கள். தன்னையே அவர்கள் பார்த்துக்கொண்டிருக்கிறார்கள் என்ற நினைப்புடன் அவன் திரும்பிப் பார்க்காமல் நடந்தான். தான் திரும்பிப் பார்த்தால் அழுதுவிடுவேனோ என்ற பயம் அவனுக்குள் எழுந்தது. தெருவின் திருப்பத்தில், அவர்களைத் திரும்பிப் பார்த்தான். அவர்கள் இருவரும் நின்று அவனைப் பார்த்துக்கொண்டிருந்தார்கள். இனி இவர்களை என்றைக்கு பார்ப்போம் என்ற சோகம் மேலிட அவன் நடந்தான். வாழ்க்கையின் பாதை முன்னே உணர்ச்சியற்று நீண்டு கொண்டிருந்தது.

20. நான் எடுக்கும் நிலை சரியாக இருந்தால், யார் என்னை எதிர்த்தால் என்ன?

தனியே காலை உணவை உண்டு முடித்தான் ராகவன். செந்தூர் பாண்டியன் இருந்தால் இருவரும் பேசிக்கொண்டே சாப்பிடுவார்கள். நண்பர்களின் பேச்சுக்கு இதுதான் தலைப்பு என்பதில்லை. உலகில் என்னவெல்லாம் உண்டோ அவை அத்தனையையும் தங்கள் பார்வையில் அலசி இதுதான் சரி, இதுதான் தப்பு என்ற தீவிரத் தன்மையோடு பேசுவார்கள். அவன் இல்லாது வீட்டிலே சுரத்து இல்லாதது போலிருக்கிறது என்று தனக்குள் சொல்லிக்கொண்டான்.

வீட்டில் ஒருமுறை அம்மா சொன்னது நினைவுக்கு வந்தது. "டேய் ராகவா, இப்போதெல்லாம் உன் குரலே கேட்பதில்லை. படிப்புன்னு புத்தகத்துக்குள்ளே புகுந்து விடுகிறாய். இந்தக் குருவிகள்தான் கூடு கட்டி, அவை உள்ளே வரும்போதும் போகும்போதும் என்னோடு பேசிக்கொண்டு போகும். இப்போது அதற்கும் குஞ்சுகள் பெரிதாகி விட்டன. அதனால் குருவிகளும் பேசுவதில்லை. இந்த அமைதி எனக்கு கஷ்டமாயிருக்கடா" என்றாள்.

அப்படித்தான் உணர்ந்தான் ராகவன்.

அப்போது ஒரு கடிதம் வந்தது. ஒரு வேளை செந்தூர் பாண்டியன் அனுப்பியிருக்கிறானோ என்று பார்த்தான். ஆங்கிலத்தில்தான் விலாசம் எழுதியிருந்தது. அனுப்பியது யார் என்று கவரின் பின்பக்கம் திருப்பிப் பார்த்தான். பெயர் எதுவும் இல்லை. கவரை உடைத்தான். ஒற்றைத் தாளில் கடிதம் இருந்தது. அது கடிதப் பாணியிலே எழுதப்படவில்லை.

"சதி உருப்பெற்று விட்டது.
அடுத்து டில்லியில் உச்சகட்டம்.
விவரத்தை பின்வரும் முகவரியிலுள்ள
பேராசிரியர் ஜே. சி. ஜெயினிடம் கேட்டுத் தெரிந்து கொள்ளவும்.
இனி, விதியின் கை உன்னிடம்"

என்று எழுதப்பட்டிருந்தது.

முதலில் ராகவனுக்கு இது என்ன, ஏது என்று புரியவில்லை. இது என்ன மொட்டைக் கடிதம் தனக்கு என்று யோசித்தான்.

அப்பொழுதுதான், மதன்லால் சொன்ன சதி என்ற வார்த்தை நினைவுக்கு வந்தது. அதனின் தொடர்ச்சிதானோ இந்தக் கடிதம் என்று எண்ண ஆரம்பித்தான். இப்போது கடிதத்தில் எழுதிய விஷயம் கொஞ்சம் கொஞ்சமாய் அவனுக்கு விளங்கத் தோன்றியது.

என்ன செய்யலாம் என்று யோசித்தான். பக்கத்திலிருக்கும் இந்து ராஷ்டிரிய பிரஸ் வரை போய் பார்த்து வரலாம் என்று கிளம்பினான். அங்கு ஏதாவது பதற்றமான நடவடிக்கைகள் நடக்கிறதா என்று தெரிந்து கொண்டால், மேற்கொண்டு அடுத்த செயலைத் தான் செய்யமுடியும் என்று நினைத்தான்.

அங்கு உள்ளே போய் பார்த்தான். நாதுராம் கோட்சேயும், ஆப்தேயும் இல்லை, அங்கிருப்பவர்களிடம் கோட்சே எங்கே போயிருக்கிறார் என்று கேட்டான். "அவர் இங்கு இல்லை, ஏதோ வெளியூருக்குச் சென்றிருக்கிறார்" என்றார்கள். "எப்போது வந்து பார்க்க முடியும்?" என்று கேட்டான். "தெரியாது சார்" என்றார்கள்.

ஆக நாதுராம் கோட்சேயும், ஆப்தேயும் வெளியூர் புறப்பட்டு விட்டார்கள். சதி ஆரம்பமாகி விட்டது என்று மனதுக்குப் பட்டதும் அவனுக்கு வயிற்றில் பிசைந்தது போன்று உணர்ந்தான். காந்திக்கு ஏதும் ஆகிவிடுமோ என்று மனம் படபடத்தது.

என்ன செய்யலாம் என்றால், அவனுக்கு ஒன்றும் தோன்றவில்லை. செந்தூர் பாண்டியன் முகவரி இருந்தால் அவனிடம் சொல்லி, டில்லியில் இவர்கள் நடமாட்டம் இருக்கிறதா என்று கவனிக்கச் சொல்லலாம் என்று தோன்றியது. அவ்வளவு பெரிய டில்லியில் செந்தூர் பாண்டியன் இவர்களை எப்படிக் கண்டுபிடிக்க முடியும் என்றும் எண்ணினான்.

இதை போலிசுக்குத் தெரிவிப்போமா என்ற எண்ணம் வந்தது. போலிசுக்குப் போனால் தன் தலையும் இந்தச் சதியில் உருளுமே என்ற எண்ணமும் வந்தது. ஆனாலும் காந்திஜியைக் காப்பாற்ற தன்னால் முடிந்ததைச் செய்துதான் ஆக வேண்டும் என்று எண்ணினான்.

போலிசிடம் போவோம் என்றதும், அந்த உதவி கமிசனர் ரத்தினம் நினைவுக்கு வந்தது. ஏற்கெனவே இதைப் பற்றி அவரிடம் பேசியிருப் பதால் அவரிடம் போவோம் என்று முடிவெடுத்து அங்குப் புறப்பட்டான்.

கமிஷனர் அலுவலகத்தில் அவர் இருந்தார். அவரைப் பார்த்ததும், "செந்தூர் பாண்டியன் வரவில்லையா?" என்று கேட்டார்.

“அவன் காந்திஜி உண்ணாவிரதம் இருப்பதால், அதைப் பார்க்க டில்லிக்குச் சென்றிருக்கிறான்” என்றான் ராகவன்.

“அப்படியா? என்ன விஷயமாக என்னைப் பார்க்க வந்தீர்கள்?” என்று அவரே கேட்டார்.

“போனவாரம் உங்களைப் பார்க்க வந்தபோது, காந்திஜியைக் கொல்ல ஒரு சதி நடக்கிறது என்று சொன்னோம். அது விஷயமாக துப்பு விசாரிக்கிறோம் என்று சொன்னீர்கள். அதில் ஏதாவது முன்னேற்றம் இருக்கிறதா?”

“ஆமாம், ஆமாம் நீங்கள் சொன்னீர்கள்” என்று சொல்லிவிட்டு, போனில் யாருடனோ தொடர்பு கொண்டார்.

“சனிவார்பேட்டிலுள்ள இந்து ராஷ்டிர பிரஸை கவனிக்கச் சொல்லியிருந்தேனே, ஏதாவது தகவல் உண்டா?” என்று கேட்டார் உதவி கமிஷனர்.

“சாரி சார், நம்மிடம் ஆள் இல்லாததால், அதை உடனே கவனிக்க முடியவில்லை. நேற்றுத்தான் ஒருவரை அனுப்பினோம். அங்கு யாரும் இல்லையாம். எதுவும் நடக்கவில்லை என்று தகவல் அனுப்பினார். என்றாலும் தொடர்ந்து கண்காணிக்கச் சொல்லியிருக்கிறேன்” என்றார் மறுமுனையில் பேசிய இன்ஸ்பெக்டர்.

“எதையும் உடனே செய்ய மாட்டீர்களே” என்று சொல்லிவிட்டு போனைக் கீழே வைத்தார்.

“தம்பி, இப்போது அங்கு சதி நடப்பதற்கான அறிகுறி எதுவும் இல்லையாம். யாரும் அங்கு இல்லையாம்” என்றார் உதவி கமிஷனர்.

“யாரும் இல்லை என்பதை நானும் இன்றைக்கு காலையில் போய் பார்த்தேன். அநேகமாக அவர்கள் எல்லோரும் டில்லிக்குப் போயிருக்க வேண்டும்” என்றான் ராகவன்.

“எப்படிச் சொல்லுகிறாய்?”

“எனக்கு ஒரு மொட்டைக் கடிதம் வந்தது”

“மொட்டைக் கடிதமா, எங்கே அதைக் காட்டு” என்றார் உதவி கமிஷனர்.

தன் பையிலிருந்து அதை எடுத்து அவரிடம் கொடுத்தான். அதை வாங்கிய அவர், அது எங்கிருந்து தபாலில் போடப்பட்டிருக்கிறது என்று பார்த்தார். இரண்டு நாட்களுக்கு முன்னால் தாதரிலிருந்து போடப்பட்டிருந்தது.

"யார் போட்டிருப்பார்கள் என்று நினைக்கிறாய்?" என்று கேட்டார்.

"சரியாகத் தெரியவில்லை. ஒருவேளை அந்த மதன்லாலாக இருக்கலாம் என்பது என் யூகம்."

"அவனுக்கு ஆங்கிலம் தெரியுமா?"

"ஆமாம், அவன் கடற்படையிலும் பணி புரிந்திருக்கிறான்"

"அவன் திடீரென்று கட்சி மாறி காந்தியைக் காப்பாற்ற வேண்டும் என்று அக்கறை கொள்ளுவது எதற்காக இருக்கும்? அது உண்மையான அக்கறையா?"

"அது நிச்சயமாக எனக்குத் தெரியவில்லை. ஆனால் காந்தி பல நேரங்களில் மனிதர்களை மாற்றும் வல்லமை கொண்டவர் என்று எனக்குத் தெரியும்."

"உன் நண்பன் செந்தூர் பாண்டியன் உன்னிடம் விளையாடு வதற்காக இந்தக் கடிதத்தை எழுதியிருக்கலாமே"

"அவனின் கையெழுத்து எனக்குத் தெரியும். அவன் இதுபோன்ற விளையாட்டுக்களில் ஈடுபடும் ஆள் இல்லை."

"ஒருவேளை, போலிசின் கவனத்தை திசை திருப்புவதற்காக இப்படியும் கிரிமினல்கள் செய்திருப்பார்களோ" என்றார் உதவி கமிஷனர். ராகவன் பதில் ஒன்றும் சொல்லவில்லை.

"சார், இந்தப் பேராசிரியர் ஜெயினிடம் நான் போய் பேசிப் பார்க்கட்டுமா? அவரிடம் பேசினால் உண்மை தெரிந்துவிடப் போகிறது"

"நீ சொல்லுவதில் ஒரு பாயிண்ட் இருக்கிறது" என்று சொல்லி விட்டு, பம்பாய்க்கு தன் நண்பரான உதவி கமிஷனரான ஜே. டி. நகர்வாலாவுக்கு போன் போடுமாறு கூறினார்.

நகர்வாலா தொடர்பில் வந்தார். "ஹை, ரத்தினம் எப்படி யிருக்கிறாய்? எப்போது பம்பாய்க்கு வரப்போகிறாய்?" என்று கேட்டார் நகர்வாலா.

"நான் பம்பாய்க்கு வருவது உன் கையில் இருக்கிறது. நீ மனது வைத்தால் நடக்கும் என்று எல்லோரும் சொல்லுகிறார்கள்"

"என்னடா, என்னால் முடியும் என்றால் நான் உனக்குச் செய்ய மாட்டேனா?"

"உள்துறை அமைச்சருக்கு நீதான் வலது கையாம்"

"ஓ! அதை வைத்து அப்படிச் சொல்லுகிறாயா? எனக்கு சட்டம் ஒழுங்கையும் கவனித்துக்கொண்டு, கிரைமையும் கவனிப்பது கஷ்டமாகத்தான் இருக்கிறது. கிரைம் பார்த்துக்கொள்ள உனக்கு சம்மதமா?"

"எப்படியோ எனக்கு பம்பாய்க்கு வரவேண்டும்"

"சரி, நான் அமைச்சரிடம் பேசிப்பார்க்கிறேன். அவர் எந்த நேரத்தில் எப்படியிருப்பார் என்று சொல்ல முடியாது. நேர்மை என்ற பெயரில் இந்தக் காந்தியவாதிகள் படுத்துகிற பாடு இருக்கிறதே தாங்க முடியவில்லையடா. சில நேரங்களில் வெள்ளைக்காரன் தங்கம் என்று நம்மை பேச வைத்துவிடுகிறார்கள்" என்றதும் இருவரும் சேர்ந்து சிரித்தார்கள்.

"நான் எதற்கு உன்னைக் கூப்பிட்டேன் என்றால், இங்கே ஒரு சதி நடப்பதாக தகவல் வந்தது. இங்குள்ள இந்து மகாசபை ஆட்கள் காந்தியைக் கொல்ல சதி செய்வதாக தகவல். அதை விசாரியுங்கள் என்று என் ஆட்களிடம் சொல்லி ஒரு வாரம் ஆகிறது. உன்னிடம் சொல்லுவதற்கென்ன, நேற்றுத்தான் ஆள் போட்டிருக்கிறார்கள். இப்போது அங்கு யாரும் இல்லை. எல்லோரும் எங்கோ போயிருக்கிறார்கள். ஏதோ நடப்பதாக எனக்குத் தோணுகிறது"

"ரத்தினம், நம் டிபார்ட்மெண்டில் இப்போது இந்து தீவிரவாதி களுக்கு மௌனமாக உதவிசெய்பவர்கள் அதிகமாக ஆகிக்கொண்டு வருகிறார்கள். பம்பாயிலும் அப்படித்தான் இருக்கிறது. யாரை நம்புவது என்பது கஷ்டம்தான். என்ன செய்ய?"

"இங்கே ஒருவருக்கு, ஒரு மொட்டைக் கடிதம் வந்திருக்கிறது. அந்தக் கடிதம் தாதரில் போடப்பட்டிருக்கிறது. டில்லியில் உச்சகட்டம் நடக்கும் என்று எழுதியிருக்கிறான். கூடவே, ஜே.சி ஜெயின் என்ற பேராசிரியருக்கு விவரம் தெரியும் என்று எழுதியிருக்கிறான். அவர் பம்பாய் விலாசம் இருக்கிறது."

"அதைக்கொடு. அவரைக் கலக்கி விசாரித்துவிடுவோம்"

"உன் ஆட்களில் எவனாவது சதி செய்பவர்களுக்கு தகவல் தெரிவித்துவிட்டால் என்ன ஆவது?"

"என்ன செய்யலாம் என்கிறாய்?"

“இந்த மொட்டைக் கடிதம் வந்திருக்கும் இளைஞன், எனக்குத் தெரிந்தவன். எங்கள் பக்கத்து மனிதன். அதனால் தப்பு தவறு செய்ய மாட்டான்” என்றதும் நகர்வாலா சிரித்தது ரெத்தினத்துக்குக் கேட்டது.

“மதராசிகள் எல்லோரும் நல்லவர்கள்தான்” என்றார் ஜிம்மி என்ற நகர்வாலா சிரித்துக்கொண்டே.

“அந்த இளைஞனிடம் பேராசிரியரை இன்றைக்கோ நாளைக்கோ சந்திக்கச் சொல்லுகிறேன். அவருக்கு விசயம் தெரியும் என்றால் உடனே உன்னை வந்து பார்க்க வரச் சொல்லுகிறேன். மிச்சத்தை நீ பார்த்துக்கொள்”

“சரி அப்படியே செய்வோம்” என்று போனைவைத்தார் ஜிம்மி.

தான் இன்றைக்கு சாயங்காலமே பம்பாய்க்குப் போய், அந்தப் பேராசிரியரிடம் பேசி வருகிறேன் என்று ராகவன் புறப்பட்டான்.

டில்லியில் காந்தியின் உண்ணா நோன்பு ஐந்தாம் நாளை எட்டியது.

பெரும் படைகொண்டு அடக்க முடியாத டில்லி, அவரின் உண்ணாவிரதத்தால் அடங்கியது. ஆயிரம் போதனைகளுக்குச் செவி மடுக்காத மனிதர்கள், அந்த மனிதரின் பலவீனமாகிக்கொண்டிருக்கும் இதயத் துடிப்பால் மாற்றம் அடைந்தார்கள். வெறுப்பும், போரும் இயல்பான உணர்ச்சி வெளிப்பாடு என்பதை மாற்றி எழுதி, அன்பால் மட்டுமே மனிதர்கள் வெறுப்பை உதறிவிட்டு குறைந்தது ஒருவரை ஒருவர் அனுசரித்து வாழ முடியும் என்பது நிரூபணம் ஆகிக் கொண்டிருந்தது.

காந்தி சாகட்டும் என்று அகதிகள் தடங்கலில்லாமல் கோஷமிட்டு அலைந்த டில்லியில் இப்போது காந்தியைக் காப்பாற்ற வேண்டும் என்ற அதே மக்களின் அக்கறை தூக்கலாகத் தெரிந்தது. காந்தி, நாம் வாழ தன் உயிரைப் பணயம் வைத்திருக்கிறார் என்று சாதாரண மனிதர்கள் உணர்ந்தார்கள். “காந்தியின் உயிரில் இந்தியாவின் ஆன்மா வாழுகிறது” என்று அகதிகளின் பேரணியில் பிரதம அமைச்சர் நேரு பேசியது ஒன்றும் மிகையான வார்த்தைகளில்லை. அது உண்மை. அந்த ஆன்மாவின் அதிர்வுகளை மனிதர்களால் உணர முடிந்தது.

சில உன்னத புருஷர்களின் சமாதிக்கு அல்லது அவர்கள் வாழ்ந்த இடங்களின் நினைவிடங்களுக்குச் சென்ற அனுபவத்தை நினைத்துப் பாருங்கள். ஒருவிதமான அமைதி, மழை நேரத்து மேகம்போல உங்களிடம் கவ்வும். உங்களின் பிரச்சினைகள், வருத்தங்கள் எல்லாம்

உங்களைவிட்டு நீங்கியிருப்பதாய் உணருவீர்கள். ஆர்ப்பாட்டமில்லாத உற்சாகமும், பொங்காத மகிழ்ச்சியும் உங்களிடம் ஒரு வயலிலிருந்து இன்னொரு வயலுக்கு வளையின் வழியாக நீர் கசிந்துவருவதாய் தோன்றும். நீங்கள், வழக்கமான நீங்களாக இருக்க மாட்டீர்கள். ஒரு உன்னத உணர்வோடு, ஒரு மென்மையான அனுபவத்தோடு கை பிடித்து நடப்பதாய் உணருவீர்கள். இது இப்படி என்று உங்களுக்கு சொல்லத் தெரியாது. ஆனால் அதை அறிகிறேன் என்ற பிரக்ஞை உங்களிடம், உங்களை மீறி முன்வந்து உங்களை அரவணைக்கும். கோடைக் காலத் தென்றல் எதிர்பார்க்காத வேளையில் உங்களைத் தழுவிச் சென்றதாய், ஒரு சுகத்தின் நீட்சியை உணர்ந்துகொண்டே யிருப்பீர்கள்.

அதுபோல, காந்திஜியின் உண்ணா நோன்பின் போது அவர் அருகில் உட்கார ஒருவிதமான அதிர்வுகள் தன்னை ஆட்கொள்வதாய் செந்தூர் பாண்டியன் உணர்ந்தான். தான் தானாய் இல்லை என்ற புரிதல் அவனுக்கு இருந்தது. சிறுவயதில் பாட்டி கதை சொல்ல மாயப் பாயில் கதாநாயகன் பறப்பதாய்ச் சொல்லும்போது தானும் அவ்வாறு பறப்பதாய் அவன் உணர்ந்திருக்கிறான். தன்னை அறியாமல் தான் உட்கார்ந்திருந்த படுக்கையை பற்றிப் பிடித்துக்கொண்டு, மாயப்பாயி லிருந்து கீழே விழுந்துவிடக்கூடாது என்று இருந்தது அவனுக்கு நினைவுக்கு வந்தது. அப்படி ஒரு புது உலகில் தான் அவரோடு இணைந்து பரிணமிப்பதாய் அவனுக்குத் தோன்றியது. தன்னை அவர் எங்கோ ஒரு புது உணர்வு உலகுக்கு, தன் சக்திகள் எல்லாம் மிகக் கூர்மை பட்ட சொந்தமான உலகிற்கு கைபிடித்து அழைத்துச் செல்வதாய் உணர்ந்தான். அவர் தன் கண் முன்னே, உடலின் பலவீனத்தால் புரண்டு கொண்டிருக்கிறார். ஆனால் அவரைச் சுற்றி நிற்கும் ஒளிப் பிரவாகம் தன்னை மெல்ல அசைத்து புதிய தளத்துக்குக் கொண்டு செல்வதை அவனால் உணர முடிந்தது.

அப்படியே அவன் உட்கார்ந்திருந்தான். ஒருவித பரவச நிலையில் அவன் இருந்தான். காந்தியின் ஆற்றல் தன் மீது தன் அனுமதியில்லாமல் படர்ந்து தன்னை பாதிப்பதை அவன் உணர்ந்தான். அந்த அனுபவம் தனக்கு பிடித்தமாய் இருப்பதை உணர்ந்தான். இதை வார்த்தைகளால் இன்னொருவருக்கு எடுத்துச் சொல்ல முடியாது என்றும் தோன்றியது. வார்த்தைகளுக்கு வசப்படா அனுபவம்தான் பேரனுபவம் என்று அவன் மனது சொல்லியது. அதைத்தான் 'சித்தி' என்று முனிவர்கள் சொன்னார் களோ என்று தனக்குள் சொல்லிக்கொண்டான். காந்திஜியால் நான் சித்தியடைந்திருக்கிறேன் என்று தனக்குள் சொல்லிக்கொண்டான்.

அவனையறியாமல் அவன் கண்களிலிருந்து கண்ணீர் பெருகி ஓடிக் கொண்டிருந்தது. அது துக்கத்தால் கரை மீறி வந்த கண்ணீரல்ல. வகைப்படுத்த முடியாத உணர்வின் ஊற்றுப்பெருக்கு என்று அவனுக்குத் தோன்றியது!

காந்தியைச் சுமந்து, கழிவறைக்கு எடுத்துச் சென்றார்கள். அப்போது தன்னிலை அடைந்த செந்தூர் பாண்டியன் சுற்றுமுற்றும் பார்த்தான். அங்கு எந்தவிதத் தூண்டுதலுமின்றி வந்திருந்த ஆண்களும் பெண்களும் பேசமுடியாத அமைதியில் திளைத்திருந்தார்கள்.

நெல்லையின் அம்மனை காந்திமதி என்று சொல்லுவார்கள். அவள் ஒளிபொருந்தியவள் என்று பாட்டி சொல்லியது அவன் நினைவுக்கு வந்தது. அந்த காந்திமதியின் ஒளியாக காந்தியிருக்கிறார் என்று அவனுக்குத் தோன்றியது.

சுற்று முற்றும் பார்த்தான். தனக்கருகில் ஒரு சீக்கிய இளைஞன் உட்கார்ந்திருந்தான். அவன் கண் இமைகள் மூடியிருந்தன. அவன் தன் கண்ணிலிருந்து வழிந்த கண்ணீரைத் துடைக்கவில்லை. கண்ணீர் வருவது அவனுக்குத் தெரியவில்லையா அல்லது அந்தக் கண்ணீர் பெருக்கில் அவன் ஆனந்தம் கொள்ளுகிறானா என்று செந்தூர் பாண்டியனுக்குத் தெரியவில்லை. தான் மட்டும்தான் அழுததாய் நினைத்துக்கொண்டிருந்த செந்தூர் பாண்டியனுக்கு, இன்னொரு இளைஞனும் அழுவது பெரும் பலமாகத் தோன்றியது. தன் இச்சை யில்லாமல் அந்தச் சீக்கிய இளைஞனின் கையைப் பிடித்தான். அவன் கனவிலிருந்து விடுபட்டவனாய், படபடப்புடன் கண்ணைத் திறந்தான்.

தன் கையைப் பற்றியது தானறியாத ஒரு இளைஞன் என்பதைப் பார்த்து, தன் இளம் தாடிக்குள்ளிருந்து அவன் சிரிப்பது தெரிந்தது.

“என் பெயர் செந்தூர் பாண்டியன். காந்திஜி நம்மை இணைத்துள்ளார்” என்றான்.

“என்ன சொன்னாய், காந்திஜி நம்மை இணைத்துள்ளார் என்றுதானே சொன்னாய்? என்ன அர்த்தம் நிறைந்த வார்த்தையது! நல்லிணக்கம் என்ற வார்த்தையின் முழு உருவமே அவர் வாழ்க்கை. அதை நான் கண்டுகொண்டேன்” என்றான் அந்தச் சீக்கிய இளைஞன்.

“இமயமலை மனிதர்களை முனிவர்களாக்குகிறது என்று எங்கள் பக்கத்தில் சொல்லுவார்கள். காந்திஜி எனும் இமயமலை, மனிதர்களை தெய்வமாக்குகிறது, அதன் உதாரணம் நான்.”

“என்ன சொன்னாய் தோழா, காந்திஜி மனிதனைத் தெய்வமாக்கு கிறார் என்றாய் அப்படித்தானே. எனக்கு அது தெரியாது. ஆனால், அவர் கொலையாளியை மனிதனாக்குகிறார் என்பது எனக்குத் தெரியும். ஏனென்றால் அதற்கு நான் உதாரணம்” என்றான்.

செந்தூர் பாண்டியன் அவனை நெகிழ்ச்சியுடன் பார்த்தான்.

“என் பெயர் கிஷன்சிங். அமிர்தசரஸ் என்னுடைய ஊர். மேற்கு பஞ்சாபிலிருந்து என் மாமா மகள் பெண்களோடு புலம்பெயர்ந்து வந்திருந்தாள். அவளுக்கு பதினைந்து வயது. அந்த இளம் பெண்ணை முஸ்லிம்கள் பிடித்துச் சென்று கற்பழித்துக் கொலை செய்திருக்கின்றனர். அதை என்னால் தாங்க முடியவில்லை. சீக்கியன் என்ன வீரத்தில் குறைந்தவனா? எனவே பதிலுக்கு, டில்லியிலிருந்தும், ஐக்கிய மாகாணத்திலிருந்தும் இந்த வழியாக வரும் முஸ்லிம்களை நான் கொன்றேன். வெங்காயம் வெட்டுவதுபோல மனிதர்களின் தலைகளை நான் அரிந்தேன். ஒவ்வொரு மனிதனும் ஒரு வரலாறு, ஒவ்வொரு மனிதனுக்குப் பின்னும் ஒரு குடும்பமும், குழந்தைகளும் இருக்கின்றன என்ற அடிப்படை அறிவு எனக்கு இல்லாமல் போனது. கொலை என்னை சிறிதும் அசைக்கவில்லை.

“எனக்கு காந்தி மீது கோபம். அவர் ஒரு கோழை. அவர் சீக்கியரையும், இந்துக்களையும் கோழைகளாக ஆக்கியிருக்கிறார். இந்துக்கள், சீக்கியர்கள், முகமதியர்களின் கூட்டணியில்தான் இந்திய சுதந்திரம் முகிழ்க்க முடியும் என்று சொல்லி முகம்மதியர்களுக்கு, அளவுக்கு அதிகமாக முக்கியத்துவம் கொடுத்தார். அவர் ஆட்சியிலமர்ந்திருக்கும் சுதந்திர அரசைச் செயல்படவிடாமல் தடுத்துக்கொண்டிருக்கிறார் என்று நானும் குறை கண்டேன். இத்தனை பிரச்சினைக்கும் இந்த மனிதர்தான் காரணம் என்று எவரோ சொல்லிக்கொடுத்ததை நானும் உண்மை யென்று நம்பினேன். இத்தனை முஸ்லிம்களைக் கொல்லுவதிலும், அவர்களைப் பாதுகாக்கும் இந்த ஒரு மனிதரைக் கொன்றால் பிரச்சினை அத்தனையும் தீர்ந்தது என்று நம்பி நான் டில்லிக்கு அவரைக் கொலை செய்ய வந்தேன்.

“டில்லியில் கடும் குளிருக்காக ஒரு முஸ்லிம் தொழுகைக் கூடத்தை அகதிகள் பிடித்து, அதனுள் போய் வாழ ஆரம்பித்தனர். அதைப் பார்க்க காந்தி வருவார் என்று எனக்குத் தெரியும். அங்கு ஆயுதத்தோடு காந்திக்காகக் காத்திருந்தேன். ஒரு இளம் பெண் வந்தாள். அவள் இந்துப் பெண். “யாரைக் கொல்லுவதற்காகக் காத்திருக்கிறாய்?” என்று கேட்டாள்.

"அதைப் பற்றி உனக்கென்ன கவலை, உன் வேலையைப் பார்த்து விட்டுப் போ" என்றேன்.

"கொலைகளைப் பார்த்து நான் நடைபிணமாக நடக்கிறேன். என்னால் சாப்பிட முடியவில்லை. என் உணவில் இரத்த வாடை அடிக்கிறது உனக்குத் தெரியுமா?"

"அதைப் பற்றி எனக்கு அக்கறையில்லை"

"இப்போது இங்கு எவரையாவது கொலை செய்ய விரும்பினால், முதலில் என்னைக் கொலை செய்துவிடு. பிறகு உன்னிஷ்டம்போல நடந்துகொள்"

"நீ என்ன உலகைக் காப்பாற்றும் பரமாத்மாவா? போடி விலகிப் போ. என் குடும்பத்தினரைக் கொலை செய்தார்களே, அதனால் என் தூக்கம் நிரந்தரமாகப் போய்விட்டது உனக்குத் தெரியுமா? அதற்கு காரணமானவரை நான் கொலை செய்வேன்"

"யார் அதற்கு காரணம்?"

"அந்த காந்திதான்"

"அவரையா கொல்லப் போகிறாய்? அப்படியானால் முதலில் என்னைக் கொல். அப்போதும் உன் கொலைப் பசி அடங்கவில்லை யென்றால் வேறு என்ன வேண்டுமானாலும் செய்துகொள்"

"இதோ பார், நான் மோசமான ஆள். என் முன்னால் நில்லாதே"

"நானும் மோசமான பெண்தான். இதோ என் மார்பில் குத்தி என்னைக் கொன்றுவிட்டு என்ன வேண்டுமானாலும் செய்துகொள்" என்று தன் மேலாடையை நீக்கிவிட்டு மார்பில் வெற்றுடம்புடன் நின்றாள்.

"நீ ஒரு பைத்தியமா? தெரியாத ஆணிடம் உடம்பைக் காட்டுகிறாயே, அதை மூடு" என்று கத்தினேன்.

"இது என்ன தெரியுமா? உன் அம்மாவிடம் பால் அருந்தினாயே அந்த அமுத கங்கை. என் குழந்தைகளுக்கு நான் பால் ஊட்டக் காத்திருக்கும் அமுத சுரபி. இது உயிரைக் காப்பது. அது இருக்கும் வரை ஒரு உயிர் கொல்லப்படக்கூடாது. இதை வெட்டி எறிந்துவிட்டு, நீ எந்த உயிரையும் வெட்டிச் சாய். வா, கையில் வைத்திருக்கும் ஆயுதத்தை என் நெஞ்சில் இறக்கு" என்றாள்.

"நான் ஆடிப்போய்விட்டேன். என் அம்மா வந்து நிர்வாணமாய் என்முன் நின்று என்னைக் கொலை செய்யடா என்று சொல்வதாய் இருந்தது. என்னால் தாங்க முடியவில்லை. நான் இவ்வளவு கேவலமான மனிதனா என்று மனதுக்குள் உதறல். நான் வெளியில் ஓடினேன். எங்கும் எனக்கு அமைதியில்லை. எங்கும் அந்தப் பெண்ணின் மார்பு என் கண் முன்னே வந்து நின்று என்னைத் துரத்தியது" என்று சொல்லிய அவன் செந்தூர் பாண்டியனின் கையைப் பற்றி அழுதான்.

"நான் குருத்வாராவுக்குச் சென்றேன். உள்ளே போக கால்களைச் சுத்திகரிக்கச் சென்றால் என்னால் முடியவில்லை. இந்தப் பாவத்தைக் கோயில் நீரால் கழுவ நான் தகுதியற்றவன் என்று அங்கிருந்து வெளியே ஓடினேன்."

"என்னை ஏற்க நான் தயாராயில்லை. அதுதான் என் பிரச்சினை."

"திறந்த மார்புடன் அந்தப் பெண் என்னை விரட்டினாள். எனக்கு என்ன செய்வது என்று தெரியவில்லை. நான் யாரைக் கொல்ல வேண்டும் என்பதற்காய் காத்திருந்தேனோ அந்த மனிதரிடம் வந்து மன்னிப்புக் கேட்டால் மன அமைதி வருமா என்று இங்கு வந்தேன். அன்றைக்கு அவர் உண்ணாவிரதம் இருக்கப் போகிறார் என்று கேள்விப்பட்டேன். அவர் அருகில் சென்று நின்றேன். என்னை கிட்டே செல்ல எவரும் அனுமதிக்கவில்லை. அவரிடம் கை குவித்து ஒரு நிமிடம் மன்றாடினேன். அந்த வேளையிலும் எல்லோரையும் நிற்கச் சொல்லிவிட்டு என்னை அருகில் வரச் சொன்னார், அவர் பாதங்களில் வீழ்ந்தேன், உங்களை கொல்லுவதாய் இருந்தேன், என்னை மன்னியுங்கள். நான் திருந்திவிட்டேன்" என்றேன். அவர் என்னைத் தூக்கி அணைத்து, "என் உண்ணா நோன்புக்கு நல்ல சகுனம்" என்று மற்றவர்களிடம் சொல்லிவிட்டு, "உன்னை நான் நேசிக்கிறேன்" என்று சொல்லி அவர் உண்ணா நோன்பை ஆரம்பிக்கச் சென்றார். என் மனம் அமைதி அடைந்தது.

"அன்றிலிருந்து அவர் என்றைக்கு உண்ணாவிரதத்தை முடிப்பார் என்று காத்துக் கிடக்கிறேன். இன்றைக்கு அவர் உடல் நிலை மிகவும் மோசமாக இருக்கிறது என்று மருத்துவர்கள் சொல்லக் கேட்டு என்னால் அழுகையை அடக்க முடியவில்லை" என்றான் கிஷன்சிங்.

"இங்கு எங்கு தங்கியிருக்கிறாய்?" என்று கேட்டான் செந்தூர் பாண்டியன்.

"அதைப் பற்றிய அக்கறையில்லாமல் படுக்க இடம் கிடைத்த இடத்தில் தங்கினேன்" என்றான் கிஷன்சிங்.

"இன்று முதல் உனக்கு ஒரு நண்பன் இருக்கிறான் என்று நினைத்துக் கொள். என்னோடு வந்து தங்கிக்கொள்" என்றான் செந்தூர் பாண்டியன்.

கிஷன்சிங் அவன் கையை அன்புடன் பற்றினான்.

காந்திஜியின் உண்ணாவிரதம் மக்கள் மனதில் பெரும் மாற்றத்தை ஏற்படுத்தியது. ஒவ்வொரு மனிதரும் தாங்களே உணவைப் புறக்கணித்தது போன்ற உணர்வை மக்களிடம் ஏற்படுத்தியது. தன்னைத் தூய்மைப் படுத்த வேண்டும் என்ற அவசரத்தை அது மக்களிடம் ஏற்படுத்தியது. அதுதான் நாட்டின் முழுநேர பேசு பொருளாக மாறியது. பத்திரிகைகளில் மற்ற தலைப்புச் செய்திகள் மாற்றம் பெற்று, இந்த ஒற்றை மனிதரின் சாப்பிட மறுக்கும் 'மூர்க்கம்' முதலிடத்தைப் பிடித்துக்கொண்டது.

காந்தியைக் காப்பாற்ற வேண்டும் என்பதற்காய், இதுவரை எதைச் செய்யத் தவறியிருந்ததோ அதை காங்கிரஸ் இப்போது செய்தது. ஆம் அது வகுப்புவாதப் பிரச்சினையை மக்களிடம் எடுத்துச் சென்றது. மக்களிடம் எடுத்துச் செல்லும்போதுதான் எந்தப் பிரச்சினைக்கும் தீர்வு வருகிறது. அதைச் செய்யவேண்டிய கட்டாயத்தில் காங்கிரஸ் இருந்தது. காந்திஜி ஒருவர்தான் எதையும் மக்கள் அரங்குக்குக் கொணர்ந்து அங்கு தன் போராட்டத்தைத் தளர்வில்லாமல் நடத்தினார். மற்ற காங்கிரஸ் தலைவர்கள் அதைச் செய்யும் அக்கறையும், தகுதியும் இருப்பதுவாய் நடந்துகொள்ளவில்லை. இப்போது தவிர்க்க முடியாமல் மக்களைச் சந்தித்தனர். மக்கள் குழுக்களை ஏற்படுத்தி, கருத்துக்களை மக்கள் ஏற்றுக்கொள்ள அவர்களிடம் உட்கார்ந்து விவாதித்தனர். இரவு நெடுநேரம் அவர்களிடம் பேசினர். அது பெரும் விளைவை நாட்டில் ஏற்படுத்தியது.

"என் முடிவு கடவுளின் கையில், என்னைப் பார்க்க எவரும் வரவேண்டாம்" என்று காந்தி வேண்டுகோள் விடுத்தும் பெரும் கூட்டம் கூட்டமாய் மக்கள் அவரைப் பார்க்க வந்தார்கள். இப்போது அரசு என்பது, கவர்னர் ஜெனரல் மவுண்ட் பேட்டன் அலுவலகத்திலோ அல்லது, பிரதம அமைச்சரின் அலுவலகத்திலோ இல்லை, அது பிர்லா மாளிகைக்கு மாற்றப்பட்டுவிட்டதாய்த் தோன்றியது.

அமைச்சர்களின் இல்லங்கள் அகதிகளுக்குத் திறந்துவிடப் படவேண்டும் என்ற காந்தியின் கோரிக்கைக்கேற்ப, நேருவின்

இல்லமும் பல அமைச்சர்களின் வீடுகளும் அகதிகளுக்குத் திறந்து விடப்பட்டன. அரசாங்க அதிகாரிகளின் பெரிய வீடுகள் அகதிகள் தங்கும் இடங்களாக மாறின.

பாட்டியாலா மன்னர், காந்தியிடம் தான் எல்லா சீக்கிய தலைவர்களையும் சந்தித்துப் பேசியதாகவும் அவர்கள் எல்லோரும் மத ஒற்றுமையையும், சமூக நல்லிணக்கத்தை டில்லியில் பேணுவதாகவும் உறுதியளித்துள்ளனர் என்று தெரிவித்தார். மலேர் கோட்லாவின் முஸ்லிம் நவாப் காந்தியைச் சந்தித்து, "பிணக்கு துவங்க ஆரம்பித்தவுடன், ஒரு சீக்கியர் கொல்லப்பட்டால், தான் தன் துப்பாக்கியால் பத்து முஸ்லிம்களைச் சுட்டுக்கொல்வேன் என்று சொன்னதாகவும், அதன் பின் ஒரு கொலை சம்பவம் தன் சமஸ்தானத்தில் நடக்கவில்லை" என்று சொன்னார். இந்தப் பிரிவினையின்போது, மலேர் கோட்லா அனைத்து இந்துக்களுக்கும் சீக்கியர்களுக்கும் பாதுகாப்பு மையமாக இருந்தது என்றும் சொன்னார். அதுபோல மலேர் கோட்லாவின் முஸ்லிம்கள் சீக்கியர் பகுதிக்குள் சென்றபோது, அவர்களுக்கு சீக்கியர்கள் முழு பாதுகாப்பு அளித்தனர் என்று சொன்னார். காந்தி மிகவும் மகிழ்ந்தார்.

காங்கிரஸ் தலைவர் ராஜேந்திர பிரசாத் தலைமையில் ஒரு மைய சமாதானக் குழு ஏற்படுத்தப்பட்டது. எல்லா வகுப்பினரையும் பிரதிநிதிப்படுத்தும் 130பேர் கொண்ட அந்தக் குழு, ராஜேந்திர பிரசாத் இல்லத்தில் கூடி, "எல்லா வகுப்பினருக்கும் இடையில் அமைதியும், சகோதர உணர்வும் நல்லிணக்கமும் ஏற்பட பாடுபடுவதாக உறுதி யளித்தனர். இந்து மகாசபை மற்றும் ஆர்.எஸ்.எஸ் இயக்கத்தைச் சார்ந்தவர்கள் அப்படி உறுதிமொழி அளிக்க முதலில் தயங்கினார்கள். நேரம் ஓடிக்கொண்டிருந்தது. அவர்கள் இருவரைத் தவிர மற்றவர்கள் உறுதியளித்தனர், ஆகவே அதை ஏற்று தன் உண்ணாவிரதத்தை கைவிட வேண்டும் என்று காந்தியிடம் பேச பியாரிலாலிடம் சொன்னார்கள். காந்தி ஏற்க மாட்டார் என்று பியாரிலால் கூறினார், எதற்கும் அவரிடம் பேசிப்பாருங்கள் என்று அவரை பிர்லா மாளிகைக்கு அனுப்பினார்கள்.

அவர் அங்குச் செல்லும்போது காந்தியின் நிலைமை மிகவும் மோசமாக இருந்தது. அவர் அடிக்கடி மயக்க நிலைக்குச் சென்று கொண்டிருந்தார். அவருடைய பழுதாகும் சிறுநீரகத்தின் நிலைமை குறித்து மருத்துவர்கள் மிகவும் கவலை கொண்டிருந்தார்கள். அவர் அழைத்தும் காந்தி பதிலளிக்கவில்லை. அவரைப் பலமுறை அசக்கிய பின் காந்திஜி கண் விழித்தார். அவரிடம் உறுதிமொழியைப் பற்றிச் சொன்னபோது, அதைக் கவனத்துடன் கேட்டுக்கொண்ட காந்திஜி,

எதையும் அவசரப்பட்டு செய்ய வேண்டாம், எல்லாரும் உறுதியளித்த பின்னர் என்ன செய்யலாம் என்று முடிவெடுக்கலாம் என்று சொன்னார்.

தயக்கத்துடன் ராகவன், பம்பாயிலுள்ள பேராசிரியர் ஜெ. சி. ஜெயின் வீட்டுக்குப் போனான். வந்த விஷயத்தை அவரிடம் எப்படித் தொடங்குவது என்று அவனுக்குத் தவிப்பாக இருந்தது. பத்திரிகையாளனாக ஒருவரை பேட்டி காண்பதற்கும், நிச்சயமில்லாத ஒரு விசயத்திற்காக ஒருவரிடம் விசாரணை நடத்துவது போன்று பேசுவதும் மிகவும் வித்தியாசமானது என்ற குறுகுறுப்புடன் அவன் உள்ளே நுழைந்தான்.

தன்னை அறிமுகப் படுத்திக்கொண்ட பிறகு, தான் பூனாவில் இருந்து ஒரு தனிப்பட்ட விஷயமாக அவரிடம் பேச வந்திருப்பதாகச் சொன்னான்.

"உனக்கும் எனக்கும் தனிப்பட்ட விசயம் எதுவும் கிடையாதே, உன்னை எனக்குத் தெரியாதே" என்று அவர் முதலிலே விட்டேத்தியாகப் பதில் சொன்னார்.

வேறு வழியில்லாமல், நடந்தால் நடக்கிறது என்று "என்னை உங்களுக்குத் தெரியாமல் இருக்கலாம், ஆனால் மதன்லாலை உங்களுக்குத் தெரியும் இல்லையா?" என்று கேட்டான் ராகவன். பேராசிரியர் சற்று இறங்கி வருவது போன்று அவனுக்குத் தெரிந்தது.

"மதன்லால் ஒரு அகதி. வேலையில்லாமல் உதவி கேட்டு வந்தான். என்னுடைய புத்தகங்களை விற்று, வரும் கழிவை எடுத்துக் கொள்ளச் சொல்லியிருந்தேன். இப்போது அவனும் என்னிடம் கணக்கை முடித்துக்கொண்டு இங்கிருந்து கிளம்பிவிட்டான். இப்போது எனக்கும் அவனுக்கும் எந்தத் தொடர்பும் இல்லை"

"சார், அவன் எங்குப் போயிருக்கிறான்?'

"டில்லிக்கு" என்று சொல்லிய பேராசிரியர், "இந்தக் கேள்வி யெல்லாம் எதற்கு என்னிடம் வந்து கேட்கிறாய்? நான் உனக்கு பதில் சொல்ல கடமைப்பட்டவன் இல்லை" என்று அவரின் முகம் இறுகியது.

"சார், நான் ஒரு முக்கியமான விசயம் பற்றிப் பேச வந்திருக்கிறேன். இதில் நம் நாட்டின் மிக உயர்ந்த தலைவரின் உயிர் சம்பந்தப் பட்டிருக்கிறது."

"என்ன சொல்லுகிறாய்?"

"சார், நான் உங்களோடு உண்மையாய் நடந்துகொள்ள விரும்பு கிறேன். நீங்களும் என்னோடு அப்படி நடந்துகொள்ள வேண்டும்" என்று சொல்லிவிட்டு தனக்கு வந்த மொட்டைக் கடிதத்தை அவரிடம் நீட்டினான்.

அவர் அதைப் படித்துவிட்டு, "இதற்கும் எனக்கும் என்ன சம்பந்தம்? யாரோ எழுதியிருக்கலாம்" என்றார்.

"சார், நீங்கள் காந்தியின் மீது அன்புகொண்டவர் என்று வந்தவுடன் தெரிந்துகொண்டேன். அவரின் போட்டாவை வீட்டில் தொங்கவிட்டிருக்கிறீர்கள். அதுவே சொல்லியது. இப்போது அவரின் உயிரைக் குறிவைக்கும் சதி நடக்கிறதா இல்லையா என்று தெரிந்து கொண்டாக வேண்டும்" என்றான்.

அவர் பேசாமல் மேலும் கீழும் பார்த்தார். அவர் நேரம் எடுத்துக்கொண்டு பதில் சொல்லட்டும் என்று இருந்தான்.

"அவன் ஒன்றுக்கும் பிரயோஜனம் இல்லாதவன். தன் பெருமையைப் பேசுபவன். இல்லாததை தான் செய்ததாகச் சொல்லி தன்னையும் ஏமாற்றி, கேட்பவர்களையும் ஏமாற்றுவது அவன் குணம். ஆகவே அவன் சொல்லியதை நான் பெரிதாக எடுத்துக்கொள்ளவில்லை. அவனிடம் அப்படியெல்லாம் செய்யக் கூடாது என்று புத்திமதி சொல்லியனுப்பியிருக்கிறேன். அவன் என்னை தன் தந்தைபோல மதிக்கிறேன் என்றும், என் வார்த்தைக்கு மதிப்புக் கொடுப்பதாகவும் சொல்லிச் சென்றான். டில்லிக்கு தனக்கு பெண் பார்க்கப் போவதாகவும் சொன்னான்."

"ஆக காந்திஜியைக் கொலை செய்ய ஏதோ ஒன்று நடக்கிறது, அதில் அவனைக் கலந்துகொள்ளவேண்டாம் என்று சொல்லியனுப்பி யுள்ளீர்கள்"

"அப்படித்தான் அவன் உளறினான். அவன் ஒரு ரப்பர் வாயன். அந்த முட்டாள் அகதியை சீரியஸாக எடுத்துக்கொள்ள வேண்டாம் என்பது என் கருத்து" என்று சொல்லிவிட்டு அவர்தன் இருக்கையில் இருந்து எழுந்து நின்று அவனை வணங்கினார். அவ்வளவுதான், நான் இனி ஏதும் உன்னோடு பேச விருப்பப்படவில்லை என்பதன் அடையாளம் அது.

வேறு வழியில்லாமல் ராகவனும் எழுந்து நிற்க வேண்டியதாயிற்று. ஒரு குவளை தண்ணீர் குடிக்கிறாயா என்று ஒரு வார்த்தை அவர் கேட்காததால், தான் வந்த விஷயம் அவருக்குப் பிடிக்கவில்லை என்று அவனுக்குப் பட்டது.

அவர் வீட்டிலிருந்து வெளியே வந்த ராகவன், நடந்ததை உடனே உதவி கமிஷனர் ரத்தினத்திடம் தெரிவித்துவிட வேண்டும் என்று விரும்பினான். பேராசிரியர் இதை வெகு இலகுவாக எடுத்துக் கொண்டு, ஒன்றும் நடக்காதது போல நடந்துகொள்ள விரும்புகிறார். அவனுக்கு அப்படி எடுத்துக்கொள்ள முடியவில்லை. காந்திக்கு எதிராக இந்து ராஷ்டிரிய தளத்தின் தீவிரவாதிகள் ஏதோ செய்கிறார்கள் என்பது மட்டும் உறுதி, ஆகவே அவரிடம் பேச அவர் கொடுத்த போன் எண்ணில் தொடர்பு கொள்ள தபால் அலுவலகம் எங்கிருக்கிறது என்று கேட்டு, அங்குச் சென்று அந்த எண்ணிற்கு தொடர்பு கொள்ள அழைப்பு பதிவு செய்துவிட்டு அவன் காத்திருந்தான். அழைப்பு கிடைத்ததும், உதவி கமிஷனர் ரத்தினம் தொடர்பில் வருவார் என்று நினைத்தான். அவருக்குப் பதில் வேறொருவர் பேசினார். "என்ன வேண்டும்" என்று கேட்டார். "நான் ராகவன் பேசுகிறேன், உதவி கமிஷனர் ரத்தினம் சாரிடம் பேச வேண்டும்" என்றான். "ஐயா, முக்கியமான விஷயமாக கேம்ப் போயிருக்கிறார்கள், வருவதற்கு மூன்று நாட்கள் ஆகும்." என்றார். "அவரிடம் முக்கியமான தகவல் தெரிவிக்க வேண்டும்" என்றதும், "ஐயாவை தொடர்பு கொள்ள முடியாது" என்று போனை வைத்துவிட்டார்.

இனி என்ன செய்வது என்று ராகவனுக்குத் தெரியவில்லை. இதை வேறு எவருக்கும் சொல்லவும் தைரியமில்லை. நிச்சயமற்ற தகவலை வைத்துக்கொண்டு மிகப் பெரிய தலைவருக்கு எதிராக இந்து மகாசபை சதி செய்கிறது என்று எப்படிப் புகார் கொடுக்க முடியும் என்ற கேள்வி அவனிடம் எழுந்துகொண்டிருந்தது. சரி, என் அளவில், எதுவும் செய்ய முடியாது என்று எண்ணிக்கொண்டு பூனாவுக்குப் புறப்பட்டான்.

வீட்டிற்கு வந்தவுடன் செந்தூர் பாண்டியனிடமிருந்து கடிதம் வந்திருந்தது. உடனே படிக்காமல், குளித்து சாப்பிட்டுவிட்டு ஆற அமர படிக்க ஆரம்பித்தான்.

"அன்புள்ள ராகவன்,

நலம், நாடுவதும் அதுவே. உன் துணையில்லாமல் மிகவும் துன்பப்படுகிறேன்.

இன்று பொங்கல் தினம். ஊரிலிருந்தால் எவ்வளவு மகிழ்வாக இருக்கும்! வாழ்க்கையின் அலைச்சலில் பல சந்தோசமான விஷயங்களை நாம் இழக்கத்தான் செய்கிறோம். கலாச்சார தொடர்பில்லாமல் நாம் அனுபவத்தில் குன்றித்தான் போகிறோம்.

இங்கு காந்தி இருக்கும் பிர்லா மாளிகையின் அருகே ஒரு அறை எடுத்து தங்கியிருக்கிறேன். கண்டிப்பாக எல்லம்மா அக்கா உணவு இல்லையென்ற கஷ்டம் இருக்கத்தான் செய்கிறது.

வந்ததிலிருந்து வேறு எங்கும் போகாமல் பிர்லா மாளிகையின் புல்வெளியில்தான் இருக்கிறேன். அந்தப் பெரும் மாளிகையின் ஒவ்வொரு இடங்களும் எனக்கு அத்துப்படியாகிவிட்டன. இந்தப் பெரும் செல்வர் இடத்தில் காந்திஜி தங்கியதால் வரலாற்றில் பிர்லா தன் பெயரை நிரந்தரமாக்கிவிட்டார் என்று நினைக்கிறேன். செல்வம் செய்யாததை, காந்தியின் பெயர் செய்கிறது என்பதற்கு இது ஒரு உதாரணம்.

காலை உதயத்தைப் பார்த்திருப்பாய். எனக்கு அதன் அழகினும் அது தரும் ஒருவித மாயக் கவர்ச்சியே மிகுந்த வசீகரமாக இருக்கும். அந்தக் கதிரவன் ஒளி வட்டமாக மேலெழுவதைத் தொடர்ந்து பார்த்துக் கொண்டிருக்க முடியாது. சிறிது பார்த்துக் கண்ணை மூடினால், மூடிய விழிக்குள்ளும் பல கதிரவன் ஒளிப் பிரவாகமாய் தெரிவான். காந்திஜியும் அப்படித்தான். அவர் நம்மை வசீகரிக்கிறார். நம்மை ஈர்க்கிறார். தன் ஆளுமையை நம்மீது படர விடுகிறார். நம்மை அவரின் ஒளி வட்டத் திற்குள் அடக்கிவிடுகிறார். நாம் அப்போது நாமாக இருப்பதில்லை.

அறத்திற்கு பெரும் ஆற்றல் உண்டு என்று கேள்விப்பட்டிருக்கிறேன். அறம் தன்னைச் சுற்றி எப்போதும் ஆற்றல் வளையத்தைப் படர விட்டிருக்கிறது. அறப் பெரியோரும், ஆற்றலின் ஒளிச் சிமிழாகவே இருக்கிறார்கள் என்பதை காந்திஜியைப் பார்த்த பின் புரிந்து கொண்டேன், அவரின் அருகில் நாம் நன்மையின் வடிவாகவே மாறுகிறோம். உன்னதத்தின் திரளில் நாம் பங்கு பெறுகிறோம். இது வெற்று வார்த்தையில்லை. நான் கடந்த மூன்று நாட்களாக அனுபவித்த உண்மை.

காந்திஜி உண்ணா விரதத்தால் உடலளவில் பலவீனமானவராக இருக்கிறார். அவரைப் பரிசோதிக்கும் மருத்துவர்கள், அவரின் சிறு நீரகம் தளர்ந்து, அவரின் முக்கியமான உறுப்புக்கள் ஒவ்வொன்றாய் பாதிக்கப்படலாம் என்று அச்சப்படுகிறார்கள், ஆனால் தன் ராமன் தன்னைக் காப்பான் என்ற நம்பிக்கையின் விளக்கோடு அவர் நடக்கிறார். அவரைச் சுற்றி ஒளி வெள்ளம் நிரவி இருக்கிறது. அந்த ஈர்ப்பை உணர உண்ணாவிரதத்தின் போது அருகிருந்தால்தான் உணர முடியும். எவ்வளவு மக்கள் அவரைத் தரிசிக்க தினமும் வந்து செல்லுகிறார்கள் தெரியுமா! நல்ல வேளை நான் இந்த நேரத்தில் வந்து

சேர்ந்தேன். அவரின் ஆற்றலின் திரட்சியில் இந்தத் துகளும் புது சக்தி பெற்றது என்பதை ஒவ்வொரு நொடியும் உணர்ந்துகொண்டிருக்கிறேன்.

ஒரு முக்கியமான நிகழ்ச்சியை உனக்குச் சொல்ல வேண்டும். காந்திஜியைப் பற்றி எனக்கு சரியாக அறிமுகம் செய்தது ரஸ்தோகி என்ற உயர் அதிகாரி என்று நான் சொல்லியிருக்கிறேன் உன்னிடம். இங்கு வந்த முதல் நாள் அவரை நேருஜியோடு பார்த்தேன். அன்றைக்கு மாலையில், காந்திஜியின் பிரார்த்தனைக் கூட்டத்தில் தற்செயலாக என்னருகே வந்து உட்கார்ந்தார். அவர் பிரதம அமைச்சரின் செயலாளராக இருக்கிறாராம். அவரோடு சிறிது நேரம் பேச வாய்ப்புக் கிடைத்தது. இப்படி, காந்திஜி தன் அன்பர்களை ஒன்று சேர்க்கும் தளமாகத்தான் இருக்கிறார்.

உனக்கு வாய்ப்புக் கிடைக்கும் என்றால் இங்கே வந்துவிட்டுப் போயேன்.

காந்திஜியை வாழ்க்கையில் ஒரு முறையாவது தரிசிப்பது பெரும் கொடுப்பினை.

அதை நம் காலம் வரை பெருமையாக அடுத்த தலைமுறைக்குச் சொல்லிக்கொண்டிருக்கலாம்.

உன் அம்மா, அப்பாவுக்கு என் வாழ்த்துக்களைத் தெரிவி.

எல்லம்மா அக்காவிடம் நான் கேட்டதாகச் சொல்.

அன்புடன்,
செந்தூரர் பாண்டியன்
14.1.1948

ராகவன் உடனே உட்கார்ந்து பதில் எழுத ஆரம்பித்தான். தனக்கு வந்த மொட்டைக் கடிதத்தைப் பற்றியும், பம்பாய்க்குச் சென்று பேராசிரியரைச் சந்தித்ததையும், உதவி கமிஷனருடன் பேச முடியாத நிலைமை பற்றியும் அவர் வந்தபிறகு அவரிடம் தகவல் தெரிவிப்பதாகவும் எழுதினான். கூடவே, கோட்சே, மதன்லால் குழு அங்கே காந்தி பக்கத்தில் தென்படுகிறார்களா என்று கவனத்துடன் பார்த்து, அப்படி கண்ணில் பட்டால் போலிசிடம் தகவல் தெரிவிக்கச் சொல்லி எழுதினான்.

அன்று அதிகாலையில் பம்பாய், விக்டோரியா டெர்மினஸுக்கு நாதுராம் வந்து சேர்ந்தான். அவன் பாட்கேயும், சங்கர் கிஸ்தையாவும் வருவதற்குக் காத்திருந்தான். பாட்கே வந்தான். அவன் துணையாள் சங்கர்

தாதரில் இறங்கி இந்து மகாசபை அலுவலகத்துக்கு வந்துவிடுவான் என்றான் பாட்கே.

அவர்கள் இருவரும் ஒரு டாக்ஸி பிடித்து, பல பிரமுகர்களைச் சந்தித்து பணம் திரட்டினார்கள். நிறைய பணம் கிடைத்தது.

கடைசி முயற்சியாக, தீட்சித் மகராஜைச் சந்தித்து, ஒரு ரிவால்வரைக் கேட்டுவிடுவது என்று அங்குச் சென்றனர். அவர் தர மறுத்துவிட்டார். "வேண்டுமானால், பணம் தாருங்கள், விலைக்குத் தருகிறேன்" என்றார். பணம் கொடுத்து உங்களிடம் வாங்க வேண்டாம் என்று சொல்லிவிட்டு கோபத்துடன் நாதுராம் அங்கிருந்து புறப்பட்டான்.

அவர்களிடம் ஏற்கெனவே இரண்டு துப்பாக்கிகள் இருந்தன, ஆகவே அதைப் பற்றி அதிகம் கவலைப்படவில்லை.

அவர்கள் இருவரும், சீ க்ரீன் ஹோட்டலுக்குச் சென்றார்கள். நாதுராம் மட்டும் உள்ளே சென்றான். அங்கே, மனோரமா அழுத கண்ணோடு இருந்தாள். அவளிடம் நாதுராம் ஏதும் பேசவில்லை.

"ஆப்தே, நேரமாகிக்கொண்டிருக்கிறது, நாம் புறப்பட வேண்டும்" என்றான்

அவர்கள் மூவரும் ஏதும் பேசாமல் கீழிறங்கி வந்தனர். மனோரமா சால்வியை பண்டித ராமாபாய் விடுதி வாயிலில் இறக்கி விட்டார்கள்.

"கவலைப்படாதே மனோரமா, எல்லாம் நல்ல படியாக நடக்கும்" என்றான். அவள் எதுவும் சொல்லவில்லை. காரிலிருந்து இறங்கி, யாரையும் பார்க்காமல் விடுவிடுவென்று உள்ளே சென்றாள்.

ஆப்தேயின் மன நிலையை மாற்றுவதற்காய், "நாராயண், இப்போதிலிருந்து நம் பணி புது இறக்கைகளைப் பெற்று வேகத்துடன் தொடங்கப்போகிறது" என்றான் நாதுராம் கோட்சே.

அவன் என்ன சொல்லுகிறான் என்பதைக் கவனிக்கவில்லை ஆப்தே. அவன் காருக்கு வெளியே பார்த்துக்கொண்டிருந்தான்.

தாதருக்குச் சென்று சங்கரை அழைத்துக்கொண்டு, புறப்பட்டனர்.

கார் டிரைவரிடம் "சாவர்க்கர் சதனுக்குச் செல்" என்றான் கோட்சே.

சற்று தன் நினைவுகளிலிருந்து விடுபட்டவனாய் ஆப்தே கோட்சேயிடம் கேட்டான், "தாத்யராவிடம் என்ன பேச வேண்டும்?" என்று கேட்டான்

"வழக்கமாக நீ தானே அவரிடம் பேச்சை ஆரம்பிப்பாய். அப்படிப் பேசு" என்றான் கோட்சே.

"இது வித்தியாசமான சூழ்நிலையல்லவா?" என்றான் ஆப்தே. அவனிடம், கண்ணைக் காட்டி, டிரைவர் இருக்கிறான் என்று சங்கேத மொழியில் கோட்சே சொன்னதும், ஆப்தே வேறு ஒன்றும் பேசவில்லை.

டாக்சியிலிருந்து இறங்கி அவர்கள், சாவர்க்கரின் வீட்டை நோக்கி நடந்தார்கள். சுற்றுச் சுவருக்கு வெளியிலே சங்கரை நிறுத்திவிட்டு, வாசலைக் கடந்து வீட்டினுள் சென்றார்கள். சாவர்க்கரின் பாதுகாவலர் அவர்களை வணங்கி, "தாத்யராவ், மேலே உங்களுக்காகக் காத்திருக்கிறார்" என்றான். அந்த நுழைவு அறையிலே பாட்கேயை விட்டுவிட்டு அவர்கள் இருவரும் அவரின் தனி அறைக்கு படியேறி மேலே சென்றனர்.

சாவர்க்கர் சிரித்துக்கொண்டே அவர்களை வரவேற்றார்.

"மகத்தான, வரலாற்றில் என்றும் நிலைத்து நிற்கக்கூடிய பெரும் செயலை ஆற்றச் செல்கின்ற உங்களை வாழ்த்துகின்றேன். நீங்கள் வரலாற்றின் புத்திரர்கள். இந்த நாடு உங்களுக்கு என்றும் கடமைப் பட்டிருக்கும்" என்றார்.

"அதையெல்லாம் விட நாங்கள் என்றும் தாத்யராவின் சீடர்கள் என்பதே எங்களுக்குப் பெருமை" என்றான் ஆப்தே.

"நம் இந்து மகாசபா, இந்து தர்மசபா அல்ல. இது இந்து ராஷ்டிர சபா. இந்து தேசத்தை வடிவமைக்கும் சபா. இந்து தேசத்தின் சமூக, அரசியல், கலாச்சார அம்சங்களைத் தீர்மானிக்கும் சபா. அதைத் தீர்மானிக்க விடாமல் தடுத்து நிற்கும் ஒரே அரண் காந்தி. அவரை நீக்கினால் நாடு நலம் பெறும். இந்துக்களின் சக்தி புத்துயிர் பெறும். அந்தப் பணியில் நீங்கள் ஈடுபட்டிருக்கிறீர்கள்"

"ஆண்டவன் பணியில் எலிக்கும் பங்குண்டு என்பதுபோல எங்களால் முடிந்ததை நீங்கள் சொன்னவாறு செய்கிறோம். அவ்வளவு தான்."

"எனக்கும் இதற்கும் இதில் எந்தவிதப் பங்கும் கிடையாது என்பதை ஒருபோதும் நீங்கள் மறந்துவிடக்கூடாது. அப்போதுதான், நான் பின்னாலிருந்து உங்களுக்கு உதவிக்கொண்டிருக்க முடியும். ஒன்றை மட்டும் நினைவில் வைத்துக்கொள்ளுங்கள், இந்துக்களைப் பொறுத்த வரை அவர்கள் மதக் கடமையும் தேசக் கடமையும் ஒன்றுதான். இந்து ராஜ்யத்தின் நலம் என்பது இந்தியாவின் நலன் என்று அறியப்பட

வேண்டும். முழு அரசியல் அதிகாரம் இந்துக்கள் வசம் வரவேண்டும் அதற்கு நாம் பாடுபடுகிறோம்.''

''ஆமாம் தாத்யராவ், இந்து ராஷ்டிரியம் முளைத்தெழ நாங்கள் பாடுபடுவோம்''

''உங்களால் காந்தியின் நூறாண்டுக்காலம் முடியப்போகிறது. நம்முடைய இந்தப் பணி வெற்றிகரமாக முடியும் என்பதில் எனக்கு நம்பிக்கையிருக்கிறது'' என்று சொல்லிவிட்டு அவர் எழுந்தார்.

அவர்கள் இருவரும் அவர் காலில் விழுந்து வணங்கினார்கள். ''பயப்படாமல் செல்லுங்கள். நானிருக்கிறேன்'' என்றார்.

மூவரும் அறையிலிருந்து வெளியில் வந்து, மாடிப்படியில் இறங்கி வந்தார்கள். பாட்கே அவர்களைப் பார்த்துக்கொண்டிருந்தான்.

''யஷஸ்வீ ஹோான் ய'' (வெற்றியுடன் திரும்பி வருக) என்று பாட்கே கேட்க சாவர்க்கர் அவர்களை ஆசிர்வதித்தார்.

மிகுந்த மகிழ்ச்சியுடன் வந்த அவர்கள் காரில் ஏறி உட்கார்ந்தார்கள். பாட்கேயிடம், ''காந்தியின் நூறாண்டு முடியப்போகிறது, நீங்கள் வெற்றிகரமாக முடிப்பீர்கள் என்று சொன்னார்'' என்றான் ஆப்தே. அவர்கள் மூவரின் முகத்திலும் சந்தோசம் குதித்து ஓடியது. என்ன நடக்கிறது என்று எதுவும் தெரியாமல், சங்கர் கிஸ்தையா வெளியே பார்த்துக்கொண்டு உட்கார்ந்திருந்தான்.

அவர்கள் இன்னும் பலரைச் சந்தித்து நிதி பெற்றுக்கொண்டு வரச் சென்றார்கள். அவர்களுக்கு நிதி வழங்கியவர்கள் பெரும் பணக்காரர் களாகவும், சமூகத்தில் பெரிய மனிதர்களுமாக இருந்தார்கள். பணம் படைத்தவர்கள் திரைக்குள் மத வெறியர்களாகவும், சாமான்ய மனிதர்கள் பெரும்பாலும் சமரச மனம் கொண்டவர்களாகவும் இருப்பது உலகின் இயல்பாகத்தானே இருக்கிறது. அவர்களும் அப்படித்தான் இருந்தார்கள்.

நேரம் ஆகிக்கொண்டிருந்தது. கார் டிரைவரிடம், ''சாந்த குருஸ் விமான நிலையத்திற்கு விரைவாகச் செல்'' என்றான் ஆப்தே.

காரில் போய்க்கொண்டிருக்கும்போது, ஒரு விலாசத்தை பாட்கேயிடம் கொடுத்து, ''எங்களை விமான நிலையத்தில் இறக்கி விட்டு, அவர் வீட்டுக்குப் போய் அவர் தரும் 400 ரூபாயை வாங்கிக் கொண்டு டில்லிக்கு வா'' என்றான் ஆப்தே.

''சரி'' என்றான் பாட்கே.

"பாட்கே, இன்று ஃப்ராண்டியர் மெயிலைப் பிடித்து நாளைக்கு டில்லிக்கு வந்து சேர்ந்துவிடு. நானும் நாதுராமும் ரயில் நிலையத்தில் உன்னை வந்து சந்திக்கிறோம்" என்றான் ஆப்தே.

அங்கே போனபிறகுதான், அவர்களின் விமானம் ஜுஹுவில் இருக்கும் கலினா விமான தளத்திலிருந்து புறப்படும் என்று தெரிந்தது. அங்கிருந்து அது 15மைல் தொலைவு இருந்தது. நேரம் ஆகிவிட்டது. அநேகமாக விமானத்தைத் தவறவிட்டு விடுவோம் என்றே நினைத்தார்கள். டிரைவர் மிக விரைவாக காரை ஓட்ட, கடைசி நிமிடத்தில் இருவரும் விமானத்தில் ஏறி கடைசி இருக்கைகளைப் பிடித்தார்கள்.

பாட்கே, அந்த டாக்ஸியில் குர்லா சென்று, ஆப்தே சொன்னவரிடம் பணம் வாங்கிவிட்டு, குர்லா ரயில் நிலையத்திற்குள் வந்தார்கள். அப்போது மணி மூன்று. ஃப்ராண்டியர் மெயில் ஏழு மணிக்குத்தான் புறப்படும். நேரமிருப்பதால், தாதரில் இருக்கும் அஸ்ரா ஹோட்டலின் உரிமையாளரான தன் நண்பர் நவ்ரேயைப் பார்த்துவிட்டு வரலாம் என்று அங்கு அதே டாக்ஸியில் புறப்பட்டான்.

வழியில், பாட்கே சங்கரிடம், "இன்றைக்கு இரவு நாம் டில்லிக்குப் போகிறோம்" என்றான்.

"சரிங்க முதலாளி" என்றான் சங்கர். பிறகு சங்கர் ஏதோ நினைவு வந்தவனாய், "முதலாளி டில்லியைச் சுற்றிக் காண்பிப்பீர்களா" என்று கேட்டான் சங்கர்.

"நேரமிருந்தால் பார்க்கலாம்" என்றான் பாட்கே.

"என்ன இடத்திற்கெல்லாம் கூட்டிக்கொண்டு செல்வீர்கள்?"

"அங்கு யமுனை ஆறு போகிறதாம், அதைக் காட்டி உன்னைப் பிடித்து அதில் தள்ளி விடுகிறேன்" என்று சொல்லி பாட்கே சிரித்தான். அவன் முட்டைக் கண் வெளியே வந்துவிடுவதாய் இருந்தது. அந்தக் கண்ணைப் பார்த்து சங்கருக்கு பயம்தான்.

"முதலாளி, அங்கேதான் காந்தி இருக்கிறாராம், அவரைப் பார்க்க கூட்டிப் போவீர்களா?"

"என்னது, காந்தியைப் பார்க்கவா?"

"ஆமாம் முதலாளி"

"அவரைப் பார்த்திருக்கிறாயா?"

"இல்லை"

“கண்டிப்பாகக் கூட்டிப்போகிறேன், அவரைப் பார்க்காமல் வருவோமா?” என்று பாட்கே சிரித்தான். பிறகு “எதற்கு அவரைப் பார்க்க வேண்டும்?” என்று கேட்டான் பாட்கே.

“எப்படியாவது சாவதற்கு முன்பு ஒரு தடவையாவது காந்திஜியைப் பார்த்து அவர் காலில் விழுந்து கும்பிட்டுவிட வேண்டும் என்று என் அம்மா சொல்வார்கள்.”

“அப்படியா, இந்த முறை காந்திக்கு வெகு அருகில் உன்னைக் கூட்டிச் செல்லுகிறேன்” என்று சொல்லிவிட்டு பாட்கே தன் இருக்கையில் நன்கு சாய்ந்து உட்கார்ந்து கண்ணை மூடினான். அதற்குப் பின் தன் முதலாளியிடம் பேசினால் அவருக்கு கோபம் வந்துவிடும் என்று சங்கருக்குத் தெரியும். ஆகவே அவன் மேலும் ஏதும் பேசாமல், டில்லியில் காந்தியின் காலில் விழுந்து அவரிடம் நெற்றியில் விபூதி இடச் சொல்ல வேண்டும் என்று நினைத்துக்கொண்டிருந்தான்.

தாதரில், பாட்கேயின் நண்பர் நல்ல சாப்பாடு வாங்கிக் கொடுத்தார். பாட்கேவுக்கு இரண்டு நாட்களாக நல்ல அலைச்சல். கொஞ்சம் சௌகரியமாக படுத்தால் நன்றாக இருக்கும் போலிருந்தது. ஹோட்டல் உரிமையாளர் அவர் படுக்க நல்ல அறையைக் கொடுத்தார். அதில் படுத்த பாட்கேவுக்கு, மிகவும் சோம்பலாக இருந்தது.

“சங்கர், டில்லியில் காந்திஜி இன்னும் உண்ணாவிரதத்தை முடிக்க வில்லை. அவர் முடித்து, பலம் பெற்று பிரார்த்தனைக் கூட்டத்துக்கு வர நாளெடுக்கும். ஆகவே நாளைக்கு புறப்படுவோம். இன்றைக்கு நிம்மதியாகத் தூங்கு” என்றான் பாட்கே.

பாம்பேயிலிருந்து புறப்பட்ட பெஷாவர் எக்ஸ்பிரஸ் பழைய டில்லி ரயில் நிலையத்தை அடைந்தது. அதிலிருந்து, கார்க்கரேயும், மதன்லாலும், பயணத்தின் போது கிடைத்த நண்பரான அங்சேகரோடு இந்து மகாசபை பவனுக்குச் சென்றார்கள். அங்கு இடம் கிடைக்காததால், சாந்தினி சௌக்கிலுள்ள ஷரிஃப் ஹோட்டலில் தங்கினார்கள்.

டாட்டா ஏர்லைன்ஸில் வந்திறங்கிய நாதுராம் கோட்சேயும், ஆப்தேயும், கன்னாட் பிளேசிலுள்ள மரினா ஹோட்டலில், எம்.தேஷ்பாண்டே மற்றும் எஸ்.தேஷ்பாண்டே என்ற பெயரில் பதிவு செய்து தங்கினார்கள்.

21. ‘எதிரியை அழிப்பதன் மூலம் அல்ல, நம்மைத் தகுதிப்படுத்துவதன் மூலமே உண்மையான விடுதலை அடைய முடியும்’

அன்று ஞாயிற்றுக் கிழமை. ஜனவரி 18.

பிர்லா மாளிகையில் இருக்கும் காந்திஜியைப் பார்க்க நேருவே காலையில் வந்துவிட்டார். காந்திஜியின் எடையை நேருவே எடுத்தார். 107 பவுண்ட். எடை குறைந்திருந்தது. வயிற்றில் வலியிருக்கிறது என்று காந்திஜி சொன்னார்.

காந்திஜியின் உயிரைக் காப்பாற்ற, நேரத்தோடு போட்டி போட்டுக் கொண்டு அரசியல் தலைவர்கள் முயன்றுகொண்டிருந்தார்கள்.

நகரின் தலைவர்களும், நேற்று தயங்கி, கையெழுத்திட மறுத்த இந்து மகாசபையின் தலைவர்களும், ஆர்.எஸ்.எஸ்ஸின் தலைவர்களும், மோசமாகப் பாதிக்கப்பட்ட பகுதிகளான சப்சிமண்டி, கரோல்பாக், பாகர்கஞ் ஆகிய பகுதிகளின் அகதிகளின் தலைவர்களும் வந்திருந்தார்கள். காந்திஜி சொல்லியதற்கு உடன்படுகிறோம் என்று கையெழுத்திட்டு, காந்திஜி உண்ணாவிரதத்தை முடிக்குமாறு வேண்டினார்கள்.

“இனி இந்துக்களும், முஸ்லிம்களும், சீக்கியர்களும் மற்ற வகுப்பினரும் அமைதியோடு, சகோதர உணர்வோடு டில்லியில் வாழ்வோம்;

முஸ்லிம்களின் உயிருக்கும், உடைமைக்கும் நம்பிக்கைக்கும் பாதுகாப்பளிப்போம்;

முன்பு நடந்ததைப் போல கெஹ்ராலியில் இருக்கும் குவாஜா குதுப்-உத்-தின் நினைவிடத்தில் இந்த வருடமும் உர்ஸ் விழா நடைபெறும்;

முஸ்லிம்கள் முன்புபோல எல்லா இடங்களிலும் சுதந்திரமாக நடமாடுவார்கள்;

இந்துக்கள், சீக்கியர்கள் வசமிருக்கும் பள்ளிவாசல்கள் முஸ்லிம்களிடம் திருப்பி அளிக்கப்படும், அவர்களுக்கென்று ஒதுக்கப்பட்ட இடங்கள் வன்முறையால் மீண்டும் எடுத்துக்கொள்ளப்படமாட்டாது;

வேறு இடங்களுக்குச் சென்ற முஸ்லிம்கள் விரும்பினால் திரும்பி டில்லிக்கு வர தடை செய்யமாட்டோம், அவர்கள் தங்கள் தொழிலை தொடர்ந்து செய்யலாம்" என்ற உறுதிமொழியை சமாதானக் குழு காந்திஜியிடம் அளித்தது.

அதை ஏற்றுக்கொண்ட காந்திஜி அவர்களிடம் சொன்னார், "உறுதி மொழியைக் கடைபிடிக்க வேண்டும், அவ்வாறில்லையெனில், நான் மீண்டும் உண்ணாவிரதம் இருக்கத் தயங்க மாட்டேன், எனவே மன உறுதியோடு இவற்றைக் கடைபிடிக்க வேண்டும்" என்று கேட்டுக் கொண்டு, முஸ்லிம் பிரதிநிதிகளை அழைத்து, "டில்லியில் நிலைமை அவர்களுக்குத் திருப்திகரமாக இருக்கிறதா, என் உண்ணாவிரதத்தை முடிக்கலாமா?" என்று கேட்டார்.

எல்லா தலைவர்களும் கும்பிட்ட கைகளுடன், உண்ணா விரதத்தை முடியுங்கள் என்று கேட்டுக்கொள்ள, "என் உண்ணா நோன்பை முடிக்கிறேன், கடவுளின் சித்தம் நிறைவேறட்டும்" என்றார் காந்திஜி.

இந்து, முஸ்லிம், பார்சி, புத்த மதங்களிலிருந்து புனித வாசகங்கள் வாசிக்கப்பட்ட பின்பு, ஆரஞ்சு பழச்சாறும் குளுக்கோசும் அடங்கிய கண்ணாடி கிளாசை, மௌலானா அபுல்கலாம் ஆசாத் அவர் வாயில் வைக்க அதை அருந்தி காந்திஜி உண்ணாவிரதத்தை அன்று மத்தியானம் முடித்தார்.

"உண்மையற்றதிலிருந்து உண்மைக்கும்,
இருளிலிருந்து ஒளிக்கும்,
மரணத்திலிருந்து மரணமின்மைக்கும்
என்னை வழி நடத்து"

என்ற பாடலோடு உண்ணாநோன்பு முடிந்தது.

எல்லோரும் கலைந்து சென்றதற்குப் பின், நேரு காந்தியிடம் சொன்னார், "பாபுஜி, இரகசியமாக நானும் இரண்டு நாட்கள் உண்ணா நோன்பு மேற்கொண்டிருக்கிறேன், இது என் வீட்டிலுள்ளவர்களுக்கு கூடத் தெரியாது" என்று சொன்னார். காந்திஜி நெகிழ்ந்து போனார்.

நேரு சென்றதும், காந்திஜி, "இப்போது உண்ணாவிரதத்தை முடிக்கவும். ...நீண்ட நாட்கள் இந்தியாவின் ஜவகராக (நகையாக) வாழ பாபுவின் ஆசிர்வாதங்கள்" என்று ஒரு தாளில் எழுதி நேருவின் வீட்டுக்கு அனுப்பி வைத்தார்.

முந்தைய நாள் இரவில் இந்து மகாசபை பவனில் தங்கிய கார்க்கரே, காலையில் நாதுராம் கோட்சே, ஆப்தே தங்கிய ஹோட்டலுக்கு

வந்தார். மூவரும் ஒரு குதிரை வண்டியில் பிர்லா மாளிகையைப் பார்க்கச் சென்றார்கள்.

அவர்கள் இப்போது உள்ளே போக முடியாது என்று வாயிலில் இருந்த காவலர்கள் மறுத்துவிட்டார்கள். ஆனால் இருபுறமும் இருந்த பணியாளர் செல்லும் வழியில் சென்று காந்தி இருக்கும் இடத்தைப் பார்க்கலாம் என்று திட்டமிட்டனர். வெளியிலிருக்கும் அந்த சுற்றுச் சுவரின் உயரம் கூட குறைவுதான். சாலையிலிருந்து எட்டிப்பார்த்தால், சாதாரண நாட்களில், வெயிலில் காந்திஜி ஒரு பிரம்பு நாற்காலியில் உட்கார்ந்து படித்துக்கொண்டோ அல்லது எழுதிக்கொண்டோ இருப்பதைக் காணலாம். இன்று அவர் பலவீனமாக இருப்பதால் அவர் வெளியில் இல்லை. அப்படிப் பார்த்துக்கொண்டு அவர்கள் பிர்லா மாளிகையைச் சுற்றி வந்து திரும்பினார்கள்.

நாதுராம் கோட்சே, இந்து மகாசபையின் செல்வாக்கு மிகுந்த கட்சிப் பணியாளன் என்பதால், இந்து மகாசபை பவனில் நடக்கும் பல கூட்டங்களுக்கு வந்து கலந்துகொண்டிருக்கிறான். அவனுக்கு டில்லி கட்சியின் செயலாளர் ஆசுதாஸ் லாஹிரியோடு தொடர்பு உண்டு. அதன் காரணமாகவே, அந்த நெருக்கடியான சூழலிலும், அவன் சொன்னதற்காக கார்க்கரேக்கு தங்க ஒரு அறை ஒதுக்கப்பட்டது.

காந்திஜி ஓரிரு நாட்களில் உடல் நிலை தேறி, பிரார்த்தனைக் கூட்டங்களில் கலந்துகொள்வார் என்று வந்த சேதி அவர்களுக்கு மிகவும் மகிழ்ச்சியாக இருந்தது.

மதன்லால், ரயில் பயண நண்பர் அங்சேகருடன், தன் வருங்கால மனைவியைப் பார்ப்பதற்கு சாந்தினிசௌக் பகுதிக்குச் சென்றான்.

அன்று மாலை அவர்கள் பிரார்த்தனைக் கூட்டத்துக்கு பிர்லா மாளிகைக்குச் சென்றார்கள். வழக்கத்தைவிட கூட்டம் அதிகமாக இருந்தது. அவர்கள் தோட்டத்தைச் சுற்றிப் பார்த்தார்கள். காந்திஜி வரமுடியாது என்பதால், அவரின் செய்தி வாசிக்கப்பட்டது.

ஆக புறச் சூழல் எல்லாம் அவர்களுக்குச் சாதகமாக இருப்பதால் அவர்கள் மிகவும் மகிழ்ச்சியாக இருந்தார்கள்.

மூவரும் புதுடில்லி ரயில்வே நிலையத்துக்குச் சென்றார்கள். பம்பாயிலிருந்து வரும் பஞ்சாப் மெயிலில் கோபால் வருவதாக இருந்தது. கோபால் அந்த ரயிலில் வந்தான். ஆனால், கையில் துப்பாக்கி இருப்பதால் போலிஸ் தன்னை விசாரித்தால் ஆபத்தாகிவிடும் என்று, நடைமேடைக்கு முன்னே அவன் ரயில் மெதுவாக நகர்ந்து

கொண்டிருக்கும்போது வண்டியிலிருந்து குதித்துவிட்டான். இவர்கள் நடைமேடையில் ரயிலில் அவனைத் தேடிப்பார்த்தார்கள் காணவில்லை.

அடுத்த ஒரு மணிநேரத்தில், ஃப்ராண்டியர் மெயிலும் வரும். அதில் பாட்கேயும் சங்கரும் வருவதாக இருந்தது. ஆகவே அதை எதிர்பார்த்து அவர்கள் காத்திருந்தார்கள். பாட்கேயும் சங்கரையும் அவர்கள் காணவில்லை. அவர்கள் அடுத்த நாள் ரயிலில் வருகிறார்கள் என்பது அவர்களுக்குத் தெரியாது. மூவரும் வரவில்லையென்றதும் அவர்கள் மிகவும் சோர்ந்து போனார்கள். ரிவால்வர் எதுவும் கைவசம் இல்லையென்பதால் ஆப்தே மிகவும் தளர்ந்து போனான். எனவே தங்கள் அறைக்குச் சென்று ஆப்தே அளவுக்கு மீறி அதிகமாக ஸ்காட்ச் விஸ்கி குடித்தான்.

அவர்களைத் தேடி அலைந்த கோபால், எவரையும் காணவில்லை என்பதால், அங்கிருந்த அகதிகளோடு, ரயில் நிலையத்தின் பெஞ்சில் இரவு படுத்தான். அவர்கள் எப்படியும் தன்னைப் பார்க்க வருவார்கள் என்று நம்பியிருந்தான்.

22. ‘எனது நடத்தைகளிலிருந்து பெற முடியாத ஒன்றை எனது வார்த்தைகளிலிருந்து பெற முடியாது’

நல்ல குளிர். மழை வேறு பெய்யும்போலிருந்தது. செந்தூர் பாண்டியன் விழித்துவிட்டான். ஆனால் படுக்கையிலிருந்து எழவில்லை. பக்கத்தில் கிஷன்சிங் தூங்கிக்கொண்டிருந்தான். பாவம் அவன் தூக்கத்தினைக் கெடுத்துவிடக் கூடாது என்று அதிகம் புரளாமல் படுத்திருந்தான்.

ஆனால் கிஷன்சிங் அதற்கு முன்னமே கண் விழித்துவிட்டான். செந்தூர் பாண்டியனை உபத்திரவம் செய்துவிடக் கூடாது என்று அவனும் அசையாமல் கிடந்தான்.

செந்தூர் பாண்டியனிடம் சிறு அசைவு கண்டதும், “செந்தூர், குட் மார்னிங்” என்றான் கிஷன்சிங்.

“கிஷன், குட் மார்னிங், விழித்து விட்டாயா?” என்று கேட்டான் செந்தூர் பாண்டியன்.

“முன்னமே விழித்துவிட்டேன். ஒரு எண்ணம் வந்தது. என் தூக்கம் போய்விட்டது” என்றான்.

அதை அவனே சொல்லட்டும் என்றிருந்தான் செந்தூர் பாண்டியன்.

செந்தூர் பாண்டியனுக்கு இப்படி காலையில் விழித்தவுடன் எழுந்துவிடாமல், படுக்கையில் படுத்துக்கொண்டே மனதுக்குப் பிடித்த விஷயத்தை, நண்பனுடன் பேசுவது பிடிக்கும். பெரும்பாலும் கல்லூரி வாழ்க்கையை நண்பர்களுடன் கழித்தவர்களுக்கு இது இயல்பாகவே பிடித்தப் பழக்கம்தான்.

“இந்து மகாசபை, ஆர்.எஸ்.எஸ்காரரர்கள் ஒரு காரியத்தைப் பண்ணுவார்கள்” என்றான் கிஷன்சிங்.

“என்னது என்று சொல்லேன்” என்றான் செந்தூர் பாண்டியன்.

“என்னைப் போன்ற தாழ்ந்த சாதிக்காரனிடம் நெருங்கியிருப்பதாக நடிப்பார்கள். ஆனால் மனதுக்குள் அந்த வித்தியாசத்தை வைத்திருப்பார்கள்”

“எப்படி சொல்லுகிறாய்”

"ஒரு சம்பவத்தைச் சொல்லட்டுமா? ஒருமுறை எங்கள் பகுதிக்கு ஒரு விழா நடத்த வந்தார்கள். அவர்களிடம் கேட்காமல் அவர்களுக்கு உணவு எங்கள் வீட்டில் தயார் செய்தோம். என் அப்பா என்னிடம் கேட்டார், 'அவர்கள் நம் வீட்டில் சமைத்த சாப்பாட்டைச் சாப்பிடுவார்களா?' என்று. கண்டிப்பாகச் சாப்பிடுவார்கள் என்றேன். அவர்கள் வந்தார்கள், சாப்பாடு தயாராக இருக்கிறது என்று சொன்னவுடன் தயங்கினார்கள். பிறகு நேரம் ஆகிவிட்டது போகிற வழியில் பார்த்துக் கொள்ளுகிறோம் என்றார்கள், நாங்கள் உங்களுக்கு கட்டித் தருகிறோம் என்று பார்சல் பண்ணிக் கொடுத்தோம். அதை வேண்டாத வெறுப்பாக வாங்கி வைத்துக்கொண்டு, தங்களின் வண்டியில் வைத்தார்கள். கொஞ்ச தூரம் போனவுடன் எங்கள் ஊர் எல்லைத் தாண்டியவுடன் கீழே எறிந்துவிட்டுப் போனார்கள். என் உணவை வேண்டாம் என்பதும் என்னை வேண்டாம் என்பதுதானே. அன்றிலிருந்தே எனக்கு அவர்கள் மீதிருந்த மரியாதை போய்விட்டது"

"சாதியின் தன்மை அதுதானே. சீக்கியர்களிடமும் வர்ண வேறுபாடு உண்டா?"

"ஆமாம். பெரும்பாலான சீக்கியர்கள் ஜாட் வகுப்பைச் சார்ந்தவர்கள். எங்களைப் போன்ற தாழ்த்தப்பட்ட, அதாவது தலித் போன்ற சீக்கியர்களும் இருக்கிறார்கள். நாம் எல்லோரும் இந்தியர்கள் தானே. சாதி இந்தியப் பண்பாடுதானே."

செந்தூர் பாண்டியன் பேசவில்லை. கிஷன்சிங் பேசினான்.

"நான் ஒரு சீக்கியன். நான் இந்து இல்லை. அவர்கள் அமைக்க விரும்பும் இந்து ராஜ்யத்தில், இந்து ராஷ்டிரியத்தில், இன்று முஸ்லிம் களுக்கு சமத்துவ இடமில்லை. நாளைக்கு எங்களுக்கும் இந்தக் கதிதானே வரும். அதை நினைத்து எனக்கு நெருடலாக இருக்கிறது"

"காந்திஜி இதை வெகு தெளிவாகச் சொல்லுகிறார். சுதந்திர இந்தியா இந்து ராஜ்யமாக இருக்காது, அது இந்தியர்களின் ராஜ்யமாகவே இருக்கும் என்று."

"காந்திஜி இருக்கும்வரை இந்த நிலைமை இருக்கும் என்று நம்பலாம். அதன்பின் நிலைமை என்னாகும்?"

"அது ஒரு கேள்விக்குறிதான். காங்கிரஸ் காந்திஜி வழியில் தொடர்ந்து செல்லுமா? அது மெதுவாக தன் உயிருள்ள மக்கள் தொடர்பை இழந்துவருகிறது. அதற்குக் காரணம் அது மக்களோடு, சுயநல எதிர்பார்ப்பில்லாமல் உழைக்கும் தொண்டர் படையை இழந்து

விட்டதுதான் காரணம். தன் ஆஸ்ரமங்களை தொண்டர்களை பயிற்று விக்கும் நாற்றங்காலாக காந்திஜி உருவாக்கியிருந்தார். இன்றைக்கு அவைகளின் முக்கியத்துவம் குறைந்துவிட்டது. இன்றைய காங்கிரஸ்காரன் பதவிமோகமும், அதிகார வெறியும் கொண்டு அலைகிறான். காந்தியின் மக்கள் தொடர்பை பிராமணத் தலைமைகொண்ட இந்து தீவிரவாத இயக்கங்கள் பிடித்துக்கொண்டுள்ளன. அதனால்தான், இந்திய தேசம் என்பது இந்து ராஷ்டிரிய தேசமாக மாற்றப்படுமோ என்ற அச்சத்திற்குக் காரணம் இருக்கத்தான் செய்கிறது"

"அதில் சீக்கியர்களாகிய எங்களின் நிலைமை என்ன? நாங்கள் என்றைக்கும் இரண்டாம் தரமானவர்களாக, அடிமைகளாக எங்கும் இருக்க மாட்டோம். இந்து மதத்தை நாங்களும் எதிர்க்க வேண்டி வருமா?"

"காந்திஜி வலியுறுத்தும் இந்துமதம், சனாதனிகள் உயர்த்திப் பிடிக்கும் இந்துமதம் அல்ல. எப்போதும் இந்து மதம் அப்படியில்லை. தொடக்கத்தில் பிரபஞ்ச சகோதரத்துவம், அளவற்ற அன்பு அதன் வழி புறப்படும் சுடரான ஞானம் இவையே இந்து மத கொள்கையாக இருந்தன. ஆனாலும் எப்போதும், ஒரு உயர்ந்த ஞான வளர்ச்சி நிரந்தரமாகத் தொடராது. பின்வரும் சீடர்கள் கூட்டம் ஆதிக்கத்துக்கு அலையும் கூட்டம். ஆதிக்க தேடலுக்கும், இரண்டாம் தரமான கொள்கைகளுக்கும் நெருங்கிய தொடர்பு உண்டு. இந்து மதத்தின் இப்போதைய இந்த முன்னணி அரசியல் அமைப்புக்கள், ஆன்மீகத்தின் உயர் பண்புகளை கழற்றிவைத்துவிட்டு, பொய்வேடமிட்டு, சமூகத்தைப் பிரித்து, அதன் மூலம் வெறுப்பை மக்கள் மனதில் விதைத்து தங்கள் ஆதிக்க அறுவடையைக் கவனித்துக் கொள்கின்றன. இதில் உன் போன்ற வேற்று மதத்தினருக்கு புறந்தள்ளப்படும் ஆபத்து இருக்கத்தான் செய்கிறது."

"இதற்கு மாற்று வழி என்ன? எங்களைப் போன்ற சிறுபான்மை யினருக்கு அவநம்பிக்கையாயிருக்கிறது"

"மத வெறி-மத அடிப்படைவாதம், இதுதான் இன்றைய இளம் சுதந்திர இந்தியா எதிர்கொள்ளும் முக்கியப் பிரச்சினை. இந்தச் சக்திகள் அழிப்பது ஒன்றே வீரம் என்று தப்பர்த்தம் கொண்டு செயல்படுகிறார்கள். காந்திஜி மதத்தை அரசியலுக்குக் கொணர்ந்தார். ஆனால் அரசும் மதமும் தனியாக இயங்க வேண்டும் என்பது அவரின் தீவிரமான கருத்து. இந்தியாவில் இந்துக்கள் பெரும்பான்மை என்பதற்காய் இது இந்து ராஜ்யமாக ஆக வேண்டிய அவசியமில்லை. இந்தப் பெரும்பான்மை

அரசியல் ரீதியாக இருக்க வேண்டுமேயன்றி மத வகுப்புரீதியாக இருக்கக் கூடாது. அரசியல் ரீதியில் பெரும்பான்மை பெற்று, சக இந்தியருடன் ஆட்சி அதிகாரத்தை பகிர்ந்துகொள்வதே ஜனநாயகம். அந்த ஜனநாயகத்துக்கு நாம் பாடுபடுவோம். அது ஒன்றே உன்னைப் போன்ற சிறுபான்மையினரின் அவநம்பிக்கைகளை நீக்கும்"

"செந்தூர், நீ என்ன சொன்னாலும் காந்திக்குப் பின் என்ன ஆகும் என்ற கேள்வி என்னை உலுக்குகிறது."

"கவலைப்படாதே. அவர் போட்ட அடித்தளம் அவ்வளவு எளிதில் ஆட்டம் காணாது. அவர் உண்மையை, நல்லதை வாழ்ந்து காட்டியவர். காந்தியம் என்பது தத்துவம் அல்ல, அது செயல்முறை. காந்தி சொன்னார், எனது நடத்தைகளிலிருந்து பெற முடியாத ஒன்றை, எனது வார்த்தைகளினின்று பெற முடியாது என்றார். ஆகவே இந்தியாவின் சாமான்ய மக்கள் அவர் வழியைப் பின்பற்றுவார்கள், சரியாக வாழ்வதுதான் காந்தியம்" என்றான் செந்தூர் பாண்டியன்.

இருவரும் இப்படிப் பேசிக்கொண்டு எழுந்தனர். குளிக்க வெந்நீர் கேட்டான் செந்தூர் பாண்டியன்.

"இந்தக் குளிரிலும் குளிப்பார்களா?" என்று கேட்டான் கிஷன்சிங்.

"எல்லாம் பழக்கம்தான், அப்படி தெற்கில் பழகிவிட்டோம்" என்றான் செந்தூர் பாண்டியன்.

"பாண்டியன், உனக்கு ஏதாவது வேலையிருக்கிறதா?"

"என்ன வேலை, பெரிதாக ஏதுமில்லை. என்ன விஷயம் சொல்லு"

"எனக்கு என் அப்பா அம்மாவைப் பார்த்து வரவேண்டும் என்று தோன்றுகிறது. அவர்கள் என்மீது வைத்த அன்புக்கு நான் பொறுப்பற்றவனாக நடந்திருக்கிறேன். அது தப்பு என்று இப்போது தெரிகிறது. அவர்களைப் போய் பார்த்து வரலாம் என்றிருக்கிறேன்,"

"அம்மா அப்பாவைப் போல கொடுப்பினை ஒருவருக்கு வேறு ஏதுமில்லை. போய் அவர்களைப் பார்த்து வா"

"அங்கிருந்து ஓடி வந்த எனக்கு, தனியே வீட்டுக்குப் போக என்னவோ மாதிரியிருக்கிறது. நீயும் துணைக்கு வாயேன்"

"எனக்கு அங்கு யாரையும் தெரியாதே. உன்னைக் கூட எனக்கு சரியாகத் தெரியாது"

“என்னவோ நீ துணைக்கு வந்தால் எனக்கு போக முடியும் என்ற நம்பிக்கையிருக்கிறது. இப்போ புறப்பட்டுப் போய்விட்டு, இரவில் அங்கிருந்து திரும்பிவிடலாம். நாளைக்கு காலையில் இங்கிருக்கலாம்”

“சரி எங்கு போக வேண்டும்?”

“அமிர்தசரஸ்”

“அமிர்தசரஸா?”

“அது மிகவும் அழகிய ஊர். நல்ல மக்கள் வாழும் ஊர். வா என்னோடு”

“இல்லை, என் வாழ்க்கையின் மிகவும் துயரமான சம்பவம் அங்கேதான் நடந்தது.”

“அந்தப் பக்கம் போக வேண்டாம். வேறு வழியே சென்றுவிட்டு உடனே திரும்பிவிடலாம்”

“சரி” என்றான் செந்தூர் பாண்டியன். அவர்கள் இருவரும் உடனே புறப்பட்டுச் சென்றார்கள்.

ரயிலில் ஏறி உட்கார்ந்த பிறகு, கிஷன்சிங் பேச ஆரம்பித்தான்.

“செந்தூர், நான் பத்து வயதுவரை மிகவும் சாதுவான பையனாகவே இருந்தேன். ஒரு இந்து தீவிரவாத இயக்கம் தன் பயிற்சியை எங்கள் இடத்தில் நடத்தியது. விளையாட்டு, அதன்பின் உடற்பயிற்சி, தேசபக்தியென்று அது என்னைக் கவர்ந்தது. உடற்பயிற்சி என்று ஆரம்பித்து, தாக்கும் பயிற்சியைக் கற்றுத் தந்தார்கள். வன்முறை தவறில்லை என்று என்னிடம் போதித்தார்கள். முஸ்லிம்களை வேரறுக்க, நாம் வீரமும், ஆயுதங்களைக் கையாளும் திறனும் பெற்றவர்களாக ஆக வேண்டும் என்று சொன்னார்கள். பதினைந்து வயது மிகவும் மென்மையான வயது. களிமண் போல அந்த வயதில் எப்படி நாம் உருவாக்கப்படுகிறோமோ அப்படி நாம் ஆகிவிடுகிறோம், இல்லையா?

“நான் கோபமும், வன்மமும், பழி தீர்க்கும் வெறியும் கொண்ட இளைஞனாக மாறினேன். எதையும் என் தோள்பலத்தால் சாதிக்க முடியும் என்று நம்பினேன். அந்த வயது, பொதுவாக இதுவரை கதாநாயகனாக இருந்த அப்பா ஒரு வில்லனாக நமக்குத் தோற்றமளிக்கும் பருவம். என்னைச் சரி செய்ய அவர் எடுத்துக்கொண்ட முயற்சிகளை நான் விரோதத்துடன் பார்த்தேன். தந்தையின் தோளேறிதான் இந்த உலகம் எனக்கு சொந்தமாகியது என்பதை நான் மறந்தேன். என் இயக்க

வன்முறையை அவரிடமே காட்ட ஆரம்பித்தேன். நான் முரடனாக ஆனேன். வீட்டில் என்னிடம் எவரும் பேசுவதில்லை, என் அம்மா மட்டும்தான் என்னிடம் பேச தைரியம் கொண்டவர்களாக இருந்தார்கள்.

“எங்கள் வீட்டில் என் அப்பா ஒரு நாயை வளர்த்தார். அதற்கும் என் அப்பாவிற்கும் தனி நேசம். அப்பா என்றால் அது அப்படி வாலை ஆட்டிக்கொண்டு அவர் மடியில் படுத்துக்கொள்ளும். அம்மா சாப்பாடு வைத்தால்தான் அது சாப்பிடும். அந்த நாயக்கு ஒருநாள் வெறி பிடித்து விட்டது. எல்லோரையும் அது கடிக்க ஆரம்பித்தது. அப்பா சொன்னால் தான் அது கொஞ்சமாவது அடங்கும். ஒருநாள் அது அப்பாவையும் கடித்தது. அதை நிரந்தரமாக கட்டிப் போட்டுவிட்டோம். அம்மா ஒருவர்தான் தைரியமாக அதன் அருகில் சென்று உணவு வைப்பார்கள். வைத்தியர் வந்தார். நாய் அவ்வளவுதான், ஊசிபோட்டுக் கொன்று விடவேண்டும் என்றார். அப்பா அழுதுவிட்டார். வேறு வழியில்லை.

“அப்படி அந்த நாய்போல, வெறிபிடித்த நாயாக நான் மாறி விட்டேன்.

“பஞ்சாபில், இந்து சீக்கியர் ஒருபுறமும், முஸ்லிம்கள் ஒருபுறமும் மதத்தின் பேரால் ஒருவர் ஒருவரைக் கொன்றனர். ஆனால் இதை நுணுக்கி ஆராய்ந்தால், சில தனி மனிதர்களின் ஆதிக்க ஆசைகளுக்காக இவைகள் நிகழ்த்தப்படுகின்றன என்ற அறிவு எனக்கு அப்போது இல்லை. நான் கடவுள் பெயரைச் சொல்லிக்கொண்டு மனிதர்களைக் கொல்ல ஆரம்பித்தேன். கடவுளே! நான் எவ்வளவு பாவம் செய்திருக்கிறேன். டில்லியில் அந்தப் பெண் இந்தப் பாவியின் கண்ணைத் திறந்தாள். காந்திஜி நோக்கி என்னை வழிப்படுத்தினாள். என் பெற்றோரிடம் நான் செய்த முட்டாள்தனத்திற்கும் மன்னிப்புக் கேட்கவே இப்போது செல்லுகின்றேன்” என்றான் கிஷன்சிங். எதையோ பார்த்துக்கொண்டிருந்த கிஷன்சிங், திடீரென்று கேட்டான்,

“செந்தூர், உங்கள் பகுதியில் தீண்டாமை உண்டா?” என்று கேட்டான்.

“இருக்கிறது. ஆனால் இன்று, காந்திஜி ஏற்றிவைத்த வெளிச்சத்தில் அந்த இருள் மங்க ஆரம்பித்திருக்கிறது. நாங்களெல்லாம் அண்மைக்காலம் வரை கோயிலுக்குள் போக முடியாது, போனால் கடவுளுக்குத் தீட்டு ஆகிவிடும், இந்தத் தீண்டாமை சாஸ்திரங்களால் சொல்லப்பட்டிருக்கின்றன என்று பழமைவாதிகள், மடாதிபதிகள் சொன்னார்கள். காந்திஜிதான் பகுத்தறிவுக்கும் மனித ஒழுக்கத்திற்கும் ஒவ்வாத சாஸ்திரங்களை நான் ஏற்கமாட்டேன் என்றார். மதவாதிகளின் பிரச்சாரம் அதன்முன் எடுபடவில்லை”

"சாதி இந்தியாவின் எந்த மதத்தையும் விடவில்லை என்று நினைக்கிறேன். சாதி வயப்பட்ட சமூகம் என்பதுபோல, இங்கு சாதி வயப்பட்ட மதம் என்பது நிதர்சனம். இந்து தீவிரவாத இயக்கங்களே மறைமுகமான சாதி அமைப்புக்கள்தான். அதைச் சொல்லத்தான் தீண்டாமை பற்றிக் கேட்டேன். எங்கள் சீக்கிய மதத்தின் பெருவாரிய மக்கள் ஜாட் இனத்தினர். அவர்கள் விவசாயிகள். அவசியம் வந்தால் போரிடவும் தயங்காதவர்கள். அடிப்படையில் நல்லவர்கள். அங்கும் என்னைப் போன்ற தீண்டத்தகாதவர்கள் இருக்கிறார்கள்."

"எங்கள் பக்கத்தில், புதிதாய் வந்த கிறிஸ்தவ மதத்திலும், சாதிவாரியான பிரிவுகள் அவர்களுக்கிடையே உண்டு. ஒரே கிறிஸ்தவக் கோயிலில் ஒவ்வொரு சாதிக்கும் உயர்வான தாழ்வான இடம் உண்டு. சாதிகளை நம்மிடமிருந்து பிரிக்க முடியாது போலிருக்கிறது."

"சீக்கியர்கள் சில இடங்களில் அவர்களின் குருத்துவாராவுக்குள் எங்களை அனுமதிப்பதில்லை. லங்கர் எனப்படும் உணவு தானத்தில் பங்கெடுக்க எங்களுக்கு மறுக்கப்படும். அப்போதெல்லாம் நான் கூனிக் குறுகியிருக்கிறேன். நான் கொலை செய்ததற்கு இந்தத் தீண்டாமையும் ஒரு காரணம். என்னை இழி பிறப்பாளன் என்றவர்களிடம் நான் எவ்வளவு பெரிய வீரன் என்று என்னைக் காண்பிக்க இந்தக் கொலைகளைச் செய்தேன்."

"இந்தத் தீண்டாமைதான் மிகப்பெரிய பாவம் என்று சொன்னவர் காந்திஜி என்று உனக்குத் தெரியுமா? சுதந்திரம் வருவது கூட தள்ளி வைக்கப்படலாம், ஆனால், தீண்டாமை ஒழிப்பு உடனடியாக நிகழ வேண்டும் என்று காந்திஜி சொன்னார். அதற்காகப் பாடுபட்டார். ஏன் தெரியுமா? சாதி புனிதமானது, நித்தியமானது, மீறமுடியாதது என்ற எண்ணம் நம் ஆழ்மனதில் பதிக்கப்பட்டுள்ளது. இதை காந்திஜி அதற்குள்ளிருந்து கேள்வி எழுப்பினார். இது போக வேண்டும் என்றார். சமூக மாற்றம் மின்னல் வேகத்தில் நிகழமுடியாது என்ற எதார்த்தத்தையும் அவர் கணக்கிலெடுத்துக்கொண்டு, மிகுந்த நிதானத்துடன் இந்த மாற்றங்களுக்கு நாற்றங்கால் அமைத்தார்."

"காந்திஜி, தீண்டாமையை எதிர்த்த போதும், வருணாசிரம தர்மத்தை எதிர்க்கவில்லை என்று நான் கேள்விப்பட்டிருக்கிறேன். அது உண்மையா?"

"காந்தியின் கருத்து காலத்தால் மாற்றம் பெற்றது. முதலில் இந்து மதத்தின் ஒற்றுமைக்காக வருணாசிரம தர்மத்தை எதிர்க்காதிருந்தார். ஆனால், நாளாவட்டத்தில் அது போகவேண்டிய ஒன்று என்ற

எதார்த்தத்துக்கு வந்தார். ஆனால் தன் ஆஸ்ரமத்தில் ஆரம்பத்திலிருந்தே வருணாஸ்ரமத்துக்கு இடமில்லை என்றார். ஒரு தலித் குடும்பத்தை ஆஸ்ரமத்தில் வாழ அனுமதித்த போது, அவர் மனைவி கஸ்தூரிபாய் காந்தி ஏற்க மறுத்து, நாம் பிரிந்துவிடலாம் என்று தன் கணவரிடம் சொன்னார். ஆஸ்ரமத்திற்கு நிதியளித்தவர்கள், நிதியளிக்க மறுத்தனர். ஆனால் காந்திஜி பொருட்படுத்தவில்லை. அந்தத் தலித்தின் பெண் குழந்தை லட்சுமியை தன் தத்துப் பிள்ளையாக ஏற்று வளர்த்தார். அவரின் சமையல்காரர் ஒரு தலித். தன் ஆஸ்ரமத்தில் ஒரே சாதியில் இனி திருமணம் கிடையாது என்று தீர்மானித்தார். மணமுடிக்கும் இருவரில் ஒருவர் ஹரிஜன் ஆக இல்லையென்றால் நான் அந்தக் கல்யாணத்தில் பங்குகொள்ள மாட்டேன் என்பதில் பிடிவாதமாக இருந்தார். மதத்தின் பெயரால் நடக்கும் இந்தக் கொள்கைகளை எதிர்த்து நின்றதால், இந்துத்துவா ஒரு நாளும் மனிதத் தன்மைகொண்ட தத்துவமாக இருந்ததில்லை என்று மக்களைத் திரட்டியதால், பழமைவாதிகள் அவரைக் கொலை செய்ய பலமுறை முயன்றனர். அப்பொழுது நான் பூனாவில் இருந்தேன். அந்த நெருப்பு இன்னும் அங்கு ஊதி காந்தியை அழிக்க வளர்க்கப்படுகிறது'' என்றான் செந்தூர் பாண்டியன்.

ரயில் விரைந்து சென்றுகொண்டிருந்தது. அவர்கள் மனங்களும் இந்தக் கருத்துக்களை அசை போட்டபடி இருந்தன.

அன்று காலையில், நாதுராம் கோட்சேயும், ஆப்தேயும் இந்து மகாசபை பவனுக்குச் சென்றார்கள். அங்கு பம்பாயிலிருந்து எவரும் வரவில்லை என்றதும் அவர்கள் மிகவும் வருத்தமுற்றார்கள்.

“கோபாலும், பாட்கேயும் நம்மை ஏமாற்றிவிட்டார்களா?'' என்று தன் மனத் தவிப்பைச் சொன்னான் ஆப்தே.

“பாட்கே வேண்டுமானால் வராமல் இருக்கலாம். ஆனால் என் தம்பி என்னிடம் சொன்னால் வராமல் இருக்க மாட்டானே'' என்றான் கோட்சே.

“ரிவால்வரும் இல்லை, கையெறிகுண்டும் இல்லை. நாம் விமானத்தில் வரும்போது அந்தத் தாதா மகராஜ், கழுத்தில் மாலைகளைச் சுமந்துகொண்டு, நம்மைத் தனியே அழைத்துப் போய் கேட்டாரே, “நிறைய பேசினீர்கள், ஆனால் என்ன கிழித்தீர்கள்?'' என்று. அவருக்கு வீம்புடன் நான் பதிலளித்தேன், “சீக்கிரம் தெரியும்'' என்றேன். இப்போது அந்த ஆள் என்னைப் பார்த்துச் சிரிப்பது போலிருக்கிறது.''

“தாயத்ராவ் நம்மைப் பற்றி என்ன நினைப்பார்?” என்று பேசிக் கொண்டு அவர்கள் இந்து மகாசபை செயலாளர் ஆசுதோ லாகிரியின் அறைக்குள் சென்ற போது, அங்கே இந்து மகாசபையின் உறுப்பினர்கள் சிலர் அவரோடு தகராறு செய்துகொண்டிருந்தனர். காந்திக்குக் கொடுத்த சமாதான உறுதிமொழியில் இந்து மகாசபை எப்படிக் கையொப்பமிடலாம் என்று கேள்வி எழுப்பினார்கள். அப்படி எவரும் கையெழுத்திடவில்லை, அதற்கு இந்து மகாசபை அனுமதி யளிக்கவில்லை என்று தன் கருத்தை அவர் நியாயப்படுத்திக் கொண்டிருந்தார்.

“என்ன அப்படிச் சொல்லுகிறீர்கள்? நம் தலைவர்கள் காந்தி உண்ணாவிரதம் கைவிடும்போது அங்கு இருந்தார்கள் என்று பத்திரிகை சொல்லுகிறது. காந்திகூட தான் பேசும்போது இதில் இந்து மகா சபையும், ஆர். எஸ்.எஸ்சும் கையெழுத்திட்டிருக்கின்றன என்று சொல்லியிருக்கிறார். காந்தி மேல் நமக்கு கோபம் இருந்தாலும் அவர் பொய் சொல்லும் மனிதர் கிடையாது” என்று அவரிடம் எதிர்க் கேள்வி கேட்டனர். அவரோ “அப்படிக் கையெழுத்திடுவதில் எனக்கு உடன்பாடு கிடையாது அதற்காக அவர் ஒரு பத்திரிகைச் செய்தியும் தயார் செய்து வைத்திருக்கிறேன்” என்று காண்பித்தார். அவர்கள் திருப்தியடையாமல் ஏதோ பேசிவிட்டுச் சென்றார்கள். அவர் கையெழுத்திட்ட பத்திரிகை அறிக்கையை நாதுராமிடமும் கொடுத்தார். அதை அவன் யோசனை யில்லாமல் வாங்கி தன் சட்டைப் பையினுள் வைத்துக்கொண்டான்.

அந்த அறிக்கையை பத்திரிகைகள் எதுவும் பிரசுரிக்கவில்லை.

இனி என்ன செய்வது என்று தெரியவில்லை. சாவர்க்கர் சதனுக்கு போன் செய்து பார்க்கலாம் என்று பம்பாய்க்கு அழைப்பு விடுக்க லாகிரியிடம் உத்தரவு கேட்டனர். அந்தக் காலத்தில் ஒரு வெளியூர் போன் பேசுவதற்கு நிறைய தகவல்களைத் தந்தால்தான் அழைப்பைப் பதிவு செய்வார்கள். ஒரு இன்சூரன்ஸ் பாலிசி எடுக்க எவ்வளவு தகவல்கள் தர வேண்டுமோ அவ்வளவு தகவல்கள் போன் அழைப்பை பதிவு செய்யத் தரவேண்டும் என்று வேடிக்கையாகச் சொல்லுவார்கள்.

லாகிரி அவர்களிடம் முன்பணம் தரவேண்டும் என்றார். அவர்கள் 15 ரூபாய் கொடுத்தார்கள். சாவர்க்கரின் உதவியாளர்களான கசர் அல்லது டம்லே பெயருக்கு அழைப்பைப் பதிவு செய்தார்கள். கோபாலாவது அல்லது பாட்கேயாவது தங்களின் டில்லி வருகையைப் பற்றி ஏதாவது தகவல் அவர்களிடம் தெரிவித்தார்களா என்று கேட்கத்தான் அழைப்பைப் பதிவு செய்தார்கள். சாவர்க்கர் வீட்டில் அவர்கள் இருவரும் இல்லாததால், அழைப்பை கேன்சல் செய்தனர்.

இந்து மகாசபை செயலாளர் அறையிலிருந்து வெளியே வந்து, இந்து மகாசபை பவனின் வாசலில் இருவரும் சோர்வுடன் நின்று கொண்டிருந்தார்கள்.

"ஏன் ஒரு மாதிரியாக இருக்கிறாய்?" என்று ஆப்தே கேட்டான்.

"அந்தப் பாழும் ஒற்றைத் தலைவலி வந்து படுத்த ஆரம்பிக்கிறது. தலை வெடித்துவிடும் போலிருக்கிறது" என்றான் கோட்சே.

"ஒரு காப்பியடித்துவிட்டு கொஞ்சம் ஓய்வெடு. இன்றைக்கு ஒன்றும் பெரிய வேலையிருப்பதாய்த் தெரியவில்லை. இங்கு நடப்பதைப் பார்த்தாயா?"

"என்ன அது?"

"காந்தியின் உயிரைக் காப்பாற்ற இங்குள்ள தலைவர்கள் சமாதான உறுதிமொழியில் கையெழுத்திடுகிறார்கள். தாத்யராவ், காந்தியின் காலத்தை முடி என்கிறார். எது உண்மையான இந்து மகாசபை என்று எனக்குத் தெரியவில்லை"

"அரசியலில் ஒரு கை செய்வது இன்னொரு கைக்கு எதிர் மாறாகவும் இருக்கும். அரசியல் என்றால் அப்படித்தான்."

"சொல்கிறேன் என்று கோபப்படாதே. எதையும் மறைக்காமல், கதவுகளை மூடாமல் வாழும் காந்தி பெரிய மனிதர்தான் என்று இவர்கள் நம்மையும் சொல்ல வைத்துவிடுவார்கள் போலிருக்கிறது."

"அதை விடு. இனி என்ன செய்யலாம் என்று யோசிப்போம்"

"யோசிக்க என்ன இருக்கிறது? போய் காந்திஜியிடம் ஆசீர்வாதம் வாங்கிவிட்டு ஊருக்குப் போகும் வழியைப் பார்க்க வேண்டும்" என்று ஆப்தே சொல்லிக்கொண்டிருக்கும்போது, குதிரை வண்டியிலிருந்து கோபால் இறங்கி இந்து மகாசபை பவனுக்குள் வருவதைப் பார்த்ததும் அவர்கள் மிகுந்த மகிழ்ச்சியடைந்தார்கள்.

"வா, வா, துப்பாக்கி வந்துவிட்டது. போன உயிர் திரும்பி வந்துவிட்டது" என்று சொல்லிய நாதுராம் கோட்சே தன் தம்பியைக் கட்டிப்பிடித்தான்.

"எப்படி வந்தாய்? நேற்று நாங்கள் ரயில் நிலையத்தில் தேடித்தேடி அலுத்துப் போனோம்" என்றான் நாதுராம் கோட்சே.

"திட்டமிட்டபடி நேற்றே வந்துவிட்டேன். போலிசில் மாட்டிக் கொண்டுவிடக் கூடாது என்பதற்காய், ரயில் நிற்பதற்கு முன்னே

இறங்கிவிட்டேன். நானும் வந்து உங்களைத் தேடி காணாமல், நடைமேடையிலே, அகதிகள் கூட்டத்தில் படுத்திருந்தேன்"

"துப்பாக்கி பத்திரமாயிருக்கிறதில்லையா?" என்று கேட்டான் நாதுராம் கோட்சே.

தன் பையைத் தட்டிக் காண்பித்து, பத்திரம் என்று கை காட்டினான்.

துப்பாக்கி இருக்கிறது என்றவுடன் அவர்களுக்கு புது தெம்பு வந்ததாய் உணர்ந்தார்கள்.

அறைக்குள் கூட்டிச் சென்று, கோபாலைக் குளிக்கச் சொல்லி விட்டு பிர்லா மாளிகையின் தோட்டத்தைச் சுற்றிப் பார்த்துவர இருவரும் வெளியே கிளம்பினார்கள்.

மாலையில் பாட்கேயும் சங்கரும் இந்து மகாசபை பவனுக்கு வந்தார்கள்.

ஆக கொலைகார கும்பல் அனைவரும் வந்து சேர்ந்துவிட்டனர்.

பாட்கேவுக்கும் சங்கருக்கும் தங்க அறையில்லை. அதைப் பற்றி அதிக அக்கறைகொள்ளாமல், கூடத்தில் படுத்துக்கொள்ளுங்கள் என்று சொல்லிவிட்டு ஆப்தே சென்றான். அது பாட்கேவுக்கு வருத்தமாக இருந்தது.

உண்ணாவிரதம் முடித்த மறுநாள், காந்திஜி எதுவும் நடக்காதது போல தன் அன்றாட வழக்கங்களைத் தொடர்ந்தார்.

விட்டுப்போன நாட்களில் வந்த கடிதங்களுக்குப் பதில் எழுதினார். தான் உணவு உண்ண ஆரம்பித்ததால், அதற்கான உடல் உழைப்பை செய்ய வேண்டும் என்று நூற்க ஆரம்பித்திருந்தார். அது கஷ்டமாக இருந்தாலும் அதை அவர் பொருட்படுத்தவில்லை.

காந்தி அதிக உழைப்பால் தன் உடலை வருத்திக் கொள்ளக் கூடாது, அது உள் அவயவங்கள் எதையாவது பாதிக்கலாம் என்று மருத்துவர்கள் எச்சரித்தார்கள். அவருடன் பேச எவரையும் அனுமதிக்கவில்லை. அவர் புல்வெளியில், கட்டிலைப் போட்டு படுத்து வெயிலில் காய்ந்து கொண்டிருந்தார். கூட்டமாக வந்தவர்கள் தூரத்திலிருந்து அவரைப் பார்த்துவிட்டுப் போகலாம் என்றனர்.

மாலையில், ஆப்தேயும் கார்க்கரேயும் பிர்லா மாளிகைக்குச் சென்றனர். அனைத்தையும் பார்த்தான் ஆப்தே. காந்தி பிரார்த்தனைக்கு

வந்து அமரும் மேடைக்கு அருகில், பணியாளர் தங்கும் அறையிருந்தது. அதன் ஜன்னல் தரையிலிருந்து ஐந்து அடி உயரம் இருந்தது. அறையில் உள்ளிருந்து அந்த ஜன்னல் வழியே காந்தியைச் சுட வேண்டும்; அங்கிருந்து ஒரு கையெறி குண்டையும் வீச வேண்டும்; காந்தியைச் சுற்றி நிற்பவர்கள், குண்டுகளைக் கூட்டத்தில் எறிந்து குழப்பத்தையும், புகையையும் உண்டாக்க, அவர்கள் எல்லோரும் தப்பிச் சென்றுவிட வேண்டும் என்று திட்டமிட்டான்.

அவ்வாறு அவன் பிரார்த்தனை மேடையை நோட்டமிட்டு காந்திஜியைக் கொல்ல, திட்டமிடும்போது, காந்திஜி, சற்றுத் தள்ளி புல் வெளியில் வெயிலில் படுத்திருந்தார்.

அன்று மாலையில் நடக்கும் பிரார்த்தனைக் கூட்டத்திற்கான தன் உரையில் காந்திஜி பின்வருமாறு எழுதியிருந்தார்; "இந்த மகத்தான தேசத்தில் அனைவருக்கும் வாழ இடம் உண்டு. நான் தொடர்ந்து உங்கள் மத்தியில் இருக்க வேண்டுமென்றால், சில நிபந்தனைகள் கடைபிடிக்கப்பட வேண்டும். அனைத்து சமூகத்தினரும் அமைதியான முறையில் இணக்கத்துடன் வாழ வேண்டும். ஆயுதங்களைப் பயன் படுத்தி அமைதியை ஏற்படுத்த முடியாது. உலகத்தை ஒட்ட வைப்பதற்கு, அன்பைத் தவிர வேறு சிறந்த பசை எதுவும் கிடையாது"

மரினா ஹோட்டல் அறையில் நாதுராம் கோட்சே படுத்திருந்தான். ஒற்றைத் தலைவலியால் அவன் தூங்கிக்கொண்டிருந்தான். அடிக்கடி புரண்டு புரண்டு படுத்தான். அவனைப் பார்க்க ஆப்தேக்கு பாவமாக இருந்தது. "இவன் வாழ்க்கையில் என்ன சுகத்தை அனுபவித்தான்? எவரோ சொன்னார்கள் என்பதற்கு காந்தியைக் கொல்லவந்து நிற்கிறானே" என்று எண்ணினான்.

தன் தனிமையை மறப்பதற்காக ஆப்தே மது அருந்திக் கொண் டிருந்தான். சோர்ந்து படுத்துக்கிடந்த கோட்சேயைப் பார்த்ததும், பிர்லா மாளிகையில் ஒரு கட்டிலில், வெயிலில் படுத்துக்கிடந்த காந்திஜியின் முகம் நினைவுக்கு வந்தது.

மது அருந்திக்கொண்டிருக்கும்போது, அடக்கி வைத்திருந்த எண்ணங்கள் சற்று விடுதலையாகி எளிதாக வெளிவருவதை ஆப்தே உணர்ந்தான். அது அவனுக்கு அவசியமாகவும் இருந்தது. பொய்யில் எப்போதும் வாழ்வது என்பது எவ்வளவு கொடூரம் என்று அவன் உணர்ந்தான். உண்மையுடனும், திறந்த மனதுடனும் இருப்பது எவ்வளவு சந்தோசமாக இருக்கிறது என்று மது அவனுக்குக் காண்பித்தது.

“கோட்சே, வாழ்க்கையில் என்ன அனுபவித்தான் என்று எண்ணினேன். இவனால் ஒரு தலைவலியைத் தாங்க முடியவில்லை. ஆனால் இந்தக் கிழவர் எதற்காய் தன்னை வருத்தி, தன் உயிரைப் பணயம் வைத்து மக்களுக்காய் வாழவேண்டும்?” என்ற எண்ணம் அவனுள் வந்தது.

“நான் எதற்கு காந்தியைக் கொல்ல வேண்டும்?” என்ற கேள்வி அவனிடம் வந்தது. அதற்குப் பதில் சொல்ல முடியாமல், இன்னொரு அளவு மதுவை ஊற்றிக் குடித்தான்.

“காந்தி, இந்த நாட்டிற்கு ஏதாவது கெட்டது செய்திருக்கிறாரா? அவர் தங்களைப் போன்று பொதுப்பணத்தில் விமானத்தில் வருவதும், முதல் வகுப்பில் பயணம் செய்வதுமாய், நன்றாகச் சாப்பிடுவதுமாய் இருந்திருக்கிறாரா? எத்தனை பொய் சொல்லி பலரிடம் பணம் வசூலிக்கிறோம். அவர் ஒருமுறை அப்படி நடந்துகொள்வாரா? ஒரு பைசாவுக்கும் கணக்கு வைக்கும் அவர் முன்னே நாங்கள் எப்படி சமமாக முடியும்?

“அவருடைய பொது வாழ்க்கைக்கும், தனி மனித வாழ்க்கைக்கும் வித்தியாசம் இல்லை. எங்களின் நடவடிக்கையை அப்படிச் சொல்ல முடியுமா?”

“எப்படியாவது, இலக்கை அடைந்துவிட வேண்டும் என்ற சாதாரண மனித தன்மை எங்களிடம் மேலோங்கியிருக்கிறது. அவருக்கு இலக்கும் மேன்மையானதாக இருக்க வேண்டும்; அதை அடையும் வழிமுறை அதைவிட மேன்மையானதாக இருக்க வேண்டும். அவர் எங்கே, நாங்கள் எங்கே?”

“கிராமத்துக் குடியானவன்போல அவர் ஒற்றைக் கட்டிலிலே வெயிலில் படுத்துக் கிடந்தார். அவரால் நடக்க முடியவில்லை. அவரை அங்கும் இங்கும் தூக்கிக் கொண்டு செல்லுகிறார்கள். பிடித்துத் தள்ளினால் விழுந்துவிடக் கூடிய இந்த தொண்டு கிழவரைக் கொல்லவா இத்தனை பேர் நாங்கள் வந்திருக்கிறோம்? எங்களுக்குப் பின்னால் எத்தனை பேர் இருக்கிறார்களோ தெரியாது. இவரின் உண்ணா விரதத்திற்கு முன்னால் டில்லி கொலை நகரமாக இருந்தது. இந்த மனிதரின் உண்ணாவிரதம், இந்த நகரின் கொலைவெறியை முற்றிலும் மாற்றி அமைத்துவிட்டதே. நேற்று நானே பார்த்தேன். முஸ்லிம்கள் ஊர்வலமாக வர, இந்துக்களும் சீக்கியர்களும் அவர்களை வரவேற்று பழமும் சர்பத்தும் கொடுத்து கட்டித் தழுவிக்கொண்டார்களே. இந்த மாற்றத்தை எவரால் செய்ய முடியும்? ஒரு மதகுரு செய்ய முன்வராத

வேலையை இந்த மனிதர் தன் உயிரைக் கொடுத்துச் செய்கிறார். மக்களை மாற்றுகிறார். உலகின் ஆதார சுருதி அன்பு ஒன்றே என்று உலகிற்கு தன் நடத்தையால் காட்டுகிறார். உயிரைக் காக்கிறவர் பெரியவரா உயிரை எடுக்கிறவர் பெரியவரா? இவர் கொல்லப்பட வேண்டியவரா?

"மனோரமா அதைத்தான் சொன்னாள். காந்தியைக் கொல்லுவதை விட தற்கொலை செய்துகொள்ளலாம் என்று இதனால்தான் சொன்னாளா?

"இன்றைக்கு காந்தியை நான் கொன்றால் அந்த ஒரு மனிதன் கொலையால் இந்து ராஷ்டிரா வந்துவிடுமா? கொலை செய்துதான் இந்து ராஷ்டிராவைக் கொணரவேண்டும் என்றால், அந்த நாட்டில் மானுட நேசம் எப்படியிருக்க முடியும்? நாம் எதிரிகளைத் தேடிக் கொண்டிருக்கும்போது புதுப்புது எதிரிகள் கண்ணில் பட்டுக் கொண்டிருப்பார்களே. எதிரிகளை, மற்றவர்கள் உருவாக்குவதில்லை. நாம்தான் நம் எதிரிகளை உருவாக்குகிறோம். எதிரிகள் நிஜத்தில் உருவாவதற்கு முன்னே நம் இதயத்தில் உருவாகுகிறார்கள். அவர்களை அழிப்பது ஒன்றுதான் வேலையென்றால், புதிதாக எதைப் படைப்பது? குருஷேத்திரப் போரில் முடிவில் தப்பிப் பிழைத்தவர்கள் பத்து பேர் கூட இல்லை. அதனால் என்ன பயன்? வன்முறை இதைத்தான் செய்யும். துப்பாக்கியின் கையாளாக நான் மாறி எனக்கு என்ன பயன்? இந்த நாட்டிற்கு என்ன பயன்? என்னை இயக்குபவர்கள் வேண்டு மானால் பதவியில் ஏறி அமர்ந்துகொள்ளுவார்கள். கொன்று பதவியில் அமர்வதினும் நீசத்தனம் உண்டா?

"காந்தியைக் கொன்றதற்குப் பின்னால் நான் கண்டிப்பாகப் பிடிபடுவேன். எவ்வளவு துப்பறியும் நாவல்களை நான் விரும்பிப் படிக்கிறேன். எல்லாவற்றிலும், கடைசியில் தேர்ந்த குற்றவாளிகள் கூட பிடிபட்டுவிடுகிறார்கள். நான் பிடிபட்டால் என்ன ஆகும்? பிறக்கப் போகும் என் குழந்தைக்கு மனோரமா யாரைத் தன் தந்தை என்று காட்டுவாள்? என் பைத்தியக்கார மகனுக்கு யார் ஆறுதலாக இருப்பார்கள்? இவரைக் கொன்று நாட்டை நான் சீரழிக்கின்றேன். கூடவே என்னையும் என் குடும்பத்தையும் அல்லவா சீரழிக்கின்றேன். இதை நான் செய்ய வேண்டுமா? என் மனசாட்சி என்னை வதைக்கிறதே. காந்திஜி, நீங்கள் என்னைக் கொல்லாதீர்கள், என்னை விட்டுவிடுங்கள்" என்று படுக்கையில் விழுந்தான். அப்படியே மதுவின் தூண்டுதலால் ஏதோ உளறிக்கொண்டு தூங்கிப் போனான்.

23. 'கொள்கையை முன்னால் வை, உன்னை பின்னால் வைத்துக்கொள்'

அன்று இரவு பூராவும் டில்லியில் நல்ல மழை. குளிர் கடுமையாக இருந்தது. காலையில் மழை நின்றது. வானம் தெளிவானது. மழைக்குப் பின் குளிர்கால இயற்கை அழகுடன் இருப்பதாய்ப் பட்டது.

அமிர்தசரஸ் போய்விட்டு, செந்தூர் பாண்டியனும், கிஷன்சிங்கும் தங்கியிருக்கும் ஹோட்டலுக்கு வந்தார்கள். உள்ளே நுழையும்போது, "செந்தூர் பாண்டியன் சார், உங்களுக்கு நேற்று ஒரு கடிதம் வந்தது" என்று வரவேற்பில் இருக்கும் மேனேஜர் கடிதத்தை எடுத்து அவனிடம் நீட்டினார்.

அதை வாங்கிய செந்தூர் பாண்டியன், விலாசத்தின் எழுத்தைப் பார்த்தவுடனே அது ராகவனிடமிருந்து வந்திருக்கிறது என்று தெரிந்து கொண்டு மகிழ்வடைந்தான். மேலே "அவசரம்" என்று எழுதப் பட்டிருந்தது. என்ன அவசரமாக இருக்கும் என்று படியேறி தன் அறைக்குப் போனவுடன், உட்கார்ந்து கடித உறையைக் கிழித்து படிக்க ஆரம்பித்தான்.

தனக்கு வந்த மொட்டைக் கடிதத்தையும், அது விஷயமாக உதவி கமிஷனர் ரத்தினத்தைச் சந்தித்ததையும், அவர் சொல்லியபடி, பேராசிரியர் ஜெயினைச் சந்தித்ததையும், பிறகு உதவி கமிஷனர் பூனாவில் இல்லாததால் ஒன்றும் செய்ய முடியாத நிலையையும், கோட்சே எல்லோரும் ஊரில் இல்லை என்கிற தகவலையும் தெரிவித்து விட்டு, அவர்கள் எல்லோரும் காந்தியைத் தாக்க டில்லிக்கு வந்திருக்கலாம், ஆகவே அவர்கள் பிர்லா மாளிகைப் பக்கம் தென்படுகிறார்களா என்று கவனமாகப் பார்த்துக்கொள் என்றும் எழுதியிருந்தான். 20ஆம் தேதி பூனாவிற்கு வரும் உதவி கமிஷனரிடம் தகவல் தெரிவிப்பதாகவும் எழுதியிருந்தான்.

செந்தூர் பாண்டியனுக்கு என்ன செய்வது என்று தெரியவில்லை. காலையில் கிளம்பி பிர்லா மாளிகைக்குப் போய்விடலாமா என்று யோசித்தான். கிஷன்சிங்கிடம் விஷயத்தைச் சொன்னான். வாருங்கள், அங்குப் போய் அவர்கள் யாராவது கண்ணில் படுகிறார்களா என்று பார்த்துக் காத்திருப்போம் என்றான்.

அப்போது செந்தூர் பாண்டியனுக்கு ஒன்று தோன்றியது. தனிப்பட்ட மனிதர்கள் நாம் கண்காணிப்பதைவிட அரசிடம் சொல்லுவது சரியாக இருக்கும் என்று எண்ணினான். உடனே, தனக்குத் தெரிந்த அரசு அதிகாரி ரஸ்தோகியிடம் தெரிவிக்கலாமே, அவர் வேறு பிரதம அமைச்சரின் செயலாளராக இருக்கிறாரே என்று தோன்றியதும், கிஷன்சிங்கிடம் சொன்னான். அவனும் அவரைப் போய்ப் பார்த்துச் சொல்லிவிட்டு, நாம் பிர்லா மாளிகையைச் சுற்றி வருவோம் என்றான்.

பத்து மணியளவில் அவர்கள் நேருவின் வீட்டிற்குச் சென்று, ரஸ்தோகி சார் இருக்கிறாரா என்று கேட்டார்கள். "இன்றைக்கு இங்கே வரமாட்டார், பிரதம மந்திரியின் அலுவலகத்தில் கூட்டம் நடைபெறுகிறது, அங்கேதான் இருப்பார், அங்கே போனால் பார்க்கலாம்" என்றார்கள்.

இருவரும் பிரதம மந்திரியின் அலுவலக வளாகத்திற்கு ஒரு காரில் சென்றனர். அங்கே போய் விசாரித்தார்கள். முக்கியமான கூட்டம் நடைபெறுகிறது, மத்தியானம் வருவார் என்று சொன்னார்கள். இருவரும் அங்கே காத்திருந்தார்கள். அவர் மூன்று மணிக்கு வந்தார். செந்தூர் பாண்டியனைப் பார்த்ததும், "சாப்பிட்டு வந்துவிடுகிறேன், கொஞ்சம் காத்திரு" என்று சொன்னார்.

மூன்றரைக்கு அவர் வந்தார். உடனே செந்தூர் பாண்டியனைக் கூப்பிட்டார்.

"என்ன விஷயம்" என்று நேரடியாகக் கேட்டார்.

அவன் ராகவன் எழுதியிருந்த விஷயத்தை அவரிடம் சொன்னான். அவர் நேரடியாக புலனாய்வுத் துறையின் தலைவர் சஞ்சீவி பிள்ளைக்குப் போன் செய்தார். "காந்திஜியின் உயிருக்கு ஆபத்து இருப்பதாய் ஒரு தகவல் இருக்கிறது. உடனே, பிர்லா மாளிகையின் பாதுகாப்பை பலப்படுத்துங்கள். பூனா கும்பல் ஒன்று இதில் ஈடுபட்டிருக்கிறது. மகாராஷ்டிரா போலிசை கலந்து செயல்படுங்கள்" என்றார் ரஸ்தோகி.

"எங்கிருந்து தகவல் வந்தது?" என்று புலனாய்வுத் துறைத் தலைவர் கேட்டார்.

"தெரிந்த ஒருவர் வழியாக தகவல் வந்தது"

"அவரை விசாரிக்க வேண்டும்"

"முதலில் பாதுகாப்பைப் பலப்படுத்துங்கள்"

"நீங்கள் இப்படிச் சொல்லுகிறீர்கள். காந்திஜி பாதுகாப்பே கூடாது என்று சொல்லுகிறார். கடவுள் என்னைப் பாதுகாப்பார் என்கிறார்."

"அவர் அப்படித்தான் சொல்லுவார். நாம்தான் வேண்டிய ஏற்பாடுகளைச் செய்ய வேண்டும்."

"அதிக பாதுகாப்பு அளித்தால் அவர் அதற்கு உண்ணாவிரதம் இருந்துவிடப் போகிறார் என்று பயமாயிருக்கிறது"

"காந்திஜியை சிறுமைப்படுத்த வேண்டாம். நாம் நம் கடமையைச் செய்வோம்."

"சரி" என்று எதிர்முனையில் போனை வைப்பதை ரஸ்தோகி உணர்ந்தார்.

"செந்தூர், நீ உன் பூனா நண்பரிடம் புகார் அளிக்கச் சொல். இங்கு டில்லி போலிஸ் காந்தியை பாதுகாக்கும் என்று நம்புவோம்" என்று சொல்லிவிட்டு அவனிடம் கை குலுக்கினார். அவருக்கு வேலையிருக்க வேண்டும் என்று நினைத்துவிட்டு அவர்கள் வெளியே வந்தார்கள்.

சாப்பிட்டு, அவர்கள் இருவரும் பிர்லா மாளிகைக்குச் சென்றார்கள். பாதுகாப்பு காவலர் எண்ணிக்கை கூடியதாய் இருந்தது. அவர்கள் காவலர்கள் பக்கத்தில் நின்றனர். எவராவது தெரிந்த பூனா மனிதர்கள் கண்ணில் படுகின்றார்களா என்று செந்தூர் பாண்டியன் கவனித்துக் கொண்டிருந்தான்.

காலையில் எல்லோரும் இந்து மகாசபை பவனில் கூட வேண்டும் என்று திட்டமிட்டிருந்தனர். கார்க்கரேயும் ஆப்தேயும் அங்கு சென்றனர். நாதுராம் இன்னும் ஒற்றைத் தலைவலியில் இருந்து விடுபடவில்லை யாதலால் அவன் வரவில்லை. மற்றவர்கள் எல்லோரும் இருந்தனர். அவர்களைப் பார்த்து, ஆப்தே, "நண்பர்களே! இன்றைக்கு மாலையில் நம் திட்டத்தை நிறைவேற்றுகின்றோம். எல்லோரும் தயார்தானே" என்று ஒரு நாடகப் பாணியில் கேட்டான். அவர்கள் எல்லோரும் கைதட்டி தயார் என்றார்கள்.

கோபாலும், மதன்லாலும் ஒருமுறையேனும் பிர்லா மாளிகையைப் பார்த்ததில்லை. அவர்கள் இரண்டு பேரும் வெந்நீரில் குளிக்க வேண்டும் என்பதால், ஆப்தேயுடன் பிர்லா மாளிகைக்கு வரவில்லை. கார்க்கரே ஏற்கெனவே அதைப் பார்த்திருப்பதால், வந்தால் வீண் செலவு என்று வரவில்லை. ஆப்தே, பாட்கே, சங்கர் மூவரும் ஒரு

டாக்சி பிடித்து பிர்லா மாளிகைக்குச் சென்றனர். மாளிகையின் பின்னாலிருந்த வேலைக்காரர்கள் தங்கும் விடுதிக்குச் சென்று அங்கிருந்து பிரார்த்தனை மைதானத்திற்குள் புகுந்தார்கள். காத்திருந்த செந்தூர் பாண்டியன் கண்களில் அவர்கள் படவில்லை.

காந்திஜி உட்காரும் மேடையை அவர்களுக்குக் காட்டினான் ஆப்தே. அதன் அருகில் இருந்த பணியாளர் அறையைக் காண்பித்தான். அந்த அறையின் ஜன்னல் (கிரில்) வழியாக துப்பாக்கியால் சுட வேண்டும், பிறகு ஒரு கைக்குண்டையும் எறிய வேண்டும் என்று பாட்கேயிடம் சொன்னான். அந்த அறை, பிர்லா குடும்பத்தின் கார் ஓட்டுநர்களில் ஒருவரான சோட்டுராம் தங்கும் அறை. வெளியே இருந்து திட்டமிட்ட அவர்கள் அந்த அறையின் உள்புகுந்து, அங்கிருந்து சுடுவதற்கு வாய்ப்பு எப்படி என்று பார்க்கவில்லை.

ஆப்தேயும், பாட்கேயும் தாழ்ந்த குரலில் மராத்தியில் பேசிக் கொண்டிருந்தனர். மராத்தி அறியாத சங்கருக்கு அவர்கள் என்ன பேசுகிறார்கள் என்றும், எதற்கு தன்னை அழைத்து வந்திருக்கிறார்கள் என்றும் தெரியவில்லை.

அவர்கள் இந்து மகாசபை பவனிற்குத் திரும்பி வந்தார்கள். கோபால் குளித்து தயாராக இருந்தான். கார்க்கரேயும், மதன்லாலும் சாப்பிட வெளியே சென்றிருந்தனர்.

ஆப்தே தன் நாளில் ஒரு முறையேனும் எறிகுண்டை எறிந்திருக் கின்றானா என்று தெரியாது. அவன்தன் விமானப் படையில் பணி புரிந்த நாட்களில் ரிவால்வரை உபயோகித்திருக்கின்றானா என்பதும் நிச்சயமில்லை. ஆனால் அவன் நிறைய ஆங்கில துப்பறியும் கதைகளை விரும்பிப் படிப்பான். இப்போது தன்னை, ஒரு தாக்குதல் நடத்தும் தலைவனாக கற்பனை செய்துகொண்டு அந்த மிடுக்குடன் நடக்க ஆரம்பித்தான்.

என்ன செய்யப் போகிறோம் என்று ஒரு பயிற்சி எடுத்துக்கொள்ள வேண்டும் என்று முடிவு செய்து, அறையிலிருக்கும் கோபால், பாட்கே, மற்றும் சங்கரிடம், "துப்பாக்கிகளை எடுத்துக்கொண்டு வாருங்கள். பின்னாலிருக்கும் காட்டில் போய், சுடும் பயிற்சி மேற்கொள்வோம்" என்றான் ஆப்தே.

அந்த பவனுக்குப் பின்னால் அடர்ந்த காடு இருந்தது. அதன் உள்ளே நடந்து சென்று, ஒரு திறந்த வெளியில் அமர்ந்தார்கள்.

"கோபால், உன்னிடம் இருக்கும் ரிவால்வரை எடு" என்றான்.

கோபால் போர் முனையிலிருந்து கடத்திக் கொணர்ந்த .38 வெப்ளி காட் ரிவால்வர் அது. மண்ணுக்குள் நான்காண்டுகளாக புதைத்து வைத்திருந்ததால் அதில் துருவும் மண்ணும் ஏறியிருந்தது. விசையை அழுத்தியபோது அது வேலை செய்யவில்லை.

"பாட்கே, உன்னுடைய துப்பாக்கியை எடு" என்றான் ஆப்தே.

மாட்டிக்கொண்டால் ஆபத்து என்ற எந்தச் சரக்கையும் பாட்கே, சங்கர் கையில் கொடுத்து அவனைக் கொண்டு வரச் சொல்லுவது வழக்கம். அப்படியே, சங்கரை துப்பாக்கியை வெளியிலெடுக்கச் சொன்னான் பாட்கே. .32 அளவு ரிவால்வர் நல்ல நிலையிலிருந்தது. அதில் சர்மா கொடுத்த ரவைகளைப் போட்டு, சங்கரிடம் துப்பாக்கியைக் கொடுத்து ஒரு மரத்தைப் பார்த்துச் சுடச் சொன்னான் பாட்கே. "எனக்கு சுடத் தெரியாது" என்றான் சங்கர்.

"உனக்கு என்ன தெரியும்? நல்லாத் திங்கத் தெரியும். அந்த மரத்தைக் குறிவைத்து விசையை அழுத்து" என்றான் பாட்கே

சங்கர் விசையை அழுத்த குண்டு பாதி தூரத்தில் தரையில் விழுந்தது. அந்த ரவை அந்தத் துப்பாக்கிக்குப் பொருத்தமானது இல்லை என்று அறிந்தார்கள்.

அவர்களுக்கு இப்போது அதிர்ச்சியாக இருந்தது. என்ன செய்வது என்று தெரியவில்லை.

அப்போது கோபால் சொன்னான், "இந்தத் துருவை அகற்றி விட்டால் சரியாகிவிடும்" என்று சங்கரை அழைத்து, "ஓடிப்போய் அறைக்குச் சென்று, என் சிறு கத்தியையும், எண்ணெயும் எடுத்து வா. உட்காருவதற்கு விரிக்க ஒரு போர்வையும் எடுத்து வா" என்றான்.

சங்கர் ஓடிப் போய் எடுத்து வந்தான். மரத்தினடியில் போர்வையை விரித்து அதில் உட்கார்ந்தவர்கள், கோபால் எண்ணையை வைத்து ரிவால்வரை சுத்தம் செய்வதை பார்த்துக்கொண்டிருந்தனர்.

அப்போது எவரோ வரும் சத்தம் கேட்டது. இரண்டு துப்பாக்கி களையும் போர்வைக்குக் கீழே வைத்து மூடினார்கள், சீருடை அணிந்த மூவர் வந்தனர். அவர்களை போலிசார் வருகிறார்கள் என்று நினைத்துக் கொண்டார்கள். "பாட்கே, படுத்துக்கொள், உன் காலுக்கு சங்கர் எண்ணெய் தேய்த்துவிடுவது போல நடி" என்றான். அப்படியே இருவரும் செய்தார்கள்.

அருகில் வந்தவுடன் அவர்கள் போலிஸ் இல்லையென்று தெரிந்தது. அவர்கள் வனக்காவலர்கள். வந்தவர்கள் இவர்களை நோக்கி என்ன செய்கிறீர்கள் என்று கேட்டார்கள். கோபாலுக்கு இராணுவத்தில் இருந்ததால் ஓரளவு பஞ்சாபி தெரியும். அந்த அரைகுறை பஞ்சாபியில், "நாங்கள் ஒரு சுற்றுலாவுக்கு வந்தோம். வந்த இடத்தில் ஒருவருக்கு கால் பிசகிவிட்டது. அவர் காலை எண்ணெய் போட்டுத் தேய்த்து விடுகிறோம்" என்றான். அவர்கள் சரி என்று போனார்கள்.

இதனால் ஏற்பட்ட அதிர்ச்சியிலிருந்து ஆப்தேயால் விடுபட முடியவில்லை. அவன் ஆடிப்போய்விட்டான். ஆகவே, "நாம் இனி இங்கிருக்க வேண்டாம், நம் அறைக்குப் போய் ஆகவேண்டியதைப் பார்ப்போம்" என்றான்.

எல்லோரும் அறைக்குத் திரும்பினார்கள். அறையில் மதன்லாலும் கார்க்கரேயும் வந்திருந்தார்கள்.

"நேரம் ஆகிக்கொண்டிருக்கிறது. எல்லோரும் இப்போது நாங்கள் தங்கியிருக்கும் மெரினா ஹோட்டலுக்குப் போவோம்" என்றான் ஆப்தே. இரண்டு டாக்ஸியில் அவர்கள் அங்குச் சென்றார்கள். சங்கரையும், பாட்கேயையும் சாப்பிட்டுவரச் சொல்லிவிட்டு, எல்லோரும் நாதுராம் கோட்சே படுத்திருக்கும் அறைக்குச் சென்றார்கள்.

தாங்கள் கொணர்ந்திருந்ததை உருக்கி எவ்வளவு நேரத்தில் வெடிக்கிறது என்று சோதித்துப் பார்க்க, ஒன்றைப் பற்ற வைத்தார்கள். மூடிய அந்த அறைக்குள் மின்னலென ஒளியடித்தது. புஸ்ஸென்ற ஒலி கேட்டது. அறையில் பெரும் புகை சூழ்ந்துகொண்டது. எரியும் நெருப்புத் துண்டுகளை, படுக்கை மெத்தைகளை இழுத்துப் போட்டு அணைத்தார்கள்.

அந்தச் சத்தம் கேட்டு வேலைக்காரப் பையன் ஓடிவந்து கதவைத் தட்டினான். அவர்கள் கதவைத் திறந்ததும் என்னவென்று கேட்டான். சிகரட்டைக் கொளுத்தும்போது, தவறுதலாக படுக்கையில் பட்டு விட்டது, அதை அணைத்துவிட்டோம் என்று ஏதோ சொன்னார்கள். அவன் சரியென்று போய்விட்டான்.

சங்கரும் பாட்கேயும் சாப்பிட்டுவிட்டு வந்தனர். இப்போது கோபால் தன் துப்பாக்கியைச் சரி செய்வதில் ஓரளவு வெற்றி பெற்றுவிட்டதாய்ச் சொன்னான். அதனுள் ரவையை வைத்தார்கள். அதைச் சோதித்துப் பார்க்க அவர்கள் நினைக்கவும் இல்லை. அதற்கான அவகாசத்தை எடுத்துக் கொள்ளவும் இல்லை. அவர்கள் எடுத்துச் செல்லும்

ஆயுதங்களான கைக்குண்டுகள், வெடி பஞ்சுத் திட்டைகள், அவற்றின் உருகிகள் ஆகியவற்றை எடுத்துக்கொண்டனர்.

அவர்களில் மதன்லாலுக்கு வெடிபொருட்களைக் கையாண்ட அனுபவம் உண்டு. மற்றவர் எவரும் தங்கள் வாழ்வில் ஒரு முறையாவது ரிவால்வரைக் கொண்டு சுட்டதோ அல்லது கையெறி குண்டை எறிந்ததோ இல்லை. அவற்றைப் பற்றிய நுணுக்கம் தெரிவது இருக்கட்டும், அடிப்படை விஷயங்கள் கூடத் தெரியாமல் இருந்தார்கள். பாட்கே, கையெறி குண்டுகளை அல்லது வெடி பஞ்சு திட்டைகளை விற்பனை செய்திருந்தாலும், அவற்றை இயக்குவதில் அவனுக்கு அனுபவமே இல்லை.

பாட்கே, தன்னால் முப்பதடி தூரத்திலிருந்து காந்தியை நோக்கிச் சுட முடியும் என்றான். அது தேர்ந்த பயிற்சி பெற்ற ஒருவரால்தான் அவ்வளவு தூரத்திலிருந்து சரியாக குறியை நோக்கிச் சுட முடியும். சுட்டவுடன் கைக்குண்டுகளை ஏறிவது என்ற தங்கள் திட்டத்தில் ஏராளமான மக்களோடு தாங்களும் கொல்லப்படுவோம் என்பதை அவர்கள் அறிந்திருக்கவில்லை.

"வெடிபஞ்சு ஒன்று போதுமே" என்றான் பாட்கே. அதுவும் சரிதான் ஏற்றுக்கொள்ளப்பட்டது.

இப்போது ஆப்தே மொத்த நடவடிக்கைகளை விளக்கினான்.

காந்தி உட்கார்ந்திருக்கும் மேடையின் அருகில் இருக்கும் அறையினுள், பாட்கே காந்தியை போட்டோ எடுக்கப் போவதாய்ச் சென்று அங்கிருக்கும் ஜன்னல் வழியே துப்பாக்கியை வைத்துக் கொண்டு தயாராக இருக்க வேண்டும். பாட்கே கையில் கோபாலின் துப்பாக்கியும் வெடிகுண்டும் இருக்கும். மதன்லால் வெடிபஞ்சுத் திட்டை எரியவைப்பான். அந்தச் சத்தம் கேட்டதும், ஜன்னல் துளை வழியாக பாட்கே காந்தியைச் சுட வேண்டும். இதற்குள் சங்கர், காந்தியின் அருகில் சென்று, பாட்கேயின் .32 அளவு துப்பாக்கியை வைத்து காந்தியை அண்மையிலிருந்து சுட வேண்டும். பாட்கே ஒரு கைக்குண்டை தன் மறைவிடமிருந்து மேடையை நோக்கி வீச வேண்டும். கார்க்கரே, சங்கர், கோபால் ஒவ்வொருவர் கையில் ஆளுக்கொரு குண்டு வழங்கப்படும். அவர்கள் அருகில் வந்து அதை வீச வேண்டும். இவற்றைச் சொல்லிவிட்டு, ஆப்தே, "ஏதாவது கேள்விகள் உண்டா?" என்று கேட்டான்.

"உங்களுக்கும், நாதுராம் கோட்சேக்கும் என்ன பங்கு?" என்று கேட்டான் பாட்கே. "நாங்கள் இருவரும் சரியான சமிக்ஞைகள்

கொடுத்து எல்லாம் சரியாக நடக்கிறதா என்பதை உறுதி செய்வோம்" என்றான் ஆப்தே.

"இது என்னடா, நீ அரிசி கொண்டுவா, நான் உமி கொண்டு வருகிறேன் இருவரும் ஊதி ஊதித் தின்னலாம் கதையாக இருக்கிறது. சதியைத் திட்டமிட்டவர்கள் இவர்கள். அதற்காக தாத்யராவிடம் நல்ல பெயர் பெறப்போவதும் இவர்கள்தான். ஆனால் இருவரும் கொலையில் எந்தப் பங்கும் எடுத்துக்கொள்ள மாட்டார்களாம். தன் தம்பி கோபாலுக்குக் கூட எந்தப் பழியும் வந்துவிடக் கூடாது என்று எவ்வளவு புத்திசாலித்தனமாகத் திட்டமிட்டிருக்கிறார்கள். நாங்கள் இழிச்சவாயர்களா என்ன? நானும் என் சேவகன் சங்கரும் கொலை செய்து மாட்டிக்கொள்ள வேண்டுமாம். இங்கும் வர்ண பிரிவினையா? இது அநியாயமாக இல்லையா?" என்ற எண்ணம் பாட்கேயிடம் தோன்றியது. ஆனால் அதை அவன் வெளியில் காட்டிக்கொள்ளவில்லை. அந்தக் கணத்திலிருந்து அவன் அந்தச் சதியிலிருந்து தான் வெளியில் வரும் வழியைத் தேட ஆரம்பித்தான்.

சங்கருக்கு என்ன நடக்கிறது என்று தெரியவில்லை. "தாத்யராவ் விருப்பப்படி நாம் காந்தியைக் கொல்ல வேண்டும்" என்று பாட்கே சொன்னதும், "எதற்கு?" என்றான் சங்கர். ஏற்கெனவே எரிச்சலில் இருக்கும் பாட்கே கடுப்பானான். "என்னிடம் நீ எதிர்க் கேள்வி கேட்பது எனக்குப் பிடிக்காது என்பது உனக்குத் தெரியுமில்லையா?"என்றான் பாட்கே.

"முதலாளி, நான் காந்தியைப் பார்த்ததில்லை" என்றான்.

"எனக்கு என்று வாய்த்திருக்கிறாயே. நான் யாரைச் சுடுகிறேனோ அவரை நீயும் சுட்டுத் தள்ளு" என்று அவர்கள் பேசுவதை எல்லோரும் பார்த்துக்கொண்டிருந்தார்கள்.

"எனக்கு இன்னும் தலைவலி தீர்ந்தபாடில்லை. பத்துப் பதினைந்து நிமிடத்தில் நான் வந்துவிடுவேன். முதலில் நீங்கள் போங்கள்" என்று கோட்சே அவர்களை அனுப்பிவைத்தான்.

சற்று முன்பு பாட்கேயிடம், "இதுதான் நம் கடைசி வாய்ப்பு. நாம் இதில் வெற்றி பெற்றாக வேண்டும். வேண்டியதைச் செய்" என்று நாதுராம் சொன்னது அவனுக்கு நினைவுக்கு வந்தது. ஒருவேளை கொலை நடக்கும் இடத்துக்கு நாதுராம் வர மாட்டோனோ என்று நினைக்க ஆரம்பித்தான். அவன் திட்டத்திலிருந்து மனத்தளவில் ஒதுங்க ஆரம்பித்தான்.

அவர்கள் எல்லோரும் வினோதமான பெயர்களைப் புனைந்து கொண்டார்கள். ஒவ்வொருவரும், ஏதோ நாடக நடிகர்கள் போல புதுப்புது வேடங்களை ஏற்பவர்களாய் ஆடைகளை உடுத்திக் கொண்டார்கள். ஆப்தே, இந்திய விமானப்படையின் சீருடைபோல கருநீல மேலாடையும், பேண்ட்ஸூம் அணிந்துகொண்டான். கார்க்கரே வேட்டி உடுத்து, நேரு உடுப்பு போட்டு, தலையில் காந்தி தொப்பி அணிந்துகொண்டான். தன் உதட்டின் மேல் பொய் மீசையை வரைந்துகொண்டான். தன் இமையைக் கருப்பாக்கிக் கொண்டான். நெற்றியில் திலகம் இட்டுக்கொண்டான். அவன் எவ்வளவுக்கு எவ்வளவு தன்னை மறைக்க வேண்டும் என்று நினைத்தானோ அந்த அளவிற்கு தன்னை வெளிப்படுத்திக்கொண்டிருந்தான். ஆப்தே கொடுத்த மேலாடையை மதன்லால் அணிந்துகொண்டான். பாட்கே வேட்டியும், நேரு கோட்டும் அணிந்துகொண்டான். சங்கர், வேட்டி, சட்டை, மேலே கோட், தலையில் தொப்பி அணிந்துகொண்டான். நாதுராமும், கோபாலும் அரைக்கை நீலச் சட்டையும் காக்கி, அரைக்கால் சட்டையும் அணிந்துகொண்டார்கள்.

ஆயுதங்களைப் பெற்றுக்கொண்டு, கார்க்கரேயும் மதன்லாலும், ஒரு குதிரை வண்டியில் பிர்லா மாளிகைக்குப் புறப்பட்டார்கள்.

ஆப்தேயும், கோபாலும், பாட்கேயும், சங்கரும், சுர்ஜித்சிங் எனும் சீக்கிய ஓட்டுநரின் டாக்ஸியை எடுத்துக்கொண்டு, பிர்லா மாளிகையின் பின் வாசல் வழியாக பணியாளர் குடியிருப்பு அருகில் நிறுத்தினார்கள். காவல்காரனான புர்சிங், அவர்கள் காரை நிறுத்த எழுந்தான். அந்தக் கார் அருகில் நின்றுவிட்டதால், தான் பேசிக்கொண்டிருந்த பிர்லா மாளிகையின் காரைச் சுத்தம் செய்யும் சோட்டுராமுடன் மீண்டும் உட்கார்ந்து தன் பேச்சைத் தொடர்ந்தான். அந்தக் காரிலிருந்து அவர்கள் நாலுபேர் இறங்குவதை அவர்கள் கவனித்தார்கள். இன்னும் இரண்டு பேர் அவர்கள் அருகில் வந்து பேசியதையும் அவர்கள் கவனித்தார்கள். பிறகு புர்சிங், முன் வாயிலுக்கு தன் பணி விஷயமாகச் சென்றான்.

பணியாளர் குடியிருப்பில் வசிக்கும் சுலோச்சனா தேவி, இவர்கள் காரில் வந்து இறங்குவதைப் பார்த்தாள். அவளின் குழந்தைகள் அந்த மைதானத்தில் விளையாடுவதைப் பார்க்க அவள் அடிக்கடி வருவாள். அப்படி அன்றைக்கு வரும்போது, அவள் அவர்கள் நால்வரைப் பார்த்தாள்.

முந்தைய நாளே, கார்க்கரே அவர்கள் நுழைய வேண்டிய அறையின் பணியாளனான சோட்டுராமிடம் அறிமுகமாகி பழகிவைத்திருந்தான்.

சோட்டுராமிடம் சென்று, தன் நண்பர் ஒருவர் அவர் அறையிலிருந்து காந்திஜியைப் புகைப்படம் எடுக்க விரும்புகிறார், அவரை உள்ளே அனுமதிக்க வேண்டும் என்றான்.

சோட்டுராமுக்கு தன் அறையிலிருந்து என்ன புகைப்படம் எடுத்து விட முடியும் என்று தோன்றியது. ஆனாலும், கார்க்கரே அவனுக்கு பத்து ரூபாயைக் கையில் கொடுத்தான். சோட்டுராமின் மாதச் சம்பளமே 65 ரூபாய். ஆகவே அது பெரிய தொகையாக அவனுக்குத் தெரிந்தது. மேலும் பல புகைப்படக்காரர்கள் வந்து மரத்தின் மேலிருந்தும், கூரை மேலிருந்தும் வித்தியாசமாக படம் எடுப்பதை அவன் கவனித்திருக்கிறான். ஆகவே அப்படி ஏதோ படம் எடுக்கப் போகிறார்கள் என்று நினைத்துக்கொண்டான்.

ஆனாலும் சோட்டுராமுக்கு ஒரு சந்தேகம் எழுந்தது. "உங்களிடம் கேமரா இல்லையே?" என்று கேட்டான்.

"கேமரா, காரில் உள்ளது. அதை எடுத்துக்கொண்டு புகைப்படக் காரர் வருவார்" என்றான் கார்க்கரே. சோட்டுராம் தன் அறையின் முன்னே உட்கார்ந்திருந்தான். தன் சட்டைப் பையிலிருக்கும் பத்து ரூபாயை அவன் பத்திரமாக இருக்கிறதா என்று தடவிப்பார்த்துக் கொண்டான். அன்று இரவில் வீட்டில் சாப்பிடப்போகும் உணவைப் பற்றி சந்தோசம் அவன் மனதில் படர்ந்தது.

பாட்கேயிடம் வந்து சொன்னான் கார்க்கரே, "உனக்கு அந்த அறையை ஏற்பாடு செய்துவிட்டேன். வா" என்று அழைத்து வந்தான்.

பாட்கே, அந்தப் பணியாளர் குடியிருப்பின் முன்னே பலர் கூடியிருந்து பேசிக்கொண்டிருப்பதையும், தான் நுழைய இருக்கும் அறையின் முன்னே மூன்று பேர் நின்றுகொண்டிருப்பதையும் கண்டான். இவர்கள் கண்ணில் படாமல், சுட்டதற்குப் பின்னால் அந்த அறையி லிருந்து வெளியே வந்து தப்பிச் செல்லவே முடியாது என்பதை அறிந்துகொண்டான்.

அப்போது அவனுக்கு பொறி தட்டியது. தானும் தன் பணியாள் மட்டும் துப்பாக்கியைப் பிடித்துக்கொண்டு இருக்க, கூட்டத்திடம் பிடிபட்டுவிடுவோம். மற்றவர்கள் எல்லோரும் கூட்டத்திலிருந்து பத்திரமாக வெளியேறிவிடுவார்கள். ஆக இது சதிக்குள் ஒரு சதியாக இருக்கிறதே, இது அநியாயம் இல்லையா என்று அவனுக்குப் பட்டது. அவர்கள் உயிர் அருமையானதாகவும், எங்கள் உயிர் வெல்லமாகவும் அவர்களுக்குப் பட்டிருக்கிறதே என்று அவனுக்குத் தோன்றியது.

பாட்கே அருகில் வந்து அறையின் முன்னே ஒற்றைக் கண்ணனாய் அந்த அறையில் வசிக்கும் பணியாள் சோட்டுராம் இருப்பதைப் பார்த்தான். அவனுக்கு பெரும் அதிர்ச்சியாக இருந்தது. ஒற்றைக் கண் மனிதன் எப்போதும் அபசகுனம், அவன் எதிரே சென்றால் தனக்குப் பேராபத்து என்று அவன் உள்மனது சொல்லியது. எனவே பின்வாங்கி, தன்னோடு வந்த கார்க்கரேயுடன் சொன்னான், "சேட், இந்த ஒற்றைக் கண் மனிதன் எதிர்ப்பினுள் இந்த அறையினுள் நான் நுழைய மாட்டேன்" என்று விடாப்பிடியாய் நின்றான்.

"என்ன சகுனம் பார்க்கிறாயா பாட்கே? இது அதற்கான நேரமா? இந்தத் திட்டம் அனைத்தும் உன்னைச் சுற்றித்தான் இருக்கிறது" என்றான் கார்க்கரே.

"அதுதான் எனக்கு அதிச்சியாக இருக்கிறது. நான் ஒருவன் இந்த அறைக்குள் மாட்டிக்கொண்டு பிடிபட, நீங்கள் அத்தனைபேரும் சுகமாய்த் தப்பி ஓடியோட திட்டமிட்டிருக்கிறீர்களே, இது நியாயமா?" என்றான் பாட்கே. இப்போது தான் நடிக்கவில்லை என்று பாட்கே தனக்குள் சொல்லிக்கொண்டான். உணர்ந்த உண்மையைப் பேசும் நேரம் இது, காசுக்காக தன் உயிரை விற்கும் நேரமில்லை என்று எண்ணிக்கொண்டான்.

"இப்போது என்ன செய்யலாம் என்று சொல்லுகிறாய்?" என்று கேட்டான் கார்க்கரே.

"இந்த ஒற்றைக் கண்ணன் எதிர்ப்பில் நான் அந்த அறைக்குள் நுழைய மாட்டேன். ஆனால் ஒன்று சொல்லுகிறேன். காந்திஜி அமரும் மேடையின் அருகில் நான் நின்று, கிட்டேயிருந்து சுடுகிறேன்."

"என்ன சொல்லுகிறாய். நீ துப்பாக்கி எடுப்பதைப் பார்த்து மற்றவர்கள் பிடித்துவிட மாட்டார்களா?"

"முதலில் கைக்குண்டை எடுத்து எறிந்துவிட்டு உடனே துப்பாக்கி எடுத்து சுட்டுவிடுகிறேன். அந்த ஜன்னலைப் பார்த்தீர்களா? குண்டை அதிலிருந்து வெளியே எறிய முடியாது. அப்படி எறிந்தாலும் அது சுவரின் பக்கத்தில் விழுந்து, மற்றவர்களையல்ல, என்னைத்தான் முதலில் கொல்லும்" என்றான் பாட்கே.

வேறு வழியில்லை. பாட்கே அடம்பிடிக்கிறான். அவன் சொல்லுவதிலும் நியாயம் இருக்கிறது. ஆகவே திட்டத்தை மாற்றித்தான் ஆக வேண்டும்.

அதற்குள், பிரார்த்தனைக் கூட்டம் ஆரம்பமாகியது. காந்திஜி பலவீனமாக இருந்ததால், அவரை மேடைக்கு நாற்காலியில் உட்கார வைத்து தூக்கி வந்தார்கள். சர்வ மதங்களின் கீர்த்தனைகள் பாடப்பட்ட பின்பு காந்திஜி பேச ஆரம்பித்தார். அப்போது, மைக் சரியாக வேலை செய்யவில்லை. அதைச் சரிசெய்து காந்திஜி பேச ஆரம்பித்துவிட்டார்.

மக்கள் வரும் வாசலில் இருந்து ஒவ்வொருவரையும் உன்னிப்பாகக் கவனித்துக்கொண்டிருந்த செந்தூர் பாண்டியனும், கிஷன்சிங்கும், இனி எவரும் வரமாட்டார்கள் என்று எண்ணி அங்கிருந்து கிளம்பி, காந்திஜியின் பேச்சைக் கேட்க கூட்டத்தின் கடைசியில் வந்து நின்றார்கள். அங்கு வந்தபின்பும் செந்தூர் பாண்டியன் சுற்றிப் பார்த்துக் கொண்டிருந்தான். கிஷன்சிங் காந்திஜி பேசுவதைக் கவனமாகக் கேட்டான். கூட்டம் நிறைய இருந்தது. இருள் வேறு சூழ்ந்து வந்தது. ஆகவே அவன் கண்ணில் எவரும்படவில்லை.

கார்க்கரே பிரார்த்தனை அரங்குக்கு வந்தான். மதன்லால், அவனருகில் வந்து எல்லாம் சரியாக வைத்துவிட்டேன் என்றான். தான் சுவரோடு ஒட்டி வைத்திருந்த பஞ்சுவெடியின் அருகில், மதன்லால் போய் நின்றான். அவன் நின்றதையும், சுவரின் மீது ஒரு செங்கல் போல எதையோ வைத்ததையும், பின்னாலிருக்கும் சாலையில் நின்ற சுலோச்சனா பார்த்துக்கொண்டிருந்தாள்.

பயமும், ஏமாற்றப்பட்டுவிட்டோம் என்ற உணர்வுகொண்ட பாட்கே, ஓடிப்போய், காந்தியின் அருகில் நின்று அவர் பேசுவதைப் பார்த்துக்கொண்டிருந்த சங்கரின் கையைப் பிடித்து இழுத்துக்கொண்டு போய், அவனிடமிருந்த துப்பாக்கியையும், எறிகுண்டையும் வாங்கி, அவற்றை ஒரு துண்டில் கட்டினான். சங்கரிடம், நான் சொன்னாலொழிய எதையும் செய்யக்கூடாது என்று உத்தரவு இட்டுவிட்டு, பாட்கே காரை நோக்கி ஓடினான். காருக்குப் பின் இருக்கையின் கீழ் அவற்றை மறைத்துவைத்துவிட்டு, திரும்பவும், பிரார்த்தனை வெளியை நோக்கி நடந்துவந்தான். தன் இரு கைகளையும் கோட் பாக்கெட்டுக்குள் வைத்து, பார்ப்பவர்களுக்கு ரிவால்வரும், எறி குண்டும் இருக்கிறது என்று தெரியும்படியாகக் காட்டிவிட்டு காந்திஜியின் அருகே நின்றான். குழுவின் மற்றவர்களுக்கு பாட்கே என்ன செய்திருக்கிறான் என்பது தெரியாது.

ஆப்தேயைப் பார்த்து நான் தயார் என்பதாய் சைகை செய்தான் பாட்கே. ஆப்தே, மதன்லாலைப் பார்த்து கொளுத்து என்பதாய் கையைக் காட்டினான். அப்போது மதன்லால் சிகரெட்டைக் கொளுத்தி, அதை வைத்து, உருகியைக் கொளுத்தினான். அது காந்திஜி

இருந்த இடத்திலிருந்து எழுபத்தைந்து அடி தூரத்தில் இருந்தது. அப்போது, அதை செந்தூர் பாண்டியன் பார்த்துவிட்டான். அவன் கிஷன்சிங் கையைப் பற்றிக்கொண்டு மதன்லாலைப் பிடிக்க அந்தக் கூட்டத்தை இடித்துக்கொண்டு ஓடினான்.

மதன்லால் கொளுத்தியதை சுலோச்சனாவும் பார்த்துக் கொண்டிருந்தாள்.

காந்திஜி பேசிக்கொண்டிருந்தார். அவருக்கு அண்மையில் வலது பக்கம் பாட்கே நின்று கொண்டிருந்தான். காந்திக்கு இடது பக்கம், கார்க்கரேயும் சங்கரும் நின்று கொண்டிருந்தார்கள்.

மதன்லால் கொளுத்திய, சுற்றுச் சுவரின் மேலிருந்த வெடிமருந்துப் பஞ்சு சத்தமெழுப்பி எரிந்துகொண்டுபோய் வெடித்தது. தொலைவில் வெடிச் சத்தம் கேட்கும் அளவுக்கு அது இருந்தது. ஏராளமான தூசும் புகையும் மேலெழும்பியது. சிலர் எழும்பி அதன் பக்கம் செல்ல ஆரம்பித்தனர்.

அடுத்து துப்பாக்கிச் சூடு நடக்கும் என்று கோட்சே குழுவினர் நம்பினர். எதுவும் நடக்கவில்லை. கார்க்கரேயும், கோபாலும் தங்கள் கையிலிருந்த எறிகுண்டையும் வீசவில்லை.

பாட்கே , சங்கரின் கையைப் பற்றி இழுத்துக்கொண்டு வெளியே ஓட ஆரம்பித்தான். அதைப் பார்த்த கோபால் தானும் ஓடி காத்து நிற்கும் டாக்ஸியை அடைந்தான். அங்குப் பின் இருக்கையில் ஒரு டவலில் சுற்றி துப்பாக்கிகள் வைக்கப்பட்டிருப்பதைப் பார்த்தான். அவனுக்கு பாட்கே என்ன செய்திருப்பான் என்பதை யூகிக்க முடிந்தது. அப்போது காரில் ஓட்டுநர் இல்லை. ஆகவே தானே ஏதாவது செய்ய முடியுமா என்று தன் துப்பாக்கியையும், கையெறி குண்டையும் அதிலிருந்து எடுத்துக்கொண்டு சோட்டுராமின் அறைக்கு ஓடினான்.

அப்போது அந்த அறை திறந்து கிடந்தது. முன்னே யாருமில்லை. உட்புகுந்து அதைப் பூட்டிவிட்டு, ஜன்னலைப் பார்த்தான். உள்ளிருந்து ஜன்னல் உயரத்தில் இருந்தது. எம்பிக் குதித்தால்தான் ஜன்னலை எட்டிப் பிடிக்க முடியும். ஆக தொங்கிக்கொண்டு சுட முடியுமா என்று கோபால் முயற்சித்தான். அது முடியாது என்று தெரிந்தது, எனவே கீழே குதித்துவிட்டு, வெளியே செல்ல கதவைத் திறக்க முயற்சித்தான். கதவு அடைத்து திறக்க வரவில்லை. அவன் இழுத்துப் பார்த்தான். கோபாலுக்கு பயம் வந்துவிட்டது. அந்தக் குளிர்காலத்தில், உடல் வேர்க்க ஆரம்பித்தது. மிகுந்த பலங்கொண்டு கதவை இழுத்தான், அது திறந்தது. தன் துப்பாக்கியை சுருட்டி எடுத்துக்கொண்டு, கார்

நிற்குமிடத்தை நோக்கி ஓடினான். காரினுள் நாதுராம், ஆப்தே, கார்க்கரே ஆகியோர் இருந்தனர். கோபாலைப் பார்த்ததும், "வண்டியை எடு எடு, விரைவாகப் போ" என்றான் ஆப்தே. ஓடிவந்து கோபால் ஏறியதும் வண்டி புறப்பட்டது.

கூட்டத்தில் ஏற்பட்ட குழப்பத்தைக் கவனித்த காந்திஜி, "ஒன்று மில்லாத விஷயத்திற்கு இப்படிப் பதட்டப்படலாமா? எல்லோரும் நான் சொல்லுவதைக் கவனியுங்கள். அமைதியுடன் உட்காருங்கள்" என்று வேண்டுகோள் விடுத்தவுடன் கூட்டம் அமைதியடைந்தது. எல்லோரும் உட்கார்ந்தார்கள். காந்திஜி தன் பேச்சைத் தொடர்ந்தார்.

செந்தூர் பாண்டியன், கிஷன் சிங்கிடம், "இவன்தான், அவனைப் பிடி" என்று காந்திஜியின் குரலுக்கு இடையூறு இல்லாமல் ஓடிக் கொண்டே சொன்னான். கிஷன்சிங், மதன்லாலைப் பார்த்து ஓடினான். தன்னைப் பிடிக்க எவரோ வருகிறார் என்றதும், மதன்லாலும் ஓட ஆரம்பித்தான்.

அந்தப் பக்கம் குண்டு சத்தம் கேட்பதால், அங்கு வந்த பிர்லா மாளிகையின் பாதுகாப்பு பணியாளர்களிடம், சுலோச்சனா தேவி, "இவன்தான் நெருப்பு வைத்தது" என்று ஓடும் மதன்லாலைக் காண்பித்தாள். அவர்கள் அவன் எதிரே ஓடிப்போய் அவனைப் பிடித்தார்கள்.

"கிஷன்சிங், நில், போலிஸ் அவனைப் பிடித்துவிட்டது, அந்தக் குழுவைச் சேர்ந்த வேறு எவராவது கூட்டத்தில் இருக்கிறார்களா என்று பார்ப்போம்" என்று செந்தூர் பாண்டியன் அவனை அழைத்துக் கொண்டு காந்தி பேசும் இடத்துக்கு அழைத்துச் சென்றான்.

அங்கே அவர்கள் எவரையும் காணவில்லை. அப்போது தனக்குத் தெரிந்தவர்கள் போலத் தோன்றிய அவர்கள் சென்ற காரை நோக்கி செந்தூர் பாண்டியன் ஓட கிஷன்சிங்கும் ஓடினான். அதற்குள் அது விரைந்து சென்று விட்டது. செந்தூர் பாண்டியனுக்கு ஒரு விதத்தில் நிம்மதி, காந்திஜிக்கு ஆபத்து ஏதும் இல்லை. இனி காந்திஜியின் பாதுகாப்பிற்கு அரசும் போலிசும் போதிய கவனம் செலவழிப்பார்கள் என்று நினைத்தான்.

அன்றைக்கு அவன் மனம் காந்திஜியின் பேச்சில் ஈடுபடவில்லை. அவர்களில் எவராவது ஒளிந்திருந்து, காந்திக்கு எதிராக எதுவும் செய்யக் காத்திருக்கிறார்களா என்று சுற்றிப் பார்த்துக்கொண்டிருந்தான். தெரிந்த முகம் ஏதுமில்லை.

எல்லாம் முடிந்த பிறகு அவர்கள் இருவரும் கடைசியில் சென்றார்கள்.

குளிர் அடித்துக்கொண்டிருந்தது. தை மாதத்தில் பாளையங் கோட்டை பக்கம் நல்ல வெயில் அடிக்க ஆரம்பித்துவிடும். ஆனால், லாகூரில் இமயமலைச் சாரலின் பனிக்காற்றோடு குளிர் கடுமையாக இருக்கும். ஆனாலும் அது ஒருவித சுகமான குளிராக இருக்கும். மக்கள் மிகவும் சந்தோசமாகவும் நலனுடனும் உணரும் பருவம். குளிர் மனித உணர்வுகளை ஒருவிதத்தில் கூர்மைப்படுத்துகிறது என்று செந்தூர் பாண்டியன் தனக்குள் சொல்லிக்கொள்வான், டில்லியிலும் குளிர் அடிக்கத் தொடங்கிவிட்டது. மக்கள் அந்தக் குளிரை நேசிப்பவர்களாய் நல்ல உடையணிந்து வெளியில் வந்து வாழ்க்கையை அனுபவிக்க சாலைகளில் பேசிக்கொண்டு மகிழ்வுடன் சென்றார்கள்.

அவர்கள் இருவரும் பிர்லா மாளிகையிலிருந்து வெளியில் வந்து, அல்புகர்க் சாலையில் நடந்து சென்றார்கள்.

"காந்திஜியை ஏன் கொல்ல வருகிறார்கள்?" என்ற மிகப் பெரிய கேள்வியை சாதாரணமாகக் கேட்டான் கிஷன்சிங்.

செந்தூர் பாண்டியனால் உடனே பதில் சொல்ல முடியவில்லை. கிஷன் சிங்கைப் பார்த்துச் சிரித்தான். எதிரே வரும் வாகனத்தில் தன்னைப் பார்த்துத் திரும்பிய கிஷன்சிங்கின் கண்ணின் ஒளியை அவன் பார்த்தான்.

"கிஷன்சிங், நீ எதற்கு அத்தனை முஸ்லிம்களைக் கொன்றாய்?" என்று திருப்பிக் கேட்டான் செந்தூர் பாண்டியன்.

கிஷன்சிங் உடனே பதில் சொல்லவில்லை. அவனைக் காயப் படுத்துவதாய் அந்தக் கேள்வியைக் கேட்டுவிட்டேனோ என்று செந்தூர் பாண்டியன் நினைத்தான்.

"அவர்கள் மீது என்னையறியாமலே எழுந்த வெறுப்பு, கோபம் காரணம்" என்றான் கிஷன்சிங்.

"உன்னையறியாமல் அவர்கள் மீது வெறுப்பு வந்தது என்று சொன்னாய். வெறுப்பு தானே வருவது இல்லை. எதுவாலோ ஊட்டப் படுவதுதான் வெறுப்பு. பழக்கம், நானே சரியெனும் திமிர், கலாச்சாரம், கொள்கை, ஆதிக்க மனோபாவம் ஆகியவைதான் வெறுப்புக்குக் காரணம். இப்படி வெறுப்புத்தான் இவர்களையும் இயக்குகிறது."

"காந்திஜி எவ்வளவு நல்லவர். அவருக்கு எதிரிகள் என்று எவரும் இருக்க முடியாது. அவர் எதிரிகளையும் நேசித்தார், நம்பினார். அவரை ஏன் எதிரியாகப் பார்க்கிறார்கள்?"

"நல்லவராயிருப்பதே, இந்தப் பொல்லாத உலகில் பேராபத்து, கிஷன்சிங். காந்திஜிக்கு எதிரிகள் கிடையாது. ஆனால் அவர் தீமைகளை எதிர்த்தார். எதிர்த்துப் போராடினார். ஏழை மானுடர்க்கு எதிரானவை என்பதை எதிர்த்து அவர் சமரசம் இல்லாமல் போராடினார். காந்திஜி அறத்தின் உயர் தளத்தில் இருந்து போரிட்டார். அவரை எதிர்த்து வெற்றி பெறமுடியாது என்று அவர் எதிரிகளுக்குத் தெரியும். ஆகவே அவரை வெறுத்தார்கள். காந்திஜி மோசமான எதிரி என்று கணித்தார்கள். கொல்ல முயற்சிக்கிறார்கள்."

"எனக்கு நினைவிருக்கிறது செந்தூர். நான் அந்த இயக்கத்தில் பயிற்சி எடுத்தபோது கேள்விப்பட்டிருக்கிறேன். மராத்தா பகுதியில், காந்திஜியின் புகைப்படத்தை முன்னே வைத்து, தாக்குவதற்கான குறியாக அதைப் பயன்படுத்துவார்களாம். வெறுப்பதா நம் இந்திய கலாச்சாரம்? சொல்?"

"கலாச்சாரம் என்பதே, தன் வேரை நழுவவிடாமல் மற்ற வெளிகளில் இருக்கும் இயைந்த நல்லவற்றை, உன்னதமானவற்றை மெல்ல உள்வாங்கி தன் வயப்படுத்தும் சேகரம்தான். நாம் முன்னேறு வதற்கு எப்போதும், மற்றவர்களிடமிருந்து எடுத்துக்கொள்ளுவதற்கும், கொடுப்பதற்கும் எப்போதும் நல்லவை எந்தக் கலாச்சாரத்திலும் இருக்கின்றன. எடுக்க மறுத்தால் கலாச்சாரத்தின் வேர்கள் பழுதுபட ஆரம்பித்திருக்கின்றன என்று அர்த்தம். வானம் நாம் பார்க்கப் பார்க்க விரியும். கலாச்சாரத்தின் எல்லைகள் எப்போதும் விரிய வேண்டும். வளருவதே கலாச்சாரம். இவர்கள் கலாச்சாரத்தை, அதன் ஆரம்ப நாட்களின் சிமிழுக்குள் வைத்து அதன் சாரத்தை உலகம் நிரந்தரமாக ஏற்க வேண்டும் என்று முனைகிறார்கள். காரணம் என்ன? அது தங்களை நிரந்தரமாக உயர்ந்த பீடத்தில் வைத்திருக்கும் என்பதால்தான். உலகம் அதைத் தாண்டி எங்கோ வந்துவிட்டது என்பதை அவர்கள் அங்கீகரிப்பதில்லை. இந்தக் கலாச்சார எதேச்சதிகாரம்தான் காந்திஜியைக் கொல்லத் துடிக்கிறது என்று நான் நினைக்கிறேன்."

"காந்திஜி இந்தக் கலாச்சாரத்தின் எதிரியா?"

"காந்திஜி இந்தக் கலாச்சாரத்திலிருந்து உருவானவர். அதனால் தன்னை ஆக்கிக்கொண்டவர். இன்றுவரை அதன் மூலவேரைப் பற்றி நிற்பவர். அவர் ஒரு உண்மையான இந்து. இந்தக் கலாச்சாரத்தைப்

புரிந்துகொள்ள, இந்து மதத்தைப் புரிந்துகொள்ள வேண்டும். காந்தி கண்ட இந்துமதம், மிகவும் திறந்த மதம். இந்து மதத்திற்கென்று ஒரு புனிதப் புத்தகம் கிடையாது. அதன் எத்தனை ஞானிகள் தங்கள் கருத்துக்களை சுதந்திரமாய் வெளிப்படுத்தினார்கள்! சுதந்திரம், எல்லையற்ற தன்மை, திறந்த வாழ்க்கை முறை அதன் உன்னதமான கூறுகள். அந்த வழியில் இந்து மதம் தன்னை புதிதாக நெய்துகொள்ள வேண்டும் என்று விரும்பியவர் காந்திஜி. அதனால்தான், அவர் கொள்கையைவிட, கடவுளைவிட, உண்மைதான் கடவுள் என்றார். கொள்கை கட்டுதட்டிப் போகலாம். உண்மை நெகிழ்வுத்தன்மை கொண்டது. எப்போதும் மாறிவரும் சூழலுக்கு ஏற்ப தகவமைத்துக் கொள்வது. அந்த உண்மை ஏழைகளுக்கு, சாமான்யர்களுக்கு அருகில் இருக்க வேண்டும் என்பதுதான் அவரின் கரிசனம். அதற்காகவே அவர் தன் மதத்திற்கு, அது வெளிப்படுத்தும் கலாச்சாரத்திற்கு எல்லைகளை விரிவாக்க வேண்டும் என்று சொன்னார். அதன் ஈர்ப்புத் திறன் அதிகமானதாக வேண்டும் என்றார். நம் கலாச்சாரத்தில் சமத்துவமும். சுதந்திரத்தன்மையும், திறந்த ஏற்கும் தன்மையும் இருக்க வேண்டும் என்றார். அது சிலருக்குப் பிடிக்கவில்லை.''

``ஆக, காந்திஜியை தங்களின் கலாச்சார சர்வாதிகாரத்திற்கு எதிரி என்று பார்க்கிறார்கள் என்று சொல்லுகிறாய். கலாச்சாரங்களின் மோதலில் காந்திஜி பலியிடப்படுகிறார் என்று சொல்லுகிறாய்?''

``எந்த சர்வாதிகாரமும் தன் எதிரிகளை மரியாதையாக, பண்புடன் நடத்துவதில்லை அதுவும் பண்பாட்டு சர்வாதிகாரம் உலகின் மிகக் கொடூரமான சர்வாதிகாரம். அது சுதந்திர வானில் சிறகடித்துப் பறக்கும் சுய சிந்தனையாளரான காந்திஜியை எப்படி ஏற்று அவரின் கருத்துக்களை தன்வயப்படுத்தத் தயாராயிருக்கும்? காந்திஜியின் ஒரே பலம், அவர்தன் கருத்துக்களை மக்களிடம் எடுத்துச் சென்று அவர் களோடு நின்று போர்தொடுத்ததுதான். அப்படித்தான் இந்து தேசியவாதி களின் குறுகிய, பழமைவாத, வர்ணவயப்பட்ட, கலாச்சாரத்தை அவர் சமரசம் செய்யாமல் தொடர்ந்து எதிர்த்துப் போரிட்டார். அந்தக் கலாச்சாரத்தின் பிரதிநிதிகள் அவரைத் திருப்பித் தாக்காமல் இருப்பார்களா?''

``மதம்தான் இந்தக் கலாசாரத்தின் உந்துசக்தியாக இருக்கிறது என்றால், நாம் மதத்தை நிராகரித்தால் என்ன?''

``மதம் என்பது, மனிதர்களை நெறிப்படுத்தி, உன்னதமான இலக்கை முன்வைத்து, சக மனிதர்களோடு இயைந்து வாழ சமூகமாக

மனிதர்களை முன் நடத்திச் செல்லும் அமைப்புத்தானே. அது கடவுளால் இயற்றப்பட்டதா என்று எனக்குத் தெரியவில்லை. ஆனால் அது உயர் மனிதர்களால் அமைக்கப்பட்ட வாழும் வழிமுறை." காந்திஜி சொல்லுகிறார்: "உண்மையைவிட உயர்ந்த கடவுள் கிடையாது. அந்த உண்மையை உணரும் வழி அன்பு அல்லது அறப்போராட்டமே", அன்பு, அறப்போராட்டமே மதத்தின் மாறாத ஆதார சுருதியாக இருக்க வேண்டும். நாம் மதத்தை நிராகரிக்க முடியாது. இதயமில்லா உலகின் இதயமாக மதம் இருக்கிறது. மதம் பற்றி காந்திஜி என்ன சொல்லுகிறார் என்று தெரிந்தால் மதத்தை நிராகரிக்க வேண்டியதில்லை. அவர் சொல்லுகிறார்: "தனி நபர்கள் இருக்கும்வரை அவர்கள் எண்ணிக்கை அளவுக்கு மதங்களும் இருக்கும். உண்மையான தேசிய உணர்வு கொண்டவர்கள் மற்றவர்கள் மதத்தில் தலையிடுவதில்லை. இந்துக்கள் மட்டும் வாழும் நாடாக இந்தியா இருக்க வேண்டுமென்று இந்துக்கள் நினைப்பார்கள் என்றால் அவர்கள் கனவுலகில் இருக்கிறார்கள்."

"செந்தூர், நேற்று நடந்த நிகழ்ச்சியோடு அவர்கள் காந்திஜியை கொலை செய்வதைக் கைவிட்டு விடுவார்களா?"

"எனக்குத் தெரிந்தவரை அவர்கள் மீண்டும் வருவார்கள். நேற்று நடந்தது வெள்ளோட்டம். அவ்வளவுதான்."

"அப்படியானால் நாம் இன்னும் கவனமாக இருக்க வேண்டும்."

"கிஷன்சிங். நான் என்ன இப்படிப் பேசுகிறேன் என்று நினைக்காதே. காந்திஜியை அந்தக் கலாச்சாரப் பிரதிநிதிகள் கொல்ல வேண்டும். அப்போது தான் அவர்களின் கொடூர வன்முகம் உலகிற்கு வெளிப்படும். இது இல்லையென்றால், இந்த நாட்டில் அவர்களின் மூர்க்கமான அணி வகுப்பைத் தடுத்து நிறுத்தும் வழி வேறொன்றும் எனக்குத் தெரிய வில்லை. காந்தியின் கொலைதான் அவர்களின் முன்னேற்றத்தைத் தடுக்கும். காந்தியின் கொலையும் ஒரு மாபெரும் செய்தியாகவே இருக்கும்" என்றான்.

ஒரு விநாடி நிறுத்திவிட்டு, "இந்த இளம் சுதந்திர நாடு, இன்னும் தன் இயல்பை தீர்மானிக்கவில்லை. அதற்குள் தம் வஞ்சக மத வகுப்பு வெறியைக் கிளறிவிட்டு, இதை இந்துராஷ்டிராவாக மாற்ற நினைக்கும் இந்த ஆதிக்க சக்திகளின் கலாச்சார ஆயுதத்தின் ஆழிப்பேரலையைத் தடுக்கும் ஒரே அணை காந்திஜியின் உயிர்தான். அவர் உயிரோடு இருந்தால் மாபெரும் போராட்டச் சக்தி; அவர் கொல்லப்பட்டால், இன்னும் பலம் வாய்ந்த ஒளிச் சக்தி. அந்த முட்டாள் மதவெறியாளர்கள், கொல்லப் பட்ட காந்திஜி சக்தியில் இமயமலையாக வளர்ந்து நிற்பார் என்பதை அறிந்துகொள்ளவில்லை" என்று தொடர்ந்தான்.

அதன்பின் கிஷன்சிங் பேசவில்லை.

“நானும் ஒரு ஆதிக்க சக்தி போன்று, சுயநலமிக்கவனாக பேசி விட்டேனென்று நினைக்கிறாயா, கிஷன்சிங்?” என்று கேட்டான் செந்தூர் பாண்டியன்.

“இல்லை, எதார்த்தம் சுடுகிறது” என்றான் கிஷன்சிங். அதன் பின் அவர்கள் பேசிக்கொள்ளவில்லை.

போகின்ற வழியில் மக்கள் நன்றாக உடையணிந்து வந்து அந்தக் குளிரில் ஐஸ்கிரிமும் சாக்கலேட் இனிப்புக்களும் உண்டு மகிழ்ந்தார்கள். இருவரும் ஆளுக்கொரு ஐஸ்கிரிம் வாங்கிச் சாப்பிட்டார்கள். அந்தக் குளிர் அவர்கள் மனதின் சூட்டைத் தணித்ததுவாய் இருந்தது.

இரவில் ராகவனுக்கு கடிதம் எழுத வேண்டும் என்று எண்ணிக் கொண்டான் செந்தூர் பாண்டியன்.

ஆப்தே, நாதுராம், கோபால் எல்லோரும் மிகவும் பயந்து விட்டார்கள். இனி என்ன நடக்கும் என்று அவர்களுக்குத் தெரிய வில்லை. எனவே பின்பக்க வாயில் வழியாக, காரை நோக்கி ஓடினார்கள். “வேகமாக காரை ஓட்டு” என்று கத்திக்கொண்டு அவர்கள் ஓடுவதை சுலோச்சனா தேவி பார்த்தாள்.

கார்க்கரே கூட்டத்தில் கலந்து மறைந்தான். பாட்கே, தன் பணியாள் சங்கரின் கையைப் பற்றி இழுத்துக்கொண்டு, போலிஸ் கண்ணில் படாமல் பிர்லா மாளிகைக்கு வெளியே வந்தான். அவர்கள் மூவரும் வெளியில் வந்து ஒரு வண்டியைப் பிடித்து இந்து மகாசபை பவனுக்கு வந்து சேர்ந்தார்கள்.

அங்கு அவர்களுக்கு முன்பு வந்த நாதுராமும், ஆப்தேயும், கோபாலும் பதட்டத்தில் என்ன செய்வது என்று பயந்துகொண்டிருந் தார்கள். பாட்கேயைப் பார்த்ததும் அனைவரின் கோபமும் அவன் மீது பாய்ந்தது.

“பாட்கே, பாவி, எங்கள் திட்டத்தை முழுவதுமாய் கெடுத்து விட்டாயே” என்றான் ஆப்தே.

“என்ன சொன்னாய், உங்கள் திட்டமா? நீங்கள் காந்தியைக் கொல்லுவதைக் காட்டிலும், என்னைக் கொல்லுவதற்கும் உங்களை மட்டும் காப்பாற்றிக்கொள்ளுவதற்கும் கவனமாக திட்டமிட்டீர்கள்” என்றான் பாட்கே.

“இதை முதலில் சொல்லித் தொலைத்திருக்கலாமே. நாங்கள் எவராவது அந்தப் பொறுப்பை எடுத்திருப்போமே” என்றான் கோட்சே.

“சரி நான்தான், சொன்னதைச் செய்யவில்லை, நீங்கள் ஏன் குண்டை எறியவில்லை?” என்று பாட்கே கேட்டான்.

“பாட்கே, போதும் உன் சங்காத்யம். நீ பத்திரமாக பூனா போய்ச் சேரு” என்றான் ஆப்தே.

“அவ்வளவுதானே, இதோ நானே போகிறேன். இதில் எப்படி நான் என்னை ஈடுபடுத்திக்கொண்டேன் என்று எனக்குத் தெரியவில்லை. என் புத்தியைச் செருப்பால் அடிக்க வேண்டும்” என்று சொல்லிவிட்டு, பாட்கே சங்கரைப் பார்த்து “ஏய், எல்லாவற்றையும் எடுத்துக் கட்டு. உடனே கிளம்புவோம்” என்றான்.

கையிலிருந்த வெடிமருந்துகளையும், கையெறி குண்டையும், பவனுக்குப் பின்னாலிருக்கும் காட்டில் புதைத்து வந்தான் சங்கர். அவர்கள் இருவரும் எவரிடமும் எதுவும் பேசாமல் கிளம்பினார்கள்.

கோபாலை உடனே பூனாவுக்குப் போகச் சொன்னார்கள். கார்க்கரே, தான் ஒருநாள் இருந்துவிட்டு, மதன்லாலுக்கு ஏதாவது உதவ முடியுமா என்று பார்த்துவிட்டு வருகிறேன் என்றான். நாதுராமும், ஆப்தேயும் மெரினா ஹோட்டலுக்குப் போய் அதைக் காலிசெய்து விட்டு கிளம்பினார்கள். ஆசுடோஷ் லாஹிரியின் பத்திரிகை அறிக்கையை அங்கே விட்டுவிட்டு, வெளுக்கக் கொடுத்த N.V.G. (நாதுராம் விநாயக் கோட்சே) என்று குறியிட்ட துணிகளையும் வாங்காமல் அவசரத்தில் கிளம்பினார்கள்.

ஆப்தேயும், கோட்சேயும் மிகவும் மனம் நொந்து இருந்தார்கள். இதுவரை அவர்கள் நடத்திய எந்தச் சதி முயற்சியும் வெற்றி பெற்ற தில்லை. இந்த மகத்தான நிகழ்ச்சி மூலம் எல்லாவற்றையும் துடைத்து விடலாம் என்று நம்பியிருந்தார்கள். எல்லாம் வீண். இனி எப்படி தாத்யராவ் முகத்தில் விழிப்பது என்ற எண்ணம் வந்து அவர்களை அலைக்கழித்தது. தோல்வியை அவர்களால் ஏற்க முடியவில்லை.

ரயில் நிலையத்துக்குச் சென்ற பாட்கேயும், சங்கரும் பதினொரு மணிக்கு பம்பாய்க்குச் செல்லும் ரயிலுக்கு பயணச் சீட்டு வாங்கினார்கள். நடை மேடையில் போலிஸ் நடமாட்டத்தைப் பார்த்து, உடனே பழைய டில்லி ரயில் நிலையத்துக்குச் சென்று, அங்கிருந்து உடனே புறப்படும் ரயிலில் ஏறினார்கள்.

நாதுராமும் கோட்சேயும், பழைய டில்லி ரயில் நிலையத்துக்கு வந்து, முதல் வகுப்பு பயணச் சீட்டு வாங்கி, கான்பூருக்குச் சென்று அங்கிருந்து பம்பாய்க்குச் சென்றார்கள். வழியில், கோட்சே எதுவும் பேசாமல் இருந்தான். மனம் சரியில்லை என்றால் கோட்சே அப்படித்தான் இருப்பான் என்பது ஆப்தேக்கு தெரியும். பயணத்தின் போது தூங்கிக்கொண்டிருந்த ஆப்தேயை எழுப்பினான் கோட்சே.

"நாம் காந்தியைக் கொல்லத் திட்டமிட்டோம். அது தோல்வி யடைந்தது என்று விட்டுவிட முடியாது. தாத்யராவுக்கு கொடுத்த வாக்குறுதியை நிறைவேற்றியே ஆக வேண்டும். இனி எவரையும் நம்பியிருக்க முடியாது என்ற முடிவுக்கு நான் வந்துவிட்டேன். இனி அதை நானே செய்துமுடிப்பேன். ஒரு நல்ல துப்பாக்கியை நாம் பெற்று, நாம் மீண்டும் டில்லிக்குப் போவோம். இந்த முறை நான் காந்தியைக் கொல்லுவேன்" என்று மிகவும் உறுதியாகச் சொன்னான். அதன் பின்பே அவன் இயல்பு நிலையை அடைந்தவனைப் போன்றிருந்தான். நிம்மதி அடைந்தான். அதன் பின்னே அவன் தூங்கினான்.

இனி ஆப்தே சதியின் தலைவன் இல்லை. நாதுராம் தானே தலைமைப் பொறுப்பை ஏற்பதாய் அறிவித்துவிட்டான். இனி எவரையும் சார்ந்திருக்க மாட்டான். அவனே சாதிப்பான். வேண்டு மானால் ஆப்தே அவனுக்குத் துணையாக நிற்கலாம், அவ்வளவுதான்.

இப்போது ஆப்தேக்கு தூக்கம் வரவில்லை.

ஆக, நாதுராம் கோட்சேக்கு என்மீது நம்பிக்கையில்லை, இனி நீ ஒன்றும் செய்ய வேண்டும், எல்லாவற்றையும் நான் பார்த்துக் கொள்ளுகிறேன் என்று சொல்லாமல் சொல்லிவிட்டான். நான் ஒரு வெற்று வேட்டு என்று பேசிவிட்டான். இதற்குப் பின் நான் அவனோடு இணைந்து செயல்படவேண்டுமா? எனக்கென்று ஒன்றல்ல, இரண்டு குடும்பம் இருக்கிறது. அவர்கள் முழுக்க என்னை நம்பியிருக்கிறார்கள், அவர்களைக் கவனித்துக்கொண்டு, ஏதாவது ஒரு வேலை செய்து பிழைத்துப் போகலாமே என்று எண்ணினான்.

என்னைப் பற்றி தாத்யராவ் என்ன நினைப்பார்?

அவர் என்னைப் பற்றி என்னவும் நினைத்தால் என்ன? அவர் ஒரு சந்தர்ப்பவாதி. என்னைப் போன்ற பாவப்பட்ட மனிதர்களை, தன் ஈனச் செயல்களுக்கு பயன்படுத்திக்கொள்வார். அதில் விபத்து நடந்துவிட்டால் அதற்கு நான் பொறுப்பு இல்லை என்று கழித்து விட்டு, கண்டுகொள்ளாமல் இருந்துகொள்வார். அவர் எதிர்பார்த்த

மாதிரி நடந்துவிட்டால், ஜமின்தார், ஏழை விவசாயிடமிருந்து முழு விளைச்சலைப் பறித்துக்கொண்டு செல்வதுபோல, எல்லாவற்றிற்கு தானே காரணம் என்பதுவாய் நடந்துகொள்வார். இப்படித்தான், அந்த மேற்கு பஞ்சாபின் அகதி, மதன்லாலுக்கு அவனின் சின்ன தேவைகளுக்கு உதவி செய்து, காந்தியைக் கொல்லு என்று தூண்டியிருக்கிறார் என்று அவன் காணுகின்றவர்களிடம் சொல்லித்திரிகின்றான். இப்படிப்பட்ட மனிதர் என்னைப் பற்றி என்ன நினைப்பார் என்று எதற்கு நினைக்க வேண்டும் என்று தன்னைத் தேற்றப் பார்த்தான்.

கொலை முயற்சியைப் பார்த்த காந்தி, எதுவும் நடக்காததுவாய், பிரார்த்தனையை நடத்தினார். நாங்கள் மட்டும் எப்படி ஆடிப் போனோம்!

அவரைக் கொன்று, நாங்கள் தப்பிக்க இத்தனை கூட்டத்தில் எவ்வளவு மனிதர்களையும் நாங்கள் கொல்லத் தயாராக இருந்திருக்கிறோமே. காந்திக்கு அகதிகள் மீது கருணை இல்லையென்று சொன்னோமே. எங்களிடம் நாங்கள் சொல்லுகின்ற கருணை துளியாவது இருந்ததா?

பாட்கே சொல்லுவதில் உண்மை இருக்கத்தானே செய்கிறது. கொலை செய்ய மற்றவர்களிடம் பொறுப்பை விட்டுவிட்டு, நாங்கள் மட்டும் தப்பிஓட திட்டமிட்டிருந்தோமே, அதை புத்திசாலியான பாட்கே கண்டு உணர்ந்துகொண்டான். இனி அவன் என்னவெல்லாம் செய்யப்போகிறானோ தெரியவில்லை. அவனிடம் நான் அப்படி கோபப்பட்டு பேசியிருக்கக் கூடாது

ஆனாலும் இதை அப்படியே விட்டுவிட மாட்டோம். தோல்வியால் நாங்கள் துவண்டு போனாலும், உறுதியை இழக்கவில்லை. சரியோ தப்போ, இதைக் கையில் எடுத்தாகிவிட்டது, புலிவாலைப் பிடித்தாகி விட்டது. இனி திரும்பிப்பார்க்க மாட்டேன் என்றும் நினைத்துக் கொண்டான். இப்படிப் பல்வேறு கருத்துக்களும் உணர்வுகளும் வந்து மோத கண்மூடிக் கிடந்தான். அப்படியே தூங்கிவிட்டான் ஆப்தே.

மதன்லாலை, பிர்லா மாளிகையின் காவல்காரர் பூர்சிங், சார்ஜண்ட் ராம் சந்தர், போலிஸ் காவலர் ரட்டன்சிங் ஆகியோர் பிடித்து, அவனை முன் வாயிலில் இருக்கும் போலிசாரிடம் கொடுத்தார்கள். பிரார்த்தனைக் கூட்டத்தில் பங்கு பெற்ற கர்னாலின் மாஜிஸ்ட்ரேட் கே. என். சவானி அவனை சோதனை செய்தார். அவன் கோட்டுப் பையிலிருந்த எறிகுண்டைக் கைப்பற்றி, அதைச் செயலிழக்கச் செய்து, ஒரு சாட்சியாகப் பாதுகாத்தார்கள்.

அதற்குள் செய்தி கேட்டு நேருஜி அங்கு வந்துவிட்டார். சவானியிடம் காந்திஜி சொன்னார், "அந்தப் பையன், பகத்சிங் போல வீரமானவன்தான், அவர்கள் குழந்தைகள் போன்றவர்கள். நிலவும் சூழ்நிலையை அவர்கள் புரிந்துகொள்ளவில்லை. நான் இறந்ததற்குப் பின்னர், அந்தக் கிழவன் சொன்னதெல்லாம் சரிதான் என்று அவர்கள் நினைத்துப் பார்ப்பார்கள்" என்றார்.

மதன்லாலை துக்ளக் சாலை காவல் நிலையத்துக்கு எடுத்துச் சென்றார்கள். முதலில், இதை மனப்பிறழ்வுகொண்ட ஒற்றை அகதியின் வெறிச் செயல் என்றே எடுத்துக்கொண்டார்கள். ஆனால், பிர்லா மாளிகை பணியாளர்கள் சோட்டுராம், சுலோச்சனா தேவியின் அறிக்கைகள் போலிசுக்குத் தெரிந்தபின்பு, இது ஒரு சதிச்செயல், அதற்குப் பின் பலர் உடன்பட்டிருக்கிறார்கள் என்று எண்ண ஆரம்பித்தார்கள்.

அதிகாரி ரஸ்தோகி, பிரதமர் அலுவலகத்திலிருந்து, புலன் விசாரணைத் தலைவர் சஞ்சீவிக்குப் போன் செய்தார்.

"ரஸ்தோகி! உண்மையைச் சொல்ல வேண்டுமானால், நீங்கள் சொல்லும்போது நான் அதை அத்தனை முக்கியமானதாக எடுத்துக் கொள்ளவில்லை. நம் மகாத்மாவை, தேசத் தந்தையை அவர் சுதந்திரம் பெற்றுத் தந்த நாட்டின் குடிமகன் எப்படிக் கொல்லுவான் என்று தான் நினைத்தேன். ஆனாலும் கொஞ்சம் போலிஸ் காவலை அதிகப் படுத்தினேன்."

"சஞ்சீவி சார், நானும் அதை நம்பவில்லை. ஆனாலும் நாம் ஜாக்கிரதையாக இருப்போம் என்றுதான் உங்களிடம் சொல்லி வைத்தேன். இப்போது பிரதமர் காந்திஜியைப் பார்க்கப் போயிருக்கிறார்."

"நானும் உயர் அதிகாரிகளை முடுக்கிவிட்டு விட்டேன். அவர்கள் வேலையை ஆரம்பித்துவிட்டார்கள். நானும் அதைக் கவனித்து வருகிறேன். உங்களிடம் கூறுவதற்கென்ன, இந்தக் குளிர் காலத்தில் ஒரு நாள் வெளியே சென்று, மனதில் சுமையில்லாமல் ஒரு ஐஸ்கிரிமை சுவைக்க முடியவில்லை. நம் பிழைப்பு இப்படியிருக்கிறது"

"சுதந்திர இந்தியாவில் நம் சந்தோசம் போய்விட்டது சார். இதற்கா இத்தனைக் கஷ்டப்பட்டு சுதந்திரம் வாங்கினோம் என்றிருக்கிறது. வெள்ளையர்களைப் பார்த்து பயப்பட்ட மக்களுக்கு சொந்த நாட்டானைப் பார்த்துப் பயமில்லை. உங்களிடம் சொல்வதற்கென்ன, எப்போதும் உற்சாகமாக இருக்கும் நேருஜியே அலுத்துப் போகிறார்."

"ஆமாம், பட்டேலை சமாளிக்கவே அவருக்கு அலுத்துப் போய் விடுமே" என்றதும் இருவரும் சேர்ந்து சிரித்தார்கள்.

"ரஸ்தோகி, உங்களிடம் தகவல் தந்த இளைஞனை விசாரிக்க வேண்டாமா?" என்று கேட்டார் சஞ்சீவி.

"இப்போது வேண்டாம் என்று நினைக்கிறேன். பிறகு தேவை யிருந்தால் அதைப் பற்றி யோசிக்கலாம்" என்று சொல்லிவிட்டு அவர்கள் போனை வைத்தார்கள்.

புலன் விசாரணைக்கு உயர் அதிகாரிகள் விரைந்து வந்தார்கள். தங்களின் பிரத்யேக வன்முறைக்கு மதன்லாலை காவல்துறை உட்படுத்தியது. முதலில் வேறு எவரும் துணையில்லை என்று சொல்லிய மதன்லால், உண்மையைக் கொஞ்சம் கொஞ்சமாக கக்க ஆரம்பித்தான்.

"சதியில் முக்கியப் பங்கு எடுத்தவர்கள் பூனாவைச் சேர்ந்த இருவர். இந்து ராஷ்டிரா தினப் பத்திரிகையின் நிர்வாகியும் அதன் ஆசிரியரும் ஆவார்கள். அவர்கள் மெரினா ஹோட்டலில் தங்கியிருக் கிறார்கள். மூன்றாவது கூட்டாளி, அஹமத் நகரிலிருக்கும் டெக்கான் கெஸ்ட் ஹவுசின் உரிமையாளரான கார்க்கரே சேட். அவரோடு, தாடிவைத்த ஆயுதம் விற்பனையாளரும் அவன் வேலையாளும் இதில் உடன்பட்டிருந்தார்கள்" என்றான் மதன்லால்.

இதைக் கேட்ட காவல் அதிகாரிகளுக்கு அதிர்ச்சியாக இருந்தது. இத்தனை பேர் காந்தியைக் கொல்ல எங்கேயோ இருக்கும் பூனாவில் சதி செய்திருக்கிறார்களா என்பதை முதலில் நம்ப முடியவில்லை. போலிஸ் அதிகாரி, "பம்பாய்க்கு நம் ஆட்களை அனுப்பி, இவர்களைக் கைது செய்ய வேண்டும்" என்று சொன்னார்.

மதன்லால் சொன்னான், "வொஹ் ஃபிர் ஆயேகா, சாகேப்" (அவர்கள் மீண்டும் வருவார்கள்)

இதைச் சொன்ன மதன்லால், வேண்டியதையும் வேண்டாததையும் மாற்றி, மாற்றிச் சொல்லி புலன்விசாரணையினை திசை திருப்பி விடுவதில் வெற்றி பெற்றான். அவன் கொடுத்த தகவல்களால் விசாரணை அதிகாரிகள் என்ன செய்வது என்று தடுமாறி குழம்பினார்கள்.

இரவில் மதன்லாலை விலங்கிட்டு, முகத்தை கருப்புத் துணியால் மூடி, மெரினா ஹோட்டலுக்கு அழைத்துச் சென்றார்கள். அங்கு,

நாதுராம் கோட்சேயும், நாராயண் ஆப்தேயும் தங்கியிருந்த அறை எண்ணுக்கு இட்டுச் சென்றார்கள், அங்கு தடயங்களைத் தேடினார்கள், இந்து மகாசபையின் செயலாளர் ஆசுதோஷ் லாகிரி கையெழுத்திட்ட பத்திரிகைக் குறிப்பு இருந்தது. அதை எடுத்துச் செல்லாமல் நாதுராம் விட்டுச் சென்றுவிட்டான். சதிகாரர்களுக்கும், இந்து மகாசபைக்கும் தொடர்பு இருக்கிறது என்று புலன் விசாரணையை திருப்பியது அப்பத்திரிகை.

மெரினா ஹோட்டலின் நிர்வாகி, நாதுராம் எடுத்துக்கொள்ளாமல் சென்ற துணிகளைக் காட்டினார். அதில் N. V. G என்ற எழுத்துக்கள் இருந்தன.

அப்போது இரவு பதினொரு மணிஆகிவிட்டது. அவர்கள் மதன்லாலை இந்து மகாசபை பவனுக்கு கூட்டிச் சென்று, அவர்கள் தங்கியிருந்த அறையைச் சோதனையிட்டார்கள். சாட்சிகள் எதுவும் சிக்கவில்லை. அவர்கள் இந்து மகாசபை ஊழியர்களையோ அல்லது அதன் செயலாளர் ஆசுதோஷ் லாகிரியையோ விசாரிக்கவில்லை.

ஆனால் விடிய விடிய மதன்லாலை விசாரித்தார்கள்.

24. 'அமைதியிலிருந்து புயல் வீசும் பகுதிக்குள் நுழைந்துவிட்டேன் - ராஜாஜிக்கு, காந்திஜி எழுதியது'

காலையில் எல்லா பத்திரிகைகளிலும், காந்திஜியை கொல்ல நடந்த முயற்சி பற்றிய செய்தியே முதன்மைச் செய்தியாக இருந்தது. அதை ராகவன் பூனாவில் படிக்க அதிர்ச்சியடைந்தான்.

இந்தச் சதியைப் பற்றி ஓரளவுக்கு தனக்குத் தெரிந்தும் ஒன்றும் செய்ய முடியவில்லையே என்று மனதுக்குள் குமைந்தான்.

அதை எல்லம்மாவிடம் தெரிவித்தான்.

''என்னது தம்பி? காந்தியைக் கொல்ல முயற்சித்தார்களா? அது நடக்காது தம்பி. காந்தி எங்கள் சாமி. சாமியைக் கொல்ல முடியுமா?'' என்று சொன்னாள்.

''எல்லம்மா, எங்கள் பக்கத்தில் கள்ளன் பெரியவனா, காப்பான் பெரியவனா என்ற கேள்வியைக் கேட்டுவிட்டு. கள்ளன்தான் பெரியவன் என்பார்கள். ஒரு தடவை கள்ளனிடமிருந்து தப்பினாலும் அவன் விடமாட்டான், திரும்பவும் முயற்சி செய்வான்''

''என்ன வேண்டுமானாலும் செய்துவிட்டுப் போகட்டும். சாமியை மனுசன் ஒன்றும் செய்துவிட முடியாது. காந்தியைக் கொன்றால், கடவுள் கூட இல்லைன்னு நான் சொல்லுவேன்'' என்று அவள் சொன்னாள்.

''இதைச் செய்தது, நம் பூனா மக்கள்தான்'' என்றான் ராகவன்.

''எல்லாம் அந்த பாவி கோட்சேதானா? ''என்று அவள் கேட்டாள்.

''எப்படி உனக்குத் தெரியும்?''

''வேறு எவன் அப்படிச் செய்வான்? இதனால்தான் இவனை நம் வீட்டுக்குள் விடக்கூடாது என்று உங்களிடம் நான் சொல்வேன். தம்பி, இந்தப் பாவிக்கு காந்தி மேலே என்ன கோபமாம்?''

''அவர் இந்து மதத்தின் எதிரியாம். அதை அழிக்கப் பார்க்கிறாராம் என்று அவன் நினைக்கிறான்''

"அடச் சீ, யாரைப் பார்த்து என்ன சொல்லுவது என்ற கணக்கு கிடையாதா? ராம நாமத்தைச் சொல்லும் காந்திஜி எப்படி இந்து மதத்துக்கு விரோதியாக இருக்க முடியும்? சொல்லுங்க தம்பி"

"அவர், இந்துக் கோயிலுக்குப் போவதில்லை. சடங்குகள் செய்வதில்லை.. மந்திரம் எதுவும் சொல்வதில்லை. சாமியைக் கும்பிடுவதில்லை. மடாதிபதிகளின் காலில் விழுந்து கும்பிடுவதில்லை. பிராமணர்களை மதிப்பதில்லை. எல்லா மதங்களையும் சமமாகப் பார்க்கிறார். குரானை ஓதுகிறார். அதனால் அவரை இந்து இல்லை என்கிறார்கள்"

"தம்பி, நீங்கள் பிராமணர்தான். எனக்கு ஒன்று சொல்லுங்கள். கடவுளை கிட்டேயிருந்து அர்ச்சனை செய்கிறீர்கள். என்றைக்காவது ஒருநாள் கடவுள் இப்படிச் செய்தால்தான் சரி என்று எதையாவது சொல்லியிருக்கிறாரா?"

"என்னிடம் சொன்னதில்லை"

"உங்களுக்குத் தெரிந்து வேறு எவரிடமாவது சொல்லியிருக்கிறாரா?"

"இல்லை"

"தம்பி, எனக்கு கடவுள் என்பவர், நம்மை நல்ல மன நிலையில் வைப்பவர் என்பதைத் தவிர வேறு எதுவும் தெரியாது. ஒரு மரமோ, ஒரு கல்லோ என்னை சந்தோசமான மனநிலைக்குக் கொண்டுவருமானால் அது என் கடவுள் . காந்திஜியும் கடவுளை எப்படி வேண்டுமானாலும் கும்பிடு என்றுதானே சொல்லுகிறார். அதைத்தான் இந்து மதம் சொல்லுகிறது. அவர் விரோதி என்று சொல்லுவது தப்பு தம்பி."

"அவர் மேல் இவர்களுக்கு வெறுப்பு. அதனால் ஏதோ ஒரு உப்பு சப்புப் பெறாத காரணத்தைச் சொல்லி அவரைக் கொல்ல வழி தேடுகிறார்கள்"

"அப்படின்னா, கடவுள் இல்லைன்னு நான் சொல்லுவேன். நல்லவர்களைக் காக்காதவர் எப்படி கடவுள்னு சொல்ல முடியும்?" என்று கேட்டாள். அந்த எளிய பெண்ணுக்கு என்ன பதில் சொல்லுவது என்று அவனுக்குத் தெரியவில்லை.

பிறகு அவளே பேசினாள். "காந்திஜிக்கு ஒன்றும் ஆகாது. எதற்கும் நான் சாயங்காலம், என் வீட்டுப் பக்கத்தில் இருக்கும் பிள்ளையாருக்கு அபிஷேகம் செய்துவிட்டு வந்துவிடுகிறேன். விநாயகர் தடைகளை அறுத்தெறிகிறவர்" என்று சொல்லிவிட்டு அவள் சமையல் கட்டுக்குச் சென்றாள்.

எளிய மனிதர்கள் எல்லாவற்றையும் எளிதாகப் பார்த்து வாழ்க்கையையே எளிதாக்கிவிடுகிறார்கள். அவள், ஒரு அர்ச்சனை மூலம் காந்தி நல்லாயிருப்பார் என்று திருப்தியடைந்துவிடுகிறாள். அவளால் செய்ய முடிந்தது அவ்வளவுதான். அதைச் செய்ய அவள் பின்வாங்கவில்லை. அது சரியா தப்பா என்று அவள் தன்னைக் குழப்பிக்கொள்ளவில்லை என்று எண்ணிக்கொண்ட ராகவன் இன்றைக்கு எப்படியாவது உதவி கமிசனரைச் சந்திக்க வேண்டும் என்று தீர்மானித்துக்கொண்டான்.

பதினொரு மணி அளவில் அவரைப் பார்க்கச் சென்றான். அவர் இருந்தார். உள்ளே வரச் சொன்னார்.

"உள்ளே வாங்க தம்பி. உங்களைத்தான் நான் நினைத்துக் கொண்டிருந்தேன்" என்று அன்புடன் வரவேற்றார்.

"சார், இன்றைக்கு பத்திரிகைச் செய்தியைப் பார்த்தீர்களா?"

"அதைப் பார்த்தவுடன் எனக்கு நீங்கள் கொடுத்த தகவல்தான் நினைவுக்கு வந்தது. அதை நாங்கள் சரியாக புலன் விசாரணை செய்ய வில்லையென்று நினைக்கிறேன். காரணம், ஒன்று காந்திஜியை சொந்த நாட்டுக்காரன் கொல்லுவானா என்ற மதமதப்பு. இன்னொன்று எங்கள் துறையிலே இருக்கும் சிலருக்கு இந்து தீவிரவாத இயக்கங்கள் மீது ஒருவித கள்ளக் காதல் இருக்கிறது. எங்களின் நடவடிக்கைகளை அவர்கள் தடுத்துவிடுகிறார்கள். எது எப்படியோ, நாங்கள் புலன் விசாரணை சரியாகச் செய்யவில்லை"

"நான் பம்பாய் போய்விட்டு, உடனே உங்களைப் பார்க்க வந்தேன். நீங்கள் எங்கோ கேம்ப் போயிருப்பதாகச் சொன்னார்கள். உங்கள் அலுவலகத்தில் இருப்பவர்களிடம் இதைப் பற்றிப் பேசலாமா என்று தெரியவில்லை. ஆகவே நீங்கள் வரும் வரைக் காத்திருப்பதைத் தவிர எனக்கு வேறு வழி தெரியவில்லை"

"இப்போது இந்தப் பிரச்சினையில் எங்களின் பங்கு என்ன என்று தெரியவில்லை. டில்லி ஒரு புலன் விசாரணையைக் கையில் எடுத்துக் கொண்டுவிட்டார்கள் என்றால் நாங்கள் எதுவும் செய்ய முடியாது. அவர்கள் சொல்வதை நாங்கள் செய்ய வேண்டும்."

"சார், மதன்லாலே, கண்டிப்பாக அவர்கள் வருவார்கள் என்று சொல்லியிருக்கிறான். ஆக இந்தச் சதி முடியவில்லை என்றே நான் நினைக்கிறேன். அதன் வேர் இங்குதான் இருக்கிறது. அதை நீங்கள் கொஞ்சம் தனிப்பட்ட முறையில் அக்கறை எடுத்து விசாரித்து, காந்திஜியைக் காப்பாற்ற வேண்டும். என்னுடைய அனுமானம் என்ன

வென்றால், இதில் பூனாக்காரர்களோடு செல்வாக்குடைய மனிதர் எவரோ பின்னால் இருந்து இயக்குகிறார். அதை நீங்கள் விசாரணையில் கண்டுபிடிக்க வேண்டும்"

"ஒரு பத்திரிகைக்காரனாய் நன்றாகப் பேசுகிறீர்கள். நான் உங்கள் முன்னிலையில் பம்பாய்க்கு போன் போட்டுப் பேசுகிறேன். ஒரு சின்ன வேண்டுகோள். நாம் பேசுவதெல்லாம் பத்திரிகையில் வந்துவிடக் கூடாது என்ன" என்று சொல்லிவிட்டு, பம்பாயின் உதவிக் கமிசனர், ஜிம்மி எனும் நகர்வாலாவிற்கு தொடர்பு போட்டுத் தரச் சொன்னார்.

"ரத்தினம், எப்படியிருக்கிறீர்கள்?" என்று அடுத்த முனையிலிருந்து ஜிம்மி கேட்டார்.

"ஜிம்மி, நான் நன்றாக இருக்கிறேன். காந்திஜி கொலை முயற்சியிலே நான் ஏதாவது செய்ய வேண்டுமா? அந்த ஆட்கள் எல்லாம் பூனாக்காரர்கள்."

"ரெத்தினம், உங்களுக்குத் தெரியாதா நம் ஆட்களின் நடைமுறை. டில்லி புலன் விசாரணையை எடுத்துக்கொண்டால், செஸ் பலகையின் முன்னே அமர்ந்து காயை நகர்த்துபவர்கள் அவர்கள்தான். அவர்கள் சொல்லுவதை நாம் கேட்க வேண்டும் அவ்வளவுதான். அவர்கள் என்ன சொல்லுகிறார்கள் என்று கேட்க நான் காத்திருக்கிறேன்"

"ஒரு விஷயம் தெரியுமா? என் பாஸ், டி.ஐ.ஜி, ராணா டில்லியில் இருக்கிறார். அவர் எப்படியும் புலனாய்வுத் துறையின் தலைவர் சஞ்சீவிப் பிள்ளையை பார்ப்பார். அவர் என்ன செய்தி கொண்டு வருகிறார் பார்ப்போம்."

"அப்படியா, அவர்தான் உன்னையும் என்னையும் முன்னே போக விடமாட்டாரே. பூனா விஷயம் கிணற்றில் போட்ட கல்லாகத்தான் இருக்கும். எதுவும் சரியாக நடக்கவில்லை என்று எனக்குப் படுகிறது. இன்றைக்கு மொரார்ஜி பாயிடம் பேசவேண்டும்."

"சரி, எதற்கும் நான் இவர்களைப் பற்றி ஒரு ஃபைல் தயாரித்து வைக்கிறேன்"

"அதைச் செய்யுங்கள். நான் இன்றைக்கு உள்துறை அமைச்சர் மொரார்ஜி பாயிடம் பேசிவிட்டு உங்களிடம் வருகிறேன்" என்று சொல்லிவிட்டு அவர் போனை வைத்தார்.

"சரி தம்பி, ராகவன், நான் என்னால் முடிந்ததைச் செய்கிறேன்" என்றார் ரத்தினம்

"சார், அவர்கள் கண்டிப்பாக இந்த முதல் முயற்சியோடு விட்டு விடமாட்டார்கள். காந்தியின் மீது குறிவைத்துவிட்டார்கள். இவர்களை விசாரித்து உள்ளே தூக்கிப் போட்டீர்கள் என்றால் காந்திஜியைக் காப்பாற்றிவிடலாம். எனக்குத் தெரிந்தவரை இவர்கள் ஒன்றும் பழம் தின்று கொட்டைபோட்ட குற்றவாளிகள் இல்லை"

"நீ சொல்லுவது சரி. நான் வேண்டியதைச் செய்கிறேன்" என்று சொல்ல அவரிடமிருந்து விடைபெற்று வந்தான்.

அவரிடமிருந்து பேசிவிட்டு வரும்போது அவனுக்கு மனம் அமைதியாக இல்லை. போலிஸ் இலாகாவில், இதை எல்லோரும் இணைந்து சதியைக் கண்டு பிடிப்போம் என்று அணுகுவதைவிட, யார் பெரியவர் என்று காண்பிப்பதாய் நடந்துகொள்ளுகிறார்களோ என்று அவனுக்குத் தோன்றியது. தன்னால் இதில் என்ன செய்ய முடியும் என்ற கையாலாகாத உணர்வும் தோன்றி அவனுக்கு வேதனையை அளித்தது.

பம்பாயிலிருந்த இன்னொரு மனிதர் மிகவும் கவலையும் பதட்டமும் அடைந்தார். அவர்தான் பேராசிரியர் ஜே. சி. ஜெயின். அவர் தன் நாற்பதாம் வயதுப்பருவத்தில் இருந்தார். இந்தியில் முனைவர் பட்டம் பெற்றவர். ருயா கல்லூரியின் இந்தி துறையின் தலைவராக இருந்தார். சமூகத்தில் பெரும் பின்புலம் உள்ளவர்.

மதன்லால் கைது என்ற செய்தியைப் பார்த்ததும் அவர் கலங்கித் தான் போய்விட்டார். அவருக்கும் மதன்லாலுக்கும் தொடர்பு உண்டு என்பது அவரின் பல நண்பர்களுக்குத் தெரியும். அவன், காந்திஜியைக் கொல்லப்போகிறேன் என்று ஜெயினிடம் முன்னறிவித்ததும் சிலருக்கு அவர் சொல்லித் தெரியும். முக்கியமாக அவருடைய நண்பரான அங்கத் சிங்கிற்கும் தெரியும். இப்போது மதன்லால் தன்னுடைய வாக்குமூலத்தில், என் பெயரையும் சேர்த்துவிட்டான் என்றால், தனக்கும் சதியில் உடந்தையிருக்கிறது என்று போலிஸ் கருதிவிட்டால் தன்னை என்ன வேண்டுமானாலும் செய்வார்கள் என்ற பயம் வந்து விட்டது. முதலில் வேண்டுமானால், அது ஒரு உணர்ச்சி வசப்பட்ட இளைஞனின் உளறல் என்று தான் எடுத்துக்கொண்டதாய்ச் சொல்லலாம். அதனால் உடனே போலிசுக்கு தகவல் சொல்லவில்லை என்று சொல்லலாம். ஆனால், இப்போது தனக்குத் தெரிந்த உண்மைகளை கண்டிப்பாக அதிகாரத்தில் உள்ளவர்களிடம் தெரிவித்துவிடுவது தன்னை ஆபத்திலிருந்து காப்பாற்றும் என்று அவர் எண்ணினார்.

அவர் துணைப் பிரதமரான பட்டேலையும், பம்பாய் காங்கிரஸ் கட்சியின் தலைவரையும் சந்திக்க முயன்றார். அது முடியவில்லை.

ஆகவே, பம்பாயின் முதல் அமைச்சர் பி. ஜி. கெரிடம் தொடர்பு கொண்டார். அன்று மாலை நான்கு மணிக்கு முதல் அமைச்சரைச் சந்திக்கும் அனுமதி கிடைத்தது. பேராசிரியர் ஜெயின் உள்ளே நுழையவும், முதல் அமைச்சருக்கு முக்கியமான வேறு ஒரு இடத்துக்குப் போக வேண்டிய அழைப்பு வந்தது. எனவே, உள்துறை அமைச்சரான மொரார்ஜி தேசாயிடம் பேச ஏற்பாடு செய்துவிட்டு முதலமைச்சர் வெளியே கிளம்பினார்.

பேராசிரியர் ஜெயின், மொரார்ஜி தேசாயைச் சந்தித்தார். "காந்தியைக் கொல்ல ஒரு சதி நிகழ்கிறது. அதில் மதன்லால் உள்ளான். அவனோடு, அகமத் நகரைச் சார்ந்த கார்க்கரேயும் இடம் பெற்றுள்ளான்" என்று பேராசிரியர் ஜெயின் சொன்னார்.

பேராசிரியர் சொல்லுவதைச் சில நிமிடங்கள் கேட்ட மொரார்ஜி தேசாய், "அவ்வளவுதானே, வேறு ஏதாவது இருக்கிறதா?" என்று கேட்டார்.

"சார், நான் அந்தப் பையன் பிதற்றுகிறான் என்று அதைப் பெரிதாக எடுத்துக்கொள்ளவில்லை. அவன் எப்போதும் தன்னைப் பற்றி பீற்றிக் கொள்வான். ஆகவே, அவன் அப்படி எதுவும் செய்துவிடக் கூடாது என்று புத்திமதி கூறினேன்" என்று அவர் பேசிக்கொண்டிருக்கும்போது இடைமறித்த உள்துறை அமைச்சர், "ஒரு முக்கியமான தகவலை உடனடியாகத் தராமல் இருந்திருக்கிறீர்கள். நீங்களும் இந்தச் சதியில் ஈடுபட்டிருக்கிறீர்கள் என்று கருத இடமிருக்கிறது" என்றார்.

"சார், அந்தச் சதியில் எனக்கு ஒரு பங்கும் கிடையாது. அந்த இளைஞன், இந்து மகாசபை தலைவர் வி. டி. சாவர்க்கருக்கு அந்தச் சதியில் முக்கியப் பங்கு இருக்கிறது என்றும் சொன்னான்."

"உன்னைக் காப்பாற்றிக்கொள்ள பெரிய ஆட்கள் பெயர்களை யெல்லாம் இழுத்து விடுகிறாயா? இதையெல்லாம் முதலில் ஏன் என்னிடம் தெரிவிக்கவில்லை? நீயும் சதிக்கு உடந்தையானவன்தான். உன்னையும் கைது செய்து விசாரிக்க வேண்டும் போலத் தெரிகிறது" என்று ஜெயினைப் பார்த்துக் கத்தினார் மொரார்ஜி தேசாய்.

அவர் இன்னும் ஏதேதோ பேசினார். நீ ஒரு சதிகாரன் என்று வார்த்தைக்கு வார்த்தை சொன்னார். ஜெயினால் தன்னை அடக்க முடியவில்லை.

அமைச்சர் வெளியே போ என்று சொல்லவில்லை. இனி அவரிடம் பேசினால் அவரின் கோபத்தைக் கிளறியதாய் இருக்கும், அவர் சொன்னதுபோல, எதையாவது செய்துவிடப் போகிறார் என்று

அவர் அறையிலிருந்து வெளியே வந்தார். குற்றம் ஏதும் செய்யாத தனக்கு இப்படி ஒரு நிலையா என்ற வருத்தம் அவரின் தொண்டையை அடைத்தது.

அவர் சொன்ன எதையும் தேசாய் குறித்து வைத்துக்கொள்ள வில்லை. அதைக் குறிப்பெடுக்க ஒரு செயலாளரையும் உடன் வைத்துக்கொள்ளவில்லை.

ஜெயின் வெளியே வரும்போது மணி ஐந்து. மொரார்ஜி தேசாய், உடனே ஜிம்மி எனப்படும் நகர்வாலாவுக்கு தன்னை வந்து சந்திக்குமாறு தகவல் அனுப்பினார். நகர்வாலா மிகவும் திறமையான போலிஸ் அதிகாரி. அவர் உதவி ஆணையராகவும், நகரின் புலனாய்வுத் துறையின் தலைவராகவும் இருந்தார். முக்கியமாக மொரார்ஜி தேசாயின் நம்பிக்கைக்கு உரியவராகவும் இருந்தார்.

தான் இப்போது ஒரு முக்கியமான வேலையில் இருப்பதால், கொஞ்சம் நேரம் கழித்து வரலாமா என்று கேட்டு தகவல் அனுப்பினார் நகர்வாலா.

“நான் இரவு எட்டரை மணிக்கு குஜராத் மெயிலில் அகமதாபாத்துக்குச் செல்வதாகவும், தன்னை சென்ட்ரல் ரயில் நிலையத்தில் வந்து சந்திக்க வேண்டும்” என்று மொரார்ஜி தகவல் அனுப்பினார்.

இரவில் நகர்வாலா வந்து மொரார்ஜி தேசாயைச் சந்தித்தார். ஜெயினின் பெயரைச் சொல்லாமல், அவர் சொன்னதை தன் நினைவிலிருந்து சொன்னார் மொரார்ஜி தேசாய். மதன்லால், கார்க்கரேயுடனும் இன்னும் சிலருடனும் சேர்ந்து காந்திஜியைக் கொல்ல சதி செய்ததாகவும், மதன்லால் கார்க்கரேயுடன் போய் சாவர்க்கரைச் சந்தித்ததாகவும், அப்போது சாவர்க்கர் அவனோடு பேசியதாகவும், காந்தியைக் கொலை செய் என்று தூண்டியதாகவும், அதற்கு அவரிடம் ஆசிர்வாதம் பெற்று வந்திருப்பதையும் சொன்னார்.

உடனே நகர்வாலா அமைச்சரிடம், “நீங்கள் சொல்லுவதிலிருந்து இந்தச் சதியின் முக்கியப் புள்ளியாக சாவர்க்கர் இருக்கிறார். அவரைக் கைது செய்ய அனுமதிக்க வேண்டுகிறேன்” என்றார்.

“என்ன சொன்னாய்? சாவர்க்கரை கைது செய்ய வேண்டும் என்று சொல்லுகிறாயா? உனக்கு பைத்தியம் ஏதாவது பிடித்திருக்கிறதா? பம்பாய் முழுவதும் தீப்பற்றி எரிய வேண்டும் என்று விரும்புகிறாயா?” என்று மிகுந்த கோபத்துடன் கேட்டார் மொரார்ஜி தேசாய்.

“சார், கோப்பப்படாமல் நான் சொல்லுவதை ஒரு நிமிடம் கேளுங்கள். இதில் சம்பந்தப்பட்டிருப்பது காந்திஜியின் உயிர். பெரிய இடத்து தொடர்பு இருப்பதால் சதிகாரர்கள் திரும்பவும் காந்தியைக் கொல்ல வருவார்கள். ஆகவே சாவர்க்கரை விசாரித்தால்தான் உண்மை வெளிவரும். சதி குலையும்”

“இங்கே இந்து தீவிரவாதிகள் ஒரு குழப்பத்துக்காக காத்துக் கொண்டிருக்கிறார்கள் என்பது உனக்குத் தெரியாதா? சிறு பொறி கிடைத்தால், அதை வைத்து பம்பாயை எரித்துவிட அவர்கள் ஒரு வாய்ப்பைத் தேடிக்கொண்டிருக்கிறார்கள். அதை அவர்களுக்கு வாரிக் கொடுத்துவிடாதே. அவரை விட்டு விட்டு மற்றவர்களை விசாரி. எதற்கும் நான் நாளைக்கு மத்திய உள்துறை அமைச்சரைச் சந்தித்துப் பேசுவேன். அவரிடம் சாவர்க்கர் விஷயமாகப் பேசிவிட்டு என்ன செய்யலாம் என்று சொல்லுகிறேன்” என்று அவர் வண்டி ஏறினார்.

மொரார்ஜி தேசாயிடம் தெரிவிக்காமல், நகர்வாலா, சாவர்க்கர் வீட்டைக் கவனிக்க இரு காவலர்களை நியமித்தார். சாவர்க்கர் பெயரில் இருந்த கோப்பில் ஆவணங்கள் ஏறிக்கொண்டிருந்தன. நகர்வாலாவிற்கு, காந்தி கொலை முயற்சி சதி சாவர்க்கரின் ஆணையால்தான் நடத்தப்பட்டது என்ற யூகம் வலுப்பட்டு வந்தது.

காலையில் மதன்லாலை விலங்கிட்டு, முகத்தை மூடி பழைய டில்லி ரயில் நிலையத்துக்கு இரு காவலர்கள் அழைத்துச் சென்றார்கள். அவனுடன் ஈடுபட்ட எவராவது ரயில் ஏற அங்கிருந்தால் அவர்களை அடையாளம் காட்டவே அழைத்துச் சென்றார்கள்.

பழைய டில்லி ரயில் நிலையத்திலிருந்து புறப்படும் பஞ்சாப் மெயிலில் மூன்றாம் வகுப்பு பெட்டியில், கோபால் இரண்டு துப்பாக்கிகளையும் ரவையையும் வைத்திருந்த துணிப்பையை தன் இருக்கைக்குக் கீழே வைத்துவிட்டான். அவனை வழியனுப்ப வந்திருந்த கார்க்கரேயுடன், இருவரும் தேநீர்க் கடையின் உள்ளே இருந்து டீ குடித்துக் கொண்டிருந்தனர்.

மதன்லாலை அழைத்துவரும் போலிசாரைப் பார்த்ததும், இருவரும் அதிர்ச்சியடைந்தனர். மதன்லாலின் முகத்தில் மூடியிருக்கும் துணியை நீக்கிவிட்டு மதன்லாலை அங்குமிங்கும் பார்க்கவிட்டு, தெரிந்தவர்கள் இருக்கிறார்களா என்று பார்க்கச் சொன்னார்கள் உடன் வந்த காவலர்கள். அதைப் பார்த்ததும், என்ன நடக்குமோ என்று இருவரும் தங்கள் தலையைக் கவிழ்ந்துகொண்டு அதிர்ந்து இருந்தார்கள். மதன்லால் எவரும் இல்லை என்று சொன்னதும், மீண்டும் முகத்தை மூடி அவனை வேறு இடத்துக்கு அழைத்துச் சென்றார்கள். அப்பாடா,

தப்பித்தோம், நல்லவேளை, அவன் நம்மைப் பார்க்கவில்லை என்று இருவரும் பெருமூச்சு விட்டு ஆசுவாசப்பட்டுக்கொண்டார்கள்.

ஆனால் உண்மையில் மதன்லால் இருவரையும் பார்த்திருந்தான். ஆனால் அவர்களைப் பார்க்காதது போன்று நடித்துக்கொண்டு யாரும் இல்லையென்று அவன் தலையாட்டினான். மதன்லால், தன் கார்க்கரே சேட்டைக் காட்டிக்கொடுக்க விரும்பவில்லை.

போலிசார் ரயில் பெட்டியில் ஏறி, யாரும் இருக்கிறார்களா என்று பார்த்தார்கள். அவர்கள் தன் ரயில் பெட்டியைப் பரிசோதித்த பின்பு , கோபால் ரயிலில் ஏறினான். கார்க்கரே, போலிஸ் போனபின்பு மிகுந்த தயக்கத்துடனும், பயத்துடனும் நிலையத்தைவிட்டு வெளியில் வந்தான்.

ரயிலில் ஏறிய கோபாலுக்கு அழுகையாக வந்தது. ஆனால் பக்கத்தில் ஆட்கள் இருந்ததால் தன் அழுகையை மிகுந்த முயற்சி எடுத்து அடக்கிக்கொண்டான். நான் எப்படி இந்த முட்டாள்தனமான முடிவையெடுத்தேன் எனும் உலுக்கல் அவனை அலைக் கழித்துக் கொண்டிருந்தது. ஐயோ! எனக்கென்று குடும்பமும், சிறு குழந்தை களான மகள்களும் இருக்கின்றனர். அவர்கள் என்னை நம்பி இந்த உலகுக்கு வந்தவர்கள். அவர்களை எதிர்காலம் அற்றவர்களாக நான் ஆக்கிவிட்டேனா? இப்போது எப்படியோ நான் தப்பிவிட்டேன். இனி இதுபோன்ற தப்பை என் வாழ்நாளில் செய்யமாட்டேன். நானுண்டு, என் வேலையுண்டு என்று இருப்பேன் என்று மிகவும் தீர்மானமாய்த் தனக்குள் சொல்லிக்கொண்டான்.

அவனுக்குள் ஒரு கேள்வி அவனிடம் எழுந்தது. காந்தி எனக்கு என்ன தீங்கு செய்தார், அதைவிட கொஞ்சம் மேலே போய், இந்த நாட்டுக்கு என்ன கெடுதல் செய்தார்?

இளம் வயதில் ஆர். எஸ். எஸ், பயிற்சி வகுப்புக்களில் சொல்லித் தந்தது அவன் நினைவுக்கு வந்தது.

“வானிலிருக்கும் சொர்க்கத்தினும், தாயும், தாய் நாடும் உயர்வானவை”

”இந்த உடல் எனக்கு சொந்தம், மனம் எனக்குச் சொந்தம், இவை அனைத்தினும் அதிகமாக. தாய்நாடே நீ எனக்குச் சொந்தம். என்னை உனக்குத் தர விரும்புகிறேன்” என்று நாட்டுப் பற்றை என் நெஞ்சில் பதித்தார்கள்.

இப்போது முக்கியம், எனக்கு நாடா? நாட்டுக்கு நானா? என்பதுதான். நானே நாட்டுக்கு என்றிருந்த நான் இப்போது, என் குடும்பத்துக்குத்தான் என்று மாறிவருகிறேன்.

கொலை செய்வது நாட்டை நேசிக்கும் அடையாளமா? காந்தியைக் கொல்லுவதால் நான் தாய்நாட்டை நேசிப்பதாய் பிரகடனப்படுத்து கிறேனா?

காந்தியைவிட நான் இந்த நாட்டை நேசிக்கிறேனா? அவர்தன் வாழ்வின் இருபத்து நான்கு மணி நேரத்தையும் இந்த நாட்டுக்குச் செல்வழிக்கிறார்.

இனி என் வாழ்வில் இதுபோன்ற செயலில் ஈடுபட மாட்டேன். ஒருவேளை மதன்லால் போல என்னைக் கைது செய்து போலிஸ் ரயில் நிலையத்தில் இழுத்து வந்தித்தால் என் கௌரவம் என்ன ஆகும்?

இனி பூனாவுக்குச் சென்று மனைவியோடும் என் இரண்டு குழந்தை களோடும் நானுண்டு, என் வேலையுண்டு என்று வாழ்வேன், இதை ஒரு கெட்ட கனவாக நினைத்துக்கொண்டு, எவருக்கும் தெரியாமல் அழித்துவிடுவது என்றிருந்தால் எவ்வளவு நன்றாயிருக்கும் என்று நினைத்துக்கொண்டு பயணத்தைத் தொடர்ந்தான்.

இப்படி நினைத்துக்கொண்டு வந்த கோபால், தன் கையிலிருந்த இரண்டு ரிவால்வார்களைத் தூக்கி எறியவில்லை. வழியில் எத்தனையோ ஆறுகள் வந்தன, அவற்றில் அவன் எறிந்திருக்கலாம். அதற்கு அவனுக்கு மனம் வரவில்லை. தன் துப்பாக்கியை வீட்டில் கொண்டுபோய் பத்திரப்படுத்த வேண்டும் என்றுதான் அவன் மனம் விரும்பியது.

பகலில் ஒருவிதமாகவும், இரவில் ஒருவிதமாகவும் நடந்து கொள்ளும் இரட்டை மனிதனாகவே அவனின் உளவியல் நிலை இருந்தது.

கோபால், பம்பாய் தாதர் ரயில் நிலையத்தில் இறங்கி, பூனாவுக்கு வண்டியேற காத்துக்கொண்டிருந்தான். அவன் தோளில்போட்டிருந்த துணிப் பையில், இரண்டு துப்பாக்கிகளையும், வெடிகுண்டையும் பத்திரமாக வைத்து, தன் காலடியில் படுக்கைச் சுருளை வைத்துக் கொண்டிருந்தான்.

அப்போது எங்கிருந்தோ அவனை நோக்கி ஒரு போலிஸ்காரர் வந்து, அவரின் உடைமைகளைச் சோதனையிடக் காட்டச் சொன்னார். கோபாலுக்கு வேர்த்துவிட்டது. இருதயம் அடிக்கும் ஓசை அவனுக்குக் கேட்டது. ஒருவழியாக தன் படுக்கைச் சுருளை விரித்துக் காட்டினான். அதைப் பார்த்த காவல்காரர், அவன் தோளில் போட்டிருந்த துணிப் பையைச் சோதனையிடாமலே சென்றார். தேடிவந்த பொருள் அந்தத் துணிப்பையில் இருக்காது என்று அவர் நினைத்துச் சென்றிருக்கலாம்.

அந்த ஒரு நிமிடத்தில் கோபால் பட்ட அவஸ்தை, அவனுக்கு தன் டில்லி பயணம் போதும் போதும் என்றாகிவிட்டது.

தன் வீட்டுக்குச் சென்று, தன் அறையினுள் சென்று அவன் அழுதான். இதுவரை தான் அடக்கிவைத்திருந்த அழுகையைக் கொட்டித் தீர்த்தான். தன் இஷ்ட தேவதையிடம் குமுறி அழுது, "அம்மா! இனி நான் ஒருபோதும் இப்படி தப்புச் செய்யமாட்டேன், இந்த ஒருமுறை என்னைத் தப்புவித்து விட்டு விடம்மா" என்று பிரார்த்தனை செய்துகொண்டான்.

இரவானதும் தன் துப்பாக்கியையும் அதன் ரவைகளையும் எடுத்துத் துணியில் பொதிந்து, தன் நண்பரான பாண்டுரங்க கோட்போலே வீட்டுக்கு எடுத்துச் சென்று, அவரிடம் கொடுத்து பத்திரமாக சில காலம் வைத்துக்கொள்ளச் சொன்னான்.

பெற்ற விடுப்பு இன்னும் மூன்று நாட்கள் இருந்தது. ஆகவே, .32 அளவான இன்னொரு துப்பாக்கியை மாற்றித்தந்த பூனாவின் சர்மா என்பவரிடம் கொடுத்து பழைய சின்ன துப்பாக்கியை மாற்றி வாங்க அலைந்தான்.

பழைய டில்லி ரயில் நிலையத்தில், கோபாலை அனுப்பி வைத்து விட்டு, வெகு நேரம் அந்தத் தேநீர் விடுதியில் இருந்தான் கார்க்கரே. போலிஸ் போய்விட்டது என்று தெளிந்து, அவன் அங்கிருந்து வெளியே வந்தான். தன் அறையைக் காலிசெய்துவிட்டு, இரயில் நிலைய பயணிகள் அறைக்கு வந்தான். பிறகு இந்து மகாசபை பவனுக்குச் சென்று, அங்கிருப்பவர்களிடம் மதன்லாலுக்கு உதவ வக்கீல் எவரையாவது ஏற்பாடு செய்ய முடியுமா என்று விசாரித்தான். இந்தச் சூழ்நிலையில் எவரும் உதவ முன்வரவில்லை. நம்பிக்கையற்று அவன் டில்லி நகர தெருக்களில் அலைந்து திரிந்தான். இரவில் பயணிகள் அறையில் வந்து படுத்துக்கொண்டான்.

மதன்லாலின் உறவினர்கள் உதவியோடு, மேத்தா பூரணசந்த் என்ற வக்கீலை ஏற்பாடு செய்தான்.

மூன்று நாள் கழித்து, கார்க்கரே டில்லியைவிட்டு கிளம்பினான். அவன் மிகுந்த வருத்தத்தோடு இருந்தான். தன்னை நம்பியிருந்த மதன்லாலுக்கு உதவி செய்ய முடியவில்லையே என்று குற்ற உணர்ச்சி அவனிடம் கனத்துக் கிடந்தது. என்ன செய்வது என்று அவனுக்குத் தெரியவில்லை. அவன் ரயிலேறி வழியில் மதுராவில் இறங்கி விட்டான். அங்கிருந்து பஸ் பிடித்து, ஆக்ராவுக்குச் சென்றான். இட்டார்சி, கல்யான் என்ற இரு ரயில் சந்திப்புக்களில் வண்டி மாறி மாறி ஏறினான்.

23ஆம் தேதி புறப்பட்ட அவன், 25ஆம் தேதி விடியற்காலை தாணா நிலையத்தில் இறங்கினான்.

நேரே தன் நண்பர் ஜோஷியின் வீட்டுக்கு விடியற்காலை ஐந்து மணிக்குப் போய் அவரை அழைத்தான். வந்த அவனை அன்புடன் வரவேற்ற ஜோஷி, நாதுராமும், ஆப்தேயும் அவரைத் தேடி வந்த செய்தியை அவருக்குத் தெரிவித்தார்.

அவர்கள் பம்பாயில் பத்திரமாக இருக்கிறார்கள் என்ற செய்தி கார்க்கரேக்கு மிகுந்த உற்சாகத்தைத் தந்தது. ஆனால் அவர்கள் எங்கிருக்கிறார்கள் என்று அவனுக்குத் தெரியவில்லை. எனவே பூனாவில் இருக்கும் ஆப்தேயின் வீட்டுக்கு ஒரு தந்தி அனுப்ப முடிவு செய்தான். போலிஸ் கண்காணித்தால் வீணாக மாட்டிக்கொள்ளலாம் என்பதால், தன் பெயரில் இல்லாமல், தாணாவிலிருந்தும் இல்லாமல், பம்பாய் மத்திய தந்தி அலுவலகத்திலிருந்து பின்வரும் தந்தியைக் கொடுத்தான். "ஆப்தே, ஆனந்தாசிரமம், பூனா, இருவரும் உடனே வரவும், வியாஸ்"

அவர்கள் டில்லியில் ஒவ்வொருவருக்கும் வித்தியாசமான பெயரை வைத்துக்கொண்டபோது, கார்க்கரேக்கு வழங்கிய பெயர் வியாஸ்.

டில்லியில் புலனாய்வுத் துறை, தீவிரமாகச் செயல்படுவதாக நினைத்துக்கொண்டது. மதன்லால், அவர்களின் புலனாய்வுத் திசையைக் குழப்பிக்கொண்டிருந்தான். மிகவும் சாதாரணமாகச் செய்யப்படும் புலன்விசாரணை நடவடிக்கைகளை போலிஸ் செய்யவில்லை. சதிகாரர்களின் முக்கிய இடமாக இந்து மகாசபை பவன் இருந்தது அதைப் பற்றிப் புலன்விசாரணை எதுவும் செய்யப்படவில்லை. அதன் செயலாளரின் கையெழுத்திட்ட அறிக்கையை வேறு, கோட்சேயின் அறையில் கண்டெடுத்தார்கள். புலனாய்வு செய்யும் அதிகாரிகள் இந்து மகாசபை பவனின் செயலாளரை விசாரித்திருந்தால், மதன்லால் சொல்லிய இந்து ராஷ்டிரா பத்திரிகையின் நிர்வாகி, மற்றும் அதன் ஆசிரியர் இருவரின் பெயர் உடனே தெரிந்திருக்கும்.

இது புலன் விசாரணை அதிகாரிகளின் திறமையின்மையாலா அல்லது இந்து மகாசபையை விசாரணைக்கு உட்படுத்தவேண்டாம் என்ற அறிவுறுத்தலாலா தெரியவில்லை.

மதன்லால் கைது செய்யப்பட்ட இருபத்து நான்கு மணி நேரத்தில், அதாவது 21ஆம் தேதி மாலையில், பம்பாய் செல்லும் விமானத்தில், டில்லி போலிசின் துணை கண்காணிப்பாளர் ஜஸ்வந்த் சிங், ஆய்வாளர் பாலகிஷன் இருவரும் பம்பாய் சென்றனர்.

அடுத்த நாள் காலையில், ரஸ்தோகி, புலனாய்வுத் துறைத் தலைவர் சஞ்சீவிக்கு போன் பண்ணினார்.

"ரஸ்தோகி, இந்த வழக்கில் புலனாய்வுக்கு சிறந்த அதிகாரிகளைப் பணித்திருக்கிறேன். ஆனால் நான் எதிர்பார்க்கின்ற வேகத்துக்கு விசாரணை முன்னேறவில்லை."

"காந்திக்கு பாதுகாப்பு கூட்டியிருக்கிறீர்களா?"

"அதைச் செய்யாமல் இருப்பேனா? இதுவரை ஐந்து போலிசார் இருந்தனர். இப்போது இருபத்தியாறு பேர்களாக உயர்த்தப்பட்டு உள்ளது. அதில் ஏழு பேர் சாதாரண உடையில் இருப்பார்கள். ஆனால் காந்திஜிக்கு இதில் நம்பிக்கையில்லை. தனக்கு பாதுகாப்பு போலிஸ் இல்லை, கடவுள் என்கிறார். பிரார்த்தனைக் கூட்டத்துக்கு வருகிறவர்களை சோதனையிடக்கூடாது என்கிறார். 'பிரார்த்தனை சமயத்தில் என்னை எந்தவித மனித பாதுகாப்பிற்குள் உட்படுத்துவது, என நம்பிக்கைக்கு எதிரானது' என்று மறுக்கிறார். உங்களுக்குத் தெரியுமே, சதி ஒருமுறை நடந்து தோல்வியுற்றால் அது அத்துடன் நிற்காது, மீண்டும் கடும் பலத்துடன் நிகழும் என்பது குற்ற வழக்குகள் நமக்கு சொல்லித்தரும் பாடம். எனக்கு ஒத்துழைப்பு பல இடங்களிலிருந்து சரிவரக் கிடைப்பதில்லை"

"அரசில் தலையீடு இருக்கிறது என்கிறீர்களா?"

"நேரடியாக இல்லை. ஆனாலும் இந்து தீவிரவாத இயக்கங்கள் மீது உடனடி விசாரணை வேண்டாம் என்று சொல்லப்படுகிறது"

"இது தனிமனிதர்களின் வெறுப்பால் எழுந்த காரியமில்லை, ஏதோ ஒரு இயக்கத்தின் தூண்டுதலால் நிகழ்ந்த சதி என்று எனக்குப் படுகிறது"

"எனக்கு வந்த புலனாய்வு அறிக்கைகளில் இதுவரை காந்திஜிக்கு எதிராக சதி என்று எங்கிருந்தும் வந்ததில்லை. ஆனால் இந்த விசாரணை டில்லியில் மட்டும் இல்லை. இதன் வேர் பம்பாய் மாநிலத்தில் இருக்கிறது. அங்கு சரியான ஒத்துழைப்புக் கிடைக்கவில்லை."

"என்ன சொல்லுகிறீர்கள்? பம்பாய் போலிஸ் சரியாக உதவவில்லையா?"

"இன்றைக்கு ஒரு துணை கமிஷனரையும், ஆய்வாளரையும் பம்பாய்க்கு அனுப்பினேன். அங்குள்ள புலனாய்வுத் துறை அதிகாரி நகர்வாலா, இவர்களைப் பார்த்து கிண்டல் செய்கிறாராம். காந்தியைக் கொல்ல ஒரு அகதி முயல்வானா? அவனுக்கு துணையாக பூனாவில்

யாரோ துணயாக இருக்கிறார் என்று சொல்லுகிறீர்களா? டில்லி போலிஸ் நன்றாக ஜோக் அடிக்கிறீர்கள் என்று பெரிதாக சிரிக்கிறானாம். 'இதை என்னால் நம்ப முடியாது. எனக்கு என்னபடுகிறது என்றால், காந்திஜியைக் கடத்திக் கொண்டுபோய், பெரும் தொகையை பணயமாகக் கேட்க ஒரு அமைப்பு சதி செய்கிறது. இதில் பெரும் குற்றவாளிகள் இடம் பெற்றிருக்க வேண்டும். இப்படிப் பார்க்காமல், அதை சில குழந்தைத்தனமான அகதிகளின் சதி என்று பார்க்கும் டில்லி போலிசுக்கு மறை கழண்டுவிட்டது' என்று சொல்லிவிட்டு, 'நாங்கள் என்ன செய்ய வேண்டும் என்று பம்பாய் போலிசுக்கும் அறிவுரை வழங்க வேண்டாம்' என்று சொல்லுகிறானாம்."

"அந்த நகர்வாலா எப்படி? நல்ல திறமைசாலியான அதிகாரியா? வேண்டுமானால், முதல் அமைச்சரிடம் பேசி வேறு அதிகாரியைப் போடச் சொல்லலாமே"

"நகர்வாலாவை எனக்குத் தெரியும். நல்ல புத்திசாலியான அதிகாரி. இந்த சதியை எதற்கு இப்படிப் பார்க்கிறான் என்றுதான் எனக்குத் தெரியவில்லை"

"வழக்கமான காவல் துறைக்குள் இருக்கும் என் எல்லைக்குள் நீ நுழையாதே எனும் துறைப் போட்டியின் விளைவா?"

"அப்படித்தான் இருக்க வேண்டும் என்று எனக்குப்படுகிறது. என் கவலையெல்லாம், டில்லி போலிசும், பம்பாய் போலிசும் தங்களை மட்டும் உயர்த்திப் பிடிக்க வேண்டும் என்று குழாயடிச் சண்டை போட்டுக்கொண்டிருக்கும்போது, உண்மைச் சதிகாரர்கள் காந்தியை நெருங்கிக்கொண்டிருக்கிறார்கள் என்பதுதான்."

"பத்திரிகைச் செய்தியைப் படித்து எனக்குத் தெரிவது என்ன வென்றால், இந்த சதியில் இந்து மகாசபைக்கு முக்கியப் பங்கிருக்கிறது, அதை மட்டும் நீங்கள் இன்னும் வெளிப்படையாக விசாரணை செய்ய வில்லை என்பதுதான். அதைச் செய்தால் சதிகாரர்களை சற்று பின்தள்ள முடியும். இது ஒரு ஓட்டப்பந்தயம் மாதிரிதான் சார். யார் இதில் முந்துகிறார்களோ அவர்கள் கையில் காந்திஜியின் உயிர் இருக்கிறது. காந்திஜி இந்த நாட்டுக்கு இப்போது மிகவும் தேவைப்படுகிறார்"

"உண்மை அதுவா ரஸ்தோகி? அரசியல் தளத்தில் தன்னையே ஒரு வெற்றுத் தோட்டாவாக ஆக்கிவிட்டார்கள் என்று காந்திஜியே மனம் வெதும்பிப் பேசியிருக்கிறார். புதிய அரசியல் தலைமை, தங்களின் செயல்பாட்டிற்கு அவரை ஒரு தடையாகவே பார்க்கிறார்களாம், பழுதென்றும் தாண்ட முடியாமல், பாம்பென்று அடிக்க முடியாமல் இருக்கிறார்கள் என்று எனக்குத் தகவல் வருகிறது."

"புதிய அரசியல் சக்திகள் உருப்பெறும்போது, இதுபோன்ற உணர்வுகள் எழுவது இயற்கைதானே. வரலாற்றுக்கு நன்றியுடையவர் களாக இருப்பது என்பது, வரும் தலைமுறைக்குச் சற்றுக் கடினமானதாகத் தானே இருக்கும். அதை விடுங்கள். நம் கடமையை நாம் செய்வோம்" என்று சொல்லிவிட்டு ரஸ்தோகி போனை வைத்தார்.

பம்பாயில் போலிஸ் அதிகாரி நகர்வாலாவுக்கு எரிச்சலாக இருந்தது. ஒரு திறமையான அதிகாரிக்கு, மற்றவர்களின் சாதுரியமற்ற செயலைப் பார்க்கும் போது தோன்றும் எரிச்சல்தான் அது.

"தங்களுக்கு என்ன வேண்டும் என்று தெளிவாகத் தெரியாமல் டில்லி போலிசார் இங்கு வந்து நிற்கிறார்கள். மதன்லாலின் வாக்குமூலம் என்று ஒரு உருது பிரதியை பம்பாய்க்குக் கொண்டு வந்து நிற்கிறார்கள். அதன் முழு மொழிபெயர்ப்பைக் கொண்டு வந்தால் ஏதாவது பிரயோஜனமாயிருக்கும். ஒரு சிறு காகிதத்தில் ஏதோ எழுதிக்கொண்டு வந்திருக்கிறார்கள். அவர்கள் கார்க்கரேயைக் கைது செய்ய வேண்டும் என்கிறார்கள். அவன் பெயரைக் கூட அவர்கள் சரியாகச் சொல்லவில்லை என்று நினைக்கிறேன். இவர்களை வைத்து என்ன செய்வது?" என்று தனக்குள் சொல்லிக்கொண்ட, அவர்களை விட உயர்பதவியில் இருக்கும் நகர்வாலா, வந்த இரு டில்லி போலிஸ் அதிகாரிகளிடம்,

"நீங்கள் இருவரும் போய் ஓய்வாக இருங்கள். உங்கள் டில்லி போலிஸ் சீருடையில் இந்தப் பக்கம் அலையாதீர்கள். நீங்கள் இருப்பது இங்கு வெளியே தெரியக்கூடாது. பம்பாய் போலிஸ் திறமையற்றவர்கள் என்று காண்பிப்பதாய் நடந்துகொள்ளாதீர்கள். நீங்களாக எந்த விசாரணையும் மேற்கொள்ளாதீர்கள்" என்று சொல்லிவிட்டார்.

இந்து ராஷ்டிர பத்திரிகையின் ஆசிரியர் யார் என்று கேட்க டில்லி போலிஸ் பம்பாய் போலிசைக் கேட்க வேண்டியதில்லை. டில்லியிலிருந்து ஒரு போன் போட்டு, பம்பாய் அரசைக் கேட்டால் அடுத்த வினாடி, யார் நிர்வாகி, யார் ஆசிரியர் என்ற விவரம் தெளிவாகத் தெரிந்துவிடப் போகிறது. அதைச் செய்யாமல் டில்லி போலிஸ் காலம் கடத்தியது. இந்த ஒரு தகவலை நகர்வாலாவுக்குத் தெரிவித்திருந்தால், ஒருவேளை இந்தச் சதியை அந்த அளவிலே அவர் முடக்கியிருக்கலாம். ஆனால் அது நிகழவில்லை.

வந்த இரு அதிகாரிகளும், முழு தகவல்களை நகர்வாலாவுக்கு கொடுக்கவில்லை. காரணம் அவர்கள் பம்பாய்க்கு வந்த பின்பு டில்லி போலிசாரிடம் விசாரணையின் முன்னேற்றத்தைப் பற்றிப் போனில் கேட்டுத் தெரிந்துகொள்ளவில்லை. அப்படிக் கேட்டிருந்தால், மெரினா ஹோட்டலில் கிடைத்த துணிகளில் NVG (நாதுராம் விநாயக்

கோட்சே) என்ற மூன்று எழுத்துகள் இருந்தன. மதன்லால் சொல்லிய இந்து ராஷ்டிரா பத்திரிகையின் ஆசிரியர் பெயரையும் இதையும் இணைத்துப் பார்த்திருந்தால், கோட்சேயை உடனே கைது செய்திருக்க முடியும். இந்தத் தகவல் நகர்வாலாவுக்கு தரப்படவில்லை. இவ்வளவுக்கும் மெரினா ஹோட்டலின் பணியாளர் மிகத் தெளிவாக எல்லோரின் அடையாங்களைச் சொல்லியிருக்கிறார். அதை வைத்துப் புலன் விசாரணை செய்யாமல் டில்லி போலிஸ் அலட்சியமாக இருந்தது.

அடுத்த நாள், டில்லியிலிருந்து வந்த இரு அதிகாரிகளும், தங்களுக்கு பணித்தபடி, பூனாவுக்குப் போய், பூனாவின் புலனாய்வுத் துறையின் துணை டி. ஐ. ஜி. ராவ் சாகேப் குர்த்துவைப் பார்த்து அவரிடம் தகவலைத் தந்து அவர் உதவியை நாடப்போகிறோம் என்றதும், நகர்வாலாவுக்கு கடும் கோபம் வந்துவிட்டது "ஒருவரையும் போய்ப் பார்க்க வேண்டாம். உடனே டில்லிக்குப் போய் உங்கள் வேலையைச் செய்யுங்கள். இங்கு எங்களையும் வேலையைச் செய்யவிடுங்கள்" என்று கண்டிப்பாகச் சொல்லியதும் அவர்கள் வேறு வழியில்லாமல் டில்லிக்குப் புறப்பட்டுப் போனார்கள்.

அவர்கள் மட்டும் பூனாவுக்குப் போயிருந்தால், அவர்கள் உதவி டி. ஐ. ஜி குர்த்துவை சந்தித்திருப்பார்கள். கண்டிப்பாக குற்றவாளிகளைப் பற்றிய பல தகவல்கள் கிடைத்திருக்கும். அவர்களைத் தேடி கைது செய்திருக்க முடியும். மிகப்பெரும் கொலை முயற்சியான இந்த வழக்கில் போலிசார், அதிலும் நகர்வாலா இப்படி நடந்துகொண்டது கோட்சேக்கு இன்னொரு வாய்ப்பை அளித்தது.

இரு போலிஸ் அதிகாரிகளும் மாலை ரயிலைப் பிடித்து அடுத்த நாள் டில்லி போய்ச் சேர்ந்தார்கள். தங்கள் தலைமையகத்தில், போய் தாங்கள் அனுபவித்த வேதனையை எடுத்துச் சொன்னார்கள். "நாங்கள் வீட்டுக் காவலில் வைக்கப்பட்டது போல உணர்ந்தோம். எங்களை முகம் கொடுத்து நகர்வாலா சாகேப் பேசத் தயாராயில்லை. கார்க்கரேயைக் கைது செய்ய முடியவில்லை. அந்தப் பத்திரிகை ஆசிரியரின் அடையாளத்தை விசாரிக்க நாங்கள் பூனாவுக்குப் போக வேண்டாம், டில்லிக்குப் போய்ச் சேருங்கள் என்று ஆணையிட்டார். வேறு வழியில்லாமல் வெறுங்கையாக வந்திருக்கிறோம்" என்று புலம்பினார்கள்.

மறுநாள் இந்தத் தகவல் புலனாய்வுத்துறையின் தலைவர் சஞ்சீவியின் மேஜைக்குச் சென்றது. இந்த வேளையில் இவர்களின் சக்களத்திச் சண்டைக்குள் நுழைந்து, காரியத்தைக் கெடுக்க அவர் விழையவில்லை. புலன் விசாரணை மட்டும் சரியாக நடக்கவில்லை என்பது அவருக்குத் தெரிந்தது. சதிகாரர்கள் பம்பாயிலிருந்து

வந்தவர்கள் என்பதால், பம்பாய் போலிசின் ஒத்துழைப்பு அவசியம். நேரத்தைக் கடத்திக் கொண்டிருக்க அவர் விரும்பவில்லை. ஆகவே வேறு வழியில் அவர்களின் ஒத்துழைப்பைப் பெற முயற்சித்தார்.

பம்பாய் புலானாய்வுத் துறையின் டி.ஐ.ஜி, யு.ஜி.ராணா, வேலை விஷயமாக அப்போது டில்லியில் இருந்தார். அவரைத் தன்னிடம் வரச் சொன்னார்.

சம்பிரதாயமான பேச்சு வார்த்தைகளெலாம் முடிந்த பின், புலனாய்வுத்துறைத் தலைவர் சஞ்சீவி விஷயத்துக்கு வந்தார்.

“காந்திஜியைக் கொல்லுவதற்கான சதி பம்பாய் மாநிலத்திலிருந்து தான் உதித்திருக்கிறது என்பதை நீங்கள் அறிவீர்கள். எனக்கு உங்கள் உதவி இந்த விஷயத்தில் மிகவும் தேவைப்படுகிறது.”

“கண்டிப்பாக, எங்களின் பூரண ஒத்துழைப்பைத் தருவது எங்கள் கடமை சார்” என்று பதில் சொன்னார் ராணா.

“நான் குறையாகச் சொல்லுகிறேன் என்று நினைக்க வேண்டாம். அது டில்லி புலனாய்வுக் குழுவுக்கு சரியாக ஒத்துழைப்புக் கிடைக்க வில்லை”

“நகர்வாலாவைத் தொடர்புகொண்டார்களா?”

“அவர்தான் இங்கிருந்து போனவர்களை அடித்துத் துரத்தாத முறையில் நடந்துகொண்டிருக்கிறார். அங்கு என்ன நடந்தது என்று தெரியவில்லை. அதைப் பற்றி நான் அதிகம் கவலைப்படவில்லை. ஆனால் டில்லியில் கைதான அந்த மதன்லாலைத் தவிர அவன் சொன்ன அவனின் கூட்டுச் சதிகாரர்களில் ஒருவரைக் கூட கைது செய்யவில்லை. யார் என்றும் சரியாகத் தெரியவில்லை. எனக்கு மிகவும் கேவலமாக இருக்கிறது”

“நான் பம்பாய் சென்றவுடன் என்னவென்று பார்த்து சரிசெய்து விடுகிறேன். நகர்வாலா திறமையான அதிகாரி சார்”

“எனக்குத் தெரியும். இங்கிருந்து போனவர்கள் அவசரத்தில் சரியான தகவல்களைக் கொண்டு செல்லவில்லை என்று தெரிய வந்துள்ளது. நான் இப்போது, அந்த அகதியின் முழு வாக்குமூலத்தையும், அதன் ஆங்கில மொழிபார்ப்பையும், இங்குள்ள புலன்விசாரணையில் கிடைத்த தகவல்களையும் உங்களிடம் கொடுத்து அனுப்புகிறேன். இன்றைக்கு நீங்கள் புறப்படுகிறீர்கள் இல்லையா? போனவுடன் உடனே நடவடிக்கை எடுங்கள். அந்தக் குழு ஆட்களைக் கைது செய்து, உங்கள் கட்டுப்பாட்டில் வைத்து விசாரியுங்கள். எங்களுக்கும் உடனே தகவல் தெரிவியுங்கள்”

"செய்கிறேன்"

"ராணா, நான் திருப்பிச் சொல்லுகிறேன் என்று நினைக்க வேண்டாம். எனக்கென்னவோ, நாம் காந்தியின் உயிரோடு விளையாடிக் கொண்டிருக்கிறோம் என்று தோன்றுகிறது. ஆகவே அவசரம். புரிகிறதா?"

"புரிகிறது சார்"

"நீங்கள் சீக்கிரம் பதவி ஓய்வு பெறுகிறீர்கள் என்று அறிகிறேன். வாழ்த்துக்கள். பணி ஓய்வுக்காலத்தில் என்ன செய்வதாய் உத்தேசம்?"

"கோயில் குளம் என்று சுற்றலாம் என்றிருக்கிறேன். இதுவரை என் மதத்தின் பெருமைகள் மீது அதிக கவனம் செலுத்தாமல் இருந்திருக்கிறேன். அதில் பொழுதைப் போக்கலாம் என்று இருக்கிறேன்."

"அரசாங்க வேலை ஒன்றும் வருவதாய் இல்லையா?"

"வேண்டாம் என்று நினைக்கிறேன்."

"நல்லது, மகிழ்வான, ஆரோக்கியமான ஓய்வுக்காலம் உங்களுக்கு வாய்க்கட்டும். வாழ்த்துக்கள்" என்று சொல்லி அவரிடம் கைகொடுத்து அவரை அனுப்பி வைத்தார்.

25ஆம் தேதி மாலையில் ராணாவிடம் வேண்டிய ஆவணங்கள் கொடுக்கப்பட்டன. அவர் விமானத்தில் செல்லவில்லை. விமானத்தில் செல்ல வேண்டாம் என்று மருத்துவர் சொல்லியிருப்பதால் ரயிலில் சென்றார். ரயிலில் சென்றால்கூட 24மணி நேரத்தில் பம்பாய் அடைந்துவிடலாம், அவர் பம்பாய் செல்ல இரண்டு முழு நாட்கள் எடுத்து 27ஆம் தேதி இரவில் பம்பாய் வந்தடைந்தார்.

அவர் சொன்னதைப் போல அவருக்கு இப்போதே கோயில் குளத்தின் மீது அக்கறை வந்துவிட்டது. டில்லியிலிருந்து அன்று அலகாபாத்துக்கு ரயிலில் சென்று, திரிவேணி சங்கமத்தில் மூழ்கி எழுந்தார். அவருக்கு இப்போது தன் அலுவலகக் கடனைவிட, ஆன்மீகக் கடன் முக்கியமாகத் தெரிந்தது. வயதாக, வயதாக மனிதர் இளம் வயதில் தாம் எதையெல்லாம் கேலி செய்தனரோ அதை மிகுந்த பக்தியுடன் செய்யவிரும்புவது ஒன்றும் அதிசயமானதில்லை. உடலில் இரத்தம் குறைய, பயம் பெருகிவிடுகிறது. எதையாவது பற்றிக்கொள்ள வேண்டிய கட்டாயத்தில் மனம் இருக்க, கடவுளும் சடங்குகளும் துணை வருகின்றன. நத்தை வேகத்தில் செயலாற்றிய ராணாவினால், அவர் பம்பாய்க்கு வரும் நேரத்தில், காந்தியின் கொலைகாரர்கள் திரும்ப டில்லிக்கு அருகில் வந்துவிட்டார்கள்.

பம்பாய்க்கு வந்த ராணா, நேரே ரயில் நிலையத்திலிருந்து, நகர்வாலாவின் வீட்டுக்குச் சென்றார். அங்கே, டில்லியில் கொடுத்த அத்தனை ஆவணங்களையும் அவரிடம் கொடுத்தார்.

அவர்கள் இருவரும் விருந்து சாப்பாடு சாப்பிட்டு, மது அருந்தி, மகிழ்வாகப் பேசிக்கொண்டிருந்தனர். அப்போது காந்தி கொலை முயற்சி புலன் விசாரணை பற்றி பேச்சு திரும்பியது.

"பாஸ், அந்த டில்லி ஆட்களுக்கு ஆங்கிலேயர் போனவுடன் கூடவே புத்திசாலித்தனமும் போய்விட்டதுவா?" என்று கேட்டார் நகர்வாலா.

"என்ன சொல்லுகிறாய், நகர்வாலா?" என்று கேட்டார் ராணா.

"காந்தியை இந்த அகதி கொல்லுவதால் அவனுக்கு என்ன பிரயோஜனம்? என்னுடைய அனுமானம் என்னவென்றால், ஏதோ ஒரு அமைப்பு, பணம் திரட்ட காந்திஜியை உயிரோடு பிடித்து, பெரும் பணயத் தொகை கேட்கத்தான் இதைச்செய்திருக்கிறது என்பதுதான்."

"அப்படியானால், பிடிபட்ட அகதி யார்?"

"அவன் நம் கவனத்தைத் திசை திருப்ப பயன்படுத்தப்படும் ஒரு சிறு கருவி. அவன் வழியாக நம் தயார் நிலையை கணிக்க ஆசைப் படுகிறார்கள். அவ்வளவுதான்"

"ஆனால் நமக்குத் தெரிந்து, பம்பாயில் பெரிய சதிக்கூட்டம் ஏதுமில்லையே"

"இருக்கிறது. இதை இரகசியமாக வைத்துக்கொள்ளுங்கள். இந்தக் கைதான அகதி மதன்லால் தனக்குத் தெரிந்த ஒருவரிடம் சாவர்க்கர் தூண்டித்தான் நான் காந்தியைக் கொலை செய்யப்போகிறேன் என்று தேசாயிடம் சொன்னதாக அமைச்சர் என்னிடம் சொன்னவுடன், சார், சாவர்க்கரை கைதுசெய்து விசாரிப்போம் என்று சொன்னேன். அவர் வகுப்புக் கலவரம் பற்றியெறியும் என்று பயப்பட்டு, அது கூடாது என்கிறார்."

"நீ சதியை வேறு தளத்துக்கு நகர்த்துகிறாயே"

"உண்மை பெரும்பாலான வேளைகளில் தூக்கலாகத் தெரியாது என்பதை நாம் புலன் விசாரணையின் பால பாடமாகக் கொண்டிருக் கிறோம். அப்படிப் பார்த்தால் இது புரியும்"

"சரி, நாளைக்கு இந்த ஆவணங்களைப் படித்து, அதில் ஒன்றிரண்டு பேர் இருக்கிறார்கள். அவர்களை விசாரித்து தகவல் அனுப்பு"

"சரி பாஸ்..ஆனால் இதன் வேர் எங்கோ இருக்கிறது. அதை நாம் விட்டுவிடுகிறோமோ என்று எனக்குப்படுகிறது"

"புலனாய்வுத் துறைத் தலைவர், இந்த விசாரணையில் நம்மை நம்பியிருக்கிறார். விசாரணை நடத்தி அவருக்கு ஒரு அறிக்கை அனுப்பிவிடு. டில்லி விசாரணையில் முன்னேற்றம் ஏதுமில்லை. நாம் செய்தால்தான் ஏதாவது முன் செல்லும்" என்று அவர்கள் முடித்துக் கொண்டு மகிழ்வுடன் படுக்கச் சென்றார்கள்.

காந்திஜி அவர் பாடையில் படுத்திருக்கிறார் என்பதை காவலரும், காந்திஜியின் சீடர்களும் புரிந்துகொள்ளவில்லை.

மிக எளிதாக அவர்கள் காந்திஜியைக் காப்பாற்றியிருக்க முடியும். அவர்களிடம் பொது அறிவும், சாதுரியமும், மிக முக்கியமாக அக்கறையும் அதிகம் இல்லை.

25. 'நாம் நன்னெறி அடிப்படையிலான மூலதனத்தைக் கொண்டவர்களாக இருக்கிறோம்'

காந்திஜியின் சீடர்களாக, அவர் சொன்னதைச் செய்துகொண்டிருந்த காங்கிரஸ் தலைவர்கள், சுதந்திரம் பெற்று ஆட்சியில் அமர்ந்த பின், அவர்களின் நோக்கும் போக்கும் முற்றிலும் மாறிவிட்டன.

அவர்களுக்கு வழிகாட்டியாக, ஒளிவிளக்காக இருந்த காந்திஜி இப்போது பெரும் தடைக்கல்லாக மாறிவிட்டதாக உணர்ந்தார்கள். இந்தக் கிழவரின் தொல்லையும் தொணதொணப்பும் தாங்க முடியாத அளவிற்கு இருக்கிறது என்று நினைத்தார்கள். தனக்கு வித்தை கற்றுக் கொடுத்த ஆசான், கால ஓட்டத்தால் கவைக்கு உதவாதவராக ஆகி விடுவதைப் போல காந்திஜி ஆகிவிட்டதாக அவர்கள் கருதினார்கள். காந்தியின் இடையூறு இல்லாமல் இருந்தால் இன்னும் சிறப்பாக தங்கள் வழிப்படி ஆட்சி நடத்தலாம் என்று இன்பக் கனா கண்டு கொண்டிருந்தார்கள்.

பம்பாய் மாநிலத்தின் உள்துறை அமைச்சர் மொரார்ஜி தேசாய், அகமதாபாத்தில் உதவிப் பிரதமரும், உள்துறை அமைச்சருமான வல்லபாய் பட்டேலிடம், பேராசிரியர் ஜே.சி.ஜெயின் சொன்ன தகவலைச் சொல்லியிருக்கிறார். டில்லி வந்த படேல் அதை புலனாய்வுத் துறைத் தலைவர் சஞ்சீவியிடம் சொல்லவில்லை. இவ்வளவுக்கும், காந்திஜி மீது நடந்த கொலைத் தாக்குதல் விசாரணையைத் தினமும் சஞ்சீவி அவரிடம் கலந்து உத்தரவுகளைப் பெற்று வந்தார். இது ஏன் என்று தெரியவில்லை. அதில் சாவர்க்கர் பெயரும் கலந்துள்ளதால், புலன் விசாரணை அந்தத் திக்கில் திரும்பிவிடக் கூடாது என்ற அக்கறையாலா? காரணம் தெரியவில்லை.

தீவிர இந்துமத இயக்கங்களான ஆர்.எஸ்.எஸ்ஸும், இந்து மகாசபையும், விடாமல் பொய் வதந்திகளைப் பரப்பி காந்திஜியின் பெயரைக் கெடுத்துக்கொண்டிருந்தன. டில்லியில் ஏற்பட்டுள்ள அகதிகளின் பிரச்சினை ஒரு அரசிற்கு சவாலாக இருந்திருக்கும். ஆனால், சரியான திட்டமிடுதல் மூலம் பொறுமையாக அதைக் கையாண்டிருக்க முடியும். ஆனால் அதை அகதிகளிடம் ஊதிப் பெரிதாக்கி, இந்து முஸ்லிம்களிடையே நிரந்தர பிளவை ஏற்படுத்தியது

இந்த இயக்கங்கள்தான். காந்திஜியை கோழை, முகம்மது தாஸ் காந்தி என்று கேலி பேசி அவர் பெயருக்கு களங்கம் விழைத்தது இந்த இயக்கங்கள்தான். அதை எதிர்த்து காந்திஜியைக் காப்பதற்குப் பதில், படேல் இவர்களை உண்மையான தேசபக்தர்கள் என்று அழைத்தார். ஆர்.எஸ்.எஸ், இந்து மகாசபையினர் அப்படியே காங்கிரசில் இணைந்துவிடவேண்டும் என்றும் கேட்டுக்கொண்டார். நேருவுக்கும் தனக்கும் இருக்கும் அரசியல் போட்டியில், தன் கரத்தை இந்த சக்திகளின் வரவால் வலுவாக்கிக்கொள்ள முடியும் என்று அவர் கணக்குப் போட்டிருக்கலாம். தன் இரு முதன்மைச் சீடர்களின் இந்த அரசியல் பூசல் காந்திஜிக்கு மிகுந்த மன வருத்தத்தைத் தந்தது.

காந்திஜி எதற்கு தன் வாரிசாக நேருவை அறிவித்தார் என்பதை காரண காரியத்தால் அறிந்துகொள்ள முடியாத ஒன்றாகவே இருந்தது. காந்திஜி மீது கொண்ட அன்பைத் தவிர, நேரு காந்திஜியின் பல கருத்துக்களின் முரண்பட்டு நின்றார். இருவரும் தத்துவ, ஆன்மீக, அரசியல் நோக்கில் வித்தியாசமான கருத்துக்களைக் கொண்டிருந்தனர். அதனால்தான் காந்திஜி அவரைத் தன் அரசியல் வாரிசாக அறிவித்திருக்க வேண்டும். தன்னைத் தாண்டி, தன் கருத்துக்களுக்கு அப்பால் உயர்ந்து பார்க்கவும், தன்னைவிட வித்தியாசமாக தீர்வுகளைக் கண்டுகொள்ளும் மனிதராகவும் நேருவை அவர் பார்த்திருக்க வேண்டும். ஆகவே தன்னின் முரணான நேருவை அவர் தேர்ந்தெடுத்திருக்க வேண்டும். முரணே மாற்றத்தைக் கொணருகிறது என்று அவர் தனக்குள் கருதியிருக்க வேுண்டும். அந்த நேருவே, இப்போது தன்னைவிட ஆங்கிலேயரான கவர்னர் ஜெனரல் மவுட்ண்பாட்டனிடம் நெருக்கமாக இருப்பதாகவே காந்தி உணர்ந்தார்.

தேசப் பிரிவினைக்கு காந்திஜி ஒருபோதும் உடன்படவில்லை. ஆனால், முஸ்லிம் லீக் நடத்திய நேரடி நடவடிக்கை எனும் காவாலித் தனத்திற்கு எதிராகப் போரிட வேண்டும் என்ற காந்திஜியின் நிலையை ஏற்காமல், முதலில் படேலும், பிறகு நேருவும், காந்திஜியிடம் கலந்து கொள்ளாமல் நாட்டுப் பிரிவினைக்கு ஒத்துக்கொண்டனர். தங்களின் இந்தக் கருத்துக்கு காந்திஜி ஒரு தடையாக நிற்பதாக அவர்கள் கருதினார்கள். ஆனால் பழி காந்திஜி மீது வந்து விழுந்தது. அப்போதும் 'காந்திஜி பொறுப்பில்லை, நாங்கள்தான் காரணம்' என்று அவர்கள் அறிவிக்கவில்லை. அவர்கள் சார்பாக காந்திஜி சிலுவையைச் சுமந்தார்.

தனக்கு பாதுகாப்பு வேண்டாம் என்று காந்திஜி சொல்லுவது ஒன்றும் புதிதில்லை. ஆனால் உண்மையிலே ஆபத்து இருக்கிறது

என்ற தகவல் வந்தபின், மாற்று ஏற்பாடுகளைச் செய்யாமல், அப்படியே காந்திஜியின் வார்த்தைகளை ஏற்று நடக்க படேல் உத்தர விட்டது ஆச்சரியமாகத்தான் இருக்கிறது. காந்தியை எவர் கொல்லுவார் என்ற மிகு நம்பிக்கையால் அவர் அவ்வாறு நடந்துகொண்டாரா, தெரியவில்லை.

இது போன்ற அரசியல் சூழலில் காந்திஜி மனம் வெதும்பி தான் ஒதுக்கப்படுவது குறித்து மிகவும் வருத்தம் அடைந்தார். ஆனாலும் அவர்களின் ஆட்சிக்கு ஆபத்தான இந்து - முஸ்லிம் கலவரம் வந்த போது, காந்திஜி அவர்கள் கேட்காமல், தன் உயிரைப் பணயம் வைத்து, நாட்டின் கொதிக்கும் அரசியல் நிலைமையைக் கணிசமான அளவுக்குத் தணித்து அமைதி நிலைமைக்குக் கொணர்ந்தார். பக்கத்தி லிருக்கும் பாக்கிஸ்தானில் இஸ்லாமிய அரசு என்ற நிலவொளி மங்கி, ஜின்னா மீது மக்கள் வெறுப்பு வளர்ந்துகொண்டிருந்தது. இந்தியாவில் காங்கிரஸின் மீது நற்பெயர் குலையாமல் அதன் மக்கள் பின்புலத்தை தக்க வைத்துக்கொள்வதில் காந்திஜி வெற்றி பெற்றார். அது பொறுக்காத மதவாத சக்திகள் காந்திஜியை நீக்கினால்தான், காங்கிரசையும் அதன் தலைவர்களையும் சந்திக்குக் கொணர முடியும் என்று திட்டமிட்டு உழைத்தன. காந்திஜிக்குப் பின்னால் சாமான்ய மனிதர்கள் இருந்தனர். ஆனால், காங்கிரஸ் தலைவர்கள், பதவி, பணம் ஆகியவற்றின் பின்னே ஓடிக்கொண்டிருந்தார்கள்.

23ஆம் தேதி மருத்துவர் பி. சி. ராய் காந்திஜியின் உடல் நிலையைப் பரிசோதித்தார், உண்ணா விரதத்தால் காந்திஜியின் உடல் நிலை கெட்டுப்போயிருக்கிறது. அதன் பிறகு அவர் உடல் மெதுவாகத்தான் தேறிவருகிறது. அவருக்கு இப்போது மிக முக்கியத் தேவை ஓய்வு. அவர் டில்லியில் இத்தனை சவால்களுக்கு மத்தியில் இருந்தால் உடல் நலம் தேறாது. ஆகவே, டாக்டர் ராய், காந்திஜியிடம் வார்தாவிலுள்ள சேவாகிராமுக்குச் சென்று வாருங்கள் என்று ஆலோசனை சொன்னார். அது காந்திஜிக்கு பிடித்திருந்தது. சேவாகிராமத்திலிருந்து அவர் வந்து ஏறக்குறைய ஒன்றரை வருடங்கள் ஆகிவிட்டிருந்தன, ஆகவே போய் வரலாம், டில்லியிலிருந்து கிளம்புவோம் என்று பயணத் திட்டம் வகுக்கச் சொன்னார்.

அப்போது வாயிலில் இருந்த பாதுகாப்பு காவலர் காந்தி இருக்கும் அறைக்கு வந்து, காந்திஜியின் அணுக்க தொண்டரிடம், “வாசலில் இரு இளைஞர்கள் காந்திஜியை பார்த்தே ஆகவேண்டும் என்று அடம் பிடிக்கிறார்கள். முடியாது என்று உறுதியாக நாங்கள் சொல்லிவிட்டோம்.

கேட்க மாட்டேன் என்கிறார்கள். காந்திஜியைப் பார்க்க அனுமதி மறுத்தால் சத்யாகிரகம் செய்வோம் என்று தகராறு பண்ணுகிறார்கள்" என்று சொல்லும்போது காந்திஜி அந்தப் பக்கம் வந்து அவர் சொல்லுவதைக் கேட்டார்.

"என்னிடமே சத்யாகிரகம் செய்யப்போகிறார்களா?" என்று மிகுந்த சிரிப்புடன் கேட்டுக்கொண்ட காந்திஜி, அந்தக் காவலரிடம், "அவர்கள் யார்?" என்று கேட்டார்.

"மகாத்மாஜி, அவர்களை விசாரித்தோம் இருவருக்கும் இருபது வயதிருக்கும். ஒருவன் லாகூர் அகதி. இன்னொருவன் சீக்கியன். உங்களைச் சந்தித்து ஒரு வார்த்தை பேசிவிட்டு போய்விடுகிறோம் என்று ஒற்றைக் காலில் நிற்கிறார்கள். எங்களுக்குப் பயப்பட மாட்டேன் என்கிறார்கள். அதுதான் இது பிரச்சினை ஆகாமலிருக்க இங்கு வந்தேன்" என்றார்.

"இங்கு வரச் சொல்லுங்கள், இருவருக்கும் என்னால் ஐந்து நிமிடம் மட்டும் ஒதுக்க முடியும் என்று கண்டிப்பாகச் சொல்லி அனுப்பி வையுங்கள்" என்றார் காந்திஜி.

காவலர் போகும் போது, காந்திஜியின் அணுக்கத் தொண்டர், ஓடிப்போய் காவலரிடம் ஏதோ சொன்னார்.

தொண்டர் திரும்பி வந்தபோது, காந்திஜி அவரிடம் கேட்டார், "அவர்களை நன்கு சோதித்து அனுப்புங்கள் என்று சொன்னாயா?" என்று கேட்டார்.

அவரும், தயக்கத்துடன் "ஆமாம்" என்று சொன்னார்.

"இத்தனை வருடம் என்னப் பத்திரமாக காத்துவரும் கடவுள், இனியும் காக்க மாட்டார் என்று நம்பிக்கையில்லையா உனக்கு? எனக்கு எதிரிகள் என்று எவருமில்லை. நான் நண்பர்களைவிட என் எதிரிகள் என்பவர்களை அதிகமாக நம்புகிறேன்" என்றார்.

காந்திஜியைப் பார்க்கச் செந்தூர் பாண்டியனும், கிஷன்சிங்கும் ஓடி வந்தார்கள். அவர்களோடு வந்த வயதான காவலவர், இளைஞர்கள் வேகத்துக்கு ஓட முடியாமல் மூச்சு வாங்க ஓடிவருவதைப் பார்த்து சிரித்தார் காந்திஜி.

நாற்காலியில் உட்கார்ந்திருந்த காந்திஜியின் காலில் இருவரும் விழுந்து வணங்கினார்கள்.

“எழுந்திருங்கள் நண்பர்களே” என்று அவர்கள் இருவர் தலையில் காந்திஜி தொட்டார். அந்தத் தொடுதல் அவர்களிடம் பெரும் அதிர்வுகளை ஏற்படுத்தியதாகவும், தாங்கள் வந்த நோக்கம் நிறைவேறிவிட்டதாகவும் அவர்கள் உணர்ந்தார்கள்.

எழுந்து நின்ற அவர்களை உட்காரச் சொன்னார். அவர் முன்னே தரையில் உட்கார்ந்தார்கள்.

“உங்கள் பேரென்ன?” என்று காந்திஜி கேட்டார்.

“என் பெயர் செந்தூர் பாண்டியன். மதராசி. ஆனால் பிறந்து வளர்ந்ததெல்லாம் லாகூரில். அங்கிருந்து அகதியாக இந்தியா வந்தேன். நீங்கள் உண்ணாவிரதம் இருப்பதைக் கேட்டு என் மனம் பொறுக்க வில்லை. உங்கள் பக்கத்தில் உட்கார்ந்து உங்களைத் தரிசிக்க வேண்டுமென்று டில்லிக்கு வந்தேன்” என்றதும், காந்திஜி, கிஷன்சிங்கைப் பார்த்தார்.

“நான் சீக்கியன். என் பெயர் கிஷன்சிங். அமிர்தசரஸ் என் சொந்த ஊர். முஸ்லிம் அகதிகளைக் கொலைசெய்த பாவி நான். டில்லியில் உங்களைக் கொல்லக் காத்திருந்தேன். ஒரு பெண் எவரும் செய்யாத விதமாக, தன் ஆடைகளை அவித்து, ‘என்னைக் கொன்றுவிட்டு, பிறகு மகாத்மாவைக் கொல்’ என்றாள். அவள் உடையைக் களைந்து என் மனதை மாற்றினாள். எனக்கு மனது நிம்மதியில்லை, எங்குப் போனாலும் அந்தப் பெண்ணின் ஆடையற்ற உடல் என் நிம்மதியை விரட்டியது. வேறு வழியில்லாமல் உங்கள் பிரார்த்தனைக்கு வந்தேன். எனக்கு நிம்மதி கிடைத்தது. நான் புது மனிதனானேன். அங்கேதான் செந்தூரைச் சந்தித்தேன். நண்பரானோம்” என்றான் கிஷன்சிங்.

“இப்போது எதற்காக என்னைப் பார்க்க வேண்டும் என்றீர்கள்?” என்று கேட்டார் காந்திஜி.

“நீங்கள் இங்கிருக்கும் வரை, உங்களின் அருகிலிருந்து, உங்களின் தொண்டராக இருக்க வேண்டும், உங்களை எங்கள் தோளில் சுமந்து செல்லுவோம். இதற்கு உத்தரவு தர வேண்டும்” என்றான் செந்தூர் பாண்டியன்.

“என்னைப் பார்த்துக்கொள்ள எனக்கு ராம நாமம் இருக்கிறது. உங்களின் ஆற்றலை இங்கே வீணாக்க வேண்டாம் அகதிகளின் நலனுக்காகச் செலவிடுங்கள்”

“காந்திஜி! உங்கள் பேச்சுக்கு மறுத்துப் பேசுகிறோம் என்று நினைக்காதீர்கள். எங்களின் வாழ்வில் மறக்க முடியாத அனுபவத்தை

உங்கள் காலடியில் நாங்கள் பெற எங்களை உங்களோடிருக்க அனுமதியுங்கள்"

ஒரு விநாடி யோசித்த காந்திஜி, "சரி அடுத்த வாரம் நான் சேவாகிராம் போகிறேன். அதுவரை நீங்கள் என்னோடு இருங்கள்" என்று சொல்லிவிட்டு, அருகில் நின்றுகொண்டிருந்த ஆபாவிடம், "இந்த இளைஞர்களைக் கவனித்துக்கொள்" என்று சொல்லிவிட்டு, தன் வேலையைப் பார்க்க ஆரம்பித்தார் காந்திஜி.

அவர்கள் இருவரும் பெரும் மகிழ்வு அடைந்தார்கள். தங்கள் அருகில் வந்த ஆபாவிடம், "உங்களை எப்படிக் கூப்பிடுவது?" என்று கேட்டான் செந்தூர் பாண்டியன்.

"என் பெயரைச் சொல்லிக் கூப்பிடலாம். என்னை சகோதரி என்று கூப்பிட்டால் எனக்கு சந்தோசமாக இருக்கும்" என்றாள் ஆபா.

அவளைப் பார்த்ததும், செந்தூர் பாண்டியனுக்கு சலேலா நினைவு வந்தது. சலேலாவும் இவளைப்போல சிறு பெண்ணாகத்தான் இருந்தாள்.

"இங்கு நாங்கள் என்ன செய்ய வேண்டும் என்று சொல்லுங்கள், சகோதரி" என்றான் கிஷன்சிங்.

"இங்கு முதலில் அவசரப்படாமல், அமைதியுடன் இருந்து நடப்பதைக் கவனியுங்கள். பிறகு தானே என்ன செய்யவேண்டும் என்று தெரியும்" என்றாள் அவள்.

அன்று மாலையில் காந்தி பிரார்த்தனை மைதானத்திற்கு நடக்கும் போது அவருக்குப் பின்னால் இருவரும் நடந்தார்கள். ஒரு சீக்கியர் காந்திஜியின் முன்னே நடந்துகொண்டு, கூட்டம் எதுவும் அவர் வழியை தடுத்துவிடாமல் பார்த்துக்கொண்டு நடப்பார். காந்திஜி அவரை என் வழிகாட்டி என்று சொல்லிச் சிரிப்பார். அவர் பெயர் குர்மஷன்சிங். அவர் அருகில் கிஷன்சிங் போய் நின்றுகொண்டான். அந்தச் சீக்கியரோடு நடந்தான். அவர் அன்போடு அவனை ஏற்றுக்கொண்டார்.

மேடையின் அருகே நின்றுகொண்டு, வந்திருக்கும் மக்களை இருவரும் பார்த்தார்கள். செந்தூர் பாண்டியன், பூனாவின் சதிகாரர்கள் யாரும் கண்ணில் படுகிறார்களா என்று ஒவ்வொருவராகப் பார்த்தான். காந்திஜியின் பக்கம் எவராவது சந்தேகப்படும்படி இருந்தால் அருகில் வராமல் காத்து நின்றார்கள்.

"நன்னெறியில் பயணிக்கும் நாடு என்ற முறையில் இந்தியா உலகுக்கே உதாரணமாகத் திகழ வேண்டும். நாம் நன்னெறி அடிப்படையிலான மூலதனத்தைக் கொண்டவர்களாக இருக்கிறோம். இது பணபலத்திலிருந்து வேறுபட்டது. இந்த மூலதனத்தைச் செலவிடச் செலவிட ஒழுக்க நெறி என்ற சக்தி தொடர்ந்து அதிகரிக்கிறது. இது மட்டுமே காங்கிரசின் சக்தியாக இருக்க வேண்டும், வேறு எந்த அடிப்படையில் அதன் சக்தி அமைந்தாலும், அதிகாரத்திற்கு வந்தபின் பிற மதிப்பீடுகளில் புரட்சிகர மாற்றங்களைக் கொண்டு வந்துள்ளதாக கூறிக்கொள்பவற்றை அது இழக்க நேரிடும்" என்று காந்திஜி பேசினார்.

உணர்ச்சி பிசுபிசுப்பில்லாமல் வெகு சாதாரணமாக காந்திஜி பேசியது செந்தூர் பாண்டியனுக்கு புது சக்தியை அவனிடம் ஊட்டியதாய் உணர்ந்தான்.

ஜனவரி 25ஆம் தேதியன்று, ஆப்தேவின் மனைவி சம்பாவுக்கு, வியாஸ் என்பவரிடமிருந்து ஒரு தந்தி வந்திருந்தது. அவளுக்கு அது என்னவென்று புரியவில்லை. அவள் கோபாலிடம் அந்தத் தந்தியைக் கொடுத்தாள். அதைப் படித்த கோபாலுக்கு தெரிந்தது. கார்க்கரே பம்பாய்க்கு வந்துவிட்டான்; அவன் ஆப்தே, நாதுராம் கோட்சேயைச் சந்திக்க விழைகிறான்; ஆக அவர்கள் மூவரையும் சந்திக்க வைக்கும் இணைப்பு தன்னிடம்தான் இருக்கிறது என்று புரிந்துவிட்ட கோபால், உடனே பம்பாய் செல்ல முடிவெடுத்தான். இன்றோடு அவன் விடுப்பு முடிந்து நாளைக்கு அவன் வேலையில் சேரவேண்டும். ஆகவே நேரமில்லையாதலால், தன் கையிலிருந்த, பாட்கேயின் ரிவால்வரை எடுத்துக்கொண்டு அவன் புறப்பட்டான்.

பம்பாயில் நாதுராமும், ஆப்தேயும் பரஞ்ச்பே என்ற செல்வந்தரின் வீட்டுக்குச் சென்றனர். அவர் சில்வர் பேங்க் கம்பெனியின் முதலாளிகளில் ஒருவர். அவரைச் சந்தித்தார்கள்.

"என்ன விஷயம்?" என்று கேட்டார்.

"இந்து ராஷ்டிரா பத்திரிகை நடத்துகிறோம். பத்திரிகை நடத்துவதும், மானாவாரியில் விவசாயம் செய்வதும் ஒன்று என்பது உங்களுக்குத் தெரியும்" என்றான் ஆப்தே.

"கஷ்டப்பட்டு பத்திரிகை நடத்துகிறீர்கள் என்பதற்காய் நான் அனுதாபப்படலாம். ஆனால், என் வங்கியில், லாபமாக தொழில் செய்பவர்களுக்குத்தான் கடன் கொடுப்போம்"

"இந்த நாட்டில் ஒரு சோகமான நிலை இருக்கிறது பார்த்தீர்களா. இந்துக்கள் செல்வந்தர்களாக இருக்கிறார்கள். ஆனால் இந்துக்களுக்காக உழைப்பவர்கள் பக்கிரிகளாக இருக்க வேண்டும் என்று அவர்கள் எதிர்பார்க்கிறார்கள். இதை மீறி நாங்கள் பத்திரிகையை நடத்துகிறோம். கோயிலை லாபத்துக்காக மட்டும் நடத்த முடியாது என்பதுபோல கொள்கைக்காக நிற்கும் பத்திரிகையை உடனே லாபத்தில் நடத்திவிட முடியாது."

"சக இந்துவாக நான் இரக்கம் காட்டலாம். ஆனால் என் தொழிலில் அதற்கு இடமில்லை."

"இந்துக்கு சொந்த நாட்டில் பாதுகாப்பில்லை. பக்கத்து நாட்டில் நாம் இந்து என்பதால் நம்மைக் கொல்லுகிறார்கள். நம் நாட்டில் முகம்மதியர்களுக்கு பாதுகாப்புக் கொடுத்து அவர்களின் தர்காவை பழுதுபார்த்து, முஸ்லிம்கள் கையில் கொடுத்து அவர்களின் உர்ஸ் எனும் விழாவைக் கொண்டாடுகிறோம். யாருக்காக இந்த நாடு இருக்கிறது? இந்துக்கள், இங்கு வந்த வந்தேறிகளுக்கு விழா எடுத்துக் கொண்டு, தாங்கள் பண்டாரமாக, நாதியற்றவர்களாக அலைய வேண்டுமா? இப்படி யாரும் கேட்கத் தயங்கும் கேள்விகளை நாங்கள் கேட்கிறோம்"

"மெஹ்ராலியில் இருக்கும் குவாஜா சையத் குதுபுதின் பக்தியார் தர்காவில் உர்ஸ் விழாவை சர்வ சமய விழாவாக கொண்டாட வேண்டும் என்று காந்திஜி சொன்னதை சொல்லுகிறீர்களா?"

"ஆமாம். அந்த மெஹ்ராலி யாருடைய தலைநகரம் தெரியுமா?"

"பிருத்வி ராஜ் சௌகானின் தலைநகரம். அது இப்போது எப்படி யிருக்கிறது தெரியுமா? டில்லிக்கு பால் கொண்டுவரும் இடையர்கள் வாழும் இடம். விமானத்திலிருந்து பார்க்கும்போது அங்கிருக்கும் வீடுகளும் குப்பை மேடுகளும் ஒரே உயரத்தில் தெரியும்."

"அங்கு எப்போதாவது முன்பு இந்த தர்கா இருந்ததா? இருந்திருந்தால் இந்துக்களுக்காகப் போராடிய அந்த மன்னன் அதை வைத்திருப்பானா?"

"வரலாற்றை இன்றைய வசதிக்கேற்ப வளைப்பது, என்னைப் பொறுத்தவரை அறிவின் மோசடி என்பேன்"

"இரண்டு நாட்களுக்கு முன்னால், பாகிஸ்தானின் எல்லை மாநிலத்தில், பார்சினார் எனும் இடத்தில் தங்க வைக்கப்பட்டிருந்த

பாகிஸ்தான் அரசு அனுப்பியவர்கள் பழங்குடி இஸ்லாமியர்கள் என்ற பெயரில், இந்துக்களைத் தாக்கி, அப்பாவி இந்துக்களும் சீக்கியர்களும் இருநூறுக்கு மேற்பட்டோர் உயிரிழந்திருக்கின்றனர். இளம் பெண்களைக் கடத்தினார்கள். அவர்களை வன்முறைக்கு உள்ளாக்கினார்கள், கற்பழித்தார்கள், ஆளுக்கு ஆள் பெண்களைப் பரிமாறிக் கொண்டார்கள். அவர்களை விற்றார்கள், அடித்துக் கொல்லவும் செய்தார்கள். இதைச் செய்தது இஸ்லாமியர்கள்தானே. அந்த இஸ்லாமியர்களின் தர்காவிற்கு விழா எடுப்பது எப்படி நியாயம்?"

"பார்சினாரில் நடந்தது மாபெரும் கொடூரம். அது நடந்தது, வேற்று நாட்டில். பாகிஸ்தானில் சில இஸ்லாமியர்கள் தகாத முறையில் நடந்தால் நாமும் அப்படி அநாகரிகமாக நடக்க வேண்டுமா? அநாகரிகத்தை, முடிந்தால் நாகரிக பண்பால் எதிர்கொள்ளுவது நம் கலாச்சார உயர்வைக் காட்டுமில்லையா?"

"இல்லை, நம் கோழைத்தனத்தைக் காட்டும். அவர்கள் வாளெடுத்தால் நாம் துப்பாக்கி எடுக்க வேண்டும். அப்போதுதான் அவர்கள் அடங்குவார்கள். இந்தியாவில் இருக்கும் முஸ்லிம்கள் மீதும் நாம் தாக்க வேண்டும். பழிக்குப் பழிதான் அவர்களை அடக்கும் சிறந்த மருந்து."

"அதை பாக்கிஸ்தானில் போய் செய்து பாருங்கள். இந்தியாவில் இருக்கும் முஸ்லிம்களும் இந்த நாட்டில் பிறந்தவர்கள்தானே. இந்துக்களைப் போல அவர்களுக்கும் சகல உரிமை உண்டில்லையா?"

"இது இந்து தேசம். இங்கு இந்துக்களுக்குத்தான் முதலிடம். மற்றவர்கள் இந்துக்களின் பெருந்தன்மையாலும், கருணையாலும் இங்கு இருக்கலாம்."

"இதற்குப் பெயர் ஜனநாயகம் இல்லையே."

"பெரும்பான்மை மக்களின் கருத்தின் அரசியல் வடிவம் ஜனநாயகம். அப்படியென்றால், இந்துக்களின் கருத்துதான் இங்கு பிரதானம். அதை மீறி மற்றவர்களின் கருத்துக்கு எப்படி மதிப்புக் கொடுக்க முடியும்? பெரும்பான்மையானவர்களின் கருத்தை பிரதி நிதித்துவப்படுத்தும் நாங்கள்தான் உண்மையான ஜனநாயகவாதிகள்"

"பாகிஸ்தானில் முஸ்லிம்கள், தங்களை இஸ்லாமிய நாடு என்று பிரகடனப்படுத்திச் செய்வதை, நீங்கள் இங்கே ஜனநாயக நாடு என்று சொல்லிக்கொண்டு செய்கிறீர்கள். உங்களுக்கும் அவர்களுக்கும்

என்ன வித்தியாசம்?'' என்று அவர் கேட்டதும் அவர்கள் பேசாமல் இருந்தார்கள்.

''இது காந்திஜியின் தேசம். காந்தி தன்னை வருத்தி உண்ணா விரதம் இருந்து அனைவருக்கும் சுதந்திரம் பெற்ற தேசம் இது. அதில் இந்து தவிர மற்றவர்களுக்கு உரிமையில்லை என்று சொல்லுவது சரியாக இருக்குமா?'' என்றதும்,

இதுவரை பேசாமலிருந்த கோட்சே சொன்னான், ''உண்ணா விரதத்தைக் கைவிட காந்தி விதித்த ஒவ்வொரு நிபந்தனையும் இந்துக்களுக்கு எதிரானது''

''காந்தி அப்படிச் சொல்லுவதுதான் இந்துக்களுக்குப் பிடிக்கவில்லை. அதனால்தான் இந்துக்கள் அவரை முழுமையாக நம்பவில்லை. அவர் இல்லாத இந்தியா வளமையானதாக இருக்கும் என்று மக்கள் நினைக்க ஆரம்பித்திருக்கிறார்கள்'' என்றான் ஆப்தே.

''எனக்கென்னவோ, நீங்கள் செல்லும் வழி பிடிக்கவில்லை. எல்லா மனிதருக்கும் பிறப்பால் சமத்துவம் வேண்டும், மதத்தால் சமத்துவம் வேண்டும், செய்யும் தொழிலால் சமத்துவம் வேண்டும். அதுதான் உன்னதமான, அமைதியான ஒரு நாட்டை உருவாக்கும். இந்துக்களுக்கென்று ஒரு நாட்டை உருவாக்க வேண்டும் என்றால், உள்ளுக்குள்ளும் வெளியிலும் எதிரிகளை உருவாக்குகிறீர்கள். உண்மையான, அல்லது கற்பனையான எதிரியை எதிர்த்து போராடு கிறோம் என்று சொல்லி வாழ்வின் வசந்தத்தை நீங்களும் மற்றவர்களும் அனுபவிக்காமல் செய்துவிடுவீர்கள்'' என்று சொன்னார்.

ஆப்தேக்கும், கோட்சேக்கும் தாங்கள் வந்த காரியத்துக்கு ஆதரவாக அவர் பேசி பணம் தருவார் என்று நினைத்திருக்க அவர் என்னவோ பேசி எங்கோ போய்விட்டாரே, பணம் கிடைக்காதோ என்று சஞ்சலம் அடைந்தார்கள்.

''நீங்கள் என்னை நாடி வந்திருக்கிறீர்கள். உங்கள் பத்திரிகைக்கு உதவ வேண்டும் என்று நான் மனத்தளவில் நினைத்துவிட்டேன். என்னால் நீங்கள் கேட்ட 25000 ரூபாய் கடன் தர முடியாது. தனிப்பட்ட முறையில் என் பணம் பத்தாயிரம் ரூபாய் தருகிறேன். இது கடன். வட்டிவேண்டாம்'' என்றார்.

இருவருக்கும் மகிழ்ச்சியை அடக்க முடியவில்லை. அதிகமானால் ஐயாயிரம் கிடைக்கும் என்று வந்தவர்களுக்கு இந்தப் பெரிய தொகை பெரும் புதையல் போன்றதுதான்.

"நன்றி சார்" என்றனர்.

"ஒன்றை மட்டும் நான் சொல்லுவேன். காந்திஜி உங்களைப்போல ஒரு பத்திரிகையாளர். அவர் தன் வருமான வரம்புக்குள் பத்திரிகை நடத்துபவர். பொதுப் பணத்தில் ஒவ்வொரு பைசாவுக்கும் கணக்கு வைக்க வேண்டும் என்று தானொரு திறந்த புத்தகமாக நடந்து கொள்பவர். பொதுப்பணத்தை தன் சொந்தக் காரியத்துக்காக எடுத்துக் கொள்வதில்லை. நல்லவர்களை வெறுக்காதீர்கள். அவர்களைப் பின்பற்றுங்கள்" என்று கூறிவிட்டு, நாளைக்கு வந்து பணத்தைப் பெற்றுச் செல்லுங்கள் என்றார்.

பத்திரிகையை வளர்ப்பதற்கு என்று பொய்சொல்லி, நிதி பெற்று அதை சொந்த வசதிகளுக்கும், காந்தியைக் கொல்லுவதற்கும் செலவிடுகிறோமே என்ற குற்ற உணர்வு அவர்களிடம் இல்லை.

இருவரும், ஃபோர்ட் பகுதியில் இருக்கும் ஏர் இந்தியா அலுவலகத்துக்குச் சென்று, 27ஆம் தேதி, விமானத்தில் பயணச்சீட்டு பதிவு செய்தனர். தங்கள் பெயர்களை நாராயணராவ் என்று ஆப்தேவும், என். விநாயக்ராவ் என்று கோட்சேயும் பொய்யான பெயரில் பயணச் சீட்டு வாங்கினார்கள். எல்பின்ஸ்டோன் அன்னெக்ஸ் ஹோட்டலில் தங்கியிருந்தாலும், சீ கிரின் ஹோட்டல் முகவரியைக் கொடுத்திருந்தார்கள்.

அவர்கள் எல்பின்ஸ்டோன் அன்னெக்ஸ் ஹோட்டலுக்கு வந்த போது அங்கே அவர்களுக்காக, மனோரமா சால்வி, கோபாலின் தகவலோடு காத்திருந்தாள்.

உடனே, ஆப்தேயும், கோட்சேயும், தாணாவில் இருக்கும் ஜோஷியின் வீட்டுக்கு விரைந்தனர். அங்குக் கோபாலும், கார்க்கரேயும் காத்திருந்தனர். இவர்களைப் பார்த்ததும், சந்தோசத்தை அடக்க முடியாமல் ஒருவரையொருவர் கட்டிப்பிடித்துக்கொண்டனர்.

இனி என்ன செய்ய வேண்டும் என்று முடிவு செய்ய தனியான அறையில் அவர்கள் நால்வரும் உட்கார்ந்தார்கள்.

நாதுராம் கோட்சே, நேரே விஷயத்துக்கு வந்தான்.

"காந்தியை இனி நானே என் கையால் கொல்வேன். அதற்கு எனக்கு ஒரு நல்ல துப்பாக்கி கிடைத்தால் போதும்" என்று எவரையும் பார்க்காமல், எவர் கண்ணோடு தன் பார்வையைக் கலக்கவிடாமல், உணர்ச்சியற்றுப் பேசினான். அவன் உறுதி அவர்களை உணர்ச்சிவசப்படச் செய்தது.

இனி கோட்சே என் தலைமையை ஏற்காமல், தானே தனக்கு முடிசூடிவிட்டான் என்று ஆப்தேக்கு புரிந்தது. அவன் பேசியது வந்தால் வாருங்கள், வராவிட்டாலும் எனக்கு ஒன்றுமில்லை என்பதுவாய் இருந்தது.

எவரும் பேசவில்லை. அங்கு நிசப்தம் நிலவியது. கோபால் இங்கு எதுவும் பேசக்கூடாது என்று முடிவெடுத்து மௌனமாக இருந்தான்.

பொறுக்க முடியாத கார்க்கரேதான், "ஆப்தே நீ என்ன செய்யப் போகிறாய்?" என்று கேட்டான்.

"கோட்சே வழிதான் என் வழியும். அதில் மாற்றமில்லை. என்ன விதத்தில் அவனுக்கு உதவியாக இருக்க முடியுமோ அப்படி நானிருப்பேன்." என்றான் ஆப்தே.

"மரணமோ, தூக்கு மரமோ, நானும் உங்களோடு வருவேன். காந்தி கொலையை நானும் என் கண்களால் பார்ப்பேன்" என்றான் அந்த மனிதர்களை நேசிக்கின்ற எளிய மனிதனான கார்க்கரே. அவனுக்கு காந்திஜி மீது ஏன் இவ்வளவு கோபமோ தெரியவில்லை. ஒருமுறை அவன் காந்தியைத் தரிசித்துப் பேசியிருந்தால் அவன் முற்றிலும் வேறு மனிதனாக இருந்திருக்கலாம். வாழ்க்கை அவனுக்கு அந்தப் பாக்கியத்தைக் கொடுக்கவில்லை.

இப்போது பதில் சொல்லும் கட்டாயத்தில் ஒருவன் இருந்தான். அவன்தான் கோபால்.

இப்போதும் அவன் பேசவில்லை. தன் கையிலிருந்த துப்பாக்கியை தன் பையிலிருந்து எடுத்து அண்ணனிடம் கொடுத்தான். நாதுராம் அதை மகிழ்ச்சியோடு பெற்றுக்கொண்டான். தன் தம்பி, நான் விடை பெற்றுக் கொள்ளுகிறேன் என்று சொல்லாமல் சொல்லிவிட்டான் என்று புரிந்து கொண்டான். நானே காந்தியைச் சுடுவேன் என்று வஞ்சினம் செய்த கோபாலுக்கும், புறமுதுகிட்டு களத்திலிருந்து விலகும் கோபாலுக்கும் எவ்வளவு வித்தியாசம்! ஆனாலும் அவன் தன் குடும்பத்தோடு சந்தோசமாக இருக்கட்டும் என்று மனதில் நினைத்துக்கொண்டான்.

உடனே அடுத்த அறையிலிருந்து தன் வேலையைப் பார்த்துக் கொண்டிருந்த அந்த வீட்டின் சொந்தக்காரர் ஜோஷியிடம், "பூனாவுக்கு அடுத்த ரயில் எப்போது?" என்று கேட்டான் கோபால். அவர் நேரத்தைச் சொன்னார். அவன் பிரிந்து செல்லும் தன் நேரத்தைக் குறித்தான்.

"இந்த வாரத்துக்குள் நான் இதை நிகழ்த்திக் காட்டுவேன்" என்றான் நாதுராம் கோட்சே.

“முடித்துவிடுவோம். துப்பாக்கிக்கு என்ன செய்யலாம். கோபால் கொடுத்த இந்தத் துப்பாக்கி வேண்டாம்” என்றான் ஆப்தே.

“எனக்குத் தெரிந்த ஒருவர் குவாலியரில் இருக்கிறார். அவரால் நல்ல துப்பாக்கியைப் பெற்றுத் தர முடியும் என்று நினைக்கிறேன்”

“குவாலியர் இந்து மகாசபை தலைவர் டாக்டர் பர்ச்சூரேயா”

“ஆமாம். அவர்தான்”

“அதற்குள் தாதா மகராஜை ஒருமுறை பார்த்துவிடுவோம். அவர், பூனாவில் வைத்து என்னிடம், இந்தத் துப்பாக்கிக்குப் பதிலாக வேறு துப்பாக்கி தருகிறேன் என்று ஒத்துக்கொண்டார்.”

“நாராயண், அவரிடம் போக வேண்டுமா என்று யோசித்துப்பார். அவர் நம்மை அகமதாபாத்தில் வைத்து ஏளனமாகப் பார்த்து கேவலமாகப் பேசியது உனக்கு நினைவில்லையா?”

“ஒரு மகத்தான காரியத்தை செய்யும்போது, இதுபோல சில்லறை கேவலங்களைச் சந்தித்துத்தான் ஆக வேண்டும். நாம் முயற்சி செய்து பார்ப்போம்” என்று ஆப்தே கூறியபின் அவர்கள் டில்லியில் என்ன செய்ய வேண்டும் என்பதைப் பற்றிப் பேசிக்கொண்டிருந்தார்கள்.

ரயிலுக்கு நேரம் ஆனதும் கோபால் புறப்பட்டுப் போனான்.

மறுநாள் ஜனவரி 26. காங்கிரஸ் அதைத்தான் சுதந்திர தினம் என்று ஆண்டாண்டு காலம் கொண்டாடி வந்திருக்கிறது.

அந்த நாளில் காந்திஜியின் அருகிருக்க, செந்தூர் பாண்டியனுக்கும், கிஷன்சிங்குக்கும் மிகவும் உற்சாகமாக இருந்தது. வரலாற்றின் சுற்றுச் சுவரில் உட்கார்ந்திருப்பதாய் அவர்கள் உணர்ந்தார்கள். தங்கள் முன்னே நாட்டின் வரலாற்றுக் குறிப்புக்கள் மெல்ல எழுதப்படுகின்றன என்ற எண்ணமே அவர்களுக்கு ஒருவித பெருமிதத்தை அளித்தது.

அன்று காந்திஜியின் மௌன விரத நாள்.

செந்தூர் பாண்டியனும், கிஷன்சிங்கும், காந்திஜி மௌனவிரதம் அனுசரித்துக்கொண்டு, அன்றாட அலுவல்களை நடத்திக்கொண்டிருக்கும் அழகை இரசித்துக்கொண்டிருந்தார்கள்.

இருவரும் சற்று தள்ளி குளிர்கால வெயிலில் உட்கார்ந்து பேசிக் கொண்டிருந்தார்கள்.

“செந்தூர், நம்மால் இப்படி மௌனமாக இருக்க முடியுமா?” என்று சிரித்துக்கொண்டு கேட்டான் கிஷன்சிங்.

"மௌனமாகவும், அதைப்போல தொடர்ந்து உரையாடவும் அவரால் மட்டுமே முடியும்" என்றான் செந்தூர் பாண்டியன்.

"அவரின் உண்ணாவிரதம் எல்லா மக்களின் வயிற்றில் வலியை உண்டாக்குகிறது. அவரின் வார்த்தை ஒரு அர்த்தம் தருகிறது. மௌனம் ஆயிரம் அர்த்தம் தருகிறது. அவரிடம் எல்லாமே அதிசயமாக இருக்கிறது"

"அவர் மௌனத்தின் மூலமாக மட்டுமல்ல, அடையாளங்களைப் பயன்படுத்துவதன் மூலம் கோடிக்கணக்கான மக்களிடம் தொடர்பு கொண்டார். அவரின் அடையாளத்துக்கு எடுத்துக்காட்டு வேண்டுமென்றால், அவரின் அரையாடை, இராட்டை, கைத்தடி, கண்ணாடி, கடிகாரம் என்று பல சொல்லலாம். அரையாடை என்று சொன்னதும், எங்கள் பக்கத்தில் இருக்கும் மதுரையில் அந்த ஆடைக்கு அவர் எப்படி மாறினார் என்பது நினைவுக்கு வருகிறது. மதுரையில் ஒரு கூட்டத்தில், காதி துணியின் விலை மில் துணியின் விலையை விட கூடுதலாகத்தான் இருக்கிறது, ஆனாலும் காதியையே அணிய வேண்டும், உங்களுக்கு ஒரு கோமணத்துக்கு மட்டும் காதி துணி வாங்க முடியும் என்றால் அதை வாங்கி உடுத்துக்கொள்ள வேண்டும் என்று காந்தி பேசினார். தான் பேசியதை அவர் யோசித்தார். மற்றவர்க்கு நான் சொன்னது எனக்கும் பொருந்துமில்லையா, ஆகவே, இனி முதலில் ஒரு மாதத்துக்கு விவசாயி உடைக்கு மாறுகிறேன் என்று தன் உடையை மாற்றினார். அவர் மாறினார். அவரோடு இந்த நாடும் மாறியது."

"மனிதனுக்கு மரியாதை அவன் ஆடையால் அல்ல என்பதை அவர் நிறுவினார். கூடவே, சரியான எளிய ஆடைக்கும் மரியாதை உண்டு என்றும் காட்டியிருக்கிறார். இந்த மனிதரைக் கொல்ல எப்படி சிலருக்கும் மனம் வருகிறதோ தெரியவில்லை"

"அறியாமை ஒரு காரணம். அவர் அருகில் வந்தால் அவரைப் புரிந்துகொள்ள முடியும். இன்னொன்று பொறாமை. இந்த மனிதன் பின்னாலே இந்த நாடே போகிறதே என்ற பொறாமை"

"நாம் அவர் அருகில் இருக்கும்வரை அவருக்கு எந்த ஆபத்தும் வந்துவிடாமல் பார்த்துக்கொள்ள வேண்டும் என்ற வெறி என்னிடம் உண்டாகிறது"

"நாம் இப்படி நினைத்துக்கொண்டிருக்கிறோம். அவர் தன் சாவுக்குத் தன்னை தயார்படுத்திக்கொண்டிருப்பதாய்த் தோன்றுகிறது என்று நேற்று தங்கை ஆபா சொல்லிக்கொண்டிருந்தாள். அவள்

அப்படிச் சொல்லும்போது அழுதுவிட்டாள். ஒருவருக்கு எழுதிய கடிதத்தில் 'யாராவது ஒருவன் என்னைக் கொல்வானானால், அவன்மீது எனக்கு எத்தகைய கோபமும் ஏற்படக்கூடாது. ராம நாமத்தை உச்சரித்துக்கொண்டு நான் மரணமடைய வேண்டும்' என்று எழுதினாராம். அதிலிருந்து எனக்கு மனசே சரியில்லை என்று ஆபா சொன்னாள்.'' என்றதும் காந்திஜி தன் அறையிலிருந்து வெளியே வருவதைக் கண்டார்கள். இருவரும் எழுந்து ஒரே ஓட்டமாய் ஓடி அவர் அருகில் போய் நின்றார்கள். அவர் இவர்களைப் பார்த்துச் சிரித்துவிட்டு தன் வேலையைப் பார்க்கச் சென்றார்.

அன்று மாலையில் காந்திஜி, பிரார்த்தனைக் கூட்டத்தில் உட்கார்ந்திருந்தார். அன்று அவர் தயாரித்திருந்த உரையை, காந்திஜியின் செயலாளர் பியாரிலால் வாசிக்க கேட்டனர். ''சுதந்திரத்தை அனுபவித்த நாம் ஏமாற்றமடைந்துள்ளோம். குறைந்தபட்சம் நான் ஏமாற்றம் அடைந்துள்ளேன். நாம் இன்று எதைக் கொண்டாடலாம்? இந்திய கிராமவாசிகளிலே மிகவும் தாழ்ந்த நிலையிலே உள்ளவர்களிடம் நம் சுதந்திரம், அவர்களை பண்ணை அடிமை நிலையிலிருந்து விடுவிக்கும் பயணம் என்ற நம்பிக்கையை ஏற்படுத்த முடிந்தால், அதைக் கொண்டாடலாம். இந்தியாவின் நகரங்களுக்குத் தொண்டு புரிய அடிமையாக அவன் இல்லை என்ற நிலை ஏற்பட்டிருந்தால் அதைக் கொண்டாடலாம். அவனுக்கு தன் பொருளை விற்க ஒரு சந்தையை ஏற்படுத்த முடிந்தால் அதைக் கொண்டாடலாம். அந்தக் கிராமப்புற ஏழைதான் இந்திய மண்ணின் போற்றத்தக்க மனிதன்'' என்று காந்திஜி எழுதியிருந்தார்.

ஆக எங்கேயோ இருக்கும் ஏழைதான் அவரின் கவனம் இருக்கும் இடம் என்று செந்தூர் பாண்டியன் நினைத்துக்கொண்டான்.

அன்று காலையில் ஒரு டாக்ஸியில் பூலேஸ்வரர் கோயிலுக்கு ஆப்தே, நாதுராம் இருவரும் சென்றார்கள்.

அவர்கள் தாதா மகராஜைதான் முதலில் பார்த்தார்கள். அவரின் முகக் குறிப்பு அவர் சுமூகமாக இல்லை என்பதை வெளிப்படுத்தியது. அவரிடம் முன்பு சொல்லியபடி ஒரு ரிவால்வரையோ அதற்கான விலையையோ தரும்படி கேட்டார்கள். அவர்களுக்கு ஒரு ரிவால்வர் தான் முக்கியமாக தேவையாயிருந்தது. தாதா மகாராஜ், ரிவால்வர் தருவதற்கோ அதற்கான பணம் தருவதற்கோ தயாராயில்லை.

''ஆப்தே, போனமுறை என்னைப் பார்த்த போது காஷ்மீருக்கு ஒரு வண்டி நிறைய ஆயுதங்களை அனுப்பி, பாக்கிஸ்தானிலிருந்து

வந்துள்ள கபாலிகளை எதிர்த்துப் போராடப் போவதாய்ச் சொன்னாயே. என்ன செய்திருக்கிறாய்" என்று சற்றுக் கிண்டலாய்க் கேட்டார் தாதா மகராஜ்.

சிறிதும் சளைக்காமல் ஆப்தே பதில் சொன்னான் "ஒரு வண்டி நிறைய ஆயுதங்களை வாங்கிவிட்டோம். இனி அங்குப் போகும்போது எங்களின் தற்காப்புக்கு ஒரு துப்பாக்கி அவசியம், அதுதான் கேட்கிறேன்"

"உங்களுக்கு உதவும் நிலையில் நான் இல்லை" என்று அவர் அனுப்பிவிட்டார்.

கோயிலின் முற்றத்தைத் தாண்டி, அவரின் தம்பியான தீட்சித் மகாராஜைப் பார்த்துக் கேட்டார்கள். அவரும் அவர்களுக்கு உதவவில்லை.

மனம் நொந்துபோய், ஏமாற்றமடைந்த அவர்கள் இருவரும், பரஞ்ச்பேயின் வணிக மையத்திற்குச் சென்றபோது, அவர் ஏமாற்றாமல் சொல்லியபடி பத்தாயிரம் ரூபாயைக் கொடுத்தார். பணத்தைக் கையில் வாங்கியதும் அவர்கள் இருவருக்கும் புதுத் தெம்பு வந்ததாய் உணர்ந்தார்கள்.

இப்போது அவர்களுக்கு நேரம் நிறைய இருந்தது. இரவில் பத்து மணிக்குத்தான் கார்க்கரேயைச் சந்திப்பதாகச் சொல்லியிருந்தார்கள். எனவே ஆப்தே, தன் காதலி மனோரமா சால்வியை அழைத்துக் கொண்டு ஹோட்டல் அறைக்குள் சென்றான். நாதுராம் ஒரு சினிமா பார்க்கச் சென்றான்.

அவளிடம் இன்பமாய் பொழுதைக் கழித்துவிட்டு, மனோரமா விடம் ஒரு காரியத்தைச் செய்யச் சொன்னான். கோட்சேக்கு ஏதாவது நிகழ்ந்துவிட்டால், டில்லி இந்து மகாசபை செயலாளருக்கு, நாதுராம் கோட்சேக்கு வக்கீல் வைக்க ஏற்பாடு செய்ய வேண்டும் என்று தன் பெயரில் ஒரு தந்தி அனுப்ப வேண்டும் என்று ஆப்தே சொன்னான்.

அவள் உடனே கேட்டாள், "எதற்கு இந்தத் தில்லுமுல்லு வேலை யெல்லாம்? எப்படியும் அப்போது நீங்கள் டில்லியில்தானே இருப்பீர்கள். பிறகு எதற்கு இந்தத் தந்தி?"

"நாதுராம் செய்யும் வேலையில் நான் சிக்கிவிடக் கூடாது என்பதற்காகத்தான். நான் பத்திரமாக வந்தால் நம் வாழ்க்கை நன்றாக இருக்குமே"

"நீங்கள் டில்லிக்குப் போகாமல் இருந்தால் வாழ்க்கையில் எந்த பிரச்சினையும் இல்லாமல் இருக்குமே"

"நான் வருகிறேன் என்று நாதுராமிடம் சொல்லிவிட்டேன்"

"டில்லியில் அப்படி வக்கீல் வைத்துக் காப்பாற்றும்படி என்ன செய்யப் போகிறீர்கள்? பழையபடி காந்திஜி கொலையா?"

அவன் ஒன்றும் சொல்லாமல் தலையைத் தொங்கப்போட்டான்.

"என் ஆசிரியர் பொய் சொல்லும்போது மட்டும் வாடிப்போய் விடுவார்" என்றாள்.

"நல்லவரான யேசுவை இப்படித்தான் பொறாமை பிடித்த யூத குருக்கள் கொன்றார்கள். காந்திஜிக்கும் மீண்டும் அதையே செய்யப் போகிறீர்களாக்கும். இதெல்லாம் நல்லதற்கில்லை. என் வயிற்றில் வளரும் குழந்தையின் அப்பன் ஒரு கொலைகாரன் என்று சொல்லித் திரிய வேண்டும் என்பது அதன் விதி என்றால் என்ன செய்வது" என்றாள்.

"கவலைப்படாதே. கொல்லப்போவது நானில்லை. நான் எப்படியாவது தப்பி வந்துவிடுவேன். என் புத்திசாலித்தனத்தின் மீது உனக்கு நம்பிக்கையில்லையா?"

அவள் பதில் சொல்லவில்லை. அவன் அவளை அணைத்துக் கொண்டான்.

மாலை மயங்கும் வேளையில், ஆப்தேயும், நாதுராமும் தாணாவுக்கு, கார்க்கரேயைச் சந்திக்கச் சென்றார்கள், மூவரும், ரயில் தண்டவாளத்தைத் தாண்டி, ரயில் யார்டில், யாரும் இல்லாத ஒரு ஒதுக்குப் புறத்தில், விளக்குத் தூண் அருகில் இருந்து தங்கள் திட்டத்தை உறுதிப்படுத்தினார்கள்.

அடுத்த நாள் காலையில் இருவரும் டில்லிக்கு விமானத்தில் சென்று உடனே, அங்கிருந்து குவாலியருக்கு ரயிலில் சென்று ரிவால்வர் பெற்றுக்கொண்டு, 29ஆம் தேதி டில்லிக்கு வந்துவிடுவதாகவும், கார்க்கரே நாளைக்கு புறப்பட்டு 28ஆம் தேதி டில்லியடைந்து விடலாம். அடுத்த நாள், பழைய தில்லி ரயில் நிலையத்திற்கு எதிரேயுள்ள குயின்ஸ் தோட்டத்தின் நடுவிலுள்ள கல் ஊற்றின் அருகில் காத்திருக்க வேண்டும் என்று திட்டமிட்டு அவர்கள் கலைந்தார்கள். கார்க்கரே கையில் பணம் இல்லாததால், அவனுக்கு 300 ரூபாய் கொடுத்தான் கோட்சே.

அன்றைக்கு காலையில் பூனாவில், ராகவன் தன் வீட்டில் உட்கார்ந்து பத்திரிகைகளைப் படித்துக்கொண்டிருந்தான். அப்போது ஒருவர் வாசலில் வந்து நின்றார். அவரைப் பார்த்தவுடன் போலிஸ்காரர் என்று ராகவனுக்குத் தோன்றியது. வந்தவர் போலிஸ் போல சல்யூட் அடித்துவிட்டு, "ஐயா இன்றைக்கு சாயங்காலம் மூன்று மணிக்கு உங்களை வந்து பார்க்கச் சொல்லியிருக்கிறார்" என்றான்.

வந்தவன் என்ன சொல்லுகிறான் என்று ராகவனுக்குப் புரியவில்லை.

"உதவி கமிஷனர் ரெத்தினம் ஐயா, மூன்று மணிக்கு அவரை பார்க்க வரச் சொன்னார்" என்று விளக்கமாகச் சொன்னான். அப்போதுதான் ராகவனுக்குப் புரிந்தது.

"ஓ, அப்படியா, நான் வருகிறேன் என்று சாரிடம் சொல்லி விடுங்கள்" என்றான் ராகவன்.

வந்த போலிஸ்காரன் சல்யூட் அடித்துவிட்டுச் சென்றான்.

மாலையில் மூன்று மணிக்கு உதவி கமிஷனர் அறைக்குச் சென்றான். "சார் ஒரு அரைமணி நேரம் உங்களை காத்திருக்கச் சொன்னார். ஒரு அவசர வேலை" என்று அவருடைய உதவியாள் சொன்னார்.

காத்திருந்து அவர், அழைத்ததும் அவன் உள்ளே சென்றான்.

"வருந்துகிறேன் ராகவன். உன்னைக் காக்க வைத்துவிட்டேன். ஒரு அவசர வேலை வந்துவிட்டது" என்றார் ரெத்தினம்

"மருத்துவர், போலிஸ்காரர்களிடம், நேரம் அவர்கள் கையில் இருப்பதில்லை" என்று சொன்னான் ராகவன்.

"முதலில் காப்பி சாப்பிடுவோம்" என்று தன் உதவியாளரைக் கூப்பிட்டு இரண்டு காபி கொண்டுவரச் சொன்னார்.

"என்ன சார், காந்திஜி கொலைவழக்குப் பற்றி பத்திரிகையில் செய்தியே இல்லையே" என்றான் ராகவன்.

"எனக்கும் ஆச்சரியமாக இருக்கிறது. எவ்வளவு முக்கியமான வழக்கு. ஆனால் கிணற்றில் போட்ட கல் போல இருக்கிறது. யாராவது காங்கிரஸ் தலைவர்கள் இதன் பின்னணியில் இருக்கிறார்களோ, அதனால்தான் இப்படி புலனாய்வில் பம்முகிறார்களோ என்று எனக்கு சில வேளைகளில் தோன்றும்"

"சார், இந்த சதியின் மூலம் இங்கிருக்கிறது. உங்களை புலன் விசாரணை செய்ய தகவல் வந்ததா?"

"அதைச் செய்யத்தான் காத்திருக்கிறோம். எங்களை புலன் விசாரணைக்குள் கொண்டுவரவேயில்லை என்பது ஆச்சரியமாக இருக்கிறது. உண்மையைச் சொன்னால், டில்லி புலனாய்வுத் துறையின் திறமைக் குறைவா அல்லது எதையோ மறைக்க இப்படி நடக்கிறார்களோ, எனக்குத் தெரியவில்லை"

"சார், திரும்பவும் அவர்கள் வருவார்கள் என்று மதன்லால் சொல்லியிருக்கிறான். காந்தியின் பிரார்த்தனைக் கூட்டத்திற்கு சதிகாரர்களைத் தெரிந்த பூனா போலிஸ்காரர்கள் யாரையாவது போட்டிருக்கிறார்களா?"

"அதைக் கண்டிப்பாக செய்திருக்க வேண்டும். இதில் நாங்கள் எதுவும் சொல்லவோ, செய்யவோ முடியாது. எங்கள் துறையின் நடைமுறை அப்படி. அது இருக்கட்டும், நான் இன்றைக்கு உன்னை எதற்கு கூப்பிட்டு அனுப்பினேன் என்றால் உன்னிடம் மனம் விட்டுப் பேசத்தான்" என்றதும் காப்பி வந்தது. அவர்கள் இருவரும் காப்பி குடித்தார்கள்.

"இந்து மகாசபை, ஆர். எஸ். எஸ் இந்தப் பக்கத்தில் முக்கிய சக்தியாக வளருகிறார்கள். கண்டிப்பாக அரசாங்கத்துக்கு பிரச்சினை உண்டாக்க அவர்களால் முடியுமென்ற நிலை உருவாகியிருக்கிறது. கம்யூனிஸ்டுகளின் கொள்கை எனக்குத் தெரியும். அதனால் அவர்களைப் புரிந்துகொள்ள முடிகிறது. இவர்களின் கொள்கை, கோரிக்கை என்ன வென்று தெரிந்துகொள்ள ஆசை. எனக்கு உன் நினைவுதான் வந்தது."

"எனக்குத் தெரிந்ததைச் சொல்லுகிறேன்"

"சரி, இந்த வார்த்தை இந்துத்வா என்றால் என்ன?"

"இந்துத்வா என்றால் இந்து ஆதிக்கம் என்று பொருள் கொள்ளலாம். இந்துக்கள் ஆதிக்க சக்தியாக இந்த நாட்டில் இருப்பார்கள். அவர்கள் தான் எல்லாம்,"

"ஆதிக்கம் செலுத்த ஒரு நாடு வேண்டும். அந்த நாட்டிற்கு இந்து ராஷ்டிரா என்று பெயர். அப்படித்தானே"

"சரியாகச் சொன்னீர்கள். இந்துத்வா, இந்து ராஷ்டிரா இவைகளின் அடிநிலை நாதம் என்பது மதரீதியான நாட்டு அரசியல் அதிகாரம். மதம் ஆன்மீக எல்லைக்குள் இருந்து இழுத்து வெளிக்கொணரப்பட்டு,

ஒரு ஆதிக்க அரசியல் சக்தியாக உருமாற்றப்பட்டு, இந்துக்கள் மட்டும் எனும் எல்லையாக ஆக்கப்படுவது இந்துத்வா."

"இந்துத்வாவும், இந்துயிசமும் ஒன்றா?"

"நிச்சயமாக இல்லை. இந்துயிசம் என்பதை இந்துமதத்தின் தத்துவம் நெறிகள் என்று பொருள் கொண்டால், இந்துத்வாவிற்கும் அதற்கும் பெரும் இடைவெளி உண்டு. இந்துயிசம் என்பது, இந்து மதத்தின் உயர் தத்துவங்களை அதன் ஆன்மீக எல்லைக்குள் செழிக்க வைப்பது. இந்துத்வா என்றால் அதற்கு அரசியல் கரம்கொடுத்து, மாமரத்தின் கிளைகளில் வளரும் ஒட்டுண்ணி அபரிமிதமாக வளர்ச்சியடைவதாய் ஆகும் சக்தி. இரண்டு இந்து எனும் பெயரைக் கொண்டிருக்கின்றன. ஆனால் அவை வேறு நிலைகளை வெளிப்படுத்துகின்றன. உண்மையைச் சொல்லுவதானால், இந்துத்வா, இந்து மதத்தோடு, இந்துயிசத்தோடு பொருந்தாத ஒன்று"

"இந்திய தேசியம், பொருள் அளவில் இந்துத்வாவின் அருகில் நெருங்கி வருமா?"

"இந்திய தேசியம் என்பது நம் சுதந்திரப் போராட்டம் கடைந்து நமக்கு வழங்கிய அமிர்தம். பிறப்பால் யாவரும் இந்தியர். எல்லோரும் சமம். மதம், மொழி, இனம், பால், வருணம் என்ற அடிப்படையில் இங்கு உயர்வு தாழ்வில்லை. இந்திய தேசியம் என்பது இந்திய அரசியல் மூச்சின் வெளிப்பாடு. மதச்சார்பின்மை, பன்முக கலாச்சாரம், ஜனநாயகம் ஆகியவை அதன் அடித்தளம். அதன் மீதுதான் நாடு எனும் கட்டுமானம் எழுப்பப்பட்டு நிற்கிறது. அடித்தளத்திற்கும் கட்டுமானத்திற்கும் இடையில் உயிருள்ள நிரந்தர தொடர்புள்ளது. இந்திய தேசியம் என்பது பரந்த வெளி. அதைக் குறுக்கி, அதற்கு சனாதனத் தன்மை வழங்குவது இந்துத்வா"

"அப்படியானால் நாம் பெற்ற சுதந்திரத்தின் பேறுகளை மறுப்பதுதான் இந்துத்வாவா?"

"இந்துத்வாவின் தன்மை இதுதான். இந்து நாட்டின் அதிகாரத்துக்கு இந்து ராஷ்ட்ரா என்று பெயர். அங்கு நாட்டுப் பற்று என்பது அளவிற்கு அதிகமாய் ஊதி பெரிதாக்கப்படும். நிலவும் எந்தக் குறைகளையும் எடுத்து சொல்ல உங்கள் நாட்டுப் பற்று அனுமதிக்காது. அது தேச விரோதி என்று உங்களை முத்திரை குத்தி தேசாந்திரம் செய்துவிடும். எல்லோரும் இந்து ஜாதி. ஆனால் அதற்குள் ஜாதிய ஏற்றத்தாழ்வுகள் இருக்கும். ஒரே கலாச்சாரம் அங்கு நிலவும். அதற்குப் பெயர்

சமஸ்கிருதி. அதில் சடங்கு, சம்பிரதாயம், புனித மந்திரம், பூஜைகள் மிக முக்கியம். அதன் உள்ளீடு என்னவென்றால், அதை நடத்துபவர்கள் முக்கியம் என்று அர்த்தம். இந்துத்வா என்பது, வரலாறு, கலாச்சாரம், தேசிய உணர்வுகளை வடவர் இந்து மதத்துடன் இணைத்துக் கூறும் ஒரு மத ரீதியான சர்வாதிகாரம்.

"இந்த நாட்டில் பிறந்தால் நான் இந்தியன், எனக்கு சகல உரிமையும் சுதந்திரமும் உண்டு என்று நினைத்துக்கொண்டிருக்கிறேன். நீ சொல்லுவதைப் பார்த்தால், அப்படியிருக்காது என்று தோன்றுகிறதே"

"இந்த மண்ணில் பிறந்தவர்கள் அனைவரும், இந்துவாகவோ அல்லது பிற மதத்தானாகவோ இருந்தாலும், அனைவருக்கும் சமத்துவமான உரிமைகள் உண்டு. இது பூகோள தேசியம். (Territorial nationalism) இந்துத்வா இதை நிராகரிக்கிறது. இந்தியாவில் இந்துவாகப் பிறந்த எல்லோருக்கும் சகல உரிமை உண்டு. மற்றவர்களுக்கு, இந்தியா தாய்நாடாக இருந்தாலும் அவர்கள் இந்தியாவை புண்ணிய பூமியாக ஏற்றுக் கொள்ள வேண்டும். அதன் அர்த்தம் என்னவென்றால், முஸ்லிம்களுக்கும், கிறிஸ்தவர்களுக்கும் புண்ணிய பூமி என்பது அரேபியாவிலும், பாலஸ்தீனத்திலும் இருக்கிறது. ஆகவே அவர்கள் இந்தியர்கள் இல்லை. ஆனால், வேதங்கள், ஸ்மிரிதிகள், ஸ்ருதி, சனாதன தருமம், புராணம் ஆகியவற்றை ஏற்காத புத்தர்களும், சமணர்களும், சீக்கியர்களும் இந்துக்கள் என ஏற்றுக்கொள்ளப்படுவார்கள்."

"ஆக, அவர்கள் சொல்லுகின்றவர்களை இந்தியன் என்று ஏற்றுக் கொள்ள வேண்டும். மற்றவர்களை நிராகரித்து வெளியில் அனுப்ப வேண்டும், அவ்வளவுதான். இந்துக்கள் என்பதற்கு அவர்கள் அடையாளம் ஏதாவது வைத்திருக்கிறார்களா?"

"சிந்து நதியின் கரைகளில், அதாவது ஏழு நதிகளின் கரைகளில் வாழ்ந்த இந்த மக்கள் உயர் நாகரிகத்தையும், வீரத்தையும், சடங்கு முறைகளையும் கொண்டிருந்தார்கள். அவர்கள் ஆரியர்கள். இந்துக்கள். அவர்கள் கருப்பர்கள் இல்லை. சிந்து நதிக்கரையில் இருந்த இந்துக்கள் இந்த நாட்டை வென்றார்கள். இந்த நாட்டில் பரந்து விரிந்து இதை இந்து நாடாக்கினார்கள். இந்தப் பரந்த நாட்டு மக்களை இணைப்பது ஒரே கலாச்சார தேசியம். இங்கு பன்முக கலாச்சாரம் கிடையாது. நாம் தமிழ்க் கலாச்சாரம் கொண்டு தமிழ்நாட்டில் வாழுகிறோம். அது கூடாது. அந்தச் சம்ஸ்கிருதி கலாச்சாரத்திற்கு வேற்றானவை எல்லாம் அழித்து, அந்தக் கலாச்சாரத்தோடு சங்கமம் ஆகிவிட வேண்டும்"

“மனு நீதிதான் மக்களைப் பிரித்து, அதை நியாயப்படுத்தியது என்று நினைத்திருந்தேன். இது பண்டைய காலத்தில் நிகழ்ந்த சமூக வளர்ச்சியின் விபத்து என்று நினைத்துக்கொண்டிருந்தேன். ஆனால் நம் காலத்திலும் இப்படிப் பகுத்த மனிதர் அப்பட்டமான மதவாதியாக இருக்க வேண்டும் என்று நினைக்கிறேன்” என்று ரத்தினம் சொன்னதும், ராகவன் சிரித்தான்.

“சார், இந்த இந்துத்வா கொள்கையை வடித்த சாவர்க்கர், ஒரு மதவாதியே அல்ல. உண்மையைச் சொல்லுவதானால், அவர் ஒரு நாத்திகர். இந்து மத சாமியார்களின் மேலாண்மையை ஏற்காதவர். அவருக்கு மதத்தில் ஆர்வம் கிடையாது. ஆனால், மதத்தின் வழியே அரசியல் ஆதாயம் தேடுபவர். ஒரு விதத்தில் ஜின்னா போன்றவர், ஜின்னாவுக்கு இஸ்லாம் மீது நம்பிக்கை கிடையாது. ஆனால் ஒரு இஸ்லாமிய நாட்டை உருவாக்கியவர். அப்படித்தான் சாவர்க்கர். சாவர்க்கர் மதத்தைத் திரித்துச் சொன்னவரல்ல. கடந்த கால வரலாற்றைத் திரித்துச் சொல்லி, பழிவாங்கும் உணர்வை, வெறியை ஏற்படுத்துபவர்.”

“எனக்கு, ஒருவித அச்சம் வருகிறது. நான் கனவுகண்ட இந்தியா இதுவல்ல. இப்போது, முஸ்லிம்கள் தனி நாடு கேட்டுப் போனதற்கு இது போன்ற அச்சமும் ஒரு காரணமாக இருந்திருக்கலாம் என்று தோன்றுகிறது.”

“இப்போது நம் முன் நிற்கும் முக்கிய கேள்வி, இந்துத்வம், இந்து தேசியம் என்ற பெயரில் மானுட அறம் மறுக்கப்படலாமா என்பது தான். தேசியவாதம் எப்போதும் ஆபத்தானது. மத தேசியவாதம் மிக ஆபத்தானது. ஒற்றைப் பண்பாடு மனிதர்களை, இணைப்பதற்குப் பதில் பிளவுபடுத்தும். காந்திஜி, எல்லா தளங்களிலும், நல்லிணக்கத்தை விழைந்தார். அனைவரும் அவரவர், மதநம்பிக்கை, பண்பாட்டுத் தளத்தில், தம் தனித்தன்மையைக் கடைபிடித்து வன்முறையற்ற அகிம்சை வழியே பரந்த ஒற்றுமையைக் கொணர்வதுதான் காந்திஜியின் நோக்கம்.”

“இந்தியாவிற்கு ஒரு மதம், ஒரு பண்பாடு, ஒரு மொழி என்பது அதன் ஒற்றுமைக்கு இட்டுச் செல்லுமா?”

“பல சமூகங்களின் ஒன்றிணைவே இந்தியா எனும் பூகோளப் பிரிவு. ஒவ்வொரு சமூகத்தின் ஆதாரம் அதன் தனித்தன்மை. சமூகத்தின் நிலைப்புக்கும் வளர்ச்சிக்கும் அதன் பண்பாட்டு அடித்தளமும் அவசியம். ஓரளவுக்கு மேலே பண்பாட்டு ஒற்றுமையைத் திணித்தால்,

அது பன்முகத் தன்மையை அழிக்கும். அது சமூகத்தின் தற்கொலைக்கு இட்டுச் செல்லும். இதைத்தான் காந்திஜி கூடாது என்றார். ஆகவே தான் பெரும்பான்மை மக்களின் ஆக்கிரமிக்கும் செயலுக்கு எதிராக அவர், சிறுபான்மையினரின் அரணாக நின்றார். உண்மையில் அவர் சிறுபான்மையினருக்காக நிற்கவில்லை, மானிடக்குலத்தின் நேர்மையை, அதன் மனசாட்சியைத் தட்டி எழுப்பி, வழிகாட்டும் மலை மீது கொளுத்தி வைக்கப்பட்ட தீபமாக இருக்கிறார்."

"ராகவன், எனக்கு என்ன தோன்றுகிறது என்றால், இந்துத்வா, சிறுபான்மையினருக்கு எதிரானது மட்டுமல்ல, அது இந்துக்களுக்கும், அவர்களின் சுதந்திரத்துக்கும் எதிரானது. செல்லச் செல்ல இந்து சமூகத்தைப் பிளக்கும் சக்திகொண்டது. இரு பெரும் பிரிவான சைவமும் வைணவமும் நாளடைவில் மோதிக்கொள்ளும் விஷத் தன்மை கொண்டது என்று எனக்குப் படுகிறது"

"அவர்கள் எதிர்நோக்கும் ஒரே தேசிய கலாச்சாரம் என்பது சமஸ்கிரிய கலாச்சாரம். அது சிந்து நதிக்கரையில் ஆரியர்கள் வளர்த்த கலாச்சாரம். பின் கங்கை யமுனை நதிகளுக்கிடையில் அது இன்னும் தனித்தன்மை கொண்டதாய் உருவாக்கப்பட்டது. அதை ஏக இந்தியாவின் மீது கவிழ்த்து ஏற்கச் செய்வது சர்வாதிகாரத்தில் முடியும். அதன்பின் நாட்டுப் பிளவில் முடியும். இது நமக்கு வேண்டாம் என்றுதான் காந்திஜி பாடுபடுகிறார்."

"சரி ராகவன், உன் கருத்துக்கள் என்னிடம் புது திறப்பை ஏற்படுத்தியிருக்கின்றன. ஒரு பத்திரிகையாளனாய் ஒன்றைச் சொல்லு. காந்தியம் வெல்லுமா?"

"காந்தியைக் கொல்லலாம், அவரின் கருத்துக்களைக் கொல்ல முடியாது சார். அது சர்வ மாந்தரின் நன்மைக்கான கொள்கை. என் அப்பா, கோயிலில் பிரார்த்தனை செய்வதை, அவரின் முணுமுணுப்பாய்க் கேட்டிருக்கிறேன். 'எல்லோரும் நல்லாயிருக்கணும்' என்று அவர் வேண்டுவார். அதுதான் காந்திஜி காணும் உலகம். அப்படித்தான் இந்திய தேசியம் இருக்கும். இந்து தேசியம் அதனை எதிர்க்கும். ஆனால், இந்திய தேசியம் வெல்லும் என்பதற்கு காந்திஜி நிரூபணமாக இருக்கிறார். அதனால்தான் நான் காந்தியை நேசிக்கிறேன். சாமான்யன் நேசிக்கிறான்" என்றான் ராகவன்.

தன் சீருடையைச் சரி செய்துகொண்டு எழுந்த உதவி கமிஷனர் ரத்தினம் தன் கையை அவனிடம் நீட்டினார். அவனுக்கு அவர் எதற்கு கை நீட்டுகிறார் என்று தெரியவில்லை.

“உன் கையைக் கொடு. இந்த சின்ன வயதில் என்ன அறிவு உனக்கு என்று உன்னைப் பாராட்டாமல் இருக்க முடியவில்லை” என்று அவன் கையைத் தன் இரு கைகளால் அழுத்திப் பிடித்தார். அது அவர் போலிஸ் பழக்கத்தால் ஏற்பட்ட அழுத்தம் மட்டும் அல்ல, ஒரு நேசத்தால் ஏற்பட்ட பிணைப்பால் உருவானது.

அடுத்த நாள், 27 ஜனவரி அன்று காலையில் ஆப்தேயும், நாதுராமும், போலியான பெயரில் பதிவு செய்து பெற்ற பயணச் சீட்டில், ஏர் இந்தியா விமானத்தில் டில்லிக்குச் செல்ல ஏறினார்கள். கடைசி வரிசையில் இருந்த இரட்டை இருக்கையில் அவர்கள் அமர்ந்தார்கள். விமானத்தில் ஆப்தேக்கு ஒரு இன்ப பொழுதுபோக்குக் கிடைத்தது. அந்த விமானத்தின் பணிப்பெண்ணான மிஸ் லோர்னா வுட்பிரிட்ஜ் மிக அழகாக இருந்தாள். அழகிய பெண்ணிடம் பேசுவது ஆப்தேக்கு மிகவும் விருப்பமான பொழுதுபோக்கு. பெண்ணின் ஈர்ப்பு இந்த வேளையிலும் அவனை நிமிட்டிக்கொண்டிருந்தது. அதுவும் பெண்ணைப் பார்க்கவே வெறுக்கும் தன் தோழனான நாதுராம் அருகில் இருந்து கொண்டு அந்தப் பெண்ணைச் சீண்டி சீண்டி பேசிக்கொண்டிருந்தான். சாக்கலேட் வேண்டும் என்றும், காப்பி வேண்டுமென்றும் அவளை அழைத்துக்கொண்டிருந்தான். இது ஒரு நச்சரிப்பு என்று அவள் மனதில் எண்ணிக்கொண்டாலும், தன் தொழிலுக்கான முகமூடிச் சிரிப்பை வரவழைத்துக்கொண்டு சலிக்காமல் அந்தப் பெண் அவனிடம் பேசினாள். அது அவர்கள் இருவரின் முகத்தையும் அவள் தன் நினைவில் பதித்துக்கொள்ள வைத்தது.

ஆப்தே, தான் டில்லிக்கு வரவில்லை என்பதற்கு ஆவணங்களை உருவாக்கிக்கொண்டிருக்கும், அதே வேளையில் இது போன்ற சாட்சியங்களையும் ஏற்படுத்திக்கொண்டிருந்தான். பலவீனங்கள் குற்றவாளியைக் காட்டிக்கொடுத்துவிடும் என்பதற்கு அவன் ஒரு உதாரணமாக ஆகிக் கொண்டிருந்தான்.

டில்லி சென்றடைந்த அவர்கள் உடனே, ரயில் நிலையம் சென்று, கிராண்ட் டிரங் எக்ஸ்பிரஸைப் பிடித்து நள்ளிரவில் குவாலியரை அடைந்தார்கள்.

ரயில் நிலையத்திற்கு வெளியே, அந்தக் கடும் குளிரிலும், குதிரை வண்டிக்காரர்கள், தலையையும் முகத்தையும் போர்வையால் சுற்றிக் கொண்டு யாராவது சவாரிக்கு வருகிறார்களா என்று காத்திருந்தனர்.

அவர்களிடம் டாக்டர் பார்ச்சுரேயின் வீட்டிற்குப் போகவேண்டும் என்று சொன்னதும் அவர்களுக்கு அவர் வீடு தெரிந்திருந்தது. ஒரு

ரூபாய் கூலிக்கு ஒருவன் அவர்கள் இருவரையும் ஏற்றிக்கொண்டு சென்றான். அவன் பெயர் கரிபா. வழியில் அவர்கள் சென்ற குதிரை வண்டியின் நுகம் உடைய அவர்கள் இருவரும் வேறு ஒரு குதிரை வண்டியில், கண்டோன்மெண்ட் பகுதி, ஸ்டேசன் சாலையில் அமைந்திருந்த டாக்டர் தத்தாத்ரேய சதாசிவ் பார்ச்சுரேயின் பங்களாவின் முன்னே இறங்கினார்கள்.

அவருக்கு வயது நாற்பத்து ஏழு, அவர் அலோபதி மருத்துவராய் இருந்தாலும் அவர் இரத்த சுத்திகரிப்புக்கும், இழுப்புக்கும் வீட்டு வைத்திய மருந்துகளைச் செய்து பெரும் புகழும் பணமும் சம்பாதித்திருந்தார்.

அவர் குவாலியர் இந்து மகாசபையின் தலைவர். அவருக்கு கீழே பெரும் ரவுடிகள் பட்டாளம் இருந்தது. அதற்கு இந்து ராஷ்டிர சேனை என்று பெயர் கொடுத்திருந்தார். வளர்ந்த தலை முடியும், நீண்ட தாடியுமான அவரைப் பார்க்க ஒரு சாதுவைப் போலிருப்பார். அடர்த்தியான கண்ணாடிக்குப் பின்னிருக்கும் அவரின் கண் மின்னும். நொடியில் அது விஷத்தைக் கக்கும். கொடுஞ்செயல் புரிய அவர் தயங்குவதில்லை. இப்படிப்பட்ட இரட்டை வேட மனிதர் எப்படி ஒரு மத இயக்கத்தை நடத்த முடியும் என்று தோன்றும். கருணை வேடமும், உள்ளே கொடூர நடத்தையும் உள்ளவர் எப்படி மருத்துவராயிருக்க முடியும் என்ற கேள்வி எழத்தான் செய்யும். அதைப் பற்றி அவர் கவலைப்படுவதில்லை.

கோட்சேக்கு டாக்டர் பார்ச்சுரேயை நன்றாகத் தெரியும். சில மாதங்களுக்கு முன்புதான், அவனும் அவரும், ஆல்வார் சமஸ்தானத்தில் நடந்த ஆயுதங்கள் பயிற்சி முகாமில் கலந்துகொண்டிருந்தார்கள். அவருக்கு ஆயுதம் வாங்குவதிலும் விற்பதிலும் நல்ல தொடர்பு உண்டு என்பது கோட்சேக்குத் தெரியும்.

ஏற்கெனவே ஒரு முறை, சாவர்க்கரின் இந்து ராஷ்டிரா தளத்தையும், டாக்டர் பார்ச்சுரேயின் இந்து ராஷ்டிர சேனையையும் ஒன்றிணைப்பு விஷயமாகப் பேசியிருக்கிறார்கள். ஆனால் யாருக்குத் தலைமை என்ற சிக்கலில் அது நடக்கவில்லை.

குவாலியர் ஒரு இந்து சமஸ்தானம். அதன் மகாராஜா ஜிவாஜிராவ் சிந்தியா தன் சமஸ்தானத்தை இந்தியாவோடு இணைக்க இசைந்து விட்டார். அந்த சமஸ்தானத்தில் அரசை அமைக்க காங்கிரஸ் வலியுறுத்தியது. தனக்கு மக்கள் செல்வாக்கு அதிகம், ஆகவே மகாராஜா தன்னைத்தான் ஆட்சியமைக்க அழைப்பார் என்று டாக்டர் பார்ச்சுரே மிகவும் நம்பியிருந்தார். ஆனால் மத்திய அரசின் அழுத்தத்தால், மகாராஜா,

காங்கிரஸை ஆட்சியமைக்க அழைத்தார். பார்ச்சுரேயின் முதல்வர் கனவு நொறுங்கியது. இது நிகழ்ந்தது நான்கு நாட்களுக்கு முன். ஆகவே அவருக்கு, காங்கிரஸ் மீதும் அதன் தலைவர் மீதும் இன்னும் கோபப்பட காரணம் இருந்தது.

அந்தச் சூழ்நிலையில்தான் நாதுராமும் ஆப்தேயும் அவரைப் பார்க்க அவர் வீட்டுக்கு நடு இரவில் சென்றனர். அவர் அப்போதுதான் படுக்கச் சென்றார். அவர்கள் இருவரும் வந்திருப்பதை அவர் மகன் நீல்கண்ட் வந்து படுக்கையறையில் தெரிவித்தான். அவர் மேலிருந்து கீழிறங்கி வந்து இருவரையும் வரவேற்றார்.

இருவருக்கும் தேநீர் வழங்கி உட்கார வைத்துவிட்டு, என்ன வேண்டும் என்று கேட்டார்.

நாதுராம், எந்தவித தயக்கமில்லாமல், "டாக்டர், நான் ஒரு பயங்கர செயலைச் செய்யப்போகிறேன். காந்தியைக் கொல்லப் போகிறேன்" என்றான்.

தன் அடர்த்தியான கண்ணாடியைத் தூக்கி அவனைப் பார்த்து விட்டு, "சரி, நான் என்ன செய்ய வேண்டும்?" என்று கேட்டார் டாக்டர் பார்ச்சுரே.

தன் பையைத் திறந்து, தன்னிடமிருக்கும் சின்ன துப்பாக்கியைக் காட்டி, "இது சரியாக இயங்கவில்லை. எனக்கு ஒரு நல்ல துப்பாக்கி வாங்கித் தர வேண்டும். நான் உங்களை நம்பித்தான் வந்திருக்கிறேன்"

"சரி, காலையில் பார்க்கலாம். இப்போது போய் விருந்தினர் அறையில் தூங்குங்கள்" என்று சொல்லிவிட்டு அவர் படுக்கச் சென்றார்.

காந்தியைக் கொல்லப்போகிறோம் என்ற செய்தி அவருக்கு அதிர்ச்சியையோ வியப்பையோ அளித்தது என்று அவர் வெளிக் காட்டிக் கொள்ளவில்லை. இவர் ஒரு தேர்ந்த சதிகாரனாக இருக்க வேண்டும் என்று ஆப்தே தனக்குள் எண்ணிக்கொண்டான்.

மறுநாள் காலையில், டாக்டர் பார்ச்சுரே, தன் மகன் நீல்கண்டையும், தன் மெய்க்காப்பாளன் ரூபாவையும், துப்பாக்கித் தொழிலில் ஈடுபட்டிருக்கும் ஜி. எஸ். தண்டவதேயை அழைத்துவரச் சொல்லி யிருந்தார். அவனை அவர்களுக்கு அறிமுகப்படுத்திவிட்டு, அவனிடம் அவர்களுக்கு துப்பாக்கி வாங்கிக்கொடுக்குமாறு சொன்னார். அப்போது கோட்சே, பார்ச்சுரேயிடம் கைவசமிருக்கும் அவருடைய சொந்த துப்பாக்கியைக் கொடுத்து உதவுமாறு கேட்டான். நொடியில்,

பார்ச்சுரேக்கு பெரும்கோபம் திரண்டது. கண்ணாடி வழியாக அவரைப் பார்க்க அச்சமாக இருந்தது. "என் துப்பாக்கியை உங்களிடம் கொடுத்துவிட்டு, நீங்கள் மாட்டிக்கொண்டவுடன் என்னையும் மாட்டி விட, நான் என்ன முட்டாள் என்று நினைத்தீர்களா? நான் சொன்னபடி கேளுங்கள்" என்று சொல்லிவிட்டு, தண்டவதேயிடம் ஒரு துப்பாக்கியை விலைக்கு வாங்கிக் கொடுக்குமாறு சொல்லிவிட்டு, அவர் தன் மருத்துவ மனைக்குச் சென்றுவிட்டார்.

மதியம் அவர் வரும்போது, தண்டவதே ஒரு நாட்டுத் துப்பாக்கியை அவர்களிடம் காட்டிக்கொண்டிருந்தான். அதை வைத்து பார்ச்சுரேயின் தோட்டத்தில் சுட்டுப் பார்த்த பிறகு அவர்கள் அந்த நாட்டுத் துப்பாக்கி வேண்டாம் என்று மறுத்துவிட்டனர்.

அன்று மதியம் குவாலியர் வழியாகச்செல்லும் பஞ்சாப் மெயிலில் தில்லிக்குச் செல்ல அவர்கள் திட்டமிட்டிருப்பதாகச் சொன்னார்கள். அவ்வளவு சீக்கிரமாய் வேறு துப்பாக்கியைப் பெற்றுவிடமுடியாது என்று பார்ச்சுரே சொன்னார். வேறு வழியில்லாமல், அவர்கள் இரவு செல்லுவதாக ஒப்புக்கொண்டார்கள்.

மாலையில், புத்தம் புதிதாய் தோற்றமளிக்கும் ஒரு தானியங்கி 9மிமீ பெரெட்டா பிஸ்டலை அவன் கொணர்ந்தான். அதைப் பார்த்தவுடன் அவர்களுக்கு பிடித்துப் போய்விட்டது. அதன் விலை 500 ரூபாய் என்றான்.

நாதுராமிடம் பணமிருந்தும் அவன் பேரம் பேச ஆரம்பித்தான். தன்னால் இப்போது 300ரூபாய்தான் தர முடியும் என்றான். ஆப்தேக்கு, கோட்சே எதற்கு இப்படி நடந்துகொள்கிறான் என்று புரிந்துகொள்ள முடியவில்லை. முடிவில், மீதமுள்ள பணத்துக்கு நான் பொறுப்பு என்று டாக்டர் பார்ச்சுரே பொறுப்பு எடுத்துக்கொண்டபின், அவன் பணத்தைப் பெற்றுக்கொண்டு, துப்பாக்கியைக் கொடுத்தான்.

பெரும் வரலாற்றை உருவாக்கப் போகும் அந்த பிஸ்டலுக்கும் முன் வரலாறு உண்டு. அது இத்தாலியில் 1934ஆம் ஆண்டு உற்பத்தி செய்யப்பட்டது. முசோலினியின் அதிகாரி ஒருவர் அதை அபிசீனியாவுக்கு எடுத்துச் சென்றார். இந்தியாவிலிருந்து சென்ற நாலாம் குவாலியர் காலாட்படை பிரிவின் அதிகாரி அதை அந்த இத்தாலி அதிகாரியிடமிருந்து எடுத்துக்கொண்டார். அப்படி அது இந்தியாவுக்கு வந்தது.

இரவில் டாக்டர் பார்ச்சுரேயிடம் உணவு உண்டுவிட்டு அவர்கள் 10.30 மணிக்கு தில்லிக்குச் செல்ல கிளம்பினர்.

அதற்கு முன்னே தில்லியை அடைந்த கார்க்கரே, அறையேதும் எடுக்காமல், நடைமேடையில் துணியை விரித்து அந்தக் குளிரில் படுத்துக்கொண்டான்.

அன்று காலையிலிருந்து, பிர்லா மாளிகையில் இருந்த காந்தியும் அவரது தொண்டர்களும் மிகவும் மகிழ்வாக இருந்தனர், அன்றைக்குத் தான், மொஹாலியில் இருக்கும் தர்காவின் உர்ஸ் திருவிழா கொண்டாடப் படுகிறது, அதில் காந்திஜியும் கலந்துகொள்ளப் போகிறார் என்பதுதான் அதற்குக் காரணம்.

காந்திஜி தன் உண்ணாநோன்பை விலக்கிக்கொள்ள, அவர் விதித்த கட்டளைகளில் இந்தத் தர்காவின் விழாவைக் கொண்டாட வேண்டும் என்பதும் ஒன்று. அதை அவர் இந்து முஸ்லிம் ஒற்றுமையின் வெளிப்பாடாய், இந்தியாவில் இருக்கும் முஸ்லிம்களுக்கு நம்பிக்கை தரும் அடையாளமாகவும் அந்த விழாவைப் பார்த்தார்.

அந்தத் தர்கா, சில நாட்களுக்கு முன்னால் இந்து சீக்கிய அகதிகளால் எடுத்துக்கொள்ளப்பட்டு, அவர்கள் அங்குத் தங்கியிருந்தனர். சிலர் அதைச் சேதப்படுத்தி, இந்துக் கோயிலாக்கவும் பார்த்தனர். இப்போது அது முற்றிலும் சரிசெய்யப்பட்டு விட்டது.

காந்தியோடு அவர்களும் வரலாம் என்று ஆபா சொன்னதும் செந்தூர் பாண்டியனும், கிஷன்சிங்கும் மிகுந்த மகிழ்ச்சியடைந்தார்கள்.

"கிஷன்சிங், இதுபோன்ற முஸ்லிம் விழாக்களில் விருப்பத்துடன் காந்திஜி கலந்து கொள்கிறார். தன்னைப் பற்றி எத்தகைய விமர்சனம் சிலரிடமிருந்து வருகிறது என்பது அவருக்குத் தெரியும். என்ன நெஞ்சுரம்!" என்றான் செந்தூர் பாண்டியன்.

"விளைவுகளின் அடிப்படையில் நான் முடிவுகளை எடுப்பதில்லை. நாம் கடைபிடிக்கும் பாதை சரியானதாக இருந்தால் போதுமானது என்று அவர் சொல்லியிருக்கிறார்."

"என்னால் அப்படி இருக்க முடியாது"

"நாம் மகாத்மா இல்லை."

"நல்ல மனிதர்களாக இருக்கலாம் என்று தோன்றும்"

"ஒரு விமர்சனத்தை என்னால் தாங்க முடியவில்லை. நொடித்தது போலாகிறேன், அல்லது எடுத்துக்கொண்ட காரியத்தை நிறுத்தி விடுகிறேன். இதில் காந்திஜியைப் பார்த்து மலைத்துப் போகிறேன்"

"விமர்சனத்தைத் தாண்டி முடிவில் தான் நினைத்தது நடக்கும் என்று தெளிவு இருக்கிறதே அதுதான் வல்லமை. அதுதான் சால்பு."

"அகதிகள் தன்மீது கோபம் கொண்டிருக்கிறார்கள் என்று தெரிந்தும், அதைத் தாண்டி, அமைதியான சூழலில்தான் அவர்களுக்கு நல்லது செய்ய முடியும் என்று தெளிந்து, உண்ணாவிரதம் இருந்தாரே, அந்தத் திண்மை என்னை புல்லரிக்கச் செய்யும்"

"அதில் சிறப்பு என்னவென்றால், அவர் சொன்னபடி காலம் தன்னைத் திரட்டி, அவர் நினத்ததுவாய் செய்துகாட்ட முன்வருகிறதே"

"செந்தூர், நீ லாகூரில் இருந்திருக்கிறாய்? முஸ்லிம்கள் அவரிடம் என்ன உறவு கொண்டிருந்தார்கள்"

"எனக்குத் தெரிந்த உண்மையைச் சொல்லட்டுமா? முஸ்லிம்கள் காந்திஜியைப் புரிந்துகொள்ளவே இல்லை."

"காரணம் என்ன?"

"மத ரீதியாக அவர்கள் வேற்று மதத்தினரை நம்புவதில்லை அல்லது அவர்களின் மதக்குருக்கள் அவர்களை நம்ப விடுவதில்லை. தனிப்பட்ட வாழ்வில் மிக நல்ல முஸ்லிம்கள் இருக்கிறார்கள். ஆனால் மதம் என்று வரும்போது தனித்துவ முடிவை அவர்களால் எடுக்க முடியாது."

"முஸ்லிம்களின் வகுப்புவாத உணர்வு பிரிவினைக்கு இட்டுச் சென்றதே"

"ஆமாம், என் லாகூர் அனுபவத்தில் சொல்லுகிறேன், முஸ்லிம்கள் அவரைத் தங்களவர் என்று ஒத்துக்கொள்ளவில்லை"

"ஆனால், காந்திஜி தொடர்ந்து அவர்களுக்காகப் பாடுபட்டார். தந்தை மகனுக்காக வாழுவதை மகன் புரிந்துகொள்ளாததைப் போலத்தான். என் அனுபவத்தில், என் தந்தை இறந்த பிறகே அவரை என்னால் அதிகம் நேசிக்கக் காரணம் கிடைத்தது."

"ஆனால், இந்து ஜனத்திரள் அவரை நேசித்ததே."

"ஆமாம், அவரை தங்களின் முனிவர்கள் பரம்பரையின் தொடர்ச்சியாகப் பார்த்தனர். பிராமண குருக்களின் சம்பிரதாயங்களைப் புறம் தள்ளிவிட்டு, அவர் தீண்டாமை, சாதி வேறுபாடு, வருணாசிரமம் இவற்றிற்கு எதிராக இருந்தார். புரட்சி என்றும் ஏதும் பேசாமல்,

சீர்திருத்தவாதியின் பொறுமையோடு அவர் நடந்து சென்றார். மக்கள் அவரைத் தொடர்ந்தார்கள்."

"அவரின் வாக்கு, மொழி இந்துவயப்பட்டதாக இருக்கிறது. ஆகவே முஸ்லிம்கள் அவரை ஏற்க முடியவில்லை என்றும் சொல்லுவதை நான் கேள்விப்பட்டிருக்கிறேன்"

"அது முழு உண்மையில்லை. காந்திஜி இந்திய மரபின் தொடர்ச்சியின் வடிவம். அதன் மொழி, பெரும்பான்மையான மக்களுக்கு சென்று சேர அப்படித்தான் இருக்க முடியும்"

"செந்தூர், காந்திஜி, 'இந்த வாழ்க்கை, சந்தோசங்களைத் தேடுவதற்காக இல்லை, கடமைகளை நிறைவேற்றத்தான்' என்று சொல்லுவதை உன்னால் எப்படி ஏற்க முடிகிறது?"

"இதை இப்படிப் பார். உண்மையும், அஹிம்சையும் கடைபிடிக்கும் போது வாழ்க்கை எளிதாகிவிடுகிறது என்று அவரே சொல்லி இருக்கிறார். அவர் ஆஸ்ரமத்தில் எல்லோரும் மகிழ்வாகத்தான் கடமையாற்றியிருக்கிறார்கள். அவரே சொல்லியிருக்கிறார், தன் ஆஸ்ரமத்தில் மோட்சத்துக்கு வழி தேடும் இலக்குகள் கிடையாது, தன் ஆஸ்ரமம் என்ற அளக்கும் கருவியால் மக்கள் என்னை தீர்ப்பிடட்டும் என்று பிரகடனப்படுத்துகிறார்."

"அவரின் ஆஸ்ரம வாழ்க்கை, அவரை ஒரு இந்து சாமியாராகப் பார்க்க முஸ்லிம் ஜனங்களைத் தூண்டியிருக்குமா?"

"இருக்கலாம்"

"காந்திஜி, சாதியில்லாத இந்து மதத்தை ஏன் அறிவிக்கவில்லை?"

"அவர் சொல்லியிருக்கிறார், வர்ணம் என்று பேசினால் ஒரு வர்ணம் போதும். அனைவரும் சூத்திரர்களாக இருப்போம் என்று. நான் இப்போது உன்னிடம் ஒரு கேள்வி கேட்கிறேன். காந்திஜி பிரிவினைக்கு எதிராக நின்றார். காங்கிரஸ் பிரிவினையை ஒத்துக்கொண்டது. காந்திஜி, பிரிவினைக்கு எதிராக ஒரு மக்கள் போராட்டத்தைத் தொடங்கியிருந்தால், இந்திய மக்கள் அவர் பின்னால் போயிருப்பார்களா? சந்தேகம்தான். அப்படித்தான் சாதி பற்றி இந்திய மக்கள் பலதும் பேசுவார்கள் ஆனால், அதை அழிக்க முன்வர மாட்டார்கள். சாதிகளை அழிக்க இந்திய மக்கள் இன்னும் தயாராயில்லை என்பது எதார்த்தம். மக்கள் தொடத் தயங்கும் போராட்டத்தை அவர் தொட மிகவும் யோசிப்பார்"

"முஸ்லிம்கள் காந்தியைக் கொல்லுகின்ற அளவிற்கு வெறுப்பு கொண்டிருக்கிறார்களா?"

“இதுநாள் வரை ஒரு முஸ்லிம் காந்தியைக் கொல்ல முயலவில்லை. கல்கத்தாவில், லாகூரில், நவகாளியில் முஸ்லிம் வெறியர்கள் காந்திஜியைத் தாக்கவில்லை. முஸ்லிம்களால் காந்திஜியை நேசிக்க முடியவில்லை, ஆனாலும் அவர்களால் அவரை வெறுக்கவும் முடியவில்லை.”

“வா இன்றைக்கு மெஹ்ராலியில் என்ன நடக்கிறது என்று பார்ப்போம்” என்று அவர்கள் அந்த நிகழ்ச்சிக்குச் செல்ல எழுந்தார்கள். காந்திஜியோடு செல்லுவதை பெருமையாக அவர்கள் உணர்ந்தார்கள்.

டில்லியின் தெற்கே, ஏழு மைலில் உள்ளது மெஹ்ராலி. அது வரலாற்று முக்கியத்துவம் வாய்ந்தது. இந்து மன்னர் பிருத்விராஜ் சௌகானின் தலைநகரம். அங்குதான், மாபெரும் சூஃபி ஞானியான குவாஜா சையத் குதுப்தின் பக்தியாரின் தர்கா (கல்லறை) உள்ளது. அதன் மீது பெரும் தர்கா எழுப்பப்பட்டுள்ளது. இந்தியாவின் மிகவும் புகழ்பெற்ற, ஆஜ்மீரிலுள்ள குவாஜா மொயினுதீன் சிஸ்தி தர்காவிற்கு அடுத்த முக்கியமான தர்கா இது. ஒவ்வொரு வருடமும் நடக்கும் திருவிழாவில் (உர்ஸ்) முஸ்லிம்கள் மட்டுமல்லாமல், இந்துக்கள், சீக்கியர்கள், கிறிஸ்தவர்கள் எல்லோரும் கலந்துகொள்வார்கள்.

டில்லியில் நடந்த கலவரத்தால் இந்த முறை திருவிழாவை நடத்துவதைப் பற்றி எவரும் யோசிக்கவில்லை. ஆனால், காந்திஜிதான் விடாப்பிடியாக அதை நடத்தியாக வேண்டும் என்றார்.

ஆகவே, தன் உண்ணா நோன்பிற்குப் பின்னால், பிர்லா மாளிகையை விட்டு வெளியில் வந்து அந்தத் திருவிழாவில் கலந்துகொண்டார். அவரோடு, அபாவும், மனுவும் இன்னொரு பெண்ணும், செந்தூர் பாண்டியன், கிஷன்சிங், மற்றும் காந்திஜியின் அணுக்கத் தொண்டர்கள் உடன் சென்றனர்.

ஒரு வாரத்துக்கு முன்னால் வகுப்பு வாதத்தால் பிளவுற்ற டில்லி இன்று வித்தியாசமாக இருந்தது. ஒரு மனிதர் வித்தியாசத்தை உண்டாக்க முடியும் என்பதற்கு அது எடுத்துக்காட்டாக இருந்தது. அந்த விழாவிலே, இந்துக்களும், சீக்கியர்களும் போட்டிபோட்டுக் கொண்டு, வரும் முஸ்லிம்களுக்கு மலர் கொடுத்தும், கொதிக்கும் தேநீர் வழங்கியும் வரவேற்றனர். மனிதர்கள்தான் எவ்வளவு விரைவாக மாறி விடுகிறார்கள்!

இதைக் கண்டு காந்திஜி மிகவும் மகிழ்ந்து போனார். அதுதான் அவரின் ராமராஜ்யம். அது நனவாய் நடந்தது.

முஸ்லிம் சம்பிரதாயப்படி, பெண்கள், பள்ளிவாசலின் மையப் பகுதிக்கு அனுமதிக்கப்படுவதில்லை. ஆகவே, காந்திஜி தன்னோடு வந்த பெண்களை "வெளியே இருங்கள், உங்களுக்குப் பாதுகாப்பாக முஸ்லிம் ஒருவர் துணையிருப்பார்" என்றார்.

ஆனால், விழா அமைப்பாளர்கள் காந்திஜியிடம், "அவர்கள் உங்கள் மகள்கள். அவர்கள் உங்களோடு வரவேண்டும்" என்றனர்.

மனம் விரிவாக இருந்தால், எல்லோருக்கும் எங்கும் இடம் உண்டு.

அந்தப் பெண்களுக்கு முன்னால் காந்திஜிக்கு துணையாகச் செல்லுவதாய், செந்தூர் பாண்டியனும், கிஷன்சிங்கும் சென்றனர்.

அந்த தர்காவின் முல்லாக்களிடம் காந்திஜி சொன்னார், "மத வேறுபாடு என்றால் என்னவென்று எனக்குத் தெரியாது. இந்தப் பரந்த நாட்டில், எல்லாப் பிரிவு மக்களையும், எல்லா மதத்தினரையும் ஒன்றாக இணைப்பதே, குழந்தைப் பருவத்திலிருந்தே என்னுடைய கனவு. அந்தக் கனவு நனவாகும் வரை என் ஆன்மாவுக்கு ஓய்வென்பதில்லை."

தர்காவின் உள்ளே, பளிங்கு கல்லில் நுணுக்கமாய் வடித்திருந்த வேலைப்பாடுகளுக்கு ஏற்பட்டிருந்த சேதத்தைப் பார்த்த காந்திஜி, "இதைப் போன்றுதான் பாக்கிஸ்தானிலுள்ள இந்துக் கோயில்களிலும் குருத்வாராவிலும் சேதம் ஏற்பட்டிருக்கும்" என்று சொன்னார்.

"வன்முறையற்ற வீரத்தை வெளிப்படுத்த வேண்டும் என்று நான் சீக்கியர்களுக்கு விடுத்த வேண்டுகோளுக்கு அவர்கள் செவி சாய்த்து நடந்துகொண்டவிதம் நான் எதிர்பார்த்ததைவிட மேலாயிருக்கிறது" என்று மகிழ்வுடன் சொன்னார்.

அப்போது பார்சினாரில் அகதிகள் முகாமில் இந்துக்களும் சீக்கியர்களும் படுகொலை செய்யப்பட்டதையும், பெண்கள் கேவலப் படுத்தப்பட்டு கொலை செய்யப்பட்ட நிகழ்ச்சிக்கு பாக்கிஸ்தான் அரசின் அறிக்கைச் செய்தி வந்தது.

காந்திஜி சொன்னார், "சகோதர உணர்வையும், அமைதியையும் விடுத்து, மீண்டும் சாத்தானின் குரலைக் கேட்டு நடக்கமாட்டோம் என்று அனைவரும் உறுதி எடுப்போம்" என்றார்.

26. ஜனவரி 30, 1948

காந்திஜியின் மீது கொலை முயற்சி நடந்து ஏழெட்டு நாட்கள் ஆகிவிட்டன. சதியில் சம்பந்தப்பட்ட மதன்லாலை உடனே பிடித்தாகி விட்டது. அவனும், முழு உண்மையைத் தராவிட்டாலும், இந்தச் சதியைக் கிள்ளியெறியும் அளவிற்கு தகவலைத் தந்திருக்கிறான். அவர்கள் மீண்டும் வருவார்கள் என்று பலமுறை எச்சரித்திருக்கிறான். ஆனாலும் இன்னும் வேறு எவரையும் காவல்துறை பிடித்து விசாரிக்க வில்லை. அரசாங்க அலுவலகங்களிடையே கோப்புக்கள் அங்கும் இங்கும் பந்தாடப்பட்டு அலைக்கழிக்கப்பட்டு முடிவில் ஒரு நடவடிக்கையும் எடுக்காமல், குறிப்புக்கள் மட்டும் ஏறிக்கொண்டு செல்லுவதுபோல, இந்த மிக முக்கியமான வழக்கின் புலன் விசாரணை நடைபெற்றதாய் இருந்தது.

இந்துமகாசபை, ஆர். எஸ். எஸ் போன்ற இயக்கங்களுக்கு காந்தியின் மீது கோபம் இருந்தது. இவர்களைப் பற்றி காந்திஜியின் பேரனான துர்ஷார் காந்தி எழுதிய Let us kill Gandhi, புத்தகத்தில் இவ்வாறு குறிப்பிடுகிறார்.

“ஆர்.எஸ்.எஸ்ஸிலும், இந்து மகா சபையிலும் பிராமணர்களே நிறைந்து அதை நடத்தி வந்தனர். காந்தி ஒரு வகுப்பில்லாத, ஜாதி யில்லாத சமூகத்தைக் கட்டமைக்க பெரும் இயக்கத்தை நடத்தியதால் அவர் மீது பெரும் கோபம் கொண்டிருந்தனர். காந்தியால் விடுதலை பெற்ற கீழ்ஜாதி மக்களின் புத்தெழுச்சியும், தங்களின் ஜனநாயக உரிமை பற்றிய புரிதலும், ஆங்கிலேயர் காலத்தில் ஆட்சித் துறையிலும், நீதித் துறையிலும் ஏகபோகமாக பதவி வகித்து வந்த பிராமணர்களின் ஆதிக்கத்துக்கு அச்சுறுத்தலாக இருந்தது. சுதந்திரத்துக்கு முன்பு (1947க்கு முன்) இந்தியாவில் ஒரே ஒரு பிராமண அரசு மட்டும் இருந்தது. மகாராஷ்டிராவிலுள்ள பூனாவைச் சேர்ந்த பேஷ்வாக்களின் மராத்தா பேரரசு மட்டும்தான். ஆங்கிலேயர்கள் இந்தியாவை விட்டு வெளியேறும்போது, இந்த நாட்டின் ஆட்சி அதிகாரம் தங்கள் கைக்கு மீண்டும் வந்துவிடும் என்று இந்த பூனாவின் பிராமணர்கள் கருதிக் கொண்டிருந்தார்கள். பேஷ்வாக்களின் வழித்தோன்றல்களான இவர்களின் கனவு காந்தியால் சிதைக்கப்பட்டது.”

அவர்களின் கோபம் ஒரு விதத்தில் 'நியாயம்' என்று சொல்லலாம்.

காங்கிரஸ் ஆட்சியாளர்களுக்கு காந்திஜி மீது மாமியார் மீது மருமகள் கொண்ட வெளியே சொல்ல முடியாத கோபம் ஏன் வர வேண்டும்?

ஆற்றைக் கடக்கும் வரை படகு மிக முக்கியம். கரைக்கு வந்த பின்பு அதைத் தூக்கிச் சுமக்க வேண்டுமா? இதுதான் காங்கிரஸ் தலைவர்களின் நிலை. காந்தியெனும் படகு, இப்போது சுமையாகத் தெரிந்தது.

காந்திஜி, ஆட்சியை சாமான்யனின் நிலையிலிருந்து பார்த்தார். அந்தப் பேரும் ஊரும் தெரியாத அந்த ஏழையின் கண்ணீருக்கும் கனவுக்கும் அவர் பொறுப்பாளராக இருந்தார். காங்கிரஸ் ஆட்சியாளர்களின் நடைமுறைக்கு அவர் இடையூறாக, பல வேளைகளில் எதிராக இருந்தார். ஜனவரி 28ஆம் தேதி வின்செண்ட் ஷீன் எனும் அமெரிக்க பத்திரிகையாளருக்குக் கொடுத்த பேட்டியில், தன் நிலையை மிகத் தெளிவாக எடுத்துச் சொன்னார். "நல்லவனாக இருக்க விரும்புபவனும், நல்லதைச் செய்ய விரும்புகிற மனிதனும் அதிகாரத்தைக் கொண்டிருக்கக் கூடாது. அதற்காக ஆட்சி அதிகாரம் நின்றுவிடவும் முடியாது. ஆகவே தன் கருத்துக்களைப் பிரதிபலிப்பவர்களை தன் சார்பாக ஆட்சியில் அமர்த்த வேண்டும். தலைவனே சென்று பதவியில் அமர்ந்துகொண்டால், அதிகாரத்தின் ஊழல் குணங்களால் பாதிக்கப்பட்டுவிடும் ஆபத்து இருக்கிறது. ஆனால் அவரின் பிரதிநிதி அப்படி நடந்துகொண்டால் அவரை நீக்க முடியும்" என்று சொன்னார். இந்தக் காந்திஜி ஆட்சியில் இருப்பவர்களுக்கு பெரும் இடையூறுதான். ஏனென்றால் அதிகாரம், சில போலி கௌரவங்களையும் உடன் வந்து சேர்க்கிறது. விமர்சனம் அந்தக் கௌரவத்தைக் கேள்விக்குள்ளாக்குகிறது. அது அவர்களை நெளிய வைக்கிறது.

இப்படிச் சில காங்கிரஸ் பிரமுகர்களுக்கு காந்தி ஒரு எச்சரிக்கை கல். அது அவர்களுக்குப் பிடிக்கவில்லை. அதோடு கூட, ஆட்சியில் துணையிருக்கும் அதிகாரிகளில் குறிப்பிடத்தகுந்த அளவினர் இந்த மத தீவிரவாத இயக்கத்தினருக்கு ஆதரவாக இருக்கின்றனர் என்று துணை பிரதமர் படேலுக்குத் தந்த ரகசிய அறிக்கை கூறுகிறது. ஆக ஆளும் சிலருக்கும் இந்த அதிகாரிகளுக்கும் காந்தி போதும் போதும் என்றாகிவிட்டது. ஆக அவர்களுக்கிடையே ஒரு பொதுவான எதிரி உருவாகிவிட்டார்.

ஆகவேதான், ஜனவரி 20ஆம் தேதி நடந்த கொலைமுயற்சியின் புலன் விசாரணை அப்படியே முன்னேற்றம் இல்லாமல் நின்றது. புலன் விசாரணையின் நோக்கம், குற்றவாளிகளைக் கண்டுபிடிப்பதை விடவும் எதையோ மறைப்பதற்கு நடத்தப்படுகிறது என்பது போல இருந்தது. காந்தியைக் காப்பதைக் காட்டிலும் அவரின் கொலைகாரர்களுக்கு வழி அமைத்துக் கொடுக்க நாட்களைக் கடத்துவது போலிருந்தது.

அவருடைய எளிமையும், நேர்மையான நடத்தையும், அதை ஆட்சியில் இருப்போர் கடைபிடிக்க வேண்டும் என்ற காந்தியின் கட்டளையும் அவர்களின் குரல்வளையைப் பிடித்து நெறிப்பதுபோல இருந்தது. காங்கிரஸை கலைத்துவிடுங்கள் என்றார். பாக்கிஸ்தானுக்கு போய், பிரிவினைக்கு எதிராக பாடுபடப்போவதாக பயமுறுத்தினார். அமைச்சர்களை மக்களின் சேவகர்கள் என்று அவர்களின் அதிகாரத்தைச் சிறுமைப்படுத்துகிறார். அவர்களின் மாளிகைகளை, அகதிகளுக்கு திறந்துவிடுங்கள் என்கிறார். நகரங்களைவிட கிராமங்கள் மீது உங்கள் அக்கறை பரவட்டும் என்கிறார்.

இவர் காலத்திற்கு ஒவ்வாதவர். ராட்டைக் காலத்தில் வாழுகிறார். உலகம்தான் எங்கோ போய்க்கொண்டிருக்கிறது. இவர் இல்லாமல் இருந்தால்தான் இந்தியாவை புது திக்கில் கொண்டு செல்ல முடியும் என்ற முனகல் இல்லை, கனத்த ஒலிகள் எழத்தொடங்கின. அவரை நாட்டு அரங்கிலிருந்து நீக்கிவிட்டால், வீட்டின் கட்டிலிலிருந்து குரல் கொடுத்துக்கொண்டிருக்கும் 'பெருசின்' தொந்தரவு இல்லாமல் இருக்கும் என்று அவர்கள் தங்களுக்குள் பேசிக்கொள்ள ஆரம்பித்தார்கள்.

இந்து தீவிரவாத குழுக்களுக்கு அவர் மீது இரண்டு காரணங்களால் கோபம். முஸ்லிம் லீக் பின்னால் முஸ்லிம்கள் முழுமையாகத் திரண்டு நிற்பதுபோல இவர்கள் பின்னால் பெரும்பான்மையான இந்துக்கள் வர காந்தி பெரும் தடையாக இருந்தார். இந்தியப் பிரிவினைக்குப் பின், குறைந்தது வட இந்தியாவில் இருக்கும் முஸ்லிம்களை ஒட்டு மொத்தமாக பாக்கிஸ்தானுக்கு அடித்து விரட்டி விட்டு, இந்தியாவை முஸ்லிம்கள் இல்லாத நாடாக ஆக்கிவிடலாம் என்ற அவர்களின் கனவை காந்தி தகர்த்தார்.

ஆக காந்திஜி மீது வெறுப்பு கொண்டு, அவர் போனால் போதும் என்று இந்த இரு குழுக்களும், இந்தப் புள்ளியில் இரகசியமாகச் சந்தித்தன.

ஜனவரி 29ஆம் தேதி அதி காலையில் மூன்று மணிக்கு காந்திஜி துயிலெழுந்துவிட்டார். கடுமையான குளிரும், வாடைக் காற்றும்

இருளும் சூழ்ந்திருந்தாலும் அவர்தன் பணியை ஆரம்பித்தார். தன் ராட்டையில் நூற்றுக்கொண்டு அவர் கடிதங்களுக்கு பதில் சொல்லிக் கொண்டிருந்தார்.

பிறகு, காலையில், சிறிது கண்ணயர்ந்தார் காந்திஜி.

அப்போது, செந்தூர் பாண்டியனும், கிஷன்சிங்கும் உள்ளே வந்தனர். வழக்கம்போல அவர்கள் ஆபாவிடம் சென்றனர். அவள் காந்திக்கு ஏதோ மருந்து தயாரித்துக்கொண்டிருந்தாள். ஆகவே வேலை ஏதும் இல்லையென்று அவர்கள் வெளியே வந்தார்கள். அப்போது காந்திக்கு முன்னே சென்று வழியை நெறிப்படுத்தும் குர்மஷன் சிங் ஒரு மரத்தடியில் படுத்திருந்தார். கிஷன்சிங் அவரைப் போய் பார்த்துவரலாம் என்று சொன்னவுடன் இருவரும் அங்குச் சென்றார்கள்.

"என்ன கிஷன்சிங் எப்படியிருக்கிறாய்?" என்று கேட்டார் குர்மஷன் சிங்.

"நல்லாயிருக்கிறேன்" என்றான் கிஷன்சிங்.

"காந்தி தரிசனம் பிடித்திருக்கிறதா?"

"இப்போதுதான் மனம் நிம்மதியாக இருக்கிறது. இந்தக் கொலைகாரனுக்கு இங்குதான் சாந்தி கிடைத்திருக்கிறது. இந்த மன இரசவாதம் எப்படி நடக்கிறது என்றுதான் தெரியவில்லை"

"எனக்கு பெரிய அறிவு, ஞானம் கிடையாது. ஆனால் ஒன்று தெரியும். நன்மைக்கு என்று ஒரு சக்தி உண்டு. அது இங்கே மையம் கொண்டுள்ளது. அதுதான் அந்த சாந்தியின் மையம்"

"நீங்கள் காந்திஜியிடம் இத்தனைக் காலம் இருக்கிறீர்களே, அவரிடம் என்ன கண்டீர்கள்?"

"எனக்கு மனதில் அமைதியில்லாதிருந்தது. நான் போகாத குருத்வாரா, கோயில் இல்லை. எங்கும் மனம் அமைதியைப் பெற முடியவில்லை. இங்கு அதைக் கண்டேன். அமிழ்தத்தைக் கண்டவர் நீங்குவாரோ?"

"காந்திஜியிடம் என்ன கண்டீர்கள் என்று சொல்லவில்லையே"

"அவரின் ஒரு வார்த்தை என்னை சரிசெய்தது, எனது நடத்தை களிலிருந்து பெற முடியாத ஒன்றை, எனது வார்த்தைகளிலிருந்து பெற முடியாது என்றார். அதாவது அவரது செயல்களைக் கொண்டு அவரை மதிப்பிட வேண்டும். என்னையும் அப்படித்தான் நான் மதிப்பிட வேண்டும் என்று நினைத்தேன். நான் மாறிவிட்டேன்."

“அது கஷ்டமானது இல்லையா?”

“சிறுவயதில் உனக்கு ஞாபமிருக்கிறதா? ஒருவாய் சோற்றை சிந்தாமல் உன் வாயில் கொண்டு செல்ல எத்தனை நாட்கள் நீ முயன்று அதைச் சரி செய்திருப்பாய். அப்படித்தான் இதை முயன்றால் நடக்கும்”

“தன்னைப் பற்றியே நினைத்து நாம் சுயநலவாதியாக ஆகிவிட மாட்டோமா?”

“இல்லை. காந்திஜியின் அணுகுமுறை என்ன தெரியுமா? மற்றவர்க்கு பயனளிக்கும் வகையில் வாழக் கற்றுக்கொள் என்பது தான். நல்லவனாகவும், பயனளிக்கும் வகையில் வாழவும் கற்றுக் கொண்டால் வாழ்க்கை இனிதாகிவிடும்.”

“காந்தியோடு உங்களுக்கு ஏற்பட்ட முதல் அனுபவத்தைச் சொல்லுங்களேன்”

“இப்போது நான் எப்படிப்பட்ட மனிதனாக இருக்கிறேன் என்று உனக்குத் தெரிகிறது?”

“உண்மையைச் சொல்லட்டுமா? ஒரு பிழைக்க வழியில்லாத மனிதர் காந்தியே கதி என்று கிடந்து காலத்தை ஓட்டுகிறார் என்று நினைக்கிறேன்”

“நான் அப்படித்தான் இருக்கிறேனா?”

“நான் தப்பாக சொல்லிவிட்டேனா? என்னை மன்னித்துவிடுங்கள்”

“டேய், நான் அப்படித்தான் இருக்க ஆசைப்படுகிறேன். அதைச் சொன்னதற்கு நான்தான் உனக்கு நன்றி செலுத்த வேண்டும்” என்றார். அவர் வானத்தைப் பார்த்தார். குளிர்கால வானம் மேகத்தால் மூடிக் கிடந்தது. தரையில் கிடந்த இலை ஒன்றை எடுத்து வைத்துக்கொண்டு அதை உருட்டி வாயில் வைத்து பீ பீ என்று ஊதிப் பார்த்தார். தன்னை சிறு குழந்தைபோல ஆக்கி சந்தோசப்படுகிறார் என்று மனதுள் நினைத்துக்கொண்டான் கிஷன்சிங். அதற்குப் பிறகு அவர் பேசவில்லை.

அவர்கள் இருவரும் பொறுத்திருந்து பார்த்துவிட்டு, கிளம்பிச் சென்றார்கள். காந்திதான் இது போன்ற எத்தனைச் சிலைகளைக் கடவுளர்களாக ஆக்கியிருக்கிறார் என்று நினைத்துக்கொண்டான் செந்தூர் பாண்டியன்.

மதியம் தாண்டி, குஜராத்தில் இந்தியா பாக்கிஸ்தான் எல்லையில் இருக்கும் பான்னு எனும் நகரிலிருந்து கொஞ்சம் அகதிகள் காந்திஜியைப் பார்க்க வந்திருந்தார்கள். முஸ்லிம்களின் ரயில் தாக்குதலின் போது தப்பிப் பிழைத்தவர்கள் அவர்கள். அவர்களின் கோபம் உச்சத்திலிருந்தது. அந்த உணர்ச்சி கொப்பளிக்க காந்திஜியிடம் பேசினார்கள்.

"நான் துயரத்தின் வாயிலாக அமைதியை அடைய விரும்புகிறேன்" என்றார் காந்திஜி.

அவர்களில் ஒருவன் சொன்னான், "எங்களுக்கு மிகுந்த துன்பத்தைக் கொடுத்துவிட்டீர்கள். எங்களை முழுமையாக அழித்துவிட்டீர்கள். நீங்கள் எங்களுக்கு வேண்டாம், எங்களை எங்கள் வழியில் விட்டு விட்டு, இனி நீங்கள் இமாலயத்துக்குப் போய் ஓய்வெடுங்கள்" என்றான். அநேகமாக எவரோ சொல்லிக் கொடுத்ததை அவன் சொல்லியிருக்க வேண்டும். காந்தி கோபப்படவில்லை.

"யார் சொல்லியும் நான் ஓய்வு எடுக்கவேண்டியதில்லை. என் இமயமலை இங்குதான், மக்களிடம் இருக்கிறது. நான் கடவுளின் ஆணையின்படியே நடக்கிறேன்" என்றார் காந்திஜி.

"எங்கள் வழியாக அதைத்தான் கடவுள் உம்மிடம் பேசுகிறார். ஆகவே அங்குப் போய்ச்சேருங்கள், எங்களின் துயரம் எல்லையில்லாதது" என்றான் அவன் விடாமல்.

"என் துயரம், உங்கள் துயரத்தினும் குறைவானது இல்லை" என்று சொல்லி அவர்களை அமைதிப்படுத்தினார்.

இதைப் பார்த்துக்கொண்டிருந்த செந்தூர் பாண்டியனுக்கு, கோபம் வந்தது. யாரிடம் எதைப் பேசுவது என்ற வரைமுறையில்லையா? காந்திஜியிடம் இப்படிப் பேசலாமா? முஸ்லிம்கள் எங்கோ தவறுதலாக நடந்தால் இங்கிருக்கும் காந்திஜி என்ன செய்ய முடியும்? இதைப் போய் அந்தத் தீவிரவாத குழுக்களிடம் கேட்கலாமே, மகாத்மாவாக இருந்தால் இப்படி யார் என்ன சொன்னாலும் அதை பொறுமையாக கேட்டுக்கொண்டிருக்க வேண்டுமா என்ன என்று தனக்குள் நினைத்துக் கொண்டான்.

"இப்படி காந்தியிடம் பேசுபவனை ஒரு தட்டுதட்டிவிட வேண்டும் போலிருக்கிறது" என்றான் கிஷன்சிங்.

"அப்படி எதுவும் செய்துவிடாதே. இது காந்திஜியின் உறைவிடம். இங்கு நாம் கவனமாக நடக்கவேண்டும்" என்றான் செந்தூர் பாண்டியன்.

"அதற்காகத்தான் நான் என்னை அடக்கிக்கொண்டிருக்கிறேன்" என்றான் கிஷன்சிங்.

இரவில் காந்திஜி மிகவும் களைப்பாக இருந்தாலும் காங்கிரஸ் தலைவர்களின் நடவடிக்கை, அவரைத் தூங்கவிடாமல் செய்தது. சுதந்திரம் வரும் வரை, எவ்வளவு தியாகங்களையும், சிறைகளையும் சந்தித்த இந்தத் தலைவர்கள் இப்போது, பதவிக்காக இப்படி அடித்துக்கொள்ளுகிறார்களே, இந்த நாடு எங்குப் போகிறது? நான் எங்கு நிற்கிறேன் என்ற கேள்வி அவரை வாட்டியது. தன் மனதில் கசந்த துயரைப் போக்க, உருதுக் கவி நாசரின் பாடலை தனக்குள் பாடினார்.

"உலக நந்தவனத்தில், வசந்தத்தின் காலம் சிறிதுதான்
வீரம் நர்த்தனமாடும் ஆட்டத்தின் காலமோ பெரிது, பெரிது"

அப்போது அவருக்கு மவுண்ட்பேட்டன் சொல்லிச் சென்ற ஒரு விஷயம் நினைவுக்கு வந்தது. இரண்டு மூன்று நாட்களில் வார்தாவுக்குச் செல்லுவதற்கு முன்னால் அதற்கு ஒரு தீர்வு காணவேண்டிய கட்டாயம் அவருக்கிருந்தது. "நேருவுக்கும் பட்டேலுக்கும் இடையில் பனிப்போர் நடைபெறுகிறது. அது இப்போது காங்கிரஸ் கட்சியையும், ஆட்சியையும் பாதிக்கும் அளவுக்கு வளர்ந்து நிற்கிறது. அதைக் காந்திஜியால் மட்டுமே தீர்த்துவைக்க முடியும்" என்று சொல்லிச் சென்றிருந்தார்.

படேல், மூத்தவர், திறமையான நிர்வாகி. சரியான முடிவுகளை எடுப்பதில் வல்லவர். தன் துறையை மிகவும் சாதுரியமாக நடத்தி வந்தார். அவர் நேருவுக்குக் கீழே இருந்து செயல்பட விருப்பம் கொண்டிருக்க வில்லை.

நேரு இளகிய மனம் படைத்தவர். இலட்சியவாதி. அவரால் விமர்சனத்தை எளிதாக எடுத்துக்கொள்ள முடியாது. கசப்பான முடிவுகளை எடுக்கத் தயங்குவார். ஆனால் மக்களிடம் மிகவும் செல்வாக்கு மிக்கவர். சிறந்த பேச்சாளர். எழுத்தாளர்.

நேருவுக்குக் கீழிருந்து தன்னால் வேலை செய்ய முடியாது, தான் வேண்டுமானால் ஒதுங்கிக்கொள்ளுகிறேன் என்று படேல் காந்திஜிக்கு எழுதியிருந்தார்.

இந்த இருவரும் இளம் இந்திய குடியரசுக்கு வேண்டும் என்று காந்திஜி நினைத்தார். தான் நேருவின் பக்கம் சாய்ந்து நிற்பதாக படேலுக்கு ஒரு எண்ணம் இருக்கிறது. ஆட்சியில் அநாவசியமாக தலையிடுகிறார் காந்திஜி என்ற எண்ணமும் படேலுக்கு இருக்கிறது. ஆனால் படேல் தான் சொல்லுவதைக் கேட்பார். ஆகவே பேசி

முடித்திட, படேலை 30ஆம் தேதி மாலை நான்கு மணிக்கு வரச் சொல்லியிருந்தார். அவரோடு பேசி சமரசம் கொணர்ந்துவிடலாம் என்ற நம்பிக்கையோடு அவர் உறங்கச் சென்றார்.

குவாலியரிலிருந்து வந்த, நாதுராமும் ஆப்தேயும் மதியம்வாக்கில், பழைய டில்லி ரயில்நிலையம் வந்தடைந்தார்கள். உயர் வகுப்பு பயணிகள், ஒருநாள், ரயில்வேயின் ஓய்வு அறையில் (Retiring rooms) தங்க முடியும். ஆகவே இரண்டு மணிவாக்கில் ஒரு அறை பெற்றுக் கொண்டு, குளித்து படுத்துத் தூங்கினார்கள்.

அவர்கள் இருந்த அறையிலிருந்து, டெக்கான் கெஸ்ட் ஹவுசின் முதலாளியான கார்க்கரே, நேற்று இரவே வந்து, பிளாட்பாரத்தில் தூங்கி, காலைக்கடன்களை முடித்துவிட்டு, அந்தக் குளிரில், குயின்ஸ் தோட்டத்தில் நீரூற்றின் அருகில் உட்கார்ந்து ஆப்தேயும் நாதுராமும் வருகிறார்களா என்று பார்த்துக்கொண்டிருந்தான். குளிர் அவனுக்குத் தாளமுடியவில்லை. அவன் பீடியை இழுத்து இழுத்து குளிரைப் போக்க முனைந்தான்.

எதற்கு நான் டில்லிக்கு வந்திருக்கிறேன் என்ற கேள்வி எழுந்து அவனைச் சங்கடப்பட வைத்தது. சென்ற முறை ஏழுபேராக வந்தோம், இந்தமுறை மூவராக இருக்கிறோம். அந்தப் பையன் மதன்லால் மாட்டிக் கொண்டான், அவனுக்கு உதவி செய்ய இவர்கள் யாரும் ஒரு துரும்பை எடுத்துப்போடவில்லை. ஏதாவது ஆனால், எனக்கும் அந்தக் கதிதானோ? சென்றமுறையாவது நான் செய்ய காரியம் இருந்தது. இந்த முறை, நாதுராம் கோட்சே மட்டும்தான் காந்தியைக் கொல்லு கிறான். எள்ளு காய்கிறது என்று எலிபுழுக்கையும் காய்ந்த கதையாக நானிருக்கிறேனோ என்று எண்ணமிட்டுக்கொண்டிருந்தான். ஆனாலும், நாதுராம், ஆப்தே கூட நிற்பேன் என்று சொல்லிவிட்டேன், இனி என்ன ஆனாலும் அப்படி நிற்பேன், இடையில், பாட்கே போல கைகழுவி விட்டுப் போகமாட்டேன் என்று சொல்லிக்கொண்டு இரவு வரை அங்கிருந்தான்.

கார்க்கரேயைப் பற்றி சிறிதும் அக்கறையில்லாமல், அவர்கள் இருவரும் சுகமாக ஓய்வு அறையில் தூங்கி எழுந்து அவனைப் பார்க்க வந்தார்கள். அவர்கள் இருக்கும் அறையிலிருந்து 200 கஜம் தூரத்தில் தான் கார்க்கரே அவர்களுக்காகக் காத்துக்கிடக்கிறான். ஒரு நடை அவனை வந்துப் பார்த்து தங்கள் அறைக்கு கூட்டிச் சென்றிருக்கலாம். கார்க்கரே அதிகம் பணத்தை தனக்காகச் செலவழிக்க நினைக்காதவன். இவர்கள் ஏன் வந்து அவனைப் பார்க்கவில்லை? கிடக்கட்டும் என்ற

நினைப்பா? இவனுக்கு இதில் என்ன பங்கு இருக்கிறது என்ற உதாசீனமா?

அவர்கள் இருவரும் வருவதைப் பார்த்து கார்க்கரேக்கு, ஏழு மணிநேரம் டில்லி குளிரில் காத்திருந்த களைப்பெல்லாம் ஓடிப் போய்விட்டது. "வா" என்று சொல்லிவிட்டு ஆப்தேயும், நாதுராமும் தங்கள் ஓய்வு அறைக்கு அவனை அழைத்துச் சென்றார்கள்.

அறைக்கதவைத் தாழிட்டுவிட்டு, கோட்சே தன் பெட்டியிலிருந்து, மிக அழகிய நீலமும் கருப்பு வண்ணமும் கலந்த, வளவளப்பான துப்பாக்கியை எடுத்து அவனிடம் நீட்டினான். பாம்பு அழகாய் இருப்பது போல இந்தத் துப்பாக்கியும் இருக்கிறது என்று கார்க்கரே நினைத்தான்.

அதைக் கையில் எடுத்துப் பார்த்துக்கொண்டு, "சக்கரம் இல்லையே" என்றான் கார்க்கரே.

சிரித்த நாதுராம், "கார்க்கரே, இது தானியங்கி பிஸ்டல். விசையை அழுத்த தானே சுட்டுக்கொண்டிருக்கும்" என்றான் நாதுராம்

"ரவைகள் எங்கே" என்றான்.

கையில் வைத்திருந்த கைக்குட்டையை விரித்து ரவைகளைக் காட்டினான் நாதுராம். அவற்றைப் பார்த்த கார்க்கரே, இதில் எந்த ரவைக்கு காந்தியைத் தாக்கும் புண்ணியம் இருக்கிறதோ என்று நினைத்துக்கொண்டான்.

துப்பாக்கியை வைத்துவிட்டு, அறையிலிருந்து சாந்தினிசௌக்கிற்கு வந்தார்கள். அங்கு ஒரு புகைப்படக் கடை முன்பு நின்று, எனக்கு ஒரு போட்டோ எடுத்துக்கொள்ள வேண்டும் என்று நாதுராம் சொன்னான். எதற்கு என்று எவரும் கேட்கவில்லை. அவன் ஆசைப்படுகிறானா நடக்கட்டும் என்று நினைத்துக்கொண்டார்கள். கடைக்காரர், ஒரு மணிநேரம் கழித்து வந்து படத்தை வாங்கிக்கொள்ளுமாறு சொன்னார்.

அருகிலிருந்த உணவகத்தில் சேர்ந்து மூவரும் உணவு உண்டார்கள். நாங்கள் ஒரு சினிமா பார்த்துவிட்டு வருகிறோம் என்று ஆப்தேயும், கார்க்கரேயும் சொன்னார்கள். "சரி, நான் போட்டாவை வாங்கிக் கொண்டு ஓய்வு அறைக்குப் போகிறேன், வந்து சேருங்கள்" என்று சொல்லிவிட்டு நாதுராம் புறப்பட்டான்.

அவர்கள் இருவரும் பேசிக்கொண்டு நடந்தனர். "எனக்கு நாதுராமைப் பார்க்க பாவமாக இருக்கிறது" என்றான் கார்க்கரே.

"எதற்கு" என்றான் ஆப்தே.

"அவனைப் பார்த்தால், கோயிலுக்கு பலிகொடுக்க கூட்டி வரும் ஆடுபோல பாவமாக இருக்கிறது"

"காந்திதான் அப்படி இருக்க முடியும். இவன் ஆட்டை வெட்டும் பூசாரிபோல அல்லவா இருக்க வேண்டும்" என்று சொல்லிச் சிரித்தான் ஆப்தே.

"நாளைக்கு இந்த நேரத்தில் இவன் உயிரோடு இருக்கிறானோ இல்லையோ என்று தெரியாது. சாவு வருவது தெரியாதவரைதான் நமக்கு வீரமெல்லாம்"

"கார்க்கரே, எனக்கும் அப்படித்தான் இருக்கிறது. நேற்று இரவில் ரயிலில் இதை நினைத்து எனக்கு சரியாக தூக்கம் வரவில்லை. அது இருக்கட்டும் நம் நிலைமை எப்படியிருக்கும் என்று நினைத்துப் பார்த்தாயா?"

"கழுதை அது எப்படி வேண்டுமானாலும் இருந்துவிட்டுப் போகட்டும். எனக்கு காந்தி நம் கையால் சாவதைப் பார்க்க வேண்டும். அவ்வளவுதான்"

"நாம் தப்பித்துவிடுவோம் என்று நினைக்கிறாயா?"

"கண்டிப்பாக தப்பிவிடுவோம் என்று நினைக்கிறேன். சென்ற முறை நம்மைத் தப்பவைத்த அதே கரங்கள் இந்த முறையும் நம்மைத் தப்ப வைக்கும் என்ற நம்பிக்கை எனக்கு இருக்கிறது"

"உன் நம்பிக்கை நம்மை வாழ வைக்கட்டும். எனக்கு வாழ்ந்து அனுபவிக்க ஆசை வந்திருக்கிறது" என்று பேசிவிட்டு அவர்கள் திரைஅரங்குள் நுழைந்து படம் பார்த்துவிட்டு வெளியே வந்தார்கள்.

பேசும்படி படம் ஒன்றும் அவர்களுக்கு நன்றாயில்லை. ஆப்தே சொன்னான், "இப்போது நாதுராம் நன்றாகத் தூங்கிக் கொண்டிருப்பான். இன்றுதான் அவன் நன்றாகத் தூங்கும் கடைசி நாள். அவனைப் போய் உபத்திரவம் செய்ய வேண்டாம். நாம் வேறு எங்காவது போவோம்" என்றான் ஆப்தே.

"இருக்கவே இருக்கிறது பழைய டில்லி ரயில் நிலையம்" என்றான் கார்க்கரே.

"சரி நீ அங்குப்போய் படுத்துக்கொள். எனக்கு ஒரு சின்ன வேலையிருக்கிறது.

"இந்த இரவு நேரத்தில் அப்படி என்ன வேலை?"

"ரொம்ப நோண்டாதே. வரும் வழியில் சிவப்பு விளக்குப் பெண்களைப் பார்த்தேன். மனது சரியில்லை. கொஞ்ச நேரம் போய் விட்டு காலையில் அறைக்கு வந்துவிடுகிறேன்" என்று கார்க்கரே பதில் சொல்லுவதற்கு முன்பே போய்க்கொண்டிருந்தான் ஆப்தே.

30ஆம் தேதி, வெள்ளிக் கிழமை விடிந்தது.

கார்க்கரே காலையில் நாதுராம் தங்கியிருக்கும் அறைக்கு வந்தான். தன் இன்ப இரவிற்குப் பின் ஆப்தே அங்கு இருந்தான். மூவரும் குளித்துவிட்டு ரயில் நிலையத்தில் இருக்கும், ப்ராண்டன் கம்பெனி நடத்தும் உணவு விடுதிக்கு வந்தார்கள்.

மேஜையில் உட்கார்ந்திருக்கும்போது, பணியாள், மிகவும் தெரிந்தவனாய் அவர்களைப் பார்த்து சிரித்துக்கொண்டு வந்து, "என்ன, ஊரிலிருந்து ரொம்ப தூரம் வந்திருக்கிறீர்கள் போலிருக்கிறது" என்று சொன்னான். அவர்கள் மூவருக்கும் வயிற்றில் பயம் கிள்ளியது. ஆபத்து வந்திருக்கிறது என்று நினைத்தார்கள்.

நாதுராம், வந்த அந்தப் பணியாளின் முகத்தைப் பார்த்து, அவன் பூனாவில் ஆப்தேயும், நாதுராமும் ரயில் விடுதியில் உண்ணும்போது அவர்களுக்குப் பழக்கமானவன் என்று தெரிந்துகொண்டான். அவன் பணி இடம் மாறுதலால் இங்கு வந்திருப்பதாகச் சொன்னான். இதே பணியாள்தான், "காந்தியைக் கொல்ல இன்னொரு முறை முயற்சி செய்வோம்" என்று பூனாவில் அவர்கள் பேசிக்கொண்டிருக்கும்போது டீ, காப்பி கொணர்ந்து கொடுத்தவன். தங்களை டில்லியில் இவ்வளவு எளிதாக ஒருவன் கண்டுகொண்டானே என்று கோட்சே அதைத் துர்சகுனமாக எடுத்துக் கொண்டான். இனி நமக்கு கை விலங்குதான் என்பதுபோல இரண்டு கைகளையும் குறுக்கே வைத்துக் காண்பித்தான் நாதுராம்.

அவர்கள் தங்கள் அறைக்குச் சென்று எப்படி பிர்லா மாளிகை அரங்குக்குச் செல்லுவது என்று விவாதித்தார்கள்.

போட்டோ எடுப்பவன் போல கேமிராவையும், அது நிற்கும் கால்களையும் அதற்கு மேலே கருப்புத் துணி போட்டு மூடிக்கொண்டு தூக்கிச் சென்று காந்தியைக் கொல்லலாம் என்றான் ஆப்தே. அது சரிப்பட்டு வராது என்று சொன்னான் நாதுராம்.

பிறகு பர்தா அணிந்த முஸ்லிம் பெண்ணைப் போல வேடமிட்டுச் செல்லலாம் என்று ஆப்தே சொன்னதும் அது நாதுராமுக்குப் பிடித்திருந்தது.

ஒன்று பெண்கள் காந்தியின் பிரார்த்தனைக் கூட்டத்தில் முன்னே உட்கார வைக்கப்பட்டிருந்தார்கள், ஆகவே காந்தியைச் சுடுவதற்கு வாய்ப்பாக இருக்கும், இன்னொன்று, காந்தியைச் சுட்டது ஒரு முஸ்லிம் என்றால் அது நாடெங்கிலும் பெரும் வன்முறையை உண்டாக்கும்.

ஆகவே ஆப்தேயும், கார்க்கரேயும் சாந்தினி சௌக் பகுதியிலுள்ள தெரிந்த கடைக்குச் சென்று பர்தாவிற்காக அலைந்தார்கள்.

அப்போது அவர்களிடம் சொல்லிக்கொள்ளாமல் நாதுராம் வெளியே சென்றான்

அவன் நேரே பிர்லா மாளிகைக்குச் சென்றான். அவனைத் தடுக்கவோ அல்லது விசாரிக்கவோ எவரும் இல்லை. நாதுராம் நேரே காந்தியோடிருப்பவர்கள் இருக்கும் அறைக்குச் சென்றான். அவனை காந்திஜியின் பேத்தி மனு பார்த்தாள். அப்போது செந்தூர் பாண்டியனும், கிஷன்சிங்கும் எங்கோ சென்றுவிட்டிருந்தனர். காந்திஜி புல்வெளியில் கட்டிலில் படுத்து தூங்கிக்கொண்டிருந்தார். அவர் தூங்கிக் கொண்டிருப்பதைப் பார்த்த நாதுராம் அவர் கட்டிலை நோக்கிச் சென்றான்.

காந்தியைப் பார்த்து அவன் முறைத்துக்கொண்டிருந்தான். ஒரு வெறிகொண்ட மனிதன் போல காந்திஜியைப் பார்ப்பதைக் கண்ட மனு, அவன் அருகில் வந்து அவனை உலுக்கினாள். "சகோதரனே! காந்திஜி தூங்குகிறார். என்ன வேண்டும் உங்களுக்கு" என்று மெல்லிய குரலில் அவனை இழுத்துக்கொண்டு வந்து கேட்டாள் மனு. "ஒன்று மில்லை, மகாத்மாவைப் பார்த்து பரவசம் அடைந்தேன்" என்று சொல்லிச் சமாளித்தான். "இப்போது வரவேண்டாம், மாலையில் வந்து காந்திஜியைப் பாருங்கள்" என்று அவனை அனுப்பி வைத்தாள் மனு.

சிறிது நேரம் கழித்து அந்த நிகழ்ச்சியைத் தன் தோழியான ஆபாவிடம் மனு சொன்னாள்.

கார்க்கரேயும், ஆப்தேயும் பர்தா வாங்கிக்கொண்டு வருவதற்குள், நாதுராம் தன் அறைக்குள் வந்து சேர்ந்துவிட்டான். பர்தா நன்றாகத்தான் இருந்தது. ஆனால் அதைப் போட்டுக்கொண்டு நடக்கத்தான் முடிய வில்லை. அவன் தடுக்கி தடுக்கி விழுந்தான். உள்ளிருந்து துப்பாக்கியை வெளியிலெடுக்கவும் முடியவில்லை. ஆகவே, அது வேண்டாம் என்றான் நாதுராம். "வீணான பணச்செலவு" என்றான் ஆப்தே. "அதைப் பற்றிப் பேச இதுவா நேரம்" என்று நாதுராம் கேட்டான்.

நேரம் இருந்ததால், அவர்கள், ஒரு டாக்ஸியில், இந்து மகாசபை பவன் பக்கத்திலிருக்கும் பிர்லா மந்திருக்குச் சென்றார்கள். அதன்

பின்னாலிருக்கும் வனத்துக்குள் சென்றார்கள். பத்து நாட்களுக்கு முன்னால், துப்பாக்கியை வைத்து சுட்டுப் பார்த்த அந்த இடத்திற்கு அருகில் வந்தார்கள்.

மரத்திலிருந்து இருபது அடி நடந்து வந்து, அந்த இடத்திலிருந்து இரு முறை மரத்தைப் பார்த்துச் சுட்டான் நாதுராம். இரண்டு முறையும், குறி தவறாமல் மரத்தில் போய் குண்டு பதிந்தது. அவனுக்கு நம்பிக்கை வந்தது.

வரும் வழியில், நாதுராம் சொன்னான், "மாறு உடை போட்டுக் கொண்டு செல்ல வேண்டாம் என்று நினைக்கிறேன். சீருடை போல ஒன்றை அணிந்துகொண்டு செல்லலாம்" என்றான். வரும் வழியில், இளம் நீல சட்டையை வாங்கி வந்தார்கள். அதை வந்து போட்டுப் பார்த்தார்கள். அவனுக்குப் பொருத்தமாக இருந்தது.

இப்போது மதியம் ஒரு மணி ஆகிவிட்டது. ஓய்வு அறையைக் காலி செய்யும் நேரம் நெருங்கிவிட்டது. நேற்றிருந்த எழுத்தர் சுந்தரிலால் தான் இருந்தார். ஒரு நாளுக்கு மேல் வழங்கப் படக்கூடாது என்ற ஆணையிருப்பதால், சுந்தரிலால், அவர்களைக் காலில் செய்யச் சொன்னது மட்டுமல்லாமல், அவர்கள் காலிசெய்கிறார்களா என்று பார்க்க அறைக்கே வந்துவிட்டார். அவர்கள் அறையிலிருந்து வெளியே வந்துகொண்டிருக்கும்போதே, அறைப்பையனை, அறையைப் பூட்டுமாறு கட்டளையிட்டார். அவர்களின் முகம் சுந்தரிலாலுக்கு நினைவில் நன்கு பதிந்துவிட்டது.

அறையைக் காலி செய்துவிட்டு, இரண்டாம் வகுப்பு பயணி களுக்கான பொது ஓய்வறைக்கு வந்தார்கள். உட்கார இடமில்லை. ஒரே இரைச்சலாக இருந்தது. ஒரு பெஞ்சில் இடம்பிடித்து, அதில் கோட்சேயை உட்கார வைத்தார்கள். இருவரும் அவன் காலடியில் உட்கார்ந்தார்கள்.

கார்க்கரேக்கு கோட்சேயைப் பார்க்க முடியவில்லை. அழுது விடுவேனோ என்று நினைத்து தன் தலையை மற்றவர்கள் பார்த்து விடக்கூடாது என்பதற்காய் கார்க்கரே குனிந்து வைத்துக்கொண்டான். மரணப் படுக்கையின் அருகில் நிகழப்போவதை எதிர்பார்த்து சோகத்துடன் இருக்கும் நெருங்கிய உறவினர்போல அவர்கள் இருவரும் உணர்ந்தனர்.

"நாதுராம், உனக்கு ஏதாவது தின்ன ஆசையாக இருக்கிறதா?" என்று மிகவும் தாழ்ந்த குரலில் ஆப்தே கேட்டான்.

அவர்களைப் பார்த்துச் சிரித்த நாதுராம், "ஆமாம். உப்பிட்ட வேர்க்கடலை தின்ன ஆசையாக இருக்கிறது" என்றான். அவ்வளவு தான், அதைத் தேடிக்கொண்டு அவர்கள் இருவரும் உடனே புறப்பட்டார்கள். அவனருகில் உட்கார அவர்களால் முடியவில்லை என்பதும் ஒரு காரணம்தான்.

அவர்கள் ரயில் நிலையத்திலும், வெளியே உள்ள கடைகளிலும் அலைந்து தேடிப் பார்த்தார்கள். எங்கும் கடலை கிடைக்கவில்லை. வேறு வழியில்லாமல் கோட்சேயிடம் வந்தார்கள். அவன் ஜான் ஃபெர்கூசன் எழுதிய, நைட் இன் கிளென்சைல் என்ற புத்தகத்தைப் படித்துக்கொண்டிருந்தான். அவர்களைப் பார்த்ததும் சிரித்தான். சாகப்போகிற மனிதனின் கடைசி ஆசையை நிறைவேற்ற முடிய வில்லையே என்ற தவிப்பு அவர்கள் முகத்தில் தெரிந்தது.

"எனக்குத் தெரியும், அது இங்கே கிடைக்காது. பலமுறை நான் தேடிப்பார்த்திருக்கிறேன்" என்றான் கோட்சே.

தவிப்புடன் அவனருகில் எதுவும் பேசாமல் உட்கார்ந்திருந்த இருவரும் "சிறிது நேரத்தில் வருகிறோம்" என்று சொன்னார்கள். நாதுராமும் எங்கே போகிறீர்கள் என்று அவர்களிடம் கேட்கவில்லை.

வெளியே வந்தவுடன், ஆப்தே சொன்னான், "நாம் பிர்லா மாளிகைக்குச் சென்று, பூனாவிலிருக்கும் காவலர்கள் யாரும் காந்தியைப் பாதுகாக்க வந்திருக்கிறார்களா என்று பார்த்து வருவோம்" என்று கார்க்கரேயிடம் சொன்னான். இவர்களுக்கு இருக்கும் முன் ஜாக்கிரதை உணர்வு காந்திஜியைக் காக்கும் காவலர்களுக்கு இல்லை என்பதுதான் வேதனை.

அவர்கள் ஒரு டாக்ஸி பிடித்து அங்குப் போய்விட்டு, இந்தியா கேட் அருகில் வரும்போது, "வண்டியை நிறுத்து" என்று சத்தமிட்டான் கார்க்கரே.

"என்ன?" என்று ஆப்தே கேட்டான். வண்டி நின்றது.

"அதோ பார் அந்தத் தள்ளு வண்டியை" என்று கைகாட்டினான் கார்க்கரே. தள்ளு வண்டியில் உப்பு நிலக்கடலை இருந்தது. போய் அதை வாங்கிவிட்டு, திரும்பி வரும்போது, ரயில் நிலையக் கடிகாரம் மணி மூன்று எனக் காட்டியது.

கடலைப் பொட்டலத்தை நாதுராமிடம் கொடுத்தவுடன், அவன் கண்கள் வியப்பால் விரிந்தன. "எங்கே, பூனாவுக்குப் போய் வாங்கி வந்தீர்களா?" என்று வேடிக்கையாகக் கேட்டான் நாதுராம்.

அவர்கள் மூவரும் கடலையைத் தின்று கொண்டிருந்தார்கள். மணி நாலே கால் ஆகியது. "புறப்படுவோம்." என்றான் கோட்சே.

அவர்கள் எழுந்தார்கள். "நாங்களும் அங்கு வரவேண்டுமா?" என்று கேட்டான் ஆப்தே. அவனைப் பார்த்த கோட்சே, "இவ்வளவு தூரம் வந்தபிறகு நீங்கள் இல்லாமல் எப்படி? என்னோடு வாருங்கள்" என்றான். கொலையில் சிக்கிவிடாமல் திரும்பி வந்துவிடலாம் என்ற ஆப்தேயின் கனவு தகர்ந்தது. கார்க்கரே அதைப்பற்றி யோசிக்கவே யில்லை.

நாதுராம், புறப்படும்போது, தன் சட்டைப் பையைத் தட்டிப் பார்த்துக்கொண்டான். துப்பாக்கி பத்திரமாக இருக்கிறதா என்று மீண்டும் உறுதி செய்துகொண்டான். தனியே நடந்தான்.

குதிரை வண்டியைப் பிடித்து அதில் ஏறினான் கோட்சே. அதைப் பார்த்த கார்க்கரேயால் இப்போது அழுகையைக் கட்டுப்படுத்த முடியவில்லை.

"நிதானம், கார்க்கரே, அழுகையை நிறுத்து. கடைசியில் காரியத்தைக் கெடுத்துவிடாதே" என்றான் ஆப்தே.

காந்தியின் எமதூதன் அதோ பிர்லா மாளிகையை நெருங்கி விட்டான். அவன் மாளிகையின் வாசலுக்கு முன்னாலே இறங்கி நடந்தான். அங்குக் காவலர்களின் எண்ணிக்கை அதிகமாக இருந்தது. ஆனாலும், யாரும் அவனைச் சோதனையிடவில்லை.

விதி வலிது என்று சொல்லலாமா அல்லது சதி வலிது என்று சொல்லலாமா? அல்லது காந்திஜி இதைத்தான் எதிர்பார்த்துக் கொண்டிருந்தார் என்று சொல்லலாமா? இந்த ஒரு விஷயத்தில் காந்திஜியும் கோட்சேயும் ஒரே நேர்கோட்டில் பயணித்தார்கள் என்று சொல்லலாமா? காந்தி விரும்பிக் காத்திருந்த துப்பாக்கிச் சாவை அவருக்குத் தந்து மகிழ கோட்சே வருகிறான் என்று சொல்லலாமா?

அரை மணி நேரம் கழித்து, தங்கள் உடைமைகளை மக்கள் காத்திருக்கும் அறையில் வைத்துவிட்டு, ஆப்தேயும், கார்க்கரேயும் ஒரு குதிரை வண்டியில் பிர்லா மாளிகைக்குச் சென்றார்கள்.

அந்த ஜனவரி 30ஆம் தேதி பிர்லா மாளிகையைப் பொறுத்தவரை இன்னொரு குளிர்காலத்து சோம்பலான காலையாக விடிந்தது.

காந்திஜி வழக்கம்போல அதிகாலை 3.30 மணிக்கு எழுந்திருந்தார்.

கஸ்தூரிபாவின் மறைவிற்குப் பின் காந்தியினை அவருடைய பேத்தியான ஆபாவும், மருமகளான பேத்தி மனுவும் கவனித்துக் கொண்டனர். அன்றைக்கு, காந்திஜியின் இருமலுக்கு, சூரணம் தயாரிக்க வேண்டியிருப்பதால், காலை நடைப் பயிற்சிக்கு வர இயலாது என்று மனு சொன்னாள். அதற்கு பதிலாக, காந்திஜி சொன்னார், "இரவுக்கு முன்னால் என்ன நடக்கும் என்பதை யார் அறிவார்? அப்போது நான் உயிரோடிருக்கிறேனோ இல்லையோ தெரியாது. இரவில் நான் உயிரோடு இருந்தால் இதைச் செய்யலாம்" என்று சொன்னது அவளுக்கு மனதுக்கு என்னவோ போலிருந்தது.

அப்போது காந்திஜி நேற்றைக்கு சொன்னது அவளுக்கு நினைவுக்கு வந்தது. "இதைக் குறித்துக்கொள். ஒரு குண்டை என் உடலில் பாய்த்து ஒருவன் என் வாழ்வை முடிக்கிறான் என்றால், அந்தக் குண்டை நான் முனகலில்லாமல் சந்தித்து, கடவுளின் பெயரை உச்சரித்துக்கொண்டு என் கடைசி மூச்சை விடுகிறேன் என்றால், அப்போதுதான் நான் கடவுளின் மனிதன் எனும் பெயர் பெற்றவனாவேன்."

தாத்தா எதற்கு அடிக்கடி சாவைப் பற்றிச் சொல்லிக் கொண்டிருக் கிறார் என்று அவளுக்குத் தோன்றியது. எதற்கு இப்படி வார்த்தைகள் அவர் வாயிலிருந்து வந்துகொண்டிருக்கின்றன? இது நல்லதற்கில்லை என்பது போல அவளுக்குத் தோன்றியது.

அதிகாலையில் எழுந்து வேலை செய்துகொண்டு காலையில் காந்திஜி தூங்கும்போது, செந்தூர் பாண்டியனும், கிஷன்சிங்கும் வந்தார்கள். வந்தவர்கள் ஆபாவிடம் சென்றார்கள்.

"ஆபா, இன்றைக்கு வேலை ஏதாவது இருக்கிறதா?" என்று கேட்டான் செந்தூர் பாண்டியன்.

"ஏதுமில்லை, நாங்கள் வார்தாவிற்கு போவதற்கான ஏற்பாடுகளைக் கவனித்துக்கொண்டிருக்கிறோம்" என்றாள்.

"நாங்கள் அங்கு வரலாமா?"

"அதை தாத்தாவிடம்தான் கேட்க வேண்டும்"

"அப்படியானால் அவர் வேண்டாம் என்று சொல்லுவார் என்பது தெரிந்துவிட்டது." என்று சொல்லிவிட்டு, மீண்டும் தொடர்ந்து, "மதியத்திற்குள் ஒருவரைப் பார்த்துவிட்டு வந்துவிடுகிறோம். காந்திஜிக்கு இன்னும் சரியான பாதுகாப்பு ஏற்பாடு செய்யவில்லை என்றுதான் எங்களுக்குத் தோன்றுகிறது. குறைந்தது, அந்தச் சதிகாரர்களை அறிந்த

பூனாவின் காவலர்களைப் போட வேண்டும் என்று சொல்லிவிட்டு வரலாம் என்றிருக்கிறேன்” என்றான் செந்தூர் பாண்டியன்.

“போய் வாருங்கள் அண்ணா” என்று அனுப்பினாள் ஆபா.

அவர்கள் போய், பிரதமரின் செயலாளர் ரஸ்தோகியைப் பார்த்து விட்டு மதியம் தாண்டி வந்து சேர்ந்தார்கள். அவரிடம் காந்திஜியின் பாதுகாப்பு பற்றிச் சொல்லிவிட்டு வந்தார்கள். அவர் புலனாய்வுத் துறைத் தலைவர் சஞ்சீவிப் பிள்ளையிடம் பேசிவிட்டு, நாளையிலிருந்து முற்றிலும் புதிய ஏற்பாடுகள் செயல்படுத்தப்படும் என்று சொன்னார்.

இரண்டு முக்கியமான முடிவுகளை எடுக்க வேண்டிய கட்டாயத்தில் காந்திஜி இருந்தார். ஒன்று காங்கிரசின் எதிர்காலம் பற்றியது. அதைப் பற்றி அவர் ஒரு திடமான முடிவுக்கு வந்துவிட்டார் எனலாம்.

அரசியல் கட்சியாக இருக்கும் காங்கிரஸை கலைத்துவிட்டு, அதை லோக் சேவக் சங்காக (மக்கள் சேவை சங்கம்) ஆக்க அவர் திட்டமிட்டிருந்தார். அதன் ஊழியர்களை, கிராம முன்னேற்றத்திற்கு பாடுபடும், சமூக சீர்திருத்தங்களை மக்களிடம் எடுத்துச் செல்லும் சமூக சேவகர்களாக மாற்றி, காங்கிரசுக்கு புது விதி முறைகளை வகுக்க அவர் திட்டமிட்டு, அதற்கான இறுதிக்கட்ட வேலைகளை இன்றும் செய்துகொண்டிருந்தார். அதை காங்கிரஸ்காரர்கள் வரவேற்பார்களா என்பது சந்தேகமே என்பது அவருக்குத் தெரியும். ஆயினும் இந்த நாட்டிற்கு தான் தந்து போகும் கடைசி கொடையாக அது இருக்க வேண்டுமென்று அவர் விரும்பினார்.

இன்னொன்று அவரின் இரு சீடர்களுக்கிடையேயான பூசலைத் தீர்க்கும் வழியை அவர் யோசித்துக்கொண்டிருந்தார். இருவரும் தொடர்ந்து நட்புடன் நாட்டுப்பணியில் செயல்படவேண்டும் என்பது அவர் விருப்பம். அதற்கு இருவரும் ஒத்து வருவார்களா என்ற சந்தேகம் அவரிடம் இருந்தது. ஆயினும் இருவரிடம் தான் பேசினால் அவர்கள் இணைந்து செயல்படுவார்கள் என்ற நம்பிக்கையும் கொண்டிருந்தார். அது சம்பந்தமாக முதலில் படேலிடம் பேச, அவரை நான்கு மணிக்கு வரச் சொல்லியிருந்தார்.

மதியம் தாண்டி, செந்தூர் பாண்டியனும், கிஷன்சிங்கும் வந்தார்கள். அவர்களுக்காகக் காத்திருந்தது போல, ஆபாவும் மனுவும் அவர்களை நோக்கி ஓடி வந்தார்கள்.

“செந்தூர், நீங்கள் இருவரும் வெளியே போயிருக்கும்போது, ஒருவன் வந்தான். அவன் தாத்தா வெயிலில் படுத்து தூங்கிக் கொண் டிருக்கும் போது தாத்தாவைச் சுற்றி நின்று பார்த்தான். அவன் தாத்தாவின் உறக்கத்தைக் கெடுத்துவிடுவானோ என்று பயந்து, ஓடிப்போய் அவனிடம் நின்று “சகோதரனே, அவரைத் தொந்தரவு செய்யாதே, மாலையில் அவரை வந்து பாருங்கள்” என்று சொன்னேன். அப்போது அவன் என்னைப் பார்த்தான். அப்படி ஒரு குரூரமான, கொடுமையான, கோபமான ஒரு கண்ணை நான் பார்த்ததில்லை. காந்திஜியைப் பார்த்தால், எல்லோருக்கும் கருணை கண்ணில் கொப்பளிக்கும். இவன் கண்ணில் அப்படி ஒரு வஞ்சினமான கொடூரம். எனக்கு அவனைப் பார்க்க பயமாகிவிட்டது. நீங்கள் இருவரும் இருந்தால் நன்றாக இருந்திருக்குமே என்று எனக்குப் பட்டது” என்றாள் மனு.

“அவன் எப்படியிருந்தான்?” என்று கேட்டான் செந்தூர் பாண்டியன்.

“முப்பந்தைந்து, நாற்பது வயதிருக்கலாம். நல்ல வாகுவான உடல் அமைப்பு. அவனைப் பார்த்தால் நல்லவனாகத் தெரியவில்லை” என்றாள் மனு.

“அவன் டில்லிக்காரனா அல்லது மராத்தாவா?”

“கண்டிப்பாக டில்லிக்காரனோ அல்லது அகதியோ இல்லை. இப்போதுதான் எனக்குப் படுகிறது, அவன் மராத்தாவாக இருக்கலாம் என்று” என்றாள் மனு.

“ஒருவேளை அவனாகத்தான் இருக்கலாம். அவர்கள் மீண்டும் காந்திஜியைக் குறிவைத்து வந்திருக்கலாம். கிஷன்சிங் இன்றைக்கு நாம் மிகவும் எச்சரிக்கையாக இருக்க வேண்டும்” என்றான் செந்தூர் பாண்டியன்.

“இன்றைக்கு துணைப் பிரதமர் படேல், பிரார்த்தனை ஆரம்பிக்கும் வரை இங்குதான் இருப்பார். அந்த நேரத்தில் அவர்கள் வர தயாராயிருப்பார்களா?” என்று கிஷன்சிங் கேட்டான்.

“அது அவர்களுக்குத் தெரியுமோ தெரியாதோ, நாம் கவனமாக இருப்போம்”என்றான் செந்தூர் பாண்டியன்.

மாலையில், படேல் தன் மகள் மனிபென் படேலுடனும் காந்திஜியைச் சந்தித்துப் பேசினார். அவர்கள் பேச்சு உணர்ச்சி மிக்கதாகவும், சில வேளை காரசாரமாகவும், வேதனையாகவும் இருந்தது.

நேரம் ஓடிக்கொண்டிருந்தது. மணி 4.55. காந்திஜி பிரார்த்தனைக் கூட்டத்துக்குச் செல்லும் நேரம் நெருங்கிவிட்டது. நேரத்தைப் பற்றிய பிரக்ஞை இல்லாமல் இருவரும் பேசிக்கொண்டிருந்தார்கள். மனுவுக்கும் ஆபாவுக்கும் மிகுந்த பதட்டமாக இருந்தது.

காந்திஜியின் கவனத்தைக் கவரும் பொருட்டு அவரின் மாலை உணவை காந்தியின் முன்னே வைத்தாள் ஆபா. அதை அவர் கவனிக்க வில்லை. அவர்கள் இருவரின் உணர்ச்சிமயமான பேச்சில் இடை புகுந்து பேச ஆபா தயங்கினாள். ஆயினும் தாமதமாக பிரார்த்தனைக் கூட்டத்திற்கு அவர் செல்லுவதற்காக வருத்தப்படுவார் என்பது அவளுக்குத் தெரியும்.

வேறு வழியில்லாமல், கடிகாரத்தை அவர் முன்னே எடுத்துக் காட்டினாள். தன் பேச்சில் மூழ்கியிருந்த காந்திஜி அதைக் கண்டு கொண்டதாய்த் தெரியவில்லை. நிலைமையை உணர்ந்த மனிபென், காந்திஜியிடம் நேரத்தை நினைவுபடுத்தினாள். "நான் இப்போது எழ வேண்டும்" என்று சொல்லிக்கொண்டு அவசரம் அவசரமாய் வைத்த உணவையும் சாப்பிட்டுவிட்டு, மாலை பிரார்த்தனைக்கு எழுந்தார். இப்போது மணி 5.10

முடிவாக, இருவரும் நாட்டுக்குத் தேவை, ஆகவே நேரு, படேல் இருவரையும் வைத்துப் பேசி "நாளைக்கு" முடிவெடுக்கலாம் என்று தீர்மானித்திருந்தார்கள்.

அன்று பிரார்த்தனை கூட்டத்திற்கு வழக்கத்தைவிட கூட்டம் அதிகமிருந்தது. அது நிறைந்திருந்தது.

ஆப்தேயும், கார்க்கரேயும், உள்ளிருந்து காந்திஜி புல்வெளிக்கு வரும் படிகளுக்கும் காந்திஜி வந்து அமரும் மேடைக்கும் இடையில் நாதுராம் நின்று கொண்டிருப்பதைப் பார்த்தார்கள். காந்திஜி அந்தப் படியேறி அவனைத் தாண்டித்தான் மேடைக்குச் செல்லவேண்டும். அவனுக்கு இருபுறமும் அவர்கள் போய்நின்று கொண்டார்கள்.

மணி ஐந்தாகிவிட்டது. எல்லோரின் கண்களும் அவர் வரும் வழியைப் பார்த்துக்கொண்டிருந்தனர். ஐந்து மணிக்கு மிகச்சரியாக வரும் காந்திஜி 5.10 ஆகியும் வரவில்லை. என்ன ஏது, காந்திக்கு உடம்புக்கு முடியவில்லையா அல்லது அவர் வரமாட்டாரா என்று ஒவ்வொருவரும் தங்களுக்குள் பேச ஆரம்பித்தார்கள். அங்கிருந்த அமெரிக்க பத்திரிகையாளரான வின்சென்ட் ஷீன் தன் சக பத்திரிகை யாளரிடம், காந்தி பிந்தி வருவது ஆச்சரியம் என்று சொல்லிக் கொண்டிருந்தார்.

காந்திஜி படேலுடன் பேசிக்கொண்டிருந்த அறைக்கு வெளியே, காந்திஜி செல்ல அவருக்கு முன்சென்று வருவோரையெல்லாம் ஒதுங்கி நிற்க வைத்து வழியமைத்துக் கொடுக்கும் சீக்கியர் குர்பஷன்சிங்கும், செந்தூர் பாண்டியனும், கிஷன்சிங்கும் பலரும் காந்தி வருவதற்குக் காத்து நின்றனர்.

மெதுவாக கிஷன் சிங்கை அழைத்து, "காந்திக்கு தாமதம் பிடிக்காது. இன்றைக்கு அவர் முன்னால் நின்றால் கோபப்படுவார். ஆகவே அவருக்குப் பின்னால் போவோம்" என்றார் குர்பஷன்சிங். இருவரும் சரியென்று ஒதுங்கி நின்றார்கள்.

காந்திஜி வழக்கம் போல, தன் பேரக்குழந்தைகள் ஆபா, மனு தோள் மீது கைபோட்டுக்கொண்டு அவர்களிடம் பேசிக்கொண்டு வந்தார்.

அவருடைய தொண்டர் ஒருவர் காந்தியிடம், "கத்தியவாரிலிருந்து இரு சகோதரர்கள் உங்களைப் பார்க்கவேண்டும் என்று சொல்லுகிறார்கள்" என்றார். அதைக் கேட்ட காந்திஜி, "பிரார்த்தனை முடிந்து வரச் சொல்லுங்கள், நான் உயிரோடிருந்தால் அவர்களைப் பார்க்கிறேன்" என்றார். மனுவுக்கு அது என்னவோ போலிருந்தது.

அப்போது மணி 5.13. உணவைப் பற்றிப் பேசி சிரித்துக்கொண்டு அவர்கள் தோளில் சாய்ந்துகொண்டு அவர் நடந்தார்.

"பாபு, உங்கள் கடிகாரத்தை நீங்கள் கவனிக்கவில்லையென்று அதற்கு வருத்தம்" என்றாள் மனு.

"நீங்கள்தான் என் நேரக்காப்பாளர் இருக்கிறீர்களே, பின் எதற்கு கடிகாரம்" என்று சொல்லிச் சிரித்தார் காந்திஜி.

"நீங்கள்தான் உங்கள் நேரக்காப்பாளர்களையும் கவனிப்பதில்லையே" என்று மனு சொன்னதும் காந்திஜி குலுங்கிச் சிரித்தார்.

அவரோடு நடந்துகொண்டு, ருத்திராட்சமாலையையும், எச்சில் துப்பும் கலசத்தையும் உடன் சுமந்துகொண்டு வந்தாள் மனு. அவர்களுக்குப் பின்னால் குர்பஷன்சிங்கும், செந்தூர் பாண்டியனும், கிஷன்சிங்கும் வந்தார்கள்.

புல்வெளிக்குச் செல்லும் படிக்கட்டில் ஏறும்போது, காந்திஜி சொன்னார், "இன்றைக்கு பதினைந்து நிமிடம் தாமதம். தாமதம் எனக்குப் பிடிக்காது. ஐந்து அடிக்கும்போது, பிரார்த்தனைக் கூட்டத்தில் இருக்க வேண்டும் என்பது என் விருப்பம்" என்றார். அப்போது மணி 5.15

அவர்கள் பிரார்த்தனை வெளிக்குள் நுழைந்ததும், அவர்களின் பேச்சுவார்த்தை அனைத்தும் நின்றன. இனி பிரார்த்தனை உணர்வு அவர்களிடம் நிறைத்திருக்கும்.

காந்திஜி மேடைக்குச் செல்ல கூட்டம் வழிவிட்டு நின்றது. காந்திஜி அந்தப் பெண்களின் தோளிலிருந்து தன் கைகளை எடுத்து விட்டு, கைகளைக் குவித்து மக்களை வணங்கிவிட்டு நடந்தார்.

மேடையை நோக்கி இரண்டு மூன்று நடை எடுத்துவைத்தபோது, இளநீல சட்டையணிந்த நாதுராம் கூட்டத்தை இடித்துக்கொண்டு முன்னே வந்து, காந்திஜியின் வழியை மறித்து நின்றான்.

நாதுராம், காந்திஜியை, "நமஸ்தே பாபு" என்று கைகுவித்து வணங்கினான். உடன் வந்த மனு, "சகோதரனே, வழிவிடுங்கள், பாபு ஏற்கெனவே தாமதமாக வந்துகொண்டிருக்கிறார்" என்று அவனைத் தாண்டிச் செல்ல முயன்றாள். அவள் சொல்லிக்கொண்டிருக்கும் போதே, நாதுராம் அவளை இடித்துத் தள்ளினான். அவள் தடுமாறி கீழே விழ, அவள் கையிலிருந்த ருத்திராட்ச மாலையும், எச்சிற்கலமும் கீழே விழுந்தன.

கூட்டமாய் நிற்பவர்களும், பின்னால் வந்துகொண்டிருந்த குர்பஷன் சிங்கும் என்ன நடக்கிறது என்று தெரியாமல் நின்றார்கள்.

நாதுராம், தன் சட்டையில் வைத்திருந்த துப்பாக்கியை எடுத்து, மூன்று முறை காந்தியை நேருக்கு நேரே சுட்டான்.

மார்பில் புகுந்த இரு குண்டுகள் அந்த மெலிந்த தேகத்தைப் பிளந்துகொண்டு முதுகின் வழியே வெளிவந்தன. வயிற்றில் பாய்ந்த குண்டு உடம்பினுள் தங்கியது. முதல் குண்டு பாய்ந்தவுடன், தூக்கிய காலைக் கீழே வைத்த காந்திஜி ஹே ராம் என்று அவர் இதழ்கள் முழங்கின.

அப்போது மணி 5.17.

காந்திஜி கீழே சாய்ந்தார்.

கூட்டம் அதிர்ச்சியடைந்தது. முதலில் என்னசெய்வது என்று தெரியாமல் மக்கள் கோபம் கொண்டார்கள். சிலர் தேம்பித் தேம்பி அழுதார்கள்.

பின்னாலிருந்த குர்பஷன்சிங்கும், செந்தூர் பாண்டியனும், கிஷன் சிங்கும், இடித்துக்கொண்டு முன்னால் வந்தார்கள். அருகில் இருந்த

பிர்லா மாளிகையின் தோட்டக்காரரான ரகு என்பவர், ஓடிவந்தார். கோட்சேயின் பின்னால் இருந்து, தன் கையில் வைத்திருந்த அரிவாளின் பின்பக்கத்தை வைத்து, நாதுராமின் தலையில் ஒரு போடுபோட்டுவிட்டு, அவனைக் கட்டிப் பிடித்தார். பாய்ந்து வந்த செந்தூர் பாண்டியனும், கிஷன்சிங்கும், நாதுராமை இறுக்கமாகப் பிடித்துக் கொண்டார்கள்,

கூட்டம் இப்போது கொலைகாரனைத் தாக்க கோபம் கொண்டு முன்னேறியது. அவனைக் கூட்டத்திலிருந்து செந்தூர் பாண்டியனும், கிஷன்சிங்கும் சுற்றி நின்று பாதுகாத்தார்கள். கூட்டத்தின் அடி உதை அவர்கள் மேல் விழுந்தது.

இரத்தம் ஒழுக அசைவற்றிருந்த காந்திஜியின் உடலை தொண்டர்கள் தூக்கிச் சென்றனர். அருகிலிருந்த அறையில் கிடத்தி, சூடு தண்ணீரில் தேனைக் கலந்து அவர் வாயில் ஊற்றினார்கள். அது உட்கொள்ளவில்லை. காந்திஜி இறந்துவிட்டார்.

காந்திஜியைச் சுட்ட கொலைகாரனை அடித்துக் கொல்ல கூட்டம் முன்னேறியது. அவனைக் கெட்டியாகப் பிடித்துக்கொண்ட செந்தூர் பாண்டியன் நாதுராமிடம், "அடப்பாவி, அந்த உத்தமரைச் சுட்டு விட்டாயே" என்றான், அசைவற்று துப்பாக்கியை உயரப் பிடித்துக் கொண்டு நின்றான் நாதுராம் கோட்சே. அவன் கண்களை அருகிருந்து பார்த்தான் செந்தூர் பாண்டியன். மனு சொன்னதைப்போல அந்தக் கண்களிலே குரூரம் நடம் புரிந்தது.

கோட்சேயின் தலையிலிருந்து இரத்தம் ஒழுகியது. அவன் கையிலிருந்த துப்பாக்கியை எவரோ பறித்தார்கள்.

"முஸ்லிம் ஒருவன் காந்தியைக் கொன்று விட்டான்" யாரோ சொன்னார்கள்.

"பாபுவை முஸ்லிம் கொன்றுவிட்டான், முஸ்லிம்களைக் கொல்லுங்கள்" என்று கூட்டம் கத்த ஆரம்பித்தது. "அவன் முஸ்லிம் இல்லை," என்று செந்தூர் பாண்டியன் கத்தினான்.

சுட்டவனை அடித்துக் கொல்ல கூட்டம் முன்னேறியது. நாதுராமைக் கட்டிப்பிடித்துக்கொண்டிருந்த செந்தூர் பாண்டியனும், கிஷன்சிங்கும், அவர்களைத் தடுத்து நின்றார்கள். வேண்டாம் அடிதடி. காந்திஜி அகிம்சையை நமக்குக் கற்றுத் தந்தார். "இவனை ஒன்றும் செய்ய வேண்டாம். சட்டப்படி போலிஸ் நடவடிக்கை எடுக்கும்" என்று விழும் அடியை இருவரும் வாங்கிக்கொண்டார்கள். அடிக்காதீர்கள் என்று கத்தினார்கள். நாதுராமை இருவரும் காத்தார்கள்.

காந்திஜியின் செயலாளரான பியாரேலால், "அமைதியாயிருங்கள். நாம் பாபுவின் குழந்தைகள், பழிக்குப் பழி வேண்டாம்" என்று கூட்டத்தை அமைதிப்படுத்தினார்.

போலிஸ் வந்தது. அவர்களிடம் நாதுராமை ஒப்படைத்தார்கள்.

வந்திருந்த மக்களோடு, செந்தூர் பாண்டியனும், கிஷன்சிங்கும் சேர்ந்து அழுதார்கள். அவர்களோடு சேர்ந்து இந்த நாடும் அழுதது.

அழுகிய கொள்கை ஒரு மகாத்மாவைக் கொலை செய்வதில் வெற்றியடைந்தது.

பூனாவில், ராகவன் அந்தச் செய்தியைக் கேட்டு அதிர்ச்சியடைந்தான். "அடப் பாவி நாடே! ஆங்கிலேயர் காப்பாற்றியிருந்த உன் தேசத் தந்தையை உன்னால் ஆறு மாதம் கூட காப்பாற்ற முடியவில்லையா" என்று தன் மனதில் தோன்றியதை எழுத ஆரம்பித்தான். எழுதுவதே துயரத்தை மறைத்தது போன்றிருந்தது அவனுக்கு.

மறுநாள் காலையில், எல்லம்மா வீட்டிற்குள் ஓடி வந்தாள். கண்ணீர் விட்டுக்கொண்டு, "தம்பி கேட்டீர்களா, அந்த பாவிப்பயல்கள் நம் காந்திஜியை கொன்றுவிட்டார்களாம். இவர்கள் உருப்படுவார்களா" என்று தலையில் அடித்துப் புலம்பினாள்.

ராகவன் பதில் சொல்லவில்லை. அவன் கண்ணிலிருந்தும் கண்ணீர் வழிந்தது.

"இதனால்தான் நான் சொன்னேன், அந்தப் பாவிப்பயலை இந்த வீட்டுக்குள் விடாதீர்கள் என்றேன். அவன் கால்பட்ட இந்த வீட்டை என்னத்தை வைத்துக் கழுவினாலும் அந்தப் பாவம் போகுமா?" என்றாள்.

அவனுக்குப் பதில் சொல்லத் தெரியவில்லை. அவள் கண்ணைப் பார்க்கும்போது, "காந்தி சாகவில்லை, அவர் வாழுகிறார்" என்று அவனுக்குச் சொல்லத் தோன்றியது.

"தம்பி, இவனுக்கு நாம தண்டனை கொடுக்காவிட்டாலும், மக்கள் தண்டனை கொடுத்துவிடுவார்கள். பூனா நகரம் முழுவதும் பற்றி எரிந்துகொண்டிருக்கிறது. நான் எப்படியோ தப்பித்து இங்கே வந்து சேர்ந்தேன். அந்தப் பாவி கோட்சே பிரஸைச் சுற்றிக் கூட்டம் கூடிக்கொண்டிருக்கிறது. வரும்போது பார்த்தேன்" என்றாள்.

ராகவன் வெளியே வந்து பார்த்தான். இந்து ராஷ்டிரிய பிரஸ் அலுவலகத்தின் முன்னே மக்கள் மிகுந்த கோபத்துடன் கூடி நின்று கல்லெறிந்து கொண்டிருந்தார்கள்.

"எல்லம்மா, நான் அங்கே போய்விட்டு வருகிறேன்" என்று புறப்பட்டான் ராகவன்.

"நீங்கள் எதற்குத் தம்பி அங்குப் போக வேண்டும்?. இந்த ஊர் மக்கள், இந்த ஊர் பாதகனை பார்த்துக்கொள்ளுவார்கள்" என்று அவன் வழியை அவள் மறித்து நின்றாள்.

"அவர்களின் கோபம் நியாயமானதுதான். ஆனால் காந்திஜி வன்முறை கூடாது, அகிம்சை ஒன்றே வீரர்களின் ஆயுதம் என்று சொல்லித் தந்திருக்கிறார். இவர்கள் கோபத்தில் எதையாவது செய்யப்போய், காந்திஜிக்கு செத்த பிறகு கெட்டபெயராகிவிடும். அதை நான் தடுக்க வேண்டும்" என்றான்.

"தம்பி இந்த ஊர் மக்களை உங்களுக்குத் தெரியாது. கோபம் வராது, வந்துவிட்டால் எவர் தடுத்தாலும் நிற்க மாட்டார்கள். அந்தப் பாவிப் பயலுக்கு இந்தத் தண்டனையைக் கொடுப்பதுதான் சரி. நீங்கள் வீட்டிலிருங்கள்" என்றாள்.

"இல்லை அக்கா, நான் பார்த்துக்கொண்டு சும்மா இருக்கக்கூடாது. ஒரு காந்தியவாதி வன்முறையைக் கண்டும் காணாமல் இருக்க முடியாது. கோட்சே வேண்டுமானால் காந்திஜியை தன் எதிரியாகக் கொன்றிருக்கலாம். அவன் காந்திக்கு ஒருபோதும் எதிரியாக இல்லை. காந்திக்கு எவரும் எதிரியில்லை. காந்தி சாகலாம். காந்திஜியைக் கொல்லலாம். காந்தியம் சாகக்கூடாது. காந்தியத்தைக் கொல்ல முடியாது. அதை நான் விட மாட்டேன். இதோ வந்து விடுகிறேன்" என்று அவள் கையைத் தள்ளிவிட்டு அவன் தெருவில் இறங்கி நடந்தான்.

அவளும் வீட்டைப் பூட்டிக்கொண்டு அங்குப் போக தெருவில் வந்தாள். இந்து ராஷ்டிர பிரஸ் அலுவலகம் பற்றியெரிந்தது.

அதைத் தடுத்த ராகவனை அந்தக் கூட்டம் நெருப்புக்குள் தூக்கிப் போட்டது. அவன் அக்கினி மயமானான்.

காந்தி சாகவில்லை. காந்தி சாகமாட்டார்.

காந்தி வாழுகிறார். அவர் மனிதர்களிடம் வாழுகிறார்.

முடிவுரை

காந்தியடிகளைக் கொன்றது யார்?

யுகாந்திரமாக ஒவ்வொரு தலைமுறையும் தன்னை நோக்கி கேட்கும் கேள்வி இது. இதைக் கேட்கும் மனிதர்களும் அவர்கள் பெறும் விடைகளும் மாறிக்கொண்டிருக்கும். ஆனால் இந்தக் கேள்வி அவர்களின் இதயத்தைக் குத்திய முள்ளாக தொடர்ந்து தலைமுறை களைக் குடைந்துகொண்டிருக்கும்.

சில கேள்விகள் சாவதில்லை!

அதற்கான பதிலைப் பெறுவதில் வரும் ஒவ்வொரு தலைமுறையும் தன் பயணத்தை முன் நோக்கி நகர்த்திக்கொண்டிருக்கும். மனித நாகரிகத்தின் விடியல் அதில் மிளிர்ந்துகொண்டிருக்கும்.

இப்போது, காந்தி சம்பந்தப்பட்ட நாட்களில் யாராவது ஒரு மனிதர் ராட்டையில், ஒரு குத்து பஞ்சைக் கையில் வைத்து, மெல்லிய நூலாக நூற்கும் காட்சியை வினோதமாக சுற்றி நின்று பார்ப்பது சாதாரணம். இந்த நாட்டின் சுதந்திர அடையாளமான, ஏழைகளின் வாழ்வாதாரமான, இலட்சியவாதிகளின் ஆதர்சமான, காந்திஜியின் குறியீடான, காங்கிரஸ் கொடியில் பதிந்திருந்த ராட்டை ஒரு காட்சிப் பொருளாகிவிட்டது.

ஆனால் காந்தியடிகள், அப்படி விநோதமான காட்சிப் பொருளாக இல்லை.

அவர் வாழும் சக்தியாக, அதிகாலை விடிவெள்ளியாக, குன்றின் மீது ஏற்றப்பட்ட பெரும் விளக்காக, நிற்கிறார், நிற்பார். அவர் மரணம் அதை இன்னும் உறுதி செய்துள்ளது.

காந்தியடிகள் தன் கடைசிப் பயணத்தில், கல்கத்தாவிலிருந்து, டில்லிக்கு வருகின்றபோது, யமுனா பாலத்தின் அருகே சர்தார் பட்டேலும், ராஜ்குமாரி கவுரும் அவரை வரவேற்க வந்திருந்தனர். அவர்கள் முகத்தில் வழக்கமாக நிலவியிருக்கும் வசந்தப் புன்னகையில்லை. டில்லியின் அரசியல் நிலைமை அவர்களின் முகத் தோற்றத்தை மாற்றி யிருந்தது. அதிலிருந்தே நிலைமையின் கொடூரத்தை காந்தியடிகள் புரிந்துகொண்டார். சுதந்திர நாட்டின் தலைநகரான டில்லி, இன்று அதன் வரலாற்றுப்பேரான அரசர்களின் மயானமாக மாறிவிடுமோ என்ற அச்சம் அவர்களிடம் வெளிப்பட்டது.

காந்தியடிகள் இப்போதெல்லாம் டில்லிக்கு வந்தால், தாழ்த்தப்பட்ட துப்புரவுப் பணியாளர்களின் குடிசையின் அருகில் தங்குவார். இப்போது அவரின் கார் அங்கு செல்லாமல், இந்தியாவின் மிகப் பெரும் பணக்காரரான கன்ஷ்யாம் பிர்லாவின் மாளிகை நோக்கிச் சென்றது. காந்தியடிகள் தான் விரும்பி வாழும் பாங்கிகளின் குடியிருப்புக்குச் செல்ல முடியவில்லை. இப்போது அகதிகள் அந்த இடத்தில் தங்கியிருக்கின்றனர். இன்னொன்று அங்கு காந்தியடிகளுக்கு பாதுகாப்பு வழங்க முடியாது. அதுதான் டில்லியின் நிலைமை.

“பாபுஜி, இப்போது நாங்கள் பாதுகாப்பு ஏற்பாடுகளுடன்தான் வெளியே செல்ல முடிகிறது. நினைத்த மாதிரி மக்களுடன் இறங்கி உறவாட முடியவில்லை” என்று நேரு காந்தியிடம் கண்ணீர் விட்டு அழுதாரே அதுதான் டில்லியின் நிலை. சுதந்திர நாட்டின் முதற்காலை இப்படித்தான் விடிந்தது.

அந்த பிர்லா மாளிகையின் ஓரத்தில் ஒரு அறையில் காந்தியடிகள் தன் தொண்டர்களுடன் தங்கியிருந்தார்.

கதவு மூடப்படாத அந்த அறையில் தரையில் விரிக்கப்பட்ட ஒரு படுக்கை. தரையில் உட்கார்ந்து அவர் எழுதும் மேஜை. சில புத்தகங்கள், எழுதும் பொருட்கள். இவைதான் அங்கிருந்தன. அந்த அறையில் வெற்றிடமே மிகுதி. அது அவரின் சேவாகிராமில் காந்தி குடிலைப்போன்றிருந்தது. அவர் யார், அவர் எதற்காக நிற்கிறார் என்பதை அந்த அறை பறைசாற்றியது. அந்த அறையில்தான் குண்டுகள் துளைத்து ஹே ராம் என்ற பிரார்த்தனையுடன் உயிர்விட்ட அந்த உடலைக் கிடத்தினார்கள்.

அவரைக் கொல்ல வந்த கொலைகாரர்கள் ரயிலின் முதல் வகுப்பிலும், விமானத்திலும், உயர்ந்த ஹோட்டல்களிலும் தங்கி பயணித்து, பொய்சொல்லி பொதுப் பணத்தைப் பெற்று தங்களின் வசதிகளுக்காக செலவழித்தபோது இந்த மனிதர், மிக எளிமையாக நேர்மையாக அங்குத் தங்கினார். இறந்தார்.

அந்தப் பிர்லா மாளிகை இப்போது காந்தி ஸ்மிர்தி, காந்தியடிகள் நினைவகம் என்ற பெயரில் ஒரு கொள்கை வெற்றியின் மௌன சாட்சியாக நின்றுகொண்டிருக்கிறது.

இங்குதான், நாதுராம் கோட்சே காந்தியடிகள் மீது, பிரார்த்தனைக்கு வரும்போது,வந்திருந்த மக்களை நோக்கி கைகளைக் குவித்து அவர் தொழுத போது, அவனும் அவரை வணங்குவதாய் நடித்து, நேருக்கு நேராய் நின்று குண்டு பாய்த்துக் கொன்றான். பெரும் வீரராய் அதை

மார்பில் ஏற்று, கடைசிவரை களத்தில் நின்று புறங்காட்டி ஓடாமல் காந்திஜி எதிர்கொண்டார்.

கடைசி தருணத்தில், காந்தியடிகள் பிரார்த்தனை மேடையை நோக்கிச் செல்லும் புல்வெளியில் அவர் நடந்து சென்ற கால்தடங்கள் பதிக்கப்பட்டிருக்கின்றன. அந்தக் கால்தடங்கள் அந்த மேடை வரை செல்லாமல் இடையில் நிற்கின்றன. அவரின் வாழ்வுப் பயணம் அத்துடன் முடிக்கப்பட்டதாய் அது அடையாளம் காண்பித்துக் கொண்டிருக்கிறது.

காந்தியடிகளின் பயணம் அத்துடன் முடிந்துவிட்டதா என்ன?

நிச்சயமாக இல்லை. அவரின் கருத்துக்களின் பயணம், வாழ்வுச் செய்தியின் பயணம் வெற்றிகரமாய் தொடரும் என்பதன் அடையாளம் அது.

தன் மரணத்தின் மூலமும் வென்றவர் காந்தியடிகள்!

காந்தியடிகள் என்ன பெற்றுத் தந்துவிட்டார் என்று கூட வன்மத்துடன் சிலர் கேள்விகள் எழுப்புகின்றனர்.

இன்றைக்கு, ராஜ்காட்டுக்குச் சென்றால், அது காந்தியடிகளின் நினைவிடமாக, அஞ்சலி செலுத்தும் இடமாக மட்டுமல்லாமல், குழந்தைகளும் இளைஞர்களும் மகிழ்வுடன் கொண்டாடும், விளையாடும் இடமாகவும் இருக்கிறது. தேசத் தந்தையின் நினைவிடம் சாமான்ய மக்களின் சுற்றுலாத் தலமாகவும் இருக்கிறது. இது எதைக் காட்டுகிறது?

1947க்கு முன், இந்தியா கேட் முன்னுள்ள புல்வெளியில் நம் குழந்தைகள் விளையாட முடியுமா? பல இடங்களில் "இந்தியர்களுக்கு இங்கு அனுமதியில்லை" என்ற அறிவிப்பு சொந்த நாட்டிலே நிற்கும். நம் கௌரவத்தின் அன்றைய நிலை அது. இன்று நம் குழந்தைகள், இந்தியா கேட் முன்பும் தேசத் தந்தையின் நினைவிடத்திலும், எங்கும் விளையாடித் திரிகின்றனர்.

இதுதான் காந்தியடிகள் பெற்றுத் தந்த சுதந்திரம். அதுதான் அந்தச் சுதந்திரத்தின் உண்மையான மதிப்பு.

இந்த நாட்டில் எல்லோருக்கும், எல்லா மதத்தினருக்கும், எல்லா சாதியினருக்கும் சமத்துவமான சுதந்திர உரிமை உண்டு என்பதற்காக வாழ்ந்த அந்த உயிருக்கு முடிவு என்பதில்லை.

டில்லிக்குச் சென்றால், அல்லது வரலாற்றுச் சிறப்புமிக்க இடங்களுக்குச் சென்றால், அங்குள்ள அரசர்களின் நினைவிடம் ஆளற்று, கவனிப்பாரற்றுக் கிடக்கும். ஆனால் ஒரு ஆன்மிகத் தலைவர்

சமாதிக்குச் சென்றால், அங்கு பாட்டும் பக்தியும் கனிந்து உருகிக் கொண்டிருப்பதைப் பார்க்க முடியும்.

இந்தியாவின் முடி சூடா அரசரான காந்தியின் நினைவிடத்திற்கும் நாளாவட்டத்தில் அந்த ஆளற்ற நிலைதான் வந்திருக்கலாம். ஆனால் அவர் அதற்கு மேலே மகாத்மா. மக்கள் இன்றும் பக்தி, நன்றி உணர்வுடன், இலட்சிய ஆர்வத்துடன் காந்தி நினைவிடத்திற்கு தொடர்ந்து வந்து கொண்டிருக்கிறார்கள். காந்தியடிகள் ஒரு அரசர் மட்டுமில்லை, அவர் ஒரு ஆன்மீகப் புனிதராகவும் இருந்தார். அரசியல் ஆற்றலோடு, அவரிடம் ஆன்மீக அதிகாரமும் இணைந்திருந்தது. இந்த ஈர்ப்புக்கு என்றும் அழிவில்லை. எந்த ஒரு நொடியிலும் எங்கோ ஒரு இளைஞரை அவர் தொட்டு, இலட்சிய உயிர்த் துடிப்புக் கொடுத்துக் கொண்டிருக்கிறார்.

காந்திஜி குண்டடிபட்டவுடன், அவர் இரத்தம் கசிந்து சிவந்த பிர்லா மாளிகை மண்ணை மக்கள் தோண்டி எடுத்து, புனிதப் பொருளாக தங்கள் இல்லத்திற்கு எடுத்துச் செல்ல ஆரம்பித்து விட்டனர். அந்தக் கூட்டத்தில், காந்தியடிகள் அணிந்திருந்த கண்ணாடியும் செருப்பும் காணாமல் போய்விட்டன. மக்களில் எவரோ காந்தியடிகளின் நினைவாக அவற்றை எடுத்துச் சென்றுவிட்டனர். அவரின் பொருட்களும் அவர்களுக்கு தெய்வத் தொடுதல் கொண்டவை.

யமுனைக் கரையில் காந்தியடிகளின் உடலைத் தகனம் செய்த இடத்தை (ராஜ் காட்) உடனே காங்கிரிட்டால் கட்ட மத்திய அமைச்சரவை முடிவெடுத்துச் செயல்படுத்தியது. காந்தியின் அஸ்தியையும், அவர் உடல்பட்ட மண்ணையும் எடுத்துச் சென்று புண்ணிய பொருள் என்று தம்மோடு வைத்துக்கொள்ள வேண்டும் என்ற மக்களின் ஆவல் கட்டுக்கு அடங்காது போனது. ஆகவே நேருஜி சொன்னார், "சிமண்டுக்கும் செங்கலுக்கும் மதிப்பிருக்கிறது" என்றார். அவற்றை வைத்து புனிதத்தைக் காக்க வேண்டிய கட்டாயம் இருந்தது.

ஆனால் அவரைக் கொன்ற கோட்சே தான் சாகும் முன்பு சொன்னான், 'தன் ஆவியை இந்திய நதிகளில் கரைக்க வேண்டாம், அது காந்தியின் அஸ்தியால் தூய்மையிழந்துவிட்டது, ஆகவே என் அஸ்தியைச் சிந்து நதியில் கரையுங்கள்' என்று கேட்டான். என்ன தைரியம் அவனுக்கு. காந்திஜியும் அவனும் ஒன்றா?

இந்த நாடு, தூக்கிலிட்ட அவனின் உடலை அறிவிக்கப்படாத இடத்தில் எரித்து அவன் அஸ்தியை எங்கோ புதைத்தது.

காந்தியடிகளைக் கொன்றால், எல்லாம் முடிந்துவிடும் என்று கோட்சேயின் மனிதர்கள் நம்பினார்கள். அவரின் மரணம் இந்த

நாட்டின் இலட்சிய திக்கைத் திருப்பிவிடும் என்று கணக்குப் போட்டார்கள்.

ஆனால் அவரின் மரணம் பிரிந்து நின்ற நேரு படேலை இணைத்தது. வேறு திசை பார்த்து நின்ற இந்துக்களை முஸ்லிம்களை இணைத்தது. இங்கிருந்து முஸ்லிம்கள் பாக்கிஸ்தானுக்கு வலசை செல்லுவதை திசை மாற்றியது. எல்லாவற்றிற்கும் மேலாக, ஆடிக் காற்றில் தடுமாறும் பட்டம் போல பிரச்சினைகளால் தடுமாறிக்கொண்டிருந்த நேருவின் காங்கிரஸ் அரசு நிலைத்த தன்மையை அடைந்தது. அரசுக்கு அரசியல் வலு கிடைத்தது. காந்தியடிகளுக்கு செலுத்தும் அஞ்சலியாய் மக்கள் நேருவுக்குப் பின்னால் அணிவகுத்து நின்றனர்.

காந்தியடிகளின் உடலுக்கு எரியூட்டி, அவர் அஸ்தியைக் கரைக்கும் சடங்குகள் நாட்டின் ஒவ்வொரு பகுதியிலும் நடக்க நடக்க காங்கிரஸ் மாபெரும் மக்கள் இயக்கமாக வளர்ந்தது.

காந்தியடிகள் மிகச் சரியான நேரத்தில், சரியான இடத்தில் மரணித்தார். அவர் ஒருவிதத்தில் கோட்சேயை எதிர்கொள்ளவே காத்திருந்தார். அவன் வந்து தன்னை விடுவிக்கட்டும் என்று தன்னை தூய்மைப்படுத்தவே அதற்கு முன்னால் உண்ணா நோன்பு மேற்கொண்டதாகத் தோன்றுகிறது. அதற்காகவே அவர் டில்லியில் இருந்தார் என்றுதான் சொல்ல வேண்டும்.

சரோஜினி நாயுடு சொல்லுவதைப் போல, அவர் சேவாகிராமிலோ அல்லது நவகாளியிலோ இறந்திருந்தால் அவரின் மரணம் இத்தனை மகத்தானதாக இருந்திருக்க முடியுமா? பெரும் கூட்டத்தை, தான் வாழ்ந்த போதும், அதைவிட பெரும் கூட்டத்தை நாடு முழுக்க தன் மரணத்திற்குப் பின்னாலும் கூட்ட அவர் ஒருவரால்தான் முடியும்.

டில்லிக்கு, 'அரசர்களின் நகரம்' என்றொரு பெயர் உண்டு. அவரே மக்களின், இந்தியக் குடியரசின் உண்மையான அரசர். அவர்களின் தேசத் தந்தை அந்த நகரில் மரணித்தது உண்மையிலே பொருத்தமானதுதான். அதனால்தான், எந்தவித அரசுப் பதவியிலும் இல்லாத காந்தியடிகளின் மரணத்தைக் கொண்டாட ஐக்கிய நாடுகள் சங்கத்தின் கொடி அரைக்கம்பத்தில் மரியாதையுடன் பறந்தது.

காந்தியடிகளின் மரணம் ஒரு பெரும் மௌனத்தை நாட்டில் கொணர்ந்தது. மழைகாலத்து மேகம் வானை மூடுவதுபோல, சொல்ல முடியாத மௌனத்துயர் ஒவ்வொரு இந்தியரின் மனதில் ஒரு விதத்தில் கவிந்தது. மொத்த மக்களும் மௌனத்தின் வேதனையைத் தமக்குள் அனுபவித்தனர். காந்தி ஒரு வேற்று மனிதனாக இல்லாமல், தங்களின் ஒருவனாக, தங்கள் குடும்பத்தில் ஒருவனாக உணர்ந்தனர்.

சென்னையில் காந்திஜியின் அஸ்தியைக் கொணர்ந்து, மக்களின் வணக்கத்துக்கு வைக்கப்பட்டிருந்தது. அங்கு அழுதுகொண்டு வந்த ஒரு பெண் பாத்திரத்தில் பால் கொணர்ந்து அதை அஸ்தியின் முன்னே வைத்தாள். அது ஆட்டுப்பால். அதை வைத்து "நீங்கள் உயிரோடிருக்கும் போது, இந்தப் பாலை இந்தப் பாவியால் உங்களுக்குத் தர முடிய வில்லை. இப்போது கொணர்ந்திருக்கிறேன், இதை ஏற்றுக்கொள்ள வேண்டும்" என்று அவள் கதறியபோது, அங்கிருந்த அனைவரும் கண்ணீர் விட்டார்கள்.

கராச்சியில் இரவு மூன்று மணிக்கு தன் தொப்பி, காலணிகளைக் கழற்றி வைத்துவிட்டு, அரசுக் கட்டடத்தின் முன்னிருக்கும் காந்தியடிகளின் உருவச்சிலை முன்பு மண்டியிட்டு ஒருவர் தொழுதார்.

பேர்ல் எஸ்.பக் மிகச் சிறந்த, நோபல் பரிசு பெற்ற நாவலாசிரியை அவர் காந்தி இறந்தவுடன் எழுதிய அஞ்சலியில் ஒரு சம்பவத்தைக் குறிப்பிடுகிறார். அவர் தெருவில் போய்க்கொண்டிருக்கும்போது ஒரு குடியானவன் அவரை நிறுத்தி, "உலகத்தில் எல்லோரும் காந்தியை நல்லவர் என்கிறார்களே, அப்படியிருக்க அவரை ஏன் கொல்ல வேண்டும்?" என்று கேட்டார். பேர்ல் எஸ்.பக் பதில் சொல்லாமல் தலையை அசைத்தார். பிறகு அந்தக் குடியானவரே, "அன்று யேசுவைக் கொன்றதைப் போலத்தான் இன்று இவரைக் கொன்று விட்டனர் என்று நினைக்கிறேன்" என்று சொல்லிவிட்டுச் சென்றாராம்.

"அவர் உண்மையைச் சொன்னார் என்று நினைக்கிறேன்" என்று பேர்ல்.எஸ்.பக் சொல்கிறார்.

காந்தியடிகளின் அஸ்தியைக் கொண்டு டில்லியிலிருந்து அலகாபாத் செல்லும் ரயிலின் நானூறு மைல் பாதையின் இருமருங்கும் மக்கள் கூடிநின்று அஸ்தியை வணங்கினார்கள். கங்கை யமுனை சந்திக்கும் பிரயாகையில், அஸ்தி கரைக்கும்போது நாற்பது லட்சம் மக்கள் கூடினார்கள். வங்காளத்தில் ராஜாஜி அஸ்தி கரைக்கும்போது பதினைந்து லட்சம் பேர் குழுமினார்கள். சென்னையில் ஐந்து லட்சம் மக்கள் வந்திருந்தனர். காவிரிக்கரையில் மூன்று லட்சம் பேர் கூடியிருந்தனர். இவர்கள் அத்தனைபேரும் தாமே, போக்குவரத்துக் குறைவான அந்த நாட்களில் வந்து கூடினார்கள்.

இறக்கும் போது கூடும் கூட்டம் ஒரு மனிதரின் மகத்துவத்தை எடுத்துரைக்கும் அளவுகோல்.

கூட்டத்திலிருந்த ஒவ்வொரு மனிதனின் ஆழ்மனதில் பெரும் துயரத்தை காந்தியடிகளின் மரணம் ஏற்படுத்தியது.

சில மரணங்கள் நமக்கு சில கணம் ஒரு பாதிப்பை ஏற்படுத்தி விட்டுச் சென்றுவிடும்.

சென்னை கடற்கரைக்கு வந்தவர்கள் எதுவும் சாப்பிடாமல், அஸ்தியைக் கரைத்தபின் கடலில் குளித்துவிட்டு வீட்டுக்குப் போய்த்தான் உணவு உண்டார்கள். பலர் தங்களில் குடும்பத்தில் ஒருவர் இறந்து விட்டார் என்று தங்கள் முடியை, மீசையை வழித்துக் கொண்டார்கள். இதெல்லாம் துயரத்தில் பங்கு கொள்ளுவதற்கான வெளி அடையாளங்கள்.

ஆனால் பல்லாயிரக்கணக்கான மக்கள் தங்களின் ஆழ் மனதில் இனம் காணமுடியாத துயரத்தை, வெறுமையை, நம்பிக்கை யின்மையை, அறத்தின் மீது கோபத்தை உணர்ந்தனர்.

காந்தியடிகளைக் கொன்றது கோட்சேதான். அவன் மட்டும்தானா?

அவனுக்குப் பின்னால், இந்து தீவிரவாத இயக்கங்களும், வி. டி. 'வீர' சாவர்க்கரும், சனாதனிகளும், படித்த உயர் வர்க்கத்தினரும், காங்கிரஸின் உயர் தலைவர்களும் நின்றனர். குவாலியர், ஆல்வார் போன்ற அரச பரம்பரையினரும், திலகரின் பேரன் கேட்கர் போன்றவர்களும் அது நிகழ விரும்பிக் காத்திருந்தனர்.

ஒரு சநாதன இந்து ஒரு மகத்தான இந்துவைக் கொன்றான்.

காந்தியடிகள் ஒரு உன்னத உலக மாந்தர். ஆனாலும் மிகவும் ஆழமான பிடிப்புள்ள இந்து அவர். அவரின் இந்து மதத்தில் மனிதாபி மானம், சமத்துவம், சேவை, தியாகம் முதல் இடத்தைப் பிடித்து நிற்கும். அங்குச் சடங்குகள், சாஸ்திரங்கள், சம்பிரதாயங்கள், தெய்வங்கள் ஆகியவற்றிற்கு இடமில்லை. தன் வாழ்வையே ஒரு யாகமாகக் கருதிய அவர் பிராமண குருக்களின், யாகத்தை தன் மதத்தின் அங்கமாக எடுத்துக்கொள்ளவில்லை

ஆனால் கோட்சேயின் இந்து மதம் அவரை யாகப் பலியாக மாற்றி மகிழ்ந்தது.

அரசியல் கலப்பில்லாத இதழ் கலைமகள். காந்தியடிகள் இறந்த போது ஐந்து பக்க அஞ்சலி தலையங்கம் எழுதியது. அது குறிப்பிடுகிறது:

“காந்தியடிகளைக் கொன்றவன் ஒரு மராட்டிய இந்து என்பதை உணரும்போது நாம் தலைகுனிய வேண்டியிருக்கிறது. அஹிம்சைக்கும், சத்தியத்துக்கும் உயிர் தந்த பெருமானைக் காட்டிலும் சிறந்த ஹிந்து ஒருவன் இருக்க முடியுமா? இத்தகைய வெறியருடைய செயல்களைப்

போற்றுவது ஹிந்து மதமாக இருந்தால், அந்த மதமே நமக்கு வேண்டாம். இந்து மதம் இப்படிச் சொல்லவில்லை"

வைதீக இந்து மதம், சமூக உயர்வு தாழ்வு உண்டு என்பதை பகிரங்கமாக ஏற்றுக்கொள்ளும். அதன் மையத்திற்கும், விளிம்புக் கோட்டில் இருப்பவர்களுக்கும் இடையில் பாரதூரமும் கடக்க முடியாத பள்ளத்தாக்குகளும் உண்டு. உச்சியில் இருப்பவர்கள் உயர்வானவர் களாகவும், கனம் மிக்கவர்களாகவும், கீழிருப்பவர்களை அழுத்துபவர் களாகவும் இருப்பார்கள். நடைமுறை மொழியில் சொல்வதானால், பிராமணர்களும் சத்திரியர்களும், வைஸ்யர்களும் மொத்த மக்கள் தொகையில் 15% இருந்தாலும் நாட்டின் ஆட்சி, அதிகாரம், செல்வம் ஆகியவற்றில் 75 % அவர்கள் கையில் இருந்தது. இதுபோன்ற நிலை வேறு நாட்டிலும் இல்லாமல் இல்லை. ஆனால் அங்கெல்லாம் கீழிருந்து ஒருவன் மேலேறி அந்த 15% கூட்டுக்குள் நுழைய முடியும். ஆனால் பிறப்பால் வரையப்பட்டிருக்கும் சாதியக் கோட்டை இந்து மதத்தில் அழிக்க முடியாது. அதைக் கடந்து செல்ல முடியாது. அது தவறு என்று பகுத்தறிவு சொன்னாலும், இன்னும் அது சிரஞ்சீவித் தன்மை கொண்டு மறைய மறுக்கிறது.

அதை மறுத்து, பிறப்பால் உயர்வு தாழ்வு கூடாது, கிடையாது என்பதை காந்தி வலுவாக எடுத்துரைத்தார். வருணத்தை, சாதியத்தை அவர் ஆரம்பத்தில் ஏற்றுக்கொண்டிருந்தாலும், காலம் செல்லச்செல்ல அவை செல்லாத காசாக வேண்டும் என்று தன் கருத்தை மாற்றிக் கொண்டார்.

ஆயினும், காந்தியடிகள் ஒருபோதும் தன் இந்து மதத்தைத் துறக்க வில்லை. அவர் தன் ராமனை மறக்காதவர். அவரின் இந்து மதம் சனாதனிகளின் இந்து மதத்திலிருந்து வேறுபட்ட பார்வை கொண்டது. அஷிஸ் நந்தி குறிப்பிட்டது போல உள்ளிருந்து அவர், அதன் பாரம்பரிய அடுக்குகளையும், மையம், எல்லைகளின் உறவுகளையும் மாற்றியமைக்க முனைந்தார்.

அவர் பிராமணரல்லாத, பெரும்பான்மை மக்களைத் திரட்டினார். தீண்டத்தகாதவர்; கீழ் சாதி மக்கள், விவசாயிகள், கிராமத்து மக்கள், பெண்கள் ஆகியோர் அவர் பின்னால் ஆர்ப்பரித்து வந்தனர். இவ்வாறு வெளி எல்லையை உள் மையத்துக்கு நெருங்கிவரும் மாற்றத்திற்கு அவர் தன்னைத் தந்தார். இது சனாதனிகளுக்கு பிடிக்கவில்லை. அவர்கள் பழிதீர்க்க அலைந்தார்கள்.

இன்னொரு எதார்த்தமும் தெளிவாகத் தெரிந்தது. காந்தியை உயர் ஜாதியினரும் நேசித்தார்கள். அவர் சொன்னார் என்பதற்காக

கோயிலைத் திறக்க பாடுபட்டார்கள்; மலம் அள்ள முனைந்தார்கள்; தீண்டத்தகாதவர்களுடன் உறவாடினார்கள்.

ஆனாலும், தலித்துக்களில் சில பகுதியினர் அவரை உயர் ஜாதி தலைவராகப் பார்த்தார்கள். அவரை நம்பவும், ஏற்கவும் தயங்கினார்கள். அம்பேத்கர் போன்றவர்கள் அவரை ஏற்க மறுத்தார்கள். ஆனாலும் அவரை வெறுக்கவில்லை. அவரை எதிரியாகக் கருதவில்லை. அவர் குடும்பத்தின் உள்ளிருந்து போராடுகிறார், மற்றவர்கள் வெளியிலிருந்து குரல் எழுப்புகிறார்கள். அவ்வளவுதான் வித்தியாசம். ஆனால் இருவரின் பணிகளும் பாதைகளும் ஒரே புள்ளியில் சந்திக்கின்றன என்ற புரிந்துணர்வு அவர்களுக்கிடையே இருந்தது.

தீண்டாமையை ஒழிக்க வேண்டும் என்று காந்தி, இந்து சனாதி களுக்கு எதிராக களத்தில் நின்றார். அனைத்து மக்களையும் சமத்துவமாய் இணைத்து, அவர்களின் கலாச்சார வேறுபாடுகளை ஏற்று, ஒவ்வொரு மனிதரின் தனித்தன்மைக்கும் சுதந்திரம் அளித்து, அற அடிப்படை யிலான சமூகத்தை அனைவரின் ஆர்வத்துடன், கட்டமைக்க அவர் உழைத்தார். அதை பெருவாரியான மக்களும் ஏற்றுக்கொண்டு அரசியல் ரீதியாக அவர் பின்னால் திரண்டார்கள். ஆயினும் தலித்துக்கள் அவரை முழுமையாகப் புரிய வேண்டிய அளவிற்கு புரிந்தார்களா என்பது ஒரு கேள்விதான்.

தலித்துக்கள் தாங்களே தங்களை உயர்த்தி, ஒன்றுபட்டு போராடி மேலெழுவது என்பது ஒரு வழிமுறைதான். வேறுபாடுகள் தவிர்க்க முடியாதவை என்பதை உள்கட்டாக வைத்திருந்த இந்து அமைப்பில், அந்த ஏற்றத்தாழ்வை எதிர்ப்போருக்கும், இருக்கும் நிலையைப் பாதுகாக்க முனைவோருக்கும் இடையில் கடும் போராட்டம் எழுவது, தவிர்க்க முடியாதுதான், ஆயினும் அதை நிகழ்த்தியாக வேண்டும் என்பதை அம்பேத்கர், பெரியார் போன்றோர் வெளி வட்டத்திலிருந்து உள் மைய நோக்கி வரும் போர்க்களத்தை உருவாக்கிக்கொண்டிருந்தார்கள். ஆனால் காந்தியடிகள், தலித் அல்லாதவர்களுக்கும் தலித்துக்களுக்குமான இந்தப் போரைத் தவிர்க்க, மையத்தின் அருகிலிருப்போரைத் திரட்டி, வெளி எல்லையிருப்போரை வரவேற்க மனமாற்றத்தை ஏற்படுத்தி, வெறுப்பில்லாத இணைப்பின் சாத்தியங்களை ஏற்படுத்திக்கொண்டு இருந்தார். தலித் அல்லாதவர்களை, தலித்துக்களின் பிரச்சினையை நோக்கித் திருப்பி, தலித்துக்களின் உயர்வுக்கான முன்னோட்டத்தில் தங்களையும் கலந்துகொள்ளச் செய்து இருவரும் வெற்றிகொள்ளும் சூழலுக்காக தன் ஆன்ம சக்தியுடன், முழு ஆற்றலுடன் போராடினார்.

அம்பேத்கர், பெரியார் போன்றவர்கள் இந்த அணுகுமுறையைச் சாடினார்கள். அதன் போதாமையைத் தங்களின் பார்வையிலிருந்து

எடுத்துச் சொன்னார்கள். ஆனால் அவர்கள் காந்தியடிகளுக்கு எதிரிகள் இல்லை, எதிரிகள் தங்களுக்கு அப்பால் இருக்கிறார்கள் என்பதிலும், ஒவ்வொரு தளபதியின் படைநடத்தும் பாணியிலும் அவர்கள் வேறுபட்டு நடந்துகொண்டார்கள் அவ்வளவுதான் என்பதுவே சரியான பார்வையாக இருக்கும்.

அரசியல் சட்ட சலுகைகளும், இட ஒதுக்கீடுகளும், அரசுகளின் தனிச் சட்டங்களும், தீண்டாமைக் கொடுமையை ஒழித்துவிடுமா? 70 வருட சுதந்திர நாட்டின் அனுபவம், அதை இல்லை என்று சொல்ல வைக்கிறது. சாதிய அடுக்கின் எஃகுத் தன்மை இளகுவதற்குப் பதில் இறுகுவதையே நாம் காண்கிறோம். ஆக இதற்கு மருந்து அரசியல் நடவடிக்கை மட்டுமல்ல. இதில்தான் காந்தியடிகள் மாறுபட்டு நிற்கிறார். உள்ளுக்குள் மனமாற்றம் நிகழாமல், சாதிய இணக்கம் நிகழாது. உயர் சாதிகளிடம் தங்கள் வரலாற்றுத் தவறுக்கு ஒரு மனவருத்தம் உருவாகும்போது, சாதிய நெருக்கம் நிகழுகிறது. இணைவு மேலிருந்து வரும்போது அதன் வீச்சு வேகம் கொள்ளும். பிளவுகள் மறையும்.

மனது தூய்மை அடையாவிட்டால் இந்த மாற்றம் நிகழாது. ஆகவே, உண்மையான அரசியல் சுதந்திரம் மனத்தூய்மையால் வருகிறது என்ற காந்தியடிகளின் கருத்து, இன்றைக்கு ஏற்புடையதாகத் தோன்றுகிறதா? இல்லை என்று கருதினால், அறத் தன்மையை ஏளனமாகப் பார்க்கும் தலைமுறையில் நாம் வாழுகிறோம் என்பதுதான் பதிலாக இருக்க முடியும். அவ்வளவுதான்.

சட்ட அமைச்சராக யாரை நியமிப்பது என்ற கேள்வி எழுந்தபோது காந்தியடிகள், மிகவும் தெளிவாக, வலுவாக அம்பேத்கர் பெயரை பரிந்துரைத்தார். காந்தி இறந்ததற்குப் பின்னால், அம்பேத்கர், டாக்டர் சவிதா எனும் பிராமண மருத்துவரை மணந்துகொண்டார். “இப்போது மட்டும் காந்திஜி உயிரோடிருந்தால், நிச்சயமாக எங்கள் திருமணத்திற்கு ஆசீர்வாதம் வழங்கியிருப்பார்” என்று காந்திய அன்பர்களிடம் அம்பேத்கர் சொல்லியிருக்கிறார். அதுதான் காந்தியம் வெல்லும் இடம்.

மதமும் வைதீகமும்தான் இந்தக் கொலைக்குக் காரணம் என்று சொன்னவர் பெரியார். காந்தியைக் கொன்றவன் உயர் சாதி பார்ப்பான் என்று கட்டங்கட்டி செய்தி வெளியிட்டார். காந்தியின் இடத்தை நிறைவு செய்ய நாட்டில் எவருமில்லை என்றார். இந்தியாவுக்கு காந்திதேசம் அல்லது காந்திஸ்தான் என்று பெயரிடலாம், கிறிஸ்தவ ஆண்டுக்குப் பதிலாக காந்தி ஆண்டு துவங்கலாம் என்று சொன்னார். காந்தியடிகள் வருணாசிரமத்தை தூக்கிப் பிடிக்கிறார் என்பதைத் தவிர மற்றவற்றில் பெரிய கருத்து வேறுபாடு தனக்கு இல்லை என்கிறார் பெரியார்.

காந்தியடிகள் தன்னை எதிர்த்தவர்களை ஒருபோதும் வெறுத்த தில்லை. அவர்களை மதித்து, உயர்த்தி அன்பு செய்திருக்கிறார். அவர்களோடு தொடர்ந்து உரையாடுவார்.

அவருக்கு எல்லா மதங்களும் சமமானவைதான். ஒவ்வொரு மதமும் ஒரு மரத்தின் பல கிளைகள் போன்றவை. அவற்றின் அடக்கம், அளவு வித்தியாசப்பட்டாலும், மதங்கள் ஒரு தன்மை வாய்ந்தவை தான். ஆனாலும் ஒவ்வொருவருக்கும் தன் மதத்தின் மீது தனிப்பட்ட ஈர்ப்பும் பற்றும் இருக்க வேண்டும் என்றார். குறைகள் இல்லாத மதங்கள் எதுவும் இல்லை. அந்தக் குறை நிறைகளை அறிந்து ஒவ்வொருவரும் தன் மதத்தை ஏற்றுக்கொள்ள வேண்டும் என்றார். தன் மதத்திலும் அவர் பகுத்தறிவுக்கும், மனித ஒழுக்கத்துக்கும் ஒத்து வராத கருத்துக்களை, மரபுகளை அவர் ஏற்க மறுத்தார். அதை நிராகரிக்கவும் செய்தார்.

காந்தி இந்து மதத்தையும் அதன் புனிதப் பிரதிகளையும் முற்றிலும் அதன் மரபுகளுக்கு எதிராக வாசித்தார் என்று அ. மார்க்ஸ் குறிப்பிடுகிறார்.

காந்தியடிகள் ஓர் மகத்தான இந்து. இந்து மதம் முகிழ்த்த மிகச் சிறந்த பூக்களில் அவர் ஒருவர். அவர் இந்து மதத்தின் உன்னதமான உயர் கோட்பாடுகளின் நடைமுறை சித்தாந்தவாதியாக அவர் இருந்தார். தூசுபட்டு, துருப்பிடித்திருந்த இந்து மதத்தின் நுட்பமான தத்துவங்களை, எடுத்துத் துலக்கி, அதை சாமான்ய மனிதனும் ஏற்கவும், அதற்கு அவனுக்கு உரிமையும் கடமையும் இருக்கிறது என்று வாழ்ந்து காட்டியவர். பண்டிதர்களாலும், சனாதனவாதிகளாலும் மூடிப் பாதுகாத்துவந்த உயர் தத்துவங்களை சாமான்யனுக்கு எடுத்து வழங்கினார். வெறும் வார்த்தைகளால் அதை எடுத்துச் சொல்லாமல் தன் வாழ்க்கையால் அதை செய்தியாக்கினார்.

ஆனாலும் அந்த இந்து மதம் தன் உன்னத மகனை சரியாக அடையாளம் கண்டுகொண்டதா என்பது ஒரு விவாதப் பொருளாகவே இருக்கிறது.

சனாதனிகளின் பிடியிலிருந்து இந்து மதம் தன்னை விடுவித்துக் கொள்ளும்போது, காந்தி சரியாகப் பார்க்கப்படுவார்.

அஹிம்சை, நேர்மை, எளிமை, அமைதி, எல்லோருக்கும் இடம், பெண்மையின் மென்மை, அறம் என இந்து மதத்தின் உயர் புள்ளிகளை நோக்கி மக்களைக் காந்தியடிகள் வழி நடத்தினார். மதத்தின் சக்கையைத் தாண்டி சாற்றைப் பருக அழைத்தார். சமூகப் பிளவு, மதத்தை ராணுவ மயமாக்கல் எனும் பிராமண, சத்திரிய மனோபாவங் களுக்கு எதிரிடையாக உறுதியுடன் செயல்பட்டார். நவீனத்துவம்

என்று அறிவிக்காமல், இந்து மதத்தை நவீன சூழலுக்கு தயாரிக்கும் நுண்மைப் பணியில் இணைத்துக்கொண்டார்.

அந்த சிறந்த இந்துவை, அவரின் நோக்கத்தை சனாதன இந்துக்கள் புறக்கணித்தனர் என்பது ஒரு வரலாற்று இழப்புத்தான்.

காந்தியடிகள் பிறப்பால் வைணவர். ஆயினும் சமணம், கிறிஸ்தவம் ஆகியவற்றால் பாதிக்கப்பட்டவர். அதற்காக அவர்தன் அடிப்படை இந்து வேரை ஒருபோதும் உதாசீனம் செய்ததில்லை. சடங்கு, சம்பிரதாயம், சாஸ்திரம் ஆகியவற்றை அவர் அப்படியே ஏற்றுக்கொண்டதில்லை. உருவ வழிபாட்டை அவர் கொண்டாடியதுமில்லை, அதை இகழவுமில்லை. அவர் எல்லாவற்றையும் சோதனை செய்துபார்த்தே தன் கருத்தைத் தெரிவித்தார். பல நேரங்களில் அவர் கோயில்களை அசுத்தமான, நெரிசலான, அருவருப்பான இடமாகவே பார்த்தார். கங்கையில் இருக்கும் அசுத்தத்தைப் பார்த்து மனம் கூசி இதுவா நம்மைப் புனிதப் படுத்தும் என்ற பகுத்தறிவுக் கேள்வியைத் தன்னிடம் எழுப்பினார். அவரது சமகால இந்து மடாதிபதிகள், துறவிகள், பக்திமான்கள் மீது அவர் ஈடுபாடு கொண்டதில்லை. அவர்கள் விரும்பினாலொழிய அவர் சென்று அவர்களைச் சந்திப்பதில்லை. சமூகச் சீர்திருத்த உணர்வு இல்லாத துறவிகளை அவர் சந்திக்க விரும்பியதே இல்லை.

இந்து தேசியம் என்பது வேறு, இந்திய தேசியம் என்பது வேறு என்று காந்தியடிகள் மிகத் தெளிவாக ஒப்புக்கொண்டார். இந்து தேசியத்தில் இந்த நாட்டில் இந்துக்களுக்கு மட்டும் முதலிடம். மற்றவர்களுக்கெல்லாம் பின்னிருக்கும் இடம்தான். சனாதனிகளின் தவறான கருத்தால் உருவான மதத்தில் சமூகப் பிளவுகள் அங்கீகரிக்கப் பட்டதாக இருப்பதைப் போன்று, நாட்டிலும் பிளவுகள் இருக்கும் என்பதை இந்து தேசியம் வலியுறுத்துகிறது. இந்துக்கள், மற்றவர்கள் என்ற பிளவு இருக்கும். இந்துக்கள் மட்டும்தான் ஒரு தேசம் என்று சொல்லும் அவர்கள், இந்துக்கள் அனைவரும் ஒரு சாதி என்று சொல்ல அவர்கள் தயாராக இல்லை. அமைப்பு அளவிலே இந்துக்களிடையே இருக்கும் பிளவு, நாளடைவில் நாட்டில் வேற்றுமையை உருவாக்கும் என்பதை அறிந்தும் மூடி மறைக்கின்றனர்.

வானவில்லில் எல்லா வண்ணங்களும் இயைந்து இருப்பதைப் போல, காந்தியடிகளின் இந்திய தேசியத்தில் அனைவரும், இந்துக்களும் கிறிஸ்தவர்களும், முஸ்லிம்களும் சீக்கியர்களும், பார்சிக்களும் அனைவரும் இணைந்து இருப்பார்கள். எல்லோருக்கும் சமத்துவமான இடம் உண்டு. அங்கே தனித்துவமான வேற்றுமையே எழிலாய் இருக்கும். அது உண்மை ஜனநாயகத்தின் மலர்த்தோட்டம்.

இங்கேதான் அடிப்படைவாதிகள் காந்தியடிகளை புரிந்துகொள்ள மாட்டார்கள். உண்மையில் அவரைப் புரிந்துகொள்ள மறுக்கிறார்கள்.

இந்தியா, பல கலாச்சாரங்களின் சங்கமக் களம். இந்தப் பரந்த தேசத்தில், ஒவ்வொரு பகுதியிலும் வாழும் மனிதர்கள் தங்கள் சூழல், உணவு, கருத்துகளின் வளர்ச்சி, சுவை, அறிவுத் திறம், தேர்வு ஆகியவற்றின் வழியாக பல்வேறு வகை பண்பாட்டு வளர்ச்சி நிலைகளை அடைந்திருக்கிறார்கள். இந்தியப் பண்பாட்டு பெருநிலம், காட்டில் வாழும் மரங்கள் ஒன்றையொன்று சார்ந்தும், தம் தனித் தன்மையை இழக்காமலும் வாழ்வதுபோல வளர்ந்து வந்திருக்கின்றன. இவற்றில் இந்தப் பண்பாடுதான் உயர்ந்தது என்ற பந்தயங்கள் இல்லை. அவரவருக்கு அவரவர் பண்பாடு உகந்தது, சுவைதருவது, ஏற்புடையது. அவை ஒவ்வொன்றிற்கும் இடையில் கட்டுப்பாடான அரண்மனைச் சுவர்கள் இல்லை. குளத்து பாசனத்தில் இருக்கும் வயல்கள் ஒன்றிலிருந்து ஒன்றுக்கு நீர் கசிந்து செல்லுவதுபோல பண்பாட்டு அசைவுகள் அவற்றிற்கிடையில் நடைபெற்றுக்கொண்டிருக்கும்.

காந்தியடிகள் இதை ஏற்கிறார். பல்வகை பண்பாட்டுக் கீதங்கள் இசைக்கும் வனமாக தன் நாடு இருக்க வேண்டும் என்று காந்திஜி விழைந்தார்.

ஒவ்வொரு பண்பாட்டிற்கும் சம அளவில் மரியாதை, ஒன்றிலிருந்து ஒன்று சம அளவில் இயைந்து, ஒவ்வொன்றும் போட்டியின்றி வாழும் என்பது காந்தியடிகள் கண்ட பல்வகை பண்பாட்டு விளை நிலமாம் இந்தியா. ஒரு நாடு, ஒரே பண்பாடு என ஒற்றைச் சுருதி இசைத்துக் கொண்டு வரும் இந்துத்துவவாதிகளுக்கு காந்தியடிகளை ஏற்பது முடியாததுதான். காந்தியடிகள் எப்போதும் அடிப்படைவாதத்துக்கு எதிரிதான்

அடிப்படைவாதம் எப்போதும் குறுகிய நலன் கொண்டது. அது மானுடத்தின் முற்பாய்ச்சலை அங்கீகரிப்பதில்லை.

அடிப்படைவாதிகளுக்கு காந்தியடிகள் எதிரானவராகத் தெரிந்தார். அது அவரின் குற்றமில்லை. காந்தியடிகளை அடிப்படைவாதிகளால், சனாதனவாதிகளால் புரிந்துகொள்ள முடியவில்லை. காரணம் அவர்கள் அவரோடு உரையாட விரும்பவில்லை. காந்தியடிகள் எப்போதும் தன் மக்களிடமும், தன் எதிராளிகளிடமும் பேசிக்கொண்டே முன் நகர்ந்தார். அவர்களையும் முன் நகர்த்தினார். தானும் தன்னை எதிராளிகள் என்று கருதும், இருவரும் நிறைவுடன் சந்திக்கும் ஒரு இடத்திற்கு இட்டுச் சென்றார். அது இறுதிப் புள்ளி இல்லை என்பது அவருக்குத் தெரியும். ஆனாலும் அந்த இடத்தை அடைந்த பின்புதான்

பயணத்தைத் தொடர முடியும் என்பதையும் அறிந்திருந்தார். இதற்கு அவரின் தடையில்லா உரையாடல் பெரும் வழித்துணையாக இருந்தது.

இந்து மகாசபை தலைவரான சாவர்க்கர், காந்தியின் மீது கொண்ட வெறுப்பின் காரணமாக காந்தியடிகளைக் கொல்ல கோட்சே கும்பலை ஏவினார். ஆனால் கொலை நடந்த பின்பு, தவிர்க்க முடியாமல், சாவர்க்கரும் குற்றவாளியாக வழக்கில் சேர்க்கப்பட்டார். வழக்கு நடந்துகொண்டிருக்கும்போது, தொடர்ந்து சாவர்க்கரும் கோட்சேயும் குற்றவாளிகள் இருக்கையில் சேர்ந்தே இருப்பார்கள். ஆனால் ஒரு முறைகூட சாவர்க்கர், நாதுராம் கோட்சே பக்கம் திரும்பி ஒரு வார்த்தை, ஒரு புன்னகை சம்பிரதாயத்துக்காக உதிர்க்கவில்லை. தனக்கும் நாதுராம் கோட்சேக்கும் இடையில் எந்தவித உறவும் கிடையாது என்று உலகுக்குக் காண்பிக்க அவர் அவ்வாறு நடந்துகொண்டார்.

காந்தியடிகளை, மிகுந்த சாட்சிகள் முன்னிலையில் நான்கு முறை கொல்ல முயன்று கடைசி முறை அதில் வெற்றியும் பெற்றான் நாதுராம் கோட்சே. பஞ்சகனியில் நடந்த முதல் கொலை முயற்சியின் போது, நாதுராம் கோட்சே பிடிபட்டுவிட்டான். அவனை விடுவிக்கச் சொன்ன காந்தியடிகள் தன்னை வந்து சந்தித்து தன்னோடு விவாதிக்க வரச் சொன்னார். தன்னோடு இருக்கச் சொன்னார். அவன் காந்தியடிகளோடு உரையாட விரும்பவில்லை

அடிப்படைவாதிகள் எப்போதும் திறந்த மனதுடன் உரையாடுவதில்லை.

இன்று இந்தியாவில், மதம், ஜாதி, மொழி, கலாச்சாரம் அனைத்தும் அரசியல்வயப்பட்டதாக ஆகிவிட்டது. இன்று மதம் முதன்மையான அரசியல் சக்தியாக ஆகிவருகிறது. காந்தியடிகள், மதத்தை அரசியலுக்குள் கொணர்ந்தார். காந்தியடிகளின் அரசியல் அறம் சார்ந்தது; சாமான்ய மனிதனின் நலன் சார்ந்தது; இலக்கைவிட வழிமுறைக்கு முக்கியத்துவம் தருவது. ஆகவே அங்குப் பழுது அதிகம் ஆவதில்லை. எனவே அவரது மதம், அரசியலுக்குள் பாழ்படாமல் பாதுகாக்கப்பட்டு பத்திரமாக இருந்தது.

அரசியல்வயமான மதம், தன்னுள் வெறுப்பையும், பிறருக்கு இடமில்லையெனும் ஒதுக்கும் தன்மையையும் கொண்டு வாளின் வெட்டும் வெறியுடன் நிற்கிறது. இந்த மதவெறியெனும் விஷத்தை ஏற்கக் கூடாது என காந்தியடிகள் கடுமையாகப் போரிட்டார்.

மதவெறியும், இணக்கமின்மையும் நம்மை நிச்சயமாக அழிக்கும் கருவிகள்.

மதத்தை ஆதிக்க அரசியலுக்கு பயன்படுத்தும் வழிமுறைக்கு எதிராக அவர் உறுதியாக தடுத்து நிற்கிறார்.

இது இந்துக்களின் தேசம், இந்துத்வா (இந்து ஆதிக்கம்), இந்து ராஷ்டிரம் (இந்துக்களின் ஆட்சி) என்பவைதான் அதன் துடிப்புள்ள வழி முறை, இந்த தேசத்தை தங்களின் தாய் நாடாகவும், (பித்ருபூமியாகவும்), புண்ணிய பூமியாகவும் கொண்டவர்களே அதன் குடிமக்கள், அதாவது இந்துக்கள் மட்டுமே அதன் மக்கள் என்ற கருத்துக்கள் வலிமை பெற்று அரசியல் அங்கீகாரம் பெறத் துடித்துக்கொண்டிருக்கின்றன. இப்படித்தான் பாக்கிஸ்தானும் தன்னை முன்னெடுத்துச் சென்றது. ஒரே மதத்தவரான அவர்களின் கிழக்குப் பகுதியினர், போராடி தனியே பிரிந்து சென்று பங்களாதேசத்தை உருவாக்கியிருக்கிறார்கள். முஸ்லிம்களே சக முஸ்லிமை கொடுமைப் படுத்தியதையும், கற்பழித்துக் கொலைசெய்ததையும் கண்டிருக்கிறோம். தாலிபான் எனும் அதிதீவிர முஸ்லிம் இயக்கம் இன்று முஸ்லிம்களையே அழிக்க துப்பாக்கியை ஏந்திக்கொண்டு நிற்கிறது.

முகம் தெரியாத மனிதரையும் அதிதியாக நேசிக்கச் சொல்லும் மதம், முகம் தெரியாத மனிதரை எப்படிக் கொலை செய்யச் சொல்ல முடியும்? இந்தப் பிறழ்வு எப்படி நுழைந்திருக்க முடியும்? மதவாதமும் தேசியவாதமும் இணைகின்றபோது இது நடக்கின்றது.

எனவேதான் காந்தியடிகள் சொல்லுகிறார், ‘தேசியவாதத்திலிருந்து மதத்தைப் பிரித்தெடுக்க வேண்டும். மதமும் தேச உணர்வும் தனித்திருக்க வேண்டியவை, மதமும் தேசமும் நம் வணக்கத்திற்குரியவை தான்’.

அதிதீவிர மதமும் தேசியமும் இணைந்த கலவையான இந்துத்வா, இந்து பெரும்பான்மையின் முஷ்டியை உயர்த்திக் காட்டும். அது வன்முறைக்கு வெகு எளிதாக தன்னை ஆட்படுத்திக்கொள்ளும். வன்முறை பெரும்பாலும் வன்முறையைத்தான் எதிர்கொள்ளும். அது அழிவுக்கு நகர்த்தும்.

1946ஆம் ஆண்டு, ஒரு கிறிஸ்தவ மிஷனரி ஒருவருக்கு அளித்த பேட்டியில் காந்தியடிகள் இப்படிச் சொன்னார், “நான் இந்த நாட்டின் சர்வாதிகாரியாக இருந்தால், மதமும் அரசும் பிரிந்தேயிருக்கும். என் மதத்தின் மீது ஆணையிட்டுச் சொல்லுகிறேன், அதற்காக என் இன்னுயிரைத் தருவேன்”

மதத் தீவிரத்தன்மையை நம் அரசியல் அரங்கில் புகுத்தி, வாழ்வில் முரண்களை உருவாக்கி, வெறுப்பெனும் கொடூரத்தை மனதில் புகுத்துபவர்கள் யாரென அணுகிப் பார்த்தால், ஒரு உண்மை புலப்படும். அது காந்தியடிகளைக் கொன்ற சனாதான சக்திகள்தான். (சனாதனம் = பழமைவாதிகள்)

இவர்கள் முன்பு இருந்ததைவிட இன்னும் தீவிரத் தன்மையுடன் இன்று இயங்குகிறார்கள். இவர்கள் சாதிய அடுக்கில் உயர்ந்தவர் களாக, அறிவுப் புலத்தில் வல்லவர்களாக, பழமையின் சாஸ்திரங்களில் விற்பன்னர்களாக, புதுமையின் வாய்ப்புக்களை திறனாகப் பயன்படுத்தும் ஆற்றல் பெற்றவர்களாக, பூவின் இதழடியில் இருக்கும் நாகமென மென்மையாக நாசகார கருத்துக்களை உச்சரிக்கும் ஆசான்களாக இருக்கிறார்கள். புதுமையின் வேஷமிட்டு, அப்பட்டமான பழமையின் சின்னங்களை, அதன் ஆதிக்க நிலைகளை நிலை நிறுத்தப் பாடுபடும் ஆதிக்க வெறிகொண்ட புது வடிவ கருத்து தீவிரவாதிகள். இவர்களின் இருப்பு, மடாலயங்களில் இல்லை. இவர்கள், மடாதிபதிகளை இலட்சியம் செய்யாதவர்கள். தங்களை நோக்கி மடாலயங்களை வரவைக்கும் வல்லமைகொண்டவர்கள்.

அரசியல் வேடமிட்டு வரும் தீவிர சனாதன மதவாதிகள், பொம்மலாட்டமென ஏமாந்து போகிற பெரும்பான்மை சாமான்ய மக்களை இயக்குகிறார்கள். எனவேதான் காந்தியடிகள் எச்சரிக்கிறார், “விடுதலை பெற்ற இந்தியாவின் மாபெரும் ஆபத்து இந்துத்வா” என்று.

16.9.47இல் காந்தியடிகள், ஆர். எஸ். எஸ் பேரணியில் கலந்து கொண்டார். அது பாங்கிகள் காலனியில், டில்லியில் நடைபெற்றது. குருஜியான கோல்வாக்கரும் உடன் இருந்தார். ஆர். எஸ். எஸ். கொலை களுக்கும் வன்முறைக்கும் காரணமாக இருந்ததாக கேள்விப்படுவதாக காந்தியடிகள் கோல்வாக்கரிடம் சொன்னார். “இது உண்மையில்லை. தங்களின் இயக்கம் எவருக்கும் எதிரியில்லை! முஸ்லிம்களை கொல்லு வதற்கு அது இல்லை. இந்துக்களைப் பாதுகாக்க இருக்கிறது” என்று சொன்னார். அந்தப் பேரணியில் காந்தியடிகள் சொன்னார், “தான் இந்த இயக்கத்தின் கட்டுப்பாடு, தீண்டாமை இல்லாமை, எளிமையால் கவரப்பட்டிருக்கிறேன். சேவை என்ற லட்சியத்தாலும், தியாகத்தாலும் தூண்டப்பட்ட எந்த இயக்கமும் வளரும்” என்று சொல்லிய காந்தியடிகள் அடுத்து தன் நெற்றியடிக் கருத்தை வைத்தார், “பயனுள்ளதாய் இருக்க, தியாகம், தூய்மையான நோக்கத்துடனும், உண்மையான அறிவோடும் இணைந்திருக்க வேண்டும்” என்றார்.

இப்போது கேள்வி என்னவென்றால், தீவிர இயக்கங்களின் தியாக நடவடிக்கைகளில் தூய்மையான முனைப்பும், உண்மை அறிவும் இருக்கின்றனவா?

ஆர். எஸ். எஸ்ஸின் முன்னாள் தொண்டனான நாதுராம் கோட்சே, தன்னைத் தியாகம் செய்து காந்தியடிகளைக் கொலை செய்த காரியத்தில், தூய்மையான நோக்கமும், உண்மை அறிவும் இருந்தனவா?

அவை இல்லாவிட்டால், அதுவே சமூகத்திற்கு அழிவாக முடியும் என்றார் காந்தியடிகள். உண்மையில் அப்படித்தானே நடந்தது!

தான் முஸ்லிம்களின் நண்பராக இருந்தாலும், இந்துக்களுக்கும் சீக்கியர்களுக்கும் எதிரியில்லை, தன் 12வயதிலிருந்தே அப்படித்தான் இருப்பதாக அவர் மேலும் அவர்களிடம் பேசினார், பிறகு அதன் தொண்டர்களின் கேள்விகளுக்கு பதில் சொன்னார். கீதையின் கருத்துப் படி, தீமை செய்பவரைக் கொல்ல இந்து மதம் அனுமதிப்பதில்லையா" என்ற ஆர். எஸ். எஸ். தொண்டரின் கேள்விக்கு, "கொலை என்று வருகின்றபோது, தவறிழைக்காத நீதிபதியாக இருந்துகொண்டு ஒருவரை குற்றம் புரிந்தவன் என்று தீர்மானிக்க வேண்டும். அந்த அதிகாரம், தனி மனிதனுக்கில்லை, முறையான அரசுக்குத்தான் இருக்கிறது. தனி மனிதன் நீதிபதியாகவும், கொலைசெய்பவனாகவும் இருக்க முடியாது" என்றார்.

"இந்தியா மத நாடாக ஆகுமா? இந்து மதத்தின் கருத்துக்கள் இந்து அல்லாதவர்கள் மீது திணிக்கப்படுமா? அப்படி நான் நம்ப வில்லை. அப்படி நடக்குமானால், நம்பிக்கையும் ஒளியும் (cease to be a land of Hope and promise) இல்லாத நாடாக இந்தியா ஆகிவிடும்" என்றார்.

கோட்சே நேர்மையானவனாக, உண்மையாளனாக இருந்தானா? அவன் கொண்ட செயல், நேர்மையானதா? துப்பாக்கிக் குண்டின் குரல் ஆன்மாவின் குரலாக இருக்க முடியுமா? அகிம்சையை தன் மூச்சாகக் கொண்டு ஒழுகும் ஒரு மனிதருக்கு கொலை ஒரு பரிசாக இருக்க முடியுமா? அது தர்மத்தின் பரிசாக இருக்க முடியுமா?

அகிம்சையால், காந்தியடிகள் இந்தியர்களை கோழைகளாகவும் வீரம் இல்லாதவர்களாகவும் ஆக்கிவிட்டார் என்று கோட்சே சொல்லுகின்றான். உண்மை நிலைமை என்ன?

இப்படித்தான் இரண்டாயிரம் ஆண்டுகளுக்கு முன்பு புத்தர் மீதும், மக்களை கோழையாக்கிவிட்டார் என்ற குற்றச்சாட்டு வைக்கப்பட்டது. இது ஒன்றும் புதிய குற்றச்சாட்டு இல்லை.

எந்தவித அரசியல் உணர்வும் இல்லாமல், யார் ஆண்டால் என்ன என்று உறங்கிக் கிடந்த இந்தியாவை, அதன் ஒதுக்கப்பட்ட பகுதியான கிராமங்களில் வாழும் கோடிக்கணக்கான மக்களை அசைத்த ஒரே சக்தி காந்தியம்தான். அவர் குரலுக்கு இந்தியா அசைந்தது. பெரும் ஏகாதிபத்தியத்தை, ராவணன் மேரு மலையை அசைத்ததுபோல இந்த எளிய மக்கள் அசைக்கப் போரிட வந்தார்கள். குடும்பத்திலும்

மதத்திலும், சமூகத்திலும் அடிமை போன்று தங்கள் முகத்தை சேலையால் மறைத்து வாழ்ந்த பெண்கள், காந்தியால் அழைக்கப்பட்டு பொதுவாழ்விற்கு வந்தார்கள். வரலாற்றில் என்றும் இந்தியாவில் நடக்காத அதிசயம் இது. இதை நிகழ்த்திய காந்தியைத்தான், கோட்சே கோழையாக்கிவிடுவார் என்று சொல்லுகின்றான்.

காந்தியடிகள் வன்முறைப் போராட்டத்தை நிகழ்த்தவில்லை. ஆனால் அதற்கு இந்தியா தயாராக இருந்ததா?

சிலரைக் கொல்லுவது என்று அங்கொன்றும் இங்கொன்றுமாய் நிலவி வந்ததுதான் காந்திக்கு முந்தைய போராட்ட நிலவரம். வன்முறையால் நடத்தப்படும் போராட்ட முறைகளைச் சந்திக்க பிரிட்டிஷ் அரசுக்கு வலுவிருந்தது. அதைத்தான் அது விரும்பியது. ஆனால், அவர்கள் எதிர்பார்க்காத, அவர்கள் எதிர்த்துத் தாக்க வழி தெரியாத, சாமான்ய மக்களை முன்னிறுத்தும் வன்முறையற்ற போராட்ட வடிவத்தை, இந்தியச் சூழலுக்கு ஏற்ப காந்தியடிகள் வடிவமைத்தார்.

அந்தப் போராட்ட வழியில் வெறுப்பும் அழிப்பும் இல்லை. அந்தப் போராட்டம் மானுட அறத்தின் சீற்றமாக பொது மக்களிடமிருந்து வெளிப்பட்டது. கடவுள், ஆன்ம சக்தி, மனிதர்களை நேசித்தல், நேர்மை இவைதான் அவரின் போராட்டக் கருவிகள் அல்லது யுக்திகள். தன் பலம் என்ன என்று தெரிந்து, அதைத் தேர்ந்து உறுதியுடன் நின்றார்.

அவர் இலக்கை நோக்கி துள்ளிக் குதித்து ஓடிச் செல்லவில்லை. நிதானமாக, ஒவ்வொரு படியாக, பல நிலைகளில் நின்று தன் சுமையை இறக்கி வைத்து இளைப்பாறி பிறகு பயணத்தைத் தொடருவதாய் அவர் போராட்டங்களை வடித்தார். வீம்புக்காக போராட்ட சக்திகளை வீணடித்ததில்லை. சமரசத்துக்கு அங்கு இடமுண்டு, ஆனாலும் கடைசிவரை போரிடுங்கள் என்றார்.

எதிரிகளை அழிப்பதன் மூலம் அல்ல, நம்மைத் தகுதிப்படுத்துவதன் மூலம் விடுதலை அடைய முடியும் என்று கற்பித்தார்.

ஜனநாயகப் பண்பு கொண்ட ஒரு போராட்டம் இருக்கிறது என்றால் அது காந்தியடிகள் நடத்திய போராட்டம்தான்.

1940ஆம் ஆண்டு, ஏப்ரல் ஹரிஜன் பத்திரிகையில் "எனது மரணத்திற்குப் பிறகு என் உடலைத் தகனம் செய்த இடத்தின் மீது, 'இவர் ஆன மட்டும் முயன்றார், ஆனால், படுதோல்வியடைந்தார்' என எழுதுவதே பொருத்தமான கல்லறை வாசகமாக இருக்கும்" என எழுதினார்.

தன் போராட்ட வாழ்வில் பெரும் வெற்றிகளைக் குவித்த காந்தியடிகள், சுதந்திரம் பெற்ற கையோடு இரு பெரும் தோல்விகளை

சந்தித்தார். அதனால்தான், 'புதிய யுகம் ஆகஸ்டு பதினைந்தில் பிறந்திருக்கிறது, அதில் எனக்கு இடமில்லை' என்றார். ஒன்று நாட்டுப் பிரிவினை, இன்னொன்று அவர் கைகளுக்குள் அடங்க மறுக்கும் வகுப்புவாதம்.

இரண்டுக்கும் அடிப்படை காரணம் ஒன்றுதான், மத வெறுப்பு. கருணைதான் மதத்தின் சாறு என்பதை மறந்ததுதான். மதத்தை அரசியல் அரங்குக்குள் கொண்டு வந்து வெற்றிகரமாக தன் மக்களை நடத்திய காந்தியடிகள், முடிவில் அந்த மதங்களின் வெறிக் கூச்சலில் தன் மென்மைக் குரல் மறுக்கப்பட்டதைக் கண்டு, மிகவும் தளர்ந்து விட்டார்.

125 ஆண்டுகள் வாழ்ந்து இந்த மக்களுக்கு சேவை செய்ய வேண்டும் என்ற விருப்பம் கொண்ட அவர், போதும் இந்த வாழ்க்கை, என் ராமன் இன்னும் என்னை ஏன் அழைக்காமலிருக்கிறான் என்று வருந்துகின்ற அளவிற்கு நொந்துபோய்விட்டார். அந்த வரத்தைக் கொண்டுவரும் தூதுவனாக கோட்சே வந்தான்.

ஆனால் அவரின் மரணம், வாலறுந்த பட்டமாய்த் தடுமாறும் இந்த நாட்டை, அது சந்தித்த தோல்வியின் பின்விளைவுகளை திசை மாற்றி வெற்றிப் பாதையில் இட்டுச் சென்றது. அந்தச் சனாதன சக்திகளின் முன்னேற்றத்தைக் குறைந்தது ஐம்பது ஆண்டுகளுக்காவது பின் தள்ளியது.

அவரின் மரணம் ஒரு தனி மனிதரின் மரணம் அல்ல. அது தோல்வியின் மரணம். அந்த மரணம் தோல்வியை வெற்றியாக மாற்றியது. இந்தியா மதவெறியை தன்னுள் அடக்கிக்கொண்டது.

கடைசியாக காந்தியடிகளை, கோட்சேயும் அவனைப் பின்னணியில் நின்று இயக்கியவர்களும் ஏன் கொன்றார்கள்?

1. அவர் இந்துத்துவத்திற்கு எதிராக, இந்து ராஷ்டிரத்துக்கு பெரும் தடையாக நின்றார்.
2. அவர் முஸ்லிம்களின் நலனுக்காக தொடர்ந்து பேசினார்
3. தன் போராட்டத்தை வன்முறைப் பாதையில் செலுத்தாமல் அகிம்சை வழியில் நடத்தினார். அது சனாதனிகளுக்கு கிளுகிளுப்பைத் தரவில்லை.
4. இந்தியா மதச் சார்பற்ற குடியரசாக இருக்க வேண்டும் என்பதில் பிடிவாதமாக இருந்தார்.

எனவேதான், சுதந்திர இந்தியாவின் முதல் பயங்கரவாத கொலை நடந்தது.

காந்தி இன்றைக்கு நமக்கு தேவைப்படும் மனிதராக இருக்கிறாரா?

அவர் எதற்காக கொல்லப்பட்டாரோ அந்த சக்திகள் இன்று வளர்ந்து, அவர் தன் உயிரைத் தந்து தடுத்து நிறுத்தியவற்றை, இந்த நாட்டின் ஆதார சுருதியைக் கலைக்க முயற்சி எடுத்து அதில் கணிசமான அளவு வெற்றி பெற்று வருகிறார்கள் என்று தோற்றமளிக்கிறது.

இப்போது, சரோஜினி நாயுடு வேண்டியதுவாய் நாமும் வேண்டுகிறோம்.

"My Father, do not rest, Do not allow us to rest"

"எம் தந்தையே! ஓய்வெடுக்க வேண்டாம், எங்களையும் ஓய்வெடுக்க அனுமதிக்காதீர்கள்"

ஆமாம், காந்திய பணியாளர்களுக்கு ஓய்வில்லா வேலையிருக்கிறது!

காந்தியைக் கொன்றது யார்?

கோட்சேயும், சனாதனிகள் மட்டும் காந்தியடிகளைக் கொல்லவில்லை.

காந்தி கொல்லப்பட்ட போது, கன்னட கவிஞர் சீத்தாராமையா சொன்னார்

"நாம் அனைவரும் விஷம் கொண்ட பாம்புகளே
ஆனால் கோட்சே மட்டும் அவரைக் கடித்தான்"

கோட்சேயின் கொள்கைகளை வீரியத்துடன் விதைப்பவர்களாகவும், அதைக் கண்டும் காணாமல் இருக்கும் நாம் ஒவ்வொருவரும் காந்தியைக் கொர்லை செய்துகொண்டிருக்கிறோம், பலமுறை.

காந்தியின் மரணம் ஒருமுறைதான் நிகழ்ந்தது. ஆனால் அவரின் கொலை தொடர்ந்து நடந்துகொண்டிருக்கிறது.

உயர் பண்பினை, மானுட ஒழுக்கத்தை, உயிரின் சால்புகளை, முற்போக்கு கருத்துக்களை தொடர்ந்து நாம் கொலை செய்து கொண்டிருக்கிறோம். அது காந்தியின் கொலைதான்.

அதைத் திருப்பி, மானுட சமத்துவத்தை, சமுதாய இசைவை, மத நல்லிணக்கத்தை நிலைநிறுத்தும் உயிர்ச் சக்தியாக மாறுவோம். அதுதான் காந்தியடிகளின் உயிர் மூச்சு. அது நிற்கக் கூடாது.

நேருவை காந்தியின் சிதைக்கு தீ மூட்டச் சொன்னார்கள். நேரு, காந்தியடிகளின் மகனான தேவதாஸை தீ மூட்டச் சொன்னார். அந்தத் தீ கொழுந்துவிட்டு எரிந்தது. நெருப்பு பக்கத்தில் நின்ற மக்களைச் சுட்டது. அவர்கள் விலகிச் சென்று நின்றார்கள்.

காந்தியமும் நெருப்பு போன்றதுதான். ஆனாலும் அதை விட்டு நாம் விலகிச் செல்லக் கூடாது.

காந்தியம், நம்மைத் தூய்மையாக்குவதுதான்; ஒளி தருவதுதான்; சுடுவதும்தான். ஆயினும் அந்த பந்தத்தைப் பிடித்துக்கொண்டு நடந்தால் பயணத்தின் இலக்கை நிச்சயமாக அடைவோம்.

காந்தியின் மரணம் விரயமில்லை. அது உயிர்த்துடிப்புள்ள விதையின் விதைப்பு. அது முளைத்துச் செழிக்கும்.

•••